பற்றியெறியும் பஸ்தர்

நந்தினி சுந்தர்

நன்கறியப்பட்ட மானுடவியலாளர். டெல்லி ஸ்கூல் ஆஃப் எகனாமிக்ஸில் சமூகவியல் பேராசிரியராக இருக்கிறார். சட்டம், அரசியல் சமூகவியல் துறைகளில் ஆர்வம் கொண்டவர். சமூக அறிவியல் துறையில் 2010ம் ஆண்டுக்கான இன்ஃபோசிஸ் விருது பெற்றிருக்கிறார். மனித உரிமை செயற்பாட்டாளராகவும் அறியப் படுகிறார். பஸ்தார் குறித்து இவர் முன்னதாக எழுதிய *Subalterns and Sovereigns: An Anthropological History of Bastar* என்னும் ஆய்வு நூல் முக்கியமானது.

தருமி

எழுத்தாளர், மொழிபெயர்ப்பாளர். 'கடவுள் என்னும் மாயை', 'மதங்களும் விவாதங்களும்' ஆகிய நூல்களை எழுதியிருக்கிறார். 'பேரரசன் அசோகன்' இவருடைய சமீபத்திய மொழியாக்க நூல்.

பற்றியெறியும் பஸ்தர்

நந்தினி சுந்தர்

தமிழில்: தருமி

கிழக்கு

பற்றியெறியும் பஸ்தர்

Patrieriyum Bastar

by Nandini Sundar

First Edition: December 2018
504 Pages
Printed in India.

ISBN: 978-93-86737-65-6
Kizhakku 1123

Kizhakku Pathippagam
177/103, First Floor,
Ambal's Building, Lloyds Road,
Royapettah, Chennai - 600 014.
Ph: +91-44-4200-9603

Email : support@nhm.in
Website : www.nhm.in

kizhakkupathippagam
kizhakku_nhm

Kizhakku Pathippagam is an imprint of New Horizon Media Private Limited

சமர்ப்பணம்

தன்மானத்தோடு மக்களுக்காகப் போராடிய, மிகவும்
மோசமான காலங்களிலும் நகைச்சுவையுணர்வை
விட்டுக்கொடுக்காத மனுஷ் குஞ்சம் அவர்களுக்கும்,

நமது நாட்டின் அரசியல் சாசனத்தைப் பொருள் பொதிந்த
ஒன்றாக மாற்றுவதற்காக உழைத்த அசோக் தேசாய்,
நித்யா ராமகிருஷ்ணன் ஆகியோருக்கும்.

உள்ளே

பகுதி 3: கேள்விக்குள்ளாகும் அமைப்புகள்

முன்னுரை

தில்லி பொருளாதாரக் கல்லூரியில் என்னுடன் வேலை பார்த்த ரவீந்திர ரே 1970இல் நக்சல்பாரிகள் நடுவே தான் சுற்றி வந்த நிகழ்வு ஒன்றினைப் பற்றி என்னிடம் கூறினார். இந்த நண்பர் இப்போதும் ஒரு நக்சல்பாரிதான். அவர் உலகமெங்கும் நடக்கும் கம்யூனிச புரட்சிகளிலிருந்து உந்துதல் பெற்று, ஆயுதங்களைத் தூக்கித் திரிந்த நக்சல்பாரி போராளியாகச் சில காலம் இருந்தவர்.

தான் கைது செய்த படிப்பறிவில்லா இளைஞர் ஒருவரிடம் காவல் துறை அதிகாரி ஒருவர் அவரைச் சீண்டும் வண்ணமாக, ‘நக்சல் பாரிகள் வியட்நாமைப் பற்றி அதிகமாகப் பேசித் திரிகிறீர்களே... அந்த வியட்நாம் நாடு எங்கே இருக்கிறது என்று பார்த்துச் சொல்... பார்ப்போம்’ என்று உலக வரைபடத்தை விரித்திருக்கிறார். அந்த இளைஞரோ வெகு அமைதியாக, தன் கரத்தை நெஞ்சில் வைத்து, ஆணித்தரமாக, ‘அது என் இதயத்தில் இருக்கிறது’என்றாராம்.

முன்பு பிரிவுகள் ஏற்படாத மாவட்டமான பஸ்தார் 39,114 சதுர கிலோ மீட்டர் அளவில் சத்தீஸ்கரின் தென் பகுதியில் விரிந்து கிடந்தது. வரைபடத்தில் கிழிந்த ஒரு பகுதி காற்றில் அல்லல்பட்டு அலைவது போல் கொடுமைகளுக்கும் பல தடங்கல்களுக்கும் நடுவில் அதன் மையப் பகுதி தடுமாறிக் கொண்டிருக்கிறது. இந்தப் பகுதிதான் இந்திய அரசு மாவோயிஸ்ட் கெரில்லாக்களின்மீது எழுப்பியுள்ள பெரும் போரின் மையப் புள்ளி. கம்பி வைத்த முள் வேலிகளும், மேலே பறந்து திரியும் ஹெலிகாப்டர்களும், இங்கிருக்கும் காட்டுப் பகுதிகளைப் பிளந்துகொண்டு செல்லும் நீண்ட நெடுஞ்சாலைகளும், சுரங்கத் தோண்டல்களும் இப்போரில் இந்த அரசு கட்டி எழுப்பியுள்ளவை. ஆனால், இந்திய கம்யூனிஸ்ட்

கட்சி (மாவோயிஸ்ட்) அமைத்த 'மக்கள் அரசு' வரையறை செய்யப் படாத எல்லைகளையும், ரகசியமான தகவல்களையும் கைவசம் வைத்திருந்தது. இந்த 'இரண்டாம் அரசின்' குடிமக்கள் நிச்சய மில்லாத, ஆபத்துகள் மிகுந்த பாதையைத்தான் தேர்ந்தெடுத் திருந்தனர். அந்தப் பயணத்தின் முடிவு ஒரு நிச்சயமான இறுதிப் புள்ளி அல்ல; ஆனாலும் அந்தப் பயணம் மிகுந்த மன உறுதியோடு மேற்கொள்ளப்பட்டது. அந்தப் பயணத்தில் தன்னுடன் வருபவர்கள் யாரென்று யாருக்கும் தெரியாது. அப்படிப் பயணம் செய்த ஒருவரை, 'உங்களுக்கு எப்படிப்பட்டவர் உறுதுணையாக வர வேண்டும்? ஓர் அரசு சார்ந்த மனிதரா அல்லது ஒரு மாவோயிஸ்டா?' என்று நான் கேட்டபோது வந்த பதில் ஆச்சரியமான ஒன்றாக இருந்தது. அவர், 'என் மனதைப் பற்றி எனக்குத் தெரியும்; அடுத்தவர் களின் மனதில் என்ன எழுதியிருக்கும் என்பது எனக்குத் தேவையில்லாத ஒன்று' என்று அவர் பதிலளித்தார்.

1980களின் ஆரம்பத்தில் மாவோயிஸ்டுகள் பஸ்தார் என்ற அந்தப் பகுதியில் தங்களது மிகவும் உறுதியான கட்டமைப்பை ஏற்படுத்திக் கொண்டனர். அங்கிருந்த கிராம மக்கள் அரசின் அதிகாரத்தை, பல சிறு சிறு கொடுமைகளைச் சமாளிக்க இவ்வமைப்பு உதவியது. இதன்பின் பல போராட்டங்கள் அங்கே தொடர்ந்தன. 2005இல் இந்திய அரசு இப்பகுதியைத் தன் அதிகாரத்தின்கீழ் முழுமையாகக் கொண்டுவர பெரும் முயற்சியெடுத்தது. இந்த முயற்சியினால் பஸ்தார் முழுப் பகுதியும் அங்கிருந்த இயற்கை வளங்கள் அனைத்தும் பெரும் கேள்விக்குறிகளாகிவிட்டன. இம்முயற்சி களின் முதலடியாக, மக்கள் பெயரைச் சொல்லி ஓர் அமைப்பு உருவாக்கப்பட்டது. அங்கிருந்த மக்களின் மொழியான கோண்டியில், 'புனித கோட்டை' என்ற பொருள் தரும் சல்வா ஜுடும்என்ற அமைப்பு உருவாக்கப்பட்டது. அரசின் பாதுகாப்புப் படைகளோடு இந்த அமைப்பினர் ஒன்றிணைந்து இயங்கினர். அப்பகுதியில் உள்ள கிராமத்துக்குள் வலுக்கட்டாயமாக நுழைந்து, கொள்ளை, தீ வைப்பு என்று அக்கிரமங்களைச் செய்து ஒட்டுமொத்தமாக அழித்தார்கள். அங்கிருந்த மிச்சம் மீதி மக்களை விரட்டி, அரசு நடத்தும் முகாம்களில் குவித்தார்கள்.

2009ஆம் ஆண்டுக்குள் இந்த சல்வா ஜுடும் பெரும் வலிமை பெற்று ஒரு முழு காவல் துறை - துணை ராணுவம் என்ற இரண்டும் இணைந்த அமைப்பாக உருவானது. இன்றைய வளர்ந்த நிலையில் அதன் பெயர் 'பசுமை வேட்டை' என்று மாறியது. பெயர் மாறினாலும் கொலைகள், பாலியல் பலாத்காரங்கள், கைதுகள்

ஆகியவை ஆண்டுதோறும் கூடிக்கொண்டே போகின்றன. இப்போராட்டத்தில் பல மாவோயிஸ்டுகளும் பாதுகாப்புப் படையினரும் கொல்லப்பட்டார்கள். இந்தத் தொடர் யுத்தத்தில் யார், எத்தனை பேர் மாண்டு போனார்கள் என்று கணக்கிட முடியாதபடி இருப்பது ஒரு முக்கியமான, சோகமான உண்மை.

இந்த நூலின் முதல் பகுதியில், சமூகத்தின் ஊடே நடக்கும் சுரண்டல், அதனால் எழும் எதிர்ப்பு என்ற இரண்டு நிகழ்வுகளுக்கும் நடுவே கிளர்ந்தெழும் ஒரு போரினை விளக்க முயன்றுள்ளேன். இரண்டாம் பகுதியில், ஆதிவாசி மேற்கொள்ள முயன்ற எதிர்க் கிளர்ச்சிகளின் வேறுபட்ட முகங்களையும் அந்தக் கிளர்ச்சியினால் அந்தப் பாவப்பட்ட இந்திய ஆதிவாசிகள் எதிர்கொள்ளும் ஆயுதப் போராட்டங்கள், அடக்குமுறைகள் பற்றி எழுதியுள்ளேன். மூன்றாம் பகுதி கிளர்ச்சிகளை ஒடுக்குவதற்கான போர் ஒரு காலனிய அரசிலோ, ராணுவ அரசிலோ அல்லாமல் ஒரு மக்கள் குடியரசில் நடந்தால் எப்படி இருக்கும் என்பதை விளக்க முயன்றுள்ளேன்.

இந்த மக்கள் கிளர்ச்சியை அடக்கி ஒடுக்க, அரசின் பல அடுக்குகளும் அமைப்புகளும் அதிகார வர்க்கத்தினரும் மக்கள் நலத் திட்ட அதிகாரிகளும், பல்வேறு அரசியல் கட்சிகளும், மனித உரிமைக் குழுமங்களும், ஊடகங்களும், நீதித் துறையும் எவ்வாறெல்லாம் இப்பிரச்னையைக் கையாண்டன என்பது ஒரு பெரும் கேள்வி. நம் நாட்டில் சில சிறு குடும்பங்களோ அல்லது தைரியமான சில எதிர்ப்பாளர்களோ மட்டும் போருக்கு எதிரானவர்களாக இருக்கவில்லை. விரிவான கட்டுப்பாடுகளும் ஒழுங்குமுறைகளும் இருந்தாலும் கார்ப்பரேட், அரசியல் உலகின் பேராசைகளும் விட்டேற்றி மனோபாவமும் எளிய சரிபார்த்தல்களைக்கூடத் தோல்வியடையச் செய்துவிடுகின்றன.

இந்த நூல் சமூகத்தில் நிலவும் இரண்டு பெருநிகழ்வுகளுக்கும் எண்ணங்களுக்கும் எதிரான ஒன்றாக எழுதப்பட்டுள்ளது. மாவோயிஸ்ட் பிரச்னைகள் சட்ட ஒழுங்குகளை எதிர்க்கும் அமைப்பு; அதனால் அது வன்முறையால் அடக்கப்படவேண்டும் என்பது முதல் கருத்து. இரண்டாவது கருத்து, புரட்சி குறித்த மாவோயிஸ்டுகள் மற்றும் அவர்களுடைய ஆதரவாளர்களின் உறுதியான நம்பிக்கை. இந்த இரண்டும் மோதிக்கொள்ளும் நிலை பற்றி இந்த நூல் விளக்க முயல்கிறது.

இந்திய அரசு எந்தத் தடையுமில்லாத அரக்கத்தனத்தோடு போரிடுவதை எதிர்ப்பவர்களுக்காகவும், மாவோயிஸ்டுகளின் தியாகத்துக்கு மரியாதை கொடுக்கும் அதே சமயம் அவர்கள் தேர்ந்தெடுத்துள்ள பாதையோடு உடன்பட மறுப்பவர்களுக்காகவும் இந்நூல் எழுதப்பட்டுள்ளது. தீவிரவாதத்தை அடக்க தீவிரவாதத்தை அவிழ்த்து விடுவதன் மூலம் ஊழலும், முரட்டு மிருகத்தனமும் மட்டுமே சமூகத்தில் வளரும் என்ற கருத்தோடு இருப்பவர்களுக்காகவும் இது எழுதப்பட்டுள்ளது.

இது எனக்குத் தெரிந்த சாமானிய பழங்குடிகளுக்கான புத்தகமும் கூட. சிக்கலான கட்டுப்பாடுகளுக்கு மத்தியில் அறம் சார்ந்த முடிவுகளை எடுத்துவரும் பழங்குடிகளில் பலர் என் கற்பனையையும் விஞ்சும்படி அசாதாரணமான நாயகர்களாக இருக்கிறார்கள். இன்றுள்ள நிலையில் அந்த மக்கள் தங்கள் தினசரி வாழ்க்கையை நடத்துவதே ஒரு பெரும் தீரச் செயல்தான்.

நியாயங்கள் குழி தோண்டிப் புதைக்கப்பட்ட பின்பும் உண்மைகளை உலகுக்குத் தெரியப்படுத்தவேண்டும் என்ற முனைப்புக்காகவே இந்த நூல் பிறந்துள்ளது.

ஒட்டுமொத்த மக்களினமும் அவர்களது பாரம்பரிய வாழ்க்கை முறைகளும் கூண்டோடு அழிக்கப்பட்டு, குழி தோண்டிப் புதைக்கப்படுவதைப் பார்த்துக்கொண்டு கையறு நிலையில் இருக்கும் எனக்காகவும் இந்நூல் எழுதப்பட்டுள்ளது.

முகவுரை

தண்டகாரண்யம் - அது ஒரு புறக்கணிக்கப்பட்ட காடு
மன்னிக்காதே...
ஆனால்
மன்னிக்கும் அதிகாரம் கூட உன்னிடமில்லை.
ஓர் இளம் காலை நேரத்தில்
உன்னைக் காட்டிக் கொடுத்த கயவர்களை
மன்னிக்கும் அதிகாரம் கூட உன்னிடமில்லை.

- Zbigniew Herbert, The Envoy of Mr. Cogito

பிப்ரவரி 2006

வானத்தில் கண் சிமிட்டிக் கொண்டிருந்த விண்மீன்கள் மெல்ல மெல்ல இளம் காலையின் மெல்லிய வெளிச்சத்தில் மறைந்து கொண்டிருக்கும் வித்தையை அண்ணாந்து பார்த்துக்கொண்டு கண்ணில் தெரியும் விண்மீன்களை எண்ணிக் கொண்டிருந்தார் ஹுங்கி. காலை நேரத்து வேலைகள் அவருக்காகக் காத்திருந்தன. ஆட்டுக் குட்டி ஒன்று அங்குமிங்கும் ஓடிக் கொண்டிருந்தது. ஹுங்கியின் கால்களை நக்கிக்கொண்டும், அவர் படுத்திருந்த கட்டிலை உரசிக்கொண்டும், கட்டிலின் கீழும் ஓடிக் கொண்டிருந்தது. அந்த ஆட்டுக் குட்டியின் குறும்புத் தனத்தால் ஹுங்கி பாதி நேரம் இரவில் உறங்க முடியாமல் போனது. ஹுங்கியின் அப்பா ஆசையாக வளர்த்து வந்த வெள்ளை நிற பாண் என்ற சண்டைச் சேவல் அப்போதுதான் தன் காலை நேரத்து கூவலை ஆரம்பித்தது. அவர் இந்தச் சண்டைக்காக, பரிசுகள் பல வாங்குவதற்காகவே பயிற்சிகள் கொடுத்துப் பேணி வளர்த்துக் கொண்டிருந்தார்.

ஹுங்கிக்கு முன்பே அவரது தாயார் தேவ் எழுந்து காலைக் கடன்களை முடிக்கச் சென்றுவிட்டார். அறையும் குறையுமான இருட்டுதான் அதற்கெல்லாம் வசதி. முகம் தெரிந்துகொள்ள முடியாத நேரம் அது.

இன்று ஹுங்கி ரொம்பவே சோம்பலாக இருந்தார். ஆனால், திடீரென்று கிராமத்துக் காவலாளியும் பதினாறு வயது சின்னப் பையனுமான மாஸா கிராமத்தின் நடுவே பதைபதைப்புடன் ஓடி வந்தான். மிகச் சுத்தமாக 'ஜுதும் வருகிறார்கள்' என்று கத்திக் கொண்டே ஓடி வந்தான். ஹுங்கியின் குடிசைக்கு அருகில் வந்ததும், 'அவர்கள் பக்கத்தில் வந்து விட்டார்கள். கட்டாபள்ளி வரை வந்துவிட்டார்கள். அடுத்தது நமது ஊர்தான்' என்று இறைந்து கத்தினான். ஹுங்கி துள்ளி எழுந்து, தன் சின்னத் தம்பியைத் தூக்கி இடுப்பில் வைத்துக்கொண்டு, தன் தாய் சென்ற திசையில் ஓட ஆரம்பித்தார். ஹுங்கியின் அப்பா ராமா சிறு தீ வளர்த்து, தன் கைகளை சூடாக்கிக் கொண்டிருந்தார். சுறுசுறுப்பாக எழுந்து, ஒரு சிறு பையில் வீட்டில் இருந்த தானியங்களைச் சேகரித்துக் கொண்டார். தன் கால்நடைச் செல்வங்களை அவிழ்த்து விட்டு விட்டு, தன் மகனுக்குப் பின்னால் ஓட ஆரம்பித்தார். மாஸாவின் கூக்குரலுக்குப் பின் அடுத்த அரை மணி நேரத்திற்குள் கிராமம் முழுவதும் வெறிச்சோடியது. ஆட்கள் யாருமில்லை. அங்கொன்றும் இங்கொன்றுமாக பன்றிகளும், கோழிகளும் மட்டுமே மேய்ந்து கொண்டிருந்தன.

கிழக்குத் திசையிலிருந்து அந்தப் படை வந்தது. 400 பேர் இருப்பார்கள். கைகளில் கலாஷ் நிக்கோவ் துப்பாக்கிகள். ராணுவ உடைகள்போல அணிந்திருந்தனர். பலர் கருப்புத் துணிகளைத் தலையைச் சுற்றிக் கட்டியிருந்தார்கள். விடியும் அதிகாலை நேரத்தில் அந்தக் கிராமத்தை வந்தடைந்தார்கள். அவர்களைத் தலைமையேற்று நடத்தி வந்தது பழைய மாவோயிஸ்டாக இருந்த கிச்சி ஹண்டா. ஆனால், இப்போது அவர் காவல் துறையோடு இணைந்திருந்தார். அவர் இப்போது ஒரு 'ஸ்பெஷல் போலீஸ் அதிகாரி'. அவருடைய வேலையே தன் கீழ் உள்ளவர்களிடம் குறிப்பிட்ட வீடுகளை அடையாளம் காண்பிப்பதுதான். 'அதோ அதுதான் கிராமத்துத் தலைவரின் வீடு. மாவோயிஸ்டுகள் இக்கிராமத்துக்கு வரும்போது அவர் வீட்டில்தான் தங்குவார்கள். அதோ அந்த வீடு ஹட்மாவின் வீடு. அவர் மாவோயிஸ்டுகளின் பெரும் ஆதரவாளர்.' இவ்வளவு சொன்னால் போதும். படையினர் அந்த வீடுகளில் தங்கள் கை வரிசையைக் காட்டி விடுவார்கள். அந்த

வீடுகளில் அவர்கள் கண்ணில் படும் அனைத்தையும் வாரிச் சுருட்டி அள்ளிக்கொண்டு வந்துவிடுவார்கள். அரிசி, பணம், நகை என்று அத்தனையும் அவர்கள் உடைமைகளாக ஆகிவிடும்.

ஹூங்கியின் குடிசைக்குள்ளும் அவர்கள் நுழைந்தார்கள். வீட்டிலிருந்த அனைத்தையும் சிதறடித்தார்கள். ஹூங்கி சிரமத்துடன் சேகரித்து வைத்திருந்த பருப்பு வெட்டியாகத் தரையில் இறைக்கப்பட்டது. கடைசியாக அவர்கள் குடிசையை எரித்தார்கள். மற்ற வீடுகளிலிருந்து சிறிது தள்ளி ஹூங்கியின் குடிசை இருந்ததால் நெருப்புப் பிடித்து எரிய சிறிது நேரமாயிற்று.

காலை 11 மணி. அதற்குள் அந்தக் கிராமத்திலிருந்த எழுபது மண் வீடுகளும் முற்றாக அழித்தொழிக்கப்பட்டு, நெருப்பு மூட்டப் பட்டன. ஆடிய ஆட்டத்தில் அந்தப் படையாட்கள் களைப்படைந்து விட்டனர். தலைவர் போதுமென்றார். படையாட்கள் எரிந்து கொண்டிருந்த குடிசைகளைத் தாண்டி ஓரிடத்தில் சமைக்க ஆரம்பித்தனர். கைப்பற்றிய அரிசி சமைக்கப்பட்டது. ஓடித் திரிந்த கோழிகள் அவர்களுக்கு விருந்தாகின. உணவு தயாராகி, அனைவரும் சாப்பிட்டு முடித்தனர். மணி மாலை இரண்டு. இனி அடுத்த கிராமம் அவர்களது இலக்கு.

பலியான இந்தக் கிராமத்தின் மேற்குப் பக்கம் இருந்தது ஜோகியின் கிராமம். மாமரங்களும் புளிய மரங்களும் அந்தக் கிராமத்திற்கு அரண்போல சுற்றி வளைத்து நின்றன. காலை நாலரை மணிக்கெல்லாம் எழுந்து மகுவா மலர்களைப் பறித்துச் சேகரித்துக் கொண்டிருந்தான். இம்மலர்கள்தான் அவர்கள் கிராமத்துச் சாராயத்துக்குத் தேவையான பூக்கள். ஜோகியின் அப்பா - ஹூங்கா - ஒரு மரத்திலிருந்து தவறி விழுந்து, தன் ஒரு காலை ஊனமாக்கிக் கொண்டவர். வழக்கம்போல் அவர் தன் குடிசைக்கு வெளியே அமர்ந்து மூங்கில் கூடைகளைச் செய்து கொண்டிருந்தார். திடீரென்று அந்தப் படை வீரர்கள் இவர்களது கிராமத்திற்குள் நுழைந்தனர். அவர்கள் ஏதும் எதிர்பார்க்காத நேரத்தில் அது நடந்தது. ஹூங்காவை இருவர் தங்கள் துப்பாக்கியின் பின்பக்கக் கட்டையால் அடித்தனர். அவரைக் காப்பாற்ற வந்த ஜோகியை அவர்கள் குடிசைக்குள் தள்ளினார்கள். குடிசைக்குள் அவளைப் பாலியல் பலாத்காரம் செய்த பிறகு, அவளைச் சுட்டுக் கொன்றார்கள்.

அன்று மாலை. அந்தப் படைப் பிரிவினரின் முகாமில் பத்திரிகை யாளர் கூட்டம் ஒன்று நடந்தது. அவர் மிகவும் பெருமையோடு ஆலிவ் பச்சை வண்ணச் சீருடையில் இருந்த ஒரு பெண்ணின்

சடலத்தைக் காண்பித்தார். அவள் ஒரு கெரில்லாப் படையின் தலைமை அதிகாரி. இரு பக்கமும் நடந்த பெரும் சரமாரித் துப்பாக்கித் தாக்குதலுக்குப் பின் கொல்லப்பட்டுக் கைப்பற்றப் பட்டவள் என்றார்.

முதலில் எரிக்கப்பட்ட கொருத்குடா கிராமத்து ஆட்கள் அன்று இரவும் எரித்து அழிக்கப்பட்ட தங்கள் ஊருக்குத் திரும்பிச் செல்ல வில்லை. தாங்கள் இருந்த காட்டிலிருந்து தூரத்தில் எரிந்து அடங்கிப் போன தங்கள் கிராமத்துப் பக்கம் அவர்களின் கண்கள் இருந்தன. நல்ல வேளை... ஹுங்கி தன் தாயை அந்தக் கூட்டத்தில் கண்டு பிடித்துவிட்டார். தங்கள் கிராமத்து மக்களிடமும் சேர்ந்து கொண்டாள். அவர்கள் எல்லோரும் சேர்ந்து அவர்கள் கொண்டு வந்திருந்த அரிசியைக் கொண்டு இணைந்து சமைத்துக் கொண்டிருந்தார்கள். குழந்தைகள் அழாமல் இருக்கும்படி பார்த்துக் கொண்டார்கள். இன்னும் அந்தப் படை வீரர்கள் அருகாமையில் இருந்தால், அது ஆபத்தானதல்லவா? ஹுங்கியின் அப்பா ராமா தன் கிராமத்திற்குச் சென்று, ‘ஏதும் கிடைக்காதா?’ என்று பார்த்தார். ஆனால், அங்கே எல்லாமும் எரிக்கப்பட்டு சாம்பலாகிக் கிடந்தன. இன்னும் எரிந்த நெருப்பு அங்கே கனன்று கொண்டிருந்தது.

கிராமம் எரிக்கப்பட்ட பின் மூன்றாம் நாள். அன்றுதான் கிராமத்தினர் துணிச்சலுடன் தங்கள் ஊர்ப் பக்கம் எட்டிப் பார்த்தனர். எல்லாம் எரிந்து அவிந்து கிடந்தன. ஆங்காங்கு எரிந்த மொட்டைச் சுவர்கள் எட்டிப் பார்த்துக் கொண்டிருந்தன. சாம்பலுக்குள் இருந்து சில எரிந்து போன பண்ட பாத்திரங்கள் வாயைப் பிளந்தபடி இருந்தன. எங்கும் மயான அமைதி விரவிக் கிடந்தது. முன்பு அங்குமிங்கும் அலைந்து கொண்டிருந்த கோழிகளும், பன்றிகளும் இப்போது அங்கு ஏதுமில்லை. அது ஒரு வறண்ட நிலம். அங்கு மக்களுக் கென்று ஏதுமில்லை.

இரண்டு வார காலம் அக்கிராமத்து மக்கள் பக்கத்திலிருந்த காட்டினில் தங்கள் பரிதாப வாழ்க்கையைத் தொடர்ந்தனர். அதன் பின் பெரும்பான்மையோர் தங்கள் மாநில எல்லைகளைத் தண்டி ஆந்திரப் பிரதேசத்தின் கம்மம் என்ற பகுதிக்குள் நுழைந்தனர். ஒரு நாள் நடந்து கடக்கும் தொலைவில் இருந்த அந்தக் கிராம விவசாயிகளிடம் இக்கிராமத்து மக்களுக்கு ஏற்கெனவே தொடர் பிருந்தது. அவ்வப்போது விவசாய வேலைகளுக்காக கிராமத்து மக்கள் அங்கே சென்று வேலை செய்ததுண்டு. மிளகாய் அறுவடைக் காலத்தில் ஒப்பந்த ஊழியர்களாக அவர்கள் அங்கு செல்வதுண்டு. வேறு சிலர் தங்கள் கிராமத்தில் உள்ள சில உறவினர்களின் வீட்டோடு தங்கிக் கொண்டார்கள். இன்னும் சிலர் மிச்சம்

மீதியிருந்த தம் கால்நடைகளைத் தாங்கி, அழிந்த ஊர்களிலேயே இருந்து கொண்டனர். விதி செய்த சதிகளால் சோகத்தின் உச்சத்திற்குப் போய், என்ன செய்வதென்று தெரியாமல் பரிதாபமாகப் பலர் இருந்தனர். கால்நடைகளில் பல வெறி பிடித்து, காடுகளின் விளிம்புகளில் மொத்தமாகச் சுற்றியலைந்து கொண்டிருந்தன.

எரிந்த கிராமத்தில் தரை மட்டமாகிப் போன இடங்களில் புற்களும் பூண்டுகளும் முளைக்கத் தொடங்கின. பாதைகள் மறைந்து போயின. காடு மெல்ல கிராமத்திற்குள் நுழைந்து மண்டியது.

ஒரு கிராமம் எவ்விதத் தடயமும் இன்றி அழிந்துபோனது.

ஏப்ரல் 2009

அழிந்த அந்தக் கிராமத்துக்கு மூன்றாண்டுகள் கழித்து முதன் முதலாகச் சென்றார் ராமா. அங்கு மேய்ந்து கொண்டிருந்த கால்நடையில் தனது அன்பிற்குரிய சாம்பல் நிற மோட்டி என்ற பசு மாட்டைக் கண்டுபிடித்தார். அன்போடு அப்பசுவை அதன் பெயரைச் சொல்லி அழைத்து, மெதுவாக அதன் முகத்தைத் தடவிக் கொடுத்தார். மோட்டி ராமாவின் அன்பைப் புரிந்து கொண்டது. மெல்ல அமைதியாக அவருக்குப் பின்னால் மோட்டி சென்றது. இருவருக்கும் - ராமாவுக்கும் மோட்டிக்கும் - திரும்பவும் முன்பு போல் இணைந்தது மிக்க மகிழ்ச்சிகரமானதாக இருந்தது. இவர்கள் இணைந்ததற்குப் பிறகு ஒருவர் இருவராக பழைய மக்கள் மெல்லத் திரும்ப ஆரம்பித்தனர். கால்நடைகளில் தாங்கள் வளர்த்தவைகளை அடையாளம் கண்டு சேர்த்துக் கொண்டார்கள். சிலர் பக்கத்திலிருந்த காட்டிலிருந்து வீடு கட்டத் தேவையான கட்டைகளை வெட்டிக் கொணர்ந்து சேர்த்தார்கள். சாம்பலால் மூடியிருந்த தங்கள் பழைய இருப்பிடங்களைச் சிறிது சிறிதாகப் புனரமைக்க ஆரம்பித்தார்கள்.

மெல்ல மெல்ல அந்தக் கிராமம் மீண்டும் உருவாக ஆரம்பித்தது.

இக்கிராமத்துக்குப் பக்கத்திலிருந்த கிட்டபள்ளிக் கிராமத்தில் இருந்த சில குடும்பங்கள் சிறைப்படுத்தப்பட்டு, பக்கத்தில் இருந்த டோர்னபால் என்ற இடத்தில் சல்வா ஜுடும் நடத்தி வந்த உதவி முகாம்களில் மற்ற கிராமத்திலிருந்தும் சிறைப்பிடிக்கப்பட்டவர் களோடு சேர்க்கப்பட்டார்கள். அவர்கள் எல்லோரும் மாவோயிஸ்டு களால் அகதிகளாக்கப்பட்டவர்கள் என்றும், காவல் துறையின் பாதுகாவலில் அங்கே வைக்கப்பட்டுள்ளார்கள் என்றும் கூறப்பட்டது. இந்தக் கூற்றுகள் அனைத்தும் வெறும் கண் துடைப்புக்காகச் சொல்லப்பட்ட பெரும் பொய்கள். கொருத்குடா கிராமமும்,

கிட்டபள்ளி கிராமமும் மெல்ல தங்கள் அழிவிலிருந்து புதிதாக ஆரம்பிக்கப்பட்டு வருகின்றன என்பதைக் கேள்விப்பட்ட பல அகதிகளில் ஹிட்மா, மகேஷ் என்ற இரு அகதிகளும் தாங்கள் தங்கள் பழைய வாழ்க்கைத் திரும்ப வேண்டும் என்ற ஆவலில் கடிதம் ஒன்று எழுதினார்கள்:

'இங்கே எங்கள் வாழ்க்கை மிகவும் மோசமாக உள்ளது; நிலமும் காடும் இல்லாத வாழ்க்கை; ஆற்றின் கரையில் மேலெழுந்து வரும் சூரியனோ, இரைச்சல் நிறைந்த பறவைகளின் சத்தமோ இல்லாத வாழ்க்கை இது. நாங்கள் உங்களுக்கு எதிராக இருந்தமைக்காக மன்னிப்புக் கோருகிறோம்.'

பிப்ரவரி 2016

கிராமங்கள் மீண்டும் பதற்றத்துக்குள் மடிந்து கிடந்தன. மழை பொய்த்துப் போனது; நிலம் வறண்டு போனது; விவசாயம் மடிந்து போனது. துணை ராணுவ முகாம் ஒன்று கிட்டபள்ளியில் இருந்து இரு கிலோ மீட்டர் தொலைவில் உருவானது. தினம் அந்த முகாமிலிருந்து உதவிப் படையிலிருந்து அருகே இருந்த கிராமங்களுக்கு ரோந்து சுற்றி வருவார்கள். அப்போது பலரையும் சிறைப்படுத்தி, முகாம்களில் அடைத்துவிடுவார்கள். அவர்களை விடுவிக்க காவல் துறையினரிடம் பெண் மக்கள் அழுது புரண்டு நாட்கணக்காக அரற்றுவது ஒரு தொடர் பழக்கமாக மாறிவிட்டது. கிட்டபள்ளி, கொருத்குடா கிராமங்களுக்கு நடுவிலிருந்த காட்டில் மரம் வெட்டியதாக இரு பையன்கள் கைது செய்யப்பட்டு முகாமுக்கு இழுத்துச் செல்லப்பட்டனர். ஒரே வாரம் கழித்து அந்த இரு சிறுவர்களும் மாவோயிஸ்டுகள் என்று சொல்லப்பட்டு, தண்டனையாகச் சுட்டுக் கொல்லப்பட்டார்கள் என்று கிட்டபள்ளி கிராமத்துக்கு ஒரு செய்தி வந்தது.

போன ஆண்டு ஹுங்கியின் திருமணம் நடந்தது. பக்கத்தில் ஒரு கிராமத்தில் இப்போது இருக்கிறாள். அவ்வப்போது தன் பெற்றோரைப் பார்க்க கொருத்குடாவுக்கு வருவதுண்டு. அவள் ஊரில் இருந்து வந்த ஓர் இரவு, குடும்பத்தார் அனைவரும் அமர்ந்து பேசிக் கொண்டிருந்தார்கள். ஹுங்கியின் அம்மா தேவ், 'ஏழு வருஷங்களுக்கு முன்பு மீண்டும் இந்தக் கிராமத்துக்கு வந்தோம். இனி ஒரு போதும் இதை விட்டுப் போக மாட்டோம் என்று நினைத்திருக்கிறோம்' என்றார்.

பதிலாக ஹுங்குவின் அப்பா ராம், 'யாருக்குத் தெரியும்? என்ன நடக்கப் போகிறதோ? எதிர்காலம் எதைக் கொண்டு வரப் போகிறதோ?' என்றார்.

பகுதி 1

எதிர்ப்புக் களம்

1

கருகிய அரிசி

மனிதன் தோன்றுவதற்கு முன், அப்போதிருந்த கோட்ஸ் வானாவின் இதயப் பகுதியில், வெப்பத்திலும் அழுத்தத்திலும் இழுக்கப்பட்டு பூமி ஒரு வடிவத்துக்கு வந்து சேர்ந்தது. தரை அடுக்குகள் மேலிருந்து வர, நீர்ப் பெருக்குகள் பாறையிலிருந்து பெருக்கெடுத்து புதிய நிலப் பகுதிகள் உருவெடுத்தன. அப்படிப் பட்ட ஒரு பகுதி பஸ்தார். இந்த நிலப்பகுதி சபரி, கோதாவரி என்ற இரு நதிகளுக்கும் நடுவில் இருந்தது. ஒடிஸா, சத்தீஸ்கர், மகாராஷ்ட்ரா, தெலங்கானா, ஆந்திரப் பிரதேசம் என்ற இந்த மாநிலங்களைப் பிரிக்கும் வரைகோட்டில் இது இருந்தது.

ஒடிஸாவில் உள்ள கவஹாத்தி என்ற பகுதியில் தெற்கிலிருந்து மேற்கு திசையில் அந்த மாவட்டத்துக்கு நடுவில் இந்திரவதி என்ற நதி பாய்ந்தோடியது. வழியில் பஸ்தாரின் பழைய தலைநகரான ஜக்தல்புர் என்ற நகரைத் தாண்டிச் சென்று சத்தீஸ்கர்-தெலங்கானா எல்லைக்கு அருகில் இருந்த கோதாவரி நதியோடு இணைகிறது. இந்த இந்திரவதி நதியின் வடக்குப் பக்கம் மார் என்ற மலைப் பகுதியும், தெற்குப் பக்கம் பிஜாபூர், தந்தேவாடா என்ற இரு மாவட்டங்களும் உள்ளன. நிலவு அங்கிருந்த மண் மேட்டுப் பகுதியில் தோன்றி ஆற்றில் பிரதிபலிக்கின்றது. பின் மெல்ல அந்தக் காட்டுப் பகுதியின் பாதைகளுக்குள் விழுந்து மறைகின்றது. ஆனால் இப்போது இந்திரவதி நதி வறண்டு மெல்ல செத்துக் கொண்டிருக்கிறது. அந்த நதியின் நீர் மெல்ல உள்வாங்கி, அதன்

பழைய துணை நதியான ஜவ்ரா நாலாவிற்குள் அடங்கிவிடுகிறது. இப்பகுதியில் எல்லோருமே தலைகீழாக நடப்பதுபோலவே இந்த நதியிலும் இப்படி ஒரு பெரும் தலைகீழ் மாற்றம் ஏற்பட்டுவிட்டது.

ஆற்றை நம்பாமல் சாலைகளை நம்பி அவற்றைப் பயன்படுத்து வோருக்கு இரண்டு முக்கிய தரைவழிச் சாலைகள் உள்ளன. அவையே அங்குள்ளோர் தங்கள் வியாபாரங்களுக்குப் பயன்படுத்திய சாலைகள். அந்த இரு சாலைகளும் இப்போது தேசிய நெடுஞ்சாலை களாக மாறிவிட்டன. அவை தெற்குத் திசையில், ஜக்தல்பூரிற்கு மேற்குப் பக்கத்தில் பல மலங்காடுகளைக் கடந்து இறுதியில் மரங்களற்ற வறண்ட வெப்பப் பகுதியான சமவெளியை நோக்கிச் சென்று முடிவடைகின்றன. இச்சாலைகள் சத்தீஸ்கரை மஹாராஷ்ட்ராவுடனும் தெலங்கானாவுடனும் இணைக்கின்றன. இவை மாநிலக் கட்டுப்பாட்டுக்குள் இருக்கின்றன. முக்கிய வணிகச் சாலைகளாகவும் அவை பயன்படுகின்றன.

இந்த மேட்டுப் பகுதிகள் காலத்தால் மிக முந்தியவை. பூமியில் நடந்த முதல் மாற்றங்களில் ஒன்றாக நடந்த நிகழ்வில் தோன்றிய மேட்டுப் பகுதிகள் இவை. உலகம் கல்லால் நிரம்புவதற்கு முன்பே தோன்றிய பகுதிகள். தார்வார் மலைப் பகுதி என அழைக்கப் படுகிறது. இதன் ஆரம்பம் 500 மில்லியன் ஆண்டுகளுக்கும் மூத்தது. இவை மூன்று மலைப் பகுதிகளாக, இரும்புப் பாறைகளாக தென்-வடலாக அமைந்துள்ளன.

சார்கோவன்-கொண்டாபக்கா-ஹஹாலடி குன்றுகள், ராவோகாத் ஆகியவை வடக்குப் பக்கமாகவும், பைலாடில்வா மலைப் பகுதி தெற்கிலும் உள்ளன. இம்மலைப் பகுதிகளில்தான் இரும்பு தாதுப் பொருள்கள் நிறைந்து, நம் நாட்டின் ஆன்மாவைத் தன் பக்கம் சுண்டி இழுக்கிறது. இதன் மனித மாண்புகள் சிதைக்கப்படுகின்றன. காலத்தால் முந்திய இப்பகுதி இன்று ஒரு வேட்டைக் காடாக மாறி நிற்கிறது.

இம்மலைப் பகுதிகளின் முன்பு ஒரு பண்பட்ட நாகரிகம் இருந்து வந்துள்ளது. பற்பல நூற்றாண்டுகளாக இப்பகுதி மக்கள் தங்கள் கடவுள்களுக்கு இம்மலைகளின் பெயர்களைச் சூட்டியோ அல்லது மலைகளின் பெயர்களைத் தங்கள் கடவுளுக்குச் சூட்டியோ இயைந்து வாழ்ந்திருந்தனர். ராவோகாத் - குதிரைச் சவாரி செய்யும் ராவோ என்ற கடவுள் மார் பகுதியின் நுழைவாயிலைக் காக்கும் தெய்வம். ஓம்லவார் - குஞ்சம் என்ற தனிக் குழுவின் கடவுளான ஓர்கோ மார்க்க தட்டோ என்ற பெயரோடு அழைக்கப்படுகிறது.

ஏனைய சமவெளிப் பகுதிகளுக்கு எளிதான பெயர்களை வைத்துள்ளனர். 'பெரிய மலை' என்ற பொருளில் அவர்கள் சூட்டிய பெயரான பியர் மெட்டா வெளியாட்களால் வேறு பெயரால் அழைக்கப்படுகிறது. காளையின் திமிள் போன்ற தோற்றத்தில் இருந்ததால் அம்மலை பைலாடில்லா என்றழைக்கப்பட்டது. பெரும் கடலும் ஆறும் இணைந்த பெரு வெள்ளத்தை அவர்கள் 'இந்தள' என்று அழைத்தனர். வடமொழிச் சொல்லாக புதிய ஒரு பெயரை - இந்திரவதி என்ற பெயரைச் சூட்டியுள்ளனர். 'சவாடா' என்ற பெயர் 'சபரி' என்று மாறியது. இந்த முழுப் பகுதிகளுக்கு ஒரு புதிய பெயர் - தண்டகாரண்யா. ராமன் தன் நாட்டைப் பிரிந்து இந்தக் காட்டில்தான் வனவாசம் செய்தார் என்ற புராணத் திணிப்பை ஏற்றி, நாட்டிற்கே இதை ஒரு முக்கியப் புள்ளியாக மாற்றினர். இங்கிருந்த மக்கள் மிகவும் முரட்டுக் காட்டுமிராண்டிகள் என்றும், வெள்ளைத் தோல் கொண்ட ஆரியர்களே இவர்களை உய்வித்தார்கள் எனவும் வலுவான ஒரு கதையை உருவமைத்தார்கள்.

முன்பிருந்தே வாழ்ந்துவந்த ஆதிவாசிகளுக்கு அவர்கள் வாழும் இப்பகுதி மிக மிக நெருக்கமானது. ஆபத்து நிறைந்த இடமாக இருந்தாலும், இது அவர்களது சொந்த பூமி. அங்கு வாழ்ந்த புலிகளோடும், காட்டுப் பன்றிகளோடும் அவர்கள் அடிக்கடி போராடினார்கள். தவோரா என்ற வெள்ளை மரத்திலிருந்து வண்ணமில்லாத பிசினைப் பிரித்தெடுத்தார்கள். மஞ்சள் வண்ணத்திலிருந்த தேரா என்ற பழத்திலிருந்து எண்ணெயைப் பிரித்தெடுத்தார்கள். சிகப்பு வண்ணத்தில் உருண்டையாக இருந்த டெண்டு என்ற பழத்திலிருந்த தோலினை உரித்து இனிப்பான மென்மைப் பகுதியை எடுத்து உண்டனர். பிஜா என்ற மரம் வெட்டப்படும் போதெல்லாம் மனிதனின் குருதி கொட்டுவது போல் சிகப்பு நீர்க் கசிவு ஏற்படுவதைக் கண்டறிந்தார்கள். காட்டைச் சுருக்கி நிலம் அமைக்கும்போதெல்லாம் மஹுவா மரங்களையும் கள் தரும் மரங்களையும் விட்டு வைத்தார்கள். அவை அவர்கள் நிலங்களுக்குச் சரியான கரைகளாக இருந்தன. தங்கள் கிராமங்களுக்கு அருகில் அவர்கள் வளர்த்த புளிய மரங்கள் நிழலையும் புளியையும் தந்தன. காலியாகக் கிடந்த நிலங்களில் அவர்கள் அமைத்த மரக் கட்டைப் பொறிகள் வீசும் காற்றில் ஒலியெழுப்பிக் கொண்டே இருந்தன. மனிதர்களும் விலங்குகளும் கூடி வாழும் வாழ்க்கையில் அது ஓர் எச்சரிக்கை ஒலிதான். இந்திரபதியின் வடக்குக் கரையில் இருந்த கிராமத்தில் வாழ்ந்த துல்சாய், 'எந்த ஒரு குகையையும் உற்றுப் பார்த்தால், அங்கே புலியின் கால் தடங்கள் சில நிச்சயமாகத் தெரியும்' என்கிறார்.

இந்த இயற்கைச் சூழல் நகரங்கள் வசிப்பவர்களுக்கு ஒத்து வரவே வராத ஒன்று. அந்தக் கிராமங்களில் உள்ள மலைகளும், அதோடு சேர்ந்து அங்கிருக்கும் கடவுள்களும் கூட பல சுரங்க முதலாளிகளுக்கு அடிமையாக்கப்பட்டன. அந்தப் புதிய முதலாளிகளின் கண்களுக்கு அழகிய பூத்துக் கொழிக்கும் அந்தக் காடுகளின் அழகோ, தலையில் மலர்க் கிரீடமும் பூக்களும் தரித்துக்கொண்டு ஆடி மகிழும் மக்களோ படவேயில்லை. அவர்கள் கண்ணில் பட்டது ஒன்றே ஒன்றுதான். மலையின் மடிகளில் புதைந்து கிடந்த தாது வளம் மட்டுமே!

எல்லா நிலங்களும் அரசின் உடைமை என்ற காலனிய அரசின் சட்ட திட்டங்களின்படி தனி மனித உடைமை என்ற கருத்தாக்கம் முற்றிலும் தகர்க்கப்படுகிறது. பஸ்தாரில் நமது பூமியை, பூமி, ஜகா, மாதி என்ற பல பெயர்களில் அழைக்கின்றனர். அது ஒரு தனியமைப்பாகக் கருதப்படுகிறது. அங்கே வசிப்பதும் காலந்தொட்டு வந்த அனுமதிப்பினால் மட்டுமே. இந்தப் பூமியை வருத்தமடையச் செய்தால் அங்கு வாழும் மக்களும் துன்புறுவர். அங்கிருந்து அவர்கள் அகன்று வெளியேறும் தேவையும் உருவாகும். இந்த நிலத்தை முதன்முதலில் கண்டுபிடித்துக் குடியேறியவர்கள் இதனைப் பல்வேறு குழுக்களுக்குப் பிரித்துக் கொடுத்தனர். பூமியே தன்னைப் பங்கிட்டுக் கொடுப்பதற்கு ஒப்பான ஒரு விஷயம் இது. அந்த நிலத்தில் உள்ள ஒவ்வொரு தனி கிராமமும் எங்கே தங்கள் எல்லை முடிகிறது; எங்கே அடுத்த கிராமத்தின் எல்லை ஆரம்பமாகிறது என்பதைத் திருத்தமாகத் தெரிந்து வைத்திருந்தனர். ஒவ்வொரு கிராமப் பகுதியிலும் இருந்த அந்தப் பகுதியின் ஆன்மாவுக்கான அத்தனையும் அங்கே கிடைத்தன. ஒவ்வொரு கிராமமும் இயற்கைத் தாயின் ஓர் அங்கம். அந்தத் தெய்வங்கள் தங்களை வணங்கும் மக்களைப்போலவே தங்களுக்குள் காதல், சண்டை, பரிமாற்றம் போன்ற அனைத்துக் காரியங்களையும் தொடர்ந்து செய்து கொண்டிருந்தனர்.

இப்பகுதி பஸ்தார் மத்திய இந்திய வனப் பகுதியில் உள்ளது. கோண்டி மொழி பேசும் குழுவினர் இங்கு வாழ்ந்து வந்தனர். அவர்கள் கோண்டி மொழியை கோய், கோயா, கோய்தாதார் என்று அழைத்துக் கொண்டனர். இந்தச் சொற்களுக்குப் பொருள் 'மனிதன்' என்பதே. பஸ்தாரில் ஆதிவாசிக் குழுக்கள் வாழ்ந்து வந்தனர். அவர்களில் ஹல்பாஸ் என்ற அட்டவணை சாதியினர் அடிப்படையில் விவசாயிகளாக இருந்தாலும் அங்கே உள்ள பல கோட்டைகளின் காவல் பணியிலும் ஈடுபட்டுக் கொண்டிருந்தனர்.

சோட்டோங்கார் அல்லது ஹமிர்கார் போன்றவை அப்படிப்பட்ட சில கோட்டைகள். மற்றொரு ஆதிவாசிக் குழுவினர் பத்ராஸ். இவர்கள் பஸ்தாரின் வடகிழக்குப் பகுதிகளில் வசித்து வந்தனர். இவர்களது தாய்மொழி ஹல்பி, ஒரியா என்ற இரு மொழிகளின் கலப்பால் ஆனது. இன்னொரு மரபினர் துர்வாஸ். இவர்களது முந்தைய பெயர் பர்ஜாஸ் என்பதாகும். அவர்கள் கங்கர் என்ற காட்டுப் பகுதிகளில் வாழ்ந்து வந்தனர். டோர்லாஸ் என்ற மற்றொரு குழுவினர் தெற்குப் பக்கம் சமவெளிப் பகுதியாக தெலங்கானா - ஆந்திரப் பிரதேசத்தின் எல்லைகளை ஒட்டி இருந்தனர். மிகவும் பிரபலமானவர்கள் தெற்குப் பகுதியில் வாழ்ந்த மாடியா என்ற குழுவினர். எருமை மாட்டுக் கொம்புகளையும் அவற்றைச் சுற்றி சரங்களாக கடல் சிப்பிகளையும் கொண்ட தனித்துவமான தலைப் பாகையை அணிந்திருப்பார்கள். இந்த அலங்காரம் ஆதிவாசிக் குழுவினரின் ஓர் அடையாளச் சின்னமாகவே இந்திய அரசால் மாற்றப்பட்டுவிட்டது. வடக்குப் பகுதிகளில் மூரியா என்னும் இன்னொரு குழுவினர் இருக்கின்றனர். 'கோடுல்' என்னும் பெயரால் அழைக்கப்படும் இவர்களுடைய குடிசைகள் நன்கு அறியப்பட்டவை. வாழ்க்கை என்றால் என்ன, வேலை என்றால் என்னவென்று இவர்கள் இங்குதான் கற்கிறார்கள்.

இன்னும் பல மரபினரும் இப்பகுதியில் உள்ளனர். இவர்கள் ஏனைய பிற்படுத்தப்பட்டோர் என்ற பிரிவினுள் வருகிறார்கள். அவர்களில் சிலர் தக்காட்கள், மாரர்கள் என்ற தோட்டத் தொழிலாளர்கள், ராட்கள் (பசு மேய்ப்போர்), கத்வாசர்கள் (வெண்கலத் தொழிலாளிகள்), கும்கர்கள் (குலவர்கள்), கள்ளர்கள், சுண்டிகள் (சாராயம் வடிப்போர்கள்) ஆகியோர். இன்னொரு பிரிவாக தாழ்த்தப்பட்ட (SC) வகையினரும் உள்ளனர். இவர்கள் மகாராசர்கள், பங்கர்கள், மிரிகன்கள். இந்த மூன்று மரபினரும் பாரம்பரியமாக நெய்தலிலும் இசையிலும் தேர்ந்தவர்கள்.

இந்தப் பூர்வீக மக்களோடு அருகிலுள்ள ஆந்திரப் பிரதேசம், மகாராஷ்ட்ரா மாநிலங்களிலிருந்து வந்த பல OBC, SC மக்களும் உள்ளனர். இம்மக்கள் பிஜாபூர் மாவட்டத்தில் வாழ்ந்து வருகின்றனர்.

ஆதி மக்கள் பல்லாண்டு காலமாக இப்பகுதியில் வாழ்ந்து கொண்டிருந்தாலும், இன்று அரசியல், பொருளாதார பலம் புதிதாகக் குடிவந்த மக்களின் கைகளில்தான் உள்ளது. புதிதாக வந்த மக்கள் கடைசி நூற்றாண்டிலோ அல்லது அதன்பின் கடந்த ஐம்பது ஆண்டுகளிலோ இங்கே குடியேறியவர்கள். வியாபாரிகள், தொழிலதிபர்கள் என்ற போர்வைக்குள் ராஜஸ்தான், உத்தரப்

பிரதேசம், பிகார், பஞ்சாப் என்ற மாநிலங்களிலிருந்து குடிபெயர்ந்தவர்கள். இவர்களோடு வேறு பலரும் வந்துள்ளனர். அவர்கள் பைலாதில்லா என்ற சுரங்கங்களில் வேலை செய்யும் சாதாரண மனிதர்கள். வங்காளத்திலிருந்து 1971இல் நடந்த போரின் விளைவாக அகதிகளாக உள்ளே நுழைந்தவர்கள். கடைசியாகச் சொன்ன அகதிகள் 'கிழக்கு பாகிஸ்தானிலிருந்து இடம் பெயர்ந்தனர்' என்று அரசினால் அழைக்கப்படுகிறார்கள். இந்திய அரசினால் ஆளற்ற காடுகள் என்று கோராபுத், பஸ்தார் ஆகிய இடங்களில் இவர்கள் தங்க வைக்கப்பட்டனர்.

•

1990இல் நான் முனைவர் பட்டத்துக்காக காலனியாதிக்கம் குறித்தும், அதற்கு எதிரான கிளர்ச்சிகள் குறித்தும் ஆய்வு செய்து கொண்டிருந்த போது பஸ்தாருக்கு முதன்முதலில் வந்தேன். அப்போதெல்லாம் தினசரிகளில் இப்பகுதியில் பல கொலைகளும் மனிதப் பலிகளும் நடைபெறும் செய்திகள் தொடர்ந்து வருவதுண்டு. இந்தச் செய்திகளோடு நக்சல்பாரி தொடர்பான நிகழ்வுகளும் காவல் துறையின்மீது நிகழும் கெரில்லாப் போர் பற்றிய செய்திகளும் இடையிடையே வரும். ஆனால், இச்செய்தி எங்கோ தொலைவில் நடக்கும் நிகழ்வுகளாக இந்த மாநிலத்தின் மேற்கிலும் தெற்கிலும் உள்ள பிஜாபூர், கோலபள்ளி அல்லது கிஸ்தாராம் என்ற இடங்களில் உள்ளோருக்குத் தெரியும். நான் அப்போது தங்கியிருந்த தூர்வா பகுதியிலுள்ள மக்களுக்கு மாவோயிஸ்டுகள் குறித்து அறிமுகமே இல்லை. அப்போதெல்லாம் தினசரிகளில் செய்திகள் வரும்போது நக்சல்பாரிகள் யார் என்பதையோ, அவர்களைப் பற்றி அங்குள்ள கிராமத்து மக்கள் என்ன நினைக்கிறார்கள் என்பதையோ ஏதும் கூறுவதில்லை. இது போன்ற ஒரு சூழல் மிகப் பல ஆண்டுகள் அங்கே நிலவின.

அப்போது பஸ்தார் பிரிக்கப்படாத மத்தியப் பிரதேசத்தில்தான் இருந்தது. அதன் தலைநகராக இருந்த போபாலும், தில்லி அரசின் அதிகாரக் கோட்டையும் பல பெரும் பகுதிகளை ஆண்டு வந்தன. ஆனாலும், அந்த அனைத்து இடங்களும் அவர்களின் நேரடிக் கண்காணிப்பில் இல்லாமல் விடுபட்டிருந்தது. பஸ்தார், கன்கேர் என்ற பழைய பகுதிகளின் பழக்க வழக்கங்கள் மாறாமல் புதிய சட்ட திட்டங்களுக்குள் முழுமையாக வராமல் இருந்தன. அப்பகுதிகளில் நான் கண்ட முக்கிய பிரச்னை அங்கு நுழைந்திருந்த புதிய மக்கள் கைக்கொண்ட சுரண்டல்தான். அவர்களில் பெரும்பாலோர் உத்தரப் பிரதேசத்திலிருந்து வந்திருந்த தாக்கூர் ஜாதியினரே. அவர்கள் அந்தக்

காடுகளிலும், அங்கிருந்த சுரங்கங்களிலும் ஏதாவது ஒரு திருட்டு வணிகம் செய்து வந்தனர். அங்கிருந்த சுரங்கங்களும் கள்ளத்தன மாக இயங்கி வந்தன. அரசியல் அதிகாரிகளோ ஆதிவாசிகளுக்காக அரசு பிறப்பித்த பல திட்டங்களைத் தங்கள் சுய லாபத்துக்கே பயன்படுத்தி வந்தனர். இப்பகுதியில் உள்ள அரசின் வன இலாகா காவலர்களும், பட்வாரி என்றழைக்கப்படும் வரி வசூலிப்போரும் ஆதிவாசிகளிடமிருந்து அவர்களுடைய உழைப்பையோ அல்லது அவர்கள் வளர்க்கும் கோழிகளையோ ஏமாற்றிப் பெறும் வழக்கம் அதிகமாக இருந்து வந்தது.

ஆனால், இந்திய கம்யூனிஸ்ட் கட்சிக்காரர்களின் உழைப்பால் இது ஓரளவு தடுத்து நிறுத்தப்பட்டது. அப்போது நிலங்கள் எல்லாமே ஆதிவாசிகளின் வசத்தில், அவர்கள் கைகளில்தான் இருந்து வந்தது. அப்பகுதி முழுவதிலுமிருந்த சிறு குழந்தைகள் சரியாக வருகை தரும் ஆசிரியர்கள் வரும் பள்ளிகளுக்கு ஒழுங்காகச் சென்று வந்தனர். ஆசிரியர் வராத பள்ளிகள் பாழடைந்து கிடந்தன. அரசு அமைத்துக் கொடுத்த நல்வாழ்வு மையங்களோ மிகவும் குறைவு. மக்களுக்கு அவற்றால் அதிகப் பயனில்லை. மருத்துவ உதவிகள் என்றால் அவர்களுக்குக் கிடைத்தது வேட் என்றழைக்கப்பட்ட பரம்பரை யான நாட்டு வைத்தியர்கள்தான். இந்த வைத்தியர்கள் மாதா என்ற இயற்கை தெய்வத்தை உச்சிக் குரலெடுத்து மக்களுக்குச் சுகம் தர வேண்டுவார்கள். அமைதியான மாலை வேளைகளில் எங்கிருந்தோ அவர்களின் வேண்டுதல்கள் காற்றைக் கிழித்துக்கொண்டு உரத்துக் கேட்கும். அடுத்த நிமிடத்தில் அது தேய்ந்து மெல்லிய முனகல் களாகக் கேட்கும். இந்த வேண்டுதல்கள் மூலமாகவே வேட்கள் உடல் நலமற்ற மக்களைக் காப்பாற்றி தங்கள் இயற்கைக் கடவுளையும் வைத்தியத்தையும் நடத்தி வந்தனர்.

எனது ஆராய்ச்சிப் படிப்பின் ஆரம்பத்தில் எனக்கு மிகவும் இளம் வயது. அப்போது நான் இளைய மற்றும் முதிய ஆதிவாசி மக்களோடு நெருங்கிப் பழகி வந்தேன். அவர்களது மொழியான துர்வா எனக்குக் கைவசமானது. அவர்களது கிராமிய சமூக வாழ்வும், அதிலிருந்த பல நுண்ணிய விஷயங்களும் எனக்குத் தெரியவந்தன. எனக்கு மிகவும் பிடித்த மகிழ்ச்சியான, உற்சாகமான காலகட்டம் அது. நான் சிரித்து மகிழ்ந்த காலமும்கூட. எனது வேலை நேரங்களில் நான் அவர்களது குடும்பக் கணக்கெடுப்பைத் தொகுத்தேன். ஒவ்வொரு குடும்பத்தின் பரம்பரை வரலாறு, அவர்களது வழக்கமான பாரம்பரியச் சடங்குமுறைகள் போன்ற வற்றைத் தொகுத்துவந்தேன். அங்கிருந்த பெண்களோடு நெருங்கிப் பழகும் வாய்ப்பு அதிகமாகக் கிடைத்தது. அவர்கள் தானியங்களைப்

புடைத்து எடுப்பது, புளியம்பழங்களை உடைத்து எடுப்பது... என்று அவர்கள் வாழ்வியலை உடனிருந்து தெரிந்து கொண்டேன். பங்கா என்ற நெசவாளர்கள் தங்கள் தறிகளில் நெய்வதைப் பார்ப்பது எனக்கு மிகவும் பிடிக்கும்.

பகலில் அவர்களோடு இருந்துவிட்டு மாலையில் வீடு திரும்புவேன். பௌர்ணமி இரவுகளில் மெல்லிய ஒளியில் சுற்றி இருக்கும் வயல் வெளிகளைக் கண்டு மகிழ்வேன். அந்த ஒளியில் கதிர்கள்ளத் தாங்கி நிற்கும் பயிர்களைப் பார்ப்பதற்கு மகிழ்ச்சியாக இருக்கும். வெள்ளியன்று சந்தை நாட்கள். அன்று வேலை என்று எதையும் மக்கள் செய்வதில்லை. காலையிலிருந்து மாலை வரை கடைக்காரர் களோடு பேரம் பேசி பொருள்கள் வாங்கி, மாலைகளில் மகிழ்ச்சி யோடு வீடு திரும்புவதும், நண்பர்களோடு அளவளாவித் திரும்புவதும் சந்தை நாட்களின் சிறப்பான தருணங்கள்.

அவ்வப்போது அருகில் இருக்கும் படே கார்கலி என்ற கிராமத்துக்குச் செல்வது வழக்கம். இது பிஜாபூர் என்ற இடத்துக்கு அருகிலுள்ள குற்று என்னும் பகுதிக்கு அருகிலுள்ள ஒரு கிராமம். அங்கே கலா என்றொரு தோழி எனக்கு இருக்கிறாள். அவள் கூடையில் வைத்துக்கொண்டுவரும் சின்னச் சின்ன கருவாட்டோடு அவர்களது கிராமிய அரிசியிலிருந்து எடுக்கும் லண்டா என்ற கிராமிய மதுவைச் சுவைத்துக் குடிப்பது பேரின்பம். அங்கே குற்றுவின் பழைய ஜமீன்தாரரின் கல்லறை ஒன்று உண்டு. அதன் அருகில் 1948இல் காட்டெருமையால் குத்திக் கிழிக்கப்பட்டு இறந்துபோன வேட்டைக்காரர் பெஸ்ட்டன் நவரோஜ் கராஸ் என்பவரின் புதை மேடும் உண்டு. நாக்பூர் நகரிலுள்ள எல்வின் கூப்பர் கம்பெனி, இப்பகுதியில் வேட்டையாடும் நிகழ்ச்சிகளை நடத்திக் கொண்டிருந்தது. ஆனால், 1998இல் அங்கே முன்பு போல் காட்டெருமைகளும் கிடையாது. அந்தப் புதை மேடும் பாழடைந்து இருந்தது. அந்த இடம் இப்போது இந்திரவதி தேசியப் பூங்காவாக மாறிவிட்டது. எனது குறிப்பேட்டில் அங்கிருந்த காவல் நிலையம் பற்றிய குறிப்பு ஒன்றும் இருந்தது. அதில், ‘அந்தக் காவல் துணை நிலையம் சுற்றிலும் கம்பி வேலிகளால் அடைக்கப்பட்டிருந்தது. ஒரு பழைய கைவிளக்கின் வெளிச்சத்தில் நிலையத்தை இரவில் கடந்துபோகும் வண்டிகளைக் கண்காணிப்பார்கள். உரத்த குரலில் வண்டியோட்டிகளைப் பற்றிய குறிப்புகளைச் சத்தமாகக் கேட்பார்கள்.’

போராட்டம் அப்போதே ஆரம்பமாகிவிட்டிருந்தது. ஆனால், எனக்கு அது அப்போது தெரியாது. என் நினைவில் நிற்பது நித்தமும்

நடக்கும் அவமதிப்புகளும் மருத்துவ வசதியில்லாமல் உயிர் துறக்கும் பல நட்புறவுகளும்தான். காவலர் ஒருவர் கிராமத்துக்குள் நுழையும்போது கிராமத்தின் மூத்தவர்களுக்கு ஏற்படும் அச்சமும், மயான அமைதியும் பயங்கரமானவை. இப்பகுதிக்குள் நுழைந்த வேற்றிடத்து ஆட்களின் முரட்டுத்தனம் மிகுந்த சினத்தை அளிக்கும். பேருந்து நடத்துனர்கள் தங்கள் பேருந்தில் பயணம் செய்யும் மூத்தவர்களைத் தரக்குறைவாக நடத்துவதும், மிதித்துத் துன்புறுத்துவதும், யாரோ ஒரு சின்ன அதிகாரி பேருந்தில் ஏறினாலும் வயதான பெண்களையும் இருக்கைகளிலிருந்து எழுப்பி விட்டு அடாவடித்தனம் செய்வதும்தான் பழக்கம். எல்லோரும் ஒரே குரலில் ஆதிவாசி குடிப்பதைத் தவிர ஏதும் செய்வதில்லை என்றும், படிப்பைப் பற்றிய கவலையே அவர்களுக்கு இல்லை என்றும், புதிய மருத்துவ உதவிகளை நாட முடியாதவர்களாக உள்ளார்கள் என்றும் எப்போதும் குரலெழுப்பிக் கொண்டேயிருப்பார்கள்.

பல இனிய இரவுகள் இன்னும் என் நினைவில் உள்ளன. திருமணங்களிலும் விழாக் காலங்களிலும் நடக்கும் இரவு நேரக் கேளிக்கைகள், சேவல் சண்டைகளின் உக்கிரங்கள்...கிராமத்தில் எழும் பல வினோதமான வழக்குகள்... விசித்திரமான தீர்ப்புகள் என்று பலவற்றைச் சொல்லமுடியும். சாமியார் ஒருவர் தனக்கு வழக்கமாகக் கிடைக்கக்கூடிய பன்றியின் தலைக்குப் பதிலாக முழுப் பன்றியையும் தூக்கிக்கொண்டு ஓடிய வேடிக்கையும் நிகழ்ந்தது. இதனால் உண்டான வழக்கின் இறுதியில் மூத்தோர் அனைவரும் குடித்துக் கும்மாளமிட்டு பிரச்னையை முடிவுக்குக் கொண்டு வந்தது அதை விடவும் வேடிக்கை.

இந்தச் சூழலில் 2005ம் ஆண்டு ஒரு பெரும் மாற்றம் நிகழ்ந்தது. மாவோயிஸ்டுகள் காலூன்றியிருந்த தெற்கு பஸ்தார் அல்லது தந்தேவாடா பகுதிகளில் அரசு கடும் எதிர் நடவடிக்கைகளை மேற்கொண்டது. பல அதிர்ச்சிகரமான செய்திகள் வெளிவர ஆரம்பித்தன. வேறு திசைகளில் சென்றுகொண்டிருந்த என் ஆய்வும் மாற்றமடைந்தது. ஆனால் பஸ்தாரிலிருந்து கிடைக்கப்பெற்ற வன்முறை நிகழ்வுகள் குறித்த செய்திகள் என் கவனத்தைப் பற்றிக்கொண்டன. நவம்பர் 2005இல் அகில இந்திய உண்மை அறியும் குழு (பியூசிஎல்), மே 2006இல் 101 சுதந்தர மக்களின் முனைப்பு என்பவர்களின் அறிக்கை. இந்த இரண்டின் மூலமாகத் தான் நான் முதல் முறையாக சல்வா ஜுடும் பற்றிக் கேள்விப் பட்டேன். மனித உரிமைச் சட்டங்களின் மூலமாக எனக்குக் கிடைத்த அறிமுகம் இது.

இந்த வருகைக்குப் பின் அடுத்த பத்தாண்டுகளில் மீண்டும் மீண்டும் வெவ்வேறு நண்பர்களோடு அங்கே சென்று வந்துள்ளேன். 2007ஆம் ஆண்டு ராமச்சந்திர குஹா, இ.ஏ.எஸ். சர்மா, நான் மூவரும் இணைந்து மனித உரிமை மீறலுக்கு எதிராக ஒரு விண்ணப்பத்தையும் மாநில விழிப்புணர்வுக்காக ஒரு விண்ணப்பத்தையும் உச்ச நீதிமன்றத்துக்கு அனுப்பினோம். இதனால் எனது சுதந்தரம் பறிபோனது. முன்பு எளிதில் ஒரு சமூகவாதியாக நான் யாரையும், எங்கேயும் பார்க்கமுடிந்தது. இந்த வழக்குகள் மூலம் அந்தச் சுதந்தரத்தை இழந்தேன். ஆனால், இதே வாழ்வின் புதிய திருப்பத்தில் நான் பார்த்த காட்சிகள் என்னைத் தூங்க விடாமல் துரத்தின. தூக்கம் தொலைந்தது. மனத்தின் பெரும் வலி இதயத்தை நொறுக்கியது.

புரட்சிக்கான எதிர்வினைகளின் பட்டியல்

எதிர் நடவடிக்கை பற்றிய கதையை எங்கிருந்து ஆரம்பிப்பது? எரியும் மெழுகுவர்த்தியிலிருந்து ஆரம்பிப்பதா அல்லது அந்த ஒளியை அணைக்கும் குப்பியை வைத்து ஆரம்பிப்பதா? கனவுகளிலிருந்து ஆரம்பிக்கவா அல்லது கனவுகள் முடியும் மரணத்திலிருந்து ஆரம்பிப்பதா? பச்சை பசும் காட்டிலிருந்து ஆரம்பிக்கவா அல்லது உருகி, பின் உறைந்து நிற்கும் கடும் இரும்புத் தூணிலிருந்து ஆரம்பிக்கவா?

ஒரு சட்ட விண்ணப்பத்தின் முதல் பக்கத்தில் கால வரிசை இடம் பெறவேண்டும் என்று நண்பர்களாக இருக்கும் சட்ட வல்லுநர்களிடமிருந்து கற்றுக்கொண்டிருக்கிறோம். அப்போதுதான் நீதிபதிகளுக்கு நடந்த நிகழ்ச்சிகளின் கால வரையறைகளும், ஏன் எதற்கு என்ற காரண காரணிகளும் பிடிபடும். ஆனால், இந்த நூலை வாசிக்கும் வாசகர்களுக்குத் தேவைப்படும் தேதிகள் என்னென்ன என்று எப்படிச் சொல்வது? ஒரு வேளை 1910ஆம் ஆண்டைக் குறிப்பிட்டுச் சொல்லலாமா? அந்த ஆண்டில்தான் பும்கால் என்பவரின் தலைமையின் கீழ் பஸ்தாரின் ஆதிவாசிகள் காலனிய அரசுக்கு எதிராகத் தங்கள் நிலத்தையும் காடுகளையும் காப்பாற்றப் போராடினார்கள். இந்தப் போராட்டங்களை மாவோயிஸ்டுகள் கதைகளாக, பாட்டுகளாகப் பாடி இன்னும் அந்த நினைவுகளை நீக்கமற நிறைத்து வைத்துள்ளனர்.

அல்லது 1912ஆம் ஆண்டைக் குறிப்பிட்டுச் சொல்லலாமா? சுதந்தர இந்தியாவில் ஆதிவாசிகளுக்கு ஒரு புதிய ஜனநாயகம் பிறந்தது என்பது போல் தோன்றினாலும், புதிய அரசு பழைய காலனிய சட்ட

திட்டங்களை மாற்றாமல் அப்படியே வரித்துக் கொண்டன என்பது ஒரு பெரும் சோகம்.

அல்லது 1967ஆம் ஆண்டைக் குறிப்பிட்டுச் சொல்லலாமா? மேற்கு வங்கத்தில் உள்ள ஒரு சிறிய கிராமமான நக்சல்பாரி நம்பிக்கை, போராட்டம் ஆகியவற்றைப் பிரதிபலிக்கும் ஓர் அடையாளமாக மாறியது அப்போதுதான். இளம் பெண்களுக்கும் ஆண்களுக்கும் அடிமைத்தளைகளை எதிர்த்துப் போராடும் தன்மையை இப்பெயர் அளித்துள்ளது.

அல்லது 1990ஆம் ஆண்டைக் குறிப்பிட்டுச் சொல்லலாமா? அந்த ஆண்டில்தான் இந்தியாவின் மார்க்ஸிய-லெனினிஸ்ட் கம்யூனிஸ்ட் (சிபிஐ - எம்.எல்) கட்சியின் முதல் மக்கள் போராட்டக் குழுவினர் தெலங்கானாவிலிருந்து பஸ்தார் வந்து சேர்ந்தனர்.

அல்லது 2004ஆம் ஆண்டைக் குறிப்பிடலாமா? அந்த ஆண்டில்தான் மக்கள் போராட்டக் குழுவும் இந்திய மாவோயிஸ்டு கம்யூனிஸ்ட் கட்சியும் (எம்சிசி) இணைந்து இந்திய மாவோயிஸ்டு கம்யூனிஸ்ட் கட்சி (சிபிஐ எம்) என்னும் அமைப்பாக உருவானது. இது போராட்டங்களின் வலிமையை அதிகரித்தது.

அல்லது இதுபோல் பல மைல் கற்களைக் கடந்து இறுதியில் 2005ஆம் ஆண்டைக் குறிப்பிட்டுச் சொல்லலாமா? இந்த ஆண்டில் தான் இந்தியாவிலேயே மிக முக்கியமான மதிப்பு வாய்ந்த நிலங்கள் கண்டுபிடிக்கப்பட்டன. அவை கனிமப் பொருள்கள் மிகுந்த, பஸ்தாருக்கு அருகிலிருந்த ஆதிவாசிகளின் நிலங்கள். இதனை அனுபவிக்கத் தடையாக இருந்தவர்கள் மாவோயிஸ்டுகள். அவர்களுடைய போராட்டத்தைத்தான் இந்தியாவின் மிகப் பெரும் உள்நாட்டு அச்சுறுத்தல் என்று முந்தைய பிரதமர் மன்மோகன் சிங் கூறினார்.

நாட்டின் அனைத்துப் பகுதிகளிலிருந்தும் வந்த தனிப்பட்ட மனிதர்களின் சோகங்களும், சமூகங்களின் அவலங்களும் 'உள்நாட்டுப் பாதுகாப்புக்கு ஏற்பட்ட பெரும் அச்சம்' என்ற கருத்தியல் உருவாகக் காரணிகளாக இருந்தன. இந்திய மாவோயிஸ்டுகளின் வரலாற்றை 20ம் நூற்றாண்டின் இறுதியிலோ அல்லது 21ம் நூற்றாண்டின் ஆரம்பத்திலோ தொடங்கி எழுதினால் அதில் பிகாரில் அப்போது நடந்த மிகக் கொடுமையான ஒரு போராட்டத்துக்கு முக்கியத்துவம் தரவேண்டியிருக்கும். பிகாரில் உள்ள தலித்துகள் உயர்சாதி நில உரிமையாளர்களை எதிர்த்துக் கூலி உயர்வுக்காகவும், சுயமரியாதைக்காகவும் நடத்திய நீண்ட நெடிய போராட்டம் அது. இதோடு

சிறு சிறு பகுதிகளாக இருந்து அச்சுறுத்திப் பணம் பிடுங்கும் பல ஜார்கண்ட் கோஷ்டிகள் ஆரம்பித்து வைத்த குழுக்களும் தங்களை மாவோயிஸ்டுகள் என்றே அழைத்துக்கொண்டன. அப்பகுதியில் உள்ள காவல் துறையினரால் தூக்கி நிறுத்தப்பட்ட குழுக்கள் அவை. அவர்கள் தங்களை 'இந்திய மக்களின் விடுதலை முன்னணி' என்று அழைத்துக் கொண்டனர். காவல்துறையினரின் அராஜகங்களால் உந்தப்பட்டு வங்காளத்தில் வெடித்த லால்கர் போராட்டம் சொந்தமாகச் சில மருத்துவ முகாம்களையும் பள்ளிகளையும் ஆரம்பித்துவைத்தது. இந்த அமைப்புகள் மம்தா பானர்ஜியின் திருணாமுல் காங்கிரஸ் அமைப்பினால் பாழடிக்கப்பட்டன. ஒடிசாவில் உள்ள குயிஸ் என்ற அமைப்பின் சோகக் கதையையும் இங்கே இணைக்க வேண்டியிருக்கிறது. இந்த குயிஸ் அமைப்பு சட்டத்துக்கு உட்பட்டு தங்களுடைய நிலவுடைமைகளுக்காக போராட்டத்தை நடத்தியது. ஆனால் அதற்கும் மாவோயிஸ்டு போராட்டம் என்றே பெயர் சூட்டப்பட்டு, கடும் அடக்குமுறை களால் அடியோடு அடக்கப்பட்டது. ஆந்திரப் பிரதேசத்தில் 2004இல் நடந்த அமைதிப் பேச்சுவார்த்தைகளால் அங்கிருந்த மாவோயிஸ்டு அடக்குமுறைகளாலும், புதிய பொருளாதாரக் கொள்கைகளாலும், அரசியல் ஆதாய விளையாட்டுக்களாலும் இருந்த இடம் தெரியாமல் அழித்தொழிக்கப்பட்டனர்.

என் எழுத்துகளின் குவிமுனை சத்தீஸ்கரின் தெற்குப் பகுதியில் இருக்கும் பஸ்தார் பகுதி மட்டுமே. முப்பது ஆண்டுகளுக்கும் மேலாக மாவோயிஸ்டுகள் அரசுக்கு இணையான அமைப்பை உருவாக்கியிருந்தார்கள். நிலங்களைப் பங்கிட்டுக் கொடுப்பது, பிரச்னைகளைத் தீர்ப்பது, ஒப்பந்தக்காரர்களைக் கட்டுக்குள் வைப்பது, மக்களோடு முழுத் தொடர்பில் இருப்பது என்று சமூக நெருக்கத்தோடு இருந்தார்கள். மாவோயிஸ்டுகள் என் எழுத்தின் மையப் புள்ளியில் இல்லை. ஆனாலும், அவர்களை முழுவதுமாகப் புறக்கணித்துவிட்டும் எழுதிவிட முடியாது. நான் எழுத விளைவது இந்திய ஜனநாயகத்தைப் பற்றித்தான். உரிமைகளை நிலைநாட்டு வதற்காகவும் அனைவருக்கும் நீதி கிடைக்கச் செய்வதற்காகவும் நன்மை குறித்த மாற்றுப் பார்வையை முன்வைப்பதற்காகவும் நடத்தப்படும் அரசியல் போராட்டங்களைச் சட்ட ஒழுங்கு பிரச்னை யாக இந்திய ஜனநாயகம் கருதிவிடுகிறது. ஏழை மக்களிடம் உரையாடுவதற்கு அல்ல, சண்டையிடுவதற்கே அது விரும்புகிறது.

வழக்கமாக எந்தப் போராட்டமும் தனித்துவமானதாகவே இருக்கும். போராட்டக் களத்தின் அடிப்படை குணாதிசயங்கள்

நிறைந்து அவை நிற்கும். ஆனால், அப்போராட்டங்களை அடித்து ஒடுக்குவதில் உலகம் முழுமையிலும் ஓர் ஒற்றுமை இருக்கும். மலேஷியா, வியட்நாம், கௌத்தமாலா, எல் சல்வடோர், கொலம்பியா, இலங்கை, அல்ஜீரியா, கென்யா போன்ற அனைத்து நாடுகளிலும் எழுந்த போராட்டங்களை அவர்கள் எதிர்கொண்ட விதம் பொதுவாக ஒரே மாதிரியாக இருக்கிறது. அவை தேசிய, மார்க்சிஸ்ட் அல்லது இஸ்லாமியப் போராட்டங்களாக இருக்கலாம். இந்நாடுகள் அடிப்படையில் காலனி அரசாகவோ எதேச்சாதிகார அரசாகவோ அல்லது ஜனநாயக நாடாகவோ இருக்கலாம்.

உலகத்தில் எங்கு நோக்கினும் போராட்டங்களை அழித்தொழிக்க எடுக்கும் ஆயுதங்களும் அவற்றைப் பயன்படுத்தக் கற்றுக் கொடுக்கும் ராணுவப் பயிற்சி முகாம்களும் அவற்றின் கோட் பாடுகளும் அடிப்படையில் ஒன்றுதான். போராட்டக்காரர் களிடமிருந்து மக்களைப் பிரித்தெடுத்து நீர்த்துவிடச் செய்வதுதான் அது. மக்கள் மார்க்சியப் புரட்சி குறித்து கனவு காணும்போது இந்த அம்சத்தைத் தெளிவாகக் காணமுடியும்.

ரனஜித் குஹா என்ற வரலாற்றாசிரியர் காலனிய காலத்தில் நடைபெற்ற விவசாயப் புரட்சிகள் குறித்து ஆராயும்போது 'தொடக்க அம்சங்கள்' என்ற பதத்தைப் பயன்படுத்துகிறார். அதே போல், அரசின் எதிர் நடவடிக்கைகளிலும் தொடக்க அம்சங்கள் இருப்பதை ஒருவர் காணமுடியும். எதிர் நடவடிக்கைகளை காவல் துறையோ அல்லது நேரடியாக ராணுவமோ மேற்கொள்ளும். புரட்சியாளர்கள் மீதான மக்களின் கோபத்தின் பேரில் நடவடிக்கை எடுப்பதாகக் காட்டிக்கொள்ளும். கண்காணிப்புப் படைகள் ஏற்படுத்தப்படும். கொலைகாரப்படையாகவும் அது செயல்படும். எங்களால் கிரிமினல்களை ஒன்றும் செய்யமுடியவில்லை என்றும் அரசே சொல்லிக்கொள்ளும். பொதுவாக எதிர் நடவடிக்கைகளில் அரசின் அமைப்புகள் மட்டுமல்லாது, அரசின் துணையோடு இயங்கும் அரசியல் அல்லாத குழுக்களையும் பயன்படுத்துவதே இயல்பு. அதிலும் ஏற்கெனவே பேராட்டக்காரர்களாக இருந்து, வெளிவந்து அரசுக்கு ஆதரவாளர்களாக மாறுபவர்களை காவல் படை (ஹோம் கார்ட்ஸ்) சிறப்புக் காவல் அதிகாரிகள், துணைப் படை வீரர்கள் என்ற ஏதாவது ஒரு பெயரில் அரசு பயன்படுத்திக் கொள்ளும். இவர்கள் அரசுக்குத் தேவையான செய்திகளைச் சேகரித்துக் கொடுப்பதிலும், முதல் வரிசை போராட்ட எதிர்ப்பாளராகவும் பயன்படுத்தப்படுவார்கள். போராட்ட எதிர்ப்பில் இவர்களுக்கு அடுத்த வரிசையில் அரசு கிராம மக்களையே ஏவி

விடுவார்கள். கிராமத்து மக்களைத் தயார்செய்து அவர்களை 'மக்கள் படை' என்ற பெயரிலோ 'கிராமப் பாதுகாப்புப் படை' என்ற பெயரிலோ அவர்களை அரசே களமிறக்கும்.

மக்கள் ஏறத்தாழ ஒரே மாதிரியான எதிர்ப்புகளையோ இடர்களையோ எதிர்கொள்வர். சாதாரண மக்கள் கைது செய்யப்படுவது, கொல்லப் படுவது, பாலின வன்முறைக்கு உள்ளாவது என்ற கடின நிகழ்வு களுக்குப் பிறகு முழுவதாகக் கொள்ளையடிக்கப்படுவதும், வீடுகள் தீக்கு இரையாவதும் பொதுவான வழக்கம். கிராமத்து மக்களை விரட்டி ஒன்று சேர்த்து சில முகாம்களில் தங்க வைப்பதும், அவற்றை 'மாதிரி கிராமங்கள்' என்ற பெயரில் காவல் துறை, ராணுவம், துணை ராணுவம் ஆகியவற்றின் பாதுகாப்பில் அடக்கி வைத்திருப்பதும் இன்னொரு வழமை. இதனால் போராளிகளுக்கும் அவர்களை ஆதரிக்கும் மக்களுக்கும் எந்தத் தொடர்பும் இல்லாமல் போய்விடும். 'குழுவாக்குதல்', 'தனிமைப்படுத்துதல்', மக்களை வேற்றிடங்களுக்குக் கொண்டு செல்லுதல் என்ற முறையில் இந்த வழக்கம் மேற்கொள்ளப்படுகிறது. குழுவாக்குதல் முறையினாலும் பிரித்துத் தனிமைப்படுத்துவதன் மூலமும் மக்கள் எங்கெங்கோ சென்று தங்கள் முனைப்பையும் இழக்கிறார்கள். பசியும் பட்டினியும் அடுத்த ஆயுதங்கள். அடிப்படை வசதிகள்கூட இல்லாத முகாம்களில் அடைபட்டு தீராத பிரச்னைகளோடு வாழ்கிறார்கள்.

இறுதியாக ஊடக அடக்குமுறையும் மக்கள்மீது பாயும். ஊடகங் களின் சுதந்தரமும் பறிபோகும். புதிய புதிய சட்டங்கள் அரசினால் பிறப்பிக்கப்படும். இந்தச் சட்டங்கள் மூலம் அரசு யாரையும், எப்போதும், எங்கேயும் கைது செய்து வெளிவர முடியாத நிலைக்குத் தள்ள முடியும்.

மேற்சொன்ன அத்தனை வழிமுறைகளும் பஸ்தாரில் பின்பற்றப் பட்டதை நான் அறிவேன். இந்த வழிமுறைகள் மாற்றி மாற்றி பல்வேறு சேர்க்கைகளில் பயன்படுத்தப்படும். காலம் காலமாக அவை மாறும்; புதுக் கோலம் எடுக்கும் கொடுமை தொடரும்.

இந்த நூலில் பஸ்தாரில் முதலில் நடந்த நிகழ்வுகள் பற்றிய குறிப்புகளைத் தருகிறேன். அவையே பின்வரும் ஆண்டுகளில் நடந்த நிகழ்வுகளுக்கெல்லாம் முன்னோடி. வன்மம் எவ்வாறு சிறிது சிறிதாக அதிகரித்து பெருங்கொடூரமாக மாறியது என்பதையும் அது தெள்ளெனக் காட்டும்.

மத்திய அரசு காட்சிப்படுத்தும் மக்களின் எழுச்சி

2005ஆம் ஆண்டு. அந்த ஆண்டில்தான் சல்வா ஜுடும் மாவோயிஸ்டு களுக்கு எதிராக எழுந்த மக்களின் குழுமம் என்று ஊடகங்களுக்கு அறிமுகப்படுத்தப்பட்டது. பத்தாண்டுகளுக்கு மேல் ஆன பிறகும் இன்னும் அரசு 'தன்னிச்சையாக மாவோயிஸ்டுகளுக்கு எதிராக எழுந்த மக்களின் எழுச்சி' என்று அதனைச் சொல்லிக் கொண்டே யிருக்கிறது. ஆனால் உண்மை அதுவல்ல. அரசியல்வாதிகளும் காவல் துறையும் சேர்ந்து 'மக்களை' ஒன்று திரட்டியிருக்கிறார்கள். ஆளும் பாரதிய ஜனதா கட்சி அமைச்சர்களும், அவர்களின் எதிர்க்கட்சியான காங்கிரஸ் கட்சியிலிருந்த மகேந்திர சர்மா போன்ற வர்களும் நடத்திய பொது மக்கள் விழிப்புணர்வு பேரணிதான் அது. அத்துடன் நடந்த பொதுக் கூட்டங்கள் மக்களை மாவோயிஸ்டுக்கு எதிரான அணியில் திரள வைத்தன. இப்படி அரசியல்வாதிகளைத் திரட்டி, இது போன்ற கூட்டங்கள் வேறு பல கிராமங்களுக்குள்ளும் ஊடுருவவேண்டும் என்று கட்டாயப்படுத்தப்பட்டனர்.

இதே போன்ற 'எழுச்சி' இதற்கு முன்பும் இந்தியாவில் பல இடங்களில் நடந்துள்ளது. தெலங்கானாவிலும் மிசோராமிலும் காவல்துறையும் ராணுவமும் இணைந்து இதே போன்ற நிகழ்வுகளை நிகழ்த்திக் காட்டியுள்ளன. ஆரம்பக் காலங்களில் மாவோயிஸ்டுகளுக்கு எதிராக ராணுவம் களமிறங்கியதையும் சரியான சட்டப்படியான செயல் என்று கூறமுடியாது. ஏனெனில், சமூக, பொருளாதார முன்னேற்றத்துக்காகவும் மாற்றத்துக்காகவும் போராடுவது, நாட்டைப் பிரிப்பதற்காகப் போராடுவது போன்ற குற்றமல்ல. இதில் 'மக்களின் எழுச்சி' என்ற இந்த வார்த்தைகள் நடப்பதை நல்லதாகவே காட்டுகின்றன. எனவே, அரசியல்வாதிகளுக்கு இது மிகவும் பிடித்த சொற்பிரயோகமாக ஆகிப்போனது.

1984இல் தில்லியிலும் 2002இல் குஜராத்திலும் நாம் கண்ட நிகழ்வுகள், சீக்கியருக்கும் இஸ்லாமியருக்கும் எதிராக நடந்த சம்பவங்கள் ஆகியவையும் மக்கள் திரளின் 'பெரும் சினத்தால்' எழுந்தவை என்று சொல்லப்படலாம். ஆனால், உண்மையில் அப்போது ஆட்சியிலிருந்த காங்கிரசும் பாஜகவும்தான் இந்த இரண்டுக்குமான அடிப்படைக் காரணங்கள் என்பது எல்லோருக்கும் தெரிந்த உண்மை. நடப்பதை அனுமதித்துவிட்டு அரசும் காவல்துறையும் அமைதி காத்தன.

2009க்குப் பிறகு அரசு இந்தப் பழைய நாடகங்களை நிறுத்திக் கொண்டு, நேரடியாகவே களத்தில் இறங்கிவிட்டது. அரசு

அல்லாதவர்களை முன்னிறுத்தி ஆடிய ஆட்டங்களை இப்போது தவிர்த்துவிட்டுப் புதிய பெயர்களோடு களம் காண ஆரம்பித்தனர். பசுமை வேட்டை (ஆபரேஷன் க்ரீன் ஹண்ட்) என்பது அத்தகைய ஒரு திட்டம்தான். இதோடு நாடு முழுவதும் மாவோயிஸ்டுகளுக்கு எதிராகப் பல முயற்சிகள் மேற்கொள்ளப்பட்டன. இதற்காக சத்தீஸ்கர் காவல்துறை, இந்திய-திபெத்திய எல்லைக் காவல்படை (ஐடிபிபி), எல்லைப் பாதுகாப்புப் படை (பிஎஸ்எஃப்), மத்திய பாதுகாப்புப் படை (சிஆர்பிஎஃப்)போன்ற பல அமைப்புகளை உள்ளடக்கிய மத்திய ஆயுதக் காவல் படைகள் மூலமாக நாடு முழுவதும் மாவோயிஸ்டுகளுக்கு எதிரான முயற்சிகளை அரசு மேற்கொண்டது. மாவோயிஸ்டுகள் பக்கம் சிறிது சாய்ந்திருக்கும் சாதாரண மக்களை அந்த உணர்விலிருந்து மீட்டெடுத்து அவர்களை அரசின் பக்கம் திருப்பித் துணை ராணுவத்தின் பக்கம் சேர்ப்பது ஒரு முக்கிய சக்தியாக இருந்தது.

ஒரு பெரும் படையையே தன் கட்டுக்குள் வைத்திருந்தபோதிலும் இந்திய அரசு தன் கண்காணிப்பினைத் தளரவிடாது வைத்திருந்தது. 2014இல் மோடி அரசு பதவியேற்றதும் அதன்பின் சிறுபான்மை யினரையும், முற்போக்காளர்களையும் கண்காணிப்பதும் தொடர்ந்து நடந்துவந்தன. இதனால் சல்வா ஜுடும் நாடு முழுவதும் அறியப் பட்ட அமைப்பாக மாறியது. நாட்டில் எங்கெல்லாம் அரசியல் தொடர்பில்லாத வலதுசாரிகளின் போராட்டங்கள் ஆரம்பமா கின்றனவோ அங்கெல்லாம் காவல் துறையினரின் அடக்கு முறைகள் தலையெடுக்க இவை ஒரு வழக்கமான முறையாக நாளடைவில் நடைபெற ஆரம்பித்ததும், 2015-16இல் காவல்துறை தன் ‘அடியாட்களை’ கொண்ட நகரத்து அமைப்புகளைத் (எஸ்யூபி) தோற்றுவிக்க ஆரம்பித்தனர். சமூக ஒன்றிணைப்பு அமைப்பு, நக்சலால் பாதிக்கப்பட்டவர்களின் போராட்டக் குழு, பஸ்தார் போராட்டக் குழு (பிஎஸ்சி)போன்ற நிறைய குழுக்கள் ஆரம்பிக்கப் பட்டன. இக்குழுக்கள் மாவோயிஸ்டுகளுக்கு எதிரான பேரணிகள் நடத்துதல், மனித உரிமைக் கழகத்தினரை அச்சுறுத்தும் வேலை களைச் செய்தல், திடீரென காவல்துறை மீதான தங்கள் அபிமானத்தை மேடையேற்றிக் காண்பித்தல் போன்ற செயல்களைத் தொடர்ந்து நடத்த ஆரம்பித்தனர்.

கிராமத் தொகுப்புகளை அராஜகத் தீயிட்டு அழித்தொழித்தல்

2005-07இல் பார்க்கப்படாதிருந்த தந்தேவாடா பகுதிகளில் பல கிராமங்களில் உள்ள மக்கள் முக்கிய சாலைகளின் ஓரங்களில் வலுக்கட்டாயமாகக் குடியமர்த்தப்பட்டனர். பல கிராமத்தவர்கள்

அடக்குமுறைகளுக்கு அஞ்சி, தாங்களாகவே அவ்விடங்களுக்குச் சென்றனர். இத்தகைய கிராமத்தவர்களின் ஒன்றுகூடல்கள் அரசினால் 'நிவாரண முகாம்கள்' என்று அழைக்கப்பட்டன. ஆனால், சல்வா ஜுடும் தலைவர்கள் இவற்றை 'சல்வா ஜுடும் போர்முனை முகாம்கள்' என்றுதான் அழைத்தனர். ஏனெனில், அவர்களுடைய போராட்டங்களின் ஆரம்பப் புள்ளிகளாக இந்த முகாம்களை அவர்கள் பயன்படுத்தினர். இப்படி ஒத்துழைக்காத, முகாம்களுக்கு வராத கிராமத்தினரின் ஊர்கள் எரித்து அழிக்கப்பட்டன. மாவோயிஸ்டுகளுக்கு எதிரான பேரணிகளில் கலந்து கொள்ளாத கிராமங்களின் கதியும் இதுவே. கொலைகளுக்கு வரம்பு ஏதுமில்லை. ஆணோ பெண்ணோ குழந்தைகளோ, கண்ணில் பட்ட அனைவரும் கொல்லப்பட்டனர். பெண்களின் நிலை இன்னும் மோசம். கொடூரமான பாலியல் பலாத்காரங்கள் கணக்கிலடங்காதவை. இதற்கான எதிர்வினையாக பல ஜுடும் தலைவர்கள் மாவோயிஸ்டுகளால் குறி வைக்கப்பட்டனர். இதில் வன்முறைக்குப் பயந்து, அரசோடு இணைந்துகொள்வோம் என்று முடிவெடுத்த கிராமத்துத் தலைவர்களும் அடக்கம். அப்படிப்பட்ட கிராமத்துத் தலைவர்களும் அச்சத்தால் அரசின் பக்கம் ஒதுங்க ஆரம்பித்தனர். அவர்களின் புகலிடம் அரசின் முகாம்கள்தான்.

1946-60களில் ஆங்கிலேயர்களால் கட்டுப்படுத்தப்பட்ட மலாயாவிலும் இதே சூழல் இருந்தது. அங்கே சில கிராமங்களை ஒட்டுமொத்தமாக இணைத்து ஒதுக்குவது என்பது மிகச் சாதாரணமாக நடந்துவந்தது. ஏறத்தாழ 5,70,000 சீனர்கள் தங்கள் கிராமங்களிலிருந்து வெளியேற்றப்பட்டு 'புதிய கிராமங்கள்' என்ற பெயரால் உருவாக்கப்பட்ட தடுப்பு முகாம்களில் அடைக்கப்பட்டனர். மலாயாவின் கம்யூனிஸ்ட் கட்சிகளோடு மக்கள் ஒன்றாமல் இருப்பதற்காகவே இந்த முகாம்களை ஆங்கிலேய அரசு அமைத்தது. இந்தத் திட்டம் வியட்நாமில் அமெரிக்கர்கள் நடத்திய திட்டங்களை மாதிரியாக எடுத்தே நடத்தப்பட்டன. அமெரிக்கர்கள் தாங்கள் அமைத்த முகாம்களைத் 'தற்காப்பு முகாம்கள்' என்றழைத்தனர். வியட்நாம் மக்களிடமிருந்து இக்கிராமத்து மக்களைப் பிரித்தாள்வதே அவர்கள் எண்ணமும் திட்டமும் ஆகும். இதனால் வியட்நாம் மக்கள் தனிமைப்பட்டு விடுவார்கள். அவர்களின் மக்கள் பலம் குறையும்; தகவல்கள் தடைபடும்; உதவிகளும் நின்றுவிடும். இந்த வித தடுப்பாட்டங்களுக்கு அவர்கள் பெருமையாகப் பல காரணங்களைக் கூறிக் கொள்வார்கள். ஏழை, எளிய மக்கள் எதிராளிகளிடமிருந்து காப்பாற்றப்படுகிறார்கள் என்று சொல்வார்கள்.

இது ஒரு வகையான மெல்லிய அடக்குமுறை. இந்த நாகரிக வார்த்தைகளின் அடியில் பெரும் அடக்குமுறை மறைந்திருக்கும்.

மலாயாவில் காலனிய அரசின் கீழ் ‘ஆடப்பட்ட’ அதே நாடகம், அதே நேரத்தில் இந்தியாவிலும் தொடரப்பட்டது. 1949-51 வரை ஹைதராபாத்தில் உள்ள கம்மம் என்ற பகுதியிலுள்ள ஏறத்தாழ ஆயிரம் கிராமங்கள் எரித்து அழிக்கப்பட்டன. அந்த மக்களுடைய கால்நடைகள் பறிமுதல் செய்யப்பட்டன. மக்கள் பெரிய ராணுவ முகாம்களுக்குள் அடைக்கப்பட்டனர். ஆனால், இதிலும் ஒரு நகை முரண் உள்ளது. மக்களை அடிமைகளாக்குவதற்காக அமைக்கப் பட்ட இந்த முகாம்களுக்குப் பெரும் தலைவர்களின் பெயர்களே வைக்கப்பட்டன. அசோகா நகர், காந்தி நகர், ஜவஹர் நகர் ஆகியவை சில உதாரணங்கள்.

இப்படிப்பட்ட முகாம்களை அமைப்பது அரசின் பல வழிகளில் ஒன்று. திடீர் சோதனைகள், தாக்குதல்கள், தொடர்ந்து சிறைப் படுத்துதல், அடித்துத் துன்புறுத்துதல், இவற்றையெல்லாம் தாண்டிய பாலியல் கொடுமைகள் என்று தொடரும் கொடும் வழிகள் நிறைய இருந்தன. 1946-51இல் தெலங்கானாவில் நடந்த ஆயுதம் தாங்கிய போராட்டத்தையும், பிளவுபடாத இந்திய கம்யூனிஸ்ட் கட்சியின் கெரில்லாப் போராட்டங்களையும் அடக்குவதற்கு இம்முயற்சிகள்தான் பயன்பட்டன. ஹைதராபாத் நிஜாம்களின் தனிப் படைகளான ரஜாக்கர்கள், இந்திய அரசின் ராணுவ கெரில்லாக்கள் ஆகியவற்றை எதிர்த்து இவர்கள் போராடியதுதான் அவர்களுடைய தவறு.

இத்தகைய முயற்சிகளில் இந்திய அரசுக்கு முழு வெற்றி மிசோரமில் தான் கிடைத்தது. அங்கிருந்த மக்கள் தொகையில் 82 விழுக்காட்டுக்கு மேல் ஒடுக்கப்பட்ட மக்கள் திரட்டப்பட்டு அரசு முகாம்களில் அடைக்கப்பட்டனர். ஆங்காங்கே சிறு சிறு கிராமங்களில் சிதறிக் கிடந்த மக்களைத் திரட்டிக் ‘கூட்டுக் கிராமம்’ என்ற பெயரில் பெரிய கிராமங்களை அமைத்து அதற்குள் மக்களைத் தங்கள் கட்டுப்பாட்டின்கீழ் கொண்டு வந்தனர். மிசோ தேசிய முன்னணி என்ற அரசியல் கட்சியைத் தோல்வியுறச் செய்யவே அரசின் இந்தப் போராட்டங்கள். அக்கட்சியினர் 1966இல் தனி நாடு அறிவித்துக்கொண்டனர்.

போராட்ட நடைமுறைகளும் அடக்குமுறைகளும் இப்படியெல்லாம் கடுமையாக இருந்தாலும், மக்களின் முகாம்கள் ‘தாமாகவே’ நடந்த ஒன்றிணைப்பு என்று அரசு அறிவித்தது. ஆனால், உண்மை வேறாக இருந்தது:

மிசோராமின் டார்சோ இப்பகுதியில் நான் பார்த்த பெரும் பணக்கார கிராமம். மக்கள் எல்லோரும் தங்கள் உடைமைகளை எடுத்துக் கொண்டு, மாலை ஏழு மணிக்குள் தங்கள் கிராமங்களை அவர்களே தீ வைத்துவிட்டு, அங்கிருந்து கிளம்பவேண்டும் என்பதுதான் எனக்கு அளிக்கப்பட்டிருந்த உத்தரவு. எடுத்துக்கொள்ள முடிந்தது போக எஞ்சியுள்ள அரிசி அல்லது மற்ற தானியங்களை முழுவதுமாக அழித்துவிடவேண்டும் என்றும் உத்தரவாகியிருந்தது. அவை போராளிகளின் கைகளுக்குப் போகவே கூடாதல்லவா, அதற்காகத்தான்.

நான் டார்கோ கிராமத்துத் தலைவரை அழைத்தேன். அவர்தான் அந்தக் கிராமத்துச் சபையின் தலைவர். அவரோடு கிராமத்து மூத்த மக்களையும் அழைத்தேன். அவர்கள் எல்லோரும் ஒட்டுமொத்த மாக, தங்கள் விருப்பத்தின் படியே தாங்கள் பிறந்த மண்ணைவிட்டு கிளம்புவதாகவும், நத்தியால் என்ற பாதுகாக்கப்பட்ட, முன்னேற்ற கிராமத்தில் அங்குள்ள பாதுகாப்பு படையினரின் ஆணைக்கு உட்பட்டு அந்தக் கிராமத்தில் தங்க விழைவதாகவும் எழுதி கையெழுத்திட வைத்தேன். அவர்கள் தங்கள் கிராமத்தில் தொடர்பு வசதிகள் இல்லாததாலும், படிப்பு, கல்வி போன்ற நலத் திட்டங்கள் முழுமையாக இல்லாததாலும், இந்தப் புதிய கிராமங்களுக்குச் செல்வதாக எழுத வைத்தேன்.

இன்னொரு படிவத்தில் அவர்கள் தங்கள் கிராமங்களைத் தாங்களே தீ வைத்துக் கொளுத்தியதாக எழுத உத்தரவிட்டேன். இது எவ்வித வன்முறையுமின்றி நடந்தது. இதற்கும் பாதுகாப்புப் படைக்கும் எவ்விதத் தொடர்பும் இல்லை என்று அதில் எழுதப்பட்டிருந்தது. அவர்களின் கையெழுத்தைக் கேட்ட போது அவர்கள் ஒட்டு மொத்தமாக மறுத்தனர். அவர்களை வெளியே அனுப்பி, அதன்பின் ஒரு மணி நேரம் கழித்து ஒவ்வொருவராக உள்ளே வரும்படிச் செய்தேன். கையெழுத்திட வேண்டிய காகிதங்கள் மேஜைமீது இருந்தன. பக்கத்தில் என்னருகே இன்னொரு மேஜைமீது என் கைத் துப்பாக்கி இருந்தது. மேஜையின் இரு புறமும் கையில் இயந்திரத் துப்பாக்கிகளோடு ராணுவப் பாதுகாப்பு வீரர்கள் நின்று கொண்டிருந்தனர். வந்த ஒவ்வொருவரும் இரு கடிதங்களிலும் அமைதியாகக் கையெழுத்திட்டனர். உயிர்களின் மேல் பயம்!

இந்தியாவில் இவ்வாறு மக்களைத் தொகுத்து அடக்கும் முறை மலைவாழ் சாதியினருக்கு மட்டுமே பயன்படுத்தப்பட்டன. தெலங்கானா, மிசோரம் பகுதிகளைத் தவிர ஸ்ரீகாகுளத்தில் 1957-70இல் நடந்த நக்சல் போராட்டங்களிலும் இம்முறை பயன்படுத்தப் பட்டது. தெலங்கானாவில் அனைத்து மக்களும் போராட்டத்தில்

ஈடுபட்டனர். ஆனால், பழங்குடி மக்கள் மட்டுமே இந்த முகாம்களுக்குள் அடைக்கப்பட்டு இன்னல் அனுபவித்தனர். இதில் ஆச்சரியப்பட ஏதுமில்லை. ஏனெனில், ஆதிவாசி மக்களின் வாழ்க்கையிலும் வாழ்வுமுறைகளிலும் உயர்ந்த பண்புகள் ஏதுமில்லை என்பதே பொதுப்புத்தி.

கிளர்ச்சிகளை ஒடுக்குவதற்கான பிரபலமான வழிமுறையாக முகாம்கள் ஏற்படுத்தப்பட்டன. ஆனால் இதற்கு முன்பே நம்மை ஆண்ட காலனிய அரசுகள் இந்த உத்தியைப் பயன்படுத்திவிட்டனர். காலனிய அரசுகளுக்கு பழங்குடி மக்களின் மாறி மாறிப் பயிரிடும் முறைகள், வேட்டையாடிப் பிழைத்தல், வாழ்விடங்களை அவ்வப் போது மாற்றுவது என்ற வழிமுறைகள் தவறாகத் தெரிந்தன. இது இழப்புகளையே அதிகம் ஏற்படுத்தும் என்று நினைத்தனர்.

இன்றைய நவீன அரசும் மக்கள் குழுவாக வாழ்வதையே விரும்புகிறது. அப்போதுதான் அவர்களுக்குச் சேவை புரிவது எளிது. வாழ்விடங்களை அவ்வப்போது மாற்றிக்கொண்டிருந்தால் சேவைகளை அளிக்க இயலாது. மனதையும் இதயத்தையும் கொள்ளை கொள்ளும் வழி என்று மலேயாவில் இருந்த ஜெனரல் ஜெரால்ட் டெம்ப்ளர் சொல்லிச் சென்ற முறைக்கு இது ஒத்து வருவதாக இருந்தது. இப்படி சீன மக்களைப் புதிய கிராமங்களில் குடியேற்றுவதன்மூலம் அவர்களுக்குப் பல நன்மைகள் கிடைக்கச் செய்யலாம் என்ற கருத்து நிலவியது. பழைய நாடோடி வாழ்க்கையை விட இதுவே அவர்களுக்கு மிகுந்த பயனுள்ளது என்றனர்.

இதேபோல சல்வா ஜுடும் குழுவினர் ஏற்படுத்திய புதிய முகாம்கள் ‘மாதிரி முகாம்கள்’ என்று பெருமையாக அழைக்கப்பட்டன. ஆனால், விரைவில் அந்த முகாம்களில் அதிகாரிகளுக்கும் ஜுடும் தலைவர்களுக்கும் நடுவில் போட்டா போட்டியாக நுழைந்த ஊழல்களும் மோசடிகளும் இந்த முகாம்களில் எந்தச் சிறப்புத் தன்மையும் இல்லை என்பதை நிலைநாட்டின.

இடமாற்றமும் தொடர்ந்துவந்த பசியும், பட்டினியும்

போராட்டக் காலங்களில் தாங்கள் வாழும் இடத்தைக் காலிசெய்து கொண்டு புது இடங்களை நோக்கிச் செல்லும்போது தாங்கள் வசித்த வீடுகளையும், அங்குள்ள உணவுப் பொருள்கள் போன்றவற்றையும் எரித்து அழிக்கும் வழக்கம் ’எரிக்கப்பட்டு கைவிடப்படும் நிலம்’ என்றழைக்கப்படுகிறது. இந்த வழக்கம் மிகவும் தவறானது என்று அனைத்துலகக் கோட்பாடுகள் வலியுறுத்துகின்றன.

'மக்களை வலிந்து பசியில் தவிக்கவிடும் போர்முறை கண்டிப்பாகத் தடை செய்யப்பட்ட முறை. எவ்விதமான தாக்குதல்களும், அழிப்புகளும், பொருள்களைப் பாழ்படுத்துதலும் இருக்கக்கூடாது. மேலும் மக்களுக்கு அதிகமாகப் பயன்படும், வாழ்க்கைக்கு மிகத் தேவையான உணவுப் பொருள்கள், உணவு பயிரிடும் விவசாய நிலங்கள், பயிரிடப்பட்ட தானியங்கள், மக்களின் கால்நடைகள், நீர்நிலைகள், கால்வாய்கள் என்ற எதுவும் அழிக்கப்படவே கூடாது.'

ஜூதும் மக்களையும், கிராமங்களையும் தாக்கும்போது அவர்கள் வீடுகளை மட்டுமல்லாமல் அங்கே சேமித்து வைக்கப்பட்டிருக்கும் தானியங்களும் முழுவதுமாக எரித்து அழிக்கப்பட்டன. கிராமங்களி லிருந்த அடிகுழாய்கள் கூட இவர்களால் விட்டு வைக்கப்பட வில்லை. முகாம்களில் அடைக்கப்பட்டு, அங்கிருந்து தப்பித்த மக்கள் பக்கத்திலிருந்த காட்டுக்குள் நுழைந்து, அங்கிருந்த மாவோயிஸ்டுகளிடம் தஞ்சமடைந்தனர். ஏறத்தாழ ஒரு லட்சம் பேருக்கு மேல் தப்பித்து, பக்கத்திலிருந்த ஏனைய மாநிலங்கள், அதிலும் முக்கியமாக ஆந்திரப் பிரதேசத்துக்குள் நுழைந்தார்கள். எரிந்து போனவை போக தங்கள் பகுதிகளில் கஷ்டப்பட்டு தேடிக் கிடைத்த சிறிதளவு தானியங்கள், அரிசியை வேக வைத்து வடித்த நீர் ஆகியவை சிறிது பசியாற்றின. சாதாரண நாட்களில் நெருப்பில் எரிந்து கருகிப் போன தானியங்களின் வாசனை தாங்கமுடியாத அளவு மோசமாயிருக்கும். ஆனால், பசியால் வாடிய அந்த மக்களுக்கு கருகிப்போன அரிசியும், தானியங்களும் சிறிது பசியாற்ற உதவின. உயிர் வாழவேண்டுமே! காட்டில் இதுதான் நிலையென்றால் முகாம்களில் முகாம்களுக்காக ஒதுக்கப்பட்ட தானியங்கள் ஊழல்களால் எங்கோ மறைந்தன. மக்களோ பசியில் வதங்கி வாடினர். மலேயாவில் செய்ததுபோல் மிசோராமிலும் தானியங்களின் போக்குவரத்து உட்புறச் சந்தைகளுக்குச் செல்வது தடுக்கப்பட்டிருந்தன. அரிசி அரிய பொருளாக மாறியது.

போர் மேகங்கள் எங்கும் கறுத்து இருண்டு பரவியிருந்தன. சாலைகள், காடுகள், பள்ளிகள், மின்சார மின்மாறிகள், தண்ணீர்க் குழாய்கள் என்று அனைத்தும் ஒட்டுமொத்தாக நிர்மூலமாக்கப் பட்டன. அரசு காடுகளை அழித்து சாலைகளை நிறுவியது. ஆனால், மாவோயிஸ்டுகள் இரவுகளில் கிராமத்து மக்களை வைத்துப் புதிதாகப் போடப்பட்ட சாலைகளின் குறுக்கே பள்ளங்கள் தோண்டி அவற்றைப் பயன்படுத்தமுடியாத நிலைக்குக் கொண்டுசென்றனர். வண்டிகளெல்லாம் ஓடாது, ஊர்ந்துதான் போகவேண்டும். நடக்கும் போரில் வெளியில் எளிதாகத் தெரியும் அடையாளங்கள்

அரைகுறையாக உடைந்து நொறுங்கிக் கிடக்கும் பள்ளிக்கூடங்களே. கூரைகள் உடைந்து பயன்படாது சிதைந்து கிடந்தன. உடைந்த சுவர்கள்மீது செடியும் கொடிகளும் வளர்ந்து மூடிக் கிடந்தன.

முதலில் இப்பள்ளிகள் காலி செய்யப்பட்டு அதில் ராணுவம் தங்கியிருந்தது. அதன்பின் இது முழுவதுமாக, நிரந்தரமாக ராணுவத் தளங்களாகி விடும் என்ற அச்சத்தில் மாவோயிஸ்டுகள் இரவோடு இரவாக இப்பள்ளிக் கட்டடங்களை இடித்து விடுகிறார்கள். ஆனால், இந்த நிகழ்வுகள் எல்லாம் நடப்பதற்கு முன்பே பள்ளிகள் எல்லாம் அரசினால் இழுத்து மூடப்பட்டன. ஆசிரியர்கள் முகாம்களுக்கு விரட்டப்பட்டனர். இதே நேரத்தில் தான் ஜுடும் ஆரம்பிக்கப்பட்டது. பல ஆண்டுகளுக்கு முன்பே கிராமத்து வாரச் சந்தைகள் நடப்பது முற்றிலுமாக நிறுத்தப்பட்டு விட்டன. உடல் நலமில்லாத மக்களும், வயோதிக மக்களும் முகாம்களுக்குச் செல்லமுடியாமல் கிராமங்களிலேயே தங்கியிருந்தனர். அவர்களும் தங்கள் வீட்டைவிட்டு வெளியே வரவே அஞ்சி, வீட்டுக்குள்ளேயே அடைந்து கிடந்தனர். உயிரின் மீதுள்ள பயத்தில் அப்படி அடைந்து உள்ளேயே கிடந்தனர்.

சில ஆண்டுகளாக சிறிது அமைதியாக இருந்த பின் 2015-16இல் இப்பகுதி மீண்டும் கொந்தளிக்க ஆரம்பித்தது. பல பயங்கர நிகழ்வுகள் தொடர ஆரம்பித்தன. நகைகளும் பணமும் கொள்ளை யடிக்கப்பட்டன. கோழிப் பண்ணைகள் கூண்டோடு அழித்து ஒழிக்கப்பட்டன. வியாபாரிகள் அரிசி போன்ற முக்கிய பொருள் களை உட்புறங்களுக்கு எடுத்துச் செல்ல தடை செய்யப்பட்டனர். கிராமங்களுக்கு இந்தப் பொருள்கள் ஏதும் கிடைக்காத நிலை. கிராமத்து மக்களுக்கோ தங்கள் வீட்டை விட்டு வெளியே செல்லவே பயம். அவர்கள் வெளியேவந்து சந்தைகளுக்குச் செல்லவிடாமல் அச்சம் அவர்களைத் தடுத்தது.

இளைஞர்களை அணி திரட்டி புதுப் படை அமைத்தல்

அரசு முதலில் 'கிராமப் பாதுகாப்பு அமைப்புகள்' அமைக்க வேண்டுமென திட்டமிட்டன. காஷ்மிரிலும் நாகலாந்திலும் இருப்பது போல் இந்த அமைப்பின் உறுப்பினர்களுக்கு போர் ஆயுதங்களும் வழங்கப்படும். கவுதமாலாவில் நடக்கும் போருக்குக் கட்டாய பங்களிப்புகள் இருப்பதுபோல் இங்கும் கொண்டுவர அரசு திட்டமிட்டது. ஆனால், இத்திட்டம் கைகூடவில்லை. இதற்குப் பதிலாக ஒரு புதிய காவல் துறையை சாதாரண மக்களிடமிருந்து தோற்றுவித்தது. ஆயுதம் பெற்ற சாமானிய மக்கள் இப்போது

'சிறப்புக் காவல் துறையினர்' (எஸ்.பி.ஓ.) என்றழைக்கப்பட்டனர். இவர்களில் பெரும்பான்மையோர் முன்பு மாவோயிஸ்டுகளாக இருந்தவர்களோ அல்லது கிராமத்துத் தொழிலாளர்களாகவோ இருந்தவர்கள். இவர்கள் 'சங்க உறுப்பினர்கள்' என்றழைக்கப் பட்டனர். இவர்கள் பேரணியின் போது வலுக்கட்டாயமாகச் சேர்க்கப் பட்டவர்கள். இவர்கள் தங்கள் பழைய தோழர்களைக் காவல் துறையில் காட்டிக் கொடுப்பதற்காகவே சேர்க்கப்பட்டவர்கள்.

அரசு வேறு பல போராட்ட எதிர்ப்புமுறைகளிலிருந்து கடன் வாங்கியதே இத்தகைய அமைப்பு. காஷ்மிரில் உள்ள இஹ்வானிஸ், அசாமில் உள்ள அசாமின் விடுதலை முன்னணியிலிருந்து சரணடைந்தவர்கள் (அசோம் சுல்ஃபா), பஞ்சாபின் 'பூனைகள்' போன்ற இந்த அமைப்புகளும் ஆட்சி மாறும் கோடாரிக் காம்புகள் போன்றோரை வைத்து உருவாக்கப்படும் அமைப்பே இது.

இந்த அமைப்பின் உறுப்பினர்களை எப்படி வேண்டுமானாலும், எதற்கு வேண்டுமானாலும் பயன்படுத்திக்கொள்ள முடியும். ஏனெனில், இந்த அமைப்பு ஒரு முழுமையான, அதிகாரபூர்வமான அமைப்பல்ல. இதில் உள்ளவர்கள் அதிகாரக் காவல் துறையின்கீழ் இருந்தாலும் அவர்கள் அதில் ஓர் ஒழுங்கற்ற குழுமமாகவே இருந்து வந்தனர். உள்ளூர் மக்கள் இந்த உறுப்பினர்களைத் துரோகிகள் என்று கருதி வெறுத்தார்கள். பல சமயங்களில் 'போராட்டத்தை எதிர்க்கும் பெரும் வீரர்கள்' என்று அரசினால் புகழப்பட்ட இவர்களை மக்கள் மிகவும் கீழ்த்தரமாகவே மதித்தார்கள். காஷ்மிரி இஹ்வானி குலாம் முகமது மீர் அல்லது மூமா கானா என்பவருக்கு 2010ஆம் ஆண்டு அரசு பத்மஸ்ரீ விருது கொடுத்தது. இவர் 5000 போராளிகளைக் கைது செய்ய உதவியதால்தான் அவருக்கு நாட்டின் இந்த உயர் விருது அளிக்கப்பட்டது. பஸ்தாரில் சிறப்பு காவல் துறையில் இருந்த கர்தம் சூர்யா மிக மட்டமான மனிதர். அங்கு நடந்த பல கொள்ளைகளிலும் பாலியல் பலாத்காரங்களிலும் கொலைகளிலும் பங்குபெற்று அங்கிருக்கும் மக்களிடம் மிகவும் கெட்ட பெயர் வாங்கிய இந்த மனிதன் 2012இல் மாவோயிஸ்டு களால் கொல்லப்பட்டபோது காவல் துறையின் இறுதித் துப்பாக்கி மரியாதை அவனுக்கு அளிக்கப்பட்டது.

இளைஞர்களைச் சிறப்புக் காவல் துறையில் இணைத்து அவர்களைப் போராளிகளுக்கு எதிராகப் பணியாற்ற வைப்பது சட்டத்துக்குப் புறம்பானது என்று 2011இல் உச்ச நீதிமன்றம் தீர்ப்பளித்தது. இக்காலகட்டத்தில் அரசின் பொருளாதாரக் கோட்பாடு புதிய தாராளமயமாக்கலாக மாறியது. ஆனால், இத்தவறான

அணுகுமுறையால் பல சமூக சீர்கேடுகள் எழுந்தன. இவற்றை அடக்குவதற்காக எழுந்த நடைமுறைகளும் இன்னும் பெரிய தவறுகளாகவே இருந்தன. அரசு, வேலையில்லாத பழி வாங்கும் வெறித்தனமான இளைஞர்களைக் கொண்டு எதிர்ப்புப் போராட்டங்களை நசுக்கி விடலாமென நினைத்தார்கள். முறையாக பயிற்றுவிக்கப் பழக்கப்பட்டவர்களை வைத்துச் செய்ய வேண்டிய அரசு இந்தக் குறுக்கு வழியில் இறங்கியது.

உச்ச நீதிமன்றத்தின் ஆணையினால் சிறப்புக் காவல் துறை என்றிருந்த பெயரை 'உதவி ஆயுதக் காவல் படை' என்று மாற்றியது. பெயரை மட்டும் மாற்றிக்கொண்டு முன்பு கொடுத்த அதே பணியையே இவர்களுக்கும் தொடர்ந்து கொடுத்த சட்டத்தை அரசு ஏமாற்றியது. இப்படையும் முன்பு போலவே ஒழுக்கமற்ற ஒரு கூட்டமாகத்தான் களமிறங்கியது. 2013இல் மாநில அரசு மீண்டும் ஒரு பெயர் மாற்றம் செய்தது. மாவட்ட பாதுகாப்புக் காவலர்கள் (டிஆர்ஜி) என்ற அமைப்பு 1700 உறுப்பினர்களை வைத்து ஆரம்பித்தது. இவர்கள் பழைய நக்சல் பாரிகளின் அடிப்படை உறுப்பினர்களாகவும் மாவோயிஸ்ட் சார்பாளர்களாகவும், சல்வா ஜுடும் கலகங்களால் கிராமங்களிலிருந்து வெளியேற்றப்பட்டவர் களாகவும் இருந்தவர்கள். 2016இல் அரசு மீண்டும் கிராமப் பாதுகாப்புக் குழுக்களுக்குப் புத்துயிர் கொடுக்க ஆரம்பித்தது.

சட்டங்களின் கொடூரம்

கிளர்ச்சிகளை ஒடுக்கும் நடவடிக்கைகளில் ஏற்படும் தவறுகளைச் சுட்டிக்காட்ட வேண்டிய பொறுப்பில் இருந்த சட்டங்கள் எப்போதும் அந்தத் தவறுகளின் பக்கமே சாய்ந்து நின்றன. 2005ஆம் ஆண்டு செப்டெம்பர் மாதம் சிபிஐ - எம் கட்சியையும் அதனோடு சேர்ந்த அமைப்புகளையும் அரசு தடை செய்தது. இந்தத் தடை சத்தீஸ்கர் மாநில சட்டசபை மூலம் சத்தீஸ்கர் சிறப்புப் பொது பாதுகாப்புச் சட்டம் (சிஎஸ்பிஎஸ்ஏ) ஒன்றை ஏற்கெனவே இருந்த ஒரு சட்டத் திருத்தம் மூலம் கொண்டுவந்தது. இதன்படி சட்டத்துக்கு எதிராக எந்த நடவடிக்கைகளிலும் தடை செய்யப்பட்ட அமைப்பு களிலும் ஈடுபடக்கூடாது. அவ்வாறு செய்வது சட்டத்துக்குப் புறம்பானது. மீறுபவர்கள் கடுமையாகத் தண்டிக்கப்படுவார்கள். மாவோயிஸ்டுகளின் கூட்டங்களில் பங்கெடுத்தால் மட்டுமல்ல, கெரில்லா மக்கள் மூலமாக ஒரு புதிய நீர்த் தொட்டி கட்டி முடிக்கும் பணியில் ஈடுபட்டால்கூட தண்டனை கிடைக்கும். இதில் உள்ள ஒரு பெரிய நகைமுரண் என்னவெனில் மாநில அரசுக்கு ஆதிவாசிகளை அடக்கி வைக்க சிஎஸ்பிஎஸ்ஏபோன்ற சட்டங்கள் ஏதும்

தேவையேயில்லை. எளிதாக அந்த அப்பாவி மக்கள்மீது கொலைக் குற்றங்களையோ, கொலை முயற்சியில் ஈடுபட்டதாகவோ குற்றம் சாட்டமுடியும். மாநிலத்துக்கு எதிராக ஆயுதப் போராட்டம் நடத்துதல் பற்றிய ஆயுதச் சட்டத்தை (120-121,கிரிமினல் சட்டம்) இலகுவாக அவர்கள்மீது சுமத்தமுடியும். பாவம், அந்த மக்களோ தங்கள் கைகளில் வைத்திருந்தது வெறும் வில்லும் அம்பும் மட்டும்தான்.

ஆதிவாசிகள், நக்சல்பாரிகள்மீதான காவல் நடவடிக்கைகள் கடந்த நாற்பது ஆண்டுகளில் அதிகம் மாறவில்லை. 1970களில் அம்ருதா ரங்கசாமி எழுதியது:

'ஸ்ரீகாகுளம் பகுதியில் சிறு எண்ணிக்கையில் இருந்த நக்சல் பாரிகளைத் தேடிக் கண்டுபிடித்து அழிக்க 'மத்திய பாதுகாப்புப் படை' அனுப்பப்பட்டது. அப்படை அங்கிருந்த ஆதிவாசிகள் அத்தனை பேரையுமே தங்கள் சந்தேக வலைக்குள் கொண்டு வந்தார்கள். காவல் துறையே ஆச்சரியப்படும் அளவுக்குத் திரளான ஆதிவாசி மக்கள் பலரை ஆந்திரப் பிரதேச சிறைகளுக்குள் தள்ளி அடைத்தனர். அந்த மக்களை காவல்துறை சல்லடை போட்டுச் சலிக்கத் தொடங்கியது. இந்த முறையால் ஆதிவாசி மக்களிட மிருந்து நக்சல்பாரிகள் தனித்து, பிரித்து எடுத்துவிட முடியும் என்பது அவர்கள் நம்பிக்கை. எப்போதும் நடப்பது போலவே அந்தப் பாவப்பட்ட ஆதிவாசிகளுக்கு நியாயங்கள் ஏதும் நடக்கவே யில்லை. அதிலும் ஸ்ரீகாகுளத்தில் ஆதிவாசிகளுக்கு நியாயம் கிடைத்துவிடவே கூடாது என்பதே ஒரு சட்டமாகி விட்டது.

சிறைகளிலிருந்து எடுக்கப்பட்ட கணக்கெடுப்புகள் மிகவும் அதிர்ச்சியளிக்கக் கூடியவை. அவை ஆண்டுகள் செல்லச் செல்ல மேலும் மேலும் மோசமாகிக்கொண்டே வந்தன. 2013இல் சத்தீஸ்கர் சிறைகளில் கைதிகளின் எண்ணிக்கை நிரம்பித் ததும்பியது. 6,070 சிறைக் கைதிகளுக்கான சிறைகளில் 15,840 கைதிகள் (261 விழுக்காடு அதிகம்) சிறைப்படுத்தப்பட்டிருந்தனர். நாட்டில் வேறெங்கும் இல்லாத அளவு சிறைகளில் எண்ணிக்கை மிக மிக அதிகமாக இருந்தது. இவற்றில் கங்கெர் என்னுமிடத்திலிருந்து சிறையில் 428 விழுக்காடு அதிகமாகக் கைதிகள் இருந்தனர். தந்தேவாடாவில் 371 விழுக்காடு, ஜக்தல்பூரில் 260 விழுக்காடு. அடைக்கப்பட்ட சிறைக் கைதிகளில் பெரும்பாலோர் விசாரணைக் கைதிகள். இவர்கள் எல்லோருமே தடயங்கள் இல்லாததால் பின்னாளில் விடுதலை யானார்கள். ஆனால், விடுதலை ஆவதற்குள் வாழ்வின் பெரும் பகுதியைச் சிறையில் கழித்திருந்தார்கள். இந்த வழக்கங்களைச்

சீர்திருத்தவோ மாற்றவோ முயற்சிக்காமல் சத்தீஸ்கர் அரசு 21.66 கோடி ரூபாயை புதிய படைக் குடியிருப்புகள் அமைப்பதற்காகத் தங்கள் வரவு செலவுத் திட்டத்தில் ஒதுக்குகிறது. சிறையில் நிரம்பியிருக்கும் கூட்டம் குறித்தோ இட நெருக்கடி குறித்தோ அவர்களால் யோசிக்கமுடியவில்லை.

எய்தவர்களும் அம்புகளும்

ஒரு போர் நடக்கும்போதோ, கிளர்ச்சியாளர்களை ஒடுக்கும் போதோ, ஊடகங்கள் அரசின் குரலை மட்டும் எதிரொலிக்கும் என்பது வழக்கம்தான். காணொலிகளோ, ஒலி நாடாக்களோ, போரைப் பற்றிய எந்தப் பதிவாக இருந்தாலும் அதில் அரசு தரப்பே முதன்மை பெறும். எதிர்த் தரப்பின் குரலுக்குப் போதிய இடம் இருக்காது.

சத்தீஸ்கரில் ஊடகங்கள் ஆரம்பத்தில் அரசின் இழுப்புக்கு வளைந்து கொடுக்காததால் அவை தொல்லைக்கு உள்ளாகின. ஜுடும் ஆடும் ஆட்டங்கள் உச்சத்தில் இருக்கும்போதுகூட 50 முதல் 100 கிலோ மீட்டர் தொலைவுள்ள அருகாமை இடங்களில் மட்டுமே உண்மை நிலவரங்கள் தெரியும். அதைத் தாண்டி உள் இடங்களில் மாவோயிஸ்டுகள் நடத்தும் அதிரடிச் செய்திகள் மட்டுமே அச்சு ஊடகங்களில் வரும்.

ஆனால், தேசிய ஊடகங்கள் இன்னும் மோசம். அவை பல நிகழ்வுகளைக் கண்டுகொள்வதேயில்லை. கடந்த பத்து ஆண்டுகளில் ராணுவம் நடத்திய கொடூரங்கள் பற்றி அனேகமாக ஊடகங்கள் கள்ள மௌனம் சாதித்தன. அல்லது அரசு நக்சல்பாரிகளை அடித்து ஒடுக்கும் வீர தீரச் செயல்கள் மட்டும் அவற்றில் இடம் பெறும். 2005 ஆண்டிலிருந்து 2007 ஆண்டு வரை ஊடகங்கள் சுத்தமாக செவி கேளாமல் நிகழ்ச்சிகளை முழுமையாக இருட்டடிப்பு செய்தன. ஆனால் மனித உரிமைகள் மீறப்படுவது பற்றிய சில செய்திகள் 2008 முதல் 2011 வரை தலை காட்டின.

இந்த ஊடக மௌனங்கள் மேலும் தொடர்ந்தன. ஆனால் 2015-16ல் போராட்ட எதிர்ப்புகள் உச்சம் தொட்டன. மனித உரிமை ஆர்வலர்கள், வழக்கறிஞர்கள், பத்திரிகையாளர்கள் உள்ளிட்ட பலரும் தாக்கப்படுவதும் உச்சத்துக்குச் சென்றது. அவை ஊடகத்திலும் இடம் பிடித்தன. இச்செய்திகள் ஒதுக்கி ஓரத்தில் தள்ள முடியாத விஷயங்களாகிப் போயின. பல ஊடகங்கள் மத்திய தரத்தினரின் பிரச்னைகளில் ஆர்வம் காட்டின. பஸ்தாரில் பல

காலமாக நடக்கும் போர் பற்றிய செய்திகள் ஆதிவாசிகளைத் தொட்டுச் சென்றன. சல்வா ஜுதும் ஆரம்பித்த காலங்களில் இருந்த இறுக்கமான மௌனம் தகர்ந்து போய் செய்திகள் தலை காட்ட ஆரம்பித்தன. இப்போதெல்லாம் ஆதிவாசிகள் தங்கள் துன்பங்களைப் பற்றி வெளியே பேசுமளவுக்குத் தைரியம் பெற்று விட்டனர் என்பதுதான் இதற்கான காரணம். ஆரம்பித்த காலத்தில் அவர்களின் மனதில் அச்சத்தில் எழுந்த இறுக்கம் குறைந்து, அதைப் பற்றி வெளிப்படையாகப் பேச ஆரம்பித்தனர்.

தேச பாதுகாப்பு என்று வரும்போது தேசிய ஊடகங்கள் பொது மக்களைப் பற்றி அதிகமாகக் கவலைப்படுவதில்லை. 1960களில் வடகிழக்கு மாநிலமான மிசோரமில் ஏறத்தாழ மக்கள் அனைவரும் ராணுவத்தின் காவலில் இருந்து முகாம்களுக்கு விரட்டியடிக்கப் பட்டனர். அந்தச் சூழ்நிலையிலும் இந்தியன் எக்ஸ்பிரஸ் நாளிதழ் மெல்லிய குரலில், 'பாதுகாப்பு விஷயங்களில் அழுத்தம் அதிகமாகத்தான் இருக்கும்' என்று கூறியது.

காஷ்மீரிலும் இதே கடுமையான நிலைதான். பெயரில்லாப் பொதுக் கல்லறைகள் பெருகியிருக்கின்றன. ஆயிரக்கணக்கானவர்கள் காணாமல் போய்விட்டார்கள். 1989 முதல் 70,000லிருந்து 90,000 வரை மரணங்கள். இவை எல்லாமே காஷ்மீர் பிரச்னை ஆரம்பித்த காலங்களில் இருந்தே எவ்வித முக்கியத்துவமும் இல்லாமல் கடந்து சென்றுவிட்டன. தேசிய அளவில் இது பற்றிய விவாதம் ஏதும் பிறக்கவே இல்லை.

போராட்ட எதிர்ப்பலைகள்

காலம் மாறிக்கொண்டே கடந்து செல்கிறது. போராட்டங்கள் சில காலம் வடிந்து நிற்கின்றன; பிறகு பொங்கி மேலெழுகின்றன. போராட்டங்களும் அவற்றை அடக்கி வைக்கும் திட்டங்களும் பல பெயர்களில் மாறி மாறி வருகின்றன. சல்வா ஜுதும், பசுமை வேட்டைத் தாக்குதல், ஆபரேஷன் மாட்,கிலாம் பொடகு திட்டம் 2016 ஆகியவை அவற்றுள் சில. இந்தப் போராட்டங்கள் புதுப் புது இடங்களுக்கும் பரவ ஆரம்பிக்கின்றன. வடக்குத் திசையிலும் கிழக்குத் திசையிலும் உள்ள கங்கர் தேசியப் பூங்காவுக்குப் பக்கத்தில் உள்ள துர்வா, கோயா ஆகிய கிராமங்களிலும், வட கோடியில் உள்ள கங்கர், அந்தகார், பானுபிரதாப்பூர் ஆகிய கிராமங்களிலும் போராட்டம் நுழைந்தது. திடீர்த் தாக்குதல்கள், காவல் துறையின் என்கவுண்டர்கள், ஒட்டுமொத்தமாக அனைவரையும் கைது செய்தல், சாதாரண பொதுமக்களை கொன்றொழித்தல் என்று

பல வகை அடக்குமுறைகள் இந்த மாநிலங்களில் நடந்தன. மக்களின் ஊடே போராளிகளைத் தேடி அலைக்கழிப்பதும் தொடர்ந்து நடக்கும். இது நடைபெறும் பருவ காலங்களில்தான் மக்கள் உணவுக்குக் கஷ்டப்பட்டு அல்லாடிக்கொண்டிருப்பார்கள். ஆனால், அதைக் காவல் துறை எண்ணிப் பார்ப்பதுகூட இல்லை.

சீருடை அணிந்த கெரில்லாக்கள் பாம்புக் கடிகள், முட்செடிகள், குத்தும் கற்கள் என்று பல இடர்ப்பாடுகளைத் தாண்டி நீண்ட இரவுகளில் நடந்துசெல்வார்கள். அவர்கள் தங்களைக் காப்பாற்றிக் கொள்வதோடு தங்களது 'மக்கள் அரசை'யும் உயிரோடு வைத்துக் கொள்ளவே இக்கடும் முயற்சிகளைத் தொடர்ந்து செய்து வருகிறார்கள். இப்பயணங்களின் ஊடே எப்போதாவது மாவோயிஸ்டு கள் பயங்கரத் தாக்குதல்களைத் திடீரென நடத்துவார்கள். மத்தியப் பாதுகாப்புப் படையின் 76 உறுப்பினர்கள் தாட்மெல்லா என்ற இடத்தில் 2010ஆம் ஆண்டு ஏப்ரல் மாதம் கொல்லப்பட்டனர். அரசுப் படைகளும் எதிர்த் தாக்குதல்கள் நடத்தி பலரைக் கொலை செய்வதும் நடக்கும். 2012ஆம் ஆண்டில் ஒரே இரவில் 17 கிராமங்கள் இணைந்த சர்கேகுடா என்ற இடத்தில் பழி தீர்த்தனர். அங்கிருந்த அமைதியான பசுமைக் காடுகள் அவ்வப்போது எழும் ஒப்பாரிச் சத்தங்களைக் கேட்டுக் கேட்டுப் பழகிக் கொண்டன.

பாதுகாப்புப் படைகள் நிரந்தரமாகத் தங்க ஆரம்பித்தன. புதிதாக இடத்தைக் கைப்பற்றி வரும் வெளிநாட்டுப் படைகள் போல் அவர்கள் மெல்ல மெல்ல தங்கள் தீக்கரங்களை மேலும் மேலும் நீட்டித்தனர். புதுப் புது ராணுவ முகாம்கள் முளைக்க ஆரம்பித்தன. ஒவ்வொரு 5 அல்லது 8 கிலோ மீட்டர் தொலைவிலும் அவை அமைக்கப்பட்டன. காடுகள் இந்த முகாம்களால் துண்டாக்கப் பட்டன. அவை பல பகுதிகளாக்கப்பட்டன. ஒவ்வொரு பகுதியும் சுருள் கம்பி வலைகளால் சூழப்பட்டு, தனிமைப்படுத்தப்பட்டு அவர்களுடைய நேரடி ஆளுமைக்குள் கொண்டு வரப்பட்டன. பச்சை வண்ணத்தில் ஆயுதம் பொருந்திய பெரும் வாகனங்கள் காட்டுக்குள் பெரிய, புதிய பாதைகளை ஏற்படுத்தின. தலைக்கு மேல் பல ஹெலிகாப்டர்கள், ஆளில்லா தானியங்கி ட்ரோன்கள் போன்றவையும் அடிக்கடி தென்பட்டன.

இந்த முகாம்கள் திடீரென்று ஆங்காங்கு முளைத்தன என்றார்கள் கிராமவாசிகள். பல சமயங்களில் அவர்கள் பல காலம் தொடர்ந்து பயிர் செய்து வந்த சமவெளிகளிலும் முகாம்கள் அமைக்கப்பட்டன. இரவோடு இரவாக அவை முளைத்துக் காலூன்றின. காடுகளுக்கு நடுவில் இருந்த கிராமங்களின் ஊடே ஆறு வழிச் சாலைகள்

கட்டப்பட்டன. இப்போதெல்லாம் மிஞ்சிப் போனால் ஒரு நாளைக்கு நாலைந்து வண்டிகள் அச்சாலைகளில் செல்லலாம். இரு சக்கர வண்டியில் மொத்தமாகச் செல்லும் ஒரு குடும்பம், மாநிலம் விட்டு மாநிலம் செல்லும் லாரிகள், எப்போதோ தாண்டிப் போகும் அரசு அதிகாரியின் கார், சந்தை நாட்களில் சிறிது அதிக எண்ணிக்கையில் மக்களையும் வியாபாரப் பொருள்களையும் தானியங்களையும் ஏற்றிச் செல்லும் ஜீப், பேருந்துகள். இவைதான் அந்தச் சாலைகளைப் பயன்படுத்தின.

இந்தச் சாலைகளில் பல மணி நேரம் நடந்து சென்றாலும் ஈ, காக்கா கூட கண்ணில் படாமல் சென்றுவிடலாம். மக்கள் தொகைக் கணக்கும் இதை நிரூபிக்கிறது. 2011இல் எடுத்த கணக்கின்படி தந்தேவாடா மக்கள் தொகை ஒரு கிலோ மீட்டர் சுற்றளவுக்கு 59 பேர் மட்டுமே; பிஜாபூரில் இன்னும் குறைவு. வெறும் 39 பேர் மட்டுமே ஒரு கிலோ மீட்டர் சுற்றளவில். எல்லாம் ஒரு தொலைநோக்குப் பார்வைதான். நாளை தாதுப் பொருள்களை பெரும் வண்டிகளில் ஏற்றிச் செல்ல இப்போதே அரசு சாலை அமைத்துவிட்டது. தாதுப் பொருள்களை பெரிய லாரிகளில் எடுத்துச் செல்லும் ஒரு பெரும் கொள்ளைக்கு இப்போதே ஒரு பெரும் முன்னேற்பாடு!

2005லிருந்து 2007 வரை மக்கள் ஜுடும் முகாம்களுக்கும் ஆந்திரப் பிரதேசத்துக்கும் சென்ற மக்களில் பெரும்பாலானோர் இப்போது திரும்பி தங்கள் கிராமங்களுக்கு வர ஆரம்பித்திருந்தனர். சிலர் திரும்பவில்லை. அவர்கள் சென்ற புதிய இடங்களில் கிடைத்த புதிய உறவுகளும், வழிகளும் அவர்களை அங்கேயே வேரூன்றி நிற்க வைத்துவிட்டன. அஞ்சி ஓடியவர்களுக்கு அங்கேயே ஒரு புகலிடம் கிடைத்துவிட்டது. அப்படிப்பட்டவர்களில் சிலர் ஜுடும் முகாம்களிலேயே இருந்துவிடுகின்றனர். அவர்களது குழந்தைகளும் முகாம்களின் காவல் துறையினரோடு ஒன்றி விடுகின்றனர். ஆந்திரப் பிரதேசத்துக்கு ஓடிப்போன மக்களின் குழந்தைகள் பள்ளிகளில் தெலுங்கு மொழியில் கல்வியைத் தொடர்ந்தனர். பள்ளிகளில் கொடுத்த புதிய அடையாள அட்டைகள் அவர்களது புதிய ஜாதகங்களாகிவிட்டன. பலருக்கு மதங்களும் கூட மாறிவிட்டன. புதிய இடம்; புதிய சூழல்; புதிய பள்ளி; அதோடு புதிய மதம்.

இந்தத் தடைகளையும் மாற்றங்களையும் தாண்டி தங்கள் கிராமத்துக்கு மீண்டும் திரும்பி வந்தவர்களுக்கு எதிர்பாராத நிகழ்வுகள் காத்திருந்தன. காவல் துறையால் அடிக்கடி நிகழ்த்தப்படும் தேடல்கள் ஒரு பக்கம். இன்னொரு பக்கம் அதனைத் தொடர்ந்து வரும் கடும் தொல்லைகள். கிராம மக்கள் ஒட்டுமொத்தமாக காவல்

துறையினரால் கைது செய்யப்பட்டு அள்ளியெடுத்துச் செல்லப் பட்டனர். வேலையில்லாத் திண்டாட்டத்தால் அல்லல்படும் இளைஞர்கள் சிறிது காலத்துக்கோ அல்லது நிரந்தரமாகவோ தங்கள் மண்ணைவிட்டுப் பிரிந்து செல்லவேண்டிய நிலைக்கு ஆளாயினர்.

துணை ராணுவம் கொடுக்கும் அழுத்தம் காரணமாகவும் ரகசியச் செய்திகளை காசுக்காக விற்கும் சிலராலும் மாவோயிஸ்டுகள் அந்தக் கிராம மக்கள்மீது தங்கள் கோபத்தைக் காட்டினார்கள். காசுக்குக் காட்டிக் கொடுக்கும் ஆட்களைத் தீர்த்துக் கட்டுவதும், காவல் துறையோடு இணைந்து செயல்படுவோர்களை வஞ்சம் தீர்ப்பதும் அவர்களது வாடிக்கை. இத்தகைய சூழலில் வாடும் அந்த மக்கள் மிகச் சாதாரணமாக தங்கள் உரையாடல்களில் 'நிலைமை சரி', 'நிலைமை மோசம்' என்று வெகு எளிதாகப் பேசிச் செல்லும் அளவுக்கு அக்கிராமங்களில் நிலைமைகள் மாறிக்கொண்டிருந்தன. எப்போதெல்லாம் மாவோயிஸ்டுகளுக்கும் காவல் துறைக்கும் நடுவே மோசமான நிகழ்வுகள் நடக்கின்றனவோ, அப்போ தெல்லாம் நீண்ட நெடும் மௌனம் கிராமங்களைக் கவிழ்ந்து கொள்ளும். மக்கள் தங்கள் மூச்சுகளைக்கூட இறுகக் கட்டுப்படுத்தி அமைதி காப்பார்கள். இது போன்ற நிகழ்வுகளுக்குப் பிறகு அரசின் ராணுவமும் அடக்குமுறையும் அவிழ்த்துவிடப்படும் என்பது அவர்களுக்குத் தெரியும்.

சில இடங்களில் ஜுடும் தன் கை வரிசையைக் காட்டியிருக்காது. அதனால் பெரும் கலகங்களோ உயிரிழப்புகளோ நிகழ்ந்திருக்காது. ஆனால், அது போன்ற இடங்களில் வேறு விதமான பிளவுகள் இருக்கும். ஒவ்வொரு ஆதிவாசிக் குழுமத்துக்கும் தனித்தனியே அமைப்புகள் இருக்கும். ஹல்பா சமாஜ் அல்லது கோயா சமாஜ் போன்ற அமைப்புகள் அவை. இந்த அமைப்புகள் தங்கள் இஷ்டம் போல் திருமணங்கள், உணவு போன்ற பல விஷயங்களில் புதுப் புதுச் சட்டங்கள் போடுவார்கள். கிறிஸ்தவ மதத்துக்குப் புதிதாக மாறியவர்கள் தங்கள் கிராமத்துப் பொது விழாக்களுக்கு வரி தர மறுக்கலாம். ஏனெனில், இப்போது அவர்கள் அந்த விழாக்களுக்குரிய பழைய கடவுள்களைத் துறந்துவிட்டுத்தான் புதிய மதங்களுக்குள் நுழைந்துள்ளார்கள். மற்ற மக்கள், 'இந்தத் திருவிழாக்கள் மதத் திருவிழாக்கள் அல்ல; அவை நம் பாரம்பரிய விழாக்கள்' என்று வாதம் செய்வார்கள். இதற்கு வலு சேர்க்க, புதிதாக ஆரம்பித்த விஷ்வ இந்து பரிஷத் இந்த இந்து-கிறிஸ்தவ வேறுபாட்டை நீர் விட்டு வளர்க்கும்.

காடுகளை நேசித்து, இயற்கையோடு இயைந்து வாழ்ந்த ஒரு நாகரிகத்தின் மறைவை எதிர்வரும் வரலாற்றாசிரியர்கள் குறித்து வைப்பார்கள். இந்த வெறுமையில் புதிய தரகர்கள், ஒப்பந்த வேலைக்காரர்கள், துணை ராணுவப் படை வீரர்கள் ஆகியோர் எழுச்சி பெற்றனர். மதமும் அரசியலும் வளர்த்துவிட்ட வேறுபாடுகள் செழித்து வளர ஆரம்பித்தன.

2

ஆன்மாவுக்குள் ஊடுருவிய இரும்புத் தாது

ஏப்ரல் 2015. பஸ்தார் மாவட்டத்தின் தலைநகரமான ஜக்தல்பூரின் கிழக்குப் பக்கம் 16 கிலோ மீட்டர் தள்ளியிருக்கும் நாகர்னார் என்ற இடத்தில் இருக்கும் ஒரு சின்ன தேநீர்க் கடை. அக்கடையில் அமர்ந்து தேநீர் குடித்துக் கொண்டிருந்தேன். அங்கு தேசிய தாதுப் பொருள் வளர்ப்புக் கழகம் (என்எம்டிசி)என்ற அரசியல் அமைப்பு ஒரு பெரிய இரும்பாலையைக் கட்டிக் கொண்டிருந்தது. பைலதில்லா மலைப் பக்கத்தில் இருந்த கிரவுண்டில், பாச்செலி என்ற இடங்களில் இருந்தது போன்று இப்பகுதியில் முதன்முதல் நகரியம் ஒன்று அமைக்கப்பட்டது. இப்பகுதியில் உள்ள முதல் சுரங்க நகரியமாக இது வளர்ந்தது. இதனால் அங்குள்ள சாலைகள் அகலமாகவும் உறுதியாகவும் போடப்பட்டிருந்தன. ஆனால், அந்த நகரியத்துக்கு வெளியே கிராமங்களுக்குச் செல்லும் சாலைகள் வெறும் கரடு முரடான மண் சாலைகளாக இருந்தன. அதில் ஒரு சாலை பழைய கட்டடத்தின் முன் முடிந்தது. அக்கட்டடத்தில் வழக்கமான தேநீர்க் கடைகள், குளிர்பானக் கடைகள், சமோசா விற்கும் சிறு கடைகள் இருந்தன. அந்த இடம்தான் பஞ்சாயத்துக் கட்டடமாகவும் பேருந்து நிறுத்தமாகவும் இருந்தது.

என்னைச் சுற்றியிருந்தவர்களிடையே பல்வகை உரையாடல்கள் நடைபெற்றன. அங்கிருந்த இடத்தில் நடக்கும் நில அபகரிப்புகள் பற்றித்தான் அதிகமாகப் பேச்சு நடந்தது. கடைக்காரர் சாறு எடுக்கும் இயந்திரத்தினுள் கரும்புத் துண்டுகளைத் திணித்துக்கொண்டே

பேசிக்கொண்டிருந்தார். 'இப்போதெல்லாம் ஏக்கர் ஒன்றுக்கு 28 முதல் 80 லட்சம் வரை விலை பேசி வாங்கிக் கொண்டிருக்கிறார்கள். ஆனால், 2001ஆம் ஆண்டில் வெறுமனே 11,000 ரூபாய் மட்டும் ஏக்கருக்குக் கொடுத்து மக்களிடமிருந்து அடிமாட்டு விலையில் நிலங்களைப் பறித்தார்கள். அப்போதே பெருமளவில் நிலங்கள் மக்களிடமிருந்து குறைந்த விலையில் பறிக்கப்பட்டுவிட்டன. மக்கள் குறைந்த விலைக்காக எதிர்த்த போது அவர்கள் அடித்துத் துன்புறுத்தப்பட்டு, பின் கைது செய்யப்பட்டார்கள். சங்கர் என்றொரு வழுக்கைத் தலை மனிதர் தன் சோகக் கதையைச் சொல்லிக் கொண்டிருந்தார். அவரிடம் 5 ஏக்கர் நிலம் இருந்திருக்கிறது. அத்தனை நிலத்தையும் வெறும் 73,000 ரூபாய்க்கு விற்கவேண்டிய நிலை அவருக்கு. அவ்வளவு குறைந்த அளவுக்கு தன் நிலத்தைக் கட்டாயத்தின் பேரில் விற்றுவிட்டு, பதிலுக்கு வேறு நிலம் வாங்கவும் வழியில்லை. இப்போது அவர் தன் குடும்பத்தை நடத்துவதற்கு அவரது மகன் நான்காம் நிலையில் என்எம்டிசியில் வேலைக்குச் சேர்ந்து சம்பாதிக்கும் குறைந்த மாதச் சம்பளம் மட்டுமே ஒரே வழியாக இருந்தது.

சங்கர் தன் நிலத்தை விற்ற காலத்தில் பல அரசியல்வாதிகளும் முதலாளிகளும் ஜக்தல்பூரிலிருந்து விரைந்து வந்து இங்கு நிலங்களை வாங்கிக் குவித்தனர். ஆதிவாசிகள் அல்லாத சுண்டீஸ் போன்ற மக்களிடமிருந்து நிலங்களை வாங்கும்போது அவர்கள் தங்கள் பெயரிலேயே வாங்கினர். ஆனால், ஆதிவாசிகள் நிலங்களை ஏனையோர் வாங்கக்கூடாது என்பதால் அந்த நிலங்களைத் தங்கள் நம்பிக்கைக்கு உரிய ஆதிவாசி மக்கள் பெயரில், முக்கியமாகத் தங்களிடம் வேலை பார்க்கும் ஆதிவாசிகள் பெயரில் வாங்கினார்கள்.

அங்கிருந்தோரில் பெரிய மீசைக்காரர் ஒருவரும் இருந்தார். ஒல்லியான, உயரமான மனிதர். அவர் அங்கிருந்த பஞ்சாப் நேஷனல் வங்கியில் வேலை செய்பவர். அவர் நிலங்களை வாங்கும் தீவிரத்தில் இப்போதுள்ள வியாபாரச் சந்தையின் நிலவரமே காரணம் என்றார். என்னோடு அவர் இதைப் பற்றிப் பேசும்போது கடையிலிருந்த மக்கள் வெறுமனே அதை வேடிக்கை மட்டும் பார்த்தார்கள். அதென்னவோ நாங்கள் இருவரும் வேறு யாருடைய கதையைப் பற்றிப் பேசுவது போல் அவர்கள் தொடர்பற்று இருந்தார்கள். அவர்கள் இழப்பைப் பற்றித்தான் பேசிக் கொண்டிருந்தோம். ஆனால், அது அவர்களைத் தொடவே இல்லை.

ஜக்தல்பூரின் இன்னொரு பக்கத்தில் உள்ள லோகன்டிகுடா என்ற இடத்தில் 2005ஆம் ஆண்டு நடந்த ஒப்பந்தத்தின்படி டாடா

இரும்பாலை ஒன்று உருவாகப் போவதாக இருந்தது. அப்பகுதி மக்கள் பதினோரு ஆண்டுகளாக அதைப் பற்றி நிச்சயமற்ற தன்மையோடு இருந்தார்கள். 2007இல் இந்திய கம்யூனிஸ்ட் கட்சியும் கிராம மக்களும் இணைந்தபோது கிராமத்து மக்களைக் கைது செய்தும், பாலியல் பலாத்காரங்கள் நிகழ்த்தியும் அரசு தொடர் அநியாயங்களைச் செய்தது. கிராமத்து மக்களைப் பயமுறுத்தி, அவர்கள் தங்கள் நிலங்களை டாடா கம்பெனிக்கு விற்பதற்காகவே இந்த முயற்சிகள்.

டாடா கம்பெனி மூச்சுவிடவே இல்லை. எதுவுமே நடக்காததைப் போல் பள்ளிகளில் விளையாட்டுப் போட்டி நடத்தினார்கள். மருத்துவ முகாம்கள் நடத்தினார்கள். தங்கள் கம்பெனியின் சமூகப் பொறுப்புணர்ச்சியை (கார்பரேட் சோஷியல் ரெஸ்பான்சிபிலிட்டி) வெளியே காட்டுவதற்காகப் போட்ட வெளிவேஷங்கள் இவை. கிராமத்து மக்கள் தங்கள் நிலங்களில் கடுமையாக உழைத்துப் பயிரிட முயற்சி எடுத்தனர். ஆனால் அரசோ அந்த நிலங்கள் எல்லாம் டாடா கம்பெனிக்கு என்று ஏற்கெனவே தீர்மானித்துவிட்டது. விவசாயிகளுக்கு எந்தவித வங்கிக் கடன் உதவிகளும் கிடைக்க வழியில்லாமல் செய்தது அரசு. உரப் பொருள்கள்கூட அவர்களுக்கு எட்டாத உயரத்திலேயே இருந்தன. இந்தப் போராட்டங்களில் மிகவும் நன்மையடைந்தவர்கள் யார் தெரியுமா? நிலப் பறிப்பு களிலும், நிலம் வாங்கும் விற்கும் செயல்களிலும் லாபமடையும் சில தரகர்கள் மட்டுமே. இப்படிப்பட்ட பல குழப்பங்களுக்கும் போராட்டங்களுக்கும் நடுவில் 2016ஆம் ஆண்டு ஆகஸ்ட் மாதத்தில் இந்தத் திட்டத்தை டாடா கம்பெனி நிறுத்திவிட்டது. நிலங்களை ஆக்கிரமிப்பதில் இருந்த தடைகள், இரும்புத் தாது கிடைப்பதில் ஏற்படும் சிரமங்கள் - இதையெல்லாம் தாண்டி அகில உலக அளவில் இரும்புத் தயாரிப்பில் சோர்வடைந்திருப்பது - இவை எல்லாமே டாடா பின்வாங்கியதற்கான காரணங்களாக இருந்தன.

புதைந்து கிடக்கும் பெருஞ்செல்வம்

2015ஆம் ஆண்டு மே மாதம் தந்தேவாடாவுக்கு மோடி வருகை தந்தார். 24,000 கோடி ரூபாயில் புதிய, மிகப் பெரிய இரும்பாலை ஒன்று ஜக்தல்பூருக்குத் தெற்குப் பக்கம் உள்ள தில்மில்லி என்ற இடத்தில் நிறுவப்படும். மேலும் 10 மில்லியன் மெட்ரிக் டன் இரும்பைக் கையாள ஓர் ஆலை பெயிலாதில்லா என்ற இரும்புச் சுரங்கம் இருக்கும் என்எம்டிசிக்கு அருகில் உள்ள பாசெலி - கிர்டுல் என்ற இடத்தில் கட்டப்படும். மூன்றாவதாக, ஜக்தல்பூருக்கு வடக்குப் பக்கம் உள்ள சாவோகத் சுரங்கத்திலிருந்து இரும்புத்

தாதுவை எடுத்துச் செல்ல ஒரு பெரும் ரயில் பாதை அமைக்கப்படும். இதோடு நாகர்நார் அருகில் தாதுக்கலவை எடுத்துச் செல்ல உதவும் குழாய்களும், சிறு உலோகக் குண்டுகளும் செய்யும் ஆலை ஒன்றும் நிறுவப்படும்.

அரசு தன் போக்கில் சென்றிருந்தால் இந்நேரம் ஜக்தல்பூர் எல்லாத் திசைகளிலும் பல இரும்பு ஆலைகளாலும், இரும்புத் தாதுவையும் மற்ற தாதுப் பொருள்களையும் ஏற்றிச் செல்லும் (குறுக்கும் நெடுக்கும் செல்லும் குழாய்கள், சாலைகள், ரயில் சாலைகள் என்று) பல அமைப்புகளாலும் சூழப்பட்டிருக்கும். தாதுப் பொருள்களைத் தோண்டியெடுக்கும் சுரங்கங்கள் இல்லாது போனாலும், அங்குள்ள ஆலைகளுக்குத் தேவையான மின்சாரம் தயாரிக்கவும், நீர் கொடுக்கவும் பல அணைகளும் ஏரிகளும் வந்திருக்கும். ஒருவேளை ஆந்திரப் பிரதேசத்தின் போலாவரம் அணை திட்டமிட்டபடி வந்திருந்தால் கோன்டா பகுதி நீருக்குள் மூழ்கியிருக்கும். இதே போல் கைவிடப்பட்டு, பிறகு மீண்டும் தொடங்கப்பட்ட போத்காட் நீர் மின்சார ஆலையால் தந்தேவாடா பகுதி நீரில் மூழ்கிப் போகக் கூடும். சுரங்கங்கள், அணைகள், மர்தும் என்ற பகுதியில் உள்ள ராணுவ முகாம், கான்கரில் உள்ள காட்டுப் பகுதிப் போர் நடவடிக்கைப் பயிற்சிக் கல்லூரி போன்ற அமைப்புகளால் அந்த நிலம் தன் வழக்கமான பல்லுயிர் செல்வத்தை முழுமையாக இழந்துவிட்டது. அதன் கடந்த காலத்தின் உயிர்ச் சொத்துகள் எல்லாமே பழங்கனவாகிப் போனது.

19ம் நூற்றாண்டு இறுதியில் வனத்துறையின் பொறுப்பில் இருந்த காடுகள் கப்பல் கட்டுவதற்கும் ரயில் பாதை அமைப்பதற்கும் பெரிதும் அழிக்கப்பட்டன. 20ம் நூற்றாண்டில் பொறியாளர்கள் அணைகள் கட்டும் பணியில் இறங்கினார்கள். இன்று 21ம் நூற்றாண்டில் சுரங்கங்களைத் தோண்டி தாது எடுக்கும் வெறியில் அரசுகளும் தனியார்களும் போட்டியிட்டுக் கொண்டிருக்கின்றன.

2007-2008இல் உலக அளவில் நுகர்வோர் பொருள்கள் மீதான மோக வெறியும் மிக உயரத்துக்குச் சென்றது. பிரிக்ஸ் நாடுகள் (பிரேசில், ரஷ்யா, இந்தியா, சீனா, தென் ஆப்பிரிக்கா) தங்கள் கூட்டு முயற்சியாலும் வளர்ச்சியாலும் அடிப்படை நுகர்வோர் பொருள்களுக்கான தேவைகளில் புதிய உச்சங்களைத் தொட்டன. அவற்றின் விலை மதிப்புகளும் ஏற்றம் கொண்டன. இவற்றை அடைந்துவிட பெரும் முதலீடுகள் இறக்கி விடப்பட்டன. சுரங்க வேலைகள் தீவிரமடைந்தன. சுரங்க வேலைகளுக்கான அறிவியல் தொழில்நுட்ப வளர்ச்சிகளும் விரைந்து வளர்ந்தன. இந்த நூற்றாண்டின் முதல் பத்து ஆண்டுகளில்

இரும்பு உற்பத்தி மட்டும் 10 விழுக்காடு கூடியது. புதுப் புது இடங்களில் சுரங்கங்கள் ஆரம்பிக்கப்பட்டன. அரசு இயந்திரமும் முனைப்போடு அந்தக் கிராமிய அமைப்புகளில் புதிய சாலைகள், மின்சாரம், தொடர்பு சாதனங்கள் என்று முக்கிய தேவைகளுக்கான வேலைகளை முழு மூச்சுடன் முடுக்கிவிட்டன.

இந்த நூற்றாண்டின் இந்த வேக வளர்ச்சிகள் சத்தீஸ்கரில் முழு வீச்சில் தங்கள் தடங்களைப் பதித்தன. 1982-1990 ஆண்டுகளில் நில ஆக்கிரமிப்புகளில் 96 விழுக்காடு நீர்வளம் கூட்டுவதற்கான திட்டங்களுக்காக நடந்தன. ஆனால், இந்த விழுக்காடு 1991-2007ஆம் ஆடுகளில் 49.9 விழுக்காடாக இறங்கியது. ஆனால், இதற்கு எதிர்மறையாக ஆலைகள் அமைக்க, சுரங்கங்கள் தோண்ட, பாதுகாப்பு அமைப்புக்காக, சாலைகள் அமைக்க 34.72 விழுக்காடு நிலங்கள் கையடக்கம் செய்யப்பட்டன. இந்த உள் கட்டமைப்பு களுக்காக இந்த உயர்ந்த அளவு நிலப் பரிமாற்றம் நடந்தாலும், இதைவிட முக்கியமான கல்வி, சுகாதாரம் என்ற அடிப்படைத் தேவைகளுக்காக நிலப் பரிமாற்றம் வெறும் பூஜ்யம்தான். பஸ்தாரில் மட்டும் 1991-2007இல் 3703.75 ஏக்கர் நிலங்கள் வெறுமனே பாதுகாப்புக்காக மட்டும் கையகப்படுத்தப்பட்டன.

பஸ்தாரில் உள்ள தாதுப் பொருள்களின் அளவு அதிசயிக்கத் தக்கது. நாட்டில் உள்ள இரும்புத் தாதுவில் 10 விழுக்காடு இங்கு மட்டுமே உள்ளது. இத்தாதுவைத் தவிர பாக்சைட், ப்ளாட்மன், வைரம் போன்று கடினமாக குருந்தம் என்ற தாது, டோலோமைட், சுண்ணாம்பு போன்ற மற்ற தாதுப் பொருள்கள் இந்த மாநிலத்தின் பொருளாதார வருமானத்துக்குப் பெருமளவில் உதவுகின்றன. ஆனால், இதில் பெருமளவு தனி மனிதர்களின் கைகளுக்கே இந்த லாபம் செல்கிறது ஒடிசாவில் உள்ள கலிங்க நகரும் காஷ்பூரும், ஜார்கண்டில் உள்ள நோவாமுண்டி, வடக்கு சத்தீஸ்கரில் ராய்கார் போன்ற இடங்கள் அனைத்தும் புதிய பஞ்சிரும்பு ஆலைகளால் சூழப்பட்டு விட்டன. இந்த ஆலைகள் வெளித் தள்ளும் கெட்டியான கரும் புகையும், நிலக்கரிச் சுரங்கங்கள் பசுங்காடுகளை அழித்து ஒழிப்பதும், இரும்பு அல்லது பாக்ஸைட் தாதுக்களைத் தோண்டி எடுக்கும்போது அழிந்து போகும் கிராமங்களும், அகற்றப்படும் அல்லது விரட்டப்படும் பாவப்பட்ட மக்களும், ஆலைகளின் கழிவுகளால் நீரோடு சிகப்பு வண்ணக் கழிவுகள் கலப்பதும், நீர்நிலைகள் அடியோடு சுரண்டப் படுவதும் இங்கு நடக்கும் தொடர் நிகழ்வுகள்.

திட்டமிடப்பட்ட, அனுமதிக்கப்பட்ட சுரங்க வேலைகளோடு கள்ளத்தனமாக ஏமாற்றுக்காரர்களால் தோண்டி எடுக்கும்

வேலைகளும் தொடர்கின்றன. என் கண் முன்னே இந்த நிகழ்வுகள் தொடர்ந்து நடப்பதைப் பார்த்திருக்கிறேன். வடக்கு சத்தீஸ்கரில் அந்தகார் என்ற ஆற்றுப் படுகையில் தங்கச் சுரங்களைக் கடந்திருக் கிறேன். தெற்கே தோங்கால் என்ற பகுதியில் உருக்கப்பட்ட வெள்ளீயங்களைச் சட்டத்துக்குப் புறம்பாக தங்கள் இரு சக்கர வாகனங்களின் பக்கங்களில் தொங்கும் பைகளில் போட்டுக் கடத்துவதைப் பார்த்திருக்கிறேன்.

இவை ஒடிசாவின் எல்லையைக் கடந்து விற்பனைக்காக ஆந்திரப் பிரதேசத்துக்குள் எடுத்துச் செல்லப்படுகிறது. இதைக் கொண்டு செல்லும் அந்தக் கடத்தல்காரர்கள் தங்கள் வழிகளில் உள்ள காவல் நிலையங்களுக்கு வழக்கமான தண்டல் காசு எவ்வளவு என்பதையும் என்னிடம் சொல்லியுள்ளனர்.

தந்தேவாடா பத்திரிகையாளர் ஒருவர் அங்கு தினம் இரவில் 14 அல்லது 15 லாரிகளில் 16லிருந்து 40 டன் அளவுள்ள இரும்புத் தாது என்எம்டிசி சுரங்கங்களிலிருந்து திருடப்பட்டு அனுப்பப்படுகிறது என்றார். இந்தத் தாது பாச்சேலி, கிரண்டுல் ஆகிய இடங்களில் உள்ள பஞ்சிரும்பாலைகளிலிருந்து கடத்தப்படுகிறது.

ஜுதும் மூலமாக ஏராளமான கிராம மக்களை விரட்டியடித்துவிட்டு காலியான கிராமங்களைப் பயங்கரமான லாபத்துக்காகக் கைப்பற்று கிறார்கள். ஆந்திரப் பிரதேசத்தின் எல்லைக்குள் சிந்தூர் என்ற இடத்திலுள்ள விருந்தினர் விடுதியில் 2008ஆம் ஆண்டு ஒரு தெலுங்கு வியாபாரியைச் சந்தித்தேன். சத்தீஸ்கருக்குப் போவதற்காக நான் அங்கு தங்கியிருந்தேன். அந்த வியாபாரி அப்போது சத்தீஸ்கரிலிருந்த கிராமம் ஒன்றில் உள்ள மூன்று ஹெக்டேர் நிலத்தை வாங்கியிருந்தார். அது ஒரு கிரானைட் தொழிற்சாலைக்கு அருகில் இருந்தது. கிராமத்து மக்கள் எல்லோரும் ஏற்கெனவே முகாமுக்கு விரட்டப் பட்டு விட்டார்கள்.

அந்த மூன்று ஹெக்டேர் நிலத்திலிருந்து அவருக்குக் கிடைக்கக் கூடிய லாபம் பத்திலிருந்து இருபது கோடி வரை இருக்கும். பஞ்சாயத்து விரிவுபடுத்தப்பட்ட அட்டவணைப் பகுதி சட்டம் (பிஈஎஸ்ஏ) 1996ன்படி இது போன்று நிலங்களை ஒத்திக்கு எடுத்து, அங்குள்ள தாதுப் பொருள்களை எடுக்கும்போது அந்தந்த கிராம மக்களின் அனுமதி பெறவேண்டும். ஆனால், இங்கு அக்கிராமத்து மக்களும் எப்போதோ விரட்டப்பட்டு விட்டார்கள். ஆகவே, அக்கிராமம் இது போன்ற வியாபாரிகளின் சாம்ராஜ்ஜியம்தான். அரசும் பல காரணங்களோடு இதனைக் கண்டுகொள்வதில்லை.

அந்த வியாபாரி என்னிடம், 'நான் எப்போதும் இது போன்ற நிலங்களின்மீது கண் வைத்திருப்பேன். எப்போது போட்டி குறைவாக உள்ளதோ, அது போன்ற இடங்களில், அது போன்ற நேரங்களில் ஒத்திக்கு நிலத்தை எடுத்து விடுவேன்' என்றார். கொக்கு போன்று காத்திருப்பார் போலும். அவரது நிறுவனம் வெவ்வேறு கிராமங்களில் 100 ஹெக்டேர் நிலம் கைப்பற்றி வைத்திருக்கிறது. வெவ்வேறு பெயர்களில் பதிவு செய்துவிடுவார்கள். சட்டத்தைச் சுற்றி வளைத்து ஏமாற்றுவதுதான் இது. காட்டுப் பகுதியைக் கையகப்படுத்த, அரசை ஏமாற்ற இப்படிப் பல வழிகள் இருக்கின்றன.

சுரங்கத் தொழிலுக்குள் ராணுவத்தின் ஊடுருவல்

சுரங்கத் தொழிலுக்கும் ராணுவத்துக்கும் ஒரு பிணைப்பு இருக்கிறது. 2003ஆம் ஆண்டு இந்திய அரசு தனது சுரங்கக் கொள்கைகளை மிகவும் தளர்த்தியது. ஆனால், சுரங்கத் தொழிலை ஆரம்பிக்கவும் விரிவாக்குவதற்கும் பெரும் தடைகளாக மாவோயிஸ்ட் கட்சி இருந்தது. அவர்கள் பல நிலப் பரப்புகளைத் தங்கள் கட்டுப் பாட்டுக்குள் வைத்திருந்தார்கள். ஆகவே, நிலத்தைக் கையகப் படுத்துவதோ தொழில் முனைப்பை விரைவுபடுத்துவதோ மிகவும் கடினமாகிப் போனது. இந்திய வணிக, தொழில் கூட்டமைப்பு போன்ற தொழில் முனைவோர் கழகங்கள் (எஃப்சிசிஐ) அரசின் மூர்க்கத்தனமான மாவோயிஸ்ட் எதிர்ப்புக்கு முழு ஆதரவை அளித்தார்கள். அதோடு தனியார்களின் ஒத்துழைப்பையும் நாடினார்கள்.

'தாது வளங்கள் மிகுந்திருக்கும் பல நிலப்பரப்புகள் மாவோயிஸ்டு களின் கட்டுப்பாட்டில் இருப்பது பல தொழிலதிபர்களின் முனைப்புக்கும் திட்டத்துக்கும் மிகவும் எதிராக உள்ளது. ஆனால் இந்தியாவோ தொழில் வளத்தைக் கூட்டவேண்டிய கட்டாயத்தில் உள்ளது. அதுவே வளர்ச்சிக்கான ஒரே வழி. இதில் வெளிநாட்டு நிறுவனங்களும் முழு வீச்சில் ஈடுபட விழைகின்றன. ஆனால், நக்சலைட்டுகள் இந்தியாவின் சுரங்கத் துறையோடும், இரும்பாலை நிறுவனங்களோடும் போரிட்டுக்கொண்டு, இந்தியாவின் வரலாற்று வெற்றிக்குப் பெரும் தடை போடுகின்றனர்.'

ஜூன் மாதம் 2008ஆம் ஆண்டு, மாநில அரசு டாடா நிறுவனத்தோடு புரிந்துணர்வு ஒப்பந்தம் ஒன்றுக்குக் கையெழுத்திட்டது. டாடா ஓர் இரும்பாலை ஆரம்பிப்பதற்கான அனுமதி ஒப்பந்தம் அது. இதே காலகட்டத்தில்தான் சல்வா ஜுடும் பிறப்பெடுத்தது. இந்த இரு நிகழ்வுகளும் தற்செயலாக ஒரே சமயத்தில் நடந்தவை என்பதை மனித உரிமைப் போராளிகள் ஒத்துக்கொள்வதில்லை. ஏறத்தாழ

இதே காலத்தில் எஸ்ஸார் நிறுவனம் துர்லி, பான்னி கிராமங்களில் ஓர் இரும்பாலை ஆரம்பிக்க நிலம் வாங்க ஆரம்பித்தது. டாடா, எஸ்ஸார் என்ற இரு நிறுவனங்களும் பைலாதில்லா என்ற மலைப் பகுதியில் உள்ள இரும்புத் தாதுவை எடுப்பதற்கான உரிமங்களைப் பெற்றன. பிஈஎஸ்ஏ சட்டத்தின்படி இந்த இரு நிறுவனங்களும் லோகன்டிகுடா, துர்லி, பான்ஸி என்ற இடங்களில் நடக்கும் பொது மக்கள் குறை தீர்க்கும் கூட்டத்தில் கலந்துகொண்டனர். மக்களின் 'அனுமதி' பெறவே இந்தக் கூட்டம் நடந்தது.

'தந்தேவாடா ஆதிவாசிகளின் மகா சபை, சங்கர்ஷ் சமிதி துர்லி என்ற இரு அமைப்புகளின் தலைமையின் கீழ் கிராமத்து மக்கள் அந்தக் கூட்டத்தில் செப்டெம்பர் மாதம் 9ஆம் தேதியே காவல் துறை தங்களைக் கட்டாயப்படுத்தி 'மறுப்பில்லை சான்றிதழ்'களில் கையெழுத்து வாங்கிவிட்டதாகப் புகார் சொன்னார்கள். வீட்டுக்கு இரு காவல் துறையினர் அனுப்பப்பட்டனர். அந்தக் கூட்டத்துக்கு வெளியாட்கள் யாரையும் அனுமதிக்கவில்லை. மக்களும் ஒருவருக் கொருவர் பேசக்கூட அனுமதிக்கப்படவில்லை. வீட்டை விட்டு வெளியே வரவும் தடை. காலை 9 மணிக்கு மக்கள் அனைவரும் பலவந்தமாக லாரிகளில் ஏற்றப்பட்டு இந்தக் கூட்டத்துக்கு வலுக்கட்டாயமாக அழைத்து வரப்பட்டோம். எதிர்க்கட்சித் தலைவரான மகேந்திர சர்மாவும் காவல் துறைக்கு உதவி செய்தார். இரண்டு இரண்டு பேராக ஓர் அறைக்குள் நாங்கள் அழைத்துச் செல்லப்பட்டோம். அங்கே கைத்துப்பாக்கியை தலைப் பொட்டில் வைத்து அழுத்திப் பயமுறுத்தி, கட்டாயக் கையெழுத்து வாங்கினார்கள். அதன்பின் நாங்கள் கிராமத்துக்கு வெளியே தலைகாட்டக் கூடாது என்றார்கள்.'

இத்தனை பயமுறுத்தல்களுக்கும் அஞ்சாது நின்று கையெழுத்துப் போட மறுத்தவர்கள் கைது செய்யப்பட்டனர். அந்தக் கிராமங்களில் 144 என்ற தடை உத்தரவும் பிறப்பிக்கப்பட்டது.

வடக்கு பஸ்தாரில் 22 துணை ராணுவப் படைகள் அங்கிருக்கும் ராவோகத் சுரங்கங்களின் காவலை அதிகப்படுத்த வந்திறங்கின. அங்கிருந்த ஆதிவாசிகளிடமிருந்து பத்து ஆண்டுகளுக்கு முன்பே அவர்கள் ஆயுதங்களான அம்பு, வில் எல்லாவற்றையும் பிடுங்கிக் கொண்டனர். அப்போதுதான் இந்த ஆலைத் திட்டம் பிறப்பெடுக்க ஆரம்பித்திருந்தது. அப்போதே அவர்கள் ஆயுதங்களைப் பறிகொடுத்து விட்டு, அங்கிருந்த விலங்குகளிடமிருந்து தற்காப்பு செய்துகொள்ள முடியாத நிலையில் இருந்தார்கள். அப்போதிருந்தே பல கிராமத் தலைவர்கள் மீண்டும் மீண்டும் கைது செய்யப்பட்டார்கள்.

ஆதிவாசிகள் புதிதாக முளைக்க ஆரம்பிக்கும் ஆலைகளுக்கும் புது ரயில் சாலைகளுக்கும் சுரங்கத் தொழிலுக்கும் எதிராகப் போராட ஆரம்பித்திருந்தார்கள். பெரிதாக மதிக்கப்படும் ரேபிட் என்விராண் மெண்டெல் இம்பாக்ட் அசெஸ்மெண்ட் கொடுத்த அறிக்கையில் ராவோகத் சுரங்கங்கள் ஆரம்பிக்கப்பட்டால் அது பெருமளவுக்கு மக்களுக்கும் சூழலுக்கும் தீமையளிக்கும் என்றும் தில்லி ராஜ்கரா - ஜக்தல்பூர் ரயில்வே சாலையும் பெரும் தீமை விளைவிக்கும் என்றும் கூறியதற்குப் பின்னும் திட்டங்கள் ஆரம்பிக்கப்பட்டன. இத்திட்டங் களால் நாட்டிற்கு விழையும் நட்டம்: 26 வகை தாவரங்கள் 'சிகப்பு அட்டவணை'யில் இடம் பெறும்; அழிவுக்கு அருகில் உள்ள தாவரங்கள் அவை. 22 பாலூட்டிகளில் 15 மிகவும் அழிவிற்கருகில் அல்லது அழிந்துகொண்டு வரும் விலங்கினங்கள். அவை ஐயூசிஎன் அட்டவணையிலோ, டபிள்யூபிஏ அட்டவணையிலோ இடம் பெறும். அதிக எண்ணிக்கையில் பூச்சி இனங்கள் அழியும் நிலையில் உள்ளன. 28 வண்ணத்துப் பூச்சியினங்கள், 36 வகைகளைச் சேர்ந்த 102 பறவையினங்கள் அழியும் நிலையில் உள்ளன.

சுரங்கத்திலிருந்து வரும் கழிவுப் பொருள்கள் பெரும்பாலும் அப்பகுதி முழுவதையும் அழித்து விடும், அப்பள்ளத்தாக்கே அழிந்து விடும், அங்க வாழும் மக்களின் கலாசாரமும் வாழ்க்கையும் முற்றாக அழித்தொழிக்கப்படும் என்றும் இந்த அறிக்கை குறிப்பிடுகிறது.

ஆசையின் ஆலாபனைகள்

சுரங்கங்கள் தோண்டுவதும், தாதுப் பொருள்களைப் பிரித்தெடுப்பதும் மட்டுமே இப்பகுதியின் முழுக் கதையைச் சொல்வதில்லை. நாடு முழுவதிலுமே நிலம் அபகரிக்கப்படுகிறது. காவல் துறை பெரிய நிறுவனங்களுக்கு உதவும் அமைப்பாகவே எப்போதும் செயல்படும். நில ஆக்கிரமிப்புக்கு எதிர்க்குரல் கொடுக்கும் மக்களைத் துப்பாக்கியால் சுட்டுக் கொல்வது வழமை. ஆனாலும், சல்வா ஜுடும் போன்று ஓர் அமைப்பைக் கட்டிக் காபந்து செய்வது ஒரு புதுப் பழக்கம்தான். வேறெங்கும் இது போன்று நடக்கவில்லை. இதில் பலரின் ஆர்வங்கள் பின்னிப் பிணையப் பட்டிருக்கின்றன. தில்லியில் உள்ள பாதுகாப்புத் துறை, அப்பகுதியைச் சேர்ந்த அரசியல்வாதிகள், காவல் துறை, சுரங்கத் தொழில் முதலாளிகள், இந்துத்துவ ஆர்எஸ்எஸ், வேலையில்லாத இளைஞர் கூட்டம் என்று பலருடைய ஆர்வங்களும் தேவைகளும் இதில் பின்னிப் பிணைந்துள்ளன.

இந்தியாவில் உள்ள மிகப் பல ஆதிவாசிகளின் பக்கம் அரசின் கவனம் எப்போதுமே செல்வதில்லை. அவர்களுக்கான கல்வி,

சுகாதாரம் எல்லாமே ஆதிவாசிகளுக்கு எட்டாக் கனிகள். ஆனால், அம்மக்களது மண் யாருக்கு வேண்டுமானாலும் சொந்தமாகலாம் என்பது அரசின் கொள்கை. தங்கள் ஆளுமையை அரசு இவர்களை அடக்கியாள்வதில் காண்பிக்கிறது. உத்தரப் பிரதேசம், பிகார் போன்ற மாநிலங்களில் காவல் துறை அங்குள்ள பெருந்தனக்காரர் களுக்கும் அவர்களது ஆயுதம் தாங்கிய அடியாட்களுக்கும் எப்போதுமே துணை நிற்பவர்கள். ஆனால், மாவோயிஸ்டுகளால் எங்கும் பரந்து இருக்கமுடியாது. ஜுடும் அழித்து எரித்து அட்டூழியம் செய்த இடங்களை வைத்துத் தொகுத்துப் பார்த்தால், அவற்றுக்கும் அங்குள்ள சுரங்கத் தொழில்களுக்கும் நேரடித் தொடர்பு இருக்காது. காரணம் எங்கு மாவோயிஸ்டுகள் இருப்பார்களோ, அங்கே ஜுடும் தங்கள் முதல் அழிப்பை ஆரம்பிப்பார் கள். மாவோயிஸ்டுகளின் ஆதர்சன இடங்களை அழித்துவிட்டு, பின் அங்கிருந்து திரும்பும்போது தங்கள் மனம் போன போக்கில் வழியில் உள்ள கிராமங்களை அழிப்பார்கள். இதில் எந்த வரைமுறையோ நோக்கமோ இருக்காது.

ஆர்எஸ்எஸ் அமைப்புக்கு எப்போதுமே இடதுசாரிகள்தான் முதல் எதிரிகள். ஆர்எஸ்எஸ் ஸின் உயர் மட்டக் குழு தன் வரலாற்றைப் பேசும்போது மாவோயிஸ்டுகளுக்கும், அவர்களது குழுக்களான வன்வாசி கல்யாண் ஆஷ்ரம், வித்யா பாரதி, காயத்ரி பரிவார் போன்றவைகளுக்குமான எதிர்ப்புகளைப் பேசும். அது மட்டுமின்றி மிகவும் பெருமையுடன் சல்வா ஜுடும் அமைப்பில் தங்களின் பங்களிப்பு இருப்பதைக் கூறுவார்கள்:

‘தந்தேவாடாவில் உள்ள குமர்குண்டா கிராமத்தில் நடந்தவற்றில் காயத்ரி பரிவார், சங் பரிவார், திவ்ய தேவா சங்கம் போன்ற அமைப்புகளின் பங்களிப்பு நம்பமுடியாத அளவில் இருக்கும். சல்வா ஜுடும் 15 ஆண்டுகளுக்கு முன்பு ‘மக்கள் விழிப்புணர்வு இயக்கம்’ என்ற அமைதியான குழுவாக(!) ஆரம்பித்தது. இக்குழுவின் முதல் குழு நோக்கமே ஒவ்வொரு கிராமத்திலும் ஒரு பாதுகாப்புக் குழுவை ஏற்படுத்துவதுதான். தன்னை விளம்பரப் படுத்திக் கொள்வதிலோ, தங்கள் கொள்கைகளைப் பரப்புவதிலோ அவர்களுக்கு ஆர்வமே கிடையாது. அதுவே அவர்களுடைய பலத்துக்கான முக்கிய காரணம்.’

ஜுடும் அமைப்பின் தலைவராகச் சொல்லப்பட்ட காங்கிரஸ் அரசியல்வாதி மகேந்திர சர்மாவுக்கு இது ஒரு நல்ல நேரம். அவரது பெயரும் புகழும் பரவும். அவருக்கும் அவர் குழுவினருக்கும் நிறைய பணமும் சேர்க்கமுடியும். இன்னொரு வதந்தியும்

பரவியிருந்தது. 2005ஆம் ஆண்டில் அவர் மத்தியப் புலனாய்வுத் துறை விசாரித்த மாலிக் மக்புஜா மோசடியில் குற்றஞ் சாட்டப் படுவதிலிருந்து தப்பிப்பதற்காகவே ஜுடும் விவகாரத்தில் முழுமையாக நுழைந்தார் என்று சொல்லப்பட்டது. சட்டத்தைப் புறந்தள்ளி பெருமளவில் மரங்கள் வெட்டித் திருடப்பட்டன என்பதே அந்த மோசடியின் முக்கியப் புள்ளி. ஏனெனில், சுரங்க வேலைகள் ஆரம்பிப்பதற்கு ஒரு நூற்றாண்டுக்கு முன்பே காட்டில் உள்ள மரங்களை பெரும் லாபத்துக்கு வெட்டிச் சூறையாடுவது பஸ்தாரில் பழகிப் போன ஒன்று. அரசும் தனியாரும் காட்டின் வளங்களைத் தொடர்ந்து களவாடிக்கொண்டுதான் இருந்தார்கள்.

1947க்கு முன்பு தேக்கு மரங்களையோ பழம் தரும் மரங்களையோ வெட்டுவது தடை செய்யப்பட்டிருந்தது. அதிக நிழல் காரணமாகவோ அல்லது இலைகள் கீழே விழுவதாலோ அருகிலிருக்கும் பயிர்களுக்குக் கேடு வரும்போது மட்டும் அத்தகைய மரங்கள் வெட்டப்படலாம் என்பதுதான் சட்டம். ஆனால், சுதந்தரத்துக்குப் பின்பு எரிந்த மரங்களை வெட்டலாமா என்பதை விவசாயிகள் முடிவு செய்து கொள்ளலாம்; அரசாங்கத்தின் அனுமதி பெற்று அவற்றை வெட்டிக்கொள்ளலாம் என்றானது. இந்த உரிமைதான் மாலிக் மக்புஜா என்று அழைக்கப்படுகிறது. இந்தத் திட்டத்தின்படி ஒப்பந்தக்காரர்கள் விவசாயிகளை எளிதாக ஏமாற்றிக் கொள்ளை யடித்தனர். தேக்கு மரம் போன்றவற்றின் மதிப்பை அறியாத விவசாயிகளிடம் லட்சக்கணக்கில் பெரும் மரங்களைக் குறைந்த பணம் கொடுத்து வெட்டினார்கள். இது ஆதிவாசிகளின் நிலங்களில் நடந்த ஏமாற்று வேலை. அரசாங்கத்தின் உரிமையுடைய காட்டு மரங்களையும் வெட்டி, அவை ஆதிவாசிகளின் நிலத்தில் வெட்டியவை என்று பொய் கூறி கடத்திக்கொண்டு போனார்கள். நூற்றுக்கணக்கில் லாரிகளில் காட்டு மரங்கள் காலம் காலமாகக் கடத்தப்பட்டன.

ஆதிவாசிகளை ஒப்பந்தக்காரர்கள் ஏமாற்றியதால் ஒரு புதுச் சட்டம் இயற்றப்பட்டது. பட்டியல் சாதியினர் காப்புச் சட்டம் 1956ஆம் ஆண்டு இயற்றப்பட்டது. ஆதிவாசிகளிடம் இருந்து மரங்களை விலைக்கு வாங்கும்வரை அரசின் ஆணையர் சம்மதம் தந்து, மேற்பார்வை இட வேண்டும் என்ற இந்தச் சட்டம் ஆதிவாசிகளின் நன்மைக்காக இயற்றப்பட்டது.

ஆனால், இந்தச் சட்டம் தாளின்மீது மட்டுமே இருந்துவந்தது. அரசு இச்சட்டத்தை முழுமையாக எடுத்துக் கொள்ளவில்லை. கடத்தல் காரர்களோடு அரசு இயந்திரங்கள் இயைந்து பயணித்தன. சட்டம்

பணக்காரர்களின் வசதிக்கேற்ப வளைக்கப்பட்டது. பல தரகர்கள் மெல்ல உள் நுழைந்து ஆதிவாசிகளிடம் நெருங்கிப் பழகினர். ஆசை வார்த்தைகள் அதிகம் பேசி, ஆதிவாசிகளைத் தங்கள் நிலத்தில் உள்ள மரங்களை வெட்டுவதற்கான உரிமங்களைக் குறைந்த விலையில் பெற்றனர். மீதியுள்ள அரசின் அலுவலக வேலைகளைத் தாங்களே செய்துவிடுவதாகக் கூறியே இப்படிக் குறைந்த பணம் கொடுத்து நம்பமுடியாத அளவுக்குப் பெரும் லாபத்துக்கு ஒப்பந்தக் காரர்களிடம் விற்றுப் பொருள் ஈட்டினர். மக்களின் அறியாமையும் கல்லாமையும் தரகர்களுக்கும் ஒப்பந்தக்காரர்களுக்கும் பெரும் லாபத்தை ஈட்டித் தந்தன.

1997ஆம் ஆண்டு மாலிக் மக்புஜா சட்டம் புலன் விசாரணையில் இருக்கும் சூழலில் நானும் அதனை ஆய்வு செய்ய முனைந்தேன். குக்கனார் என்ற இடத்தில் முந்துரு என்பவரை நான் நேர்காணல் செய்தேன். முந்துருவின் வங்கிக் கணக்குப் புத்தகத்தில் 2,72,000 ரூபாய் இடப்பட்டிருந்தது. ஆனால் வங்கிப் புத்தகம் தரகரிடம் இருந்தது. அதிலிருந்து அவர் பணத்தை எடுத்துப் பலருக்கும் கொடுத்தார். இறுதியில் முந்துருக்குக் கிடைத்தது வெறும் 16,000 ரூபாய் மட்டுமே.

ஒப்பந்தக்காரர்கள் வெறும் மரங்களை மட்டும் கொள்ளையடிக்க வில்லை. நிலங்களையும் சட்டத்துக்கு எதிராக வாங்கினார்கள். பிறகு நிலத்திலுள்ள மரங்களை விருப்பத்துக்கு வெட்டிக் கொள்ளலாம் அல்லவா! காங்கிரஸ், பாஜக கட்சிகளில் உள்ள பெரும் பணக்கார ஆதிவாசி அரசியல்வாதிகளான மகேந்திர சர்மாவும், ராஜாராம் தோடம் போன்றோரும் மிக எளிதாக ஆதிவாசிகளின் பரம்பரை நிலங்களை வாங்கமுடியும். அப்படி வாங்கி, நிலங்களின் பத்திரங்களை மாற்றி, அவற்றை விற்றுவிட அரசின் காட்டு இலாகா, பொருளாதார இலாகா அதிகாரிகள் உதவினர். அரசின் உடைமைகளான காட்டுச் செல்வம் தொடர்ந்து இப்படிப் பலரால் களவாடப்பட்டது.

இந்திய கம்யூனிஸ்ட் கட்சியின் சட்டசபை உறுப்பினரான மனிஷ் குஞ்ஜம் இந்த ஊழல்களைப் பற்றிய கேள்விகளை சட்டசபையில் எழுப்பினார். பஸ்தார் ஆளுநர் தனது அதிகாரியான கமிஷனரின் மேல் குற்றம் சாட்டினார். ஆனால், 1993-1997 ஆண்டுகளில் மத்திய பிரதேச அரசு எவ்வித முயற்சியும் எடுக்கவே இல்லை. இதனால் கர்நாடகாவிலுள்ள சமாஜ் பரிவர்த்தனா சமுதாயா என்ற அமைப்பில் உள்ள சூழலியல் நிபுணர் S.R. ஹிரேமத், ஏக்தா பரிஷத் அமைப்பின் ரத்னேஷ்வர் நாத், கான்கெர் என்னும் பகுதியிலுள்ள அரசு சாரா

அமைப்பு என்று பலரும் இணைந்து இந்த ஊழலை உச்ச நீதிமன்றத்துக்கு எடுத்துச் சென்றனர். 1997இல் பஸ்தாரில் மரங்கள் வெட்டக்கூடாது என்று நீதிமன்றம் தீர்ப்பளித்தது. அதன் உத்தரவின் பேரில் லோகாயுக்த் அங்கே ஒரு தனி ஆய்வு மேற்கொள்ளவேண்டும் என்று பணித்தது. அரசு இதைக் கண்காணிக்கும் என்று எதிர்பார்க்கப் பட்டது. ஆனால், இந்த அமைப்பு சிலர் மீது வழக்கு தொடர்ந்த தோடு சரி. வேறு பலன் எதுவும் கிட்டவில்லை.

லோகாயுக்த் கொடுத்த அறிக்கையின்படி பஸ்தாரில் நாடாளுமன்ற உறுப்பினராக இருந்த மகேந்திர சர்மா செய்த ஏமாற்று வேலை வெளிச்சத்துக்கு வந்தது. அவரது தொகுதியிலுள்ள காசோலி என்ற கிராமங்களில் உள்ள ஐந்து ஆதிவாசிகளை அவர் ஏமாற்றியுள்ளார். அவர் நிலம் வாங்கிய பத்திரத்தின்படி நிலத்தின் உண்மையான மதிப்பு மட்டும் 22,050 ரூபாய். அந்த நிலத்தில் இருந்த 25 தேக்கு மரங்கள், 2 பிஜா மரங்கள், 8 மஹுவா மரங்கள் ஆகியவற்றின் மொத்த மதிப்பு 1,61,000 ரூபாய். ஆக மொத்த மதிப்பு ரூ. 1,83,000. முழுத் தொகையையும் கொடுத்துவிட்டதாக லோகயுக்தாவிடம் சர்மா கூறினார். ஆனால் நிலம் விற்றவர்கள் தாங்கள் ரூ. 1,50,000 மட்டுமே பெற்றதாகக் கூறினர். சர்மா அந்த நிலத்திலிருந்த மரங்களை மறுபடியும் விற்றார். அங்கிருந்து முன்பு சொன்னது போல் 34 மரங்கள் இல்லை; 79 மரங்கள் இருந்தன. இதற்காக அவருக்குக் கிடைத்த பணம் ரூ. 17,00,000. ஆக சர்மா ஆறு மாத காலத்துக்குள் இந்த ஒரு விற்பனையில் மட்டும் சம்பாதித்தது ரூ. 16.5 லட்சம். ஆனால், நில உடைமையாளர்களுக்குக் கிடைத்ததோ மிகச் சிறிய தொகைதான்.

இந்த நிகழ்ச்சி பற்றி லோகாயுக்த் நடுநிலையாகக் கொடுத்த அறிக்கையில் எல்லாக் குழப்பங்களுக்கும் அரசியல் அதிகார வர்க்கங்கள் ஏற்படுத்திய மோதல் போக்குகளே காரணம் என்று சுட்டிக்காட்டியது. வனத் துறை, வருவாய்த் துறை அதிகாரிகள்தான் இந்தச் சொத்து விற்பனைகளை மேற்பார்வை பார்க்க வேண்டியவர்கள். ஆனால், அவர்களோ வேலிகளே பயிரை மேய்வது போல் செல்வாக்கு பெற்ற மக்களின் பின்னால் போய் அவர்களின் கட்டளைகளுக்குக் கீழ்ப்படிந்து உதவியுள்ளனர். அவர்களுடைய பெயர்களும் குறிப்பிடப்பட்டுள்ளன. மகேந்திர கர்மா என்ற அப்போதைய நாடாளுமன்ற உறுப்பினர், ராஜாராம் தோடம் என்ற தற்போதைய மத்தியப் பிரதேச சட்டசபையின் எதிர்க் கட்சித் தலைவர் மற்றும் அவஸ்திஸ், பிரிஜ் மோகன் குப்தா போன்ற செல்வாக்குமிக்க குடும்பத்தினர் அவர்கள். இவர்கள் மரங்களோடு

சேர்ந்து நிலத்தையும் வாங்கி மரங்களை விற்றுள்ளனர். இவர்கள் அரசியல் அதிகார வர்க்கத்தின் துணைகளை முழுவதுமாகப் பெற்றனர். அவர்கள் நிலம் வாங்க, மரங்கள் வாங்க, மரக் கட்டைகளை விற்க என்று எல்லாவற்றிற்கும் அதிகார மேலிடங்களிடமிருந்து தொடர்ந்து உதவி வந்து கொண்டேயிருந்தது. இது போன்ற செல்வாக்குள்ளவர்கள் தொடர்பான கோப்புகள் விரைந்து முடிக்கப் பட்டன. ஆனால், சாதாரணமானவர்களின் கோப்புகள் வழக்கம் போல 'சிகப்பு நாடா வேகத்தில்' மெல்லவே தவழ்ந்து சென்றன.

ஆனால், ஜுடூம் கடும் வேகத்தில் ஆரம்பித்ததும் இவை எல்லாம் எளிதாக மறக்கப்பட்டன.

தொடர்ந்து நடக்கும் போரில் காவல்துறையின் பெரும் பங்கு

2006இல் மத்திய அரசின் உள்துறை அமைச்சராக இருந்த ஷிவ்ராஜ் பட்டீல் நக்சல்பாரிகள் இருப்பது காவல் துறைக்கு மிகவும் பயனளிக்கும் விஷயம் என்று ஐசிஐயிடம் கூறினார். அந்தச் சமயத்தில் காவல் நிலையங்களுக்கு மத்தியில் பெரும் போட்டியே உருவானது. நக்சல்பாரிகளால் பாதிக்கப்பட்ட பகுதி என்று அறிவிப்பதில் காவல் நிலையங்கள் தங்களுக்குள் கடுமையாகப் போட்டிப் போட்டுக்கொண்டனர். அப்போது தானே பாதுகாப்புப் பணிகளுக்கான செலவுகளுக்குப் பணம் கிடைக்கும். அதுவும் எந்தவித கணக்கும் இல்லாமல் மத்திய அரசு பணத்தை வாரி இறைத்தது. காவல் துறை அதிகாரிகளுக்கும் விரைவில் பதவி உயர்வுகள் கிடைக்கும் வாய்ப்புகள் இருந்தன. உண்மையான அல்லது இட்டுக் கட்டப்பட்ட 'என்கவுண்டர்களுக்கு' சரியான அல்லது சட்டத்துக்கு அப்பாற்பட்ட 'என்கவுண்டர்களுக்கு' எத்தனை போராளிகள் கொல்லப்பட்டார்கள் என்ற கணக்குக்கு ஏற்ப பதவி உயர்வுகள் விரைந்து கிடைத்தன.

இது மட்டுமில்லாமல், எப்போதெல்லாம் காவல் நிலையங்கள் திடீர்த் தாக்குதலுக்கு உள்ளாகின்றனவோ, எப்போதெல்லாம் காவல் துறையினரோ சி.ஆர்.பி.எஃப். உறுப்பினர்களோ கொல்லப் படுகிறார்களோ, அப்போது அந்தத் துறைகளுக்கு எக்கச்சக்கமான அளவுக்குப் பணம் பாய்ச்சப்பட்டது. இத்தகைய தாக்குதல்கள் பற்றிய செய்திகள் ஊடகங்களில் வெளியிடப்படும்போது, நக்சல்களுடனான போராட்டத்தில் மேற்கொள்ள வேண்டிய தற்காப்புமுறைகளும் தாக்குதல் முறைகளும் விளக்கப்பட்டு, தேவையான புதிய நவீன கருவிகள் வாங்குவது பற்றிய கருத்துகளும் சேர்ந்தே வெளிவரும். மேலும், மத்திய, மாநில அரசுகளின் கூட்டு

முயற்சிகள் குறித்தும் இணைந்து செயல்படுவது குறித்தும் நடைமுறைக் கருத்துகள் வெளிவரும்.

எப்போதுமே காவல் துறையிலிருந்து அடிக்கடி கேட்கப்பட்டுப் பழகிப் போன குரல், மாவோயிஸ்டுகளை எதிர்க்கத் தேவையான ஆள் பலம் எங்களிடம் இல்லை என்பதுதான். இன்னொன்றும் சொல்வார்கள். பல்லாண்டுகளாக, மக்கள் தொகை எண்ணிக்கைக்கு ஏற்ற விகிதாசாரத்தில் காவல் துறையினர் நியமிக்கப்படவில்லை. எனவே காவல்துறை சல்வா ஜுடும் அமைப்பை சார்ந்திருக்க வேண்டிய நிலை ஏற்பட்டுவிட்டது. இப்படிச் சொல்லிச் சொல்லியே காவல் துறை முழு அதிகாரம் பெறுவது வழக்கமாகிவிட்டது.

ஆனாலும் மாவோயிஸ்டுகள் உள்ள மற்ற மாநிலங்களோடு ஒப்பிடும்போது சத்தீஸ்கரில் காவல் துறை - மக்கள் விழுக்காடு நன்றாகவே உள்ளது. இருப்பினும், சத்தீஸ்கரில் காவல் துறை - இடப் பரப்பளவு என்று கணக்கெடுத்தால் சத்தீஸ்கர் மிகவும் குறைந்த அளவில்தான் உள்ளது. அந்தக் கணக்கின்படி 2009இல் ஒவ்வொரு சதுர கிலோ மீட்டருக்கும் 31.8 காவல் துறையினர் உண்டு. ஆனால், 2005-06இல் அது 17.59 என்றே இருந்தது. இந்தக் கணக்கும் பக்கத்தில் உள்ள மற்ற மாநிலங்களோடு ஒப்பிடும்போது உயர்வான எண்ணிக்கைதான்.

இதில் கவனிக்கப்படாமல் ஓரந்தள்ளப்பட்ட கருத்து ஒன்று இருக்கிறது. இது போன்ற பட்டியலிடப்பட்ட பகுதிகளில் குறைந்த எண்ணிக்கையில் காவல் துறையும், அதிக அளவில் உயர்ந்த பக்குவமான நிலையில் ஆட்சியாளர்களின் ஆளுமையும் இருக்க வேண்டும் என்பதுதான் அது.

காவல் துறையினரின் குறைவான எண்ணிக்கையைச் சரி செய்ய மத்திய அரசிடமிருந்து தேவைக்கும் அதிகமான துணை உதவிப்படை அடுக்கடுக்காக வந்து சேரும். 2016ல் 116 பட்டாலியன்கள் நடுவண் அரசினால் மத்தியில் உள்ள மாநிலங்களுக்கு அனுப்பப்பட்டன. இந்த எண்ணிக்கைகள் அவ்வப்போது கூடிக்கொண்டே இருந்தன. 2015இல் அனுப்பப்பட்ட 98 ராணுவ அணிகளில் பாதிக்கும் மேல், அதாவது 98 அணிகளுக்கும் மேல் பஸ்தாருக்கு அனுப்பப்பட்டன. அதில் நான்கு அணிகள் ராவோகாத் சுரங்கப் பகுதிகளுக்காக அனுப்பப்பட்டன. 2011இல் பஸ்தாரில் 3.09 மில்லியன் மக்கள் இருந்தனர். ராணுவ வீரர்களின் எண்ணிக்கையோ 2016இல் ஏறத்தாழ 0.1 மில்லியன். இது போக, ஆளில்லா சிறு விமானங்கள் மேலே பறந்து கீழே மாவோயிஸ்டுகளின் இருப்பிடத்தையும்,

அவர்களுடைய நடமாட்டத்தையும் பதிவு செய்துவருகின்றன. மற்றொரு பக்கம் ஹெலிகாப்டர்கள். தளவாடங்களையும் பொருள்களையும் பாதுகாப்புப் படையினர் தரையிறங்கவும் இவை உதவுகின்றன. குண்டு துளைக்காத சுரங்கப் பெரும் வண்டிகள், இன்னும் பல நவீன கருவிகள், போர்த் தளவாடங்கள் போன்ற வற்றைத் தொடர்ந்து 11 ஆண்டுகளாக, 2004 முதல் 2015வரை அளித்திருக்கிறார்கள். இதனால் இந்தியாவின் மையப் பகுதி போர் எண்ணம் பொங்கிப் பிரவாகம் எடுக்கும் பதட்டமான நிலப்பரப்பாக மாறியிருக்கிறது. இவற்றையும் தாண்டி, இந்திய விமானப் படையும் இங்குள்ள தளத்துக்கும் தொடர்பிருக்கிறது. சுய பாதுகாப்புக்காக மட்டுமே பயன்படுத்தப்படுகின்றன என்று விமானப்படை மேலதிகாரிகள் கூறியபோதும் பாதுகாப்பு என்பது மிகவும் விரிவான எல்லைகளைக் கொண்ட சொல் என்பதே உண்மை, இல்லையா?

மத்திய தர வர்க்கத்தின் கனவுக் குவியல்கள்

இப்பகுதியில் வாழ்க்கை என்பது இரட்டைத்தன்மை கொண்டதாக இருக்கிறது. நடனமாடும் கோண்டு பெண்களின் பெரிய சிலைகள் இங்கு காணப்படுகின்றன. அந்தக் கருப்புச் சிலைகளின் மீது தங்க வண்ணத்தில் நகைகள் வரையப்பட்டுள்ளன. ஜக்தல்பூர் பகுதிகளில் இந்தச் சிலைகள் கண்ணில் சிக்காமல் போகாது. ஆதிவாசி சிலைகள் நிறையவே இருந்தாலும் ஆதிவாசிகளை இந்த நகரங்களில் குறைவாகவே காணமுடிகிறது. பளிச்செனத் தெரியும் மஞ்சள் நிற எல்லைக் கோடுகள் கொண்ட நீண்ட அகலமான பெரும் சாலைகள் பல சிற்றூர்களின் வழியே குறுக்காக ஓடின. சுக்மா, பிஜாபூர் போன்ற அந்தச் சிற்றூர்களில் ஓரிரண்டு கடைகள், பெட்ரோல் நிலையங்கள், சில உணவகங்கள் ஆகியவை மட்டுமே இருந்தன. ஆனால், இப்போது நிலைமை மாறிவிட்டது. பிஜாபூரில் மாவட்ட நூலகம் ஒன்றும், நீச்சல் குளம் ஒன்றும், கண்ணாடி வேயப்பட்ட அரசு கட்டடம் ஒன்றும் பெருமையாகத் தலைநீட்டிக் கொண்டிருக் கின்றன. எங்கும் வேலை தேடித் திரியும் இளைஞர் கூட்டம். ஆதிவாசிகளின் வாழ்க்கை என்ன ஆனால் என்ன? பொருளாதாரமும் தொழிற்சாலைகளும் பெருகவேண்டும் என்பதே எல்லோருடைய எதிர்பார்ப்பு.

சுரங்கத் தொழில் ஆழமாகக் காலூன்றவேண்டும் என்பதே மத்திய தர மக்களின் ஆசை. காவல்துறையின் அதீத அடக்குமுறைகள் அவர்களுக்கு ஒரு பொருட்டல்ல. அப்படிச் செய்வதன்மூலமாகத் தான் ஆதிவாசிகள் முன்னேறி, நாகரிகமடைந்து தற்கால வாழ்வுக்கு முன்னேறமுடியும் என்பது அவர்களது திண்மையான எண்ணம்.

பஸ்தார் பகுதியை நிர்வகித்து வந்த வில்ப்ரட் கிரிக்சன் என்பவர் 1938ல் எழுதிய 'பஸ்தாரின் மரியா கோண்டுகள்' (Tha Maria Gonds of Bastar) என்பதில் இவ்வாறு எழுதியுள்ளார்:

'அறுபத்தி ஏழு ஆண்டுகளுக்கு முன் மராத்தா அமில் சொன்ன அதே கூற்றை இன்று விக்டோரியன் காலத்து ஆங்கிலேயர் கூறுகிறார்: வணிகத்தை மேம்படுத்துங்கள்; அது நாகரிக வளர்ச்சியைத் துரிதப்படுத்தும். இது வரை பல நூற்றாண்டுகளாகத் தனியுலகமாக இயங்கியது போதும். கதவுகள் திறக்கட்டும்; உலகத்துக்கு பஸ்தார் தன் தாள்களைத் திறக்கவேண்டும். நில வழியிலும் நீர் வழியிலும் தடைகள் நீங்கி அங்குள்ள 'காட்டு மிராண்டிகள்' தாங்கள் கட்டி வைத்திருக்கும் சுதந்தரத்தைக் கைவிட்டு, அதன் பயனாக வரும் நாகரிகத்தின் வசதிகளையும் உயர்வுகளையும் அடையவேண்டும். புது வணிகங்கள், வணிகர்கள், துணிமணிகள், புகையிலை, புதிய சட்ட ஒழுங்கு முறைகள், தடுப்பூசிகள், செப்பு நாணயங்கள் என்று புதியவைகள் அனைத்தும் அவர்களிடம் சென்றடையவேண்டும். எந்தச் சட்டத் திட்டமும் முறைகளும் இல்லாத அந்த இடத்தில், செம்பு நாணயங்களின் பரிச்சயம்கூட இல்லாத அந்த மக்கள் நாட்டோடு இயைந்த, எல்லோருக்குமான ஒரு பொது வாழ்வை விக்டோரியன் கால அரசு காலத்திலும் பெறாமல் இருந்தார்கள். இன்று இந்திய சட்டத் திட்டங்கள் முழுமையாக இருக்கும் சுதந்தர இந்தியாவிலும் அதே தூரம் மிகுந்த தொலைவில்தான் தனித்து உள்ளார்கள்.'

அந்நாளிலிருந்து 2010ஆம் ஆண்டு வரையிலும் எந்தவித முன்னேற்றங்களும் இல்லாமல் சென்று கொண்டிருந்தபோது, இந்திய உள்துறை அமைச்சர் ப. சிதம்பரம் கொடுத்த அறிவிப்பு: 'பிஈஎஸ்ஏவும் எஃப்ஆர்ஏவும் செயல்படுத்தப்படும்போது அக்காட்டில் வசிப்பவர்களின் உரிமைகள் எல்லாம் கொடுக்கப்படும் நேரத்தில், நீண்டகால மாற்றமாக அவர்களது அடிப்படை உரிமைகள் வளர்த்தெடுக்கப்பட்டு அதன்மூலம் அவர்கள் மெல்ல தங்கள் பாரம்பரிய காட்டு வாழ்க்கையிலிருந்து மாறுவார்கள்.' மேலும் அவர், 'அரசு அவர்களது வழக்கமான வாழ்க்கையை நட்போடு நோக்கினாலும், அவர்கள் அந்த வாழ்க்கை முறைகளி லிருந்து மெல்ல மாறி வரவேண்டும் என்று அரசு அவர்களிடமிருந்து எதிர்பார்க்கிறது' என்று கூறினார். கிரிகோணி முன்பொரு நாள் கூறியதிலிருந்து இன்று அமைச்சர் சிதம்பரத்தின் அல்லது அதன் பிறகு வந்த நரேந்திர மோடியின் காலம் வரை நடந்த ஒரே பெரிய மாற்றம் எதுவென்றால் இந்த உள்நாட்டு அகதிகளின் நுழைவினால் அவர்கள் வாழ்வுப் பகுதிகளில் ஏற்பட்ட தொகுதி மாற்றங்கள்

மட்டுமே. கடந்த காலங்களில் நாட்டில் உள்ள பல ஆதிவாசிக் குடியிருப்புகளில் நடந்த முக்கிய மாற்றமும் அதுதான். நாட்டின் வேற்றிடங்களிலிருந்து புதுப் புது மக்கள் காட்டுப் பகுதிகளில் குடியேறி, அங்கிருந்த மக்கள் அமைப்புகளை மாற்றித் திரித்தார்கள். அப்பகுதிகளில் ஆதிவாசி அல்லாத மக்களின் தொகை அதிகமாகி அந்த இடத்தின் பழைய மண்ணின் மணம் மாறிப் போனது. புதிதாக நுழைந்தவர்கள் அரசியல் அதிகாரிகளாகவோ அல்லது அங்கிருக்கும் வணிகங்களைக் கைக்கொள்பவர்களாகவோ மாறிப் போனார்கள். இதன் மூலம் அந்தப் புதியவர்கள் ஆதிவாசிகளின் நிலங்களைத் தங்கள் கைக்குள் கொண்டு வந்தனர். கையில் அடக்கம் செய்தனர். ஆதிவாசிகளின் உரிமைகளைக் காப்பாற்றும் சட்ட திட்டங்களை நடைமுறைப்படுத்துவதில் இருந்த தொய்வுகளைப் பயன்படுத்தி அவர்கள் ஆதிவாசிகளின் சொத்துகளைக் கவர்ந்தார்கள். இழப்பின் நீட்டிப்பினால் அப்பகுதியின் அரசியல்களும், தேர்தல் முறைகளும் முற்றாக மாறிப் போயின. இந்த மாற்றம் பஸ்தாரிலும் நடந்து முடிந்த ஒரு விஷயமாகிப் போனது. நாளா வட்டத்தில் இப்பகுதியில் ஆதிவாசி அல்லாத மக்கள் அதிகமாகக் குடியேறியதால் புதியவர்களின் எண்ணிக்கை மிகுந்தது. இதனால் அங்கிருந்த ஜக்தல்பூர் சிற்றூர் முதலில் ‘ரிசர்வ்டு’ தொகுதியாக இருந்தது மாறி ஆதிவாசிகள் அல்லாதவரும் தேர்தலில் நிற்கும் நிலைக்கு வந்தது. இப்போதுள்ள அப்பகுதியில் சட்டமன்ற உறுப்பினராக இருப்பது ஒரு பணபலம் பெற்ற மார்வாரி ஒருவர் தான், புதிதாக வந்த ஆதிவாசி அல்லாத மக்கள் பெரும் சாலைகளின் இரு புறங்களில் தங்கள் இருப்பிடங்களை அமைத்துக் கொண்டனர். இதனால் சாலைகள் அவர்களின் ஆளுமைக்கு உள்ளேதான் இருந்தன. புகலிடம் பெற்றவர்களின் குழந்தைகளும் அந்தப் புதிய இடங்களைத் தங்கள் சொந்த நிலமாக எண்ண ஆரம்பித்தனர். ஆதிவாசிகள்மீது அவர்களுக்கு எந்த அக்கறையோ நல்லெண்ணமோ கிடையாது. இடங்கள் மட்டுமல்லாமல் அந்த மக்களின் உரிமைகளும் புதிதாக வந்துசேர்ந்த மக்களுக்கு அடிமையாகிப் போனது. ஆதிவாசிகளின் ஏழைமை நிலைகள் அவர்களை மேலும் மேலும் தாழ்த்தியது. இந்தச் சூழலில் ஆதிவாசிகளின் நிலங்களும் அதன் வளர்ச்சியும் முக்கியமானதாகக் கருதப்பட்டு, ஆதிவாசிகள் அவர்கள் நிலங்களிலிருந்தே புறக்கணிக்கப்பட்டனர்; விரட்டப் பட்டனர். இது பஸ்தாரில் மட்டுமல்ல. நாட்டின் அனைத்துக் காட்டுப் பகுதிகளிலும் இதே மோசமான நிலை நீடித்தது. சுதந்தரம் வாங்கிய நாளிலிருந்து இருபதாம் நூற்றாண்டு முடிவதற்குள் நாட்டிலுள்ள ஆதிவாசிகளில் நாலில் ஒருவராவது அணை கட்டுதல், தொழிற்சாலைகள் அமைத்தல், சுரங்கங்கள் அல்லது அது

போன்ற அமைப்புகளின் வருகை ஆகியவற்றால் தங்களுடைய இருப்பிடத்திலிருந்து துரத்தியடிக்கப்பட்டிருப்பார்கள்.

புதிதாகக் குடிவந்த மக்களிடமிருந்து ஏகோபித்த கோரிக்கை ஒன்று சத்தமாக எழுந்தது. அப்பகுதிக்கு ரயில் ரோடுகள், சுரங்கங்கள், அதனைச் சார்ந்த தொழிற்சாலைகள் அதிகமாக வரவேண்டும் என்பதுதான் அந்தக் கோரிக்கை. அப்படி பல அமைப்புகள் வந்தால் அங்கு குடியேறியுள்ள மக்கள் மத்தியில் நிலவும் வேலையின்மை விரைவில் தீர்ந்துவிடும் என்பது அவர்களுடைய எண்ணம். 2009ஆம் ஆண்டு இந்திய கம்யூனிஸ்ட் கட்சி யோகண்டிகுடா என்ற இடத்தில் பொது மக்களின் கருத்துக் கணிப்புக்காக ஒரு கூட்டத்தைக் கூட்ட முயற்சித்தது. அரசு ஒரு போலித்தனமான மக்கள் கருத்துக் கணிப்பை புதிய இரும்பாலை ஒன்றை நிறுவுவதற்காக நடத்த முயற்சித்தது. அரசின் இந்தப் போலித்தனமான கூட்டத்தைத் தடுக்கவும் நிராகரிக்கவுமே கம்யூனிஸ்ட் கட்சி தனது கூட்டத்தை ஏற்பாடு செய்திருந்தது. இந்தக் கூட்டத்தைத் தடுத்து நிறுத்த ஆதிவாசிகள் அல்லாத இளைஞர் கூட்டம் ஒன்று அங்கிருந்த அரசியல் அமைப்புகளின் ஆதரவுடன் ஒன்று சேர்ந்து கம்யூனிஸ்ட் கட்சிக் கூட்டத்தை நடைபெறாதபடி தடுக்க முயற்சித்தன. இந்த இளைஞர்களைப் பொறுத்தவரையில் அங்குள்ள இயற்கை வளங்களை மாற்றுவதும் அழிப்பதும் அவர்களது பிறப்புரிமை என்றும், அப்படிப்பட்ட மக்களே அந்த நிலப் பகுதியின் உரிமையாளர்கள் என்றும் நினைத்துக் கொண்டனர். இதற்கு எதிராக வரும் மாவோயிஸ்டுகளோ, மனித உரிமைப் போராளிகளோ, ஊடகப் பெருமக்களோ 'வெளியாட்கள்' என்றே அவர்களால் கருதப்பட்டார்கள்.

புதிதாகக் குடியேறிய இப்புது மக்கள் இந்தியாவின் பிற பகுதிகளோடு நல்ல தொடர்புகளைக் கொண்டிருந்தனர். அவர்கள் ஏனைய நகர்ப் பகுதிகளில் உள்ள மக்களின் மொழியில் உரையாட முடிந்தது. 1991ஆம் ஆண்டுக்குப் பிறகு எழுந்த உலக மயமாதலுக்குப் பிறகு நகரத்து மத்தியதர மக்களின் நிலைப்பாடே இந்த இளைஞர்களிடம் காணக் கிடைத்தது. முதலாளித்துவத்தின் வளர்ச்சியே செல்வம் ஈட்டுவதற்கான ஒரே வழி என்ற அந்தத் தத்துவத்தை அப்படியே நம்பிக் கொண்டிருந்த மக்கள் அவர்கள். காங்கிரஸ் முன்னெடுத்துச் சென்ற ஐக்கிய முற்போக்கு கூட்டணி ஆட்சியின் இறுதி நாட்களில் பல ஊழல்களும், இயற்கை வளங்களைக் கொள்ளையடிப்பதில் அரசுக்கும் பெரும் முதலாளி களுக்கும் நடுவில் ஏற்பட்ட 'கொள்கைக் குழப்பங்களும்' மக்கள் மனதில் எவ்வித சலனத்தையும் ஏற்படுத்தவில்லை. ஆதிவாசிகளின்

பகுதிகளில் இருந்த கனிம வளங்கள் எவ்வாறு கொள்ளையடிக்கப் படுகின்றன என்ற முறைகேடுகளின்மீது அவர்களுக்குக் கோபம் வரவில்லை. ஆனால், அதற்குப் பதிலாக அரசியல்வாதிகள் அடித்த கொள்ளைகள் மட்டுமே அவர்கள் கண்களை உறுத்தின. மக்கள் இப்படி இருக்க, அரசோ தன் ஆதரவில் மக்கள் எழுச்சியை அடக்கும் வன்முறைகளுக்கு வழிவகுத்துக் கொடுத்தது. ஆனாலும், சல்வா ஜுடும் ஆரம்பிக்கப்பட்டு, அவர்களின் வன்முறைகள் அளவுக்கு மீறும்போது, அவர்கள் ஆதிவாசிகளின் சிறப்பு காவல் படையாக உருவாகி கட்டுப்பாடின்றி அராஜகம் செய்வதும் அரசுக்குத் திருப்தி அளிப்பதாக இல்லை.

குறுகத் தரித்த தலைமுடி, முனைப்பில்லா சீருடை, இப்படிப்பட்ட ஒரு கோலத்தில் இருந்தவர் பிரிகேடியர் ஆ.ஓ. பொன்வார். இவர்தான் கான்கரில் இருக்கும் காட்டுப் போர்முறைக் கல்லூரியை ஆரம்ப நாளிலிருந்து தன் கட்டுப்பாட்டுக்குள் வைத்திருந்தவர். அவர் தன்னைப் பற்றிய பெருமையான கனவுகளில் உலவுபவர். ராம்போ போன்ற ஒரு பெருவீரன் என்று தன்னை நினைத்துக் கொள்பவர். அதே சமயத்தில் சின்னச் சின்ன வேலைகளைக்கூட ஆர்வமாகச் செய்யும் ஸ்கௌட் சிறுவன் போலவும் இருப்பார். அவர் கனவில் இருந்த சொர்க்கத்துக்கும், கண் முன்னால் இருந்த காட்டுப் பகுதியான வறட்டு உண்மைத்தனத்துக்கும் உள்ள வேற்றுமைகளைப் பற்றியும் பேசுவார்.

பஸ்தார் மிகுந்த வனச் செல்வம் நிறைந்த ஒரு காட்டுப் பகுதி. விதவிதமான செடிகளும் விலங்குகளும் குவிந்திருந்தன. கோண்டு என்ற பிரிவினர் இங்கு வசித்து வந்தனர். பில் பிரிவினர் இங்கு கிடையாது. ஆனால், இந்த இயற்கையின் செல்வங்கள் பொன்வாரின் கண்களில் விழவில்லை. அவர் கோபமாக அடிக்கடி கூறுவார்: ‘இங்கு பெரும் வணிக வளாகங்கள் ஏதுமில்லை. இங்கே இருப்பவ ரெல்லாம் பில்லுகளும் பஸ்தார்களும்தான்! இதைவிட குர்கோன் பகுதியில் இருந்திருந்தால் அங்கே பல வளாகங்கள் நிறைந்த சமவெளியாக மாறியிருக்கும். இந்தியாவில் வாழ்கிறோம் என்ற நினைப்புகூட இல்லாமல், ஏதோ பணக்கார முதல் உலக நாட்டில் வாழ்வது போல் சிறப்பாக வாழ முடியும்!’

அவர் நடத்திய இந்தக் கல்லூரியில் தொந்தி பெருத்த காவல் துறையினர் கூட கடும் பயிற்சியால் வலிமையான கெரில்லாப் படை வீரர்களாக மாற்றப்பட்டனர். பல ஊடகங்கள் பொன்வாரின் இந்தக் கடும் பயிற்சிகள் பற்றிப் புகழ்ந்து கூறின. இந்தப் பயிற்சிகள் வீரர்களின் பாலியல் வாழ்க்கையைக் கூடத் திருப்தியான ஒன்றாக

மாற்றும் தன்மை படைத்தவையாம். ட்ரவுனிங் பூல் என்ற பிரபலமான பாடலில் ‘உடம்புகள் தரையில் மோதி சிதறிப் போகட்டும்’ என்ற கொடூரமான வரி வருகிறது. பயிற்சிக் காலங்களில் வீரர்களுக்குத் திணிக்கப்படும் பாடல் இது. இந்தப் பாடல் 2003ஆம் ஆண்டில் ‘குவாண்டனமோ பே’ என்ற இடத்தின் போர்க் கைதிகளைக் குவித்து வைத்திருந்த சிறைச்சாலைகளில் எதிரிகளைச் சித்திரவதை செய்யும்போது பாடப்பட்ட பாடல் இது. எப்படி பிரிகேடியர் பொன்வார் இப்பாடலைத் தேர்ந்தெடுத்தாரோ தெரியவில்லை!

இப்பகுதிக்கு வந்துசேர்ந்த புதுக் குடியேறிகளில் உள்ள இளைஞர்களைவிட, அப்பகுதியிலேயே பன்னெடுங்காலமாக வாழ்ந்துவந்த, ‘பஸ்தாரியா’ என்றழைக்கப்படும் ஆதிவாசி இளைஞர்களுக்கே பல அச்சுறுத்தும் கேள்விகளும் குழப்பங்களும் முன் நின்றன. புதிதாக வந்திறங்கும் ஆலை அமைப்புகளும், சுரங்கத் தோண்டுதல்களும் அவர்கள் முன்னே பெரும் கேள்விகளை வைத்தன. அவர்கள் அங்கு கண்டு தோண்ட ஆரம்பித்த பைலாடில்லா என்ற சுரங்கம் ஆரம்பிக்கப்பட்ட பின் அதைக் கொண்டு வந்தது பெரும் ஏமாற்றங்களும் துயரங்களும் மட்டுமே. அவர்கள் வாழ்விடச் சூழல் முழுமையாக மாறி, கெட்டுப்போனது. அவர்கள் வாழ்விடத்திலிருந்து அவர்கள் வெளியேற்றப்பட்டனர். இந்த மாற்றங்களையெல்லாம் அவர்கள் வெறுத்தனர். ஆனால், அவர்கள் கண்களுக்கு இதைத் தவிர வழியேதும் புலப்படவுமில்லை. வளர்ச்சிக்கான வழி ஏதும் தெரியவில்லை. கல்வியும், படிப்பறிவும் ஆதிவாசிகளுக்கு எட்டாக் கனியாகவே இதுவரை இருந்து வந்துள்ளன. ஆனால், இப்போது மாறிவரும் சமூகத்தில் பள்ளியிறுதி வகுப்பைப் படித்து முடிப்பதும், புதிதாக அருகில் உள்ள கல்லூரிகளுக்குச் சென்று வருவதும் எண்ணிக்கையில் கூடின. ஆனால், விவசாயத்தின் பக்கம் எந்த முனைப்பையும் காட்டாத கல்விமுறை, படித்த புது மாணவர்களையும் விவசாயத் துறைகளிலிருந்து விலக்கியே வைத்தது.

குடும்பத்தோடு ஒட்டி உறவாடும் பழக்கமில்லாத ஆதிவாசி இளைஞர்களுக்கு அரசு இடப் பங்கீட்டு முறையால் அளித்துள்ள கல்விச் சலுகைகள் மட்டுமே கண்ணுக்குத் தெரிய வந்த ஒரே தூரத்து ஒளி. பட்டியலினத்தாருக்கு அளிக்கப்பட்ட இடப் பங்கீட்டு முறை அவர்களுக்கு சிறிது நம்பிக்கையை ஏற்படுத்தியது. ஆனால், அரசு ஒப்பந்த ஊழியர்களை நியமித்ததாலும், இடப் பங்கீட்டின் தாக்கத்தை நீர்த்துப்போகச் செய்ததாலும் அந்த நம்பிக்கையும் சிதைந்தது. 2015இல் 30 சிறு பணியாளர் வேலைக்காக 75,000

இளைஞர்கள் போட்டியிட்டனர் என்று சத்தீஸ்கரின் பொருளாதார, புள்ளியியல் துறைகள் பட்டியல் தருகின்றன.

2005ஆம் ஆண்டு அரசு சல்வா ஜுடும் அமைப்பினை ஆரம்பித்த சமயத்தில் ஆதிவாசி இளைஞர்கள் முன்பு வெகு சில வாய்ப்புகள் மட்டுமே இருந்தன. பலர், சிறு வயதிலிருந்தே தாங்கள் பார்த்து வளர்ந்த மாவோயிஸ்டுகள் பக்கம் நகர்ந்தனர். ஆதிவாசிகளின் உடைமையான நிலங்களின் உரிமைகளைத் தக்க வைத்துக்கொள்ள இந்த மாவோயிஸ்டுகள்தான் போராடி வருகிறார்கள் என்ற விவாதமே இந்த ஈர்ப்புக்குக் காரணமாயிருந்தது. மேலும், அவ்வப் போது மிகவும் கொடூரமான வெறியாட்டங்களை நடத்தும் சல்வா ஜுடுமிலிருந்து தப்பிக்கும் ஒரு வழியாகவும் மாவோயிஸ்டுகள் இருந்தார்கள். இப்படிப் பல இளைஞர்கள் மாவோயிஸ்டுகள் பக்கம் சேர்ந்தாலும் பல இளைஞர்கள், அதிலும் பட்டியல் இனத்து இளைஞர்களும், ஏனைய பிற்படுத்தப்பட்ட இளைஞர்களும் மாவோயிஸ்டுகளை ஆதிவாசி மக்களின் அமைப்பு என்று மட்டும் கருதியதால் அவர்கள் அரசு தரும் ஆதிவாசிகளின் சிறப்பு காவல் படை (எஸ்.பி.ஓ.) என்ற அமைப்பின் பக்கம் அதிகம் சேர விரும்பினர்.

ஆதிவாசிகளை கழிசடையாக்குதல்

ஆதிவாசிகளையும் மிருகங்களையும் ஒருசேர வைத்து ஆதிவாசி களை மிகக் கேவலமாக நடத்தும் பண்பு பல்லாண்டுகளாக இருந்து வருகிறது. ஆதிவாசிகளை மனிதர்களாகவும் கருதாமல், மிருகங்களோடு மிருகங்களாக அவர்களைக் கீழ்மைப்படுத்தியே வந்துள்ளனர். சான்றாக, பஸ்தார் பகுதியின் சுற்றுலாக் கையேட்டில் 2005ம் ஆண்டிலிருந்து இங்குள்ள ஆதிவாசிகளைப் பற்றிய ஒரு கருத்துரை ஆதிவாசி மக்களின் போராட்டங்கள்மூலம் அகற்றப்பட்டது. அக்கட்டுரையில், 'ஓடி வரும் நீரோடையில் நீரருந்தும்போது இந்த ஆதிவாசி மக்கள் நம்மைப் போல் நீரை அள்ளிக் குடிக்காமல், மிருகங்கள் போல், ஓடும் நீரில் குனிந்து நக்கிக் குடிப்பார்கள்' என்றிருந்ததாம்.

மேலும் ஆதிவாசிகள் பண்பாட்டைப் பற்றிப் பேசும்போது ஆதிவாசிகளிடம் இருந்த 'கோட்டல்' என்பதைப் பற்றியும் கீழ்த்தரமாக குறிக்கப்பட்டிருந்தது. திருமணமாவதற்கு முன்பே அவர்கள் கலந்து பழகுவார்கள், பாலுறவு கொள்வார்கள் என்று வக்கிரமாகக் குறிக்கப்பட்டிருந்தன.

மாவோயிஸ்டுகள் பற்றியும் இதே போன்ற கீழ்த்தரமான விளக்கங்களும் குறிப்புகளும் நிறையவே காணப்படும். மாவோயிஸ்டுகள் விரும்பத்தகாத ஜந்துக்கள், அவர்கள் பகுதியில் தீமைகளை விதைத்துக் கொடுமைகளை விளைவிக்கிறார்கள் என்று சொல்லப்பட்டது. மாவோயிஸ்டுகள் - ஆதிவாசிகளின் கூட்டு என்பது மிகவும் கீழ்த்தரமானதாகக் கருதப்பட்டது. அவர்கள் மிருகத்தைவிடக் கீழாகவும் கேவலமாகவும் பார்க்கப்பட்டனர். கீழான மிருகங்களை நாம் நசுக்கிக் கொல்வது போல் அவர்களும் சுத்தமாக அழிக்கப்படவேண்டிய கேவலமான பொருள்கள். எவ்வளவு கொடுமையாக அழிக்கப்படுகிறார்களோ, அந்த அளவுக்கு அது நல்லது என்று சொல்லப்பட்டது.

காவல்துறையும் துணைப் படையும் நக்சலைட்டுகளை அழிப்பதற் காகப் பல பெயர்களில் உருவாகின. ஆந்திரப் பிரதேசத்தில் அப்படை, 'சாம்பல் ஓநாய்கள்' என்றும், ஜார்கண்டில் 'ஜாகுவார்' என்றும், சட்டீஸ்கரில் 'கோப்ரா'என்றும் பெயரிடப்பட்டிருந்தன.

இப்படைகளை மோப்பம் பிடிக்க நாய்ப் படைகளையும் வைத்திருந்தனர். அதிலும் இறக்குமதி செய்யப்பட்ட பெல்ஜிய 'மல்லினாய்ஸ்' என்ற உயர்வகை நாய்களும் அதில் அடக்கம். ஒரு முறை நாங்கள் காரில் செல்லும்போது ஒரு நாய் எங்கள் மேல் ஏவி விடப்பட்டது. ஓடி வந்த அந்தக் குட்டி நாய் பயங்கர உற்சாகத்தில் எங்கள்மீது ஏறி முகத்தை நக்கி செல்லம் கொஞ்சியது. நல்ல வேளை.. அதோடு முடிந்தது! மனிதர்களைப் பிடிக்க நாய்களை ஏவுவது எத்தனைப் பெரிய அகங்காரத் திமிர்!

ஆதிவாசிகளோடு நடக்கும் போர்கள் பற்றியில்லாமல், அவர்கள் நல்வாழ்க்கையைப் பற்றிப் பேசும்போதுகூட அவர்களைக் கேவலப்படுத்தி கீழ்மைப்படுத்துவதுதான் வழக்கம். அம்மக்களுக்கு நியாயமாகத் தரவேண்டிய குடிமைப் பொருள்கள் அவர்களுக்குக் கிடைக்காவிட்டாலும் பரவாயில்லை. ஏனெனில், அவர்களுக்குக் கொடுக்கப்படும் பொருள்கள் அப்பகுதியில் சிதறிக் கிடக்கும் நக்சலைட்டுகளின் கைகளுக்குப் போய்விடும். இதையும் மீறி மக்களுக்குத் தேவையான பொருள்களைக் கொடுப்பதா யிருந்தாலும் அது எதற்காகவென்றால், அவர்களைச் சுற்றியுள்ள நக்சலைட்டுகளிடமிருந்து அவர்களை மீட்டெடுப்பதற்காக மட்டுமே. அவர்களும் இந்த நாட்டின் மக்கள்; அவர்களுக்கும் ஏனைய மக்களுக்கும் கிடைப்பது போல் குடிமைப் பொருள்கள் கிடைக்கவேண்டும் என்ற நல்ல நோக்கம் ஏதும் அதில் இல்லை.

2015 ஜூன் மாதம் பாஜகவை முழுதாக ஆதரிக்கும் ‘சூர்யா அமைப்பு’ தனது கூட்டம் ஒன்றைக் கூட்டியது. நானும் அதில் கலந்து கொண்டேன். அதில் அரசின் பாதுகாப்பு அமைப்பில் பணிபுரியும் ஒரு பெரிய ‘சிந்தனையாளர்’ பற்பல யோசனைகளை அளித்தார். இவற்றில் மிகவும் உத்தமமான யோசனை ஒன்று; ‘மாவோயிஸ்டுகள் அதிகமாக இருக்கும் அபுஜ் மார்ஹ் என்ற அவர்களது தலைமை இடத்துக்கு அரிசி எடுத்துச் செல்லும் லாரிகளை நிறுத்தி விடலாம்’ என்றார். ‘அப்படி லாரிகளை நிறுத்தினால் மாவோயிஸ்டுகள் சாப்பிட அரிசி கிடைக்காமல் கஷ்டப்படுவார்கள்’ என்றார். நான் பதிலுக்கு, ‘அந்த மார்ஹ் பகுதிகளில் சாதாரண மக்களும் வாழ்கிறார்களே’ என்றேன்.

அவர், ‘அதற்கு வேறு வழி இருக்கிறது. அப்பகுதி மக்களுக்கு வீடு வீடாகச் சென்று அவர்களுக்கான பொருள்களைக் கொடுக்கலாம்’ என்றார்.

‘அப்படிக் கொடுத்தால் மாவோயிஸ்டுகள் வீடு வீடாகச் சென்று தங்களுக்கு என்று ஒரு படி வாங்கிக் கொள்ளலாமே!’

‘அப்படி மாவோயிஸ்டுகள் கேட்டால் மக்களுக்குக் கோபம் வரும். இதனால் மக்களுக்கும் மாவோயிஸ்டுகளுக்கும் நடுவில் உள்ள உறவு தகர்ந்துவிடும்.’

இதற்கு மேல் அவரிடம் என்ன பேசுவது என்று நினைத்து நான் என் விவாதத்தை நிறுத்திக்கொண்டேன். ஆதிவாசிகளுக்கும் மாவோயிஸ்டு களுக்கும் நடுவில் உள்ள பல்வேறுபட்ட உறவுகளைப் பற்றி வீண் தற்பெருமையோடு அலையும் அந்த ஆளிடம் என்ன பேசுவது?

உலகம் முழுவதும் போராட்டத்துக்கு எதிராக அணி திரட்டுவது ஏறத்தாழ ஒரே மாதிரிதான் நடக்கிறது. ஆனால் இந்தியக் குடியாட்சியிலிருந்து ஒரு புத்தம் புது யோசனையைக் கையிலெடுத்துள்ளார்கள். ஆதிவாசிகள் அட்ட தரித்திரர்கள்; மிக மிகப் பின் தங்கிய மக்கள் கூட்டம். அவர்களை அவர்களது பாரம்பரியமான காடுகளிலிருந்து பிடுங்கி வெளியேற்றி, நாகரிகம் மிகுந்த நகர்ப் பகுதிகளில் வாழும்படியாக நட்டு வைக்கவேண்டும் என்ற கருத்தே அது. அதோடு பல வேறுபட்ட, அதுவும் மத்திய தர நிலையிலுள்ள மக்களோடு இவர்களை இணைக்கவேண்டும். இந்த மத்திய தரக் குடும்பத்தினர்தான் எத்தனை மாறுபாடுகள் வந்தாலும் வாழ்க்கையில் பணம் காசோடு செழிக்கவேண்டும் என்ற கற்பனையும் குறிக்கோளும் உள்ளவர்கள். இந்த மக்கள்தான் ‘அரண்மனைக் காசு’

என்ற அரசு வேலைகளில் உட்கார ஆயத்தமாக இருப்பார்கள். அதுவும் அரசின் காவல் துறை, துணைப் படை போன்ற வேலைகள் அவர்கள் மனதுக்கும் கண்களுக்கும் ஏற்ற இனிய வேலை வாய்ப்பு களல்லவா? இதனால் நக்சலைட்டுகளுக்கு எதிராக அடக்கு முறையைக் கொண்டு வந்தால் புதிய வேலை வாய்ப்புகள், சுரங்க வேலைகள் புதிய தொழில் துறை வேலைகள் என்பன பல்கிப் பெருகுமே என்பது அம்மக்களின் எண்ணம். இந்தப் புதிய பார்வையில், ஏழை ஆதிவாசிகளை அடித்து விரட்டுவதன் மூலம் வளர்ச்சி, விரிவாக்கம் போன்ற புதிய கதவுகள் திறக்கும் என்று நினைத்தனர்.

கதையைத் திரும்பத் திரும்பச் சொல்லுதல்

நடக்கும் போராட்டம் பல மடிப்புகள் கொண்டது. அதனால் அதைப் பற்றிக் கூறும் விவாதமும் பல மடிப்புகள் கொண்டதாகிவிடுகிறது. காவல் துறையும் மற்ற பாதுகாப்புத் துறைகளும் 'நக்சலிசம்' என்ற பெயரில் பெரிதும் சிறிதுமாக பலவற்றை வைத்து கட்டி முடித்திருக் கிறார்கள். இதற்கும் இந்தியக் காலனியத்துக்கும் பெரிதும் வித்தியாசம் ஏதுமில்லை. காலனியத் தந்திரங்கள் எல்லாமே பிரிட்டிஷ் அரசு இந்தியர்களைக் கட்டுக்குள் வைத்திருக்க உதவும் முறைகள்தானே. ஆனால், இதற்கும் நடுவே சில இரக்க மனப்பான்மையுடன் கூடிய எண்ணங்களும் வெளி வரத்தான் செய்யும். இந்தப் பிரச்னைகளுக்குதானே 'அடிப்படைக் காரணங்கள்' என்று ஒரு பார்வை. அப்படிப்பட்ட ஒன்றுதான். 2008ஆம் ஆண்டு எழுதப்பட்ட வளர்ச்சித் திட்டத்தில் வறுமையும், ஒதுக்கித் தள்ளப்பட்ட மக்களும்தான் நக்சல் பகுதிக்கான காரணம் என்றும் சொல்லப் பட்டது. ஆனால், அதன் பின்னால் வந்த போராட்ட அடக்கு முறையாலும், அதனோடு ஒட்டி வந்த எதிர்ப்புக் குரல்களாலும் இது போன்ற நியாயமான கருத்துகளும் கால வெள்ளத்தில் அடித்துச் செல்லப்பட்டன. மக்கள் மனதிலிருந்தும் அந்தக் கருத்துகள் வேர் விடாமல் போய்விட்டன.

மாவோயிஸ்டுகள் ஒரு காலத்தில் வைத்திருந்த உயர்ந்த கட்டுப்பாடு களைக் கை கழுவிவிட்டனர். ஆகவே, அவர்களை அழிக்க படை யெடுக்கவேண்டும் என்ற எண்ணத்தையே காவல் துறை அதிகாரிகள் தொடர்ந்து பரப்பி வருகின்றனர். சில ஆய்வாளர்கள் காட்டுப் பகுதி, சுரங்கம், ஆதிவாசி மக்கள் போராட்டம் ஆகியவற்றை ஒன்றன்மீது ஒன்றாகப் பொருத்திக் காண்பிப்பதுண்டு. ஒன்றிலிருந்து அடுத்தது என்று சங்கிலியாக அந்தப் பிரச்னைகள் அமைந்துள்ளன என்று அவர்கள் சொல்வதுண்டு.

வேறு பல நிகழ்வுகள் நடந்தும், இந்தப் போராட்டங்களுக்கான காரண காரியங்களைக் கண்டுபிடிப்பது எளிதல்ல. சான்றாக, ஜபுவா, தந்தேவாடா ஆகிய இரு பகுதிகளும் காட்டுப் பகுதி, வறுமை, ஆதிவாசிகளின் எண்ணிக்கை என்று எல்லாமே ஒரே மாதிரிதான் இருக்கும். ஆனால், தந்தேவாடா மாவோயிஸ்டு போராட்டங்களின் மையப் புள்ளியாக இருக்கும். ஒரு வேளை ஆந்திரப் பிரதேச எல்லைக்குப் பக்கத்தில் இருப்பதன் விளைவாக இது நடக்கலாம். ஆனால், ஜபுவா ஏறத்தாழ ஓர் அமைதிப் பூங்காவாக, சில 'காந்திய மக்கள் முனைப்புகள்' முயற்சியெடுக்கும் இடமாக உள்ளது.

பஸ்தாரிலுள்ள மாவோயிஸ்டுகளைப் பற்றி அறிய அல்லது அந்த இடத்தில் உள்ள மாவோயிஸ்டுகளைப் பற்றி அறிய நாம் முதலில் மாவோயிஸ்டுகளின் கருத்துகளைப் பற்றி அறிந்துகொள்ள வேண்டும். அடுத்து, அவர்கள் அமைப்பு முறை, தனி மனிதர்களின் தியாக வாழ்வு, மக்களின் ஒற்றுமை, போராட்ட குணம் பற்றித் தனித்தனியே தெரிந்து கொள்ளவேண்டும். நாம் கண்ணுற்ற தந்தேவாடாவிலும்கூட இடத்துக்கு இடம் சில மாற்றங்கள் இருக்கும். சில கிராமங்கள் மாவோயிஸ்டுகளின் இரும்புக் கோட்டை யாக இருக்கும். மற்ற பல கிராமங்கள் நடுநிலைமையோடு இருக்கும்.

இந்தப் பிரச்னைகளில் ஊடகங்களிலும், பத்திரிகையிலும், மனித உரிமைக் குரல்களும் அவரவரின் அரசியல் சார்பு நிலைக்கு ஏற்றதுபோல இருக்கும். ஒரு வலதுசாரி பத்திரிகையாளருக்கு நக்சலைட்டுகள் தங்கள் திறமையால் ஆதிவாசிகளை மூளைச் சலவை செய்து வைத்துள்ளனர் என்பது சரியான விவாதமாக இருக்கும். ஆனால், ஒரு முற்போக்கு தாராளவாதிக்கு ஆதிவாசிகள் மாவோயிஸ்டுகளுக்கும் அரசுக்கும் நடுவில் அடைபட்டு நசுங்கிக் கிடக்கிறார்கள் என்று தோன்றும். ஆனால், ஒரு தீவிரவாதி அடிக்கடி ஒரு தாராளவாதியை வெறுமனே ஒன்றும் தெரியாத அப்பாவி மனிதனாக நினைக்கலாம். அரசின் கடுமையையும், மாவோயிஸ்டுகள் போராட்டத்தையும் சரிசமமாக நினைப்பவர்களாக வலதுசாரிகளை நினைக்கலாம்.

மக்களுக்கு அரசும் வேண்டும்; மாவோயிஸ்டும் வேண்டும். வெவ்வேறு காரணங்களுக்காக இந்த இரண்டுமே வேண்டும் என்கின்றனர். வெறுக்கத்தக்க அரசின் அதிகாரிகளிடமிருந்து தப்பிக்க மாவோயிஸ்டுகள் வேண்டும். வேறு வழிகளில் பெறமுடியாத நலத்திட்டங்களைப் பெறமுடியும் என்று நம்புவதால் அரசும் வேண்டும். கிராமத்து மக்கள் மிகவும் தொல்லைக் குள்ளாவது அரசு இயந்திரங்களால்தான். ஆனால் நீதி வேண்டும்

என்று அவர்கள் கோருவதும் அரசிடமிருந்துதான். இது ஒரு பெரும் நகைமுரண். அரசியலமைப்புச் சட்டத்தைச் சபிக்கும் மாவோயிஸ்டுகள் கூட சட்டத்தின் பெயரைச் சொல்லித்தான் அநீதியான கொலை களையும் தங்களுடைய தலைவர்களின் கைதுகளையும் கண்டிக்கிறார்கள்.

அடக்குமுறையும் இன்றைய மக்களாட்சியும்

இந்தியாவில் மக்களாட்சி முழுமையாக நடைமுறைப்படுத்தப் படுகிறது. ஊடகங்களுக்கு முழுச் சுதந்தரம் கொடுக்கப்பட்டுள்ளது. தேசிய மனித உரிமைக் கழகம் (என்.ஹெச்.ஆர்.எல்.) என்ற அமைப்பு செயல்பட்டு வருகிறது. நீதித் துறை தன்னிச்சையாக இயங்கி வருகிறது. மனித உரிமைகளுக்கான தொடர்ந்த போராட்டமும் நடந்துகொண்டு தானிருக்கிறது. இத்தனையும் இருந்தாலும் இவற்றின்மூலம் நாம் எதிர்பார்க்கும் பலன்கள் கிட்டுவதில்லை. என்னைப் பொறுத்தவரையில் இத்தனை இயங்கு சக்திகளின் ஊடே இருக்கும் பிளவுகள் வழியேதான் இந்தியக் குடியரசும் நழுவிவிடுகிறது. குடியரசின் அமைப்பு முறையும், அது சாரும் அரசுகளின் காரியவாத நியாயமாக்கல்களும் இதற்குத் துணை போகின்றன.

அடக்குமுறைகளால் எழும் மனித உரிமை மீறல்கள் மக்களாட்சியில் அவ்வளவு எளிதாகக் கட்டுப்படுத்தப்படுவதில்லை. சல்வா ஜுடுமைக் கூட இதற்கு ஒரு சான்றாகத் தரலாம். இரு பெரும் தேசிய அரசியல் கட்சிகளும் இணைந்தே இந்த அமைப்பை முன்னெடுத்துச் செல்கின்றன. மற்ற மாநிலங்களிலும் அரசியல் கட்சிகள் தங்கள் வேற்றுமைகளை மறந்து, இது போன்ற மக்களுக்கு எதிரான பணிகளை ஒன்றாக ஆதரித்து வருகின்றன. தங்களின் இன அழித்தல்களையும் ஏனைய பெரும் தவறுகளையும் ஓட்டு அரசியலில் வெற்றி பெற பயன்படுத்துவது தொடர்ந்து நடைபெற்று வருகிறது. இது போன்ற அழிப்பு வேலைகளுக்குப் பண உதவி செய்வது சுரங்க கம்பெனிகளின் வழக்கம்தான். இத்தகைய நிகழ்வுகளில் சுதந்தரமாக இயங்கவேண்டிய ஊடகங்கள் இது போன்ற தவறுகளை வெளிக் கொணராது மக்களாட்சியில் அவர்களுக்கு இருக்கும் சுதந்தரத்தையே கேவலமாக்கிவிடுகின்றன. நீதிமன்றங்களோ, தேசிய மனித உரிமைக் கழகங்கள் போன்ற சட்ட நிறுவனங்களோ அரசின்மீது ஒரு கட்டுப்பாட்டைக் கொண்டு வரலாம். அவர்கள் இதில் தவறினால் மக்கள் உரிமைகளின் மீதுள்ள அவர்களது கரிசனம் மக்களாட்சியில் மிகுந்த கேவலத்துக்குரிய நிலைக்குத் தள்ளப்படும். ராணுவ ஆட்சியில் இருக்கும்

நாட்டைவிட இது போன்ற மக்களாட்சியில் அது நடந்தால் பிரச்னைகள் இன்னும் ஆழமாகவே இருக்கும்.

ஒரு நாட்டில் நடக்கும் அடக்குமுறை இப்போது உலகம் முழுக்க சமூக வலைத்தளங்களில் விவாதிக்கப்படும் புதிய நிலை தோன்றியுள்ளது. மாறாக, வழக்கமான ஊடகங்களும், புது ஊடகங்களும் அரசின் ஊதுகுழல்களாக மாற்றப்படும் வாய்ப்பும் உள்ளது. வேறு சில கட்டமைப்புகளும் அடக்குமுறைக்கு எதிராகச் செயல்படமுடியும். இந்தியாவின் அரசியலமைப்பில் காவல் துறைகளுக்கு எல்லை தாண்டிய தீவிரவாதம் ஒரு பெரும் பிரச்னையாக இருக்கும். அதே சமயத்தில் அடக்குமுறையில் துன்புறும் மக்கள் தங்கள் மாநில எல்லையைக் கடந்து அடுத்த மாநிலத்துக்குள் செல்லமுடியும். சல்வா ஜுடுமுக்குப் பயந்து அருகிலுள்ள ஆந்திரப் பிரதேச எல்லைக்குள் மக்கள் செல்ல முடியும். புதிதாக நுழைந்துள்ள புதிய பகுதிகளிலும் அவர்களை நோக்கி பல பிரச்னைகள் வரலாம். ஒருவேளை அவை சல்வா ஜுடும் தரும் வேதனைகளைவிடக் குறைவாக இருக்கலாம். வாழ்க்கை சிறிதேனும் புதிய இடத்தில் வாழும்படி பாதுகாப்பானதாக இருக்கலாம்.

மக்கள்திரளுடன் நிகழ்வுகள் நடந்தேறும்போது அவற்றை அடக்குவது முடியாததாகிவிடும். சான்றாக, மல்லோ ஜுலா கோட்டீஸ்வர ராவ் கிழக்கு வங்காளப் பாதுகாப்புப் படையினரால் கொல்லப்பட்டார். மக்களால் கிஷன்ஜி என்றழைக்கப்பட்டவரின் இறுதி யாத்திரை 2011ஆம் ஆண்டு நவம்பர் மாதம் நடந்தது. பல்லாயிரக்கணக்கான மக்கள், பல மைல் தொலைவிலிருந்து தங்கள் மரியாதையைச் செலுத்த அணி அணியாக வந்தனர். அவ்வளவு ஏன்? வங்காள மாநிலத்தில் சட்டசபை உறுப்பினர்கள்கூட அந்த இரங்கல் கூட்டத்திற்கு வந்தனர். 'காலையிலிருந்தே நிஜாமாபாத், அடிலாபாத், விசாகப்பட்டினம் என்று தொலைவிலுள்ள இடங்களிலிருந்து சாரி சாரியாக மக்கள் வந்தனர். கிஷன்ஜி வீடு இருந்த பிராமண வீதியில் நீண்ட நெடும் வரிசையில் மக்கள் பல தடுப்புகளையும், தடைகளை யும் தாண்டி தங்கள் மரியாதையைக் காண்பிக்க நிறைந்து நின்றனர்.

மாவோயிஸ்டுகள் ஓர் அச்சுறுத்தலாகப் பார்க்கப்படுகிறார்கள் என்றாலும் அவர்கள்மூலம் சில நல்விளைவுகள் நடந்தேறின. கண்ணிய நல்வாழ்வுக்கான அமைப்பு அல்லது தேசிய மக்களின் முன்னேற்றக் கூட்டமைப்பு போன்ற அமைப்புகள் வழக்கமாக வன உரிமைச் சட்டம் என்று அழைக்கப்படும் 'பட்டியல் இனத்தவர், பழங்குடி மக்கள் பாதுகாப்புச் சட்டம் -2006' என்ற சட்டத்தைப்

பிறப்பிக்க மாவோயிஸம் தூண்டுகோலாக இருந்தது. இதனால் நிலவுடைமைச் சட்டம் 2013மூலமாக ஆதிவாசிகளுக்குப் பாதுகாப்பும் நில உரிமையும் கிடைத்தன. அதோடு சமூக தாக்க மதிப்பீடுகள் ஆய்விடப்பட்டு சில மாற்றங்களுக்கும் இடம் கிடைத்தன. ஐமுகூ அரசால் பரிசீலிக்கப்பட்டு கொண்டு வரப்பட்ட இந்தச் சில மாற்றங்கள் 2014இல் பதவிக்கு வந்த மோதியின் அரசால் புறந்தள்ளப் பட்டு விட்டன என்பது நடப்பியலின் இன்னொரு சோகப் பகுதி!

இவை எல்லாவற்றுக்கும் மேலாக குடியரசில் போராளி மக்களுக்கு ஓர் அடிப்படை நன்மை இருக்கிறது. அரசியல் சாசனத்தின் உயர்ந்த கருத்துகளும் இச்சாசனத்தின்மூலம் இயங்கும் சட்டங்களும் ஒன்றுக் கொன்று எதிரானவையாக உள்ளன. இச்சூழலில், வரலாற்று ஏடுகளின் இறுதியில் பஸ்தாரில் மக்களாட்சி தூக்கி எறியப்பட்டு ஜனநாயகம் முழுமையாகத் தோல்வியடைந்தது என்றுதான் குறிப்பிடப்படவேண்டும். மக்களின் வாழ்க்கை கிள்ளுக் கீரை போல் பறித்து எறியப்பட்டது. ஆனால், இது போன்ற ஒரு கருத்துச் சூழலிலும் சில நல்ல மனிதர்களின் தன்னலமற்ற செயல்களால் மக்களாட்சியின் மகத்துவம் காப்பாற்றப்பட்டது. போடியம் பண்டா போன்ற சிலர் இந்தச் சோதனைக் கட்டங்களிலும் தங்கள் தெளிந்த மன நிலையையும் இயல்பான நகைச்சுவையையும் நிலை நாட்டியிருந்தார்கள். காவல் படையினரால் பாலியல் பலாத்காரம் செய்யப்பட்ட பெண்கள் பலர் பிரச்னைகளை மீறி தங்களைப் பலாத்காரம் செய்தவர்களுக்கு எதிராக கோபமாக எழுந்த வரலாறும் உண்டு. அவர்களெல்லாம் என்றும் நம் பாராட்டுக்குரியவர்கள்.

அரசே தவறிழைக்கும்போது மக்களில் சிலரே அரசின் ஆளுமையைச் சீர்படுத்தி, நாட்டின் சட்டத்தைச் சீர்தூக்கி, நிலைநாட்டி நல்ல நம்பிக்கைகளை மக்களின் மனத்தில் நட்டுவிடுகின்றனர். தளர்ந்த நம்பிக்கைகள் இவர்களால் வீறுகொள்கின்றன. தனிமைப் படுத்துதலும் நம்பிக்கை இழத்தலும் அடித்து நொறுக்கப்படுகின்றன. இந்த நல்ல மாற்றங்களும் திருத்தங்களும் உள்நாட்டு யுத்தம் நடக்கும் இந்தப் பூமியில் நம்பிக்கை விதைக்கும் கைகாட்டி மரங்களாக நிற்கின்றன. இவை மக்களாட்சியின் மகத்துவத்தை முழுவதுமாகத் தூக்கிப் பிடித்து நிறுத்துகிறதோ இல்லையோ, நிச்சயமாக மக்களாட்சியை நலிந்து போக விடாமல் காத்து நிற்கிறது.

3

“ஏனெனில், நான் விரும்புவது அமைதி”

அமைதிதான் - நான் விரும்புவது
அமைதிதான் வேண்டும்
யுத்தமல்ல - நான் வேண்டுவது
என் கண்களின் முன்னே
நான் பார்க்க விரும்புவது
பசித்த குழந்தையின் முகமல்ல
நாசம் பண்ணப்பட்ட பெண்களையல்ல
மௌனத்தின் அடித்தளத்தில் அமிழ்த்தப்பட்ட
ஆண்களையல்ல.

நான் தொடர்ந்து போராடிக் கொண்டிருப்பேன்
ஏனெனில்...
நாட்டின் பல பகுதிகள்
சுதந்தரம் பெற்றுவிட்டன
அங்கே...
படிக்காதவர்கள் படிக்கின்றனர்
நோய்களுக்கு மருத்துவம் கிடைக்கிறது
விளையும் அனைத்தும்
விளைவிப்பவர்களுக்கே
நான் தொடர்ந்து போராடிக் கொண்டிருப்பேன்
அமைதிதான் வேண்டும்.
யுத்தமல்ல - நான் வேண்டுவது அந்த அமைதியே

- க்ளாரிபெல் அலிக்ரியா, "Because I want peace"

இந்தி மொழி பேசும் சத்தீஸ்கர் அரசு எப்போதுமே மாவோயிஸ்டு கள் எல்லாமே தெலுங்கு பேசும் எல்லை கடந்த ஆந்திரக்காரர்கள் என்றுதான் தொடர்ந்து கூறி வருகிறது. ஆனால், இப்போது 90 விழுக்காடு மாவோயிஸ்டுகளும் அதன் முக்கிய தலைவர்களும் பஸ்தாரின் ஆதிவாசிகள்தான். அவர்களது கூட்டங்கள் பஸ்தாரின் மொழியான கோண்டியில்தான் நடக்கிறது.

ஆனால், பஸ்தார் வரலாற்றின்படியும் கூட வடக்கு - தெற்கின் நடுவிலுள்ள மையப் புள்ளியாகவே இருந்து வந்துள்ளது. பஸ்தாரின் வரலாற்றைப் புரட்டிப் பார்த்தாலும் இரு பெரும் முக்கிய நிகழ்வுகள் தெற்கிலிருந்து வடதிசை நோக்கி வந்ததாகத்தான் தெரிகிறது. 14ம் நூற்றாண்டில் காகத்திய அரசரான அன்னம் தியோ இப்போதைய தெலங்கானாவில் இருக்கும் வாராங்கல்லில் இருந்து வடக்கே பஸ்தாருக்குச் சென்று தன் புதிய அரசை அங்கு நிறுவினார். இந்த ஆட்சியின் காலம் இந்தியா ஒரு நாடாக சுதந்தரத்துக்குப் பின் ஒன்றானது வரை நீடித்தது.

தெற்கிலிருந்து வடக்கே சென்ற முக்கிய இரண்டாவது பயணம் நக்சலைட்டுகள் தொடர்ந்த ஒன்றாகும். இது 1980ஆம் ஆண்டு ஆரம்பமானது.

முதல் கட்ட காலம்

கேள்வி: இந்த மக்கள் போராட்டத்தில் எப்போது, எப்படி ஈடுபட ஆரம்பித்தீர்கள்?

பதில்: 1980இல் கே.எஸ் என்றழைக்கப்படும் கொண்டபள்ளி சீத்தாராமய்யா எங்களைக் காட்டுக்குள் நுழையும்படி கட்டளை யிட்டார். இங்கேயே சமவெளிப் பகுதிகளில் எத்தனையோ பிரச்னைகள் இருக்கும்போது எதற்காகப் பிரச்னை ஏதுமில்லாத காட்டுப் பகுதிக்குள் நுழையவேண்டும் என்று கேட்டோம். அதற்குப் பதிலாக கே.எஸ் எங்களிடம், 'எங்கெங்கே மக்கள் இருக்கிறார்களோ அங்கெல்லாம் கட்டாயம் பிரச்னைகள் இருக்கும். போய் அதைக் கண்டுபிடியுங்கள்' என்றார்.

... 2010ம் ஆண்டு ஏ. ரெட்டியுடன் நடைபெற்ற நேர்காணல்

1980இல் பஸ்தாருக்குள் நுழைந்த தெலுங்கு ஆண்களும் பின்னர் வந்துசேர்ந்த பெண்களும் மாவோயிஸ்ட் படிப்பினைகளில் ஆழ்ந்த ஈடுபாடு கொண்டிருந்தார்கள். 2009-2010ஆம் ஆண்டுகளில் வாராங்கல்லில் வைத்து நான் பலரைத் தொடர்ந்து நேர்காணல்

செய்து வந்துள்ளேன். அவர்கள் 1945-51இல் நடந்த தெலங்கானா ஆயுதப் புரட்சியில் தீவிரமாகப் பங்கு கொண்டவர்களின் குடும்பத்திலிருந்தோ அல்லது அந்தக் கிராமங்களிலிருந்தோ வந்திருந்தனர். அக்கிரமங்களில் பலவற்றிலிருந்து மாவோயிஸ்ட் வீரர்கள் வந்திருந்தனர்.

மஞ்சு என்று ஒரு போராளி. அவருடைய கிராமத்தில் 11 பேர் உயிர்த் தியாகம் செய்துள்ளனர். அவர்களில் மஞ்சுவின் சகோதரரும் ஒருவர். அவர் அவர்களது கிராமத்தின் இளைஞரணியின் அமைப்பாளராக இருந்தவர். ஓர் இளைஞர் கூட்டத்துக்கு வந்த ஒரு போராட்டத் தலைவர் மறதியாக வைத்துவிட்டுப் போன கையெறி குண்டு வெடித்து மரணமடைந்தார்.

சிவண்ணா சற்றே வயதானவர், திருமணமானவர். கள்ளிறக்கும் சாதியைச் சேர்ந்தவர். கிராமத்தில் நிலவிய நிலப்பிரபுத்துவத்தில் மிகுந்த தொல்லைகளை அனுபவித்தவர். இதனால் மறைந்த வாழ்க்கைக்குச் செல்லும்படியான கட்டாயம். அப்போது பீடி சுற்றி அவரது மனைவி குடும்பத்தை நடத்தி வந்துள்ளார்.

இன்னும் பலர் அவசர காலத்தில் சிறை வாழ்க்கை நடத்தியவர்கள். 1978இல் பலரும் பிரசாரங்கள்மூலம் கிராமத்துக்குள் நுழைந்து, மக்களிடமிருந்து நேரடியாகவே அவர்களது பிரச்னைகள் பற்றி அறிந்துகொண்டவர்கள். புரட்சிகர மாணவர் இயக்கத்தினரால் தூண்டப்பட்டு வந்தவர்கள் பலர். பள்ளிப்படிப்பை முடிக்காத லச்சண்ணா அப்படி வந்தவர்தான். இவரது அண்ணன் ஏற்கெனவே நடந்த ஒரு போராட்டத்தில் கொல்லப்பட்டவர். அவர் தன் 15வது வயதிலேயே போராளியானவர். பிரசாந்த் இன்னொரு முக்கியத் தலைவர். தன் 17ஆம் வயதிலேயே 1985ஆம் ஆண்டில் கட்சியில் இணைந்தார். 28 நீண்ட ஆண்டுகள் .... போராட்ட வாழ்க்கை. அதன்பின் கட்சியைவிட்டு விலகினார். ஜன்னு சின்னாலு என்பவர் வாராங்கல்லிலிருந்து புதிய உறுப்பினர்களைச் சேர்ப்பதில் முக்கியப் பங்கு வகித்தவர்.

தங்கள் பிள்ளைகள் படிப்பு, வேலை எல்லாவற்றையும் விட்டு விட்டுத் தேர்ந்த போராளிகளாக ஆகி கடுமையான அச்சம் நிறைந்த வாழ்வைத் தேடிக்கொண்டதில் சில பெற்றோர் மகிழ்ச்சி யடைந்தனர். பலருக்குக் கட்சியின் நடைமுறைகள் பிடித்திருந்தாலும் குழந்தைகளை அனுப்பத் தயங்கினர். இன்னும் சுயநலமில்லாத பல பெற்றோர் காட்டினுள் போராளிகளாக இருக்கும் தங்கள் பிள்ளைகளுக்கு, 'நம் வீட்டின் கதவுகள் உங்களுக்காக எப்போதும்

திறந்தே இருக்கும்; நீங்கள் உங்களது கொள்கைகளுக்காக வாழ்வது உங்களது சுதந்தரம்' என்று கடிதங்கள் மூலம் ஊக்குவித்தனர். அந்தத் தாய்மார்களின் கேள்வி ஒன்றே ஒன்றுதான். உலகத்திலுள்ள எல்லா அம்மாக்களும் தங்கள் குழந்தைகளைப் பார்த்துக் கேட்கும் ஒரே கேள்வி அது. 'நன்றாகச் சாப்பிடுகிறாயா? நன்றாக இருக்கிறாயா?' எவ்வளவோ கடுமையான அடக்குமுறைகள் இருந்தாலும் 1980களிலும் 1990களிலும் வாராங்கல் பகுதி அனைத்திலும் கட்சியின் தாக்கம் மிகுதியாக இருந்தது. பேருந்துகளில் காவலர் யாராவது ஏறினால், ஓட்டுனர் வித்தியாசமான ஒலி எழுப்புவார். கெரில்லாப் படை வீரர்கள் தற்காத்துக்கொள்ள இந்த ஒலி ஏதுவாயிருக்கும்.

கட்சிக்குள் இப்படிப் புதிதாக வந்தவர்கள் அனைவரும் சிபிஐ எம்எல் பீப்பிள்ஸ் வார் என்ற கட்சியின் உறுப்பினர்கள். இக்கட்சி கொண்டபள்ளி சீதாராமய்யா என்பவரால் ஆரம்பிக்கப்பட்டது. இது சாரு மஜூம்தார் ஆரம்பித்த சிபிஐ எம்எல் என்ற கட்சியின் பிரிவாகவே ஆரம்பிக்கப்பட்டது. 'மக்கள் யுத்தம் கட்சி'யின் தாரக மந்திரமே ஆயுதப் புரட்சிதான். ஆனாலும், ஆயுதப் போராட்டம் மட்டுமின்றி, மக்களின் எழுச்சிப் பேரணிகளும் மிக முக்கியம் என்று கட்சி கருதியது.

இக்கட்சி 1970ஆம் ஆண்டு ஆரம்பிக்கப்பட்ட புரட்சி எழுத்தாளர்களின் சங்கம், 1971இல் ஆரம்பிக்கப்பட்ட மக்கள் நாட்டிய மண்டலி (ஜன் நாட்டிய மண்டலி) என்ற இரு அமைப்புகளும் கட்டியெழுப்பிய கற்பனைகளில் ஊறித் திளைத்த ஒரு குழுதான். மேலும் பெரும்பான்மை மக்கள் இணைந்த புரட்சி மாணவர்கள் கூட்டமைப்பு, புரட்சிகர இளைஞர்கள் அமைப்பு, ரையோட்டு கூலிகள் சங்கம் என்ற பல அமைப்புகளும் விவசாயக் கூலி போன்ற பிரச்னைகளைத் தங்கள் கைகளில் எடுத்துக் கொண்டனர். இந்த அமைப்புகள் எல்லாம் காலூன்றியதும் காவல் துறையின் அடக்குமுறையும் வன்மமும் மிகக் கடுமையாக மாறியது.

அமைதியான எதிர்ப்புகள் எவ்விதப் பலனையும் தராது என்ற கருத்தை அரசு உருவாக்கிக்கொள்ள 1981இல் அடிலாபாத்தில் உள்ள இந்திரவெள்ளியில் நடந்த நிகழ்வுகள் காரணம். 'கிரிஜன் ரையோட்டு கூலி சங்கம்' ஒரு சந்தை நாளில் தங்களின் அமைதிக் கூட்டத்தைக் கூட்டுவதற்குத் திட்டமிட்டது. கடைசி நிமிடத்தில் தடை விதிக்கப்பட்டது. ஆனால், மக்களுக்கு இந்தச் செய்தி தெரியாது. அதனால் பெரும் கூட்டம் சேர்ந்துவிட்டது. அப்போது எந்தவித முன்னறிவிப்புமின்றி காவல்துறை துப்பாக்கிச் சூட்டை மேற்கொண்டது. அரசின் கணக்குப்படி 13 கோண்டுகளும் ஒரு

காவலரும் கொல்லப்பட்டனர். ஆனால், நூறு பேருக்கு மேல் இறந்ததாக அதிகாரமற்ற செய்திகள் தெரிவிக்கின்றன.

கிறிஸ்டோஃப் வான் ப்யூரர் ஹைமன்டார்ப் என்ற மானுடவியல் ஆய்வாளர் ஆயுதமேந்தும் போராட்டங்களை ஆதரிப்பவரில்லை. ஆனால், இந்திரவெள்ளி நிகழ்வுக்குப் பிறகு ஆதிவாசிகளின் எதிர்கால நன்மைகளுக்கு அவரது ஒரே மருந்து ஆயுதப் போராட்டம் தான். டிரைப்ஸ் ஆஃப் இந்தியா என்ற தனது நூலில், 'இந்திரவெள்ளி நிகழ்வைப் பற்றி வெகு சில இந்தியப் பதிவுகளே உள்ளன. அந்நிகழ்வை எதிர்த்து எழுதிய ஊடகங்கள் அதனை ஜாலியன் வாலாபாக் நிகழ்வோடு ஒப்பிட்டு எதிர்த்தன. நம்பிக்கையற்ற கடும் சூழ்நிலையில் இது போன்ற போராட்டங்கள் மட்டுமே சிறிதளவு நம்பிக்கையையாவது தரும்' என்று எழுதியுள்ளார்.

1979ம் ஆண்டு கட்சி ராணுவப் போர் நிகழ்வுகளைத் தீவிரமாக அணுக முடிவு செய்தது. '30 ஆண்டுகளில் நக்சல்பாரிகள்' என்ற கட்சி வரலாறு கீழ்வருமாறு குறிப்பிடுகிறது.

'1979இல் ஆந்திரப் பிரதேசத்தில் இக்கட்சியின் போராட்டங்கள் தீவிரமான நிலையை அடைந்தன. அத்தீவிரம் இன்னும் அதிகமாக வேண்டுமானால் வெறுமனே நில உடைமையாளர்களை மட்டு மில்லாமல் காவல் துறையையும், அதற்குத் துணை புரியும் பாதுகாப்புப் படையையும் சேர்த்தே எதிர்க்கவேண்டும். இதற்குத் தயாராக புதிய போராட்ட முறைகள் மட்டுமே போதாது. புது விதமாகக் கட்சியைச் சீரமைத்தால் மட்டும் போதாது. எல்லா வற்றுக்கும் மேலாக ராணுவ அமைப்பு ஒன்று கட்சிக்கு மிகவும் தேவையாக இருந்தது.'

'கெரில்லாப் பகுதிக்கு ஒரு கணிப்பு' என்று ஒன்றை கட்சி தயாரிக்க வேண்டியிருந்தது. ஆந்திராவில் உள்ள கோதாவரிப் பகுதியில் அடக்குமுறைகள் அதிகமானால் பதுங்கியிருக்க தண்டகாரண்யக் காடுகள் பயனுள்ளவை. இதற்கு அக்காட்டிலுள்ள ஆதிவாசிகளைத் தயார்படுத்துவது அடுத்த வேலை. இப்புள்ளியிலிருந்துதான் பஸ்தாரின் வரலாற்றுப் படலம் ஆரம்பிக்கிறது.

கோதாவரி நதியைத் தாண்டி....

ஆந்திர கம்யூனிஸ்ட்டுகளுக்கு பஸ்தாரில் உள்ள மக்களை ஒன்றுபடுத்த பல காலம் எடுத்தது. தெலங்கானாவில் ஆயுதப் புரட்சியை முன்னெடுத்ததோடு அல்லாமல், அப்புரட்சியின் வரலாற்றுப் பக்கங்களையும் பதிவு செய்த பி. சங்கரய்யா 1951இல்

எழுதுகிறார்: '1951லிருந்தே பஸ்தாருக்குள் செல்ல சிபிஐ கோதாவரியைத் தாண்டவேண்டும். ஆனால், அங்குள்ள மக்கள் இதற்கு அனுசரணையாக இல்லை என்பதோடு அவர்கள் மொழியும் இவர்களுக்குப் புரியவில்லை. ஆனாலும், இவர்களைத் தடுத்து நிறுத்த காவல் துறை தயார் நிலையில் இருந்தது. போபால் பட்டினத்தில் மூன்று கட்சிக்காரர்கள் சுட்டுக் கொல்லப்பட்டனர். இது கட்சியினரைப் பின்னடைய வைத்தது.

அதற்கு அடுத்த 30 ஆண்டுகளில் பஸ்தாருக்குள் நுழைவதற்குக் கட்சியினர் வெகு சில முயற்சிகள் மட்டுமே மேற்கொண்டனர். 1963இல் தெண்டு இலை சேகரிப்போரின் கூலி உயர்வுக்காக ஒரு சைக்கிள் பேரணி சிகப்புக் கொடியுடன் நடந்தது. இதுவும் கட்சியின் பல முயற்சிகளில் ஒன்று. 1958இல் எப்போதும் சந்தேகத்துக் குரியவரையும், தீவிரவாதிகளையும் கைது செய்ய வேண்டிய கட்டாயத்திலேயே காவல் துறையினர் கண்காணிப்போடு இருந்தனர். அவர்கள் கண்காணிப்பில் சிக்கிய ஒருவர் ஒய்.எஸ். மூர்த்தி. இவரை ஜக்தல்பூர் நகரத்தில் கைது செய்தனர். ஆனால், இந்த மனிதரது வேலை சுவற்றில் கட்சிப் படங்கள் வரைவது, கட்சிப் படங்களை ஒட்டுவது போன்ற 'தீவிர' வேலைகள் மட்டும் தான். இதை விட வேடிக்கை, இவரைக் காப்பாற்ற வந்த ஷங்கர் குகா நியோகி உடனே கைது செய்யப்பட்டதுதான். நியோகி பின்னாளில் நாட்டின் மிகப் பெரும் தொழிற்சங்கத் தலைவரானார். ஆனால், இப்போது காரணமின்றி கைது செய்யப்பட்டார்.

1974இல் மருத்துவப் பட்டம் பெற்ற மருத்துவர் ஷருனி விஜய்குமார் போபாலபட்டினத்தில் டாக்டர் ஸ்ரீனிவாஸ் ராவ் என்ற பெயரில், தனது கம்பவுண்டர் துஷார் காந்தி பட்டாச்சார்யா என்ற (மோகன் சிட் என்ற வேறொரு பெயரில்) உள்ளவரோடு இணைந்து மருத்துவமனை ஒன்றை ஆரம்பித்தார்.

பின்னாளில் பட்டாச்சார்யா தர்லகுடா என்ற இடத்தில் மருத்துவமனை ஆரம்பித்தார். இவை ஆரம்பிக்கப்பட்டு ஓராண்டு மட்டும் ஒழுங்காக இயங்கி வந்தன. அதன் பிறகு காவல் துறையின் சோதனைகள் அவர்கள் வீட்டில் நடந்தன. அதன்பின் புதிய முயற்சிகள் ஏதும் எடுக்கப்படவில்லை. கடைசியாக, 1980இல் மக்கள் யுத்தம் என்ற குழு ஆரம்பிப்பது வரை ஏதும் நடக்கவில்லை.

1980இல் ஏழு குழுக்கள் - ஐவர் அல்லது ஏழு பேர் கொண்ட எண்ணிக்கையோடு உள்ளே நுழைந்தன. கட்சியினர் தங்கள் வரலாற்றுக் குறிப்புகளில், 'ஆதிவாசிகளோடு அடிப்படை உறவு

வைத்துக் கொள்ள பெரும் சிரமங்களை அனுபவிக்க வேண்டியிருந்தது. இவர்கள் நுழைந்ததும் உடனே ஆரம்பித்த காவல் துறையின் கெடுபிடியும், ஆட்களைத் தேடும் வேட்கையும், அடக்குமறையும் ஆதிவாசிகள் மனதில் மிகுந்த அச்சத்தை ஏற்படுத்தின. இது கட்சியை பெரும் சிரமமான இடத்திற்குக் கொண்டு சென்றது.1985இல் பெரும் அடக்குமுறை ஆரம்பித்தது. இதன் கொடூரம் கட்சியையும் போராட்டத்தையும் மக்களிடம் கொண்டு சேர்த்தன. கட்சி எதிர்பார்த்ததைவிடவும் வேகமாகவும், ஆழமாகவும் பரவியது. காட்டுத் தீயென பரவியது' என்று எழுதி வைத்துள்ளனர்.

1985இல் எல்லா குழுக்களும் தங்களுக்குள் தொடர்பு ஏற்படுத்திக் கொண்டன. அவ்வப்போது சந்திக்கவும் ஆரம்பித்தன. இச்சந்திப்புகள் பஸ்தாரின் தெற்குப் பகுதியில் நடந்தன. 1987இல் தண்டகாரண்ய மாநிலக் கூட்டம் நடந்தது. இந்த மாநாட்டில் காட்சிரோலி, அதிலாபாத், பஸ்தார் மற்றும் ஆந்திரா - ஒடிசா எல்லைப் பகுதிகள் பங்களித்தன. அங்குள்ள மக்களும் இணைந்தனர். புதிய பிரச்னை களைக் கையாள கட்சி முடிவெடுத்தது. மாவோயிஸ்டுகளின் இந்த வரலாற்றைக் காவல்துறையும் உறுதி செய்துள்ளது.

மக்களின் பிரச்னைகளைக் கையில் எடுத்தல்

கோண்டி மொழியைப் பயில மூன்று மாதங்கள் ஆயின. சங்கம் அமைப்பது ஆரம்பத்தில் கடினமாக இருந்தது. 'நீங்கள் வருவதற்கு முன்பே நாங்கள் இங்கே இருந்து வருகிறோம். எங்கள் பிரச்னை களை நாங்களே சமாளித்து வந்துள்ளோம்' என்பது அவர்களின் வழக்கமான விவாதம். அடுத்து நாங்கள் விளக்குமாறுகளின் விலையை அதிகரிக்கப் போராடினோம். மர் என்ற இடத்தில் உள்ள மக்களுக்கு நீரை வடித்துக் காய்ச்சிக் குடிக்கப் பழக்கினோம். இதற்காகத் தரையில் பள்ளம் தோண்டி நீர் காய்ச்சும் முறையைக் கற்றுக் கொடுத்தோம்.மருத்துவ உதவிகளையும் செய்ய ஆரம்பித்தோம்.

.....லட்சண்ணா என்பவருடன் 2009இல் ஒரு நேர்காணல்

பஸ்தார் பகுதிக்கு முதலில் வந்து சேர்ந்த கட்சிக்காரர்களுக்கு ஆதிவாசிகள் ஒரு பெரும் கேள்விக்குறியாக இருந்தார்கள். அம்மக்களிடம் இருந்த சமத்துவவாதத்துக்கும், நிலப்பிரபுத்துவ ஆந்திராவில் கட்சிக்காரர்கள் நடத்திய போராட்டங்களுக்கும் எவ்விதத் தொடர்பும் இல்லாமல் இருந்தது. புதிதாக வந்த குழுக்கள் இந்த இரு துருவங்களை இணைக்க வேண்டியிருந்தது. இக்குழுக்கள் முதலில் அரசின் இயந்திரங்கள் சீராக ஓடுவதற்கான முயற்சியை எடுத்தார்கள். அரசுக்குப் போட்டியாக இல்லாமல் இணைந்து

செயல்பட்டனர். இரவுகளில் கிராமங்கள் தோறும் கூட்டங்களைக் கூட்டினார்கள். ஆங்காங்கே என்ன பிரச்னைகள் என்று ஆய்வு செய்தனர். தேவையான மக்களின் வாழ்க்கை பற்றிய குறிப்புகளைத் தொகுத்தனர். அரசு அலுவலகங்களில் மாவோயிஸ்டுகள் சாதாரண மக்கள்போல் சென்று வேண்டிய செய்திகளைச் சேகரித்தனர். அரசுத் திட்டங்களின் நடைமுறை குறித்தும் அரசு அனுமதித்துள்ள கூலி விவரங்கள் குறித்தும் தெரிந்துகொண்டார். வனத் துறையினர், ஒப்பந்தக்காரர்கள் குறைந்த ஊதியம் கொடுக்கும்போது அவர்கள் பயமுறுத்தப்பட்டனர்.

ஓர் எழுத்துகூடக் கற்பிக்காமல் முழுச் சம்பளம் வாங்கும் ஆசிரியப் பெருமக்கள்; யாருக்கும் மருத்துவ உதவி தராத மருத்துவத் துறை அலுவலர்கள்; நிலவரி வசூல் செய்பவர்கள்; தொட்டதற்கெல்லாம் லஞ்சம் வாங்கும் காவல் துறையினர்; நிலப் பதிவுகளில் ஊழல் நடத்தும் பதிவாளர்கள்; பாவப்பட்ட மக்களை ஏமாற்றும் வணிகர்கள் என்று மாவோயிஸ்டுகளின் அதிகாரக் கரங்கள் பலரையும் தொட்டன; சுட்டன. பாலியல் கொடுமைகளுக்கு எதிராகவும் உழைப்புச் சுரண்டலுக்கு எதிராகவும் செயல்பட்டு பெண்களைக் காப்பதும் ஒரு முக்கியப் பணியானது. அதே போல் கொத்தடிமை கள் சார்பாகவும் அவர்களுடைய உதவிக் கரங்கள் நீண்டு சென்றன.

அந்தக் காலங்களில் அரசு ஊழியர்கள் நிலச் சீர்திருத்தத்துக்காக ஊர் ஊராகச் செல்வதற்கு வாகன வசதிகள் செய்து கொடுக்கும்படி கிராம மக்களை வற்புறுத்தும் வழக்கம் இருந்துவந்தது. இத்தகைய பயணங்களில் அவர்களை மக்கள் 'நன்கு' கவனிக்கவேண்டும் என்பது மரபு. தின்பதற்கு நெய்யும், கோழியும், ஆடும், குடிப்பதற்கு மது வகைகளும் கட்டாயம் தேவைப்பட்டன.

வி.பி. படேல் என்பவர் மாவோயிஸ்ட் 'சம்பவங்கள்' பற்றிய கள ஆய்வுகளில் ஈடுபட்டபோது கண்டறிந்த விஷயம் இது. மாவோயிஸ்டுகளால் தாக்கப்பட்டவர்கள் அல்லது அந்தக் காலத்தில் அரிதாகக் கொல்லப்பட்டவர்கள் அனைவரும் ஏற்கெனவே அவர்களால் எச்சரிக்கப்பட்டவர்களாக இருந்தனர்.

மாவோயிஸ்ட் குழுவினருக்கும் மற்றவர்களுக்கும் திடீர் சந்திப்புகள் நடந்தன. சண்டையிடுவதற்காக அல்ல, கீழ்நிலை அரசு ஊழியர்கள், பணியாட்கள், மின்சார வேலையாட்கள் போன்ற பலரும் மாவோயிஸ்டுகளின் கூட்டங்களுக்கு வருவது வழக்கம். வனத்தில் இருக்கும் பல கிராமப் பள்ளி ஆசிரியர்களும் கூட்டங்களுக்கு வருவார்கள். இதற்கும் மேல் பல வணிகர்கள்

மாவோயிஸ்டுகளுக்குத் தூது வேலையோ பொருள்கள் எடுத்துச் செல்லும் வேலையோ செய்து உதவுவதுண்டு. மாவோயிஸ்ட் தலைவர்கள் பலர் சாதாரண உடையில் மக்களோடு மக்களாகச் சந்தைகளில் உலவித் திரிவதுண்டு. அவர்கள் வாழ்க்கையில் இப்படியும் ஒரு பகுதி இருந்தது.

மாவோயிஸ்டுகள் முதலில் எல்லாக் கிராமத்து மக்களுக்கும் ராபின்ஹுட் போல் இருந்தனர். காக்கி உடையில் பழைய காலத்து ஆயுதங்களோடு இருந்தனர். தங்களுடைய நிலை பற்றி ஒரு கெரில்லா வீரர், 'எங்களுக்குக் கிடைத்த பயிற்சியெல்லாம் ஒரு துப்பாக்கியை எப்படித் தூக்கிச் செல்வது என்பது மட்டும்தான். துப்பாக்கி அல்ல எங்கள் ஆயுதம். எங்கள் ஆயுதம் மார்க்சியமும் லெனினியமும்தான்' என்றார். எங்கள் ஆயுதம் காலம் கடந்த மிகப் பழைய துப்பாக்கிகளே. தூக்கி எறியப்பட்ட துப்பாக்கிகளே் எங்கள் கைகளுக்கு வந்தன. பழைய இரும்புக் கம்பிகளும் பழைய துப்பாக்கிகளும்தான் எங்கள் ஆயுதங்கள். இந்தத் துப்பாக்கிகளும் மழைக் காலத்தில் எப்படி வேலை செய்யுமோ... யார் கண்டது! அவர்களின் இன்னொரு பெரும் பிரச்னை காலணிகள். சிவண்ணா தங்கள் காலணிகள் அந்த கரேகுட்டா என்ற மலைப் பிரதேசத்து கல் பாதைகளில் ஒரு வாரம்கூடத் தாக்குப் பிடிப்பதில்லை என்று நினைவுகூர்கிறார். வாரத்துக்கு நூறு அல்லது நூற்றைம்பது ரூபாய் கொடுத்து காலணி வாங்க முடியுமா அவர்களால்? எனவே, வெறுங் கால்களோடுதான் பலரும் பல நாட்கள் அலைந்து திரிந்தார்கள்.

தெற்குப் பக்கம் உள கோண்டா கிராமங்களில் மக்கள் மாவோயிஸ்டு களுடன் தங்கள் முதல் சந்திப்புகளை நினைவு கூறுகிறார்கள். அவர்கள் அப்போது வெறும் கோடரி ஒன்றுடன் இருப்பார்கள். சிலர் மத்தளங்களைத் தொங்கவிட்டபடி வருவார்கள். தெற்கு பஸ்தாரிலும் மக்கள் மாவோயிஸ்டுகளோடு விளையாட்டுத்தன மான உறவு வைத்திருந்தார்கள். நீங்கள் மத்தளம் கொட்டி பாட்டுப் பாடி ஆடினால்தான் உங்களுக்குச் சாப்பாடு தருவோம் என்று அவர்களை ஆட வைத்துப் பார்ப்பார்கள்.

போராளிகளும் முதலில் ஆதிவாசிகளின் மீந்த உணவுகளை மட்டும் கேட்டு உண்பார்கள். ஆனால், காலம் செல்லச் செல்ல மக்கள் அவர்களுக்காகவே புதிதாகச் சமைக்க ஆரம்பித்தார்கள். பின்னாளில் உணவாகக் கொடுப்பதை மாற்றி, தானியங்களாகக் கொடுத்து உதவினர். ஏனெனில், இப்போது குழுவின் உறுப்பினர் எண்ணிக்கை அதிகமாகிவிட்டது. இதற்கு ஒரு படி மேலே சென்றன பல கிராமங்கள். அந்தக் கிராமத்தினர் பொது விவசாயத்துக்காகச் சில

இடங்களைத் தனித்து வைத்து, அதன் விளைபொருள்களைக் குழுமத்துக்குக் கொடுத்தனர். மற்ற ஏழை விவசாயிகளுக்கும் இந்த நிலம் உதவியாக இருந்தது.

சில ஆண்டுகள் நகர்ந்தன. இப்போது மாவோயிஸ்டுகளின் அழுத்தத்தால் அரசின் வரி வாங்கும் வேலைக்காரர்களும் வன ஊழியர்களும் லஞ்சம் வாங்குவதை நிறுத்திவிட்டனர். பெரிய நிலக்காரர்களுக்குப் பிரச்னை இருந்திருக்கலாம். ஏழைகள் பிழைத்தனர். ஆனால், இதனால் மாவோயிஸ்டுகளுக்குப் போராட ஏதுமில்லாத மந்த நிலை. தெண்டு இலை பறிப்பதற்குக் கூலி உயர்வு போன்ற ஒரு சிலவற்றில் மட்டுமே போராட வேண்டியிருந்தது. இதுவும் அவ்வப்போது காலச் சூழலுக்கு ஏற்றது போல் மாறி மாறி இருக்கும். ஆனால், மக்களுக்கு மாவோயிஸ்டுகள் மேல் ஒரு பெரும் நம்பிக்கை வளர்ந்துவிட்டது. வன அதிகாரிகளையும், காவல் துறை அதிகாரிகளையும் எதிர்த்துப் போரிடும் அவர்கள்மீது வந்த நம்பிக்கை இது. தங்கள் நம்பிக்கை வளர்ந்ததால் தங்களின் பல பிரச்னைகளையும் மாவோயிஸ்டுகளிடம் கொண்டு வந்தனர். திருமணப் பிரச்னைகள்கூட அவர்களிடம் வந்தன.

'இது போன்ற பிரச்னைகளை ஆங்காங்கே அந்தந்த இடங்களில் வைத்துத் தீர்த்து விடுங்கள் என்று கட்சி எங்களுக்கு அறிவுறுத்தியது' என்று லட்சண்ணா கூறினார். அப்போது 1983லிருந்து 1987 வரை கட்சிக்குள்ளும் ஒரு பெரும் விவாதம் நடந்து கொண்டிருந்தது. ஆதிவாசிகளின் நடுவேயுள்ள வகுப்பு வாரியான வேற்றுமைகள் தங்கள் போராட்டத்தின் காரணமாக இருக்கலாமா அல்லது முழுவதுமாக அரசு இயந்திரத்துடன் மோதுவது மட்டுமே காரணமாக இருக்கலாமா என்பதுதான் அக்கேள்வி.

இவ்விவாதங்களின் பயன் ஒரு முக்கிய தேவையை நோக்கிச் சென்றது. 1987ஆம் ஆண்டு ஒரு முக்கியமான ஆண்டாகவும், திருப்பு முனையாகவும் இருந்தது. இந்த ஆண்டுதான் மாவோயிஸ்ட் தலைவராக இருந்த சிவாஜி கட்சியிலிருந்து வெளியேற்றப்பட்டார். இவர், அரசுதான் நம் முதல் எதிரி என்ற கருத்தை வலியுறுத்தினார். இவரை நீக்கிய பின் ஒரு வனக் குழு தண்டகாரண்ய பகுதிக்காக அமைக்கப்பட்டது. இதன் கீழ் பல சங்கங்கள் ஒவ்வொரு கிராமத்துக்காகவும் ஆரம்பிக்கப்பட்டன. இச்சங்கங்கள் வகுப்பு வாரியாக அமைக்கப்பட்டன. இவை கிராமச் சபை போன்ற அமைப்போடு, கட்சியை முன்னெடுத்துச் செல்லும் இளைஞர்களை முன் வைத்து ஆரம்பிக்கப்பட்டன. கட்சியின் திட்டங்களைத் தினம் தினம் நிறைவேற்றவேண்டியது ஒவ்வொரு சங்கத்தின் கடமை.

தேசிய இந்திரவதி பூங்காவின் சங்கம், எப்போதெல்லாம் மக்கள் பூங்காவிலிருந்து மாற்றப்படுகிறார்களோ அப்போதெல்லாம் சங்கத்தின் தலைமைப் பொறுப்பாளர்கள் நடக்கும் வேலைகளைத் திசை மாற்றி விடுவார்கள். அதோடு கிராமத்து மக்களை மிகவும் அச்சுறுத்துவார்கள். ஏனெனில், காவல்துறை இவர்களை மாவோயிஸ்டு கள் என்று நினைத்துத் துன்புறுத்துவர் என்று பயந்தனர். கட்சி நடத்தும் பேரணிகளுக்கு மக்கள் ஒன்றாக வந்து சேர்வதில்லை.

இதே போல் தெற்கிலும் ராமண்ணா என்ற உள்ளூர் தலைவர் கிராமத்துப் பெரிய மனிதர்களும் பூசாரிகளும் புதிதாக ஆரம்பிக்கப் பட்ட சங்கங்களுக்கு உள்ளிருந்தே ஊறு செய்தனர். இந்த ராமண்ணாதான் பின்னாளில் மத்திய ரிசர்வ் படைக்கு எதிராகப் பல எதிர்ப்புகளை முன்னெடுத்துச் சென்றவர்.

1987இல் நடந்த இன்னொரு நிகழ்வு மேலே சொன்ன அனைத்தையும் திசை திருப்பியது. சுக்மா பகுதியில் உள்ள பென்டாபட் இடத்திலிருந்த சர்மா தேவா என்ற நூறு ஏக்கர் நிலத்தை கோண்டா என்ற இடத்தில் தனதாக்கிக் கொண்டார். அங்கிருந்த டோர்லா மக்கள் அந்த நிலத்தில் ஒரு பகுதியைத் தங்களுக்குப் பெற்றுத் தர வேண்டுமென சங்கத்தை அணுகியிருக்கிறார்கள். அப்போது அங்கிருந்த குழுவின் தலைவர் ராஜண்ணா என்பவர்; ராமண்ணா உதவித் தலைவர். இவர்கள் இருவரும் கல்மா தேவாவுடன் ஓரிரு சந்திப்புகளில் விவாதித்திருக்கிறார்கள். அச்சமயத்தில் கிராமத்தில் ஒரு திருமண நிகழ்ச்சி. கட்சியின் குழுவினரும் அதில் இணைந்து நடனமாடிக் கொண்டிருந்திருக் கிறார்கள். கல்மா தேவா காவல் துறைக்குத் தகவல் சொல்லியுள்ளார். காவல்துறை வரும்போது குழு அனைவரும் தப்பி ஓடிவிட, ராஜண்ணா மட்டும் ஒரு சகதிப் பள்ளத்தில் விழுந்துவிட்டார். காவல்துறையிடம் பிடிபட்டுவிட்டார்.

அடுத்த வாரத்தில் ஒரு நாள். ராமண்ணா கல்மா தேவாவை வஞ்சித்துக் காட்டிக் கொடுத்ததற்காகக் கொன்றுவிடுகிறார். இந்த நிகழ்வினால் கிராமத்து மக்களின் கட்சி நிலத் தொடர்பான பிரச்னைகளையும் கையில் எடுக்கும் என்று தெரிந்து கொள்கிறார்கள். இதனால் பலரும் கட்சியினால் பெரிதும் ஈர்க்கப்படுகிறார்கள்.

பஸ்தார் பகுதி 'ஆரியர்கள்'

ஆதிவாசிகளின் மத்தியிலும் வர்க்கப் போராட்டம் உள்ளது என்பதைப் புரிந்துகொள்ள எங்களுக்கு நீண்ட காலம் வேண்டியிருந்தது.

...2010 சிவண்ணாவுடன் நடந்த நேர்காணலில்

நிலம்தான் ஆதிவாசிகள் இடம்பெயர்வதற்குக் காரணம். அவர்களுடைய அரசியலின் மையமும் நிலம்தான். 1990களில் நான் நடத்திய பல கள ஆய்வுகளில் துர்வாஸ், டோர்லா என்ற இரு இனத்தவரும் தங்கள் கிராமத்திலேயே வாழ்ந்துவருகிறார்கள் என்றும், பக்கத்திலுள்ள மலைக்குள் ஊடுருவி வாழும் கோண்டுகள் எப்போதும் புதிய இடத்தைத் தேடி நாடிப் போவார்கள் என்றும் புரிந்துகொள்ள முடிந்தது. இந்தத் தெற்கு திசை கோண்டுகளை லச்சண்ணா 'பஸ்தார் பகுதியின் ஆரியர்கள்' என்றழைப்பார். புதிய இடங்களைத் தேடிச் சென்று குடியமர்தல் அவர்கள் வழக்கம்.

1980களில் ஜங்கம்பால் என்ற இடத்திலிருந்தும், அருகிலுள்ள குக்கானர் என்ற இடத்திலுள்ள கிராமங்களிலிருந்தும் வரும் கோண்டா மக்களை சிபிஐ கட்சியின் உதவியோடு கங்கர் தேசியப் பூங்காவிலுள்ள பாத்ரி மாஹு, சந்தமெட்டா என்ற இரு பழைய கிராமங்களில் குடியமர்ந்தார்கள். 1935, 1965 ஆண்டுகளில் நடந்த கடும் வறட்சியின் காரணமாகவோ, கடும் நோயின் காரணமாகவோ இந்தக் கிராமங்களிலிருந்த மக்கள் இதனைக் காலி செய்துவிட்டுச் சென்றுவிட்டனர். புதிதாகக் குடி வந்தவர்களை வனத்துறை விரட்டியடிக்க முயன்றும் அது முடியாது போயிற்று. சில சமயங்களில் தன் மகனிடம் தன் நிலத்தைக் கொடுத்துவிட்டுப் புதிய இடம் தேடி ஒரு தகப்பனார் போய்விடுவார். புது மனைவி ஒன்றும் தேடிப் பிடித்து அங்கேயே இருந்துவிடுவார். ஆனால், பொதுவாக மகன்களே புதிய இடம், புதிய மனைவி என்று இடம் மாறுவது உண்டு. கடிராஸ், சுக்மா, குவக்கோண்டா என்ற இடங்களிலிருந்த ஆதிவாசிகள் மேலும் தெற்குப் பக்கம் நகர்ந்து, கோலப்பள்ளி, கிஸ்தாரம் என்ற மலைப் பகுதியில் காடுகளை அழித்து பழைய கைவிடப்பட்ட டோர்லா கிராமங்களில் தங்கினர்.

காலங்காலமாக ஓர் அறுவடை முடிந்ததும் அருகருகே உள்ள கிராமங்களிலிருந்து 60-70 இளைஞர்கள் இரண்டு, மூன்று மாதங்களுக்கு நெடுந்தொலைவுவரை வேட்டைக்காகச் செல்வார்கள். இந்த நீண்டகால வேட்டைக்குப் பெயர் ஜுது. குறுகிய காலத்து வேட்டையும் உண்டு. இது விதைக்கும் நேரத்தில் புதிய விளைநிலங்களைத் தேடும் வேட்டை. இதன் பெயர் வெட்டா. கொண்ட்டாவில் ஆரம்பித்த இந்தத் தேடல் எல்லை தண்டி ஆந்திரப் பிரதேசத்திற்குள்ளும் சென்றது.

1980களில் தெற்கு பஸ்தாரில் உள்ள வன நிலங்களிலும், கிராமங்களிலும் கோண்டுகளைக் குடியமர்த்த மாவோயிஸ்டுகள் உதவினர். இதனால் பலரும் கட்சி நோக்கி இழுக்கப்பட்டனர்.

ஆந்திரப் பிரதேசத்திலுள்ள கொண்ட்டாவில் உள்ள பல்பொச்சா கிராமத்தில் இருந்த மங்குராம் என்பவர் 1980இல்தான் அங்கு வந்துசேர்ந்த கதையைச் சொன்னார்.

மங்குராம் ஒரு காங்கிரஸ்காரர். நன்கு இந்தி பேசுவார். புதிதாக ஆரம்பித்த மக்கள் யுத்தக் குழு சந்தித்த முதல் நபர் இவர்தான். அப்போது இந்த நிலம் முழுக்க வனத் துறைக்குச் சொந்தமானதாக இருந்தது. மங்குராம் தனக்குப் பிடித்த ஓர் இடத்தைத் தேடி வைத்திருந்தார். அந்த இடத்தை அடையக் காத்திருந்தார். குழுவும் சரியான ஒரு நேரத்துக்காகக் காத்திருந்தது. வனத் துறை அப்பகுதியிலுள்ள மரங்களை வெட்டினார்கள். வெட்டிய மரங்கள் அடுக்கி வைக்கப்பட்டன. அதனை மாவோயிஸ்டுகள் தீ வைத்தனர். வனத்துறை அதிகாரி மங்குராமின் உதவியை நாடினார். மீதி உள்ள வெட்டிப் போட்ட கட்டைகளை மாட்டு வண்டியில் ஏற்றித் தர மங்குராமின் உதவியைக் கேட்டார்கள். இதற்குப் பதிலாக வன அதிகாரி 25 குடும்பங்களுக்கான முதற் குற்றப் பத்திரிகை (பிரிலிமினரி அஃபென்ஸ் ரிப்போர்ட் எனப்படும் பி.ஓ.ஆர்.) ஊடுருவுதல் செய்ததற்காகக் கொடுத்தார். இதற்கு அவர்களிட மிருந்து தண்டம் ஏதும் விதிக்கவில்லை. பிஓஆர் ஒரு குற்றப் பத்திரிகைதான். ஆனாலும், அப்பகுதியில் அம்மக்கள் இருந்தார்கள் என்பதற்கான அத்தாட்சி அது. காலப்போக்கில் இப்பத்திரிகை அவர்கள் சட்டபூர்வமான அத்தாட்சி வாங்குவதற்கான முதல் படி இது. அரசு ஊடுருவல்களைச் சரி செய்யும் காலத்தில் பிஓஆர் மிகுந்த உதவியாக இருக்கும்.

எங்கே ஒரு குடும்பம் ஒரு புதிய பகுதியில் காலூன்றுகிறதோ அப்போது பக்கத்து கிராமங்களில் இருந்து சண்டை வலுக்கும். ஆனால், கட்சி ஒவ்வொரு கிராமத்தின் எல்லைகளையும் வரையறுத்து விடும். இப்போதுகூட கிஸ்தாராம் பகுதியில் வெள்ளைத் துணிகளில் கயிறுகளில் தொங்குவதைச் சாலைகளுக்குக் குறுக்கே காணலாம். குழுவே ஒவ்வொரு கிராமத்துக்கும் ஒரு பொதுத் தலைவரை உருவாக்கியது. வனத்துறை அவர்களுக்கு எந்தத் தொல்லையும் தரக்கூடாது என்ற ஆணையும் பிறப்பிக்கப்படும்.

இதிலிருந்து இனி வனத்துறை மரங்களை வெட்டிச் சாய்க்கும் போதோ அல்லது மரத் துண்டுகளை எரிக்க விரும்பும்போதோ அவர்கள் மாவோயிஸ்டுகளின் உதவியை நாடி வருவார்கள். இன்னும் இப்பழக்கம் தொடர்ந்து நடந்துகொண்டுதான் இருக்கிறது. இதனால் வனத் துறை - மாவோயிஸ்டுகள் உறவு தொடரும் வாய்ப்பும் இருக்கிறது. சரணடைந்த மாவோயிஸ்ட் ஒருவர் தன்

புகைப்படத்தை எனக்குக் காண்பித்தார். அதில் அவர் வனத் துறையின் ரேஞ்சரின் சீருடையில் இருந்தார். அது ஒரு வனத் துறை மேல் அதிகாரியே அவருக்குக் கொடுத்தது. இரக்கமுள்ள அந்த அதிகாரி சீருடை மட்டுமில்லாமல், போலி அடையாள அட்டையும் கொடுத்திருந்தார். ஆறடிக்கும் மேல் உயரமாக இருந்த அந்த மனிதர் நிஜமான ரேஞ்சர்போலவே அந்தக் கூட்டத்தில் கம்பீரமாகத் தோற்றமளித்தார்.

மார்ச் மாதம். 2012ஆம் வருடம். நண்பர் ஒருவரின் மோட்டார் சைக்கிளில் கிஸ்தாராம் காட்டினூடே பயணம் செய்தேன். பல மைல் தூரத்துக்கு எங்களைச் சுற்றி சிகப்பு வண்ண இலைகளும், மொட்டையான தேக்கு மரங்களும் இருந்தன. அங்கங்கே சில மஹுவா மரங்களும் நின்றுகொண்டிருந்தன. ஒவ்வொரு மரத்தின் கீழும் வட்ட வடிவத்தில் எரிந்து அவிந்த நெருப்பு வட்டம் ஒன்றும், சாம்பலும் குவிந்துகிடந்தன. அங்கிருந்த மேலதிகாரி டபுள்யூ.ஜி.. கிரிக்சன் வடக்கு பஸ்தாரையும் தெற்கு பிஜாபூரில் உள்ள கொண்ட்டா பகுதியையும் அவற்றின் வித்தியாசங்களையும் நன்கு விவரித்தார். பஸ்தார் பச்சைப் பசும் மரங்கள், குளிர்ந்த தட்பநிலை, நீரின் செழுமை, நிறைந்த உயிரினங்கள் என்று அழகாக இருந்தது. ஆனால், அடுத்த பகுதி வெப்பமான காய்ந்த இலையுதிர் காடுகள், நீரற்ற நிலை, குறைந்த அடர்த்தியில் உயிரினங்கள் என்று எதிர்மறையாக இருந்தது.

இப்பகுதிகளில் மாவோயிஸ்டுகள் இருந்தமைக்கான சான்றுகள் இருக்கலாம் அல்லது இல்லாமல் போகலாம். ஆனால், 2005லிருந்து 2015ஆம் ஆண்டுவரை நான் நேரில் கண்ட பைராம்கர், பிஜாபூர், தந்தேவாடா, சுக்மா, கொண்ட்டா பகுதிகள் அனைத்திலும் நிலம் பிரித்து அளிக்கப்பட்டிருப்பது தெரிந்தது. சான்றாக, ஒரு குடும்பத்துக்கு ஒரு ஏக்கர் நிலம் மட்டும் இருந்தால், அதன் அருகில் அதிகமாக நிலம் வைத்திருந்தால் அதில் ஒரு பகுதி இக்குடும்ப நிலத்தோடு புதிதாகச் சேர்க்கப்படும். குழந்தை இல்லாத குடும்பத்து நிலங்கள் மற்றொரு குடும்பத்துக்கு அளிக்கப்பட்டிருக்கும். எல்லாம் மாவோயிஸ்டுகளின் நல்ல கைங்கர்யம்தான்.

கிராமத்து மக்களால் சங்கத்தின் மேற்பார்வையில் புதிய நீர் வரப்புகள் உருவாக்கப்பட்டிருக்கின்றன அல்லது நிலச் சீர்திருத்தம் மேற்கொள்ளப்பட்டிருக்கிறது. ஏழைகளின் வயல்களில் நல்ல புதிய மாற்றங்கள் பலவற்றைச் செய்திருக்கின்றனர். இந்தச் சூழலை நான் 2016ஆம் ஆண்டில்கூடப் பார்க்கமுடிந்தது. ஏனெனில், 2016இல் பெரும் அடக்குமுறைகள் தலை விரித்தாடின. வீட்டில் மக்கள்

நிம்மதியாகத் தூங்கக்கூடமுடியாத சூழல். காவல் துறை தொடர்ந்து தொல்லைகள் கொடுத்துவந்தது. இந்த நிலையிலும் நான் பல கிராமத்து மக்கள் ஒன்றிணைந்து பொது மராமத்துப் பணிகள் செய்து கொண்டிருப்பதைக் கண்டேன். கிராமத்து மக்கள் தங்கள் கிராமங்களிலுள்ள இதுபோன்ற பொது வேலைகளைச் செய்து முடித்த பிறகே - தங்கள் கடமைகளை முழுவதாக முடித்த பின்பே - கூலி வேலைக்கு ஆந்திரப் பிரதேசத்துக்குப் போவோம் என்றார்கள். நெருக்கடியிலும் அத்தனை கூட்டுக் கடமையுணர்வு!

மாடுகள், தானியக் கிடங்குகள், வட்டியில்லா கடன் ஆகியவை கட்சியிடமிருந்து மக்களுக்குக் கிடைத்தன. பல சமயங்களில் விளை பொருள்கள் மொத்தமாகச் சேர்க்கப்பட்டு விற்பனைக்குச் சென்றன. கடனை அடைக்கவோ திருமணம் போன்ற நல்ல காரியங்களுக்கோ, இப்பணம் பகிர்ந்தளிக்கப்பட்டது. சில முக்கியமான இடங்களில் நிலத்துக்குரிய பட்டாக்களுக்கு எந்த மரியாதையும் இல்லாமல் போய், அவை வெறும் காகிதமாக இருக்கும். மக்களிடம் இது போன்ற பட்டாக்களைக் கொளுத்திப் போடச் சொல்லி, அதற்குப் பதிலாக புது பட்டாக்களை நிலத்தின் உரிமையாளர்களான கணவன் மனைவிக்குக் கட்சி கொடுக்கிறது.

பல நீர்த்தேக்கங்களை மக்களைக் கொண்டு உருவாக்கியது கட்சி. இது அவர்களுடைய நெடுங்காலத் தேவையாக இருந்தது. பத்து ஆண்டுகளுக்கு ஒரு முறை நடக்கும் மக்கள் கணக்கெடுப்பின்படி 2011லேயே மிகச் சிறிய அளவிலேயே நிலம் விவசாயத்துக்குப் பயன்பட்டது. பிஜாபூர் மாவட்டத்தில் வெறும் 1.49 விழுக்காடு நிலமும், தந்தேவாடா மாவட்டத்தில் 1.63 விழுக்காடு நிலமும் மட்டுமே விவசாயத்துக்குப் பயன்பட்டன. கட்சி பல விவசாயக் கூட்டுறவு அமைப்புகளை ஏற்படுத்தியது. அவற்றின் வெற்றி ஒவ்வொரு அமைப்பிலும் மாறுபட்டிருந்தது. ஒருவருக்கு ஒருவர் விவசாயத்தில் உதவி செய்துகொள்வது அவர்களுக்கு வழக்கம்தான். இந்த வேலை மாற்றும் பழக்கத்தினால் அவர்களுக்குள் உணவுப் பண்டப் பரிமாற்றம் நடக்கும். ஆனாலும், இந்தப் பழக்கம் பணக்கார நிலவுடைமையாளர்களுக்குத்தான் லாபகரமாக இருந்தது. ஆனால், மாவோயிஸ்ட் கொள்கையின்படி எல்லோரும் ஒரே அளவு உழைப்பைப் போட்டு, ஒரே அளவு நன்மைகளைப் பெறவேண்டும். ஏழைகள் தங்கள் உழைப்புக்கேற்ப அதிகக் கூலி பெறவேண்டும். இதனால் பல நல்ல உழைப்பாளிகள் சிறு எண்ணிக்கையில் உள்ள நில உடைமையாளர்களிடம் வேலை பார்த்தார்கள். 2013இல் ஒரு நாள் கூலி வெறும் ரூபாய் 100 மட்டுமே. எந்தக் கிராமங் களிலெல்லாம் பல ஆண்டுகள் மாவோயிஸ்டுகள் இருந்தார்களோ

அங்கெல்லாம் வழக்கமான, லாபகரமான முயற்சிகள் தொடர்ந்து கொண்டிருந்தன. மாவோயிஸ்டுகள் இல்லாத புதிய கிராமங்களில் புதிய முயற்சிகள் மக்கள் நலனுக்காக ஆரம்பிக்க போராட்டமும் உழைப்பும் தொடர்ந்துவந்தன.

அரசைக் கட்டுப்படுத்தும் இலைகள்

நாம் உயிர் வாழ முதல் அடிப்படைத் தேவை நிலம். இரண்டாவது, காடு. ஒவ்வொரு பருவ காலத்திலும் காட்டில் இலைகள் உதிர்ந்து, முளைக்கும். மனித வாழ்க்கையின் அடிப்படைக்கும், வாழ்வின் மகிழ்ச்சிக்கும் இந்த இயற்கை நிகழ்வுகள்தான் முக்கிய காரணம். காடுகளில் ஆதிவாசிகள் தொடர்ந்து தங்கள் சூழலில் புளி, பீடி இலை, சார், பெஹேடா, சால் மரத்து விதைகள், அயோன்லா, மரத்துப் பட்டை போன்ற இன்னும் பல பொருள்களைச் சேகரித்து நகரத்துச் சந்தைகளுக்கு அனுப்புகிறார்கள். இப்பொருள்களின் விற்பனையின் மேல்தான் ஆதிவாசிகளின் பொருளாதாரச் சுமைதாங்கி நிற்கிறது.

சத்தீஸ்கரில் கிடைக்கும் காட்டு மரப் பொருள்கள் (என்.டி.எஃப்.பி.) இரு வகைகளாகப் பிரிக்கப்படுகின்றன. பீடி இலையும் சில மரப் பிசின்களும் நாட்டுடைமை ஆக்கப்பட்ட என்டிஎஃப்பி. இவை தவிர ஏனைய பொருள்கள் எல்லாம் நாட்டுடைமை ஆக்கப்படாத என்டிஎஃப்பி. சத்திஸ்கர் மாநில வனப் பொருள்களின் கூட்டுறவு அமைப்பு மட்டுமே நாட்டுடைமைப் பொருள்களை நேரடியாகவோ, முகவர்கள் மூலமோ விற்கமுடியும். வியாபாரிகள் ஏனைய வனப் பொருள்களைக் கிராமத்து மக்களிடமிருந்து வாங்கி வாரச் சந்தையில் விற்கமுடியும். இதுதான் மாநிலத்து விவசாயப் பொருள்களின் சந்தைப் பொருளாதாரம்.

பஸ்தாரில் உள்ள வியாபாரிகளும் ஒப்பந்தக்காரர்களும் புதுக் குடிமக்கள் மட்டுமே. ஆதிவாசிகள் யாருமே வியாபாரிகளல்ல. இந்த வியாபாரிகளும் ஒப்பந்தக்காரர்களும் குடியேறியபோது சாதாரண ஏழை மக்கள்தான். ஆனால், இங்கு வந்த பிறகு வியாபாரத்தில் செழித்தார்கள். வனப் பொருள்கள் விற்பனையை விட சட்டத்திற்கு விரோதமான பொருள்களைக் கள்ளத்தனமாக வியாபாரம் செய்து கொழித்தார்கள். இப்படிப் பணம் கொழித்தது என்பதற்குச் சான்றாக ஒன்றைச் சொல்லலாம். பஸ்தார் பரிவாகன் சங்கம் என்ற போக்குவரத்துக் கூட்டமைப்பில் 6000 லாரிகளும் டிரக்குகளும் பதிவு செய்யப்பட்டுள்ளன. அத்தனை வாகனங்களும் இந்த வியாபாரக் கும்பலின் வாகனங்களே. இந்த வியாபாரிகளில்

முதல் நிலையில் இருப்பவர்கள் மார்வாரி மொத்த வியாபாரிகள். இவர்களது வியாபாரத் தொகுப்புகள் நாடு முழுவதும் உண்டு. இந்த மார்வாரிகள் மொத்தமாகப் பொருள்களை வாங்கி, தங்கள் விற்பனைச் சங்கிலிகள் மூலம் தங்கள் முகவர் மூலமாக நாடு முழுவதும் பிரித்து விற்றுவிடுகின்றனர். சில்லறை விலைக்கும் விற்கும் அளவிற்கு அவர்களது வியாபார சாம்ராஜ்ஜியம் நாடு முழுவதும் விரிந்து கிடக்கின்றது. வியாபாரிகளின் தர வரிசையில் கடை நிலையில் இருப்பவர்கள் சாதாரண முகவர்கள். இவர்கள் 'கொச்சியாஸ்' என்றழைக்கப்படுகிறார்கள். இவர்கள் சந்தைப் பொருள்களை எடை போட்டு வாங்குபவர்கள். கள்ளத் தராசில் எடை போட்டு ஏமாற்றுபவர்கள் இவர்கள் என்பது உலகறிந்த உண்மை.

அரசுக்கும் மாவோயிஸ்டுகளுக்கும் நடுவே பல காலமாக ஒரு போராட்டம். கிராமத்து மக்களிடமிருந்து பீடி இலைகளை யார் வாங்குவது என்ற போராட்டமே அது. பீடிச் செடிகள் பிப்ரவரி , மார்ச் மாதங்களில் தரித்து விடப்படுகின்றன. மே மாதத்தில் இலைகள் கொய்யப்படுகின்றன. பறிக்கப்படும் பீடி கட்டுகளுக்கு ஏற்ப மக்களுக்குக் கூலி வழங்கப்படும்.

*1988-89*இல் மத்தியப் பிரதேச அரசு மாநில அரசின் வனப் பொருள் விற்பனைக் கூட்டமைப்பு ஒன்றை உருவாக்கியது. இதன் முதல் நோக்கமே கிராமங்களில் அரசு முகவர்கள் மூலம் பறித்துக் காய வைக்கப்பட்ட பீடி இலைகளை வாங்குவதுதான். இதற்கு முன் ஒப்பந்தக்காரர்கள் அரசுக்குரிய கட்டணத்தைக் கட்டிவிட்டு மக்களிடமிருந்து இலைகளை வாங்கிவிடுவார்கள். இப்புதிய முறையின் மூலம் கிராம மக்களுக்கு ஓரளவு நியாயமான பணம் கிடைத்துவந்தது. அரசு நிலத்திலிருந்தே பீடி இலைகள் பறிக்கப் படுவதால் அதற்குரிய பணம் அரசுக்கும் நேரடியாக வந்துவிடுகிறது. மக்களுக்கும் மகிழ்ச்சி, அரசுக்கும் வருமானம்.

ஆனால் அரசு அதிகாரிகளின் குறைந்த ஆர்வமும், பீடி இலைக்குக் கொடுக்கவேண்டிய பணம் பற்றாக்குறையாக அரசிடம் இருந்ததாலும் பிரச்னைகள் முளைத்தன. இதனால் உண்மையில் மாவோயிஸ்டு களின் அதிகாரம் உள்ள இடங்களில் வன இலாகாவின் சட்டங்கள் செல்லுபடி ஆவதில்லை. அந்த இடங்களில் முகவர்கள் ஒப்பந்தக் காரர்களுக்கும் சம்பளம் பெற்றுக் கொள்வர். பல ஆண்டுகளாக மாவோயிஸ்டுகள் இந்தப் பீடி இலை வியாபாரத்தை அரசைவிட மிகவும் நன்றாக நடத்தி வந்தனர். கிராமத்தார்களுக்கு அதிகக் கூலி கிடைத்தது. கூலி உயர்வு வேண்டும் போதெல்லாம் கட்சியினர் மக்களை வேலை நிறுத்தம் செய்யத் தூண்டிவிடுவார்கள்.

ஒப்பந்தக்காரர்கள் கூலியை உயர்த்தவேண்டிய கட்டாயத்துக்கு உள்ளாவார்கள்.

கூலி உயர்வுகள் பல கிராமங்களை உள்ளடக்கிய பொதுக் கூட்டங்களில் முடிவு செய்யப்படும். கட்சிக் குழு உறுப்பினர்களும் ஒப்பந்தக்காரர்களும் இந்தக் கூட்டங்களில் கலந்துகொள்வர். அரசு நடத்தும்போது கிடைத்ததைவிட கிராமத்து மக்களுக்கு அதிகக் கூலி இப்போது கிடைத்துவந்தது.

ஒப்பந்தக்காரர்களுக்கும் நட்டம் ஏதுமில்லை. மக்களுக்கு உயர்ந்த கூலியும், மாவோயிஸ்டுகளுக்குக் கப்பமும் கட்டிய பிறகும் அவர்கள் லாபத்துக்குக் குறைவில்லை. 2005-06ல் நான் பல ஒப்பந்தக் காரர்களிடம் நேர்காணல் நடத்தினேன். அதில் ஒரு ஒப்பந்தக்காரரிட மிருந்து நான் பெற்ற தகவல்கள் இதோ: 100 இலைகள் அடங்கிய ஒரு கட்டுக்கு 80 பைசா. 14 கட்டுகள் அல்லது 1 கிலோ கட்டுக்கு மொத்த செலவு ரூ. 15.70 (ரூ. 11.20 இலைகளிலுள்ள விலை; போக்குவரத்திற்கு ரூ. 8; கப்பம் 500 கட்டுகளுக்கு ரூ. 1.00-1.50). விற்பனை விலை 1 கிலோவிற்கு ரூ. 20.25. ஆக, கிலோவிற்கு லாபம் ரூ. 5-10.

2013இல் வடக்கு பஸ்தாரில் மாவோயிஸ்டுகள் கோலோச்சும்போது ஒப்பந்தக்காரர்கள் இன்னும் அதிகமான கூலி தரவும் இசைந்தனர். அரசு அப்போது நிர்ணயித்த கூலி ரூபாய் 110. ஆனால், ஒப்பந்ததாரர்கள் இதற்கும் மேல் ரூபாய் 40 அதிகமாகத் தருவதற்குத் தயாராக இருந்தனர். இந்தக் கூலிகள் எல்லாம் கட்சி எந்த அளவுக்கு அதிகாரம் செலுத்தமுடியும் என்பதைப் பொறுத்துத்தான். சாதாரணமாக, ஒவ்வொரு கிராமத்தவரும் ஒரு நாளைக்கு 100 கட்டு இலைகளைக் கொடுக்கமுடியும். கிராமத்தார்களின் வருமானத்தில் ஒரு சின்னஞ்சிறு பகுதி கட்சி நடத்தும் 'ஜனாதன சர்க்காருக்கு' ஒதுக்கப்படும்.

பழைய அதிகார அமைப்புகளில் மாற்றங்கள்

'மூன்றாண்டுகள் நாங்கள் உள்ளூர் அரசியலில் எவ்விதத் தலையீடும் செய்யவில்லை. அரசோடு பீடி இலை பற்றிய விவாதங்களில் மட்டும் இருந்தோம். அதன் பின்புதான் மக்கள் வாழ்க்கைக்குள் நாம் ஊடுருவ வேண்டும்; அதன் மூலமாகவே எங்கள் இருப்பை இங்கே நியாயப்படுத்த முடியும் என்று புரிந்தது.'

.... 2010இல் லச்சண்ணாவுடனான நேர்காணலில்

நிலம், வனம் ஆகியவற்றின்மீது கட்சி கவனம் செலுத்தும்போது சில பிரச்னைகள் முளைத்தன. பரம்பரையாக அங்கு நிலவி வந்த அதிகார

மரபுகள் பற்றிய பிரச்னைகள் அவை. ஆண்டாண்டுகாலமாக பூசாரி கிராமத்துப் பெரிய மனிதர் (படேல்) என்ற இருவரும் அதிகாரப் பீடங்களில் இருந்தார்கள். இப்பதவிகள் பரம்பரை வழியாக வந்தன. இதோடு சில கிராமங்கள் ஒரு தொகுப்பாக இயங்கிவந்தன. ஒவ்வொரு தொகுப்பும் 'பர்கனா' என்று அழைக்கப்பட்டது. ஒவ்வொரு பர்கனாவுக்கும் ஒரு 'பர்கனா மஜ்ஹிஸ்' என்ற தலைவர் இருந்தார். இதுதான் அங்கு நிலவி வந்திருந்த அதிகார அமைப்பு.

மக்களின் சமத்துவம் பற்றிப் பேசும் மார் போன்றவர்களைப் போலிருக்கும் மஜ்ஹிஸ்கள் அந்த மக்களின் இனத் தலைவர்களாக இருந்தனர்.. தெற்கு பஸ்தாரின் வழக்கப்படி இவர்கள் பரம்பரைத் தலைவர்கள். முன்பு கார்ஹ் 'பைரம் கார்ஹ்' போன்ற ஆட்சியாளர்கள் இருந்தார்கள். குட்டி ராஜாக்கள். ஆனால், பிஜாபூர், குந்து போன்ற இடங்களில் கார்ஹ்கள் கிடையாது. அந்தப் பகுதிகளில் கிராமத்துப் பெரிய மனிதர்தான் அதிகாரம் மிக்கவர்.

1930லிருந்து பஸ்தார், சோட்டா நாக்பூர், சந்தால் பர்கனாஸ் ஆகிய இடங்களில் அரசே சில அரசியல் அமைப்புகளை ஏற்படுத்தியது. கிராமத்துப் பெரிய மனிதர்கள் இல்லாத ஊர்களில் புதிதாகத் தலைவர்கள் தேர்ந்தெடுக்கப்பட்டு அவர்களை அதிகார மையத்தில் இருத்தினர். அரசையும் மக்களையும் பிணைக்கும் அச்சாக அவர்கள் பணிபுரிந்தனர். மாவோயிஸ்டுகள் இவர்களை அரசின் முகவராக, பிரதிநிதியாகக் கருதினர். இவர்கள் பழமையான நிலவுடைமைச் சமூகத்தின் எச்சங்கள். இவற்றை அழித்தொழித்தால்தான் சங்கமோ, ஜனாதன சர்க்காரோ இங்கே இடம்பெறமுடியும் என்பதைக் கண்டறிந்தனர்.

மாவோயிஸ்டுகள் இதில் பழைய அதிகார அமைப்புகளை அழித்து புதிய சங்கம் போன்றவற்றைக் கொண்டுவரும்போது பல கிராமத் தலைமை மனிதர்களோ, பூசாரிகளோ அதற்கு ஒத்துழைப்பு நல்கினர். ஆனால், இந்தப் பதவிகளை வைத்துக்கொண்டு தவறாக ஆட்டம் போட்டுக் கொண்டிருந்தவர்கள் முகம் சுளித்தனர்; எதிர்த்தும் நின்றனர். அபுஜ்மார்ஹில் படேலுக்கும் மற்றோருக்கும் நடுவில் பெரிய வித்தியாசம் ஏதும் இருக்காது. ஆனால், தந்தேவாடா பகுதிகளில் 'பெரிய மனிதர்கள்' பெரும் நிலப் பரப்பை கைக்குள் வைத்திருந்தனர். மக்களையும் ஓரளவு அடக்கி வைத்திருந்தனர்.

'இந்தக் காடு எங்களுடையது' என்ற நூலை பி. சங்கர் என்ற புனைப் பெயரில் எழுதியவர் ஒரு வரலாற்றுச் சரித்திரத்தைத் தருகிறார். மாவோயிஸ்டுகளின் ஆரம்ப காலத்தில் பஸ்தாரில் சில 'பெரிய

மனிதர்கள்' இருந்தார்கள். புர்கா சமய்யா, டுப்பா கன்னய்யா, போஜ்ரா சாயன்னா, குர்சம் ராமய்யா போன்ற பெரிய மனிதர்கள் மாவோயிஸ்டுகளை எதிர்த்து நின்றனர். இவர்கள் அனைவருமே நிலச் சுவான்தார்களாக, கொடுமையான நிலப் பிரபுக்களாக இருந்து வந்தனர். 'இவர்கள் இறுதியில் மக்களின் கைகளில் சிக்கி நாயைப் போல கேவலமாக இறந்துபோனார்கள்.'

லச்சண்ணா இன்னொரு கதையை என்னிடம் சொன்னார். பெட்ரே என்ற இடத்தில், படேலாக இருந்த பாண்டி என்பவரைப் பற்றியது அது. இவர் 1990இல் கொல்லப்பட்டார். இவரது கொலைதான் காவல் துறையின் ஆதரவு பெற்று, நக்சலைட்டுகளை எதிர்த்துப் போராடுவதற்கு ஜன் ஜக்ரன் அபியான் என்ற அமைப்பை முதன்முதலில் தோற்றுவித்தது. பாண்டி தன் அதிகாரத் திமிரில் 25-30 கிராமங்களை அடக்கி ஆண்டு கொண்டிருந்தார். அவரது அல்லக்கைகள் இந்தக் கிராமங்களைச் சுற்றிச் சுற்றி வந்து, ஏதாவது குறை கண்டுபிடித்து, கிராமத்து மக்களிடமிருந்து அபராதமாக கோழி அல்லது தானியங்களை வசூல் செய்வார்கள். 1988இல் கெரில்லாக்கள் இருக்கும் தைரியத்தில் அவர்களின் பார்வைக்குத் தெரியாமலேயே அவர்கள் இல்லாத நேரத்தில் கிராமத்தினர் பாண்டியைக் கடத்திவிட்டனர். இதற்காக பழிக்குப் பழி வாங்க காவல் துறையினர் மக்கள் தலைவர்களைக் கடத்தினர். பாண்டி கொல்லப்பட்டதும் காவல் துறையின் வெறியாட்டம் ஆரம்பித்தது. கிராமத்து மக்கள் ஆளுக்கொரு பக்கம் சிதறியோடினார்கள். பாண்டியனின் தம்பி மாசா பழி வாங்கும் நோக்கத்தில் செப்டெம்பர் 1990இல் ஜான் ஜக்ரன் அபியான் என்ற அமைப்பை உருவாக்கினான். காவல் துறையும் இதற்கு உடந்தையாக நின்று உதவியது.

மாவோயிஸ்டுகளின் கொள்கைகள் நடைமுறைக்கு மிகவும் ஒத்ததாகவே இருந்து வந்துள்ளது. அதே போல் ஒவ்வொரு கிராமத்திலும் உள்ள சங்கமும் எந்த அளவிற்குப் பழைய கிராமத்துத் தலைமைகளைத் தூக்கி எறிந்து விட்டனர் என்பது கிராமத்திற்கு கிராமம் வேறுபடும். அந்தக் கிராமம் எந்த அளவு படிநிலைகளோடு நிலவியது என்பதைப் பொறுத்தும் அது அமையும். மாவோயிஸ்டுகளும் ஒரு கிராமத்தில் புதியவர்களாக நுழையும் போது அக்கிராமத்துத் தலைவர்களை அண்டி, அவர்கள் மூலமே வேலை செய்ய ஆரம்பிப்பார்கள். இருவிதமான தலைமைகளும் கிராமங்களில் இருந்தன. ஒரு சாரார் மாவோயிஸ்டு என்றாலே பெரும் வெறுப்பை உமிழ்வார்கள். அடுத்த சாராருக்கு மாவோயிஸ்டு களோடு நெருங்கிய உறவும் மரியாதையும் பிணைப்பும் உண்டு. அது போன்ற மன நிலையில் உள்ள ஒரு கிராமத்து மனிதர், 'அப்படிப் பட்ட மனிதர்கள் ஆயுதம் தாங்கிய நக்சல்களும் இல்லை; வெறும்

ஆதரவாளர்களும் இல்லை. அவர்கள் எந்தச் சூழலிலும் நன்கு இயங்கத் தெரிந்த, மிகுந்த நம்பிக்கைக்கு உரியவர்கள்' என்றார்.

அரசு இயந்திரம் மாவோயிஸ்டுகள்மீது எப்போதும் ஒரு கண் வைத்திருக்கும். ஆகவே, கிராமத்துத் தலைவர்கள் பலரும் பெரும் கெடுபிடிகளுக்கு நடுவில் இருப்பது வழக்கம். ஒரு பக்கம் அவர்கள் மாவோயிஸ்டுகளுக்கு உதவி செய்யும் கட்டாய நிலையில் இருப்பார்கள். பல உதவிகள் மாவோயிஸ்டுகளுக்குச் செய்யவேண்டிய கட்டாயம் உண்டு. உதாரணத்துக்கு, கிராமத்துக் குளங்களில் விடப் படுவதற்கான மீன் குஞ்சுகள் பெறுவது, புத்தகங்கள், வானொலி, சீருடை ஆகியவற்றைப் பெறுவது போன்றவற்றைக் குறிப்பிடலாம். மேலும் காவல் துறை மக்கள்மீது ஏவும் அடக்குமுறைக்கு எதிராகவும் சில நடவடிக்கைகள் எடுக்கவேண்டிய நிலை வரும். ஆபத்தான சில வேலைகளும் செய்யுமாறு மாவோயிஸ்டுகள் கட்டாயப்படுத்துவார்கள். சான்றாக, துப்பாக்கிகளின் குழல்களைச் சுத்தம்செய்ய உதவுவது.

இதைவிடவும் மேலாக, பல கிராமத்துப் பெரிய மனிதர்கள் தேர்தல்களில் நிற்கவோ அரசு ஒப்பந்தங்கள் எடுப்பதற்கோ தடைகள் விதிக்கப்படலாம். ஏனெனில், இது போன்றவற்றில் அவர்கள் ஈடுபடும்போது அரசோடு அந்த மக்கள் நெருங்கி இருக்கவும் ஒத்துப்போகவும் தேவையாக இருக்கும். இது போன்ற கட்டாயத்தில் இருந்த ஒரு பெரிய மனிதர், 'என்னைப் போன்ற கட்டாயத்துக்கு உட்படுத்தப்படும் மக்கள் வெறும் பத்து விழுக்காடுதான். மீதியுள்ள 70% மக்களும் மாவோயிஸ்டுகளோடு மனமுவந்து இணைந்துள்ளார்கள். ஏனெனில், மாவோயிஸ்டுகள் வனத் துறை, வருமானத் துறை, காவல்துறை போன்றவை வனங்களுக்கு வராமல் இருக்கவேண்டும் என்னும் பேராசை கொண்டவர்கள்' என்கிறார்.

இயக்கத்துக்கான நிதி

கேள்வி: ஏன் டாடா, எஸ்ஸார் போன்றோரைக் குறி வைக்காமல், சின்ன வேலையில் இருக்கும் சாமானிய மக்களைக் குறி வைக்கிறீர்கள்?

பதில்: இங்குள்ள மக்களுக்கு டாடா, எஸ்ஸார் என்பவர்கள் எல்லாம் யார் என்பது தெரியுமா? அவர்களுக்குத் தெரிந்ததெல்லாம் சாமானிய மக்கள் மட்டும்தான்.

....2010இல் லச்சண்ணாவுடனான நேர்காணலில்.

உள்ளூர் தலைவர்களைப் போலவே வியாபாரிகளுடனான மாவோயிஸ்டுகளின் உறவும் நடைமுறை சார்ந்தே அமைந்திருந்தது. இந்த வியாபாரிகள் ஒரு பக்கம் மாவோயிஸ்டுகளோடும் மறுபுறம் காவல் துறையினரோடும் நல்ல பயனுள்ள உறவுகளைப் பேண வேண்டிய கட்டாயத்தில் உள்ளவர்கள். இதில் மாவோயிஸ்டு களோடு அவர்கள் வைத்திருக்கும் உறவு நேர்மையான, நேரடியான உறவல்ல. ஒருவருக்கொருவர் அவநம்பிக்கையோடு பின்னிப் பிணைந்து, அதே சமயத்தில் தேவைகளுக்காக மட்டும் தொடர் போடு இருப்பவர்கள்.

மாவோயிஸ்டுகளுக்கு வியாபாரிகளிடமிருந்து கிடைக்கும் பணம் முக்கியம். அதே போல் மாவோயிஸ்டுகளின் ஆதரவு வியாபாரி களுக்கு வேண்டும். இடங்களைத் தேர்ந்தெடுக்கவோ ஒப்பந்தம் எடுத்துக்கொள்ளவோ இந்த ஆதரவு அவர்களுக்கு உதவியது. மாவோயிஸ்டுகளின் ஆதரவும் ஒத்துழைப்பும் இல்லாவிட்டால் வேலைநிறுத்தங்கள் திடீர் திடீரென்று நடந்தேறலாம்; அல்லது அவர்களது வாகனங்கள் தீக்கிரையாகலாம்.

சுக்மா என்ற இடத்தில் உள்ள ஆர்.ஜே. என்ற ஓர் ஒப்பந்தக்காரர் வியாபாரிகளுக்கும் மாவோயிஸ்டுகளுக்கும் நடுவில் இயங்கும் வணிக முறைகளைப் பற்றி என்னிடம் கூறினார்: ‘மாவோயிஸ்டுகள் பயணச் சீட்டு முறை ஒன்றைக் கையாள்கிறார்கள். வனத்தின் உள்வேலை செய்யச் செல்லும் அனைத்து வாகனங்களுக்கும் வியாபாரிகள் மாவோயிஸ்டுகளுக்குப் பணம் கட்டியாகவேண்டும். சிந்தால்பார் போன்ற இடங்களில் இந்தச் சீட்டு முறை தொடர்ந்து நடப்பதாகக் கூறலாம். அங்கே வியாபாரிகள் ஒவ்வொரு ஜீப்புக்கும் ரூ. 3,000, டிராக்டருக்கு ரூ. 5,000 என்ற விகிதத்தில் பணம் கட்ட வேண்டும். ஏனைய வியாபாரிகளைப் போலவே இந்த ஒப்பந்தக்காரரும் இரு பக்கத்திலும் நல்லுறவு பேணி வந்தார். ஆனால், ஜுடும் ஆரம்பித்ததும் மாவோயிஸ்ட் ஆர்.ஜேயை இந்த இரு அமைப்பு களில் ஒன்றை மட்டும் தேர்ந்தெடுத்துக் கொள்ளுங்கள் என்று ஆணையிட்டனர்.

பீடி இலை வியாபாரிகளில் பெரும்பான்மையினோர் பாஜக ஆதரவாளர்கள். இவர்கள் மட்டுமே வனங்களுக்கிடையே உள்ள பல கிராமங்களுக்குச் செல்ல அனுமதிக்கப்படுவார்கள். ஜுடும் ஏனைய போக்குவரத்து அனைத்தையும் தடுத்து நிறுத்திவிட்டது. பீடி இலை வியாபாரிகள் ஈடுபாடு இல்லாவிட்டால் அந்த உள் கிராமங்களுக்கு அரிசி, ஏனைய உணவுப் பொருள்கள் செல்லவே முடியாது. காவல்துறை இந்தப் போக்குவரத்தை நிறுத்த முயன்றது.

கடை வியாபாரிகளும் ஏனைய வணிகர்களும் கீதம் என்னுமிடத்தில் பெரிய பேரணி நடத்தித் தங்கள் எதிர்ப்பைக் காண்பித்தனர். சல்வா ஜுடும் ஆரம்பித்தபிறகு, அரசு ஏற்கெனவே இயங்கி வந்த வாரச் சந்தைகளை நிறுத்திவிட்டனர். இதன் பிறகு மாவோயிஸ்டுகள் கடை வியாபாரிகள் இருவரும் இணைந்து சில இடங்களைத் தேர்ந்தெடுத்து சந்தைகளை இயக்கினர்.

இன்னொரு வகையான உறவும் முளைத்தது. இம்மாநிலத்துக்கு அருகில் உள்ள உத்தரப் பிரதேசம், பிகார் போன்ற இடங்களி லிருந்தும், இன்னும் பிற இடங்களிலிருந்தும் தங்கள் எளிய கிராம வாழ்க்கையை வாழ்ந்து சலித்த இளைஞர்கள் பலருக்கு, ‘மாவோயிஸ்டுகள்’ என்ற வார்த்தை பெரும் ஈர்ப்பைத் தந்தது. அந்த ஈர்ப்பை அதிகமாக்க போராளிகள் இரு மாநிலங்களுக்குள்ளும் நுழைந்தார்கள். இவர்களில் பலர் செய்திகளையோ பொருள் களையோ எடுத்துப் போகத் தயாராக இருந்தனர். ஆனால், இப்படி வந்த புதியவர்களில் பலரை சல்வா ஜுடும் ஆள்கள் தங்களுக்குள் இழுத்துக்கொண்டு அவர்களைத் தலைவர்களாகவும், துப்பாக்கி வீரர்களாகவும் மாற்றினார்கள்.

மாவோயிஸ்டுகள் ஒரு விஷயத்தை மீண்டும் மீண்டும் வலியுறுத்திச் சொல்வார்கள். அவர்கள் ஒப்பந்தக்காரர்களிடமோ, கம்பெனி களிடமோ ஒப்பந்தம் இடும்போது தங்கள் பகுதியின் நிலையையோ, மக்களின் நிலையையோ பங்கப்படுத்தும் எதையும் அனுமதிப்ப தில்லை. ஓர் ஒப்பந்தக்காரருடன் எப்படி ஒப்பந்தம் செய்து கொண்டாலும், கிராமத்து மக்களுக்கான கூலியில் எந்த வித சமரசமும் கொள்வதில்லை; பீடி இலை வியாபாரத்திலும் விலைகளை நிர்ணயிப்பதிலும் எந்தச் சமரசமும் இன்றியே இருந்துள்ளார். ஆனால், முதலாளித்துவ அமைப்பில் இது பல சிக்கல்களைத்தான் விளைவிக்கும்.

இதே போல் கட்சியினர் எந்தெந்த கம்பெனிகளை வியாபாரத்துக்கு அனுமதிக்கிறார்கள்; யார் யாரை அனுமதிப்பதில்லை என்பதில் எல்லாம் சரியான அணுகுமுறைகள் இருப்பதில்லை. ஒரு மாவோயிஸ்ட் தலைவர் 20 பெரிய கம்பெனிகளை ஒதுக்கி வைத்திருப்பதாகவும், அவை போக ஏனைய கம்பெனிகளோடு மட்டும் வணிகம் செய்வதாகவும் சொன்னார். அவர் ஒதுக்கிவைத்த கம்பெனிகளுக்கு 'Comprador Big Bourgeoise' என்று பெயரிட்டிருப்பதாகவும் கூறினார். இன்னொரு தலைவர் அப்படி ஏதும் கம்பெனிகளைத் தடை செய்வதில்லை. ஆனால், சாலை அமைப்பதையும் சுரங்கம் தோண்டுதலையும் முற்றாகத் தடை

செய்திருப்பதாகவும் இதைத் தவிர மற்றொருவருடன் வணிக உறவு உண்டென்றும் சொன்னார்.

இன்னொரு முக்கிய முன்னெடுப்பும் நடந்தது. கிராமத்து மக்களே தங்களுக்குள் கூட்டுறவு அமைத்து, சட்டத்துக்கு விரோதமாக புதிய சுரங்கங்கள் தோண்டி, கடத்தல்காரர்களுக்கும் ஒப்பந்தக்காரருக்கும் விற்றுவிடலாம் என்று திட்டமிட்டனர். ஆனால், இதிலும் பல சிக்கல்கள். முக்கியமாக, கிராமத்து மக்களின் கால்நடைகளும் மக்களுமே இச்சுரங்கக் குழிகளில் விழுந்து பலியாகினர். அதனால் இத்திட்டம் கைவிடப்பட்டது.

பல தொழில் துறைக்காரர்கள் மாவோயிஸ்டுகளோடு தனி ஒப்பந்தங்கள் போட முயல்வதுண்டு. அப்படிப்பட்ட ஒப்பந்தம் எஸ்ஸார் ஒன்றினைப் பற்றி அமெரிக்கத் தூதரகத்திலிருந்து வந்த விக்கிலீக்ஸில் வெளிவந்திருக்கிறது. எஸ்ஸார் கம்பெனி சுரங்க வேலைகளிலும் இரும்பு தொடர்பான வேலைகளிலும் ஈடுபட்ட சத்தீஸ்கரில் உள்ள மிகப் பெரிய கம்பெனி. இந்த கம்பெனியின் மூத்த பிரதிநிதி ஒருவர் மாவோயிஸ்டுகளுக்கு அதிகமான பணம் கொடுத்துள்ளார். தங்கள் வியாபாரச் செயல்பாடுகளை அப்பகுதியில் தொடர்ந்து செய்வதற்கான ஏற்பாடு இது. ஒரு வேளை இந்த மாவோயிஸ்டுகள் ஏதாவது தகராறு செய்தாலோ, ஒப்பந்தத்தை மீறினாலோ, கம்பெனியின் பொருள்களைச் சேதமடைய வைத்தாலோ, இன்னொரு மாவோயிஸ்டு குழுவை இக்குழுவோடு எதிர்த்துச் சண்டையிட வைத்து விடுகின்றனர். இதுவே அவர்களின் வெற்றிக்கான வழி.

ஆந்திரப் பிரதேசம் - ஒடிசா என்ற எல்லைப் பகுதியைத் தன் கட்டுப் பாட்டில் வைத்திருந்த ஜகன்னா, பின்னாளில் அரசிடம் சரணடைந்து விட்டார். அவர் என்னிடம் பகிர்ந்துகொண்ட செய்தி இது: ‘எஸ்ஸார் குழுவின் மூத்த அதிகாரி என் அதிகாரத்துக்குட்பட்ட இடத்தின் வழியே குழாய் பாதை அமைக்க அனுமதி கேட்டார். இந்தக் குழாய்கள் வழியே தாதுகள் சத்தீஸ்கரில் உள்ள பைபலாடில்லா என்ற இடத்திலிருந்த சுரங்கங்களிலிருந்து விசாகப்பட்டினம் கடல் முகம் வரை எடுத்துச் செல்லும் திட்டம் இது. அவர் என்னிடம், ‘ஜகன்னா, நீங்கள்தான் இங்கு அரசு. அதனால் அரசுக்குக் கொடுக்க வேண்டிய முன்னுரிமைப் பணத்தை உங்களிடம் கொடுத்துவிடுகிறேன் என்று ஒவ்வொரு டன் தாதுக்கும் ரூ. 27 தருவதாகச் சொன்னான்‘. அப்போது ஒவ்வொரு டன் தாதின் விலை ரூ. 5,600.12 இது 2010ஆம் ஆண்டு நிகழ்ந்த ஒன்று. ஆகவே, இந்த முன்னுரிமைப் பணம் எஸ்ஸார் குழுமத்துக்கு மிக மிகச்

சிறியதே. இதற்கு ஒத்துக்கொண்டு முதலாண்டு கிடைத்த ரூ. 28 கோடி ரூபாயை சில வழிகளில் செலவழித்தோம். கட்சிக்கும், உள்நாட்டுக் கட்டமைப்புக்கும் இதைச் செலவழித்தோம். முதலாண்டு கிடைத்த பணத்தில் அறுபது கிராமத்து வீடுகளுக்கு ஓட்டுக்கூரை அமைத்தோம். ஆனால், அடுத்த ஆண்டு இந்த ஒப்பந்தத்துக்குப் பிரச்னை வந்தது. சத்தீஸ்கர் மாவோயிஸ்டுகள் எஸ்ஸார் குழுமத்தினரால் வனத்தின் சூழல் மிக மோசமான நிலைக்குத் தள்ளப்படுகிறது என்றும் கிராமத்து மக்களுக்கு எந்தவிதப் பயனும் கிடைக்கவில்லை என்றும் தங்கள் எதிர்ப்பைத் தெரிவித்தனர். அதே நேரத்தில் சத்தீஸ்கர் மாவோயிஸ்டுகளின் குழு எஸ்ஸார் குழுமத்துடனான உடன்படிக்கையை ரத்து செய்துவிட வேண்டும் என்றது. அதே நேரத்தில் ஒடிசா குழுவுக்கு அந்தக் குழாய் வழியைத் தகர்த்துவிட உத்தரவிட்டது.

ஆனால், சத்தீஸ்கர் மாவோயிஸ்ட் ஒருவர், ‘ஜகன்னா இந்த ஒப்பந்த ஏற்பாட்டைத் தன்னிச்சையாகவே செயல்படுத்தினார். மாவோயிஸ்டுகள் மத்தியப் பொதுக் குழுவிடம் உத்தரவு ஏதும் பெறாமலேயே இந்த ஏற்பாட்டைச் செய்தார்’ என்று குற்றம் சாட்டினார். அதே போல் ஜகன்னா அரசிடம் சரணடைந்ததும் எஸ்ஸார் குழுமத்தின் ஏற்பாடே என்றார். தர்பா பகுதியில் கட்சி தனது அமைப்பை நிறுவுவதற்கு முன்பே எஸ்ஸார் தனது குழாய் வழிகளை அமைத்துவிட்டிருந்தது. 2008ஆம் ஆண்டு நான் சித்திரகோண்டா என்ற இடத்திற்குச் சென்றபோது அங்கே கறுப்பு குப்பைத் தூள் எஸ்ஸார் மின் உற்பத்தி நிலையங்கள் முன் குவியல் குவியல்களாக குவிந்து கிடந்தன. அதே காலகட்டத்தில் கட்சியில் 76 ட்ரக்குகளை எரித்து அழித்திருந்தனர். 2009இல் அந்தக் குழாய் வழிகளும் முழுவதும் அழிக்கப்பட்டு விட்டன.

இதே போல் குழாய் வழிகளை அழித்தலும் புதுப்பித்தலும் மாறி மாறி நடந்தன. 2011இல் எஸ்ஸார் குழுமத்தின் தலைமைப் பொறுப்பாளர் கைது செய்யப்பட்டார். அவரோடு சேர்த்து பி.கே.லாலா என்ற ஒப்பந்தக்காரரும், சோனி சோரி என்ற பள்ளி ஆசிரியை ஒருவரும், அவரது உறவுக்காரர் லிங்கராம் கோடோபி என்பவரையும் கைது செய்தது. இவர்கள் அனைவரும் எஸ்ஸார் குழுமத்தினரிடமிருந்து பணம் பெற்று மாவோயிஸ்டுகளுக்குக் கொடுத்ததாக குற்றம் சாட்டப்பட்டனர்.

இதில் இன்னொரு வேடிக்கையான துணைக் கதை இருந்தது. பாதுகாப்பு அதிகாரி ஒருவர் காவல் துறையிலிருந்து தனக்கு ஒரு செய்தி கிடைத்ததாகக் கூறினார்: ‘எஸ்ஸார் குழுமம்

மாவோயிஸ்டுகளுக்குக் கொடுத்த அதே அளவு பணத்தை உள்ளூர் காவல் துறைக்குக் கொடுக்க மறுத்ததால்தான் இந்தக் கைதுகள் நடந்தன.'

அரசின் ரகசியத் தகவல்கள்கூட எளிதாகக் கையாளப்படுகின்றன. 2015ஆம் ஆண்டு மே மாதம் பொதுநல வழக்குகளின் மையம் தாக்கீது ஒன்றை வெளியிட்டது. எஸ்ஸார் குழுமத்தின் உள் மெயில்கள் மற்றும் மற்ற ஆவணங்கள்மூலம் பெரும் குழுமங்கள் எப்படித் தங்கள் பண பலத்தால் அரசின் கொள்கைகளை மாற்ற முடிந்தது; நாடாளுமன்றத்தில் தேவையான கேள்விகளைப் பணம் கொடுத்து எழுப்பமுடிந்தது; அரசின் கட்டுப்பாட்டுக்குள் இருக்கும் ஆவணங்கள், அமைச்சரவைகளின் தாக்கீதுகள், அரசியல்வாதிகளுக்கு அளிக்கும் சலுகைகள், அதிகாரிகள்மூலம் வரும் பலன்களுக்காக அளிக்கப்படும் சன்மானங்கள் என்னென்ன என்ற உள்ளிட்ட செய்திகள் எல்லாவற்றையும் தெரிந்துகொள்ளமுடிந்தது. செய்தி ஊடகங்களில் தேவையான கருத்துகளைப் பரவவிடுதலும் நடந்தது. இதோடு எஸ்ஸார் குழுமம் வாகன வசதிகள், தங்குமிடங்கள் போன்றவற்றை சத்தீஸ்கர் அரசின் மூத்த அதிகாரிகளுக்கும் காங்கிரஸ் கட்சியின் மகேந்திர சர்மா போன்றவர்களுக்கும் தில்லியில் ஒழுங்கு பண்ணிக் கொடுத்ததும் தெரியவந்துள்ளது.

மாவோயிஸ்டுகள், அரசியல்வாதிகள், நடுவில் உள்ள தரகர்கள், ஒப்பந்ததாரர்கள் என்று இவர்களின் சங்கத்தில் பணம் பரவிக் கிடக்கிறது. எங்கிருந்து யாருக்கு எவ்வளவு போகிறது என்பதெல்லாம் பெரிய ரகசியம். ஆனாலும், நான் ஒரு முயற்சி செய்து பார்த்தேன். அந்தக் குழுமம் ஆந்திரப் பிரதேசத்தில் இருந்தது. டாடா குழுமத்தின் ஒப்பந்தத்தோடு வேலை நடந்தது. அக்குழுவின் வேலை சத்தீஸ்கரில் இருக்கும் இரும்புத் தாதுக்களில் எவ்வளவு இரும்புச் சத்து உள்ளது எனக் கணக்கிடுவதுதான். பைலாதில்லா என்ற இடத்தில் அவர்கள் இதைச் செய்ய வேண்டியிருந்தது. அதை எடுப்பதற்கு மாவோயிஸ்டுகளின் அனுமதி வேண்டியிருந்தது. அதற்காக அந்த ஆந்திரக் குழுமம் அங்குள்ள பத்திரிகையாளர் ஒருவர் மூலமாகப் பணம் கொடுக்க நினைத்து, அவரிடம் 10 லட்சம் ரூபாய் கொடுத்துள்ளார்கள். அவர் ஒப்பந்தக்காரருக்கு 3.5 லட்சம் கொடுத்துள்ளார். அந்த 3.5 லட்சம் மாவோயிஸ்டுகளுக்காகக் கொடுக்கப்பட்டது. சரி, இப்போது வேலை செய்துகொள்ளுங்கள் என்று ஒப்பந்தக்காரர் குழுமத்திடம் சொல்லிவிட்டார்.

வேலை ஆரம்பமானது. தொழிலாளர்களுக்கு நாள் ஒன்றுக்கு ரூ. 100 கொடுத்துள்ளார். சில வாரங்களில் பிஜாபூர் குழு கூலியை ரூ. 120 ஆக

உயர்த்தவேண்டும் என்று போராடியதோடு குழுமத்தின் வண்டிகளையும் எரித்துவிட்டனர். மாவோயிஸ்டுகள் தங்களுக்குப் பணம் எதுவும் வரவில்லை என்றார்கள். ஆந்திரக் குழுமம் மாவோயிஸ்டுகளின் மத்திய அமைப்பில் புகார் கொடுத்த பிறகே பத்திரிகையாளர் மூலம் பணம் கொடுக்கப்பட்டிருந்தது தெரியவந்தது.

இதில் எது உண்மை? எவ்வளவு உண்மை? யாருக்குத் தெரியும்? காவல் துறை, கட்சி, தரகர்கள் ஆகியோருக்கு இடையில் என்னென்னவோ நடக்கிறது என்பது மட்டும்தான் தெரிகிறது. 2014இல் காவல்துறை தர்மேந்திர சோப்ரா என்ற ஒப்பந்தக்காரரைக் கைது செய்தது. ஏனெனில், அவர் மாவோயிஸ்டுகளுக்குப் பல பொருள்களைக் கொடுத்துள்ளார். பாஜக கட்சிக்காரர்களுக்கும் காங்கிரஸ் கட்சிக்காரர்களுக்கும் ஜெயஸ்வால் நெகோ, கோதாவரி இஸ்பாட் என்ற இரு சுரங்கக் குழுமங்களுக்கும் நடுவில் தரகு வேலை பார்க்கவே அவர் பணப் பட்டுவாடா செய்திருக்கிறார்.

4

மாவோயிஸ்ட் மாநிலம்

‘கெரில்லா போர்முறை பற்றிய ராணுவ இலக்கியங்களை வாசிப்பது அமெரிக்க ராணுவ அமைப்பான பெண்டகனின் வழக்கமாக இருக்கலாம். ஆனால், அவற்றைப் பற்றிப் புத்தகங்களில் வாசிப்பது ஓர் அழகிய நடனத்தை மங்கிய கண்ணாடியின் பின்னால் அமர்ந்து கொண்டு ரசிப்பது போல் போலித்தனமானது. ஆடும் ஆட்டத்தின் உடல் அசைவுகள் ஓரளவு தெரியலாம்; ஆனால், உடன் சேர்ந்த இசை கேட்கவே கேட்காது. அப்படி ஒரு நடனத்தைப் பார்ப்பவர்கள் அதைத் தாளில் எழுத்துகளால் வடித்தால் நுண்ணியமான உண்மை களோடும் நிஜங்களோடும் இருக்கலாம். ஆனால், அவற்றில் பல முக்கிய செய்திகள் இடம்பெறாமலே போய்விடலாம். அடிபட்டு நொறுங்கிய இனமான உணர்வுகள், வேதனைகள், கோபச் சிதறல்கள், கனன்று நிற்கும் வெறுப்பு, வழிபாட்டுக் கோரிக்கைகள், ஊக்குவித்தல்கள், தோல்விகள் என்று விடுபட்டவை வரிசையில் நிற்கலாம். இந்த அறியாமையால் அவர்களுக்குப் பல விஷயங்கள் பிடிபடாமல் போய்விடுகின்றன. ஏன் ஒரு மனிதன் தன் மனைவியை, தன் குழந்தைகளை, வீட்டை, சுற்றத்தை, நட்பை உதறித்தள்ளிவிட்டு, அடர்ந்த காட்டுக்குள் கையில் ஒரு துப்பாக்கி யோடு நுழைந்து, வேட்டையாடப்பட்ட மிருகம்போல், பெரிதாக நிற்கும் ராணுவ வலிமையை எதிர்த்துப் போராடுகிறான்? ஏன் அந்த மனிதன் பெருத்த அவமானங்கள், அநீதிகள், வறுமை

ஆகியவற்றுக்கு அடிமையாகாமல் நிமிர்ந்து நிற்கிறான்? இதையெல்லாம் அந்த வாசகர்கள் எப்படித் தெரிந்துகொள்வார்கள்?'

...ஐ.எஃப். ஸ்டோன், In a Time of Torment, *1961-67*

பஸ்தாரில் மாவோயிஸம் காலூன்றி முப்பது ஆண்டுகளுக்கு மேல் ஆகிவிட்டது. அதன் எல்லைக் கோடுகள் சிறுத்தும் பெருத்தும் மாறிக்கொண்டிருந்தன. இந்த மாற்றங்கள் எல்லாம் போராட்டங்களாலும் அடக்குமுறைகளாலும் ஏற்படுத்தப்பட்டன. மாவோயிஸ்ட் மாநிலம் என்பது ஒரு பக்கம் மாய நிகழ்வாக, கருத்தியலாக, உணர்வுபூர்வமான அடையாளமாக மட்டுமே உள்ள பகுதி. ஆனால், இன்னொரு புறம் மாவோயிஸ்ட் மாநிலம் என்பது அரசு மக்களுக்குக் கட்டாயம் தர வேண்டிய சாலைகள், பள்ளிகள், மருத்துவமனைகள் போன்ற எந்தச் சேவைகளும் இல்லாத வெறும் கட்டாந்தரையாகக் காட்சியளிக்கும் பகுதி. அரசால் புறக்கணிக்கப்பட்ட பகுதி அது.

இந்திய மாநிலங்கள் மொழிவாரியாகப் பிரிக்கப்பட்ட நிலக் கூறுகளாக இருக்கும். ஆனால், மாவோயிஸ்ட் மாநிலங்களில் அடக்கி ஒடுக்கப்பட்ட சுரண்டப்பட்ட மக்களும் வேறுபட்ட மொழி பேசும் மக்களும் இருப்பார்கள். மேலும், கெரில்லா போர் முறைக்கேற்ற நிலப்பகுதிகளும் இருப்பது வழக்கம். 'தண்டகாரண்ய கெரில்லா பகுதி' ஒரு காலத்தில் சத்தீஸ்கர், ஆந்திரப் பிரதேசம், மகாராஷ்டிரா, ஒடிஸ்ஸா ஆகிய பெரும் பகுதிகளைக் கொண்டிருந்தது. இப்போது நிலப்பரப்பில் மிகவும் சிறுத்துவிட்டது. இப்போது அந்தப் பகுதி 'அறியப்படாத மலைகள்' (அபுஜ்மார்) என்று மக்களால் இளப்பமாக அழைக்கப்படும் இடமாக உள்ளது. எந்தவித நில அளவீடுகளும் செய்யப்படாத இடங்கள் அவை. அதனாலேயே மாவோயிஸ்டுகளின் இருப்பிடங்களாகவும் உள்ளன.

வழக்கமான கட்டுமானங்களோடு கட்சி இங்கு வளர ஆரம்பித்தது. பொலிட்பீரோ, மத்திய கமிட்டி, பல மாநில கமிட்டிகள், பல்வேறு பகுதி கமிட்டிகள் என்று வழக்கமான அமைப்புகளோடு வளர்ந்தது கட்சி. தண்டகாரண்ய சிறப்புப் பகுதி கமிட்டி (டி.கே.எஸ்.இஜட்.சி) சத்தீஸ்கரின் பிரிக்கப்படாத பஸ்தார், மகாராஷ்ட்ராவிலுள்ள கட்சிரோலி ஆகிய இடங்களில் எட்டு பகுதிகளாகப் பிரிக்கப் பட்டிருந்தது. பெரிய டிவிஷனல் கமிட்டிக்குக் கீழே பகுதி கமிட்டிகள் உள்ளன. இந்த கமிட்டி கட்சியின் ரகசிய செல்களை தனது மேற்பார்வையில் வைத்திருக்கும். மக்கள் பேரணிகளையும் தன் கட்டுப்பாட்டில் வைத்திருக்கும். சேத்னா நாட்டிய சங்கம் (இச்சங்கம் அப்பகுதி மக்களால் சிஎன்எம் குழுமம்

என்றழைக்கப்படுகிறது), தண்டகாரண்ய ஆதிவாசி விவசாய மஸ்தூர் சங்கம் (டிஏகேஎம்எஸ்), பெண்கள் அணி, கிரந்திகாரி ஆதிவாசி மகளிர் சங்கம் (கேஏஎம்எஸ்) என்பவை அங்குள்ள மக்கள் பேரணிகளுள் சில.

கிராம மக்களுக்கு இரண்டு வகை குழுக்கள் பற்றியும் நன்றாகத் தெரியும். ஒன்று 'தளம்' கட்சியின் இந்த அமைப்புதான் 'தொழில் முறை போராளிகள்' என்றோ, ஆயுதம் தாங்கிய குழு என்றோ அழைக்கப்பட்டது; இரண்டாவது, 'சங்கம்' அல்லது 'கிராமத்துத் தொழிலாளிகளின் ஒட்டுமொத்த அமைப்பு. இந்த இரண்டில் முதலாவதான 'தளம்' என்ற வார்த்தை மூலம் அவர்கள் லோக்கல் ஆர்கனைசேஷன் ஆஃப் ஸ்குவாட்ஸ் உள் அமைப்புக் குழு என்பதையும், எல்ஜிஎஸ் (லோக்கல் கெரில்லா ஸ்குவாட்ஸ்) உள் கெரில்லா குழு என்பதையும் குறிப்பிடுவார்கள். இவர்கள் எல்லோரும் ஆயுதபாணிகள்தான்; ஆனால், போரிடுவது அவர்கள் முக்கிய வேலையல்ல. அவர்களது பணி கருத்து அடிப்படையிலும் அமைப்பு அடிப்படையிலுமே முக்கியமாக இருக்கும். அதிகம் எல்ஓஎஸ் இதில் மிகத் தீவிரமாக ஈடுபட்டிருக்கும். இதற்கு நேர் மாறாக மக்கள் விடுதலை கெரில்லாப் படை (பிஎல்ஜிஏ) போரிடுவதற்கென்றே அமைக்கப்பட்ட குழு.

இக்குழு மூன்று நிலைகளில் அமைக்கப்பட்டுள்ளன. அவை முக்கிய படை, இரண்டாம் நிலைப் படை, அடிப்படைப் படை என்ற மூன்று நிலைகள். முக்கிய படை 21 உறுப்பினர்களைக் கொண்ட குழுக்களால் அமைக்கப்பட்டிருக்கும். இவை தேவைக்கேற்ப 70-80 மக்கள் (கம்பெனி) அல்லது 250-300 கொண்ட பெருங்குழு (படாலியன்) என்று தேவைக்கேற்ற அளவில் குழுமி தங்கள் பணிகளை மேற்கொள்வார்கள். அவர்களது முக்கிய வேலையே போரிடுவது மட்டும்தான்.

இரண்டாம் நிலைப் படை என்பது பல உள் ஆயுதப் படைகளின் தொகுப்பாகவே இருக்கும். இப்படை ஏனைய கடமைகளைச் செய்யும். அடுத்து, அடிப்படைப் படை என்பது மக்களின் குடிப் படையால் அமைக்கப்படுகிறது. கிராமத் தற்காப்புக் குழு (கிராம் ரக்ஷக் தள்) என்ற இந்த மக்கள் குழுப் படைக்கு ஆதாரமாக, அடிப்படையாக உள்ளன.

2009ஆம் ஆண்டு இந்திரவதிக்கு வடக்கேயுள்ள கிராமத்தில் மக்கள் அடிப்படைக் குழுவின் தலைவர் ஒருவரைப் பார்த்தேன். அவர் ஒரு சாதாரண கிராமத்து மனிதர்போல லுங்கியும் பொருத்தமற்ற ராணுவ

பெல்ட்டும் அணிந்துகொண்டிருந்தார். அவர் அங்கே இருந்த 'கோத்தார்' ஒன்றில் வசித்து வந்தார். கோத்தார் என்பது வெறும் பரண். வயல்வெளி விளைச்சலைக் கண்காணிக்க வயல் வெளியில் உயரமாகப் போடப்படும் சிறு கூரை போட்ட தாற்காலிக அமைப்பு. அவருக்குக் கீழே 25 பையன்களும் பெண்களும் இருந்தனர். அவர்களுடைய பொறுப்பில் 12 குழல் துப்பாக்கிகளும் ஒரு கம்பியில்லா தொலைபேசியும் இருந்தன. இந்தத் தொலைபேசி அரசின் ராணுவக் குழுக்களின் இருப்பிடங்களையும் இயக்கங்களையும் அறிந்து கொள்ளப் பயன்பட்டது. இந்தப் படை இப்படிப்பட்ட வலிவுடன் இருந்தாலும் ஏனைய பல மக்கள் படைகளின் முக்கிய ஆயுதங்கள் வில், கம்பு, கத்தி என்று மட்டுமே இருந்தன.

ஏறத்தாழ 9300 தலைமறைவு தீவிர நக்சலைட்டுகள் 6500 தரமான ஆயுதங்களோடும், நிறைய நாட்டுத் துப்பாக்கிகளோடும் உள்ளனர் என்ற ஓர் அறிக்கையை 2004-05இல் உள்துறை அமைச்சகம் வெளியிட்டிருந்தது. மாவோயிஸ்டுகளின் கைகளில் உள்ள ஆயுத பலம் முழுவதும் காவல் நிலையங்களிலிருந்து கொள்ளையடிக்கப் பட்டவை. அல்லது என்கவுண்டரில் கொல்லப்பட்ட காவல் துறையினரிடமிருந்து களவாடப்பட்டவை. அவர்களே தயார் செய்த நாட்டு ஆயுதங்களும் இருக்கும். 2006இல் ராகுல் பேடி என்ற ராணுவ ஆய்வாளர், மாவோயிஸ்டுகள் தங்கள் தலைவர்களுக்கு ஏகே 47 கனரக துப்பாக்கியை அளித்திருக்கிறார்கள் என்கிறார். துப்பாக்கி களில் கோர்பைன்ஸ், 7.62 எம்எம்குழல் துப்பாக்கிகள், கையெறி குண்டு துப்பாக்கிகள், கண்ணி வெடிகள், வெடிகுண்டு எறியும் பீரங்கிகள், விதவிதமான வெடி பொருள்கள் ஆகியவற்றையும் அவர்கள் வைத்திருந்ததாக அவரது ஆய்வுக் கண்டுபிடிப்புகள் சொல்கின்றன. ஆனாலும் 2015 வரை காவல் துறைகளின் என்கவுண்டர்களைக் கொண்டு பார்க்கும்போது கட்சியினரிடம் மிகப் பழைய ஆயுதங்கள் மட்டுமே இருந்தன என்பது தெரிகிறது. 'பஸ்தாரில் காவல் துறை சீருடையில் இருந்த நான்கு மாவோயிஸ்டு களின் சடலங்களோடு சாதாரண 313 குழல் துப்பாக்கிகளும், 12 போர் ரைபிள்கள் இரண்டும் மட்டுமே கைப்பற்றப்பட்டன. இறந்த அந்த மாவோயிஸ்டுகள் அனைவரும் பெண்கள்.' ஆனாலும், இந்த அறிவிப்பு பற்றி ஒரு விவாதம் உண்டு. கொல்லப்பட்ட பெண்கள் மாவோயிஸ்டுகள்தானா அல்லது சாதாரண கிராமத்துப் பெண்களா?

மாவோயிஸ்டுகளின் உண்மையான பலம் அவர்கள் கைகளில் இருந்த ஆயுதங்களில் இல்லை. அவர்களது கெரில்லாத் தந்திரங்களே அவை. அதைவிடவும் மேலாக, அமிதாவ் கோஷ் தனது,

'Flood of Fire' என்ற நூலில் சொல்வதுபோல், அந்த மனிதர்கள் தங்கள் மண்ணுக்காக, தங்கள் வீட்டுக்காக, தங்கள் குடும்பத்துக்காக, தங்கள் பாரம்பரியத்துக்காக, தங்களுக்குப் பிடித்த அனைத்துக்காகப் போரிடும்போது அவர்கள் முகங்களில் தெரியும் உண்மையான ஆழ்ந்த உணர்வுகளே அவர்கள் பலத்தின் சரியான அளவுகோல்.

மாவோயிஸ்டுகள் ஆயுதங்கள் தங்களுக்கு இரண்டாம் பட்சம்தான் என்று சொல்வதுண்டு. ஆனால், அவர்களது எழுத்துகளிலும், என்கவுண்டர் போன்ற தீவிர செயல்களின் காணொளிகளிலும் அவர்களது ராணுவ முனைவுகள் தற்காப்பு என்ற எல்லையைத் தாண்டி நிற்கக் கூடியவையே. அதேபோல் மாவோயிஸ்டுகள் தங்கள் ராணுவ முயற்சிகள் பற்றி பெருமிதம் கொள்வதுமுண்டு. சான்றாக, சில நிகழ்வுகள். ஜெகனாபாட் சிறை உடைப்பும், கோராபுத் ஆயுதச் சாலை உடைப்பும். தந்தேவாடாவில் உள்ள என்.எம்.டி.சியின் பாதுகாப்பிலிருந்த ஆயுதக் கிடங்குகளைக் கைப்பற்றுதல், மின் பெருக்கிகளை உடைத்து அழித்தல், பெரிய அரசியல்வாதிகளைக் கொல்லும் முயற்சிகள் - என்று எல்லாமே அவர்களுடைய பெருமைக்குரிய ராணுவ நடவடிக்கைகள்.

2008இல் ஒடிஸ்ஸாவில் உள்ள பாலிமேளா பாதுகாப்புப் பகுதியில் இருந்த 'சாம்பல் நரி' என்ற உயர் படைப் பிரிவுகளில் உள்ள 88 வீரர்களைச் சுட்டு வீழ்த்தியது, 2010இல் சத்தீஸ்கரில் உள்ள சிஆர்பிஎஃப் வீரர்களில் 78 பேரைச் சுட்டு வீழ்த்தியது, 2014இல் சுக்மா என்ற இடத்தில் உள்ள கசல்பாட் என்ற கிராமத்தில் 14 சிஆர்பிஎஃப் வீரர்களைக் கொன்றது என்று ஒரு நீண்ட பட்டியல் இருக்கிறது. கடைசி நிகழ்வின் பெருமை கோண்டி மொழிப் பாடலிலேயே இடம்பெற்றுவிட்டது. 'கிராமங்களை அழிக்க தில்லியிலிருந்து அனுப்பப்பட்ட சிஆர்பிஎஃப் வீரர்கள் சுத்தமாக அழித்தொழிக்கப் பட்டனர்' என்ற பாடலே அது.

பெண்கள் ஏன் போராளிகள் ஆகிறார்கள்?

ஒரு மாலைப் பொழுது. ஒரு கிராமத்தைப் பார்க்கச் சென்றிருந்தேன். சிகப்பு சேலை அணிந்திருந்த ஒரு பெண்மணி என்னை அழைத்தார். அவர் பளபளக்கும் ஜரிகை வைத்த கறுப்புத் துப்பட்டா அணிந்திருந்தார். கையில் ஒரு சிறு கைப்பை இருந்தது. அவர் அப்போதுதான் தன் சீருடையிலிருந்து மாறியிருந்தார். நான் அருகில் சென்றேன். அப்பெண்மணி எனக்கும் இன்னொரு பெண்மணிக்கும் ஒரு நீண்ட சொற்பொழிவை அளித்தார். நியூ யார்க்கில் எப்படி, 'பெண்கள் தினம்' தோன்றி வளர்ந்தது என்ற வரலாற்றை

எடுத்துரைத்தார். இறுதியாக, 'பெண்களே! எங்களோடு சேருங்கள். வீட்டில் நடக்கும் ஆணாதிக்க அழுத்தங்களுக்காக மட்டுமல்ல; நம்மைப் பாலின வன்முறை செய்து, நம்மைக் கொன்று போடும் நாசகாரக் கும்பலை எதிர்த்து நிற்போம்' என்று உரத்துச் சொன்னார். நானே இதெல்லாம் வெறும் பம்மாத்து; யாரோ எழுதிக் கொடுத்ததை மனனம் செய்து நம்மிடம் ஒப்புவிக்கும் ஒரு சாதாரண பெண்மணி என்றுதான் நினைத்தேன். ஆனால், பிறகு யோசித்துப் பார்த்தேன். பாதுகாப்புப் படையினரின் முரட்டுத்தனமான பலாத்காரங்களுக்கு எதிராக அந்த ஆதிவாசிப் பெண்ணின் மனத்தில் எழும் போராட்டம் இப்படிப்பட்ட வார்த்தைகளில்தான் வெடித்து வெளியேவரும் என்று எனக்குத் தோன்றியது. மாவோயிஸ்டுகள் மத்தியில் நாற்பது விழுக்காடு இப்போது பெண்களால் நிரப்பப் பட்டுள்ளது.

மாவோயிஸ்டுகளால் எழுதப்பட்ட 'இந்தியப் போராட்டத்தில் பெண் தியாகிகள்' என்ற நூலில் மாவோயிஸம் தழைத்த கிராமப் பகுதிகளில் மக்களின் ஈடுபாடு பற்றிச் சொல்லப்பட்டுள்ளது.

'தோழர் ஓயம் யென்கி ஒரு சிறு பெண்ணாக இருக்கும் போதே கட்சியின்மீது ஈடுபாட்டோடு இருந்தார். அவரது குடும்பமோ கட்சியின் ஒவ்வொரு சங்கத்திலும் தீவிரமாகப் பங்கெடுத்து வந்ததால் அவள் எந்த நிகழ்வையும் தவறவிட்டதே இல்லை. நிகழ்வுகளில் நடக்கும் பாடல்கள், ஆடல்கள், சொற்பொழிவுகள் என்று அனைத்தும் பிடித்தன. இயக்கத்தோடு இறுக்கமாக ஒட்டிப் போனாள். சிறு பெண்ணாக இருந்தபோதே கட்சியின் பால சங்கத்திலும் இணைந்து உழைத்தாள். பின்பு கிரந்தகாரி ஆதிவாசி மகளிர் சங்கத்திலும் (கே.ஏ.எம்.எஸ்) சேர்ந்து உழைத்தாள். ஸ்குவாடிலும் சேர ஆசைப்பட்டாள். ஆனால், அவளது இளம் வயதினால் கட்சி அவளை அனுமதிக்கவில்லை. ஆனாலும் தீவிர முனைப்பால் இயக்கம் அவளுக்கு இடம் கொடுத்தது. அப்போது அவள் வயது வெறும் *16 (பக். 66)*'.

ஆழமான கொள்கைகள், கோட்பாடுகள் ஆகியவை இளைஞர்களை எப்படி ஈர்த்தன என்பதை எனது பல நேர்காணல்களின்மூலம் தெரிந்துகொள்ளமுடிந்தது. மார்ஹ் பகுதியிலுள்ள தனது பள்ளித் தோழர்களோடு இயக்கத்தினர் கொண்டுவரும் இயக்கச் செய்திகள், கட்டுரைகள் போன்றவற்றைப் பற்றி மணிக்கணக்காக விவாதம் செய்த பொழுதுகளை நினைவுகூர்ந்தாள் சோனி. 16 வயதிலேயே அவர்களுக்கு இந்த ஆர்வம் பிறந்துவிட்டது. பெண்களுக்கு இதில் ஈடுபாடு வருவதற்கு சொந்த விருப்பு வெறுப்புகளே காரணமாக

இருந்தன. பெற்றோர் திருமணம் செய்துகொள்ளக் கொடுக்கும் அழுத்தம், வீட்டுப் பிரச்னைகள், சுதந்தர வேட்கை என்று ஏதோவொன்று காரணமாக இருக்கும்.

லக்கி என்ற டோர்லா இனத்துப் பெண் தன் பெற்றோரின் கல்யாணக் கெடுபிடிகள் பிடிக்காமல் இயக்கத்தில் சேர்ந்தாள். அவள் இயக்கத்தில் ஒரு தெலுங்குப் பையனைக் காதலித்து மணந்து ஒரு பெண் குழந்தைக்குத் தாயானாள். ஆனால், போராளிகள் குழந்தைகளை உடன் வைத்து வளர்ப்பதை இயக்கம் விரும்பாததால் பிள்ளைப் பேறில்லா கிராமத்துப் பெற்றோர் ஒருவரிடம் தன் பிள்ளையைக் கொடுத்து வளர்க்கவைத்தார். 'இப்போது என் குழந்தைக்கே என்னைத் தெரியாது' என்று எங்களிடம் சோகத்தோடு சொன்னாள் அவள்.

2005ஆம் ஆண்டுக்குப் பிறகு பல இளைஞர்கள் இயக்கத்துக்குள் நுழைய சல்வா ஜுடும் பெரும் காரணமாக இருந்தது. நீலா என்ற பெண்ணின் கதையே இதற்கான சான்று. 2012ஆம் ஆண்டில் பசகுடா ஆஷ்ரம்ஷாலா (உள்ளுறைப் பள்ளி) என்ற பள்ளியின் மாணவியாக இருந்த நீலாவை நான் தற்செயலாக அறிந்திருந்தேன். எப்போதும் சிரித்த முகத்துடன் இருந்த அழகான, துள்ளித் திரிந்த பெண் அவள். அவள் பள்ளியில் பயிலும் 2012ஆம் ஆண்டிலேயே சல்மா ஜுடும் தன் தீவிர நடவடிக்கைகளை ஆரம்பித்துவிட்டது. இதனால் பயமடைந்த அவளது பெற்றோர்கள் அவளைப் பள்ளியிலிருந்து விலக்கி, வீட்டுக்கு வரும்படி வற்புறுத்தினர். பள்ளியையும் படிப்பையும் துறந்துவிட்டுவர அவளுக்கு மனமில்லை. இருந்தாலும், படித்து முடித்தால் மட்டும் வேலைக்குப் போய்விடமுடியுமா என்ன என்று தன்னைத் தானே தேற்றிக்கொண்டு வீட்டுக்கு வந்தாள். வீட்டுக்கு வந்தபின் இயக்கம் அவளைத் தன் பக்கம் இழுத்துக் கொண்டது. 'நான் இப்போது இயக்கம் என்ற பள்ளியில் பயில்கிறேன்'' என்று நீலா சொல்வாள். அதோடு சிறு வயதிலிருந்தே நீலாவுக்கு இயக்கத்தோடு முழுத் தொடர்பு இருந்து வந்தது. இப்போது பள்ளியிலிருந்து விலகிய பிறகு டாடா லாக் என்று அழைக்கப்பட்ட 'அண்ணன்கள்' நிறைய புத்தகங்களை வாசிக்கக் கொடுத்தது மல்லாமல், அவற்றைப் பற்றி அவளோடு விவாதிக்கவும் செய்தனர். இதனால் நன்கு கற்பதும், கற்றபின் அதன்படி நிற்பதும் அவளுக்கு எளிதாயிற்று.

நீலாவுக்கு இணையாக இருந்தவன் சுருட்டை முடிப் பையன் சானா. எப்போதும் 11ஆம் வகுப்பு வரலாற்று நூலைக் கையில் இடுக்கிக் கொண்டு திரிவான். அவனுக்கு ஆங்கில நாட்டின் வரலாறு மிகவும் பிடிக்கும். இவனும் நீலாவைப் போல் பள்ளியில் சேர்ந்து படித்துக்

கொண்டிருந்தான். அவனது வயதுப் பையன்கள் பலர் சல்வா ஜுடும் அணியில் சேர ஆரம்பித்தனர். அவர்கள் எல்லோரும் சானாவையும், அவனைப் போன்ற வேறு மாணவர்களையும் மாவோயிஸ்ட் கட்சியின் ஆதரவாளர்கள் என்று குற்றம்சாட்டினர். இதனால் பள்ளியைவிட்டு வெளியேறினான். சல்வா ஜுடும் இரண்டாவது முறை தன் கிராமத்தை எடுத்து அழித்தபிறகு மாவோயிஸ்டுகளோடு சேர்ந்துவிடுவது என்று முடிவெடுத்தான்.

கிராமத்து இயக்க உறுப்பினர் என்ற முறையில் நீலாவுக்கு கொடுக்கப்பட்ட முதல் வேலை கண்டால் ஸ்ரீதேவி என்ற லிங்காகிரி கிராமத்துப் பெண்ணின் உடலைக் கண்டுபிடிப்பதுதான். அவள் சல்வா ஜுடும் குழுவில் பலரால் பாலியல் வன்முறை செய்யப்பட்டு கொல்லப்பட்டவள். தனக்குக் கொடுக்கப்பட்ட கடமையைச் செய்தபின் மிகுந்த கனத்த இதயத்தோடு, 'அவள் உடலைச் சுற்றிலும் ஈக்கள் மொய்த்துக் கிடந்தன. ரத்தத்தில் ஊறிக் கிடந்தது அவள் உடல். ஆர்வத்துடன் ஆடை உடுத்துவதில் ஆர்வமான பெண். ஆனால், அவளைக் கெடுத்தவர்கள் அவள் உடைகளைக்கூடத் திருடிக் கொண்டு, அவளை நிர்வாணமாகப் போட்டு விட்டுப் போயிருக்கிறார்கள்' என்று சொன்னார்.

மாவோயிஸ்டுகளின் தினசரி வாழ்க்கை கடுமையானது. அதிலும் பெண்களுக்கு மிகவும் கடுமை. நீண்ட நெடும் நேரம் நடக்க வேண்டும். மாதவிடாய் காலமாகவும் அது இருக்கலாம். ஆனால் அனைத்தையும் புறந்தள்ளிவிட்டு எல்லோருடனும் ஒத்துப்போக வேண்டும். மலேரியா காய்ச்சல் தாக்கும். ஒரே ஆடையைத் தொடர்ந்து பல நாட்களுக்கு அணிய வேண்டியிருக்கும். எப்போது பிடிபட்டாலும் மானத்துக்கு பாதுகாப்பு இல்லை.

லக்கே கொடுத்த விவரங்களின்படி, தளம் உறுப்பினர்களின் அன்றாட வாழ்க்கை காலை நான்கு மணிக்கே ஆரம்பித்துவிடும். காலைக் கடன்களை முடித்துக்கொண்டு அடுத்த புதிய கிராமத்தை நோக்கிய நடை ஆரம்பமாகும். அக்கிராமம் போய்ச் சேர்ந்ததும் வந்தவர்களின் பெயர்ப் பட்டியலும் ஆள்களும் கணக்கிடப்படுவார்கள். அதன் பின் அந்த நாளுக்குரிய அவர்களது வேலைகள் பிரித்துக் கொடுக்கப்படும். மாலை நான்கு மணி வரை அவர்களுடைய அன்றைய தின வாழ்க்கை தொடரும். வேலை முடிந்த பின்பும் ஒரு முறை பெயர்ப் பட்டியல் சரி பார்க்கப்படும். அதன்பின் அடுத்த கிராமத்துக்கு நடை. ஓரிரு மணி நேரம் எடுக்கும். மீண்டும் பெயர்ப் பட்டியல் சரி பார்த்துவிட்டுத் தளத்தின் கூட்டம் நடைபெறும். அது முடிய இரவு பத்து, பதினொன்று ஆகலாம். அது முடிந்தபின் இரவு தூக்கத்துக்குச்

சிறிது பாதுகாப்பான இடம் தேடி காட்டில் நடக்கவேண்டும். இடம் பார்த்து, பின் தூங்கப் போவார்கள். ஒரு வேளை சூழ்நிலை சரியாக இருந்தாலோ, பாதுகாப்பான இடமாகவோ இருந்தால் கிராமத்திலேயே தூங்கிவிடுவதும் உண்டு. வாழ்க்கைப் பயணம் இதே போல்தான் மாற்றமின்றி உருண்டு போகும். விடுமுறைகள் ஏதும் கிடையாது. தளத்து உறுப்பினர்களுக்கு ஆண்டுக்கு ஒரு முறையாவது தங்கள் குடும்பத்தைப் பார்க்க வாய்ப்பு கிடைக்கலாம். அப்படிப் போகும் போது அவர்கள் காசு, பணம் என்று ஏதாவது குடும்பத்துக்குத் தர முடியுமா? அதற்கென்ன வழி? தளம் சிறு அன்பளிப்புகள் தரலாம். அதைக் குடும்பத்துக்கு அளிக்கலாம். அநேகமாக அது ஒரு போர்வையாக இருக்கக்கூடும். இது போன்ற சிறு விஷயங்கள்கூட குடும்பத்தாருக்கு மிக்க மகிழ்ச்சியைத் தரும். ஏனெனில், எப்போது பிள்ளைகள் இயக்கத்தில் சேர்வார்களோ, அதிலிருந்து அவர்கள் இயக்கத்துப் பிள்ளைகளே. இயக்கத்தின் பங்களிப்பிலும் தியாகத்திலும் மக்கள் மிகவும் திருப்தியடைகிறார்கள். ஒரு கிராமத்துப் பெற்றோர், 'எப்போது குடும்பத்திலிருந்து விலகி, இயக்கத்திடம் போய்ச் சேர்கிறார்களோ அப்போது அவர்கள் இயக்கத்தின் பிள்ளைகளாகி விடுகிறார்கள். எங்களைப் பொறுத்தவரை எங்கள் பிள்ளைகளைத் தண்ணீர் தெளித்து விட்டுவிட்டோம்' என்றார்.

தளத்தின் உறுப்பினர்களில் பெண் உறுப்பினர்கள் பெரும் போராளிகளாக விளங்கியுள்ளனர். காம்ரேட் கருணா என்பவரைப் பற்றி 'உமன் மார்ட்டியர்ஸ் ஆஃப் தி இந்தியன் ரிவல்யூஷன்' என்ற நூலில் சொல்லப்பட்டவை:

'*1997-2005* வரை ஒரு விடுதலைப் போராளியாக பல போர்க் களங்களில் காம்ரேட் கருணா தீவிரமாக ஈடுபட்டுள்ளார். பெரும் இரும்பு மனுஷி. ஆண்களுக்கு எவ்வகையிலும் சளைத்தவர்களல்ல பெண்கள் என்பதை மீண்டும் மீண்டும் களங்களில் நிரூபித்தவர். அவர் முதன்முதலில் களம் கண்டது பசகுடம் அருகில் உள்ள தோரம் என்ற கிராமத்தில்தான். அது ஒரு திடீர்த் தாக்குதல். *16* பேர் காவல் துறையால் கொல்லப்பட்டனர். *17* பேர் பெரும் காயமடைந்தனர். இந்த வெற்றியில் கருணா மிகுந்த மகிழ்ச்சியடைந்தார். தீவிரமான, வெற்றிகரமான தாக்குதல் அது. இப்போராட்டத்துக்குப் பின், அவர் கொங்குபள்ளி, வாக்குல்வாய் போன்ற இடங்களில் நடந்த திடீர்த் தாக்குதல்களிலும் முழுமையாக ஈடுபட்டார். அவருடைய போராட்டத் தன்மையை வடக்கு பஸ்தானில் பஜ்ரங்பாலி என்ற இடத்திலும் மேற்குப் பஸ்தார் பகுதியில் திக்கெட்டா, மொட்டுக்குபள்ளி, உசிகாபட்டணம், சால்பள்ளி என்ற இடங்களிலும் நிரூபித்தார். இந்த

இடங்கள் மட்டுமல்லாமல் தல்லாகுடெம், மொட்டு, வெடிர், கீடம் போன்ற இடங்களில் நடந்த காவல் துறை மீதான திடீர்த் தாக்குதல்களிலும் பங்கெடுத்தார். இதில் கீடம் என்ற இடத்தில் நடந்த போராட்டக் களத்தில் அவர் உதவித் தலைவராக இருந்து அந்தத் தாக்குதலைத் திறம்பட நடத்தி முடித்தார். அவரது உயிரிழப்பு பிஎல்ஜிஏ அமைப்புக்குப் பெருத்த இழப்பாகிப் போனது. ஒரு திறமையான, வலிமையான பெண் போராளியை அமைப்பு இழந்தது. (பக். 49-50)

தளங்களின் உறுப்பினர்கள் தயாராகும்போது அவர்கள் இந்தி, தெலுங்கு மொழிகளைக் கற்கவேண்டும் என்பது முக்கியமானது. கிராமத்து மக்களுக்கு தளத்தோடு உறவு கொள்வதில் இது பெரும் பங்கு வகிக்கிறது. 'தளம் உறுப்பினர்கள் தங்களின் கூட்டங்களில் தொடர்ந்து வசித்துக் கொண்டிருப்பார்கள்' என்று அதிகமான மக்கள் என்னிடம் சொல்லியுள்ளனர். 'யாரெல்லாம் தளத்தில் இணைகிறார்களோ, அவர்கள் அனைவரும் தெலுங்கு மொழியைப் படித்துவிடுகின்றனர். அவர்களது சுவரொட்டிகள் எல்லாமே கைகளால் எழுதப்பட்டவை. அவர்கள்தாம் எவ்வளவு எழுதிக் குவிக்கிறார்கள்?'

இயக்கம் குழந்தைகளைக்கூட விட்டுவைக்கவில்லை. அவர்களுக்குத் தனியாக ஒரு பால சங்கம் இருக்கிறது. குழந்தைக்கான முக்கிய வேலை செய்திகளைக் கடத்துதலில் இருக்கும். குழந்தைகளுக்கு இப்பணி செய்வதில் மிகுந்த பெருமை. இரு கிராமங்களுக்கு நடுவில் ஓடிய நதியைக் கடப்பதற்கு ஒரு சின்னக் காவலாளி எங்களுக்கு உதவினார். உதவுவதற்குமுன் முன்ஜாக்கிரதையாக எங்கள் பெயர்களையெல்லாம் கேட்டுக் கொண்டார். நதியைக் கடக்க உதவியதும் மிகவும் பெருமையாக, சிரித்த முகத்தோடு எங்களைப் பார்த்து தோழமையுடன், 'என்னைப் பார்த்தால் உங்கள் நண்பர் போல் தானே இருக்கிறது' என்று கேட்டார்.

தன்னோடு சேர கிராமத்து மக்களை இயக்கம் கட்டாயப்படுத்த வேண்டிய தேவை எதுவுமில்லை என்பது புரிகிறது. காவல்துறை வழக்கமாகச் சொல்லும் அந்தக் குற்றச்சாட்டு மிக மிகத் தவறானது. அவர்கள் கட்டாயத்தின் பேரில் மாவோயிஸ்டுகளாக மாறுவது இல்லை. லக்கே சொன்னது போல் பல கிராமங்களில் மக்கள் அளவுக்கு அதிகமாக இயக்கத்தில் சேர முனைந்தபோது கட்சி பலரைத் தடுத்து நிறுத்த வேண்டியிருந்தது. அதுவும் சல்வா ஜுடும் வந்ததும் இந்த நிலை அதிகரித்தது. கிராமம் சிறியதோ, பெரியதோ... அதுவல்ல முக்கியம். அது இயக்கத்துக்குத் தரும் தாக்கம்தான் மிக முக்கியமானது. பெரிய கிராமங்களில் அதிகமாக

மக்கள் இருக்கும் இடங்களில் பெற்றோர்கள் தங்கள் குழந்தைகளை மிக எளிதாக இயக்கத்தில் சேர அனுமதிப்பார்கள். எத்தனை மக்கள் இயக்கத்தோடு இணைகிறார்கள் என்பதற்குக் காவல் நிலையம் எவ்வளவு பக்கத்தில் உள்ளது என்பது ஒரு முக்கிய காரணியாக இருக்கும்.

புதிய ஆட்சிக் கட்டமைப்புகளை ஏற்படுத்துதல்

ஜனாதன சர்க்கார் (ஜேஎஸ்) என்பது மக்கள் குடியமைப்பின் ஓர் அங்கமாக, அரசு அதிகாரத்தின் ஒரு பகுதியாகச் செயல்படும். நாடு தழுவிய அளவில் மக்கள் ஜனநாயகக் குடியரசுக் கூட்டமைப்பை ஏற்படுத்துவதன்மூலம் இந்த அதிகார அமைப்பு முழுமையான வளர்ச்சியை அடையும். கட்சி கட்டமைக்கும் 'குறைந்தபட்ச பொதுச் செயல்திட்டம்' என்பதைக் கொண்டு ஜனாதன சர்க்கார் வளர்ச்சியின் ஒரு பகுதியாக உருவெடுக்கும். தண்டகாரண்யத்தில் நடக்கும் புரட்சிப் போராட்டத்தில் மக்களின் ஆளும் சக்தி ஒரு புதிய அரசு சக்தியாக உருவெடுக்கும்.

ஜனாதன சர்க்காரின் கொள்கைத் திட்டம்,
சிபிஐ (மாவோயிஸ்ட்) அறிக்கை, 2004.

இரண்டு அரசமைப்புகள் இருக்கும்போது நாங்கள் யாரை ஏற்பது?

...பசகுடா முகாமில் ஒரு பெண்ணின் கேள்வி, 2008

ஆதிவாசிகளின் பழைய பரம்பரை வழக்கங்களோடு அல்லது அவற்றை விலக்கி வைத்துவிட்டு, 1990களில் மாவோயிஸ்டுகள் இணை அரசமைப்பைக் கொண்டு வந்தனர். அது மக்களின் புரட்சி அமைப்பு (ஆர்பிசி) அல்லது ஜனாதன சர்க்கார் என்று அழைக்கப் பட்டது.

பேச்சளவில் இந்த அமைப்புகளுக்கு யார் வேண்டுமானாலும் தேர்ந்தெடுக்கப்படலாம். சங்கத்து உறுப்பினராகவோ, மக்களணியிலோ உறுப்பினராக இருக்கவேண்டும் என்ற கட்டாயம் ஏதும் தேவை யில்லை. உண்மையில் பார்த்தால் ஜேஎஸ்ஸில் சங்க உறுப்பினர்கள் இரட்டிப்பு எண்ணிக்கையில் இருப்பார்கள். தளத்தின் உறுப்பினர்கள் வனத் துறையோடும், பீடி இலை ஒப்பந்தக்காரர்களோடும் தொடர்ந்து பேச்சுவார்த்தை நடத்திக் கொண்டிருப்பார்கள். அவர்கள் மாதத்துக்கொரு முறையாவது கிராமங்களுக்கு வருகை தருவார்கள். தினந்தோறும் சங்கத்தின் நடவடிக்கைகளை மேற்பார்வை இடுவார்கள்.

ஒவ்வொரு ஜேஎஸ்ஸும் நான்கு அல்லது ஐந்து கிராமங்களையும், 500-3000 பேரையும் ஒருங்கிணைத்து, 7-11 உறுப்பினர்களைக் கொண்ட அமைப்பினால் ஓர் ஆளுமைக் குழுவை ஏற்படுத்தியுள்ளனர். ஒவ்வொரு ஜேஎஸ்ஸிலும் ஒரு தலைவரும் உப தலைவரும் உள்ளனர். ஆனால், நான் ஆய்வு செய்த பைராம்கர், கோண்டா பகுதிகளில் ஒவ்வொரு ஜேஎஸ்ஸிலும் வெவ்வேறு எண்ணிக்கையில் உறுப்பினர்கள் இருந்தார்கள். பொதுவாக ஒவ்வொரு ஜேஎஸ்ஸும் ஆளுமைக் குழுக்களை வைத்திருந்தனர். அவை பொருளாதாரம், பாதுகாப்பு, விவசாயம், நீதி, கல்வி, சுகாதாரம், கலாசாரம், உடல்நலம், வனப் பாதுகாப்பு, பொதுத் தொடர்பு உள்ளிட்டவை. ஒவ்வொரு துறைக்கும் தனித்தனி பணியாளர்கள் இருந்தனர். விவசாயத் துறை புதிய கூட்டுறவுகளை ஏற்படுத்த ஊக்கம் கொடுத்தது என்றும் ஒன்றிணைந்து பயிரிடவும், உழவுக்குத் தங்களிடம் இருந்த மாடுகளைப் பகிர்ந்து கொள்ளவும் உதவியது என்றும் கிராமத்து மக்கள் கூறினார்கள். சிறு குளங்களை அமைப்பதும் மீன் வளர்ப்பதும் துணைத் தொழிலாகத் தொடர்ந்து நடந்துவந்தன.

வன இலாகா துறையில் கிராமத்துக்கு இருவராக மக்கள் பணியாற்றினர். மாதம் ஒருமுறை காட்டுக்குச் சென்று கண்காணிப்பது; எத்தனை மரங்கள் வெட்டப்பட்டுள்ளன என்று கணக்கெடுப்பது; வெட்டப்பட்ட மரங்கள் அனுமதியின் பேரால் வெட்டப்பட்டவை தானா என்று சோதிப்பது என்று இவர்கள் என்ற பல பணிகளைச் செய்துவந்தனர். வீடுகள் கட்டும் பணியும் இவர்களிடம்தான் இருந்தது. ஒரே இடத்தில் மொத்தமாக வீடுகளைக் கட்டுவார்கள். வனத்துறையின் இப்பணிகள் அனைத்துமே பாரம்பரியமாகக் காட்டைக் காக்கும் அடிப்படை முறைகளைத் தொடர்ந்து செய்துவந்தன. இது போன்ற கண்காணிப்பு கட்டுக்கோப்பு வேலைகளை அவர்கள் முன்னாளில் வேலையாட்களை அமர்த்தி, அவர்களது கூலியைக் கிராமத்திலிருந்து வசூலித்து செய்துவந்தார்கள். இந்தக் கூலி தேவ்சாரி அல்லது மான் என்று அழைக்கப்பட்டது. பக்கத்து கிராமத்து வனங்களில் பங்கெடுத்துக்கொண்டாலும் இந்தச் சிறு கூலியைக் கொடுத்து விடுவார்கள்.

மாதந்தோறும் கிராமத்துக் கூட்டங்கள் நடைபெறும். இதில் எல்லா விஷயங்களும் பேசித் தீர்க்கப்பட்டு முடிவெடுக்கப்படும். ஆண்கள் மட்டுமே கூடும் கூட்டங்களில்லை இவை. ஆண், பெண், ஏன் குழந்தைகள் உட்பட அனைவரும் ஒன்று கூடிதான் இக்கூட்டங் களை நடத்துவர்.

சங்கம் கிராமத்தின் ஒவ்வொரு குடும்பத்தையும் வீட்டையும் எப்போதும் கண்காணித்துக்கொண்டிருக்கும். புது வரவுகளோ, குடும்பத்திலிருந்து வெளியேறுபவர்களோ கணக்கிடப்பட்டு குறித்து வைக்கப்படுவார்கள். அதுவும் இந்தக் கண்காணிப்பு சல்வா ஜுடும் வந்த பிறகு மிகத் தீவிரமாக நடத்தப்பட்டது. 2015-16ல் சல்வா ஜுடுமின் ஆதிக்கம் தீவிரமாக இருந்த காலகட்டத்தில் கிராமத்துக்குள் வரவும், வெளியே செல்லவும்கூட மக்கள் அனுமதி வாங்கவேண்டிய கட்டாயம் ஏற்பட்டது. வெளியே செல்பவர்கள் எதற்காக, எங்கே, எத்தனை காலம் செல்கிறார்கள் என்ற தகவலையும் தரவேண்டும். மக்கள் உளவாளிகளாக ஆகிவிடக் கூடாதே என்பதற்கான கட்டுப்பாடு இது.

தட்டப்பாடு என்ற கிராமத்தில் கங்கு என்பவர் தனக்கு வரவேண்டிய பணத்தை வாங்கிவர வெளியே சென்றார். காலந்தாழ்த்தியதால் அதிக நேரம் வெளியே தங்க வேண்டிய கட்டாயம் வந்தபோது அவர் அஞ்சி நடுங்கினார். சங்கம் வெளியே தங்கியதற்காகத் தன்னைத் தண்டிக்கலாம் என்று பயப்பட்டார். இதே போல் சல்வா ஜுடுமில் சேர்ந்துவிட்டு, அதன்பின் அதனைவிட்டு விலகி கிராமத்துக்குத் திரும்புபவர்கள் எழுத்து மூலமாக சங்கத்திடம் அனுமதிபெற வேண்டும். இந்தக் கட்டாயங்களுக்கான சரியான, நல்ல காரணங்களும் எனக்குச் சொல்லப்பட்டன. ஒருவர் ஒரு மாதம் கிராமத்தில் இல்லாமல் இருந்தால் அச்சமயத்தில் அவர் குடும்பத்துக்குத் தேவையான வேலைகளைச் செய்து கொடுக்க இது உதவியாக இருக்கும். வயதானவர்களுக்கான மருத்துவ உதவி அளிக்கவும் பெண் கடத்தலைத் தடுக்கவும் இந்தக் கண்டிப்பு மிகவும் பயன்பட்டது. பெண்களைக் கடத்துதல் ஒரு பெரிய தொழிலாக நடந்ததால் இக்கண்டிப்பு மிகவும் தேவைப்பட்டது. இருந்தும் இது போன்ற கண்டிப்புகளால் பல சங்கத் தலைவர்கள் கொடுங்கோலர் களாகவும் மாறினார்கள். பல ஜுடும் முகாம்களில் தளம் தலைவர்கள் மிக நல்லவர்களாகவும், சங்கத் தலைவர்கள் தங்கள் இஷ்டப்படி முடிவெடுத்து அதைத் தளத்துக்கு அரைகுறையாகக் கூறுவது உண்டு. பலர் என்னிடம் கதை கதையாகச் சொல்லியிருக் கிறார்கள். ஜுடும் வெறியோடு நடந்துகொண்டிருந்த காலங்களில் சங்க உறுப்பினர்கள் பலர் பிடிக்கப்பட்டு கொல்லப்பட்டார்கள் அல்லது துரத்தப்பட்டார்கள். அப்படித் துரத்தப்பட்டவர்கள் மீண்டும் கிராமங்களுக்குள் நுழைந்து மேலும் ரகசியமாகத் தங்கி தங்கள் பணியைத் தொடர்வதும் வழக்கம்தான்.

பொதுவாக, சங்கம் அல்லது ஜேஎஸ்ஸில் உள்ள நீதித்துறை மக்களுக்குள் ஏற்படும் பிரச்னைகளைத் தீர்ப்பதுண்டு. தண்டம்

வசூலிப்பது போன்ற பழைய முறைகளைக் கைவிட்டுவிட்டு அணுகுமுறையாலும், விவாதங்கள் மூலமாகவும் பிரச்னைகளை மாவோயிஸ்டுகள் சாத்வீகமாகத் தீர்த்துவைத்தனர். அதன் முடிவில் எதிரெதிரே வாதாடிய இருவரும் சமாதானத்துடன் கை குலுக்கிக் கொண்டனர். சங்கத்தால் தீர்த்து வைக்கமுடியாத பிரச்னைகள் தளத்துக்கு எடுத்துச் செல்லப்படும். அவர்கள் இதற்காக ஜன் அதாலத் (மக்கள் நீதிமன்றம்) என்ற அமைப்பைக் கூட்டலாம். இக்கூட்டமும் அதன் முடிவுகளும் மிகவும் தீவிரமானவை. தவறு செய்தவர்களுக்கு இருமுறை எச்சரிக்கை அளிக்கப்படும், அதையும் மீறினால் அவர்கள் கிராமத்திலிருந்து விரட்டப்படுவார்கள். சிலர் இதற்காகக் கொல்லப்படுவதும் உண்டு. இப்படி எடுக்கப்பட்ட தீவிர முடிவுகள் தளத்தின் முன் எடுத்து வைக்கப்படும். ஜன் அதாலத் செல்வதும் அங்கு பிரச்னைகள் தீர விசாரிக்கப்படுவதும் நடக்கும். தளத்தின் முடிவுகள் சங்கத்துக்குச் சொல்லவேண்டிய தேவையும் இல்லை. இங்கு எடுக்கப்படும் தீர்வுகளுக்கு எதிராக நடக்க எல்லோருக்கும் மிக்க பயமுண்டு.

சில தீவிரமான தீர்ப்புகள் மிகவும் பயங்கரமானவையாக இருக்கும். மாவோயிஸ்டுகளின் கடினம் அதில் தெள்ளென வெளிப்படும். சிலர் மிகக் கொடூரமாக சாட்டையால் அடிக்கப்படுவார்கள். தண்டனை பெறுபவரின் வாழ்க்கைத் துணை அல்லது சில சமயங்களில் அவர்கள் குழந்தைகளே, அந்தத் தண்டனையை நிறைவேற்ற வேண்டியிருக்கலாம். யாரோ ஒரு கிராமத்துக்காரர் உண்மையாகவே நல்லவராகவும் இருக்கலாம். ஆனால், மாவோயிஸ்டுகள் அவரை ஒரு 'கருங்காலி' என்று தீர்ப்பளித்துத் தண்டித்தால் ஏனைய கிராமத்து மக்கள் மௌனமாக இருந்துவிடுவதே வழக்கம். அத்தனை அச்சம்!

நான் காதால் கேட்ட இன்னொரு நிகழ்வு. ஒரு முறை பங்கசாய் என்ற கிராமத்து எஸ்.பி.ஓ. தஸ்ரு மாவோயிஸ்டுகளால் கொல்லப் பட்டார். அதன்பின் தஸ்ருவின் உடலை அதே கிராமத்தில் புதைக்க கிராமத்து மக்கள் அச்சத்துடன் மறுப்பு தெரிவித்தனர். கிராமத்து மக்கள் தஸ்ருவுக்குச் சாதகமாக இருந்தார்கள் என்று மாவோயிஸ்டுகள் நினைப்பதற்கு எந்த இடமும் கொடுக்க கிராமத்து மக்கள் விரும்பவில்லை. இறுதியாக தஸ்ருவின் உடல் அவர் எஸ்பிஓவாக இருந்த மரைகுடா கிராமத்தில்தான் புதைக்கப்பட்டது. 2015ஆம் ஆண்டு ஒருவர் கொல்லப்பட்டார். அவரைக் கொன்றவர் யார் என்று கண்டுபிடிப்பதற்காக அந்தக் கிராமத்தில் அனைவரும், குறிப்பாக அங்குள்ள படேல், பெர்மா, சர்பஞ்ச் ஆகியோர் விவசாயம் செய்யக் கூடாதெனக் கட்டளையிடப்பட்டது. கிராமத்தினரும் கொலைகாரனைத் தேடிப் பிடித்தார்கள்.

தனிப்பட்ட விரோதத்துக்காக யாராலோ அமர்த்தப்பட்ட ஒரு கூலிப்படைக்காரன் அவன்.

சமுதாய உறவிலும், சடங்குமுறைகளிலும் ஏற்பட்ட மாற்றங்கள்

மகேந்திர சர்மாவின் கேள்வி: 'டாடாவும் எஸ்ஸாரும் கொண்டு வரும் மாற்றங்களுக்கு ஏற்றாற்போல் மாறுவதற்கு ஆதிவாசிகள் கண்காட்சி வளாகத்தில் இருக்கும் விளையாட்டு பொம்மைகளா? அதேபோல் மாவோயிஸ்டுகள் ஆதிவாசிகளின் பாரம்பரிய காரியங்களில் மாற்றம் ஏற்படுத்தும்போது பிரச்னை இருக்காதா?'

.... ராஜுவுடன் நேர்காணல், 2011

மாவோயிஸ்டுகள் முதன்முதலில் இப்பகுதிக்கு வந்த போது அந்த இடம் முழுவதும் இருண்டு கிடந்ததாகச் சொல்கிறார்கள். பெண்கள் வெறும் ஜடப் பொருள்கள் போல் காலையிலிருந்து இரவுவரை வேலைத் தளைகளில் அடிமைப்பட்டுக் கிடந்தனர். திருவிழா நாட்களில் அப்பகுதியில் இருந்த ராஜாக்கள்(!) முன் நடனமாட அவர்கள் கட்டாயப்படுத்தப்பட்டார்கள். சிறு பிள்ளை களின் வாழ்வு வெட்டியானதாக இருந்தது. ஆதிவாசிப் பெண்கள் அடிமைகள்போல சிரமப்பட்டது அளவுக்குமீறி சொல்லப்பட்டு விட்டது என்றாலும் ஒரு வழியில் அவர்களது வாழ்க்கை நிலவுடைமையாதிக்கம் நிலவும் வேறு பல இடங்களைக் காட்டிலும் ஒப்பீட்டளவில் பரவாயில்லை என்றே சொல்லலாம். ஆனால், மொத்தத்தில் நிலைமை என்னவோ மோசம்தான். சுகாதாரத்துக்கும் நல்லுணர்வுக்கும் எப்போதுமே பற்றாக்குறைதான்.

லக்கே என்னிடம் ஒருமுறை தானும் கேஏஎம்எஸ் என்ற மாவோயிஸ்டுகளின் அமைப்பில் இருந்த ஒரு பெண்ணும் சுற்றியிருந்த 25 கிராமங்களில் இரு வாரத்துக்கு ஒரு கூட்டம் என்ற முறையில் பெண்களிடம் பேசி, பலரை கேஏஎம்எஸ்ஸில் சேரத் தூண்டியதாகக் கூறினார். அவரும் அந்தப் பெண்ணும் மிகவும் பொறுமையாகக் கட்சியின் பிரகடனங்களை வரிக்கு வரி வாசித்து விளக்கியிருக்கிறார்கள். கட்சிக் கொள்கைகளோடு சேர்த்து, கட்டாயத் திருமணங்கள், மனைவியர்களை அடித்துத் துன்புறுத்துதல், பலதார மணங்கள், வரதட்சணைக் கொடுமைகள், பெண்களை விதை விதைக்க அனுமதித்திருப்பது, பலி கொடுக்கும் இடங்களில் பெண்களைத் தடை செய்வது போன்ற பல்வேறு பெண்ணியப் பிரச்னைகளை கிராமத்துப் பெண்களுடன் அவர்களால் விவாதிக்க முடிந்தது.

ஆந்திரப் பிரதேசத்தில் மெடுல்பென்டா என்ற இடத்திலுள்ள ஹிட்மே என்னும் ஒரு கிராமத்துப் பெண்ணைச் சந்தித்தேன். அவர் கேஏஎம்எஸ் கூட்டங்களில் தனக்குக் கிடைத்த பல செய்திகளை என்னோடு பகிர்ந்துகொண்டார். 'இரண்டு பெண்டாட்டிக்காரனின் மூக்கைத் தரையோடு தரையாகத் தேய்த்துவிட வேண்டும். ஓடிப்போகும் கணவன் தன் மனைவிக்கு 8000 ரூபாய் தண்டம் கொடுக்கவேண்டும். கணவனைவிட்டு மனைவி பிரிந்தால் அவளோ அவளது புது கணவனோ முதல் கணவனுக்குப் பணம் கொடுக்கவேண்டும். உங்களது பாரம்பரிய வழக்கத்திலிருந்து இது எவ்வாறு வித்தியாசமாக உள்ளது என்று நான் அவரிடம் கேட்டேன். அவர், 'கட்சிக்காரர்கள் எங்கள் பழைய பழக்க வழக்கங்களையே நாங்கள் தொடரவேண்டும். அரசின் புதிய ஆணைக்கு அடி பணிய வேண்டாம்' என்று கூறிவிட்டதாகக் கூறினார்.

ஆண்களுக்குக் கடும் தண்டனை கொடுப்பது தளத்தின் பழக்கம் என்கிறார் ஹிட்மே. அவை ஒன்றும் கட்சியின் உயர் மட்டத்தி லிருந்து வரும் சட்டமில்லை. ஹிட்மே மேலும், 'தாதாலாக் (அண்ணன்மார்கள்) வந்தபின் பெண்ணை வலுக்கட்டாயமாகக் கடத்திச் செல்லுதல், சம்மதமற்ற திருமணங்கள் போன்ற தீமைகள் மறைந்துவிட்டன. வரதட்சணைப் பணத்தின் அளவு மிகவும் குறைந்துவிட்டது. வரதட்சணையாக முன்பு கால்நடை மந்தை களைக் கேட்டவர்கள், இப்போது சில ஆடு, பன்றிகளோடு திருப்தியடைந்து விட்டனர். இப்போதும் மக்கள் 'குடிமக்களாகவே' உள்ளனர். ஆனால், குடிக்கும் அளவு மிகவும் குறைந்து விட்டது' என்று சொன்னார்.

மாவோயிஸ்டுகள் கொண்டுவந்த மாற்றங்கள் நிறைவேற நீண்ட காலம் தேவை. டுலாடாங் (Dulatong) என்ற ஊரில் உள்ள ரவா என்பவரை 2011இல் முதலில் சந்தித்தேன். அவர் தீவிர மாவோயிஸ்டு ஆதரவாளர். தனது மகனின் திருமணத்தால் மிகவும் அதிருப்தி அடைந்திருந்தார். அவரது மகன் பக்கத்து வீட்டுப் பெண்ணை மணந்துவிட்டான். அப்பெண் தந்தை வழியில் ரவாவுக்கு உறவு. முறையைப் பார்த்தால் அவள் மாப்பிள்ளைக்குச் சகோதரி முறை வருகிறது. அதுவும் மூத்த சகோதரி. ஏனெனில், அவளுக்கு வயது பையனை விட நான்காண்டுகள் அதிகம். இது போதாது என்பது போல பழைய உறவுகளால் ஏற்கெனவே இருமுறை கருக்கலைப்பு செய்து கொண்டவள். இதெல்லாம் கூட ரவாவுக்குப் பரவாயில்லை. உறவு முறைக்குள் வராத பெண்ணாக மட்டும் இருந்துவிட்டால்கூட அவருக்குப் போதும். ஆனால், மாவோயிஸ்டுகளும் முற்போக்கான

பல நண்பர்களும் இதில் தவறு ஏதுமில்லை; அவை முக்கியமான விஷயங்களே இல்லை என்று சொல்லி ரவாவின் மனத்தை மாற்ற முயற்சித்தனர்.

ரவா கிராமத்தில் ஒரு சாதாரண மனிதருமல்ல. அவர் ஒரு சிராஹா. அதாவது, கிராமத்தின் மதிப்புக்குரிய மனிதர் அவர். ரவாவின் சுற்றமும் அவரை நிச்சயம் பல கேள்விகளுக்கு உட்படுத்துவார்கள். 'நம்முடைய பரம்பரை வழக்கத்தை நீ முறித்து விட்டாயே!' என்று அவர்கள் இவரை இடித்துரைப்பார்கள். பாவம் ரவா! என்ன செய்வது அவர்? நடுவழிப் பாதை ஒன்றைத் தேர்ந்தெடுத்தார் ரவா. தன் மகனோடு பேசுவதைச் சுத்தமாக நிறுத்திக்கொண்டார். மருமகளிடமும் அதேதான். ஆனாலும் அவர்கள் இருவரையும் குடும்பத்திலிருந்து ஒதுக்கவில்லை. குடும்பத்துச் சம்பிரதாயங்கள் எதிலிருந்தும் அவர்களை அகற்றவில்லை.

மாவோயிஸ்டு வருகைக்கு முன்பு இது போன்ற வழக்கத்துக்கு மீறிய திருமணங்கள் நடைபெற்றால் அக்குடும்பமே சமூகத்திலிருந்து விலக்கி வைக்கப்பட்டிருக்கலாம். ஆனால், இப்போது அதெல்லாம் இல்லை. 2015இல் ரவா பற்றிய செய்தி ஒன்று எனக்கு வந்தது. அவர் ஆந்திரப் பிரதேசத்துக்குக் குடிபோய் விட்டார். எதற்கு மனக் கஷ்டங்களோடு உறவினர் மத்தியில் வாழவேண்டும் என்று இம்முடிவை எடுத்திருப்பார் போலும்.

இயக்கம் கிராமிய வாழ்வின் ஒவ்வொரு தளத்திலும் ஊடுருவி நின்றது. கொண்டா பகுதியில் உள்ள மட்பள்ளி கிராமத்தில் காதில் விழுந்த செய்திகள்: 'இயக்கத்தினர் மக்கள் தங்கள் மாடுகளைப் பொலி இடுவதற்கு அவற்றைக் காட்டுக்குள் அழைத்துச் செல்லப் பழக்கினர். வீட்டுக்கருகில் இல்லாமல் இருப்பதால் அதன்மூலம் வரும் ஈக்கள் போன்ற தொல்லை குறைந்தது. நிறைய பச்சைக் காய்கறிகளைப் பயிரிட்டு அவற்றை அதிக அளவில் உண்ணப் பழக்கப்படுத்தப்பட்டனர். கோழிச் சண்டைகளைத் தடை செய்யவில்லை. ஆனால், சில கட்டுப்பாடுகள் விதிக்கப்பட்டன. போட்டியின் போது யாரும் குடித்துவிட்டு வரக்கூடாது, பணப் பந்தயம் பத்து ரூபாய்க்கு மேல் போகக்கூடாது என்பவை அவை. மக்களுக்கு இந்தக் கட்டுப்பாட்டில் பிரச்னை ஏதுமில்லை. ஒரு போட்டி முடிந்துவரும் கூட்டத்தில் ஒரு பெண்ணின் சேவல் வெற்றி பெற்றதைப் பற்றிப் பலரும் புகழ்ந்து பேசிக்கொண்டு போவதை நானே பார்த்திருக்கிறேன். வெளியே போய்ப் படித்துத் திரும்பிய சில இளைஞர்கள் மட்டும் கொட்டு மேளம் வேண்டாமென்ற தடையை விரும்பவில்லை. பணக்கார ஆதிவாசிகள் அனுமதி

இல்லாமல் டிராக்டர் வாங்குவதும் தடை செய்யப்பட்டிருந்தது. இது ஓர் அதிருப்திக்கான காரணம். ஆனால், இந்தத் தடை வியாபாரிகளுக்கு இல்லை.

அங்கிருக்கும் திருவிழாக்கள் அனைத்தும் விவசாயத்தை அடிப்படை யாகக் கொண்டவை. பீஜா பண்டும் என்பது விதைகள் விதைக்கும் முன் வெயில் காலத்தில் வரும் பண்டிகை. கரும் அல்லது குர்மி பண்டும் பருவக் காலத்தில் விதைக்கப்பட்ட பருப்புகளின் முதல் தளிர் விடும் காலத்தில் வரும் விழா. கொர்த்தா பண்டும் நெல் பயிர் நாற்றிலிருந்து வெளிவரும் நேரத்தைக் கொண்டாடும் திருவிழா.

மாவோயிஸ்டுகளின் வரலாற்றாளர் பி. ஷங்கர் இந்தத் திருவிழாக்கள் அர்த்தமில்லாத மூட நம்பிக்கைகளின் தொகுப்பு என்று கருதுகிறார். மார்க்க பண்டும் விழாவுக்கு முன் மாம்பழம் சாப்பிட்டால் அதற்குத் தண்டனை உண்டு; விதியை மீறியதற்காகப் பணமும் தண்டமாகக் கட்ட வேண்டும். இது போன்றவை எல்லாம் ஊர்ப் பெரியவரும், கோவில் பூசாரியும் காசு சம்பாதிப்பதற்காகவே ஏற்படுத்திய விஷயங்கள் என்பது ஷங்கரின் கருத்து. ஆனால், மது ராம்நாட் என்ற மரபுத் தாவரவியல் அறிஞர் இது போன்ற நிகழ்வுகளால் மரங்கள் நன்கு துளிர்த்து வளர்ந்து, பருவநிலை மாற்றங்களோடு வளரும் என்கிறார். சில மாவோயிஸ்டுகளும் இந்தப் பாரம்பரியமான வழிகளினால் சமநிலை என்ற உயர்வு கிடைக்க ஏதுவாகிறது என்கின்றனர். லச்சண்ணா, ‘பணக்காரக் குடும்பங்கள் இந்தத் திருவிழாக்கள், அதன் விதிகள் போன்றவற்றை ஒதுக்கி வைத்து விட்டு காயத்ரி பரிவார் போன்றவற்றின் பக்கம் சாய்கின்றனர். ஏனெனில், இதன்மூலம் விதைப்பதைச் சீக்கிரமாகச் செய்ய முடியும்’ என்கிறார்.

மாவோயிஸ்டுகள் விரும்புகிறார்களோ இல்லையோ, அந்தப் பாரம்பரிய திருவிழாக்கள் தொடர்ந்து நடைபெற்றே வருகின்றன. ஆனால், சந்தை, வியாபாரம் போன்ற அதிக மக்கள் புழங்கும் பகுதிகளில் வெளியாரின் பாதிப்பின்படி தீபாவளியும் ஹோலித் திருநாளும் அதிகமாகக் கொண்டாடப்படுகின்றன. திருநாளோடு சூதாட்டம் வளர்ந்து வருகிறது. மாவோயிஸ்டுகள் சில மாற்றங் களை மக்களின் நலன் கருதி செய்து வருகின்றனர். சான்றாக, குர்மி பண்டும், கோர்ட்டா பண்டும் என்ற இரு விழாக்களும் ஒரு வார வித்தியாசத்தில் கொண்டாடப்படுகின்றன. மாவோயிஸ்டுகள் ஒரு வழியாக இந்த இரு விழாக்களையும் இணைத்து ஒரே விழாவாக நடக்கும்படி மக்களின் மனத்தை மாற்றியுள்ளனர். இதனால் வீணாகும் நாள் குறைக்கப்படுகிறது. ஆட்டம் பாட்டம்

இவைகளோடு தொடர்ந்து வரும் 'குடியாட்டமும்' இதனால் குறைந்துவிடுமே என்ற நல்லெண்ணமும் ஒரு காரணம்.

மேலும், சல்வா ஜுடும், 'பச்சை வேட்டைத் திட்டம்' போன்ற அமைப்புகளின் உத்தரவு பெற்ற பின்பே இந்தத் திருவிழாக்கள் கொண்டாடப்படும். அருகிலிருக்கும் ராணுவ அமைப்புகளி லிருந்தும் அனுமதி வாங்கியாகவேண்டும். திருவிழாக் காலங்களில் கட்டாயம் காவல் துறையின் பணி மிகவும் தேவை. ஏனெனில், எந்த மக்கள் கூட்டமும் மாவோயிஸ்டு கட்சியின் தொடர்பானதாக இருக்கலாம் என்ற ஐயம் எல்லோருக்கும் உண்டு. இன்னொரு காரணமும் உண்டு. விதை விதைக்கும் காலத்தில்தான் நிலமும் விதைகளும் மக்களுக்குப் பிரித்துக் கொடுக்க வேண்டிய காலம். இதில் தளம் முக்கியத்துவம் பெறுகிறது.

மாவோயிஸ்டுகள் இப்பகுதியில் கோண்டு இனத்தவரோடுதான் அதிகத் தொடர்பு கொண்டிருக்கிறார்கள். மற்ற சாதியினரோடு இந்த அளவு ஆழமான உறவுகள் இல்லை. இதற்கு ஒரு முக்கிய காரணம் இந்தக் கூட்டங்கள், கூட்டங்களில் பாடப்படும் பாடல்கள் எல்லாமே கோண்டி மொழியில் நடக்கின்றன. மொழித் தொடர்பு மூலமாக இந்த இனத்தவர் கட்சியோடு நல்ல உறவை வைத்துள்ளனர்.

மற்ற சாதியினர் பொதுவாக சிறுபான்மையராகவே இருக்கின்றனர். அவர்கள் அரசுடன் நெருங்கிய உறவில் உள்ளவர்கள். லோகர்கள் (இரும்பு ஆசாரிகள்), நெசவாளர்கள் (மகர்கள், பங்கர்கள்), சாராயம் விற்போர்கள் (சுண்டிகள், கள்ளர்கள்), மேய்ப்பவர்கள் (ராவுட்கள்) போன்ற சிறுபான்மையருக்கு நிலத்துடனான உறவு மிகவும் குறைவு. தெற்குப் பக்கம் உள்ள டோர்லாஸ் என்ற மக்கள் கோண்டு களைவிட கட்டுமான வேலைகளோடு தொடர்பு கொண்டவர்கள். அரசு வேலைகளைச் செய்வதற்கான பல தடைகளால் இப்பகுதியினர் சோர்வடைந்து சோகமுற்றிருப்பதும் உண்மை. இக்குழுவினருக்குள் கோண்டுகளின் முடிவுகள் அவர்களது மத்தியக் குழுவின் மூலம் எடுக்கப்படுகின்றன. ஆனால், டோர்லாஸ், துர்வாஸ் போன்றவர்களுக்கு ஒருமித்த முடிவுகள் எடுக்க கால தாமதம் அதிகமாகும்.

கோண்டுகளோடு உறவு அதிகம் என்பதால் மற்ற சாதியினருடன் மாவோயிஸ்டுகள் விலகி நின்றனர் என்பது பொருளல்ல. மாவோயிஸ்டுகளுக்கு மற்ற கட்சிக்காரர்களுடன்கூட நல்ல தொடர்புகள் இருந்தன. உதாரணமாக, மட்கபால் என்ற இடத்தில் ஆர்எஸ்எஸ் நடத்தும் சேவா பாரதி என்ற அமைப்பை பிரேம் ராவ்ட்

நடத்தி வருகிறார். இவர் ஆதிவாசிகளை இந்துவாக்கும் முயற்சியில் ஈடுபட்டுள்ளார். ஆனாலும், இவரும்கூட சங்கம் நடத்தும் கூட்டங்களுக்கு வந்துவிடுவார். ஏனென்றால், அந்தக் கிராமத்து மக்கள் அனைவருமே மாவோயிஸ்டுகளின் ஆதரவாளர்கள்! மாவோயிஸ்டுகள் கிராம மக்களுக்கு நல்லது செய்து வருகின்றனர். நிலங்களைப் பிரித்துக் கொடுக்கின்றனர். அதே போல் விளைச்சல் களிலும், கால்நடைகளிலும் அனைவருக்கும் பங்கு கிடைக்கிறது என்கிறார் அவர். தன் வயதான பெற்றோரைக் கவனிக்க வேண்டியிருப்பதால் சங்கத்துப் பணிகளில் முழு மூச்சுடன் இயங்க முடியவில்லை என்கிறார்.

பரம்பரைச் சடங்குகளின் சூழலில் ஒரு மாநிலம்

மக்கள் ஜனநாயக அரசு மக்களுக்கு எல்லாவிதமான சுதந்தரத்தையும் அனைத்து உரிமைகளையும் வழங்கும். பேசுவதற்கான எழுதுவதற்கான, கருத்துகளைப் பரப்புவதற்கான சுதந்தரம். யாரையும் சந்திப்பதற் கான உரிமை. மக்கள் குழுக்களை அமைப்பதற்கான சுதந்தரம். வேலை நிறுத்தங்கள், போராட்டங்கள் மேற்கொள்வதற்கான சுதந்தரம். விருப்பத்துக்குரிய ஒரு வாழ்வைத் தேர்ந்தெடுக்கும் உரிமை, அடிப்படைக் கல்வி உரிமை, அடிப்படை மருத்துவ சுகாதார உதவி, வேலை பார்க்கும் உரிமை என்று எல்லா அடிப்படை உரிமைகளுக்கும் உத்திரவாதம் உள்ளது. இத்தனை சுதந்திரத்தையும் உரிமைகளையும் பெறும் மக்கள் கீழ்வரும் கடமைகளைச் செய்ய வேண்டிய கடப்பாடுடையவர்கள். இந்த நாட்டைக் காப்பாற்றுவது, அரசியல் சாசனத்துக்கும் சட்டங்களுக்கும் உரிய மரியாதையைக் கொடுப்பது, அரசுடைமைகளைப் போற்றிக் காப்பது, ராணுவ சேவை தருவது, வரிகளைக் கொடுப்பது போன்ற கடமைகள்தான் அவை.

ஜனாதனா சர்க்காரின் கொள்கைக் கோட்பாடுகள்

ராணுவமும் அரசுப் பணிகளும் மட்டுமே ஒரு மாநிலத்துக்குப் போதுமானவையல்ல. ஆட்சி நடைபெறுகிறது என்பதற்குப் போதுமான சாட்சியங்கள் வேண்டும். அரசியல் அமைப்புச் சட்டம் வேண்டும். ஒரு கொடி வேண்டும். நினைவுகூர்வதற்கென்று சில சிறப்பு தினங்கள் வேண்டும். இதனால் மாவோயிஸ்டுகளின் நாள்காட்டிகள்மூலமாக சில வரலாற்று நினைவுநாட்கள் குறிக்கப் பட்டுள்ளன; ஜூலை 28 முதல் ஆகஸ்ட் 3 வரை - சாரு மஜூம்தாரின் மரணத்தின் நினைவாக ஒரு வாரம் 'தியாகிகள் வாரம்; மார்ச் 8ம் தேதி பெண்கள் தினம் என்று இரு நாட்களும் மக்களின் விவசாயத் திருநாட்களுடன் சேர்க்கப்பட்டுள்ளன. தியாகிகள் வாரம் உயிர்

நீத்தவர்களின் நினைவு நாளாகக் கொண்டாடப்படுகிறது. பொதுவாக இந்நாட்களில் வாகனங்களைச் சாலைகளில் ஓட்டுவதும் நிறுத்தப் பட்டிருக்கும். ஏனெனில், பல இடங்களில் மாவோயிஸ்டுகள் தடுப்புகள் வைப்பது வழக்கும். வெறுமனே விவசாயத்தோடு மட்டும் தொடர்புகொண்டிருந்த காலம் போய், இப்போது போர் நிகழ்வுகளும் நாள்காட்டிகளில் இடம் பிடித்து விட்டன. மார்ச்-மே மாதங்கள் போராட்ட நாள்களாக மாறிவிட்டன. அப்போதுதான் எதிர்ப்புப் போராட்டத் திட்டங்கள் செயல்படும் காலமாக இருக்கும். ஆனால், இந்த மாற்றப்பட்ட நாள்காட்டி இப்போது வழக்கத்தில் இல்லை. ஏனெனில், காவல் துறை தன் அடக்குமுறையைக் கடினப் படுத்திவிட்டது!

மாவோயிஸ்டுகளின் அதிகமான கட்டுமானங்கள் அவர்கள் எழுப்பியுள்ள நினைவிடங்களே! பெரிய சிகப்புச் சுவரும் அதில் அரிவாள்-சுத்தியல் சின்னமும் இடம்பெற்றிருக்கும். வேலைப்பாடு களுக்கு அங்கே வேலையில்லை. கல் தூண்களோ, மரத் தூண்களோ ஏதாவது கட்சியின், ஒரு தலைவரின் நினைவாக இருக்கும். அவர் வாழ்வைப் பற்றிய புகழ்ச்சிகள் அதில் இடம் பிடிக்கும். இந்த நினைவிடங்கள் நிறுவப்படுவதெல்லாம் பொதுவாக ஜனவரி - பிப்ரவரி மாதங்களில் மட்டும் இருக்கும். ஏனெனில், ஆதிவாசிகளின் கட்டி பண்டும் என்ற திருநாள் அப்போதுதான் வரும். இறந்தோருக்கு சிறப்பு செய்வதற்கான திருவிழா இது. அந்த விழாவோடு தியாகிகளின் மரணங்களையும் கட்சி தொடர்புபடுத்திவிட்டது.

ஒரு நினைவிடம் எங்கு கட்டப்படவேண்டும் என்பதைக் கட்சியே முடிவு செய்கிறது. தேவையிருந்தால் வெளியிலிருந்தே கட்டுமான வேலையாட்களைக் கொண்டுவந்து விடுவார்கள். ஆசாத் போன்ற மாவோயிஸ்ட் தலைவருக்குப் பல இடங்களில் நினைவிடம் கட்டப்படுவதுண்டு. பெரிய குறுக்குச் சாலைகளில் அவருடைய நினைவிடங்கள் பல இடங்களில் கட்டப்பட்டுள்ளன. படேல் சுதாகர் ஒட்டி என்பவருக்கு ஒரு சிறப்பான நினைவிடம் சுடியாவில் உள்ள மல்கங்கிரி என்ற இடத்தில் கட்டப்பட்டது. ஜம்பை என்ற அழகான நதிக் கரையில் அது உள்ளது. அங்கிருந்து சென்றால் பாலிமெலா அணை காரணமாக தனிமைப்படுத்தப்பட்ட சில கிராமங்களைக் காணமுடியும். மலையடிவாரத்தில், காடு, சமவெளி ஆகியவற்றின் பின்புலத்தோடு நினைவிடம் கட்டப்பட்டிருக்கும். அங்குள்ள மக்கள் இதை 'தியாகிகளுக்கான கடைசி பேருந்து நிறுத்தம்' என்று அழைக்கிறார்கள். ரூ. 3,15,000 செலவில் 30 நாள்களில் இது கட்டப்பட்டது. நான்கு பஞ்சாயத்துகளிலிருந்து ஒரு

நாளுக்கு 400-500 மக்கள் திரண்டு வந்து பணியாற்றினர். கட்டுமான வேலைகள் நடப்பது காவல் துறைக்கும், அரசுக்கும் தெரியாமலா இருக்கும்? ஆனால், எவ்வித இடையூறும் நடக்கவில்லை. காவல் துறையின் பார்வை இப்பக்கம் திரும்பவேயில்லை. அப்போதைக்கு கண்டு கொள்ளாமல் இருப்பதே நல்ல விவேகம்!

இன்றும் பல நினைவிடங்களும் உள்ளன. உள்ளூர் மக்களால் கட்டி எழுப்பப்பட்டவை அவை. உள்ளூர் தலைவர்களாக இருந்து, உழைத்து, இறந்து போனவர்களுக்கானவையாக அவை இருக்க வேண்டும். மக்களே பணம் சேர்த்து இவ்வகை முயற்சிகளில் பங்களித்தனர். 2015-2016இல் மாவோயிஸ்டுகளின் நினைவிடங்களை அரசு அழிக்க ஆரம்பித்தது. உயிரோடு இருப்பவர்களைப் போலவே இறந்தவர்களையும் அழிக்கமுடிந்ததில் அவர்கள் இன்பம் அடைந்திருப்பார்கள். இந்த மாவோயிஸ்டு மாநிலம் தனக்கென ஒரு கொடியையும் வைத்திருந்தது. அது பற்றிய விளக்கம் ஜேஎஸ்ஸில் உள்ளது. பெயர்: ஜனாதனா சர்க்கார். கொடி : சுத்தியல் அரிவாள். சின்னம் : சிகப்பு வண்ணக் கொடி. நீள, அகல அளவு : 2:3. கம்யூனிஸ்டுகளின் உலகளாவிய பாடல் இசைக்கப்பட வேண்டும். இந்திய அரசின் சுதந்தர நாள், குடியுரிமை நாள் அன்று ஏற்றப்படும் மூவர்ணக் கொடி மாவோயிஸ்டு பகுதிகளில் இறக்கப்பட்டு, கருப்புக் கொடி ஏற்றப்படவேண்டும்.

ஓர் இந்திய மாநிலத்தைப் புறக்கணிப்பதில் விளையும் லாபமும் இழப்பும்

கேள்வி: மாவோயிஸ்டுகளின் போராட்டங்கள் எதற்காக?

பதில் : முழுமையான சமத்துவம். ஓர் ஆதிவாசி பைக் வைத்திருக்க முடியுமானால், அதே போல் எல்லா ஆதிவாசிகளும் வைத்திருக்க வேண்டும். வாழ்க்கையை அவர்கள் விருப்பம்போல் வாழ வேண்டும் (சிரிப்புடன்)... ஆனால் இதெல்லாம் எப்போது நடக்குமோ? எனக்குத் தெரியாது. நானும் வயதாகி, செத்துப் போய் விடலாம். அந்தப் போர் அப்போதும் நடந்து கொண்டேதான் இருக்கும்.

....2012ல் மட்பள்ளியில்
ஒரு கிராமத்து மனிதரோடு நடந்த உரையாடலில்.

1980லிருந்து மாவோயிஸ்டுகள் இப்பகுதியில் வளர்ச்சித் திட்டங்களைத் தீட்டி, நிறைவேற்றி வருவதாக அவர்களது அறிக்கைகள் கூறுகின்றன. சான்றாக, தெற்கு பஸ்தாரிலும் கட்சிரோலியிலும்

2000ம் ஆண்டுக்குள் மக்களுக்கான மருத்துவமனைகள் 135, ஆறு ஆரம்பப் பள்ளிகள், பத்து இரவு நேரப் பள்ளிகள், அரசு ஆசிரியர்களுக்கான 25 குடிசைகள், பத்து கிராமத்து நூலகங்கள் போன்ற பலவற்றைச் செய்து முடித்ததாக அறிக்கையில் கொடுத்துள்ளனர். மேலும் விவசாயத் துறையிலும் வாழ்வியல் வசதிகளுக்காக, தந்தேவாடாவில் 81 குளங்கள், கோண்டா பகுதியில் நான்கு லட்சம் மீன் குஞ்சுகள், 16,200 பசுங்கன்றுகள் (ஆனாலும், அரசுத் துறைகள் சொல்வது போல், இவர்களும் தாங்கள் வைத்த செடிகளில் 30 விழுக்காடு மட்டுமே தேறி வளர்ந்தன. மீதி மக்களின் கவனிப்பின்மையால் பிழைக்கவில்லை). பத்து கிராமங்களுக்கான புது மாட்டு வண்டிகள் செய்தல், டீசல் இயந்திரங்கள் ஒன்பது கிராமங்களில் அமைத்துக் கொடுத்தல், 268 கால்நடை தொட்டிகள் அமைத்துத் தருதல், ஐந்து அரிசி ஆலைகள் அமைத்தல், மக்களுக்குக் காடுகளைப் பாதுகாக்கும் முறை பற்றிப் பயிற்சியளித்தல், 220 கிராமங்களில் விவசாயக் கூட்டுறவு அமைப்புகளும், நெல் களஞ்சியக் கூட்டுறவுகளும் ஏற்படுத்துதல் என்று ஒரு நீண்ட பட்டியல் மாவோயிஸ்டுகள் தங்கள் மக்களுக்காக ஆற்றிய தொண்டுகளாகத் தொகுக்கப்படுகின்றன. இச்சேவைகள் அனைத்துமே ஜனாதனா சர்க்கார் மூலம் சாத்தியமானவை.

பரந்த அப்பெரு நிலத்தில் நிலம் பங்கிடப்படுகிறது. குளங்கள் பகிர்ந்தளிக்கப்படுகின்றன. ஆனால், இதனால் அரசின் உதவிக் கரங்கள் உள்ளே வருவதும் தடுக்கப்படுகின்றன. இதுவே மாவோயிஸ்டுகளின் மிகப் பலவீனமான புள்ளியாகிவிடுகிறது. இதற்காகவும் பல விவாதங்களும் தொடர்ந்து நடந்து வருகின்றன. கிராம மக்களும் அவை பற்றிய விவரங்கள் அனைத்தையும் தெரிந்து வைத்திருந்தனர். அரசு உதவிகள் எந்த முறையில் வந்தாலும் ஊழலும் உடன் வந்துவிடுகிறது. மக்களுக்குள் இப்போது நிலவும் சமத்துவ நிலையும் மாறிவிடுகிறது. எனவே அரசின் உதவிகள் இல்லாமலேயே மக்கள் தங்கள் ஒட்டுமொத்த உழைப்பால் உயர்வது சிறப்பாக இருக்கும் என்பது மாவோயிஸ்டுகளின் நம்பிக்கை.

ஆனாலும் மாவோயிசத்தின்மீது ஆழ்ந்த பற்றும் பாசமும் கொண்ட கட்சியின் ஆதரவாளர்கள் பலருக்கு இந்த வாதத்தில் திருப்தியில்லை. ஒரு கிராமவாசி, 'அரசிடமிருந்து உதவிகள் கிடைத்தால் கிராமங்கள் நிச்சயம் நன்கு வளர முடியும். ஆனால், அப்படி ஏதும் நடக்காததால் நாங்கள் பலரும் அருகிலுள்ள ஆந்திரப் பிரதேசத்துக்குக் கூலி வேலைக்காகச் செல்கிறோம். இதனால் பயனடைவது ஆந்திர மக்களே ஒழிய நாங்களல்ல. கூட்டம் கட்டமாக ஆந்திராவுக்குள்

பெருமளவில் செல்வது அதிகமாகிக்கொண்டே வருகிறது. இங்கே இருந்தால் எங்கள் இளைஞர்கள் சிறை பிடிக்கப்படலாம். அதிலிருந்து தப்பவே இடப்பெயர்ச்சி. அது மட்டுமின்றி சத்தீஸ்கரில் வேலை கிடைப்பதும் பெரும் பிரச்னை. அதனாலும் இடப்பெயர்ச்சி தேவையாகிறது' என்று தன் எண்ணங்களை என்னிடம் பகிர்ந்து கொண்டார்.

வேறு சில இடங்களில் வேறு ஒரு கோணத்தில் சில நிகழ்வுகள் நடந்தேறுகின்றன. காவல் துறை கட்டுப்பாடு, அடக்குமுறை ஆகியவற்றுக்கு இடையிலும் மாவோயிஸ்டுகளின் கோப வெடிப்பு களுக்கு நடுவிலும் மக்கள் மாட்டிக்கொண்டு கஷ்டப்படுகிறார்கள். காவல் துறை விளம்பரங்களும் தூபம் போட்டுப் பிரச்னைகளைப் பெரிதாக்குகின்றன.

2013இல் ஒரு குளிர்கால இரவு. கங்கர் காட்டின் உள்ளே ஒரு கிராமம். ஆண்களும் பெண்களும் கூடி அமர்ந்து, மாவோயிஸ்டுகளின் வருகையால் நமக்கு அதிகம் கிடைத்திருப்பது நன்மையா தீமையா என்று விவாதித்துக்கொண்டிருந்தார்கள். இப்பகுதியில் மாவோயிஸ்டு களின் ஆதிக்கம் அதிகமல்ல. அவர்கள் உள்நுழைந்து ஆறேழு ஆண்டுகள் மட்டும் ஆகியிருந்தன. கிராமக் கூட்டுறவுகள் அமைக்கப் பட்டு சிறப்பாக நடந்து வந்தன என்பது முதல் நல்ல விளைவு. கூலி உயர்வு அடுத்தது. இரண்டாவதாக, கிராமத்து மக்களிடையே சச்சரவுகள் மிகவும் குறைந்துவிட்டன. அப்படியே ஏதும் முளைத்தாலும் காசு, பணம் செலவின்றி அவை தீர்த்து வைக்கப்பட்டன. மூன்றாவது, வனத் துறை அவர்களைக் கஷ்டப்படுத்துவதில்லை. அடுத்து, கெட்ட விளைவுகளின் பட்டியல். சாலை அமைப்பதில் பிரச்னை. மாவோயிஸ்டுகள் கிராமங்களுக்குள் சாலை அமைப்பதைத் தடுப்பதில்லை. ஆனால், கிராமங்கள் ஒன்றோடொன்று இணைக்கப் படுவதையும் முக்கிய சாலைகளோடு இணைப்பதையும் விரும்புவது மில்லை; அனுமதிப்பதுமில்லை. இது போக்குவரத்தில் பெரும் தடங்கல். உடல் நலமற்றவர்களைக்கூட தூரத்தில் உள்ள மருத்துவமனை களுக்கு எடுத்துச் செல்ல முடியாது. மாவோயிஸ்டுகள் இருப்பதால் அடிக்கடி காவல் துறையின் தொல்லை தரும் தேடல்களையும் இளைஞர்கள் கைது செய்யப்படுவதையும் சந்திக்கவேண்டும். தங்கள் பேச்சைக் கேட்காத மக்களை மாவோயிஸ்டுகள் அடித்துத் துன்புறுத்துவது அடுத்த பிரச்னை.

மாவோயிஸ்டுகள் இல்லாமல் போனால் நல்லது என்று 2013இல் பெரும்பான்மை கிராமத்து மக்கள் நினைத்தனர். 2015-16 ஒரு வறண்ட ஆண்டாகப் போய்விட்டது. இக்காலகட்டத்தில்

இக்கருத்து சிறிது மாற்றத்துக்குள்ளானது. ஆனாலும், கூட்டங்களுக்குச் செல்லவேண்டும், தெண்டு, மஹுவா சம்பாத்தியங்களைப் பகிர்ந்து கொள்ளவேண்டும், அரசு வேலை வாய்ப்புத் திட்டத்தில் பங்கேற்கக்கூடாது போன்ற நிபந்தனைகள் அவர்களை வருத்தமடையச் செய்தன. இவை போதாதென்று சரணடைந்த மாவோயிஸ்டுகளுக்குக் காவல் துறையில் புதிய வேலைகள் அளிக்கப்படுவதைக் கண்டு வேலையில்லாமல் தவித்துக் கொண்டிருந்த மக்கள் கொந்தளித்தனர்.

ஒரு சிறப்பான சமூக அமைப்பில், அரசு மக்களை அடிமையாக நடத்தாது; மக்களிடம் அடக்குமுறைகள் இருக்காது; மக்களிடமிருந்து அரசு திருடாது. இப்படிப்பட்ட சூழல் இருந்தால் எதற்கு அங்கு மாவோயிஸம்? மக்களின் விருப்பம் அரசும் மாவோயிஸ்டுகளும் இணைந்து செயல்படவேண்டும் என்பதுதான். அவர்கள் நடுவே அமைதி நிலவவேண்டும். இல்லை, துப்பாக்கி ஏந்திதான் தீரவேண்டும் என்ற நிலை வந்தால் அரசும் மாவோயிஸ்டுகளும் ஒருவரையொருவர் குறி பார்த்துக் கொள்ளட்டும். நடுவிலுள்ள பாவப்பட்ட மக்களை விட்டு விடுங்கள்.

''மாவோயிஸ்டுகள் இருப்பது நல்லதே. மற்றவர்களால் சுரண்டப் படுவதற்கு ஓர் எதிர்ப்பு சக்தியும், சம நிலையைக் கொண்டுவர மாவோயிஸ்டுகள் தானே!'' என்கிறார்கள் பலர். மாவோயிஸ்டுகள் தங்கள் தரப்பு நியாயம் பற்றிப் பேசும்போது நாங்கள் என்னவெல்லாம் செய்திருக்கிறோம் என்றல்ல எவற்றையெல்லாம் தடுத்து நிறுத்தியிருக்கிறோம் என்பதை முன்வைத்தே தங்களை மதிப்பிடச் சொல்கிறார்கள். உதாரணத்துக்கு, வடக்கு சத்தீஸ்கரில் இருக்கும் அழிவைத் தரும் சுரங்கங்கள் தடுக்கப்பட்டுள்ளன. ஜார்கண்டில் பலரும் உள்நுழைந்து ஆதிவாசிகளின் எண்ணிக்கையை மிகவும் குறைத்துவிட்டதைப் போல் இங்கே நடக்கவில்லை.

மாவோயிஸ்டுகள் மக்களுக்குக் கொடுத்த ஒரு பெரும் கொடை அவர்களது 'நம்பிக்கை.' மாவோயிஸ்ட் மாநில மக்கள் இதனால் எதிரில் படுபவரை கண்ணோடு கண் நோக்கி தைரியமாக உரையாட முடிகிறது. முன்பெல்லாம் ஆதிவாசி மக்களைப் பிறர் ஏறெடுத்தும் பார்ப்பதில்லை. வெளி மக்களும் அவர்களைப் புறம் தள்ளியே வைத்திருந்தனர். மாவோயிஸ்டுகள் மூலமாகத்தான் பஸ்தாரில் வீரம் செழுமிய ஆதிவாசி மக்கள் வாழ்ந்து வருகிறார்கள் என்ற உண்மை இந்தியா முழுமைக்கும் தெரிந்தது.

பகுதி 2

உள்நாட்டுப் போர்

5

“ஓர் அமைதியான மக்கள் இயக்கம்”

இடதுசாரி அத்துமீறல்களுக்கு எதிராக சத்தீஸ்கர் பழங்குடிகள் நடத்தும் புனிதப் போர்...

மாவோயிஸ்டு அராஜகங்களை எதிர்க்க காந்திய முறையில் ஆதிவாசிகளின் தன்னெழுச்சியான இயக்கம்...

...ரமண் சிங், பாஜக முதலமைச்சர், சத்தீஸ்கர், *2007-2010*

ஜூன், ஜூலை மாதங்களில்தான் பஸ்தாரில் விதை நடுவது உச்சத்தில் இருக்கும். பீடி இலைக் காலம் முடிவடைந்திருக்கும். பழுத்த மாம்பழங்கள் தின்று முடிக்கப்பட்டிருக்கும். கிராமத்துப் பூசாரி முதல் விதைகளைக் கோவிலில் விதைத்திருப்பார். மாட்டுக் கொம்புகளில் செய்த ஊதுகுழல்களின் மூலமாக மக்கள் ஒருவருக் கொருவர் ஒலி கொடுத்து அழைத்துக் கொள்வர். ஆண்களில் சிறுவர்களும் பெரியவர்களும் வேட்டைக்குக் கிளம்பி விடுவார்கள். அது சில மணி நேர குறுகிய வேட்டையாக இருக்கலாம். அல்லது நாள் கணக்கில் நீண்டநாள் வேட்டையாக இருக்கலாம். எப்படியும் விதைத்துவிட்டு உழவுவேலை வருவது வரை இந்த வேட்டை நடக்கலாம்.

கோடை வெயில் தாக்கத்துக்கு முன்பே மக்கள் அதிகாலையில் எழுந்து வேலையை ஆரம்பித்துவிடுவார்கள். பெண்கள் கருக்கலி லேயே எழுந்து முற்றம் தெளித்து, மாட்டுச் சாணியால் தரை மெழுகிவிடுவார்கள். ஆண்களோ வயல்களைச் சுற்றிச் சுற்றி வந்து,

ஆடு மாடுகளை மேய்த்துக்கொண்டு விதை நடுவதிலும் ஈடுபடுவார்கள். பகல் வேலைகள் முடிந்து மாலை வரும்போது அடுத்த வேலைக்கு மக்கள் தயாராவார்கள். எப்போதாவது எங்கிருந்தோ ஒரு காக்கை கரையும் சத்தம் மெல்ல காற்றில் மிதந்துவரும். பெண்கள் முற்றத்தில் மாவு இடித்துக்கொள்ள ஆரம்பிப்பார்கள். சீராக உலக்கைகள் மேலும் கீழுமாக உரலுக்குள் இறங்கும். ஒரு கை உலக்கை; இன்னொரு கையால் தானியத்தை அணை கட்டி உள்ளே தள்ளுவார்கள். மரத்தடிகளிலும் நிழலிலும் படுத்திருக்கும் எருமை மாடுகள் ஓடைகளில் நீர் அருந்தும். கற்கள் நீட்டிக் கொண்டிருக்கும் பாறைச் சரிவுகளில் மாலைகளில் ஆங்காங்கே தீப்பிடித்து எரியும். விதைகளை முளைக்க வைக்க தரையில் விரிந்து காய்ந்து கிடக்கும் இலைகளை அப்படி எரிப்பது வழக்கம்தான்.

இந்தக் காலகட்டத்தில் அனைவரும் தத்தம் வேலைகளைத் தாங்களே செய்வதில் கண்ணும் கருத்துமாயிருப்பார்கள். கிராமத்து மக்கள் விவசாயத்தில் முழுமூச்சுடன் இருப்பர். மாவோயிஸ்டுகள் தங்கள் முகாமுக்குச் சென்று விடுவார்கள். காவல் துறையினரும் பாதுகாப்புக் குழுவினரும் தங்கள் ராணுவ முகாம்களுக்குச் சென்று விடுவார்கள். கடந்த 200 ஆண்டுகளில் நம் நாட்டில் நடந்த எதிர்ப்புப் போராட்டங்கள் எதுவும் இந்தப் பயிர்கள் வளரும் கால எல்லைக்குள் நடந்ததாக வரலாறு இல்லை. இது விவசாயக் காலம். போராட்டங்கள் எல்லாம் பயிர்களை விளைவித்துவிட்டு அறுவடைக்காகக் காத்திருக்கும் காலத்தில்தான் அக்குழப்பங்கள் ஆரம்பிக்கும். இதுவே வரலாறு.

ஆனால், 2005 ஜூன் மாதத்தில் ஆரம்பித்த போராட்டம் வரலாறு காணாத ஒரு நிகழ்வு. மாவோயிஸ்டுகளை எதிர்த்து மக்கள் ஆரம்பித்த போராட்டம் என்று அது அழைக்கப்பட்டது. இப்படிப்பட்ட ஒரு போராட்டத்தை ஏன் இந்தக் காலத்தில் ஆரம்பிக்கவேண்டும்? பயிர் விளைந்து அறுவடை சமயத்தில் இப்போராட்டம் தொடங்கி, பயிர்கள் அழிந்தால் அடுத்த ஓராண்டு காலத்துக்கும் பசியோடு இருக்க வேண்டுமா? இந்த அடிப்படைக் கேள்விகளை எல்லாம் யாருக்கும் கேட்கத் தோன்றவில்லை!

திட்டமிடப்பட்ட தன்னிச்சைப் போராட்டம்

மக்களுக்கு மாவோயிஸ்டுகள் மேல் கடும் அதிருப்தி என்று சொல்லமுடியாது. 2008இல் காவல் துறையும் மாவட்ட அரசும் இரு வாரங்களுக்கு ஒருமுறை மக்களின் ஆதரவு மாவோயிஸ்டுகளுக்கு அதிகமாக உள்ளது என்று தங்கள் மேலிடத்துக்கு எழுத்து மூலம்

தெரிவித்து வந்தனர். 2008இல் இவையெல்லாம் என்.ஹெச்.ஆர்.சி. மூலம் தொகுக்கப்பட்டு, உச்ச நீதிமன்றத்துக்குக் கொடுக்கப்பட்டன. நீதிமன்ற அனுமதியுடன் அத்தொகுப்புகளின் நகல்கள் எங்களுக்கும் அளிக்கப்பட்டன. அத்தொகுப்புகளில் 2005இல் நடந்த ஒரு சிறு போராட்டம் பற்றிய குறிப்புகள் ஏதுமில்லை. 2005இல் 50 பீடி இலையுள்ள கட்டு ஒன்றுக்கு 45 பைசா என்ற விலையை 85 பைசாவுக்கு உயர்த்தவேண்டும் என்று கோண்டா பகுதியில் மாவோயிஸ்டுகள் குரலெழுப்பியபோது ஒப்பந்தக்காரர்கள் அதை மறுத்துவிட்டனர். இந்த நிகழ்வுகூட அந்தக் குறிப்புகளில் இடம் பெறவில்லை (ஆனால், இதுவே அடுத்து வந்த கிராமத்து மக்களின் தன்னெழுச்சிப் போராட்டத்துக்குரிய காரணமாகக் காட்டப்பட்டது).

காவல் துறைக்கும் மாவோயிஸ்டுகளுக்கும் நடுவில் அடிக்கடி நடக்கும் என்கவுண்டர்களில் சில சமயங்களில் ஆதிவாசிகளும் சுடப்படலாம்; கொல்லப்படலாம். அல்லது வேண்டுமென்றே அவர்கள் மாவோயிஸ்டுகள் என்றும் நினைத்தும் சுட்டுக் கொன்றிருக்கலாம். பிஜாபூர் அருகே உள்ள பெடக்கொர்மா என்ற கிராமத்தில் 2005ஆம் ஆண்டு ஜனவரி 8ஆம் தேதியில் நடந்த காவல் துறையின் துப்பாக்கிச் சூடு பற்றிய காவல் துறை அறிக்கை ஒன்று, அந்த நிகழ்வை கீழ்வருமாறு தெரிவிக்கிறது. 'துப்பாக்கிச் சூட்டில் ஒரு கிராமவாசி குண்டடி பட்டார். அவரோடு இருந்த மூன்று பெண்களும் பயத்தில் அரற்றி அழுது கொண்டிருந்தனர். அவர்கள் வீட்டில் சோதனை நடத்தியபோது ஒரு நாட்டுத் துப்பாக்கியும், ஒரு தட்டில் சில வெடி மருந்துகளும் கிடைத்தன.' ஜனவரி 2005இல் மாவோயிஸ்டுகள் தெற்குப் பக்கமிருந்த ஜகர்குண்டா காவல் துறையை மாவோயிஸ்டுகள் தாக்கினார்கள். ஏப்ரல் மாதம் கங்கர் என்ற இடத்திலுள்ள வனத்துறை அலுவலகத்தின்மீது தாக்குதல் நிகழ்ந்தது. மே மாதம் 24ஆம் தேதி மாவட்டத்தின் மேற்குப் பகுதியில் உள்ள கரேமார்க்காவில் நடந்த தாக்குதலில் ஐந்து காவல் துறையினர் கொல்லப்பட்டனர். மே 29ல் தெற்குப் பக்கம் உள்ள பெஜி, கோண்டா என்ற இடங்களில் வெடித் தகர்ப்பு நடந்தது.

இந்தப் போராட்டங்கள் எல்லாம் அப்படியே எழுந்ததல்ல. பல நிகழ்வுகள் காரணிகளாக இருந்துள்ளன. இருபத்தி ஒன்றாம் நூற்றாண்டின் ஆரம்பத்தில் அப்படிப்பட்ட நிகழ்வுகள் தொடர்ந்து சங்கிலி போல் நடந்தன. 2001இல் சத்தீஸ்கர் பிரிந்தது. 2003இல் சுரங்கங்களைத் தாராளமயமாக்கும் பணி நடந்துமுடிந்தது. 2004இல் மக்கள் போராட்டக் குழுவும், எம்சிசி என்ற அமைப்பும் இணைந்து சிபிஐ (மாவோயிஸ்டுகள்) உருவானது. மாவோயிஸ்டுகளுக்கு

எதிராக ஏதாவது செய்யவேண்டும் என்ற கட்டாயம் அரசின் மேல் விழுந்தது. 2004-05இல் சத்தீஸ்கர் அரசு ஹைதராபாத்தில் உள்ள நேஷனல் ரிமோட் சென்ஸிங் ஏஜென்சி என்ற அமைப்பிடம் அபுஜ்மார்ஹ் என்ற இடத்தில் உள்ள மாவோயிஸ்டுகள் நடமாட்டத்தையும் அவர்களது முகாம்களையும் கண்டுபிடித்து கணக்கிடக் கேட்டுக்கொண்டது. வனப் போர்முறைக் கல்லூரியை கங்கரில் நிறுவி, அதை நடத்துவதற்கு மற்ற மாநிலங்களிலிருந்தும் ராணுவத்தினரை அழைத்துவந்தனர் (இந்திய ரிசர்வ் பட்டாலியன்கள், ஐஆர்பி). இந்தத் தற்காப்புப் படையமைப்புகளை குஜராத்தி லிருந்தும் நாகாலாந்திலிருந்தும் கொண்டு வந்தனர்.

மாநிலம் இந்த அளவு முயற்சியெடுக்கும்போது மத்திய அரசு கை கட்டிக் கொண்டா இருக்கும்? மத்திய அரசு ஒரு புதுத் திட்டத்தைப் பிறப்பித்தது. உள்ளூர் தற்காப்புக் குழு போன்ற குழுக்களை ஆங்காங்கே ஆரம்பிக்கும் திட்டம் அது. ஜார்கண்டில் உள்ள கிழக்கு சிங்பம் என்ற இடத்திலுள்ள லாங்கோ கிராமத்தில் அக்கிராமத்து மக்கள் பதினோரு மக்கள் போராட்டக் குழுவைச் சேர்ந்தவர்களை விஷம் வைத்துக் கொன்றனர். அவர்கள் கிராமத்து மக்களின் நடுவே இருந்த நிலத் தகராறுக்கு விடிவு காண வந்தவர்கள். உள்துறை அமைச்சகம் இந்த 'வீரச் செயலுக்காக' அக்கிராமத்துக்கு இரண்டு லட்சம் ரூபாயைப் பரிசுத் தொகையாக அளித்தது. இப்பரிசைப் பெற்றது மக்கள் தற்காப்புக் குழுமம் (என்எஸ்எஸ் எனப்படும் நாக்ரிக் சுரக்ஷா சமிதி). இந்தக் குழுவும் அங்குள்ள காவல் துறையின் ஆதரவு பெற்ற அமைப்பு. இது நக்சலைட்டுகளுக்கு எதிராக மக்கள் எழுந்த ஒரு நிகழ்வாகக் குறிப்பிடப்பட்டது.

குமரியா மாவட்டத்தில் உள்ள லாங்கோ கிராமத்தினர் சமீபத்தில் சிபிஐ எம்எல் பிடபிள்யூ குழுவுக்கு எதிராகப் போர்க்கொடி தூக்கினர். கிழக்கு சிங்பம் கிராமத்தில் பலரும் நக்சலைட்டுகளுக்கு எதிராக இருந்தனர். இந்த எதிர்ப்பு உரமிட்டு வளர்க்கப்பட்டு அதனை மக்களின் தற்காப்புக் குழுக்கள் மூலமாக நக்சலைட்டுகளின் அதிரடி நடவடிக்கைகளுக்கு எதிராக திசை திருப்பவேண்டும். இந்த மக்கள் குழுக்களை ஆதரித்து, தைரியமூட்டி, அவர்களுக்கான ஓர் உயர்ந்த இடத்தைத் தரவேண்டும். நக்சலைட்டுகளால் சூழப்பட்ட கிராமங்களில் சிறப்புக் காவல் அதிகாரிகள், மக்களது தற்காப்புக் குழுக்கள், கிராமப் பாதுகாப்புக் குழுக்கள் போன்றவற்றை ஆரம்பித்து, வளர்த்துவிடுவதற்கான சாத்தியக்கூறுகள் அனைத்தையும் முயற்சிக்க வேண்டும். இவர்கள் நக்சல் அமைப்புகள் மற்றும் அவர்களுடைய தலைவர்களின் தவறுகளைச் சுட்டிக்காட்டி, மக்களின் ஆதரவு

அந்தப் பக்கம் சாய்ந்துவிடாமல் இருக்குமாறு பார்த்துக்கொள்ள வேண்டும்.

மத்திய உள்துறை அமைச்சகம் கொடுத்த ஆலோசனைகளை முழுவதுமாக உள்வாங்கிக்கொண்ட மாநிலம் சத்தீஸ்கர் மட்டுமே. உள்ளூர் தற்காப்புக் குழு அமைக்க அவர்கள் தங்கள் பார்வையை ஜார்கண்ட் பகுதி பக்கம் கூடத் திருப்ப வேண்டியதில்லை. ஏனெனில், இந்த மாநிலம் அந்த நிலத்துக்கே உரித்தான ஓர் அமைப்பை 1990-91இல் ஆரம்பித்திருந்தது. அதன் பெயர் ஜன் சுக்ரான் அபியான் (ஜேஜேஏ). அதாவது, மக்கள் விழிப்புணர்வு அமைப்பு. இதைப் பற்றிய காவல் துறையின் குறிப்பில் கிராமத்து மக்கள் சங்கத்தில் கட்டாயமாகச் சேரவேண்டும் என்று வற்புறுத்தப் படுவதற்காக மிகுந்த கோபத்தோடு இருக்கிறார்கள் என்றும், காவல் துறை மக்களின் எதிர்ப்பை ஊதி வளர்த்து பெரும் காட்டுத் தீயாக மாற்றி, புது அமைப்பான ஜேஜேஏவை ஆரம்பிக்க வைத்தது என்று குறிப்பிடப்பட்டிருந்தது. 1990 செப்டெம்பர் 3ஆம் தேதி பிஜாபூர் தாணாவில் உள்ள கிராம் எர்மனார் என்ற இடத்தில் உள்ள 800 கிராமங்களில் 13 கிராமங்களில் ஜேஜேஏ ஆரம்பிக்கப்பட்டன. இந்தக் குழுக்களின் கூட்டங்கள் ஒரே சமயத்தில் பல இடங்களில் அரங்கேறின. உதாரணத்துக்கு, பைரம்கார், பிஜாபூர், உசூர் மற்றும் கோண்டா. இதே இடங்களில்தான் 2005இல் சல்வா ஜுடும் வேட்டையாட ஆரம்பித்தது.

1991ல் நான் மகேந்திர சர்மாவைச் சந்தித்தேன். அவர் அப்போது மாவோயிஸ்ட் எதிர்ப்பணியின் முக்கிய நபராக இருந்தார். மூவாயிரம் சங்கம் உறுப்பினர்கள் பிஜாபூரில் நடந்த ஜேஜேஏ கூட்டத்தில் முழுமையாகச் சரணடைந்தார்கள் என்று என்னிடம் அவர் சொன்னார். சிபிஐ உறுப்பினர்களும் ஜேஜேஏவில் சேர்ந்தனர். ஆனால், எப்போது மாவோயிஸ்டுகள் தங்கள் தலைவரான கோபாலை 1992ஆம் ஆண்டில் பசகுடாவில் கொன்றார்களோ அதன்பின் மீண்டும் மனம் மாறிவிட்டனர். சிபிஐ தலைவர் ஜேஜேஏவில் சேர்ந்தது தவறுதான் என்று ஒப்புக்கொண்டார். இந்த நிகழ்வுக்குப் பின் பெரும் மக்கள் கூட்டம் மாவோயிஸ்டுகள் பக்கம் விரைந்து வந்தது.

மாவோயிஸ்டுகள் ஜேஜேஏ தோன்றுவதற்கு உள்ளூர் பிரச்னைகளும், பண்டி பட்டேல்போன்ற உள்ளூர் தலைவர்கள் கொடுத்த எதிர்ப்பும் தான் காரணம் என்கின்றனர். காவல் துறையின் முயற்சியால் ஜேஜேஏ ஆரம்பித்தது என்பது உண்மையல்ல என்கிறார்கள். லட்சண்ணா தன் பழைய நினைவுகளிலிருந்து புதுப்பித்து எப்படி ஜேஜேஏ உறுப்பினர்கள் கிராமங்களுக்கு வருகை தந்து,

அங்குள்ளவர்களைப் பார்த்து 'லால் சலாம்' என்று வழக்கமான கம்யூனிச பாணியில் சொல்லி வாழ்த்துவார்கள் என்பதைச் சொன்னார். இந்த வாழ்த்துக்குப் பதிலாக அவர்களும் அவ்வாறு வாழ்த்தினால், அவர்கள் அடித்து நொறுக்கப்பட்டனர். மக்களிடம் சத்தியம் வாங்கப்பட்டது. ஆட்டு ரத்தத்தில் அரிசியைக் கலந்து அதை அவர்களது கடவுள் தண்டேஷ்வரிக்குப் பலி கொடுத்து, இனி மாவோயிஸ்டுகளுக்கு உண்ண உணவு கொடுக்க மாட்டோம் என்று சத்தியம் செய்வார்கள். பல பெண்கள் பாலியல் பலாத்காரம் செய்யப் பட்டனர். மக்களில் சிலர் தற்கொலை முடிவை நாடினர். பயமே இதற்கெல்லாம் காரணம்.

சல்வா ஜுடும் காலத்தில் பழி வாங்க முழு கிராமமே எரித்து அழிக்கப்படும். ஆனால், ஜேஜேஏ முனைப்போடு இருக்கும்போது குறிப்பிட்ட வீடுகள் மட்டும் எரிக்கப்படும். ஜேஜேஏயின் எதிர்ப்பு களால் முதலில் மாவோயிஸ்டுகள் ஆடிப்போய் விட்டனர். ஆனால், பின்பு அவர்கள் எதிர்த்துப் போரிடுவது என்று முடிவெடுத்து, சில ஜேஜேஏ தலைவர்களைக் கொன்றொழித்தனர். ஜேஜேஏ பேரணிகளில் முதல் நிலையில் நின்ற பல தலைவர்கள் அச்சத்தில் பிஜாபூர் பகுதிக்குத் தப்பியோடி ஒளிந்தார்கள்.

'நவபாரத்' என்ற இதழில் 1991ஆம் ஆடு மாவோயிஸ்டுகள் எவ்வாறு ஜேஜேஏவை எதிர்த்து நின்றார்கள் என்பது பற்றிய செய்தி வெளிவந்திருந்தது:

'நக்சல்கள் பந்துக்கு அழைத்தது மிகவும் வெற்றிகரமாக முடிந்தது. பந்துக்கு இரு நாட்களுக்கு முன்பே வெடிகுண்டுகள் சிந்தல்னார் என்ற பகுதியில் தயாரிக்கப்பட்டன. கங்கர்-ஜகர்குண்டா பேருந்து போக்குவரத்துகள் நிறுத்தப்பட்டன. சாலைகளில் குழிகள் வெட்டப்பட்டன.

ஜகர்குண்டா-பசகுடா சாலைகளின் குறுக்கே தடைக் கட்டைகள் வைக்கப்பட்டன. பாஜகவுக்கு எதிரான பல பதாகைகள் ஆங்காங்கே வைக்கப்பட்டன. காவல்துறை வாகனங்கள் நிறுத்தப்பட்டு திருப்பியனுப்பி வைக்கப்பட்டன. காவல் துறையினரிடம் ஜன் ஜகரன் ஷிவிர் (முகாம்) என்பது எங்களுக்குத் தேவையில்லாத ஒன்று என்று அறிவிக்கப்பட்டது.'

ஜேஜேஏவின் ஆட்டங்கள் ஓராண்டு மட்டும் நீடித்தது. அதன் பிறகு, லட்சண்ணா சங்கம் போன்ற அமைப்புகள் ரகசியமாகச் செயல் பட்டன என்று கூறினர். 1998இல் மீண்டும் ஒரு சிறிய அளவில்

ஜேஜேஏ ஆரம்பிக்கப்பட்து. ஆனால், அது மிகச் சிறியது. பைரம்கார் என்ற பெயர் கொண்ட பகுதிகளைச் சுற்றி மட்டுமே அது சிறிது செயல்பட்டது.

1990இல் ஜேஜேஏவுக்கு குமர்குண்டாவில் உள்ள சிவானந்த ஆஷ்ரமின் ஆதரவு இருந்தது. 1970இல் இருந்த ஓர் இந்து மறுமலர்ச்சித் தலைவரான பாபா பிகாரி தாஸ் என்பவரைப் பின்பற்றுபவர்களே இம்மடத்துக்காரர்கள். அவர் முழு சைவ உணவு முறையையும் தன்னடக்கத்தையும் போதித்தார். இந்து மதத்துக்குத் திரும்பி வர மறுப்பவர்களோடு இவர்கள் திருமணம் செய்து கொள்ளவோ ஒன்றாக உட்கார்ந்து உணவருந்தவோ மறுப்பார்கள். இந்த ஜேஜேஏ உறுப்பினர்களை எதிர்ப்பவர்கள் பிகாரிதாஸைப் பின்பற்றும் மக்களைப் பன்றிக் கறி தின்ன வைத்தனர். பிராமணர்களைப் போல் அம்மக்கள் வைத்திருந்த குடுமிகளை அறுத்து எறிந்தனர். இந்த மத எதிர்ப்பு நிகழ்வுகள் எல்லாவற்றையும் ஊடகங்கள் மாவோயிஸ்டுகளின் திருவிளையாடல்கள் என்று பொய்ப் பிரசாரம் செய்தனர். மாவோயிஸ்டுகள் கிராமத்து மக்கள் நடுவே இருக்கும் பிரச்னைகளைத் தீர்த்து வைக்கவேண்டும் என்று விரும்பினார்களே ஒழிய மத விவகாரங்களில் அவர்கள் எப்போதும் மூக்கை நீட்டுவதில்லை.

2005இல் குமர்குண்டா ஆஷ்ரம் மாவோயிஸ்டுகளுக்கு எதிராகத் தீவிரமாகக் களமிறங்கியது. இந்த ஆஷ்ரமின் பூசாரி நந்தல் கிராம தற்காப்பு குழுக்களை தந்தேவாடா சமன்வாய் சமிதி (டிஎஸ்எஸ்) என்ற அமைப்பின் கீழ் நிறுவினார். இந்த அமைப்புக்கு உறுதுணையாக இருந்தவர்கள் சிலர். சுத்ரு இச்சாமி என்பவர் சத்வாஸ் என்ற சர்பஞ்ச் தலைவர். இவர் பின்னாளில் கிராமத்து சங்கத்தினால் ஊழல் குற்றச்சாட்டுகளுக்கு உள்ளாக்கப்பட்டுக் கொல்லப்பட்டார். சைத்ராம் அத்தாமி, இன்னொருவர். இவர் பின்னாளில் காசோலி முகாமின் தலைவரானார். இந்த முகாம் சல்வா ஜுடும் அமைப்பைப் போன்று அரசால் ஆரம்பிக்கப்பட்ட ஒரு குழு. பல சல்வா ஜுடும் உறுப்பினர் டிஎஸ்எஸ் அடையாள அட்டைகளை வெளிப்படையாக அணிந்துகொள்வர்.

2005ல் சத்தீஸ்கர் காவல் துறைக்கு ஜேஜேஏ அமைப்புகள்மீது சலிப்பு வந்துவிட்டது. பத்து பதினைந்து நாள்களுக்கு ஒரு முறை காவல் துறையின் அறிக்கைகளும் காணொளிகளும் புதிய வெளிப்படையான அல்லது மறைவான தாக்குதல்களையும், அதிகமான கண்காணிப்புகளையும், மிகுந்த விளம்பரங்களையும் செய்ய வேண்டுமெனத் திட்டமிடுகின்றனர் என்று குறை கூறின. 2005இல்

ஜனவரியிலிருந்து பிஜாபூர், பைரம்கார் என்ற இடங்களில் சுவரொட்டிகள், கைப்பிரதிகள் போன்றவற்றைக் கொடுக்க வேண்டும் என்று முடிவு செய்தார்கள். இவற்றோடு பஸ்தார் நண்பர்கள், மக்கள் விடுதலை அமைப்பு (ஜன்வாதி முக்தி மோர்ச்சா) என்ற இரண்டு அரசு சாரா சமூக நல அமைப்புகளும் இதில் முழுமையாக ஈடுபடுத்தப்பட்டன. இதில் ஆச்சரியம் என்னவெனில் இதற்குமுன் இந்த இரு நல அமைப்புகள் பற்றி எந்த விவரமும் இல்லை. திடீரென்று தோன்றிய அல்லது தோற்றுவிக்கப்பட்ட அமைப்புகள் இவை. இதைப் போலவே சோடி தேவா என்றொரு மர்மமான ஊர்ப் பெயரில் தெரியாத அழைப்பிதழ்கள் அனுப்பப் பட்டன. ஜன் ஜக்ரன் கூட்டங்களுக்கான வரவேற்பு அழைப்பிதழ்கள் அவை.

மாவோயிஸ்டுகளுக்குக் காவல் துறையின் இந்த ஏற்பாடுகள் பற்றி ஏதும் தெரியாது. ஒரு சில நிகழ்வுகளில் யாராவது ஓரிரு எதிர்ப்பாளர்கள்மீது தொடுத்த போராட்டம் மட்டுமே வெளியே தெரியும். உதாரணமாக, 2005இல் ஏப்ரலில் வெளிவந்த காவல் துறையின் அறிக்கைகளில் லக்ஷ்மய்யா என்ற ஜன் ஜக்ரன் அவர் வீட்டுக்குச் செல்லும் வழியில் இந்திரவதி தேசிய பூங்கா அமைப்பில் உள்ள மாவோயிஸ்டுகளால் கத்தியால் குத்தப்பட்டார். அடுத்து, 2004 செப்டெம்பரில் மாவோயிஸ்டுகள் தக்கிலோட் கிராமத்து ஆளான கும்மரம் கர்மா என்பவர் தாக்கப்பட்டார். ஏனெனில் அவர் மாவோயிஸ்டுகளைப் பற்றி பரஸ்பால் என்ற இடத்துக்குச் சென்று அங்குள்ள மகேந்திர சர்மாவிடம் புகார் செய்யச் சென்றிருக்கிறார். இந்த எதிர்ப்புகளுக்கு எதிரான சிறப்பான தடுப்புகள் எதுவுமே எடுக்கப்படவில்லை.

பரவிய ஜுடும் நடப்பைப் பற்றவைத்த முதல் பொறி

நக்சலைட்டுகளுக்கு எதிர்த்துப் போரிடுவோம் என்று யாரெல்லாம் சொல்கிறார்களோ அவர்களைக் கொண்டு உருவாகிய அமைப்பு தான் சல்வா ஜுடும்.

....மதுக்கர், ஜுடும் தலைவர், 2006

எப்படியெல்லாமோ திட்டம் தீட்டியிருந்தாலும் ஜேஜேஏவை முறிப்பதற்கு ஏதாவது ஒரு காரணம் வேண்டியிருந்தது. அந்த நிகழ்வு 2005ஆம் ஆண்டு மே மாதம் 13ஆம் தேதியில் நடந்தது. அன்று கார்கெலி கிராமத்து சங்க உறுப்பினர்கள் அரிசி ஏற்றிக்கொண்டு சிஆர்பிஎஃப் நபர்கள் ஓட்டிச்சென்ற ஒரு லாரியை மடக்கினர்.

அன்று நடந்த நிகழ்வின் முழு விவரங்கள் காவல் துறையின் முதற் குற்றப் பத்திரிகையில் (குற்ற எண் 4/2005, நெலெஸ்னார் தானா, 17 மே 2005) தெளிவாக உள்ளது. ஜக்தர் சிங், ஷெய்க் ரியாசுதின் என்ற இரு ஓட்டுனர்களும், 570 சரக்கு அரிசி மூட்டைகளை ஏற்றிக் கொண்டு ஜக்தல்புர் என்ற இடத்திலிருந்து பிஜாபூர் என்ற இடத்துக்கு அரிசி எடுத்துச் சென்றனர். மொத்த அரிசியின் மதிப்பு 1.71 லட்சம் ரூபாய். 2005 மே மாதம் 13ஆம் தேதி காலை 7.30 மணியிலிருந்து 11.30 வரை ஏறத்தாழ 25 ஆண்களும் பெண்களும் அரிசி வந்த லாரியை மடக்கினர். ஓட்டுனர்களின் கண்கள் கட்டப்பட்டன. அரிசி முழுவதுமாக மக்களால் கொள்ளையடிக்கப்பட்டது.

கார்கெலி கிராமத்தினர் அதன் பிறகு எங்களிடம் முழு விவரம் கொடுத்தனர். இந்தக் கொள்ளையடிப்புக்குப் பிறகு காவல் துறையினரால் கிராமத்து ஆண்கள் அனைவரும் அடித்து நொறுக்கப் பட்டு சிறைப்படுத்தப்பட்டனர். ஆனால், 15ஆம் தேதி குற்றம் நடந்துமுடிந்த இரு நாள்களுக்குப் பிறகு கிராமத்துவாசிகள் ஆயிரத்துக்கும் மேல் ஒன்று கூடி நெல்ஸ்னார் காவல் நிலையத்தை முற்றுகையிட்டு தங்கள் கிராமவாசிகளை விடுவிக்க முனைந்தனர். மக்கள் மாவோயிஸ்டுகளைக் கையளிப்பார்கள் என்ற நிபந்தனையின் பேரில் சிறை பிடித்தோரை காவல்துறை விடுதலை செய்தனர்.

2009இல் நான் பலரோடு, குறிப்பாக பின்னாளில் சல்வா ஜுதும் அமைப்பின் தலைவர்களாக மாறப்போகிறவர்களையும் பேட்டி எடுத்தேன். அதில் கிடைத்த பல செய்திகள் 2005இல் நடந்த நிகழ்விலிருந்து மிக வித்தியாசமாக இருந்தன. அம்பெலி, கார்கெலி, பந்திப்புரா போன்ற இடங்களிலிருந்து 20-25 ஆண்டுகள் ஜுதும் அமைக்க அணி திரட்டினர். இதில் சிலர் மட்டுமே உயிரோடு இருந்தனர். ஆனால், எல்லோரும் ஓர் உண்மையை ஒத்துக் கொள்கின்றனர். அம்பெலியிலுள்ள தோட்சா கண்பத் என்றும், கண்ணு படேல் என்றும் அழைக்கப்படும் நண்பர் இதற்கு மிக முக்கிய காரணமாக இருந்தவர். கண்ணு படேல் மிகவும் உறுதியான ஒரு தலைவர். முதலில் அவர் மாவோயிஸ்டுகளுக்கு வேண்டிய செய்திகள் கொடுப்பவராகவும் உதவிகள் செய்து கொடுப்பவர் களாகவும் இருந்து வந்தார். ஆனால், அதே சமயத்தில் மாவோயிஸ்டுகள் கிராமத்து மக்கள்மீது ஏதும் தீமைகள் செய்து விடாதபடி கண்காணித்துக் கொண்டிருந்தார். 2005இல் ஜுலை மாதத்தில் ஜுதும் ஆரம்பித்த சில நாட்களில், மாவோயிஸ்டுகள் கண்ணு படேல், அவர் மகன் புத்ராம், என்கா கிஷோர், அம்பெலி கிராமத்துத் தலைவர் (சர்பஞ்ச்) என்பவர்களைக் கொன்றுவிட்டனர். கண்ணு

படேலின் இன்னொரு மகன் மங்கள் பின்னாளில் ஓர் எஸ்பிஓ ஆனார்.

ஜுடும் ஆரம்பித்தபோது இருந்த அமைப்பாளர்களில் ஒருவரான குட்மா கிராமத்தைச் சேர்ந்த புருஷோத்தம் என்னிடம் 2005ஆம் ஆண்டின் மே மாதத்தில் 26 அல்லது 28ஆம் தேதியில் கிராமத்துத் தலைவர் பலர் ஒன்று சேர்ந்தோம் என்று சொன்னார். அக் கூட்டத்தில் மாவோயிஸ்டுகளுக்கு எந்த உதவியும் செய்யக்கூடாது; அவர்களுக்கான எந்த வேலைகளையும் செய்து கொடுக்கக்கூடாது; அவர்களுக்கு அரிசி கொடுக்கக்கூடாது என்றெல்லாம் முடிவு செய்தோம். அதோடு சங்கத்தின் முக்கிய உறுப்பினர்களை அடித்து நொறுக்கிவிடுவது என்றும் தீர்மானித்தோம். மக்களும் தாங்கள் தேர்தல்களில் பங்கெடுக்க முடியவில்லை என்றும், அரசின் உதவிகளிலும் பங்குபெற முடியவில்லை என்றும் குற்றம் சாட்டினர்.

ஆனால், வேறு சில அமைப்பாளர்கள் சற்றே வித்தியாசமான செய்திகளைத் தந்தார்கள். பந்திப்புராவின் மிச்சா துக்கே, அம்பெலியின் லச்மண் பொயம் இருவரும், வேறு சில அம்பெலிப் பெண்கள் முதல் கூட்டம் ஜூன் 4ஆம் தேதி மண்டிமார்க்கா கிராமத்தில் நடந்தது என்றும், அதற்கடுத்த இரு கூட்டங்களும், அம்பெலி-உங்கபட்டனம் என்ற இரு ஊர்களுக்கும் நடுவில் இருந்த காட்டுப் பகுதிகளில் நடந்தது என்றனர். இச்சமயம்தான் மக்கள் வேட்டைக்காக ஊரை விட்டுப் போகும் காலம். அதற்காக அம்பெலி கிராமத்தில் வேட்டைக்காரர்களுக்காக ஒன்றுகூடி பீஜா பெண்டம் அல்லது விதைக்கும் திருவிழாவைக் கொண்டாட 5ஆம் தேதி அன்று வருவார்கள்.

2005 ஜூன் 5ஆம் தேதி. சல்வா ஜுடும் ஆரம்பிக்கப்பட்ட நாளாக இந்தத் தினம் கருதப்படுகிறது. அன்று சங்கம் உறுப்பினராக கட்டபள்ளி கிராமத்துக்காரரும், முன்பு நடந்த அரிசி கையகப் படுத்திய குழுவில் இருந்தவருமான ராஜுவை ஆயுதம் ஏதுமின்றி அம்பெலிக்கு வருமாறு ஜுடும் தலைவர்கள் கேட்டுக்கொண்டனர். அம்பெலியில் ராஜுவை அடித்து அவரைக் காவல் துறையிடம் ஒப்படைத்தார்கள். அதற்குப் பதிலாக கார்கெலி கிராம மக்கள் விடுதலை பெற்றனர்.

அவர்களது அடுத்த கூட்டம் ஜூன் 14ஆம் தேதி குட்மா கிராமத்தில் நடந்தது. ஜுடும் தலைவர்கள் தங்கள் குழுவை இரண்டாகப் பிரித்து, ஒரு பகுதி குட்மா கிராமத்தைச் சுற்றியுள்ள மக்கள் 15 கி.மீ. தள்ளியுள்ள கொட்ரபால் கிராமத்துக்குச் செல்லவேண்டும் என்றும்,

அம்பெலி, உஸ்கா பட்டணம் கிராமத்தினர் தாட்மெண்ட்ரி கிராமத்துக்குச் செல்லவேண்டும் என்றும் பிரித்து அனுப்பினர். இந்த இரண்டுமே மாவோயிஸ்டுகள் மிகுதியாக உள்ள கிராமங்களாகும். இந்த வளர்ச்சி நடந்து கொண்டிருக்கும்போதே காவல்துறை வெளிப்படையாக அவர்களுடன் தங்கள் ஈடுபாட்டை வெளிப்படுத்தினர்.

தாட்மெண்ட்ரி, கொட்ரபால் கிராமங்களில் ஜூன் 18, 19ஆம் தேதிகளில் கூட்டங்கள் நடந்தன. அந்தப் புள்ளியிலிருந்துதான் ஜூடுமின் அடுத்தகட்ட நிகழ்ச்சிகள் நடைபெற ஆரம்பித்தன. தாட்மெண்ட்ரி கிராமத்தில் நடந்த கூட்டத்தில் அருகிலிருந்த ஐம்பது கிராமங்களிலிருந்து ஏறத்தாழ 5000-6000 பேர் கூடியதாக மக்கள் என்னிடம் கூறினர். ஆனால், காவல் துறையின் அறிக்கையின்படி 35-45 கிராமங்களிலிருந்து 3500 பேர் கூடினர். அங்கிருந்த மக்களில் தாட்மெண்ட்ரி கூட்டத்துக்கு முன்பாகவே அங்கிருக்கும் மக்களில் உள்ள சங்கம் உறுப்பினர்கள் அருகிலுள்ள காவல் நிலையங்களில் சரணடைந்து, எஸ்பிஓக்களாகச் சேர்ந்து கொள்ளவேண்டும் என்று அறிவிக்கப்பட்டது.

தாட்மெண்ட்ரி கூட்டத்தில் ஜேஜேஏ படேலை அடித்துத் துன்புறுத்தியது. சங்கம் உறுப்பினர்களை அவர் காண்பித்துக் கொடுத்ததால் அந்தத் தண்டனை. இதற்கான எதிர்வினை சங்கம் உறுப்பினர்களிடமிருந்து வந்தது. நிலம் போர்க்களமாயிற்று. சண்டை நடக்கும்போது சில சங்க உறுப்பினர்கள் அங்கிருந்து தப்பித்து, அருகில் முகாமிட்டிருந்த மாவோயிஸ்டுகளிடம் தஞ்சமடைந்து, அவர்களிடம் கலவரம் பற்றிய தகவல்களைச் சொன்னார்கள். ஜேஜேஏ பேரணி கிராமத்தை விட்டு வெளியே வந்து, திறந்தவெளிக்கு வந்தனர். அப்போது மாவோயிஸ்டுகள் ஒரு பெண் போராளியின் தலைமையில் தாட்மெண்ட்ரி கிராமத்துக்குள் புகுந்து வானை நோக்கித் தங்கள் துப்பாக்கிகளால் சுட்டனர். மக்கள் சிதறி ஓடினார்கள். அவர்களது சைக்கிள்கள் ஆங்காங்கே உடைந்து சிதறிக்கிடந்தன. காவல் துறையின் அறிவிப்புகளும் இச்செய்திக்கு ஒத்து இருந்தன. அதோடு காவல் துறை அறிவிப்பில் 27 பேர் காயமடைந்தனர் என்று கூடுதல் தகவலும் இருந்தது.

மாலை மக்கள் வீடு திரும்பியபோது பலரும் காணாமல் போயிருக்கிறார்கள் என்று தெரிந்து குழப்பம் ஏற்பட்டது. ஆனால், அடுத்த ஐந்து நாட்களில் அமைதி திரும்பியது. ஏனெனில், காணாமல் போனவர்கள் மீண்டும் வந்து சேர்ந்தனர். சைக்கிள்களும் கூட வீட்டுக்கு எடுத்து வரப்பட்டன. ஆனாலும், தாட்மெண்ட்ரி சங்க உறுப்பினர்கள் அனைவரும் கட்டாயமாக எஸ்பிஓக்களாக

வலிந்து சேர்க்கப்பட்டனர். அதில் பலரும் 2007இல் ராணி போட்லி என்ற முகாமில் மாவோயிஸ்டுகளின் தாக்குதலின்போது கொல்லப் பட்டார்கள்.

தாட்மெண்ட்ரி கூட்டம் நடந்த அதே ஜூன் 18ஆம் தேதி தேசிய நெடுஞ்சாலைக்கு அருகிலுள்ள மட்வாடா என்ற கிராமத்தின் சாலையோரச் சந்தை நாளில் மற்றொரு கூட்டம் நடத்தப்பட்டது. மாவட்டத் தலைவர் அறிக்கையின்படி 5000-8000 மக்கள் 32-50 கிராமங்களிலிருந்து கூடினர். மக்கள் மகேந்திர சர்மா, ராஜேந்திர பம்போய் என்று இரு காங்கிரஸ் எம்எல்ஏக்கள் கூட்டத்துக்குள் அம்புகளை ஏவினார்கள். அவர்கள் சுற்றி வளைத்துப் பிடிக்கப் பட்டனர். இப்போராட்டத்தின்போது நடந்த தள்ளு முள்ளுவில் சார்வெ மோகன் என்றும் மோகன் சிங் என்றும் அழைக்கப்படும் தலைவர் காயமடைந்தார். பின்னர் அதனாலேயே மரணமடைந்தார். கோட்ரபால் கிராமத்துக்குச் சென்று தாக்கவேண்டும் என்று முடிவு செய்தனர். மாவட்ட ஆளுநர் தன் அறிக்கையில் கோட்ரபால் கிராமத்தினர் எவரும் இந்தக் கூட்டங்களுக்கு வராததால், அடுத்த நாள் அக்கிராமத்துக்குச் சென்று மக்களுக்குப் 'புதிய பாடம்' கற்றுக்கொடுக்க வேண்டுமென்று திட்டமிட்டனர்.

19ஆம் தேதி 15,000 பேர் திரண்டெழுந்து பேரணியாக கோட்ரபால் நோக்கி நகர்ந்தனர். ஆனால், பேரணி போய்ச் சேருவதற்குள் அக்கிராமத்து சங்க உறுப்பினர்கள் கூட்டத்தை நோக்கிச் சுட்டனர். கூட்டத்திலிருந்த 12 பேர் கடத்தப்பட்டார்கள். அதில் புவனேஷ்வர் என்ற தாக்கூர் ஒருவர் கொல்லப்பட்டார். மற்றவர்கள் விடுதலை செய்யப்பட்டனர். கூட்டத்துக்குப் பாதுகாவலாக வந்தவர்கள் தங்கள் உயிரைக் காப்பாற்றிக்கொள்ளும் பொருட்டு ஒரு பாலத்தின் மீது ஓடி ஒளிந்துகொண்டனர். அதிலிருந்து 11 நாட்கள் கழித்து ஜூலை 1ஆம் தேதி மகேந்திர சர்மா தலைமையில் அடுத்த பேரணி கோட்ரபால் நோக்கிச் சென்றது. மாவட்ட ஆட்சியர் தனது அறிக்கையில், 'இந்தத் தடவை பேரணி போய்ச் சேர்ந்தபோது அந்தக் கிராமத்தில் ஒரு கிராமத்தவர்கூட இல்லை. வீட்டைப் பூட்டி வைத்துவிட்டு கிராமத்தைவிட்டுச் சென்றுவிட்டனர்' என்று எழுதியுள்ளார். ஆட்சியர் சொல்லாமல்விட்ட அதிதீவிர விஷயங்களும் நடந்தது. உய்க் சன்னா, வஞ்சம் மங்கு என்ற இரு வயதான மக்கள் கொல்லப்பட்டனர். கோட்ரபால் முழுவதும் அனைத்து வீடுகளோடு தீக்கிரையாக்கப்பட்டன.

கோட்ரபால் கிராமத்துக்கு அருகிலிருந்த மலைக்கு அப்பாலுள்ள கரேமார்க்கா கிராமத்தில் எரிந்த நெருப்பில் வெடித்த மரங்களின்

சத்தமும், உயர்ந்து எரியும் தீப்பிழம்புகளும் அதன் வெளிச்சமும் பரவின. தீப்பிழம்புகள் வானத்தை எட்டிப் பிடிப்பது போல் உயர்ந்து எரிந்தன. கோட்ரபால் கிராமத்து சங்க உறுப்பினர்கள் சரணாகதி அடைவது வரையும், எல்லாக் கிராமத்து மக்களும் முகாமில் அடைக்கப்படுவதற்கு முன்பு அக்கிராமம் அதே ஆண்டில் மீண்டும் இருமுறை தீக்கிரையாக்கப்பட்டது. 2005-08 ஆண்டுகளில் பதினெட்டு பேர் கொல்லப்பட்டனர். காவல்துறை இந்தக் கொன்றொழிப்பு பற்றி எந்தத் தகவலையும் எழுதி வைக்கவில்லை. என்கவுண்டர் என்ற பெயரில்கூட இந்தக் கொலைகள் அங்கீகாரம் எதுவும் பெறவில்லை.

அதிகாரபூர்வ அறிக்கைகள் இல்லை. ஆனால், மாவோயிஸ்டுகள் பினாபூர் காவல் துறை மேலதிகாரியான எஸ்பி, டி.எல். மன்ஹர் தனக்குக் கீழேயுள்ள அதிகாரிகளுக்கு கோட்ரபால் கிராமம் முதன்முறையாகத் தாக்கப்படும்போது தந்தியில்லா கம்பி மூலம் கொடுத்த தகவல்களையும் உத்தரவுகளையும் ராஜ்பூர் ஊடகங் களுக்குக் கொடுத்துவிட்டனர். கிராமத்து மக்களை மட்டுமல்ல, நக்சலைட்டுகளைப் பற்றி செய்தி சேகரிக்கும் பத்திரிகையாளர் களையும் கொன்றுவிட அவர் பிறப்பித்த உத்தரவும், ஜேஜேஏவில் சேரும் கிராமத்து மக்கள் ஒவ்வொருவருக்கும் இரண்டு லட்சம் ரூபாய் கொடுப்பதாகவும், ஆயுதங்களைத் திருப்பித் தருவோருக்குப் பரிசுகள் தருவதாகவும் அவர் அளித்த உறுதிமொழிகள் ஊடகங் களை அடைந்தன. எல்லா சங்க உறுப்பினர்களின் பட்டியலையும் அவர் தயாரிக்கச் சொல்லியுள்ளார். நேரம் வாரியாக அவர் கொடுத்த உத்தரவுகள்:

5:43 : ஜன் ஜக்ரன் உறுப்பினர்கள் தங்களோடு கிராமத்து மக்கள் சேராவிட்டால் மூன்றாவது முறையாக கிராமம் எரித்து அழிக்கப்படும்.

9.01: கோட்ரபால் சங்க உறுப்பினர்கள் இன்றே சரணடைய வேண்டும். அப்படி வருபவர்களைச் சேர்த்துக் கொள்ளவும், அவர்கள் வாழ்கின்ற பகுதிக்கு அருகிலேயே இருக்கவும் உத்தரவு தரப்படும்.

9.09: ஜன் ஜக்ரன் மக்கள் காவல் துறையினரிடம் வைத்த வேண்டுகோள். 'நீங்கள் எங்களுக்காக எதுவும் செய்ய வேண்டாம், ஒதுங்கி இருங்கள். எங்களது வில், அம்புகளோடு சென்று அவர்களைக் கொன்று, சடலங்களைத் தோளில் சுமந்து திரும்புவோம். எங்கள் வேட்டையாடலில் செய்வதைப் போல் செய்து விடுவோம்'.

2005 நவம்பர் மாதம் அகில இந்திய உண்மை கண்டறியும் குழு மாவட்ட ஆட்சியர் கே.ஆர். பிஸ்டா என்பவரைச் சந்தித்தது. மே மாதம் 24ஆம் தேதி காரேமர்க்கா என்ற இடத்தில் நடந்த திடீர்த் தாக்குதலுக்குப் பிறகுதான் ஜேஜேஏ பற்றி முதன்முதலில் நான் கேள்விப்பட்டேன் என்றார். அதிலிருந்துதான் மக்களிடமிருந்து பாதுகாப்பு வேண்டி பல கடிதங்கள் எனக்கு வர ஆரம்பித்தன என்றார்.

உச்ச நீதிமன்றத்தின் பதிவு அறையில் நான் ஒரே மாதிரியான 12 கடிதங்களைப் பார்த்தேன் (தேதிகள் அடித்துத் திருத்தி எழுதப் பட்டிருந்தன.). எல்லாக் கடிதங்களும் ஒரே கையெழுத்தில் இருந்தன. எல்லாமே குற்று என்ற ஒரே ஒரு கிராமத்திலிருந்துதான் வந்திருந்தன. அவர்கள் தங்கள் அம்மா, சகோதரிகள், இளம் ஆண்கள், பெண்கள் எல்லோரையும் வலுக்கட்டாயமாக நக்சலைட்டு களாக மாறச் செய்வதாக எழுதியிருந்தனர். ‘எங்களை நக்சலைட்டு களிலிருந்து காப்பாற்றுங்கள் அல்லது அப்படியே விட்டுவிடுங்கள். நாங்கள் அவர்களைக் கொன்றுவிடுகிறோம் அல்லது அவர்களால் கொல்லப்பட்டு விடுகிறோம்’ என்று எழுதியிருந்தனர்.

எல்லாமே அரசுக்காக அரசே எழுதி வைத்த போலி ஆவணங்கள்!

நீண்ட கொடூரமான பேரணிகள்

2005 ஆகஸ்ட் மாதத்திலிருந்து ஜூன் மாதத்துக்குள் இதுவரை ஜன் ஜக்னர் அபியான் என்றழைக்கப்பட்ட அமைப்பு பெயர் மாற்றம் கண்டது. புதிய பெயர் சல்வா ஜுதும். அரசு இதற்குக் கொடுத்த மொழியாக்கம்: அமைதிப் பேரணி! ‘தூய்மைப்படுத்தும் வேட்டை யாடல்’ என்பதுதான் மிக நேரடியான மொழியாக்கமாக இருக்கும்.

கோண்டி மொழியில் ‘சல்வா’ என்பது குளிர்விப்பது அல்லது புனிதப் படுத்துவது. மதிய வெயிலில் நிழலில் ஒதுங்குவது போலவும், சுகமற்றவர்கள்மீது புனித நீரைத் தெளித்து அவர்களை நோயிலிருந்து விடுவிப்பது போலவும் பொருள் கொள்ளலாம். ‘ஜுதும்’ என்பது கோடைக் காலத்து வேட்டைக்குப் பயன்படுத்தும் சொல்.

ஜூன் 18ஆம் தேதியிலிருந்து பேரணிகள் அநேகமாக தினந்தோறும் பைரம்கார் - பிஜாபூர் பகுதிகளில் நடந்துவந்தன. அமைச்சர்கள் உரையாற்றினார்கள். பாதுகாவல் படையினர் மிகப் பெரிய அளவிலும் வரவழைக்கப்பட்டிருந்தனர். சான்றாக, ஆட்சியரின் இரு வாரத்துக்குரிய குறிப்புகளில் 2005 ஜூலை 24இல் கேதார் கஷ்யாப் என்ற அப்பகுதியின் பொறுப்பு அமைச்சர், லச்சு ராம்

கஷ்யாப், சித்திரகூட் எம்எல்ஏ, ராஜாராம் தோடெம் (சத்தீஸ்கர் பட்டியலிடப்பட்டோர் கமிஷனின் பாஜக உறுப்பினர்), விஜய் திவாரி (ராணுவ நல்வாழ்வு கழக உறுப்பினர்) என்று அனைத்து அரசியல்வாதிகளும் பைரம்கார் பேரணியில் கலந்து கொண்டனர். அவர்கள் பெயரளவில் 'மக்களுக்கு' நல்லாதரவு தர மட்டுமே வந்திருந்தனர். காவல் படையும் பாதுகாப்பும் மாவோயிஸ்டுகளின் எதிர்ப்பிலிருந்து தப்பிக்கவும் வந்தன. ஊடகங்களில் இப்பேரணிகள் பற்றிய செய்திகள் வந்தன:

கையளவு எண்ணிக்கையிலிருந்து ஆயிரக்கணக்கில் பெருக்கம்.

பஸ்தார் பகுதியில் உள்ள நக்சலைட்டுகளுக்கு எதிரான மக்கள் குழுமம் இப்படித்தான் பெருகியுள்ளன. பல ஆண்டுகளாக அடக்கிக் கொண்டு அமைதி காத்த ஆதிவாசிகள் இன்று ஒன்றிணைந்து மக்கள் போராட்ட அணிக்கு எதிராக அணிதிரள்கிறார்கள். அரசுக்கும் இது ஒரு முக்கியப் பணி. ஆதிவாசிகள் அரசின் துணையையும் காவல் துறையின் பாதுகாப்பையும் எதிர்நோக்கி நிற்கிறார்கள். மக்கள் நக்சல்களை எதிர்த்து துணிவுடன் நிற்கிறார்கள். அரசு அவர்களுக்குத் துணையாக மக்களோடு இணையாக நிற்க வேண்டும். இல்லையெனில் நக்சல்கள் மீதான மக்களின் ஆறா சினம் அரசின்மீது பாயும். இத்தருணத்தை மிகப் பெரிய ஒரு நிகழ்வாக முதல் மந்திரி டாக்டர் ரமண் சிங் கருதுகிறார். தம்தாரி என்ற இடத்தில் நடந்த பொதுக் கூட்டத்தில் அவர் முதன்முறையாக நம் நாட்டின் வரலாற்றில் ஆதிவாசிகளின் போராட்டம் நடக்க ஆரம்பித்துள்ளது என்கிறார்.

உண்மையில் காவல் துறை நக்சலைட்டுகளை எதிர்த்து ஆரம்பித்த மதப் போரில் பொது மக்களும் வலுக்கட்டாயமாக உள்ளே இழுக்கப்பட்டுச் சேர்க்கப்பட்டனர். காவல் துறையும் ஜுதும் தலைவர்களும் கிராமத்து மூத்த முக்கியப் பெரியவர்களுக்கு எழுத்து மூலமாகவும், வாய் வழியாகவும் தங்கள் செய்திகளை அனுப்பிக் கொண்டிருந்தனர். ஜுதும் நடத்தும் கூட்டங்களுக்கு அவர்களை அழைத்தும், பிற சங்க உறுப்பினர்களை உடனழைத்து வரவும் செய்தி அனுப்பினர். அப்படி வரவழைக்கப்பட்ட பல சங்க உறுப்பினர்கள் எஸ்பிஓவில் சேர்வதற்குக் கட்டாயப்படுத்தப்பட்டனர். மூத்த பெரியோர்களுக்கு இருபுறமும் இடி விழும் மத்தளத்தின் நிலைதான். ஜுதும் மக்களை அழைத்துச் சென்றால் மாவோயிஸ்டுகளின் கோபம் அவர்கள்மீது பாயும். அப்படி இல்லா விட்டால் காவல் துறையின் கோபத்தை அவர்கள் சந்திக்க வேண்டியிருக்கும்.

கிராமத்து மக்களுக்கோ தங்கள் இருப்பிடத்தைவிட்டு இரண்டு மூன்று நாள்கள் கூட்டங்களுக்காகவும் பேரணிகளுக்காகவும் வெளியில் தங்கவேண்டிய கட்டாயம் நேர்வது சுத்தமாகப் பிடிக்கவில்லை. அந்த நாள்களுக்குரிய உணவைத் தயாரித்து கையோடு எடுத்துச்செல்லவேண்டும். அந்த நாள்களில் வேலைக்குச் செல்லமுடியாது. அதனால் வருமானமும் குறைந்துவிடும். அதுவும் விதை நடும் காலங்களில் பிரச்னை இன்னும் கடுமையாகும். இது மட்டுமின்றி கிராமங்களில் கொள்ளையடிக்கும் நிகழ்வுகளில் விரும்பியோ விரும்பாமலோ அவர்களும் பங்கு கொள்வர். இன்னொரு இடியும் தலையில் விழத் தயாராக இருக்கும். ஜுடும் கூட்டங்களுக்கு வராமல் போனால் தலைக்கு 700 ரூபாய் தண்டமும், வீடும் கால்நடைகளும் அழிக்கப்படும் அல்லது திருடப்படும். அத்துடன் அவர்கள் நக்சல்பாரிகள் என்று அறிவிக்கப்பட்டு விடுவார்கள். இப்படி கிராம மக்களை அரசும் ஜுடுமும் பயமுறுத்தும். என்னிடம் ஒரு பெண், தான் போக முடியாததால் தன் நிலத்தை விற்றுத் தண்டம் கட்டினேன் என்று பரிதாபமாகச் சொன்னாள். சல்வா ஜுடும் அமைப்பாளர் புருஷோத்தம் என்பவரிடம், நான் உங்கள் கூட்டங்களுக்குக் கட்டாயம் வரவேண்டுமென்று கட்டாயப்படுத்துகிறீர்களா? என்று கேட்டேன். முதலில் மறுத்தார். பின்பு அவரே, ‘ஏதோ கொஞ்சம்.... சரியான ஒரு சூழலை உருவாக்க அப்படிச் செய்யலாம். ஆனால், இது ஒரு போராட்டக் களம்’ என்றார்.

ஜுடும் கூட்டாளிகளில் காவல் துறையாலும் மற்றவர்களாலும் எடுக்கப்பட்ட காணொளிகளில் ஒரு பொதுத் தன்மையைக் காணலாம். மக்கள் கையில் வில்லுடனும் அம்புடனும் வாயில் வாழ்க சல்வா ஜுடும்; வீழ்க நக்சல்பாரிகள் என்ற கோஷத்துடன் அணி அணியாகச் செல்வர். அப்பெரும் கூட்டத்தை காவல் துறை வழிநடத்தி ஒழுங்குபடுத்தும். அதன்பின் காவல் துறையோ மகேந்திர சர்மா போன்ற ஜுடும் தலைவர்களோ சங்க உறுப்பினர்களின் பெயர்களை வாசிப்பார்கள். அந்த மக்கள், ஆண்களும் பெண்களுமாக நெற்றியில் பெரிய சிகப்புக் குங்குமப் பொட்டுகளோடு முன் வரிசையில் வந்து நிற்பார்கள். அவர்கள் தங்கள் மதமான இந்து மதத்துக்குள் வந்துவிட்டார்கள் என்பதைக் காட்டுவதற்காகத் தான் குங்குமம்.

ஜுடும் கூட்டங்கள் வெறியோடு முடியும். கூட்டங்களில் தலைவர்கள் பேசி முடித்ததும் குறிப்பிடப்பட்ட கிராமத்து வீடுகள் கொள்ளையடிக்கப்படும். பின் ஜுடும் கட்சியினராலோ, அரசின்

காவல் துறையோ ராணுவக் குழுமமோ, அந்த வீடுகளை எரித்து அழிப்பார்கள். (ஆனால் அரசு அறிக்கைகளிலோ, செய்திக் குறிப்புகளிலோ, காவல் துறையின் அறிகுறியோ ராணுவத்தின் அறிகுறியோ தெரியாது. காணொளிகள் ஏதும் காணப்படாது. அப்படியே மறைக்கப்பட்டுவிடும்.) பொதுவாக மாவோயிஸ்டுகள் அதிகமிருக்கும் கிராமங்கள் தான் இவ்வாறு சூறையாடப்பட்டு எரிக்கப்படும். ஆனால், சில சமயங்களில் வழியில் கண்ணில் படும் கிராமங்களுக்கும் இதே கதி ஏற்படலாம். அத்தனை வெறி அழிப்போருக்கு!

சல்வா ஜுடும் தலைவர்களோ, சில சமயம் காவல் துறையோ, துணை ராணுவப் படையோ மறைந்து திரியும் சங்க உறுப்பினர் களைத் தேடித் திரிந்து, கிராமங்களிலோ காடுகளிலோ ஒளிந்திருக்கும் அவர்களைப் பிடித்துக் கைது செய்வது அடிக்கடி நடைபெறுவது தான். இதில் மற்ற மக்களும் அகப்பட்டு அழிவார்கள். 2005இல் செப்டெம்பர், அக்டோபர் மாதங்களில் ஐந்து பேர் கொல்லப் பட்டார்கள். இதில் நான்கு பேர் சங்க உறுப்பினர்கள், ஒரு சிறுவன் உதவிக்கு வந்தவன் - அவனும் அந்த நால்வரோடு கொல்லப் பட்டான்... எந்தவிதக் காரணமுமின்றி!

அரசின் 'கருணைக் கரம்'

அரசின் விளம்பரம் மிக வேகமாக ஓர் ஆக்கபூர்வமான வேலை செய்தது. மாவோயிஸ்டுகள் ஆதிவாசிகளால் காட்டிக் கொடுப்பதாலும், பழி வாங்குவதற்காக அவர்கள் கிராமங்களையும் வீடுகளையும் அழித்து விடுகிறார்கள். கிராமத்து மக்கள் ஜுடும் அமைப்பிற்குச் செல்வதால் பழி வாங்கும் நடவடிக்கைகள் தொடர்கின்றன. இதனால் மக்கள் வேறு வழியின்றி அரசு அளிக்கும் உதவிகளைப் பெற, அரசின் நீண்ட கருணைக் கரங்களுக்குள் வந்து விடுகிறார்கள். அரசு நீண்ட நெடுஞ் சாலைகளில் ஓரமாக ஆரம்பிக்கும் முகாம்களில் இந்தப் பழி வாங்கப்பட்ட மக்கள் தஞ்சம் புகுகின்றனர்.

உணவும், மருந்தும், இடமும் அவர்களுக்கு அங்கு கிடைக்கின்றது. இதை ஊடகங்களும் மிகுந்த நன்றியுணர்வுடன் வெளியிடுகின்றன. அவர்கள் தலைப்புகள் இதற்கு ஆதாரமாக அமைகின்றன. 'எங்கள் நிலத்திலேயே எங்களை அநாதை ஆக்கிவிட்டார்கள் மாவோயிஸ்டுகள்!' ஆனால், இந்தத் தலைப்பின் கீழ் வரும் செய்திகளில் வரும் கடைசிப் பத்தியில், 'இன்னொரு அரசு முகாமில் உள்ள பல் நார் கிராமத்தைச் சேர்ந்த சன்னு அல்லது இராலி

கிராமத்து மங்கு என்ற இருவரும், எப்படி நாங்கள் இந்த முகாமிற்கு வந்தோம் என்பது எங்களுக்கே தெரியவில்லை' என்று சொன்ன அந்த வார்த்தைகள் பொருளற்று நிற்கும். இப்படிப் பலரும் அந்த முகாமிற்கு எப்படியே இழுத்து வரப்பட்டவர்கள்தான்.'

2005 நவம்பர் மாதம் முதலமைச்சர் 86 கோடி ரூபாயை சல்வா ஜுடும் அமைப்பிற்கு அளித்தார். முகாம்களை நடத்துவதற்கு என்ற பெயரில் கொடுக்கப்பட்ட பணம் இது. ஆனால் முகாமைக் கட்டமைக்கவோ, உணவுக்கோ, மருந்திற்கோ, சுகாதாரத்திற்கோ செலவு செய்ய வேண்டும் என்பது அந்த அமைப்பின் முக்கிய நோக்கம் அல்லவே அல்ல. இதற்குப் பதில் கொடிகள் கட்டவும், பதாகைகள் நடவும், கைப்பிரதிகள் அச்சடிக்கக் கொடுக்கவும் என்பது போன்ற விளம்பரங்களுக்கே பணம் விரயமாக்கப்பட்டது. கைப்பிரதிகளில் சல்வா ஜுடுமை வானத்திற்கு உயர்த்தி, மாவோயிஸ்டுகளைப் பாதாளத்தில் அழுத்தி, அவர்களை மிக மிகக் கடுமையாக விமர்சித்து கையேடுகள் வந்தன. நெடுஞ்சாலை ஓரத்து நெடும் மரங்களில் ஒட்டப்படும் அனைத்து விளம்பரங்களும், ஜுடுமைப் பெருமைப்படுத்தின; மாவோயிஸ்டுகளை மிகவும் கீழ்மைப்படுத்தின. முகாம்கள் முழுக்க இப்படிப் பறைசாற்றும் வாசகங்களும் பதாகைகளும் நிரம்பியிருக்கும். அப்படிப்பட்ட ஒரு துண்டறிக்கை இது.

நக்சலைட் என்பவர் யார்?

- நாட்டின் விரோதி; தீவிரவாதி; நாட்டின் வளர்ச்சியைத் தடுக்கும் பெரும் இடையூறு.
- பாகிஸ்தானின் ரகசியப் படையான ஐஎஸ்ஐ, நேப்பாள மாவோயிஸ்டுகள் இருவரோடும் உறவாடுபவர்கள்.
- சர்வ சாதாரணமாக ஆயிரக்கணக்கான கிராமவாசிகளைக் கொல்பவர்கள்.
- கொள்ளைக்காரர்கள். பலரின் பணம், பெண்களின் மானம், ஏழைகளின் வீடு அனைத்தையும் கொள்ளையடித்தவர்கள்.
- சீனர்கள் மாவோயிசத்தைக் கைவிட்டுவிட்டு, குடியரசைக் கையில் எடுத்துக்கொண்டுவிட்டார்கள். இந்த மாவோயிஸ்டுகள் குடியரசைப் புறக்கணித்துவிட்டு மாவோயிசத்தைக் கையில் எடுத்துள்ளனர்.

- மாவோ ஆவியை பஸ்தாரில் உலவவிட்டு, மக்களை அச்சத்தில் தள்ளி அழுத்தியவர்கள்.
- நம் சமூகத்தின் எதிரிகள்.
- நம் நாட்டின் பகைவர்கள்.

ஊடகங்களில் கிராமத்து மக்களின் தேவை பற்றிய கட்டுரைகள் வந்தன. 'கிராமத்து மக்கள் தங்கள் ஒவ்வொருவரின் கிராமத்துக்கும் தனித் தனியான அமைப்புகள் வேண்டும்' என்கின்றனர். 'எங்களை நாங்கள் பாதுகாத்துக்கொள்ள, மாவோயிஸ்ட் தொல்லைகளி லிருந்து மீண்டுவர எங்களுக்குத் தேவையான ஆயுதங்களை அரசு கொடுக்கவேண்டும் என்றும் ஓர் வேண்டுகோள். இந்த இரண்டாவது கோரிக்கையைத் தயக்கத்துடனாவது அரசு எடுத்துக் கொள்ளும் படியான சூழல் வந்து விட்டது.

மாநிலத்தின் மிக உயர்ந்த பதவியில் உள்ள ஓ.பி. ராத்தோர் (டிஜிபி), 'நம்பிக்கையற்ற ஒரு சூழலிலிருந்து தப்பிக்க நம்பிக்கை யற்ற ஆயுதங்களே தேவை. இன்றைய சூழலில் கிராம மக்களுக்குப் பயிற்சி கொடுத்து, தங்களைக் காப்பாற்றிக்கொள்ளும் வழியை அவர்களுக்குக் காண்பிப்பதன்றி வேறு வழியில்லை. இதற்காக அந்த மக்கள் கைகளில் துப்பாக்கிகளைக் கொடுப்பதிலும் தவறில்லை' என்றார்.

மக்களின் இந்தப் போராட்ட முனைப்புகளில் மிகவும் ஏழையான மக்கள் பேரணி நடத்துவதற்கு மட்டுமல்ல, அந்தப் பேரணிக்கும், அங்கு பேச வரும் அமைச்சர்கள் போன்ற அனைவரின் செலவுக்கும் தங்கள் உழைப்பில், வியர்வையில் விளைந்த பணத்தைக் கொடுக்கிறார்கள்.

சல்வா ஜுடுமின் கொள்கைகள்

2005இல் தந்தேவாடாவில் ஆட்சியராக இருந்தவர் கே.ஆர்.பிஸ்டா. இவரும் ஓர் ஆதிவாசிதான். ஆனால், சத்தீஸ்கர் பகுதியிலிருந்து வந்தவர் அல்லர். ஐஏஎஸ் வழியில் அல்லாமல் மாநிலத் தேர்வுகள் மூலமாகவும் 'சீனியாரிட்டி' முறையிலும் ஆட்சியர் ஆனவர். 'இரண்டாம் தரம்' என்ற வழக்கமான குறிப்போடுதான் இந்தப் பதவி வரும். மருதாணி இலை அரைத்துப் பூசிய கறுப்பு முடியோடும், மெல்லிய குரலோடும் நடந்த பிஸ்டா அவர் இருந்த பதவிக்கேற்ற, ரத்தச் சூழலுக்கேற்ற முரட்டுத்தனமான மனிதர் அல்ல. நடக்கும் கொடூர விஷயங்களை வாங்கி அதற்குத் தக்க முடிவெடுக்கத் தயங்கும் நல்ல மனிதர். 2005 நவம்பர் மாதம் நடந்த, நான் முன்பே

சொன்ன, தேசிய உண்மை அறியும் குழுவில் இருந்தபோதும் அவரைச் சந்தித்திருக்கிறேன். அப்போது ஜுதும் தலைவராக இருந்த மகேந்திர சர்மாவின்மீது பிஸ்டாவுக்கு நல்ல எண்ணம் ஏதுமில்லை. வெறுப்புதான் இருந்தது. அரசியல் காரணங்களுக்காக மட்டுமே ஜுதுமில் பதவி வகித்தார் என்பது பிஸ்டாவின் கருத்து.

பிஸ்டாதான் ஜுதுமுக்காகத் தயாரித்து வைத்திருந்த தன் அறிக்கை ஒன்றை எனக்குக் காண்பித்தார். 'ஜன் ஜாக்ரன் அபியானுக்குரிய வேலைத் திட்டம்' என்று இந்தியில் எழுதியிருந்த அவரது அறிக்கை அது. பிஸ்டா அதில் படிப்படியாகப் பல விஷயங்களைத் தொடர்ந்து எழுதி வைத்திருந்தார்.எஸ்பிஓக்களில் கிராமவாசிகளுக்கு வேலை தருதல், மக்களுக்கு அவர்களது பாரம்பரிய ஆயுதங்களான வில், அம்பு, கோடரி, மண்வெட்டி, சிலம்புக் குச்சி போன்றவைகளும், இறுதியில் கிராமத்தைக் காலி செய்யும் முறையும் பற்றிக் குறிப்பிட்டிருந்தார். இந்த அறிக்கையில் பிஸ்டாவிற்கு மாவோயிஸ்டு கள் மேல் கொண்டிருந்த வெறுப்பும் பொறாமையும் நன்கு தெரிந்தது.

'நக்சல்பாரிகளை முழுவதுமாக அழிக்க அவர்களது சொந்த வழிமுறைகளைக் கையாள்வதே வெற்றியைத் தரும். இந்தத் திட்டத்தில் நமக்குக் கிடைக்கும் காவல் துறையினர் போதாது. திட்டம் வெற்றியைக் கிட்ட நக்சல்பாரிகள் போலவே நாம் கிராமங்கள் தோறும் தற்காப்புக் குழுக்களை அமைக்கவேண்டும். இப்பணிக்கு எஸ்பிஓக்களையும் நம் நம்பிக்கைக்கு உகந்த சில கிராமத்து மக்களையும் தொகுத்து, தகுந்த தற்காப்புக் குழுக்களை அமைக்கவேண்டும். இவர்கள் கைகளில் துப்பாக்கிகளைத் தாராளமாகத் தரலாம். இப்படிப்பட்ட ஓர் அமைப்பில் 10-15 ஆயுதம் தாங்கியவர்களும் கையில் அம்பும் வில்லும் வைத்திருக்கும் 50-60 கிராமத்தார்களும் இருப்பார்கள். இவர்கள் தங்கள் கிராமங்களை மூன்று நான்கு மாதங்களுக்குத் தொடர்ந்து பாதுகாப்பு வட்டம் அமைத்துக் காப்பாற்றவேண்டும் (இது பிஸ்டா அறிக்கையில் 4ஆவது பகுதி; 18ஆம் பத்தியில் உள்ளது).

சங்கம் உறுப்பினர்களைக் கையாள்வதில் அரசுக்கு இருந்த பிரச்னை என்னவெனில், அவர்கள் நிராயுதபாணிகளாக இருந்ததுதான். ஆனால், மாவோயிஸ்டு இயக்கத்துக்கு முதுகெலும்பு போல் இருப்பவர்கள் இத்தகைய சங்கம் உறுப்பினர்கள்தான்.

'ஒவ்வொரு நக்சலைட்டும் சீருடையில் ஆயுதங்களோடு, குழுக்களின் துணைகளோடு இருப்பார். ஆனால், நடைமுறையில்

அவர் ஓர் இயக்குனர் போலவே தன் பணிகளைத் தொடர்கிறார். உண்மையான பலருடைய சக்தியும் சங்கத்து உறுப்பினர்களிடம் தான் பொதிந்துள்ளது. ஒவ்வொரு கிராமத்திலும் சங்க உறுப்பினர்கள் வலுவோடு இருந்தனர். ஆகவே, நக்சல்பாரிகளை ஒடுக்க அவர்களை அழித்தால் மட்டும் போதாது. அவர்களால் ஒவ்வொரு கிராமத்திலும் உருவாக்கப்பட்ட கட்டமைப்பு நொறுக்கப்பட வேண்டும். இதில் இன்னொரு பார்வைக்கும் இடமுண்டு. ஒவ்வொரு சங்க உறுப்பினரும் மிகச் சாதாரண ஒரு கிராமவாசிபோல இருக்கிறார். மற்ற கிராமத்தினர் போல் அவரும் தினமும் வேலைக்குப் போய், சம்பாதித்து தன் குடும்பத்தை நடத்தும் சாதாரண மனிதர்தான். அவரிடம் சீருடை இல்லை. கையில் துப்பாக்கிகள் ஏதுமில்லை. நக்சலைட்டுகள் போலல்லாமல், எந்தவொரு கிராமத்துக்காரர் போலவே அவரும் உள்ளார். *(பகுதி 4, பத்தி 13).*

பிஸ்டாவின் அறிக்கை ஆச்சரியகரமாக வெகு வெளிப்படையாக இருந்தது.

'காவல்துறை இன்னும் கடுமையாக வேண்டும். சில சமயங்களில், எப்படியோ அதிக தீவிரவாதம் அவர்கள் செயலில் வந்துவிடுகிறது. சில உயிர்கள் காரணமின்றி அப்போது அழிக்கப்படுகின்றன. காவல் துறை எடுக்கும் பெரிய தாக்குதல்களில் ரகசியம் காக்கப்பட வேண்டும். அதுவும் பெரும் பதவியிலிருப்பவர்கள் அது போன்ற வேளைகளில் மௌனம் காப்பது கட்டாயத் தேவை. ஒரு நக்சல்பாரி கொல்லப்படுவதையோ தப்பி ஓடுவதையோ அவர் பார்ப்பாராயின், அவர் உடனே காவல் துறையின் பக்கம் சென்றுவிட வேண்டும். ஆகவே, இந்தத் திட்டங்கள், தாக்குதல்கள் எல்லாம் ஒன்றோடு ஒன்று இணைந்திருக்கவேண்டும். இதற்காக ஒவ்வொரு சூப்பரிண்டெண்ட் காவல் துறை அதிகாரிக்கும் வரையறையும், குறி இலக்கும் கொடுக்கப்படவேண்டும்.' *(பகுதி 4, பத்தி 10).*

'ஊடகங்களின் அளவுக்கு மீறிய ஆர்வம் கட்டுப்படுத்தப்பட வேண்டும். இதனால் ஊடகங்களின்மீதான சுதந்தரத்தைத் தடுக்கச் சொல்லவில்லை. ஆனால், சில தடைகளும் வரைமுறைகளும் இருக்கவேண்டும். மாநில அளவில் எல்லாச் செய்தி ஆசிரியர் களுக்கும் தொலைக்காட்சி செய்தியாளர்களுக்கும் கூட்டம் ஒன்று நடத்தி, அவர்களது கடமைகளை அவர்களுக்கு நினைவூட்ட வேண்டும். மக்கள்மீதான அவர்களது அனுசரணையையும் நினைவுபடுத்த வேண்டியது அவசியம்.' *(பகுதி 4; பத்தி 28).*

பிஸ்டாவின் இந்த அறிக்கை உண்மைக்கு மிக அருகில் உள்ளது. ஊடகங்களில் எழுதப்படும் தானாக எழும்பியுள்ள மக்களின்

போராட்டம் என்பதெல்லாம் மிகச் சரியான நிலையைக் காட்டுவதில்லை.

ஜுடும் புதிய பகுதிகளுக்குள் ஊடுருவுகிறது

2006ஆம் ஆண்டின் ஆரம்பத்தில் மக்களது போராட்டங்கள் மேற்குப் பகுதியில் பிஜாபூரிலிருந்தும் பைரம்காரிலிருந்தும் தெற்கேயுள்ள உசூர், கோண்டா என்ற பகுதிகளுக்குள்ளும் பரவியது. உசூரில் உள்ள ஹிராபுர் என்ற முகாமுக்கு 2008இல் சென்றிருந்தேன். அங்கிருந்தவர்களிடமிருந்து கிடைத்த செய்தி என்னவெனில் 2006 பிப்ரவரி 3ஆம் தேதி அவாபள்ளி என்ற சந்தையில் நடந்த சல்வா ஜுடும் கூட்டத்துக்கு வந்திருந்த அனைவரும் வலுக்கட்டாயமாக இந்த முகாமுக்கு அழைத்து வரப்பட்டு அடைக்கப்பட்டுள்ளனர். அந்தக் கூட்டம் மகேந்திர சர்மாவின் தலைமையில் நடந்தது. அன்று சங்க உறுப்பினர்களாக இருந்த பசகுடா, லிங்காகிரி, தர்மாபுர், ஹிராபுர் போன்ற இடங்களில் இருந்த சங்க உறுப்பினர்கள் சரணடைந்தார்கள். ஆனால், கோர்சாகுடாவிலிருந்த ஒரு சங்க உறுப்பினரும் சரணடையவில்லை. அதனால் ஜுடும் கோர்சாகுடாவுக்கு அருகிலுள்ள கிராமங்களுக்கும் சென்று அவற்றை எரித்து அழித்தார்கள். அங்கிருந்த கிராமத்து மக்கள் தப்பி ஓடி, காட்டுக்குள்ளோ ஆந்திரப் பிரதேசத்துக்கோ சென்று மறைந்தனர்.

தெற்கே ஆந்திரப் பிரதேச எல்லையை ஒட்டிய கோண்டா பகுதியில் அனைவரும் சல்வா ஜுடும் பற்றி அதிகமான அச்சத்தோடு இருந்தனர். எப்போது தம் பகுதிக்குள் நுழைவார்களோ, தெரிய வில்லையே என்ற அச்சம்! அம்மக்கள் ஜுடும் பற்றிப் பேசும் போதெல்லாம் அது ஒரு கொள்ளை நோய் போன்றது; கிராமத்தையும் வீட்டையும் மக்களையும் முழுங்கக்கூடிய கொள்ளை நோய். அதை யாருடைய கட்டுக்குள்ளும் கொண்டு வர முடியாது என்று சொல்வார்கள்.

2006 பிப்ரவரி மாதத்தில் மகேந்திர சர்மாவின் மனிதர்கள் முதலில் சாலை ஓரத்தில் இருந்த டப்படோட்டா என்ற கிராமத்தைச் சேர்ந்த மக்களைத் தங்கள் பக்கம் திருப்ப முயன்றனர். ஆனால் டப்படோட்டா மக்கள் அருகில் உள்ள மிஸ்மா என்ற கிராமத்தி லிருந்து டோர்னபால் திங்கள் சந்தைக்கு வந்த மக்களை பிப்ரவரி 20ஆம் தேதி பிடித்து, அங்கிருந்த காவல்துறை நிலையத்துக்குக் கொண்டுபோய்விட்டனர். மிஸ்மா கிராமத்தில் உள்ள அனைவரும் முகாமுக்குள் வராவிட்டால் தாங்கள் பிடித்த மக்களை விடுதலை செய்யமுடியாது என்று அறிவித்துவிட்டனர்.

டோர்னபால் சாலையோரச் சந்தைக்கு வந்த ஏனைய மக்களுக்கும் இதே போன்ற ஓர் அனுபவம் கிடைத்தது. அங்குள்ள மக்களால் பிடிக்கப்படுவதும், கோண்டா என்ற இடத்துக்கு டிரக்குகளில் ஏற்றிச்செல்லப்பட்டு, மூன்று நாட்கள் சிறை வைக்கப்படுவதும், மற்றவர்கள் வந்து சேரும் வரை சிறை வைப்பு தொடரும் என்று கூறுவதும் நடந்தது. பிஜாபூரிலிருந்து ஐந்து அல்லது ஆறு டிரக்குகளில் கோண்டாவுக்கு ஒரு கூட்டத்துக்காக அழைத்து வரப்பட்டார்கள். பிப்ரவரி 24-25ஆம் தேதிகளில் மகேந்திர சர்மா, ஆட்சியர் பிஸ்டா போன்ற பலரும் நடத்திய கூட்டம் அது. கூட்டம் நடக்கும் நேரத்தில் ஜுதும் பிர்லா கிராமத்தை எரித்துத் தரை மட்டமாக்கியது.

அடுத்து வரும் திங்கள்கிழமை, பிப்ரவரி 27- டோர்னாபாலில் சந்தை நாள். அன்று இன்னொரு ஜுதும் கூட்டம் நடந்தது. அதைத் தொடர்ந்து கிராம அழிப்பு ஆட்டங்களும் நடந்தேறின. அதற்கு அடுத்த நாள் ஜுதும் பேரணிக்கு வந்துவிட்டு கோண்டாவுக்குத் திரும்பிக்கொண்டிருந்த 28 பேரை அவர்கள் வந்து கொண்டிருந்த டிரக்கை வழிமறித்து நிறுத்தி மாவோயிஸ்டுகள் எரித்துக் கொன்றனர். இரு முனை இடிப்பில் துன்பம் கண்ட கிராமத்து மக்களுக்கு மேலும் மன வேதனை. மாவோயிஸ்டுகளை மட்டும் அவர்கள் திட்டவில்லை. மறு பக்கம் இருந்து ஜுதும் தங்களை இந்த அளவு சிரமப்படுத்துவதால் அவர்கள்மீதும் பெரும் கோபம் கொண்டனர். அதில் தப்பிப் பிழைத்த ஒருவர் 2006இல் என்னிடம், ‘ஜுதும் எங்களை முட்டாள்களாக ஆக்கி, இங்கே கொண்டு வந்து சேர்த்துவிட்டது’ என்று கோபத்துடன் சொன்னார்.

2006ஆம் ஆண்டு முழுவதும் கோண்டாவைச் சுற்றியுள்ள பல கிராமங்கள் ஜுதும் ஆட்களால் எரித்து அழிக்கப்பட்டன. அங்கிருந்து அகற்றப்பட்ட மக்கள், கோண்டா, எர்ரோபர், டோர்னாபால், இஞ்சரம் ஆகிய இடங்களில் உள்ள முகாம்களில் அடைக்கப் பட்டனர். சில இடங்களில் மக்களை ஏமாற்றி முகாம்களுக்கு அழைத்துவந்தனர். எங்களோடு வந்தால் ரேஷன் பொருள்கள் தருகிறோம் என்று ஆசை காட்டி அழைத்து வந்து முகாமுக்குள் தள்ளினர். 2007ஆம் ஆண்டில் புதிய இடங்களுக்கும் ஜுதும் செல்ல ஆரம்பித்தது. ஆந்திரப் பிரதேசத்துக்கு அருகிலுள்ள கிஸ்தாராம் என்ற பகுதி அது. சத்தீஸ்கர் பக்கம் நடக்கும் ஆக்கிரமிப்புகளையும் அழிப்புகளையும் வைத்து ஆந்திரப் பிரதேசத்து அகதிகளின் எண்ணிக்கை கூடவோ குறையவோ செய்தது. ஆந்திரா சிறப்பு காவல் படை, சத்தீஸ்கரின் துணை ராணுவம், எஸ்பிஓக்கள் அனைவரும் ஆந்திர எல்லையில் சல்லடை போட்டு வடிகட்டி புதிய

அகதிகளைக் கைப்பற்றி, அவர்களை ஜுதும் சத்தீஸ்கருக்குள் அமைத்துள்ள முகாம்களுக்கு இழுத்துச் சென்றனர். மாவோயிஸ்டுகள் இன்னொரு பக்கம் தங்கள் வலையில் சிக்கிய எஸ்பிஓக்களை, அதுவும் பாரச் சந்தைகளில் அகப்படும் எஸ்பிஓக்களைக் கொன்றார்கள்.

2005-08 ஆண்டுகளில் பிஜாபூர் பக்கம் காவல் துறையும், ஜுதும் அமைப்பினரும் தேடுதல் வேட்டைகள் நடத்தினர். ஒரே கிராமத்தைக்கூடப் பலமுறை தொடர்ந்து தாக்குவார்கள். அப்படியாவது ஒளிந்திருக்கும் மாவோயிஸ்டுகள் மேல் மட்டத்துக்கு வந்து பிடிபடுவார்கள் என்ற நம்பிக்கை. வேறு வேறு எஸ்பிஓக்கள் ஒரே கிராமத்துக்கு வருவார்கள். 2008இல் நான் புலம் என்ற பிஜாபூர் பக்கமிருந்த இடத்துக்குச் சென்றிருந்தேன். பெரிய பெரிய மரங்கள் வெட்டிச் சாய்க்கப்பட்டிருந்தன. சாலைகள்மீது வழிகளை அடைப் பதற்கான முயற்சி. எத்தனை முறை காவல் துறை வந்தாலும் இது போன்ற அழிவுத் தடங்களை அவர்களால் தடுக்கவேமுடியாது.

நாங்கள் புலம் சென்றதும் மக்கள் அனைவரும் ஓடி ஒளிந்து கொண்டார்கள். ஒரு சின்னப் பையன் மட்டும் எங்களைச் சந்தித்தான். அவனே எங்களுக்கு அப்பகுதியைச் சுற்றிக் காண்பித்தான். அதன் பின் மக்கள் சிறிது சிறிதாகத் திரும்பி வந்தனர். ஆனால், அவர்கள் மிக ஜாக்கிரதையாகத் தங்கள் வில்லையும் அம்பையும் தயார் நிலையில் வைத்துக் கொண்டே எங்கள் அருகே வந்தனர். அதுவும் அந்த மாதம் ஜூன். அவர்கள் வேட்டைக் காலம். ஒரே ஒருவர் மட்டும் குண்டுகள் வைக்கும் இடைப்பட்டியோடு இருந்தார். இன்னொரு இளைஞர் ஒரு நாள்காட்டியைச் சீராக எழுதி வைத்திருந்தார். அவர் ஒரு சங்க உறுப்பினர் போலும். இங்கிருந்து கட்சியின் தளத்துக்கு இந்த விவரங்களை அனுப்புவார் போலும். அவருடைய நாள்காட்டியில் நான் பார்த்த சில விஷயங்கள்.

செப்டம்பர் 2005 : கிராமத்தில் இருவர் கொல்லப்பட்டனர்.

13 ஜூலை 2006 : நால்வர், அதில் இருவர் பெண்கள்; அதில் ஒருவர் கர்ப்பிணி. நிலத்தில் வேலை செய்யும்போது கொல்லப்பட்டனர்.

2, 9, 26 டிசம்பர் 2006 : காவல் துறையும் எஸ்.ஜே.யும் புலம் என்ற இடத்திற்கு வந்தனர். கிராமம் சூறையாடப்பட்டது. அங்கிருந்து அடுத்த கிராமங்கள் நோக்கி நகர்ந்தனர்.

ஜூன் 8, 23, 25- ஜூலை 2007: பல காவல் நிலையங்களிலிருந்து காவலர்கள் மீண்டும் மீண்டும் வந்தனர். இரண்டு முறை அவர்களால் கோழியும் ஆடுகளும் திருடப்பட்டன.

20 ஆகஸ்ட் 2007 : எஸ்ஜே. வந்தனர். சிலர் அவர்கள் வலையில் அகப்பட்டனர். அவர்களில் ஹெல்மா சந்து என்பவரை அவர்களே வைத்துக் கொண்டனர். மீதி ஆட்கள் விடுதலை செய்யப்பட்டனர்.

27 ஆகஸ்ட் 2007 : காவல் துறையினர் வந்தனர். நான்கு பேர் அழைத்துச் செல்லப்பட்டனர். அடித்து உதைத்து, பின் திருப்பி அனுப்பப்பட்டனர். 70 வீடுகளைத் தீக்கிரையாக்கினர்.

24 செப்டம்பர் 2007 : பைரம்கர் பகுதி சல்வா ஜுடும் வந்தார்கள். 15 ஆடுகள் ஒரு கோழியுடன் சென்றார்கள்.

டிசம்பர் 2007: ஒன்பது பேர் கிராமத்தில் கொல்லப்பட்டனர். மூன்று கிலோ மீட்டர் தூரத்திலுள்ள தொக்காடி என்ற இடத்திலிருந்து துப்பாக்கிச் சூட்டின் சத்தம் கேட்டது. கிராமத்தார்கள் அனைவரும் ஓரிடத்தில் கூடியிருந்தனர். எதிர்பார்க்காத பக்கத்திலிருந்து தாக்குதல் வந்தது. துப்பாக்கியால் சுட்டார்கள். இந்த நிகழ்வு காவல் துறையால் வேறு விதமாகச் சித்திரிக்கப்பட்டது. மக்கள் மாவோயிஸ்டு களோடு ஒரு கூட்டத்தில் இருந்தனர். இரு நாட்களுக்குப் பிறகு காவல்துறை வந்தது. துப்பாக்கியால் சுட்டது. மக்கள் கலைந்து ஓடினர் என்பது காவல் துறையின் கூற்று.

ஜனவரி 2007இல் எழுதப்பட்ட அரசு அறிக்கையில் தந்தேவாடா மாவட்டத்தில் உள்ள 11 பிரிவுகளில் 6 பிரிவுகளில் உள்ள 1153 கிராமங்களில் 644 கிராமங்கள் சல்வா ஜுடுமுடன் இணைந்தன. நாற்பத்தியேழு கூட்டங்கள், 139 பாத யாத்திரைகளும் நடத்தப் பட்டன. 2008இல் சங்க உறுப்பினர்கள் சரணடைந்தனர். 20 முகாம்களில் 47,238 பேர் தங்கியிருந்தனர். 4048 எஸ்பிஓக்கள் வேலைக்கு அமர்த்தப்பட்டனர். 2005-07இல் 11.17 கோடி ரூபாய் முகாம்களுக்காகச் செலவிடப்பட்டன.

2005-07ல் மிகக் கடுமையான சேதங்கள் நடந்தேறின. 412 பேர் மாவோயிஸ்டுகளால் கொல்லப்பட்டனர் என்று காவல் துறை கணக்கிட்டது. இவர்களில் பலர் காவல் துறையினராலும் கொல்லப்பட்டவர்கள். இந்த எண்கள் தோராயமானவை. நாங்கள் வழக்குப் போடுவதற்காக ஒரு கணக்கெடுத்தோம். 3000 வீடுகள் எரிக்கப்பட்டன. 537 மக்கள் கொல்லப்பட்டனர். கொன்றது ஜுடும் அமைப்பும் காவல் துறையும். இதுவும் குறைந்த கணக்கீடே!

சல்வா ஜுடுமுக்கு எதிர்ப்பு

அரசாங்கம் ஒரு புது 'முன்னணியை' ஆரம்பித்து வைத்துள்ளது. இது ஓர் இன அழிப்புக்கான முன்னணி. பெயர், சல்வா ஜுடும். நோக்கம்,

சத்தீஸ்கரில் உள்ள பஸ்தார் மக்களின் பொருளாதார, அரசியல் லட்சியங்களை முழுவதுமாக அழிப்பது, கொள்ளையடிக்கும் தொழிலைத் தொடர்ந்து செய்வது.

....சல்வா ஜுடும் : திரைமறைவுப் போரின் முன்னணி அங்கம்,
சிபிஐ (மாவோயிஸ்டு) 2006

மாவோயிஸ்டுகளும் சங்க உறுப்பினர்களும் தங்களால் முடிந்த அளவு சல்வா ஜுடுமுக்கு எதிராக இயங்கினர். ஜுடுமின் பேரணிகள் ஒரு கிராமத்துக்குள் நுழையும் முன்போ அல்லது நுழைந்த பிறகோ பேரணிகள்மீது இவர்கள் துப்பாக்கிச் சூடு நடத்துவதுண்டு. கிராமத்து மக்கள் மாவோயிஸ்டுகளின் துணையோடு துப்பாக்கியால் சுட்டார்கள் என்ற பழி கிராமத்து மக்கள்மீது விழுந்து விடக்கூடாது என்ற கரிசனமே காரணம். அதோடு பேரணி கிராமத்துக்குள் கூட்டமாக வந்த பின் வெடிபொருள்களைச் சரியாக இயக்குவதற்குச் சிரமம் ஏற்படுவதால் பேரணி நுழைவதற்கு முன்பே வெடிபொருள்கள் பயன்படுத்தப்படும்.

ஜுடும் பேரணிகளில் கலந்துகொள்ள கிராமத்து மக்களை அழைத்துச் செல்லக்கூடாது என்று உள்ளூர் கிராமத் தலைவர்களிடம் மாவோயிஸ்டுகள் எச்சரித்தனர். தங்களுடன் சேர்ந்துவிட அழைப்பு விடுத்தனர். மிர்துர் காவல் நிலையத்துக்கு வந்த புகார்களைப் பற்றிய குறிப்புகளைப் படித்துப் பார்த்தால் இது எளிதாகப் புரிந்துவிடும்.

ஹாலூரில் வாடும் அய்த்து ராமன் மகனான ஹப்கா லச்மண் 15.10.2005 அன்று ஹாலூரில் இரவு 10 மணிக்குக் கொடுத்த புகார் இது. டிமேனாரில் வாழும் எல்ஜிஎஸ் தலைவர் சந்தோஷ் மற்றும் ஜோகா, உர்சா அய்ட்டு மற்றும் 100 சங்க உறுப்பினர்களோடு என் வீட்டுக்குள் அத்துமீறி நுழைந்து, நான் சங்க உறுப்பினர்களைச் சல்வா ஜுடுமிற்குக் காட்டிக் கொடுப்பதாகக் குற்றம் சாட்டி விட்டு என் வீட்டைக் கொள்ளையடித்தார்கள்.

தந்தேவாடாவிலிருந்து சல்வா ஜுடும் பிறந்தபிறகு முதல் வருடத்தில் வந்த புகார்களில், பல கிராமத்துப் பஞ்சாயத்துத் தலைவர்கள் ஜுடுமின் ஆதரவாளர்கள் என்பதால் மாவோயிஸ்டுகளால் தாக்கப் பட்டிருந்தார்கள். அதனால் அந்தத் தலைவர்கள் மனம் வெறுத்து, உண்மையிலேயே சல்வா ஜுடுமின் முக்கிய முதுகெலும்பாக மாறிவிட்டனர். கிராமத்து மக்களில் மிகப் பெரும்பாலானோர் தங்கள் பக்கமே இருப்பதாகவும் வெகு சிலர் மட்டுமே சல்வா ஜுடும் பக்கம் உள்ளனர் என்றும் மாவோயிஸ்டுகள் கூறினர். ஆனால், இதில்

பெரிய பிரச்னை ஒன்று உண்டு. கிராமத்து மக்கள் முன்னால் இரண்டு வழிகள் இருந்தன. ஆனால் இரு வழிகளுமே நிச்சயமற்றவையாக இருக்கக்கூடும். அதாவது, தாக்குதல் நிகழலாம் என்ற அச்சம் எப்போதும் கழுத்துக்கு மேல் கத்தியாகத் தொங்கிக்கொண்டிருக்கும். இதில் எதைத் தேர்ந்தெடுப்பது என்று முடிவுசெய்வது எளிதல்ல. சேருவதற்கும் விலகுவதற்கும் பற்பல காரணங்கள் கிராமத்து மக்களுக்கு இருந்தன. பைரம்கார் பகுதியில் டெக்கார் என்று ஒரு கிராமம். ஜுடும் ஆரம்பமானதும் அங்கிருந்த இரு வகை மக்கள் ஆளுக்கொரு வழியைத் தேர்ந்தெடுத்தனர். 'கள்ளர்' என்று ஒரு மரபினர் (பிற்படுத்தப்பட்ட சாதிப் பட்டியலில் வரும் சாதி) இருந்தனர். சாராயம் தயாரிப்பது அவர்கள் குலத் தொழில். தாய் மொழி ஹல்லி. கிராமம் தாக்கப்பட்டபோது இவர்கள் 2005ஆம் ஆண்டில் முகாமுக்குள் சென்றுவிடுவது என்ற முடிவெடுத்தனர். இன்னொரு குழுவினர் கோண்டி மொழி பேசும் முரியாக்கள். இவர்கள் முகாம் செல்லாமல் கிராமத்திலேயே தங்கியிருக்க முடிவு செய்தனர்.

இதே போன்ற பிளவு மகராஸ் என்ற தாழ்த்தப்பட்ட மக்களுக்கும், முரியா என்ற ஆதிவாசிகளுக்கும் நடுவில் நடந்தது. 2005 ஆகஸ்ட் 24ஆம் தேதியில் பிஜாபூரியில் உள்ள பெரிய சந்தை ஒன்றை நடத்தும் கங்கலூர் என்ற கிராமத்தில் ஜுடும் கூட்டம் ஒன்றை நடத்தியது. அதே நாளில் மாவோயிஸ்டுகள் பாட்நாட் என்ற கிராமத்தில் கூட்டம் நடத்தினர். அக்கூட்டத்தில் கிராமத்து மக்கள் பத்து பேரின் பெயரை வாசித்தார்கள். இவர்களே மக்களை ஜுடும் பக்கம் இழுத்துப் போகிறார்கள் என்று குற்றம் சாட்டினர். இதைக் கிராமத்தின் நன்மைக்காகச் செய்ததாக மாவோயிஸ்டுகள் கூறியது யார் காதிலும் உண்மையாகப் படவில்லை. 2005 செப்டெம்பர் 4ஆம் தேதி மாவோயிஸ்டுகள் பாட்நாட் கிராமத்து மக்களை அருகிலிருக்கும் மலைப் பகுதிக்கு அழைத்து வந்திருந்தனர். ரகசிய முன்னேற்பாடு இது. ஏனெனில் 21ஆம் தேதி ஜுடும் தங்குவதற்காக அந்தக் கிராமத்தில் நுழைந்தார்கள். கிராமம் முழுவதும் காலியாக இருந்தது. இருந்தும் அந்தக் கிராமத்திலிருந்த படேல், சார் பஞ்சாயத், இன்னும் இரு மஹாரா பையன்கள் நால்வரும் ஜுடுமில் சேர்ந்த காரணத்தால் கொல்லப்பட்டார்கள். இதிலிருந்து சில நாட்களில் ஏறத்தாழ ஆதிவாசி இல்லாத ஐம்பது பேர் கிராமத்திலிருந்து கிளம்பி பிஜாபூருக்குச் சென்றனர். ஆனால், மீதியிருந்த 250-300 முரியா மக்கள் மாவோயிஸ்டுகளோடு சேர்ந்து காட்டிலேயே வாழ்ந்தார்கள்.

ஆனாலும், இந்தப் பிரிவுகள் முழுமையாகவோ ஒரே மாதிரியாகவோ நடப்பதில்லை. ஆதிவாசி, உள்ளூர், ஆதிவாசி அல்லாத பஸ்தாரியா ஆகிய வேறுபாடுகள் ஒன்றுபோல் இருப்பதில்லை. சான்றாக, அரசும் ஊடகமும் டோர்லா-கோண்ட் என்று கொண்டாவில் இருக்கும் பிளவுகளில் டோர்லாக்கள் ஜுடும் குழுவோடும், கோண்ட்கள் மாவோயிஸ்டுகளோடும் பிளவுபட்டு இருப்பதாக எழுதின. ஆனால், ஜுடும் டோர்லா மக்களையும், டெல்கா மக்களையும் தாக்கியது. அதே போல் டோர்லாக்கள், கோண்டுகள் இருவருமே மாவோயிஸ்டுகளாக இருந்தனர்.

2006இன் ஆரம்ப காலத்திலிருந்து மாவோயிஸ்டுகள் ஜுடும் தாக்குதல்களுக்கு எதிர்த் தாக்குதல்களைத் தொடர்ந்து செய்து கொண்டிருந்தனர். அத்தோடு நிறுத்திக்கொள்ளாமல், தாக்குதலைக் கடினமான உள்நாட்டுப் போர் என்னும் நிலைக்கும் அவர்கள் உயர்த்தினார்கள். அப்படிப்பட்ட தாக்குதல்களில் முதன்மையானது ஜுடும் ஊர்வலத்தில் கலந்துகொண்டவர்கள்மீது 2006 பிப்ரவரி 28ஆம் தேதியன்று நடந்த தாக்குதல். 2006 ஜுலையில் மக்களை முகாம்களிலிருந்து முழுமையாகக் காப்பாற்றி 'சுதந்தர மக்களாக' மாற்ற மாவோயிஸ்டுகள் எர்ரபார் முகாமைத் தாக்கினர். ஒரு குழந்தை உள்பட 32 பேர் கொல்லப்பட்டனர்.

மாவோயிஸ்டுகள் மக்கள் நீதிமன்றங்களை நடத்திவந்தனர். சல்வா ஜுடும் பேரணிகளில் மிகவும் தீவிரமாக ஈடுபட்ட மக்கள் தண்டிக்கப்பட்டனர். 2006 ஏப்ரல் மாதம் இப்படி ஒரு நீதிமன்றம் 13 பேரைக் கொன்று குவித்தது. இதனால் காவல் துறை மணிகொண்ட கிராமத்து மக்களைக் கோண்டா முகாமுக்கு அழைத்துச் சென்றது. ஏப்ரல் 25ஆம் தேதி இந்த மக்கள் தங்கள் கிராமங்களுக்குத் தாங்கள் பயிரிட்டு, சேர்த்து வைத்த தானியங்களையும், விலைக்கு வாங்கும் சமையல் பொருள்களையும் எடுத்துச் செல்லத் திரும்பி வந்தனர். அப்படி வந்த மக்களில் ஐம்பது பேரை மாவோயிஸ்டுகள் கடத்திக் கொண்டு சென்றுவிட்டனர். கப்பபள்ளி பகுதியிலிருந்து இந்த நிகழ்வில் தப்பிவந்த பையன் ஒருவன் ஆந்திரப் பிரதேசத்துக்குத் தப்பிச்சென்றுவிட்டான். அவன் ஓராண்டு காலம் சென்றபின் அந்த நிகழ்வைப் பற்றிய விவரங்களை என்னிடம் கூறிக் கொண்டிருந்தான். அவையெல்லாம் நிச்சயமாக அவன் கண்கொண்டு பார்த்தவை. ஆனால், அவன் பார்த்த யாரோ ஒருவர் சொன்னதைக் கேட்டு என்னிடம் சொல்வதுபோல் சொன்னான்.

'மாவோயிஸ்டுகள் தங்களிடம் பிடிபட்ட ஆண்களிடம், எத்தனை கிராமங்களை நீங்கள் வேட்டையாடினீர்கள்? எத்தனை பன்றிகளைப்

பிடித்துப் போனீர்கள்? வேறென்னவெல்லாம் கொள்ளையடித்துச் சென்றீர்கள்? இவற்றையெல்லாம் நீங்கள் ஜுதும் பேரணியில் செல்லும்போது செய்தவைதானே?' என்று பல கேள்விகள் மூலம் ஆண்களைப் பதில் பேசும்படி வற்புறுத்தினர். அவர்களுக் குள்ளேயே 13 பேர் மிகவும் மோசமானவர்கள் என்று அடையாளம் காட்டப்பட்டனர். அவர்கள் அடித்தே கொல்லப்பட்டனர். அவர்களை மட்டுமல்ல; 50-60 பேரை தளம் உறுப்பினர்கள் அடித்தே கொன்றுவிட்டனர். இந்தக் கூட்டம் வெறும் ஒரு மணி நேரம்தான் நடந்தது. பக்கத்திலிருந்த கிராமங்களிலிருந்தெல்லாம் கிராமத்து மக்கள் வந்து குவிந்திருந்தனர். இந்த அடையாளம் காட்டப்பட்ட மக்கள் ஏற்கெனவே பலமுறை எச்சரிக்கப்பட்டவர்கள். அதையும் அவர்கள் மீறியதால் மக்கள் ஒட்டுமொத்தமாக, 'அவர்களைக் கொல்லுங்கள்' என்று கோஷமிட்டனர்.

2006 மே மாதம் கொல்லப்பட்ட அந்த 13 மணிகொண்டா மனிதர்களின் விதவைகளை டோர்னபால் முகாமில் சந்தித்தோம். தங்கள் கணவர்களைக் கொன்ற மாவோயிஸ்டுகள் மீது கோபமுற்றிருந்தனர். அதே சமயம் வலுக்கட்டாயமாகத் தங்கள் கணவர்களை இழுத்துச்சென்று முகாமில் தங்க வைத்த ஜுதும் மீதும் கோபமுற்றிருந்தார்கள். அரசிடமிருந்து அந்த விதவைகளுக்கு தலா இரண்டு லட்சம் ரூபாய் இழப்பீட்டு நிதியாகக் கொடுக்கப்பட்டது. ஆனால், அவர்களுக்கோ தங்கள் வங்கிக் கணக்கில் எவ்வளவு இருக்கிறது என்றுகூடத் தெரியாது.

ஜுதும் இருந்தது மாவோயிஸ்டுகளுக்குப் பல முறையில் லாபம் தான். அவர்களின் எண்ணிக்கை அதிகமானது; தங்கள் செய்திகளை அவர்கள் வீரியமாகப் பலருக்கும் சொல்லமுடிந்தது. மக்களுக்கும் தற்காப்பு முயற்சிகளில் திறமை கூடியது. காய்ந்த வறுமைக் காலத்தில் வனங்களில் பயிர் செய்யும் திறமையும் வளர்ந்தது.

2006இல் மாவோயிஸ்டுகளை எதிர்த்து நிற்க, அரசு தங்கள் ஆணையின்படி ஜுதும் வளர்ச்சியை இரு பகுதிகளில் வேகமாக முடுக்கிவிட்டனர். மற்ற பகுதிகளைப் பிறகு பார்த்துக் கொள்ளலாம் என்று எண்ணியது அரசு. இதிலிருந்தே அரசு அந்த 'மக்கள் போராட்டத்தை' ஆதரித்து வழி நடத்தினர் என்பது எளிதில் புலனாகும். ஆனாலும், போபால் பட்டணம், சுக்மா என்ற இரு பகுதிகளிலும் மக்களே ஜுதும் வளர்ச்சியைத் தடுத்து நிறுத்தினர். சுக்மாவில் இருந்த மனிஷ் குஞ்சம் என்பவரும் சிபிஐ கட்சி மக்களும் ஜுதுமால் பாதிக்கப்படாதவாறு எதிர்த்து நின்றனர்.

போபால் பட்டணத்திலும் ஜுதும் அதிகமாகத் தலைநிமிர முடியவில்லை. எதிரிகளின் வலிமை அவ்வாறு இருந்தது. போபால் பட்டணத்தில் 19.67% விவசாய நிலம். ஆனால், பிஜாபூரில் நடத்திய 2011மக்கள் கணக்கில் 1.49% நிலமே பயிரிடப்பட்டிருந்தது. உசூரிலிருந்து தப்பித்து ஆந்திரப் பிரதேசம் போக முடியாத மக்கள் போபால் பட்டணத்துக்கு வேலைக்காகச் சென்றார்கள். ஜுதுமின் அடாவடித்தனங்களைப் பிற இடங்களில் நடப்பதைப் பற்றிக் கேள்விப்பட்ட போபால் பட்டண மக்கள் மிகத் தீவிரமாகத் தங்களிடத்தில் அப்படிப்பட்ட நிகழ்வு நடக்கவே கூடாது என்று தீர்மானமாக முடிவெடுத்திருந்தார்கள்.

2006 வெயில் காலத்தில் போபால் பஞ்சாயத்து உறுப்பினர்கள் ராஜ்பூர் சென்று ஜுதும் பற்றி முறையிடுவதற்காக அரசு அதிகாரிகளைத் தொடர்புகொள்ள முயன்றார்கள். வழியிலேயே அவர்கள் ஜுதுமால் தடுக்கப்பட்டு அடித்து நொறுக்கப்பட்டனர். ஆனால், அவர்கள் அதே வருடத்தில் நவம்பர் மாதத்தில் 12 நாள் எடுக்கக்கூடிய சுற்றுப் பாதையில் கஷ்டப்பட்டு போய்ச் சேர்ந்து, தங்கள் புகாரைக் கொடுத்தனர். எப்படியோ ... அவர்கள் ஜுதும் வருகையைத் தங்கள் பகுதிக்குள் வராதபடி தடுத்து நிறுத்தி விட்டனர்.

6

அச்சத்துக்கும் வீரத்துக்கும் நடுவே

அச்சம் மக்களை ஒன்றிணைத்துவிடுகிறது. ஆனால், அதே அச்சம் மக்களைச் சிதறடிக்கவும் வைத்துவிடுகிறது. வீரம் மக்கள் குழுமங்களை ஊக்குவிக்கின்றது. வீரமும் அச்சத்தைப் போல் ஒரு தொற்றுதான். ஆனால் வீரம், அதிலும் சில வகை வீரம், தைரியசாலி களைத் தனியே ஒதுக்கிவைத்துவிடுகிறது.

சூசன் சொன்டாக்,
On Courage and Resistance

2007 நடுப்பகுதி வரை, யாருடைய சொந்த வாழ்க்கை அனுபவங் களையும் வெளியே சொல்ல வைப்பது மிகக் கடினமாக இருந்தது. கிராமங்களுக்குள் செல்வதே, அதுவும் நெடுஞ்சாலையிலிருந்து விலகுவதே, மிகவும் தடுக்கப்பட்ட ஒன்றாக இருந்தது. பாதுகாப்புப் படைகளால் சூழ்ந்தே இருந்தன. அவர்களும் நமது தற்காப்புக் காகவே தடை செய்வதாகக் கூறினர். சல்வா ஜுதும் முகாம்கள் பெருஞ்சாலைகளை ஒட்டிய பகுதியில் ஆக்கிரமிக்கப்பட்டு உருவாக்கப்பட்டிருந்தன. சணல் பைகளால் வேலி அமைக்கப் பட்டிருக்கும். அதை நெருங்குவதற்கு முன்பே பல சோதனைச் சாலைகளும் அதில் பல எஸ்பிஓக்களும் இருப்பார்கள். அவர்களுக்குச் சீருடைகள் கிடையாது. ஆனால், அதிகாரம் மட்டும் வானுயர்ந்து இருக்கும். யாரை வேண்டுமானாலும் எத்தனை முறை வேண்டு மானாலும் சோதிக்கலாம். வேண்டிய எந்தப் பொருள்களையும் பறித்துக் கொள்ளலாம். வேறு வேறு எஸ்பிஓ குழுக்களும் நம்மை

மாற்றி மாற்றி நிறுத்தி சோதிப்பார்கள். உங்கள் தலைவர் ஏற்கெனவே எங்களைச் சோதித்து அனுமதித்துவிட்டார் என்றால் சடாரென்று ஒரு பதில் வந்தது: 'இங்கே யாரும் தலைவர்களில்லை; எல்லோருமே தலைவர்கள்தான்!'

இரவுகளில் எஸ்பிஓ குழுக்கள் ஜுடும் உறுப்பினர்கள் கையில் குச்சிகளை வைத்துக்கொண்டு யாரும் முகாமுக்குள் புதிதாக நுழையவோ அல்லது வெளிச்செல்லவோ முடியாதவாறு சுற்றி வருவார்கள். நானே ஒரு முறை 2007இல் பேருந்து ஒன்றில் கோண்டா சாலை வழியே பல முகாம்களைக் கடந்து பேருந்தில் செல்லும்போது என் முகத்தைத் துணியால் மூடி மறைத்துக் கொண்டேன். எந்த எஸ்பிஓ குழுவாவது என்னை ஒரு மாவோயிஸ்ட் என்று சொல்லிவிடுமோ என்ற அச்சம் இருந்தது.

இந்த முகாம்கள் எல்லாம் திறந்த வெளிச் சிறைகள்தான். சமூகப் போராட்டங்களுக்குப் பிறகு வரும் நிவாரண முகாம்கள் மதக்காரர்களாலும், மனித உரிமைக் கழகங்களாலும் பாதுகாப்பாக நடத்தப்படுவது போல் இங்கு நடக்கவில்லை. இன்று நடைபெறும் அத்தனை பேச்சு வார்த்தைகளும் ஜுடும் உறுப்பினர்கள், எஸ்பிஓ ஆட்கள் அனைவராலும் வரையறுக்கப்பட்டவையே. ஊடகத்தாரோ, மனித உரிமைக் கழகத்தினரோ வந்துவிட்டால் அவர்களும் மக்கள் நடத்தும் அத்தனைப் பேச்சுகளும் முழுவதுமாக இவர்களால் கண்காணிக்கப்பட்டே வெளிவரும். 2005-6 நவம்பர் மாதம் அகில இந்திய உண்மை கண்டறியும் குழு கங்கலூர் முகாமில் உள்ள கிராமத்து மக்களிடம் பேசியபோது நடுவில் குறுக்கே புகுந்தனர். எஸ்பிஓ உறுப்பினர் ஒருவர், 'மாவோயிஸ்டுகள் மக்களின் உயிரை மாய்க்கும்போதெல்லாம் நீங்கள் எங்கே போயிருந்தீர்கள்?' என்று பெரும் சத்தத்தில் கத்திக் குரலெழுப்பினர். உண்மை கண்டறியும் குழுவினர் ஊடே இதை நிறுத்த முயற்சித்திருக்கலாம். ஆனால், இந்த நிகழ்வை நடத்தி வந்த நிலத்து அதிகாரிகளால் ஏதும் செய்திருக்கமுடியாது. ஆனால், எஸ்பிஓவினரும் ஜுடும் குழுவினரும் மாநில அதிகாரிகளிடம் உண்மையறியும் குழு உடனே திரும்பிச் சென்றுவிடவேண்டும். வேறெங்கும் விசாரணைகள் இல்லாமல் ஒட்டுமொத்தமாகத் திரும்பிப் போகவேண்டும் என்று அதிகாரத் தோரணையில் உத்தரவிட்டு உண்மைக் குழுவின் வேலையைப் பாதியிலேயே அரைகுறையாக முடித்துவிட்டனர்.

2006 மே மாதம் ஐசிஐ வருகை தந்தபோதும் நிலைமை ஏதும் சீரடையவில்லை. நாங்கள் மாநிலத்தில் உள்துறைச் செயலரிடம்

அனுமதி வாங்கி வந்தோம். ஆனால், சிஆர்பிஎஃப் எங்களைத் தடுத்து நிறுத்தி வீட்டுக்குத் திருப்பி அனுப்பிவிட்டது. இன்னொரு குழுவாக நானும் ராமச்சந்திர குஹா அவர்களும், ஃபரா நக்வி அவர்களும் மாநிலத்தில் நெலஸ்னார் பகுதியில் உள்ள இந்திரவதிக்குச் சென்று தாக்குதல்களால் அங்குள்ள கிராமங்களில் நடந்தவற்றைப் பற்றிய உண்மைகளை அறிய முயற்சித்தோம். தடைதான் வந்தது. கரை தாண்டி மறு கரை போகத் தேவையான படகுகள் இல்லையென்ற பதில்தான் எங்களுக்குக் கிடைத்தது. ஆகவே அங்கிருந்து குற்று என்ற இடத்திற்குச் சென்றோம். அங்கிருந்த சிஆர்பிஎஃப் அதிகாரியோ, நாங்கள் உடனே திரும்பிவிடுவது நல்லது. இல்லையேல் மாவோயிஸ்டுகளின் வெடி மருந்துகள் வெடித்து நாங்கள் சின்னாபின்னமாகிவிடுவோம்; எங்களின் சதைகள் அங்கிருக்கும் மரங்களிலிருந்து தொங்கும் என்று மிகுந்த எக்களிப்புடன் பயமுறுத்தினார். நாங்கள் வேறு வழியின்றித் திரும்பினோம். வழியில் ஓர் மாலைப் பொழுதில் நாங்கள் பைரம்பகார் காவல் நிலையத்தில் நின்றிருந்த ஒரு கூட்டத்தால் நிறுத்தப் பட்டோம். அதற்குள் எங்களைப் பற்றிய வதந்திகள் பல பரவி விட்டன. நாங்கள் நெல்சனார் கிராமத்தினருக்கு ஒரு லட்சம் ரூபாய் கொடுத்து, ஆற்றைக் கடக்க உதவி கேட்டதாக ஒரு செய்தி அவர்களிடம் பரவிவிட்டது. அவர்களது கற்பனையில் இப்படி நாங்கள் கேட்பது மாவோயிஸ்டுகள் அந்த இடத்திலிருந்து ஓடி ஒளிந்து கொள்ள வசதியாக இருக்கும் என்பதுதான்.

நாங்கள் வந்திருந்த வாகனம் சோதனையிடப்பட்டது. அதில் இருந்த பச்சை வண்ண உடைகள் எஸ்பிஓக்களின் கைக்குச் சென்றது. அதை அவர்கள் மாவோயிஸ்டுகளின் சீருடை என்று சொன்னார்கள். காவல் நிலையத்துக்குள் திரு. ராம் அவர்கள் அழைத்துச் செல்லப்பட்டார். நானும், பராவும் மெல்ல அவரைப் பின்தொடர்ந்தோம். அவருக்கு ஏதும் ஆகிவிடுமோ என்ற அச்சம் மனம் முழுவதும் நிறைந்திருந்தது. காவல் நிலையத்துக்குள் இருந்த ஜுடும் ஆட்களும் எஸ்பிஓக்களும் முழு குடி போதையில் இருந்தார்கள். எங்களிடம் இருந்த உள்துறைச் செயலரின் கடிதத்தைத் தொடக்கூட அவர்கள் தயார் இல்லை. நல்ல வேளையாக ஹிமான்ஷு குமார் என்பவரைச் சந்திக்கும் வாய்ப்பு கிடைத்தது. அவர் அப்பகுதியில் இருந்த ஓர் அரசு சாரா அமைப்பின் தலைவர். அவருக்கும் ஜுடும் தலைவர்களுக்கும் நடுவில் நல்ல தொடர்பும் உறவும் இருந்து வந்துள்ளது. அவரது வார்த்தைக்கு நல்ல மரியாதை இருந்தது. செயலரின் கடிதத்தைவிடவும் குமாரின் வாய் வார்த்தைகளுக்கு மிக்க பயன் இருந்தது. இந்தக் கலாட்டா

நேரத்தில் என் புகைப்படக் கருவியை ஒரு ஜுதும் தலைவர் எடுத்துக் கொண்டுவிட்டார். நல்ல வேளையாக சில மாதங்கள் கழித்து ஆட்சியாளரிடமிருந்து அக்கருவி என் கைக்கு வந்தது - எந்தவித மன்னிப்புக் கோரலுமின்றி!

ஆந்திரப் பிரதேசம் சென்றபிறகும் அந்த மக்கள் தங்கள் சுதந்தரத்தைப் பற்றிய கவலையோடுதான் வாழ்ந்து வந்தனர். நானும் ஜே.ஆர். ராவ் அவர்களும் 2007இல் கம்மம் அருகிலுள்ள கிராமங்களைச் சுற்றிப் பயணம் செய்து வந்தோம். அங்குள்ள ஜுதும் அகதிகளைக் காணவே அந்தப் பயணம். அப்படிப் பார்த்த அகதிகள் தாங்கள் வேலை தேடி மிகப் பல ஆண்டுகளுக்கு முன்பே ஆந்திரப் பிரதேசத்துக்குள் வந்துவிட்டதாகச் சொன்னார்கள். ஏனெனில், ஜுதுமினால் அழித்து எரிக்கப்பட்ட காடுகளிலிருந்து தாங்கள் வந்ததாக யாரும் நினைக்கக்கூடாது என்ற எண்ணத்தில் அவர்கள் உறுதியாக இருந்தனர். எரிக்கப்பட்ட கிராமத்துக்காரர்கள் என்றால், அவர்கள் மாவோயிஸ்டுகளின் ஆதரவாளர்கள் என்ற பெயர் ஏற்பட்டுவிடுமே என்ற அச்சம் அவர்களுக்கு. பல ஆண்டுகளுக்கு முன்பே வேலை தேடி வந்த மக்கள் என்பது எவ்வளவு எளிதான பொய் என்பது அவர்களது பாவப்பட்ட குடிசைகளைப் பார்த்தாலோ அல்லது அருகிலுள்ள ஆந்திர மக்களை விசாரிப்பதிலோ எளிதாகப் புரிந்து கொள்ளலாம்.

செர்லா கொடுத்த சாட்சியங்கள்

2005-07 ஆண்டுகளில் பல கிராமத்து மக்கள் கொடுத்த மனித உரிமை மீறல் புகார்கள் வந்திருந்தாலும், மிக நேரடியான சாட்சியம் ஒன்று 2007 ஜுன் மாதம் கிராமத்து மக்களிடமிருந்து கிடைத்தது. சிபிஐ செர்லா என்ற ஆந்திரப் பிரதேச எல்லைக்கு அருகில் நடத்திய பேரணி ஒன்றில் இது வெளிவந்தது. இதுவே ஜுதுமுக்கு எதிராகக் கிளர்ந்தெழுந்த முதல் பேரணியாகும். ஆயிரக்கணக்கில் கிராமத்து மக்கள் இப்பேரணியில் கலந்துகொண்டனர். தங்கள் புகார்க் கடிதங்களை சிபிஐ தலைவர்களிடம் நேரடியாகக் கொடுத்தனர். பேரணி முடிந்து மக்கள் வீடு நோக்கித் திரும்பியபோது மூத்த சமூக சேவகர் சுகல் பிரசாத் நாக் எஸ்பிஓக்களால் எர்ரபோர் முகாமில் கடுமையாகத் தாக்கப்பட்டார். ஏனையோருக்குத் தகவல்கள் முதலிலேயே கிடைத்ததால் வேறு வழியில் சென்று தப்பித்தனர்.

சிபிஐ தலைவர்களிடம் கொடுக்கப்பட்ட சாட்சியங்கள் எல்லாம் எழுதியோரின் நிலைமைகளையும் தெள்ளெனக் காண்பித்தன. பழைய பள்ளி நோட்டுகளிலிருந்து கிழித்த தாள்களிலும், வேறு

துண்டுக் காகிதங்களிலும் அவை எழுதப்பட்டிருந்தன. அவர்கள் எழுதிய தாக்கீதுகளில் முழுமையான, நேரடி அனுபவங்களே இருந்தன. எல்லாம் ஜுடும் கை வரிசை பற்றியவை. முழுக் கிராமங்களோ அல்லது பல குடிசைகளோ முழுவதாக எரிக்கப் பட்டதும், கால்நடைகளும் கோழிகளும் தாக்குதல் நடந்த இடத்திலேயே உணவாக மாறியதும், கால்நடைகள் மொத்தமாகக் களவாடப்பட்டு ஜுடும் முகாம்களுக்கு எடுத்துச் செல்லப்பட்டதும் அவைகளில் எழுதப்பட்டிருந்தன. இதைவிட மனிதர்கள் அடித்து நொறுக்கப்பட்டதும், கொடூரமாகக் கொலை செய்யப்பட்டதும், உயிரோடு கொளுத்தப்பட்டதும் எழுதப்பட்டிருந்தன. ஆற்றில் மீன் பிடிப்போரும் குளித்துக் கொண்டிருந்த மக்களும் மூழ்கடிக்கப் பட்டு, கண்டுபிடிக்கப்பட்ட பரிதாபங்களும் அவற்றில் எழுதப் பட்டிருந்தன. பல பெண்கள் பாலியல் வன்முறைக்கு உள்ளான செய்திகள் இடம்பெற்றிருந்தன. பல பெண்களின் பெயர்களும் குறிப்பிடப்பட்டிருந்தன. அல்லது இன்னாரின் மகள், இன்னாரின் மனைவி என்ற முறையில் தகவல்கள் இருந்தன. அல்லது, ‘மொத்தமாக எங்கள் கிராமத்தில் 100 பெண்கள் பலாத்காரம் செய்யப் பட்டனர்’ என்பது போன்ற தகவல்கள் இருந்தன. கொல்லப் பட்டவர்களின் விவரங்களை விடவும், வலிந்து அடித்து முகாம்களுக்கு இழுத்துச் செல்லப்பட்ட மக்களின் பெயர்களும் விவரங்களும் அதிகமாக அந்தப் புகார் கடிதங்களில் இருந்தன. செத்த பிணங்களைவிட செத்துக்கொண்டிருக்கும் அந்தப் பாவப் பட்ட மக்கள் முக்கியம் அல்லவா! எப்படியோ அந்த மக்கள் கிராமங்களிலிருந்து பிய்த்து எடுக்கப்பட்டு எரிக்கப்பட்டார்கள்.

நாகா, மிசோ கிராமங்களில் தங்களுக்கு நடந்த இன்னல்களைத் தேதி வாரியாகக்கூட நினைவில் வைத்திருப்பார்கள். 1950-60களில் தங்கள் கிராமங்கள் எரிக்கப்பட்ட நாளையும் கிழமையையும் கூட தெளிவாகத் தெரிந்து வைத்திருந்தனர். அவர்களது வரலாற்றுப் பின்னணியில் கிறித்துவ படிப்பும் இருப்பதால் பொது அறிவில் விசாலமாக இருந்திருக்கலாம். ஆனால், சத்தீஸ்கர் மக்களுக்கு அத்தகைய கல்விப் பின்புலம் இல்லாத காரணத்தால் அவர்களுக்கு நாள், மாதம், ஆண்டு என்று எந்தக் குறிப்பிட்ட கணக்கும் கொடுக்க இயலவில்லை.

பல புகார்க் கடிதங்களில் வீட்டிலிருந்து காணாமல் போனவற்றின் பட்டியலும் அடங்கியிருந்தது. காப்ரா என்ற ஒரே ஒரு பொருள் மட்டுமே குடிசை கட்டும்போது அவர்கள் காசு கொடுத்து வாங்கும் ஒரே பொருள். சுட்ட கூரை ஓடுகள் அவை. வீட்டின் மற்ற பாகங்கள் மண்ணாலும் மரக் கட்டைகளாலும் ஆனது. அதிலும் அந்த மக்கள்

தங்கள் வீடுகளின் கதவுகளும் திருட்டுப் போகின்றன என்கின்றனர். வீட்டில் மரச் சாமான்கள் என்ற பெயரில் கயிற்றுக் கட்டில்கள் ஒன்றிரண்டு இருக்கலாம், அவ்வளவே. மிக அரிதாக சிலரிடம் டிரான்சிஸ்டர், ரேடியோ, சைக்கிள் போன்ற மதிப்புள்ள பொருள்கள் இருக்கலாம். அதோடு உலோகச் சட்டி, பானைகள், நாலைந்து துணிமணிகள், ஒன்றிரண்டு போர்வைகள் ஏதாவது சில சின்ன விவசாயக் கருவிகள் - இதுதான் அவர்களின் வீட்டுச் சொத்து. இவற்றோடு கோழிகள், ஆடுகள், அரிசி சாக்குகள், பருப்புகள், புளி - அது போன்று சில காட்டின் விளைபொருள்கள். இந்தப் பெரும் சொத்துகளை எல்லாம் கொள்ளை அடிப்பதுதான் ஜுடுமின் வழக்கம். இதற்கு மேல் ஏதாவது தங்க நகைகள், பணம் என்று கிடைத்தால் அதிக லாபம்தான் அவர்களுக்கு. மிகச் சில வீடுகளில் பணம் பத்தாயிரம், இருபதாயிரம் என்றும் இருப்பதுண்டு. அவர்களில் யாருக்கு வங்கிக் கணக்குள் இருக்கும்! காணாமல் போனவர்களின் பட்டியலில் மேலே சொன்ன பெருமக்களோடு சில சமயங்களில் மீன் வலை, இசைக் கருவி போன்றவையும் அரிதாக அடங்கும். ஆனால், அவர்கள் கையிருப்போ, சொந்த சாமான்களோ மிக மிகக் குறைவு. ஆகவே, காணாமல் போனவற்றை மிகத் துல்லியமாக நினைவில் வைத்திருப்பார்கள். இருப்பதோ சிறிது. ஆனால் பறி கொடுப்பதோ பெரிது. இதற்காக ஒரே ஓர் உதாரணம் தரலாம்:

'பீமாவின் மனைவி பாலியல் பலாத்காரம் செய்யப்பட்டாள். வீடு பற்ற வைக்கப்பட்டு எரிந்தது. அதற்குமுன் வீட்டிலிருந்த பொருள்கள் கொள்ளையடிக்கப்பட்டன. கொள்ளையடிக்கப் பட்டவை 10 மூட்டை அரிசி, உப்பு ஒரு கிலோ, பருப்பு ஐந்து கிலோ, சல்பி அல்லது நொதிக்க வைக்கப்பட்ட பழச் சாறு, 1500 ரூபாய் மதிப்புள்ள பத்து துணிமணிகள், 10 சமையல் சாமான்கள், 10 கோழிகள், 3 ஆடுகள், எண்ணெய் 3 கிலோ, பணம் ரூ. 2000.'

மக்களால் திருடப்பட்ட பொருள்களான சமையல் சாமான்கள் காட்டில் எங்கேனும் ஒளித்து வைக்கப்பட்டிருந்தாலும் அவை துணை ராணுவம் எஸ்பிஓ கண்களில் பட்டால் அவற்றை உடனே எடுத்துவிடுவது வழக்கம். மக்கள் எஸ்பிஓ கேட்பதை உடனே கொடுத்துவிட வேண்டும். கோழி என்றால் கோழி. இல்லை யென்றால் அவர்களுடைய துப்பாக்கிகளின் கட்டைப் பகுதி கிராமத்து மக்களின் உடம்பில் வலிமையாக இடியென இறங்கும்.

சில சமயங்களில் நட்டக் கணக்குகள் மொத்தமாக ஒரு கிராமத்துக்கு என்று கணக்கிடப்படும். பெந்தாராஸ் என்ற கிராமம் அழிக்கப்பட்ட போது 100 வீடுகள் எரிந்து தரை மட்டமாயின. 50 லட்சம் ரூபாய்

மொத்த இழப்பு. கப்பபள்ளி என்ற கிராமம் ஜுதுவின் வருகைக்குப் பிறகு 3-4 கோடி ரூபாய் மதிப்புள்ள உடைமைகள் நட்டம். அறுவடை முடிந்து விவசாயப் பொருள்கள் வீட்டில் சேமித்த வைத்திருந்தபோது திட்டமிட்டு அடிக்கப்பட்ட கொள்ளை இது. சாவாபள்ளி கிராமத்து மக்கள் விளக்கமாகக் கொடுத்த புகார்:

'சல்வா ஜுதும் கர்ப்பிணிகளை அடித்தே கொன்றார்கள். குழந்தைகளை எரியும் நெருப்புக்குள் தூக்கி எறிந்தார்கள். சல்வா ஜுதும் ஆட்களின் கைகளில் சிக்கினால் நிச்சயமாகக் கொல்லப்படுவார்கள்; உடம்புகளைக் கிழித்து எடுப்பார்கள்; நாக்கைத் துண்டிப்பார்கள்; இதயம் கசக்கித் துண்டாடப்படும்... அந்த நாள்களை நினைத்தாலே எங்கள் நெஞ்சம் பதறுகிறது. மிகவும் அஞ்சி, அடங்கி, முடங்கிக் கிடந்த நாட்கள் அவை.'

கொட்டபள்ளி கிராமத்தவர்கள் கொடுத்த விளக்கங்களில் நடந்தவை அப்படியே நடந்தவைகளாகவே விவரிக்கப்பட்டுள்ளன. வீடுதோறும் அவர்கள் பெற்ற நஷ்டக் கணக்கின் விவரமே அது:

'நாங்கள் ஒரு சிறு கடிதத்தை உங்களுக்கு எழுதுகிறோம். எங்கள் முழு கிராமமே வெள்ளத்தில் மூழ்கியது. சாப்பாடு கிடைத்தால்... நாளைக்கு ஒரு தடவை, கிடைத்ததை உண்போம். எங்கள் கிராமத்தைவிட்டு வெளியேறி அலைந்தோம். எங்கே நாங்கள் போனாலும் எங்கும் உட்காரக்கூட நிலமில்லை. சல்வா ஜுதும் மக்கள் எங்கள் உரிமைகளை - கோழி, கால்நடை, பன்றிகள், வீட்டுச் சாமான்கள் - அனைத்தையும் எங்களிடமிருந்து வலிந்து பறித்துக் கொண்டார்கள். எங்கள் பெண்களை நாசமாக்கினார்கள். மற்றவர்களை அடித்து நொறுக்கினார்கள். கடந்த மூன்று ஆண்டுகளாக எங்கள் நிலை இதுதான் என்பதை இக்கடிதத்தின் மூலம் உங்களுக்குத் தெரியப்படுத்துகிறோம். கொட்டபள்ளி கிராமமும் மக்களும் அடி வாங்கியே நொறுங்கிப் போனவர்கள். எந்த மனிதன் இந்தச் சூழலைத் தாக்குப் பிடிக்க முடியும்?

எங்கள் வேதனைகளை உங்களிடம் சொல்லிவிட்டோம்.

உங்களால் என்ன செய்ய முடியுமோ, செய்யுங்கள்.

நன்றியுடன்.....'

வேறு சில கடிதங்களில் அரசின் கருணைமீது மக்கள் கொண்ட நம்பிக்கை தெரிகிறது. அரசு இயந்திரம், அரசியல் முன்னெடுப்புகளும் தங்களைக் காக்கும் என்ற மக்களின் நம்பிக்கைகள் அந்தக் கடிதங்களில் காணக் கிடைக்கின்றன. அக்கடிதங்கள் எல்லாம்

அமைச்சரை மரியாதையோடு விவரித்து எழுதியவை. அவர்கள் உண்மைகளைக் கண்டுபிடித்து, அவதிப்பட்டவர்களுக்கு உதவ வேண்டும் என்பதுதான் கோரிக்கை. இந்தக் கடிதங்களில் பெரும் பாலானவை மனிஷ் குஞ்சம் என்ற ஆதிவாசிகளின் மகா சபையின் தலைவருக்காக எழுதப்பட்டன. கோர்பதார் கிராமத்து மக்களின் வேண்டுகோள் இது:

‘காவல் துறைக்குச் செல்வதில் எந்தப் பயனும் இல்லை. அவர்கள் எங்கள் பிரச்னைகளுக்குக் காது கொடுப்பதேயில்லை. மிகுந்த அச்சத்தின் காரணமாக கங்கலூர், செர்பால், பிஜாபூர் கிராமத்து மக்கள் தங்கள் ஊர்களை விட்டுவிட்டு, காட்டுக்குள் தஞ்சம் புகுந்து கொண்டனர்.

ஏன் இப்படி ஒரு நிகழ்வு நம் நாட்டில் நடக்கிறது?

ஏன் இந்நிகழ்வுகள் சத்தீஸ்கரில் தொடர்ந்து நடந்தேறுகின்றன?

நமது முதலமைச்சர் தேர்ந்தெடுக்கப்பட்டது இது போன்ற நிகழ்வுகள் நடப்பதற்குத்தானா?

மரைப்பள்ளி கிராமத்து மக்கள் ஒரு சோகமான கடிதம் எழுதி அதைக் கீழ்வரும் வார்த்தைகளோடு முடித்துள்ளார்கள்:

‘நாங்கள் சொல்லவோ எழுதவோ இன்னும் நிறைய மீதமிருக்கிறது. ஆனால், எங்கள் பேனா எழுத மறுக்கிறது. நாங்கள் இறுதியாக என்ன எழுதமுடியும்? தயவுசெய்து எங்கள் பிரச்னைகளைப் புரிந்து கொள்ளுங்கள் என்றுதான் நாங்கள் உங்களை இறைஞ்சிக் கேட்டுக் கொள்கிறோம்.’

யாரை வேண்டுமானாலும் வேட்டையாடலாம்

முதலில் ஜுடும், சங்க உறுப்பினர்கள்மீதுதான் கண் வைத்தது. அதுவும் அவர்களுக்குக் கட்டுப்பட்டு முகாம்களுக்கு வர மறுக்கும் அந்த மக்கள்மீதுதான் குறி வைத்தனர். ஆனால், எரித்தல், அளித்தல் என்று அவர்கள் எடுத்து வைத்த புதிய வழக்கங்கள் ஆரம்பித்தபின், கொல்வது என்பதே தானாகக் கனிந்துவிட்டது. நினைத்தவர்களை நினைத்த நேரத்தில் முடித்து விடுவது அவர்களுக்கு எளிதானது. சரியான நேரத்துக்குள் தப்பியோட முடியாத வயதானவர்களும் நோயாளிகளும் அவர்களிடம் மாட்டிக் கொண்டனர். பொதுவாக இந்த மக்கள் கொல்லப்பட்டனர் அல்லது எரிக்கப்பட்டனர். ‘எங்கும் கிடக்கும் வறுக்கப்பட்ட மீன்கள் மாதிரி கொல்லப்பட்ட உடம்புகள் கிடந்தன’ என்று ஒரு கிராமத்து மனிதர் சொன்னார். அதுவும் ஒரு

கிராமம் தாக்கப்படும்போது ஆள்கள் திசைக்கொரு பக்கமாக ஓடிப் போவார்கள். பல முதியவர்களும் நோயாளிகளும் விடுபட்டுப் போகலாம். அவர்கள் கதி எல்லாம் அதோகதிதான். தாக்குதல்கள் வரும் என்று முன்கூட்டியே தெரிந்தாலும் முதியவர்களையும் ஏழை பாழைகளையும், நிலமற்ற அனாதைகளையும் கை கொடுத்துக் காப்பாற்ற ஆள் இல்லாமல் போகலாம்.

கொண்டா பகுதியிலுள்ள பக்கபண்ட் என்ற இடத்திலிருந்து வந்த ஒரு சாட்சியம் இதோ:

கிராமத்து மக்கள் அனைவரும் தங்கள் வீடு வாசல்களைத் துறந்து விட்டு எங்கெங்கோ அலைந்து கொண்டிருந்தனர். சிலர் அடர்ந்த காடுகளில், வேறு சிலர் பக்கத்து நகரங்களில். அந்தக் கிராமத்து ஆட்களில் ஒருவரான பைண்டா புச்சய்யா, அவரது மகன் பைண்டா லஜ்மய்யா இருவரும் காட்டில் மறைந்து வாடும்போது பாம்பு கடித்து இறந்துவிட்டனர். இன்னொரு வயதான பெண் காட்டுக்குள் சிக்கி, தாகத்தால் நா வறண்டு இறந்து போனார். கார்ஸா புக்கா கிராமத்தை விட்டுப் போனவர், உணவுக்காகவும் நீருக்காகவும் அலைந்து திரிந்து, மரணமடைந்தார்.

வெங்கைப்பாடு என்ற கிராமத்து மக்கள் என்னிடம் தங்கள் கிராமத்திலிருந்த வயதான ஏழு பேரும் கொல்லப்பட்டனர் என்றனர். 2005ஆம் ஆண்டில் தீபாவளி சமயத்தில் ஜோகா முகாமுக்குப் போகவில்லை. ஏனெனில், அவரது சல்பி மரம் அப்போதுதான் பால் கொடுக்க ஆரம்பித்திருந்தது. வெளியாட் களுக்கு அந்த மரத்தின் சிறப்புத் தன்மை புரியாது. அந்தப் பனை இனத்து ஓலையிலிருந்து வரும் சாற்றினை, சரியான பக்குவத்தில் புளிக்க வைத்தால் கிடைக்கும் மது மக்கள் மிகவும் விரும்பும் ஒரு பானம். இதே மரங்களை நில உரிமையில்லாமல் வாங்கவும் விற்கவும் முடியும். ஜுதும் ஜோகாவைத் தேடி முகாமுக்குச் சென்ற போது அவர் தப்பித்து, காட்டுக்குள் ஓடினார். ஆனால், அவர் சல்பி பானத்தைக் குடித்திருந்ததால் அவரால் வேகமாக, நிதானமாக ஓட முடியவில்லை. பிடிபட்டார். கோடரியால் வெட்டப்பட்டுக் கொல்லப்பட்டார். வெட்டியது எஸ்பிஓக்கள்.

வயதானவரான மாடா என்பவர் கிராமத்திலேயே தங்கிவிட்டார். 2006 ஜுலை மாதத்தில் ஜுதும் தாக்குதலுக்காக வந்தது. அங்கிருந்த கோழிகள் எல்லாவற்றையும் நன்றாகக் கட்டி, அவற்றை ஒரு குச்சியின் பின்னால் கட்டி, மாடாவின் தோள்மீது ஏற்றி, ஆறு வரை எடுத்து வரச் செய்தனர். ஆற்றுப் படுகையில் கத்தியால் அவரைக்

குத்திக்கொன்று, உடனே அங்கேயே போட்டுவிட்டு கோழிகளோடு எஸ்பிஓக்கள் போய்விட்டனர். இன்னொருவர் நக்சலைட்டுகளால் கொல்லப்பட்டார். அவர் ஓர் 'ஆள்காட்டி' என்பது நக்சலைட்டு களின் எண்ணம். கிராமத்து மக்களை முகாமுக்கு அழைத்துச் சென்றுவிடுவது அவரது வேலையாக இருந்துள்ளது. நாலாவது ஆள் ஜுதும் குழுவினரால் கொல்லப்பட்டார். இந்த இளைஞர் அவரது தகப்பனாரின் குடிசையில் கட்டி வைக்கப்பட்டு, கழுத்திலும் முதுகிலும் கோடரியால் வெட்டப்பட்டுக் கொல்லப்பட்டார். அவருடைய பிணம் அங்கே அநாதையாகத் தொங்கிக்கொண்டிருந்தது.

சிறு குழந்தைகளும் தப்பிப்பதில்லை. இந்தக் கொடூரக் கொலைகளுக்கு மத்தியில் வாழ்வதோடு, நேரடியாகவும் பாதிக்கப் படுகின்றனர். ஹிரநாடு கிராமத்திலிருந்து வந்த சாட்சியம்: ஆறு வயதுப் பெண் குழந்தை. ஓயாம் சானு என்பவரின் சின்னஞ்சிறு மகள், ஜுதுமினரால் கொல்லப்பட்டு குட்டையில் தூக்கியெறியப் பட்டார். இந்தக் கொடூரத்தைத் தங்கள் கைகளால் செய்த எஸ்பிஓக்கள், புனேம் ஷங்கர், பிந்து, மோடியம் ஹங்கா என்ற மூவரும்தான். ரிகர்நாடு கிராமத்தில் மூன்று வயதுப் பெண் குழந்தை - கொர்சா மங்கிலி - அடிபட்டு மயங்கிச் சாய்ந்தது. ஒரு கை முழுவதுமாக முறிக்கப்பட்டிருந்தது. சல்வா ஜுதுமின் கைங்கர்யம்.

2007 மார்ச் மாதம் ஒரு மருத்துவக் கல்லூரி மாணவர் என்னிடம் 24 வீடுகளை ஜுதும் அழித்து எரித்தனர் என்று கூறினார். நடந்த இடம் ரோபள்ளி என்ற கிராமம். எரியும் வீட்டுக்குள் வயதான ஒரு கிழவியைத் தூக்கி எறிந்தனர். ஒரு மூன்று வயதுக் குழந்தையையும் மூன்று மாதப் பச்சிளங் குழந்தையையும் எரியும் வீட்டிலிருந்து காப்பாற்றமுடியாமல் நெருப்புக்குப் பலி கொடுத்தனர். அதைக் கண்ணால் பார்த்துத் துடித்த தாயார் மீஸா மன அழுத்தத்தில் அமிழ்ந்து போனார். இந்தப் பெண்ணுக்கு Medicines Sans Frontieres (MSF) என்ற பிரெஞ்சு மருத்துவ அமைப்பு மன நல மருத்துவம் அளிக்க முயற்சித்தது. ஆனால், இந்த உதவிகூடப் பெறமுடியாத பல தாய்மார்கள், கண்ணுக்கெதிரே தங்கள் பிள்ளைகளைப் பலி கொடுத்தவர்கள் அதன் தாக்கத்தில் மனம் குமுறி மாய்ந்து போனதும் உண்டு. நெண்டு மாங்கோ என்ற இடத்தில் உள்ள மத்வி மேஸ் என்ற பெண்மணி தன் சிறு குழந்தையைத் தொட்டிலில் தூங்க வைத்து விட்டு தண்ணீரெடுக்க சிறிது தொலைவு சென்றிருக்கிறாள். திரும்பி வருவதற்குள் ஜுதும் ஊரையே எரித்திருந்தது. எரியும் வீட்டுக்குள் தன் தொட்டில் குழந்தையும் கருகிப் போனதைத்தான் அந்தத் தாய் பார்த்தாள்.

அரசும் ஏதேதோ அறிக்கைகள் கொடுக்கின்றன. ஆனால், நடப்புகளோ மக்களுக்கு எதிராகத்தான். அரசு வானூர்திகளை அங்கு பறக்க அனுமதிப்பதில்லை என்றும், ஹெலிகாப்டர்கள் அடிபட்ட ராணுவ வீரர்களை மீட்க மட்டும் செல்லும் என்றும் சொல்வதுண்டு. ஆனால், ஹெலிகாப்டர்கள் போர் உதவி செய்யவும் பயன்படுத்தப் பட்டன. ரிகர் நாட்டு சாட்சியம் ஒன்றில் 2007இல் ஒரு ஹெலிபேட் கிராமத்தில் ராணுவத்தோடு இறங்கி மக்களைக் கொன்றது என்று கூறப்பட்டுள்ளது. காவல் துறை அவ்வாறு இறங்கியபோது அங்கு மாவோயிஸ்டுகளின் கூட்டம் ஒன்று நடந்து கொண்டிருந்தது என்று ஒரு நொண்டிச் சாக்கைக் கூறினர். ஆனால், கிராமவாசிகளோ அப்போது நடந்தது ஒரு கிராமத் திருவிழா என்றனர். ஆடிப் பாடிக் கொண்டிருந்த மக்களில் குடிக்காத மக்கள் ஓடி ஒளிந்தனர், குடித்து மயங்கிக் கிடந்த மக்கள் கொல்லப்பட்டார்கள் அல்லது கைது செய்யப்பட்டனர் என்கின்றனர் கிராமத்து மக்கள். எத்தனை பேர் கொல்லப்பட்டார்கள் என்பதே தெரியாமல் போய்விட்டது. 2005-07இல் ஏழு கிராமத்தவர்கள் ரிகர்நாட்டில் கொல்லப் பட்டார்கள் என்றும் ஒரு கணக்குண்டு. சுர்ப்பங்காடா கிராமத்தினர் மனித உரிமைக் கழகத்திடம் 2006இல் காவல் துறை மூன்று ஹெலிகாப்டர்களில் வந்து எங்கள் குடிசைக்குத் தீ வைத்தனர் என்று அறிக்கை அளித்தனர்.

பல தேடும் வேட்டைகளில் சாதாரண கிராமத்து மக்கள் பிடிக்கப் பட்டு, நக்சலைட்டுகள் என்று முத்திரை குத்தப்படுவது பழக்கம் தான். துப்பாக்கிச் சண்டைகளின்போது நடுவிலேயே தவறுதலாக சாதாரண மக்கள் சுடப்பட்டுவிட்டார்கள் என்பது அரசு கொடுக்கும் நொண்டிச் சாக்கு. செர்பாவில் உள்ள படப்பள்ளி என்ற கிராமத்தில் உள்ள ஒருவர் 2006 நவம்பர் மாதம் என்ஹெச்ஆர்சியிடம் சல்வா ஜுடும், சிஆர்பிஎஃப் எஸ்பிஓ எல்லோரும் ஒன்றாக எங்கள் கிராமத்துக்குள் குவிந்தனர், கொள்ளையடித்தனர். அது முடிந்ததும் எல்லா வீடுகளையும் எரித்து அழித்தனர். அன்றே சிஆர்பிஎஃப் நான்கு கிராமத்தவரைப் பிடித்துப் போய் முகாமில் அடைத்தனர். நாள் கழித்து கிராமத்தினருக்கு ஒரு விளக்கம் வந்தது. முகாமில் திடீரென்று நக்சல்களின் தாக்குதல் நடந்தது. துப்பாக்கிச் சண்டையின் நடுவில் தற்செயலாக நால்வர் குண்டடிப் பட்டு இறந்துவிட்டனர் என்று அவர்கள் பிடித்துப் போன நால்வரின் பெயரைத் தந்துள்ளனர்.

இதில் இன்னொரு பெரிய வேடிக்கை ஒன்றும் நடந்தது. இந்தத் துப்பாக்கிச் சூடும் நால்வர் கொல்லப்பட்டதும் நடந்து முடிந்த ஓரிரு நாளில் பிஜாபூர் மாவட்ட எஸ்பி,சப்-டிவிஷனர் மாஜிஸ்ட்ரேட்

(எஸ்டிஎம்), முகாமுக்கு நேரில் வந்து சிஆர்பிஎஃப்பின் புகழ் பாடிச் சென்றனர். அந்தச் சமயத்திலேயே கங்கலூர் என்ற ஊரின் அருகில் உள்ள செர்பால் முகாமுக்கு மாநில முதலமைச்சரே நேரில் வந்தார். 'செயற்கரிய செயல்கள்' செய்த எஸ்பிஓக்களுக்கு ஆளுக்கு ஆயிரம் ரூபாய் என்று பரிசளித்துவிட்டுச் சென்றார்.

கொடுக்கப்பட்ட சாட்சியங்களில் மக்கள் அதிகம் அடிபட்டதாகச் சொல்லப்படுவது மிகுதியாயிருந்தது. 'மடகாமி ஜோகா என்பவரின் மகளின் கை கால்களை சல்வா ஜுடும் அடித்து உடைத்துவிட்டனர்.' படேல் கன்காபல் என்ற இன்னொரு இடத்தில் அடித்து ஐந்து ஆட்கள் மயங்கி விழுந்தனர். இப்படி அடி வங்கியவர்கள் அதன்பின் பத்ராச்சலம் மருத்துவமனையில் சிகிச்சைக்காகச் சேர்க்கப்பட்டனர். மருத்துவத்துக்காக அந்த ஐந்து பேரும் தங்கள் சொத்துகளான கால்நடைகளை விற்றுத்தான் பணம் திரட்ட வேண்டியிருந்தது. அந்தச் செலவே இருபதாயிரம் ரூபாயைத் தாண் விட்டது. ஆனால், இப்படி மருத்துவத்துக்காக மருத்துவமனைகளுக்கு வருவதே ஓர் அரிதான செயல். வம்பை விலைக்கு வாங்குவது போன்ற நிலை அவர்களுக்கு. வெளியே வந்தால் மறுபடியும் கைதாகலாம்; அடி படலாம். சல்வா ஜுடும் தாக்குதல் சமயங்களில் குண்டடிப் பட்டவர்கள்கூட மருந்துச் செடிகள் மூலம் இயற்கை வைத்தியம் பார்த்துக்கொள்வதுதான் மக்களின் வழக்கம்.

சல்வா ஜுடும் ஒரு கிராமத்தைக் கடந்து சென்றது என்றால் வழி நெடுக கொள்ளையடிப்புகள், தீ வைப்புகள், பாலியல் பலாத்காரங்கள், கொடுங்கொலைகள் என்று விழா போல் அனைத்தும் நடக்கும். புகார்க் கடிதம் கொடுத்தவர்கள் கொல்லப் பட்டவர்களின் பெயர்ப் பட்டியலையும், அவர்களைக் கொலை செய்த எஸ்பிஓக்களின் பெயர்ப் பட்டியலையும் சமர்ப்பித்துள்ளனர். பெருவாரியான மக்கள் மகேந்திர சர்மா, சல்வா ஜுடுமின் தலைவர் ராம் புவன் குஸ்வாகா இருவரும் எங்கள் கிராமங்கள் எரிந்து அழியும்போது அங்கிருந்தனர் என்று குறிப்பிட்டுள்ளனர்.

மக்களைத் தாக்கி அழித்தவர்கள் போலல்லாமல், கிராமத்தினர் தங்களில் சிலர் கொல்லப்பட்டபோது அந்தச் சடலங்களை அனாதையாக விட்டுப் போனதில்லை. தாக்குதல்கள் நடந்து முடிந்த பின்னும் சிலராவது திரும்பித் தங்கள் அழிந்த கிராமத்துக்குச் செல்வர். இந்தச் சடலங்களைச் சேகரித்து அவற்றுக்குச் செய்ய வேண்டிய இறுதிக் கடன்களைத் தங்களுக்குத் தெரிந்த அளவில் செய்து இறந்தவர்களுக்குத் தங்கள் மரியாதையை அளித்தனர். அந்தக் கடினமான காலங்களில் மக்களால் செய்யமுடிந்த மரியாதை இதுதான்.

கற்கள் சொல்வது மட்டுமே உண்மையானவை.. அரசுக் குறிப்புகள் அப்படியில்லை

சல்வா ஜுடும் தாக்குதல்கள் நடந்து பலர் கொல்லப்படுவது ஒரு பக்கம் நடந்து வந்தாலும், மற்றொரு பக்கமும் தொடர்ந்து பல என்கவுண்டர்களும் நடந்து வந்தன. 2005 செப்டெம்பர் 6ஆம் தேதி ஹிட்டாவாடு ஓர் அறிவிப்பை வெளியிட்டது. அதில் சத்தீஸ்கரின் டிஜிபி பத்து பிஜாபூர் காட்டுக்குள் நடந்த பசுமை வேட்டைத் திட்டத்தின்போது என்கவுண்டர் மூலம் ஆயுதம் தாங்கிய பத்து தீவிரவாதிகள் கொல்லப்பட்டனர் என்று கூறுகிறார். ஆனால், மாவோயிஸ்டுகள் 2006 ஜனவரி மாதம் பீப்பிள்ஸ் மார்ச் என்ற செய்தித்தாளில் கொல்லப்பட்ட பத்து பேரும் சாதாரண கிராம மக்கள். தேவையின்றி அவர்களைக் கொன்றது பச்சைப் படுபாதகம் என்று கட்சிக்காரர்கள் கூறினார்கள். இதன் பின்னர். அடுத்த கோடைக் காலத்தில் மிர்துார் முகாமில் அடைபட்டுக் கிடந்த செர்லி கிராமத்தினர் பத்து பேர் துப்பாக்கிச் சண்டைக்கு நடுவில் சுடப்பட்டு இறந்துபோனார்கள். மாவோயிஸ்டுகளுக்கும் காவல் துறைக்கும் நடுவில் நடந்த துப்பாக்கிச் சண்டையில் இந்தக் கொலை நடந்து முடிந்துள்ளது. எந்த ஒரு காவல் துறையினரும் இந்தத் தாக்குதலின் போது கொல்லப்படவே இல்லை என்ற செய்தியில் ஆச்சரியப்பட ஏதுமில்லை.

2009இல் நாங்கள் ஹரியல் செர்லி என்ற கிராமத்துக்குச் சென்ற போது கிராமம் ஆரம்பமாகும் இடத்தில் பத்து நினைவுக் கற்கள் நடப்பட்டிருந்தன. அவற்றில் ஏழு கற்களில் காம்ரேட் என்னும் வார்த்தை பொறிக்கப்பட்டிருந்தது. ('ஜுடும் என்ற பெயரில் கொள்ளையடிக்கும் அரசு 25 வயதேயான காம்ரேட் கடத்தி சின்னா என்பவரைக் கொன்றது. அவர் 2005ஆம் ஆண்டு தன்னைத் தியாகம் செய்தார். காம்ரேட்டிற்கு நமது செவ்வஞ்சலி!') மீதி கற்களிலும் உயிர்த் தியாகம் செய்த வேறு காம்ரேடுகள் பற்றிய குறிப்புகள் இருந்தன. தியாகிகளின் வயது 18லிருந்து 40 வரை இருந்தது. ஆனால், காட்தி கும்மா என்ற தியாகி காம்ரேட்டின் வயது வெறும் 12. ஒருவேளை அவர் சிறுவர் சங்க உறுப்பினராக இருந்திருக்கலாம்.

நாங்கள் உயிர்த் தியாகம் செய்த காம்ரேடுகளின் மனைவிகளையும் பிள்ளைகளையும் சந்தித்தோம். அவர்கள் எல்லோருமே 2005இல் நடந்த சல்வா ஜுடும், நாகா படைகளின் தாக்குதல் சமயத்தில் காட்டுக்குள் ஓடி ஒளிந்துகொண்டனர். அந்தத் தாக்குதலில் ஐந்து வீடுகள் தீக்கிரையாக்கப்பட்டன. 'நாகா காவல் படை பத்து பேரைப் பிடித்து, ஒன்று சேர்த்து, அத்தனை பேரையும் கொன்றனர்.' அடுத்த

நாள் தாக்கியவர்கள் போன பின்பு கிராமத்துக்குள் பெண்கள் மாலையில் சென்றபோது பத்து பேர்களின் உடல்களும் ஒன்றாக ஒரே நேர் கோட்டில் சுடப்பட்டுக் கிடந்தன. அந்த உடல்களைக் கட்டில்களில் ஏற்றி கிராமத்தின் உள்பகுதிக்கு வரும்போது நன்கு இருட்டிவிட்டது. இந்தக் கொலைகளைப் பற்றி அடுத்த நாள் விடிந்த பின்புதான் கிராமத்து மக்கள் காவல் துறையிடம் புகார் கொடுத்துள்ளனர்.

காவல் துறையின் இக்கொலைகள் பற்றிய அவர்களது குறிப்புகளை நான் பின்னாளில் என்ஹெச்ஆர்சி தொகுப்புகளில் பார்க்கும் வாய்ப்பு கிடைத்தது. காவல்துறைக்கு இந்தப் பத்துக் கொலை களைப் பற்றி எப்படி ஒரு குறிப்பெழுதுவது என்பது பெரும் குழப்பமாக இருந்திருக்கும் போலும். முதல் குற்றப் பத்திரிகையில் கிராமத்து மக்கள் தாக்குதல் முடிந்த இரண்டாம் நாள் ஐந்து சடலங்களை எடுத்து வந்ததாகவும், இன்னொரு குற்றப் பத்திரிகையில் மூன்றாம் நாள் மூன்று சடலங்களை எடுத்து வந்ததாகவும் எழுதப் பட்டிருந்தது. இரண்டு அறிக்கைகளிலும் ஒரே ஒரு பெயர் மட்டும் பொதுவாக இருந்தது.

மூன்றாவது எஃப்ஐஆரும் இருந்தது. நாவல் கஷ்யப் என்பவர் கொடுத்த தகவலின்படி முழு விவரங்கள் கொடுக்கப்பட்டிருந்தன. நாவல் கஷ்யப் ஒரு காவல் குழு தலைவர். அவர் மிகவும் விவரமாக இந்த என்கவுண்டர் பற்றிய 'துல்லியமான' குறிப்புகளைக் கொடுத்துள்ளார். காவல் துறைக்கு ரகசியத் தகவல் தரும் நபர் ஒருவர் கொடுத்த செய்தியின்படி நக்சல்பாரிகள் சங்க உறுப்பினர் களோடு ஒரு கூட்டம் நடத்தப்போவதாகவும், அதில் சல்வா ஜுடும் காவல் துறை இரண்டின் பேரிலும் தாக்குதல் நடத்தத் திட்ட மிருப்பதாகவும் தெரியவந்தது. ஆகவே, சல்வா ஜுடுமின் வழிகாட்டி களான ரகுராம், சந்து, ஃபன்னித், தேவி என்பவர்களின் உதவியுடன் காவல் துறை தாக்குதலைத் தடுத்து நிறுத்த, அவர்களை வளைத்தது.

'நாங்கள் மாலை ஐந்து மணியளவில் மலைப் பகுதியைச் சுற்றி வளைத்தோம். ஒன்றரை மணி நேரம் எங்களுக்குள் துப்பாக்கிச் சண்டை நடந்தது. நக்சல்பாரிகள் 200 ரவுண்டுகள் சுட்டனர். மூன்று நக்சல்பாரிகள் குண்டடிப்பட்டு கீழே சாய்ந்தனர். எங்கள் கண்ணால் அதைப் பார்த்தோம். நக்சல்கள் தங்களுக்குள் அதிகமாகக் கத்திப் பேசிக் கொண்டிருந்தனர் (காவல் துறை தங்களைச் சரியாகக் கண்டுபிடிப்பதற்காகவே அவர்கள் அவ்வாறு சத்தமாகப் பேசுவார்கள் போலும்!). சந்தோஷ், ஜக்கு, லக்கு, ஜோகா, மங்ளு, மெஷ்ராம், கம்லு என்ற பெயர்களை அந்தப் பேச்சுகளிலிருந்து

கண்டுபிடித்தோம். அவர்கள் தொடர்ந்து துப்பாக்கிச் சூடு நடத்திக் கொண்டிருந்தனர். இருட்டு அதிகமாகிக்கொண்டு வந்தது. அடர்த்தியான காடு. தப்பிப்பது சுலபம். அவர்களும் தப்பி ஓடினார்கள். மேலும் சிலருக்கும் அடிபட்டிருக்கலாம். இருட்டில் தெரியவில்லை. அப்போது அப்பகுதிக்கு நாங்கள் செல்லவும் முடியவில்லை.'

உயிர் துறப்பவர்களுக்கான நஷ்ட ஈடு நக்சல்பாரிகளால் கொல்லப் பட்டவர்களுக்கு மட்டுமே உண்டு. சல்வா ஜுடும், காவல் துறை கொன்றவர்களுக்கு அப்படி ஏதும் உதவியளிப்பதில்லை. ஆகவே குறிப்புகள் எல்லாமே இதற்கு ஏதுவாகவே எழுதப்பட்டன. வசதிக்காக எழுதப்படுபவை. 2008இல் என்ஹெச்ஆர்சி அன்று நடந்த துப்பாக்கிச் சண்டையில் ஏழு பேர் கொல்லப்பட்டதாகக் கணக்கிட்டுக் கொண்டனர். ஏனெனில், காவல் துறை ஏழு குடும்பங்கள் நஷ்ட ஈடு பெற்றன என்று குறிப்பெழுதி இருந்தனர். மக்களை இழந்த குடும்பங்களில் மூன்று குடும்பங்கள் தங்களுக்கு நஷ்ட ஈடு தேவையில்லை என்று கூறிவிட்டனர். இது 2009இல் நடந்தது. ஆனால், கிராமத்து சர்பஞ்சாயத்துகள் உதவி பெற மறுத்த மக்களின் வங்கிக் கணக்குப் புத்தகத்தைத் தங்களோடு வைத்துக் கொண்டனர். அவர்கள் அப்போது மிர்தூர் முகாமில் தங்கியிருந்தனர். அங்கிருந்து அவர்கள் அவ்வப்போது அந்தப் பணத்தைத் தங்களுக்காக எடுத்துக்கொண்டனர். வேறு இரு குடும்பங்கள் தங்களுக்கு நஷ்ட ஈடு தேவையில்லை என்றனர். உடனே அந்தக் குடும்பங்களைக் காவல் துறை நக்சலைட்டுகள் என்று வசதியாகக் குறிப்பெழுதிக் கொண்டனர். காவல் துறையால் நக்சலைட்டுகள் என்று கூறப்பட்ட அதே மக்கள் என்ஹெச்ஆர்சிக்குக் கொடுக்கும் அறிக்கையில் இப்போது நக்சலைட்டுகளால் கொல்லப்பட்ட மக்களாக மாறிவிட்ட அதிசயம் நடந்தது. வெறும் கிராமத்து மக்களாகவோ, சங்கத்து உறுப்பினர்களாகவோ இருந்த அவர்களது நிலைமை முற்றிலும் மாறிவிட்டது.

நம் நாட்டுப் பெண்கள் பொய் சொல்கிறார்களா?

நாங்கள் பலாத்காரம் செய்யப்பட்டவர்கள் என்று பெண்களை யெல்லாம் தலைமறைவாக இருந்தவர்கள் சொல்ல வைத்தார்கள்.

பிரிகேடியர் பொன்வார், காங்கெர் வனப்போர் கல்லூரி,
பேச்சின் ஊடே கூறியது, 2008

பாலியல் பலாத்காரம் சர்வ சாதாரணமாக, அதே சமயம் மிகக் கொடூரமாக நடந்து வரும் நிகழ்வு. இளைஞர்கள் கடத்தப் படுவார்கள் என்ற அச்சத்தில் சந்தைக்குப் போய் சாமான்களை

வாங்குவது, விற்பது போன்ற வேலைகளைப் பெண்கள் செய்ய ஆரம்பித்தனர். விறகு, அரிசி என்று என்ன தேவைப்பட்டாலும் பெண்கள் சென்று வர ஆரம்பித்தனர். இதனால் பெண்களின் கதி அதோ கதியாயிற்று. எளிதில் அவர்களை அடித்துத் துன்புறுத்துவதோ பலாத்காரம் செய்வதோ இதனால் எளிதாயிற்று. 12 வயது சிறுமி பாலியல் பலாத்காரம் செய்யப்பட்டார் என்று கிராமத்தினர் எழுத்து மூலம் புகார் கொடுத்தனர். வயதான பெண்களின் பால் உறுப்பு களுக்குள் குச்சிகளைக் கொடூரமாகச் சொருகி எந்த மனித உணர்வும் இன்றிக் கொன்றார்கள். ஜுடும் உறுப்பினர்கள் பெண்களின் ஆடைகளை சேலையோ, மேலாடையோ, கைலியோ எதுவாக இருந்தாலும் கிழித்து அவமானப்படுத்துவதும், உடைகளைக் கிழித்து இடுப்பில் அவர்கள் பத்திரமாக பணம் வைத்திருக்கும் சுருக்குப் பைகளை எடுத்துக்கொள்வதும் அவர்களுக்கு வேடிக்கை யாகவும் வாடிக்கையாகவும் இருந்தது. பெண்களுக்குத்தான் வேதனை. கிழவியோ சிறுமியோ கர்ப்பிணியோ, யாரையும் விட்டுவைப்பதில்லை.

2008 நிகழ்வுகள்: வெங்கைப்பாடு கிராமத்து மனிதர் இரு பாவப்பட்ட சிறுமிகளைப் பற்றி ஒரு நிகழ்வை என்னிடம் பகிர்ந்துகொண்டார். ஜுடும் தாக்குதல் சமயத்தில் அந்த இருவரும் தங்கள் கிராமத்து வீட்டில் இருந்துள்ளனர். ஒரு பெண் உடல் நலமின்றி இருந்திருக்கிறார். அடுத்த பெண் அவளுக்கு உதவி செய்வதற்காக இருந்தவர். இருவருமே பாலியல் பலாத்காரம் செய்யப்பட்டனர். பின் கைதும் செய்யப்பட்டனர். மொட்டையடித்து, நக்சலைட்டு களின் சீருடையை அவர்களை அணியச் செய்து, அப்பாவிப் பெண்களை வெகு எளிதாக நக்சலைட்டுகளாக மாற்றிவிட்டனர். இன்னொரு பெண் கைது செய்யப்பட்டு மிர்தூர் காவல் நிலையத்துக்குள் அழைத்துச் செல்லப்பட்டாள். கையில் ஒரு துப்பாக்கியைக் கொடுத்து ஒரு புகைப்படம் எடுத்து, ஒரு குழந்தையை நக்சலைட்டாக மாற்றும் 'மந்திரம்' நடந்தது. அந்தப் பெண்ணின் தந்தை தன் மகளை மீட்க ரூபாய் பத்தாயிரத்தை வழக்கறிஞர் ஒருவருக்குக் கொடுத்துள்ளார். ஆனால்... பாவம் அந்தப் பெண் ... இன்னும் சிறையில் வாடிக் கொண்டிருக்கிறாள்.

இந்திரவதிக்குப் பக்கத்திலுள்ள கிராமங்களிலிருந்தும் சில நிகழ்வுகள் என் காதில் விழுந்தன. அங்கிருக்கும் மந்தைகளில் அல்லது விழாக்களில் இளம் பெண்கள் கைது செய்யப்படுவார்கள். அவர்கள் நக்சலைட்டு கூட்டங்களில் கலந்துகொண்டதாகச் சொல்லும்படி வற்புறுத்தப்படுவார்கள். பின் அவர்கள் முகாமில் கைது செய்யப்பட்டு, பலாத்காரம் செய்யப்பட்டு, பின் வயதான

யாருக்காவது மணமுடித்துக் கொடுக்கப்படுவார்கள். இதை ஒரு தொழிலாகவே செய்து கொண்டிருந்தாராம் ஒருவர்.

என்ஹெச்ஆர்சியிடம் ஒரு பெண் வழக்கமாக முகாம்களில் நடக்கும் பாலியல் பலாத்காரம் பற்றி அளித்த ஒரு தகவல் கீழே.

நாங்கள் புதிதாக ஒரு முகாமுக்கு இட்டுச் செல்லப்பட்டோம். அங்கிருந்து இரு நாட்கள் கழித்து எஸ்பிஓக்கள் விசாரிக்கவேண்டும் என்று சொல்லி நாங்கள் அழைத்துச் செல்லப்பட்டோம். அப்போதே இரவு மணி ஏழு அல்லது எட்டு. ஏழு பெண்கள் நாங்கள். ஒரு டிரக்கில் ஏற்றி எங்களை முகாமிலிருந்து அருகில் இருந்த காட்டுக்கு அழைத்துச் சென்றனர். அனைவரும் பாலியல் பலாத்காரம் செய்யப்பட்டோம். மீண்டும், மீண்டும். திரும்பத் திரும்ப....

2008இல் சிண்டல்நார் என்னும் கிராமத்தை ஒட்டியுள்ள பகுதிகளிலிருந்து இரு பழங்குடிப் பெண்களின் வாக்குமூலங்களை நானும் சிபிஐ யைச் சேர்ந்த போடியம் பண்டா என்பவரும் சேகரித்தோம். இந்தத் தோழர் மட்டும் இல்லாவிட்டால் அந்தப் பெண்கள் வாயைத் திறந்திருக்கக்கூட மாட்டார்கள். அவர்களுடைய கண்களில் வாழ்நாளின் துன்பம் அனைத்தும் தேங்கி நின்றன. அழுவதற்குக்கூட கண்ணீரில்லை. தாங்கள் எப்படி ஒரு ஜுடும் முகாமில் பாலியல் கைதிகளாக அடைக்கப்பட்டிருந்தனர், எப்படி அங்கிருந்து தப்பித்தனர் என்பதை அவர்கள் வாக்குமூலத்தில் பதிவு செய்திருந்தனர். அவர்களுடைய புகார் பலதரப்பட்ட மக்களுக்கு நடுவே இருக்கும் உறவுச் சிக்கல்களைப் பதிவு செய்கிறது. அங்கிருக்கும் காவல் துறை மனிதர்கள், பீடி இலை தரகர்கள், முகாமின் தலைவர்கள் ஆகியோருக்கு இடையே இருக்கும் உறவுகள் பற்றியும் அந்தப் புகார் தெளிவாகப் பேசுகிறது.

‘நான் மூன்று அல்லது நான்கு மாதக் கர்ப்பிணியாக இருந்தேன். அதனால் அவ்வப்போது என் கிராமத்துக்குப் பெற்றோரைப் பார்க்க வருவேன். அப்படி ஒரு நாளில் (ஜுன் 2007) சல்வா ஜுடும் தலைவர்களும் எஸ்பிஓக்களும் எங்கள் கிராமத்தைத் தாக்குவதற்காக வந்திறங்கினர். இரவு 9 அல்லது 10 மணி இருக்கும். நான் வீட்டுக்குள் தூங்கிக் கொண்டிருந்தேன். வீட்டில் அனைவரும் சுற்றி வளைக்கப்பட்டோம். என் தாய், தந்தையரை அவர்கள் அடித்துத் துன்புறுத்தினர். என்னைத் தரதரவென்று இழுத்து முக்கியச் சாலை வரை கொண்டு சென்றனர். அங்கிருந்து நானும், இன்னொரு சிறு பெண்ணும், ஒரு சிறு பையனும் ஜகர்குண்டா முகாமுக்கு இழுத்துச் செல்லப்பட்டோம். ஒரு வாரம் என்னை அங்கே வைத்திருந்தார்கள்.

ஒவ்வொரு இரவும் நான் பாலியல் பலாத்காரம் செய்யப்பட்டேன். வெவ்வேறு எஸ்பிஓக்கள். அவர்கள் யாரென்றே எனக்குத் தெரியாது. இருந்தும் அவர்களில் இரண்டு முகங்களைக் கண்டு கொண்டேன். ஜோனகுடா கிராமத்து பீமா அல்லது ரமேஷ் என்பவரும், குண்டர் கிராமத்து சோம்கு என்பவரும் எனக்குத் தெரிந்த முகங்கள். நானும் என்னோடு இழுத்து வரப்பட்ட சின்னப் பெண் மைய்ட் இருவரும் பூட்டப்பட்ட ஓர் அறையில் அடைக்கப் பட்டிருந்தோம். அந்தச் சிறு பையன், உங்கா தனியறையில் அடைக்கப்பட்டிருந்தான். சிறிதளவு உணவு மட்டுமே கொடுக்கப் பட்டது. பூட்டப்பட்ட அறையிலிருந்த இயற்கைக் கடன்களுக்கு மட்டுமே சிறிது நேரம் வெளியே அனுப்பப்பட்டோம். என் உடைகள் எனது மனம் போல் கிழிந்து சிதைந்திருந்தன. நான் அணிந்திருந்த சில நகைகளும் பிடுங்கப்பட்டுவிட்டன. எங்களை ஜகர்குண்டா கிராமத்துக்கு அழைத்துச் சென்றனர். எங்கள் விடுதலையை வேண்டி நின்ற என் பெற்றோருக்குத் துப்பாக்கிக் கட்டையால் அடியும், கத்தியால் பயமும் மட்டுமே கிடைத்தன. எங்கள் கிராமத்துக்கு எங்களை இழுத்துச் செல்லும்போது நாங்கள் அங்கே கொல்லபட்டு, எங்கள் உடல்கள் சாக்கடையில் எரியப்படும் என்று சொன்னார்கள். ஆனால், அதற்குள் காவல் துறையில் பெரிய மனம் படைத்த ஒரு காவலர் ஜகர்குண்டாவிலிருந்து எங்களைக் காப்பாற்றினார்.

ஒரு வாரத்துக்குப் பின் என் பெற்றோரும் மற்ற கிராமவாசிகளும் முகாமுக்கு வந்தார்கள். எஸ்பிஓக்கள் 'மனமிறங்கி' எங்களை விடுவித்தனர். அதுவும் திரும்பிச்செல்ல ஒரு பீடி இலைத் தரகர்களின் ஜீப் ஒன்று கிடைக்காவிட்டால் வழியிலேயே எங்களைக் கொன்று போடுவோம் என்று பயமுறுத்தினர். உங்கா உடல் முழுவதும் மிகுந்த அடிபட்டிருந்தான். அவன் நலமடைய பல மாதங்களாயிற்று. நானும் மைய்ட்டும் உடல்நலம் பெற இரு மாதங்கள் ஆகிவிட்டன.

இவை எல்லாவற்றுக்கும் மேல் எங்கள் குடும்பத்து உறுப்பினர்கள் எங்கள் மூவரின் விடுதலைக்காக ஆளுக்கு ரூபாய் 1500 கொடுக்க வேண்டுமென சிந்தல்நார் காவல் துறை நிலையத்தில் கேட்டு வாங்கிக்கொண்டனர். இது எங்கள் 'விடுதலை'க்காக எங்கள் பெற்றோர் கொடுத்த பரிசு. சிந்தல்நார் காவல் துறை ஜகர்குண்டா முகாமுக்குத் தந்தி கொடுத்துவிட்டோம்; அதனால் எங்களுக்கு ஏதும் பாதிப்பில்லை என்று கூறினாராம்.

இன்னொரு கொடூரமான நிகழ்வு. நர்செட்டி கிராமத்தில் நடந்தது. ஜுடும் தாக்குதலுக்குப் பின் மூன்று பெண்களை அவர்கள் பாலியல் பலாத்காரம் செய்தனர். உண்மையறிய வந்த குழுவில் இருந்த ஸ்ரீதேவி பணிக்கர் என்பவரிடம் அவர்களின் வாக்குமூலத்தைப் பெற்றுள்ளார்:

‘2007 ஜூலை மாதம் சல்வா ஜுடும் எங்கள் கிராமத்தைத் தாக்கினார்கள். நான் அப்போதுதான் வயலிலிருந்து வேலை முடிந்து வந்திருந்தேன். தண்ணீர் எடுக்கப் புறப்பட்டுக் கொண்டிருந்தேன். நான்கு மனிதர்கள். முகமூடி அணிந்திருந்தனர். தங்களை வீட்டுக்குள் அனுமதிக்குமாறு என்னைத் துன்புறுத்தினர். அதில் ஒருவன் என் பெற்றோரை அடித்து வெளியே விரட்டினான். மற்ற மூவரும் என்னை வீட்டுக்கு உள்ளே தள்ளிச் சென்றனர். அதில் ஒருவன் கதவருகே காவல் காக்க, மீதி இருவரும் என்னைப் பாலியல் பலாத்காரம் செய்தனர். அவர்கள் திரும்பத் திரும்ப ஒன்றையே சொல்லிக் கொண்டிருந்தனர். ‘நீ ஒரு நக்சலைட். இன்றைக்கு உனக்கு நாங்கள் ஒரு மாற்றத்தைச் சொல்லித் தந்துள்ளோம்.’ அவர்களின் வன்முறைகள் முடிந்த பின் என்னை வீட்டுக்கு வெளியே தள்ளிச் சென்றனர். அங்கே ஒரு பெரிய கூட்டம் நின்றிருந்தது. அதன்பின் அவர்கள் எங்கள் கிராமத்தைவிட்டுச் சென்றனர்.’

அந்தப் பெண்ணின் தாய் கொடுத்த வாக்குமூலம் இது:

‘அவளுடைய பலத்த அழுகுரல் எங்களுக்குத் தெளிவாகக் கேட்டது. என் கணவர் வீட்டுக் கதவை ஓங்கித் தட்டினார். எங்கள் மகளை விட்டு விடும்படி அழுது மன்றாடினார். கதவுக்கருகில் காவல் காத்துக் கொண்டிருந்த மனிதன் தன் துப்பாக்கியின் கட்டையை வைத்து அவரை அடித்துத் தாக்கித் துரத்தினான். எங்கள் மகளை உள்ளே இழுத்துச்சென்ற இருவரும் வெளியே வந்து, என் கணவரை அடித்தனர். எனது கணவர் மயக்கமடைந்து விழுந்தார். என் மகள் அழுது அரற்றிக் கொண்டிருந்தாள். கிழிந்த ஆடைகளுடன் நைந்து போய் நின்றாள் அவள்.

நல்ல வேளையாக ஆதிவாசிகளின் சமூகத்தில், மிக மிக ‘முன்னேற்றம்’ அடைந்த இந்திய சமூகத்தில் போலில்லாமல், பாலியல் பலாத்காரம் செய்யப்பட்ட பெண்களைச் சமூகம் குறி வைத்து, அவர்கள் மனதை மீண்டும் மீண்டும் கொல்வதில்லை. பாவப்பட்ட அப்பெண் களுக்குத் திருமணம் ஒரு பெரும் பிரச்னையில்லை.

நக்சல்பாரிகள் தாக்குதலும் அதற்கு அளிக்கப்பட்ட புதிய சட்ட வகைப்பாடும்

காவல்துறை 'நக்சலைட் தாக்குதல்' என்ற பெயரில் யாரையும் எப்போதும் கைது செய்யமுடியும். மாவோயிஸ்டுகளாக முதலில் இருந்து பின் எஸ்பிஓக்கள் என்று மாறிய மக்கள் தாக்குதலின் போதோ, சந்தை போன்ற பொது வெளியிடங்களுக்குச் செல்லும் போதோ சங்க உறுப்பினர்களைக் கை காட்டி விடுவது வழக்கம்தான். அவர்களின் கைகளில் விலங்கு பூட்டி முகாமில் உள்ள காவல் நிலையங்களில் பூட்டி வைப்பதும் அவர்கள் வழக்கம். ஆனாலும், பல நேரங்களில் கைது செய்வது அவர்களின் விருப்பத்தின் பாற்பட்டது. ஜக்தல்பூர் சிறைச்சாலை ஒன்றுக்கு நாங்கள் 2006 மே மாதம் சென்றபோது, இரண்டு கைதிகளை ஆள்காட்டிகள் என்ற குற்றத்திற்காக சிஆர்பிஎஃப், பிஆர்ஓ (பார்டர் ரோட்ஸ் ஆர்கனைசேஷன்) என்ற இரு குழுக்களும் அவரைக் கைது செய்து அடைத்து வைத்திருந்தனர். அந்த இருவரில் ஒருவர் ஜுடுமில் சேர்வதற்கு வலிந்து அழைத்தபோது அவர் அதற்கு உடன்பட மறுத்தார். அவர்கள் காரணத்தோடோ, காரணமின்றியோ கைது செய்யப்பட்ட பின் பல மாதங்களாகத் தங்கள் குடும்பத்தினர் யாரையும் பார்க்கவேயில்லை.

ஆனால், பாவம் பெண்கள். அவர்கள் கைது செய்யப்பட்டு காவல் நிலையங்களுக்குச் செல்வதற்கு முன்பே கூட்டு வன்புணர்வுக்கு உள்ளாகிறார்கள். அப்படிப்பட்ட ஒரு பெண்ணை 2006ஆம் வருடத்தின் மத்தியில் சந்தித்தோம். அவர் அப்போது தன் சகோதரருடன் அவரது சைக்கிளில் தன் சகோதரியைச் சந்திக்க, பக்கத்துக் கிராமம் ஒன்றுக்குச் சென்று கொண்டிருந்தார். சிஆர்பிஎஃப் அந்தச் சகோதரனை அங்கேயே சுட்டுக் கொன்றனர். அந்தப் பெண்ணை அதே இடத்தில், முக்கிய சாலையில் வைத்து பலாத்காரம் செய்தனர். பின் அவளைக் காவல் நிலையத்துக்குக் கொண்டு சென்றனர். அங்கும் பலாத்காரங்கள் தொடர்ந்தன. அப்போது அருகிலிருந்த இன்னொரு பெண், இந்தப் பெண் காவல் நிலையம் வந்து சேரும்போதே பாலியல் வல்லுறவால் மிகவும் பாதிக்கப்பட்டு, நடக்க முடியாதவளாக, வீங்கிப் போய் வந்ததாகச் சொன்னாள். அந்தப் பாவப்பட்ட பெண் திருட்டுக் குற்றத்தின் பேரிலும், ஆயுத தடைச் சட்டத்தின் கீழும் கைது செய்யப்பட்டிருந்தாள்.

2015இல் ஜக்தல்பூர் சட்ட உதவிக்கு குழு (ஜக்லாக்) என்ற வழக்கறிஞர்களின் குழு ஏழாண்டுகள் சிறையில் அடைக்கப்பட்ட பெண் ஒருத்தியை விடுதலை செய்து வெளிக் கொணர்ந்தனர். கவாசி

ஹட்மி என்ற சிறையிலிருந்து விடுவிக்கப்பட்டிருந்தார். ஊடகங்கள் சிறையிலிருந்து வெளிவந்த அப்பெண்மணி கிராமத்தில் தன் உறவினர்களைச் சந்தித்தபோது நடந்தவற்றைச் செய்திகளில் குறிப்பிட்டுள்ளனர். சிறையில் நடந்த சித்திரவதைகளாலும் இன்னும் பல கொடூரங்களாலும் அந்தப் பெண்ணை உற்றாரும் அடையாளம் காணமுடியாதபடி மாறியிருந்தார். சிறைக் கொடூரங்களால் அப்பெண்ணின் கருப்பையே சிதைவுற்று கீழிறங்கி விட்டிருந்தது.

சிறைக் கைதிகள் பலரின் மேல் ஏற்றப்பட்ட குற்றங்களுக்கும் அவர்களுக்கும் உண்மையிலேயே எந்தத் தொடர்பும் இல்லாதிருக்கும். மக்கள் வழக்குரைஞர்களின் அகில உலகக் கழகம் (ஐஏபிஎல்) தோடி நந்தா என்பவர் மீதான வழக்கு பற்றிய தகவலைத் தந்துள்ளது. கஜர்குண்டா சிறைக்கு அருகில் சாலையில் மதுவருந்தி மயங்கி சாலையில் கிடக்கும்போது, தாரெம் என்ற இடத்தில் ஒரு வெடிகுண்டு வெடித்துள்ளது. தோடி நந்தா ஹெலிகாப்டர் மூலமாக எடுத்துச் செல்லப்பட்டிருக்கிறார். அவர் தன் சுயநிலைக்கு வரும்போது தானிருக்கும் சிறை தந்தேவாடா என்பது அவருக்குத் தெரிய வந்துள்ளது. ஐஏபிஎல் தோடிமீது ஐந்து குற்றங்களுக்காக வழக்குகள் பதிவு செய்துள்ளது. ஐந்து குற்றங்களில் நிலையத்தைத் தாக்கியதாகவும், காவல் துறையினரைக் கொன்றதற்கான வழக்குகளும் உண்டு. அவர்மூலம் சாற்றப்பட்ட குற்றங்களை எதிர்த்து வழக்காட ஐஏபிஎல் வழக்குரைஞர்கள் ஏற்பாடு செய்யப் பட்டுள்ளனர். அந்த வழக்குரைஞர்கள் தோடிக்காக நீதிமன்றங்களில் இலவசமாக வழக்காடவேண்டும். இந்த ஐந்து வுழக்குகளில் நாம் சொன்ன இரு வழக்குகளும் இதுவரை நீண்ட நாட்களாக நீதிமன்றத்தில் வழக்காடப்பட்டு வந்துள்ளது. ஆனாலும் எந்த வழக்குரைஞரும் குற்றம்சாட்டப்பட்ட தோடியை நேரடியாகச் சந்தித்துப் பேசியதில்லை.

பின்னால் வந்த வருடங்களில் காவல்துறை கிராமத்து இளைஞர்கள் அனைவரையும் ஒட்டுமொத்தமாகக் கிராமத்திலிருந்து சுத்தமாக அள்ளிக்கொண்டு போவது சாதாரண வழக்கமாகிவிட்டது. கிராமமே இளைஞர்களின்றி வெறிச்சோடிக் கிடக்கும். இதனால் இளைஞர்கள் அனைவரும் தங்கள் கிராமத்திலிருந்து தப்பியோடி ஆந்திரப் பிரதேச எல்லைக்குள் ஓடிவிடும் பழக்கம் பெருகிவந்தது. அதுவும் மிளகாய் அறுவடை சமயங்களில் வயலில் வயதானவர்கள் மட்டுமே வேலை பார்ப்பார்கள். காவல் துறையால் குற்றம் சாட்டப்படும்போது, யாரும் இதுவரை என்னவென்றே தெரியாத, பழக்கமே இல்லாத குற்றங்களை அவர்மீது சுமத்தியிருப்பார்கள்.

என்னவென்றே மக்களுக்குத் தெரியாத, புரியாத குற்றங்களுக்காகக் கைது செய்யப்பட்ட, அந்த மக்கள் எப்படி தங்கள் நிலையை எடுத்துரைப்பர்? எப்போது, எங்கு குண்டு வெடிப்பு நடந்தாலும் அல்லது அரசுக் கட்டடம், அலுவலகம் எது தாக்கப்பட்டாலும், காவல்துறை 'பெயர் தெரியா குற்றவாளிகள்' என்று கண்ணில் பட்ட அனைவர்மீதும் ஒட்டுமொத்தமாக வழக்குப் பதிவு செய்து விடுவார்கள். இந்தப் பெயர் தெரியாத குற்றவாளிகளின் பட்டியலில் காவல்துறை எப்போது வேண்டுமானாலும், யாரை வேண்டு மானாலும் சேர்த்துக்கொள்ளும்.

யாரையேனும் காவல் துறை பிடித்துச் சென்றுவிட்டால் குழப்பமும் வேதனையும்தான் மிஞ்சும். கிராமத்து மக்கள் காவல் நிலையங் களுக்குள் மாறி மாறி ஓடிக் கொண்டிருப்பார்கள். காவல் துறை அதிகாரிகள், சிறைச்சாலை அதிகாரிகள் என்று ஆட்களைத் தேடித் தேடி ஓடவேண்டியிருக்கும். தெரிந்த அரசியல்வாதிகள், எம்எல்ஏக்கள் என்று இன்னொரு வகை ஓட்டமும் தேடலும் நடக்கும். பெரிய ஆட்கள் என்று நினைத்து, அவர்களையும் நாடி ஓடவேண்டும். பெண்கள் இந்தப் பிரச்னைகளில் நுழையும்போது அவர்கள் பெருங்கூட்டமாகச் சேர்ந்து காவல்நிலையங்கள் முன்னால் ஒன்றுகூடி பிடிபட்ட மக்களை விடுவிக்க முயற்சிப்பார்கள். கடந்த பத்து ஆண்டுகளில் கொண்டாவில் உள்ள சிபிஐ தலைவர் மனிஷ் குஞ்சம் என்ற கட்சிப் பிரமுகருக்கு இது போன்று மக்களை விடுவிக்க, காப்பாற்ற விண்ணப்பம் கேட்க வருவோர், எப்போதுமே மிக அதிகம். அப்படி ஓர் உறவினரைக் காப்பாற்ற வேண்டுமானால் ஆதிவாசிகள் தங்கள் கால்நடை, நிலம் என்று எதை வேண்டு மானாலும் விற்று, பணம் தேற்றி அங்குள்ள வழக்குரைஞர்களிடம் செல்வார்கள். அடித்துப் பிடுங்க அவர்களுக்குச் சொல்லியா தரவேண்டும்? ஒரு கேசுக்கு ரூ.20,000 முதல் ரூ.30,000 வரை 'ரேட்' வைப்பார்கள். வணிகம் நன்கு ஓடும். வழக்குரைஞர்களில் ஆதிவாசிகள் ஒருவர்கூட இல்லை.

இது போன்ற கஷ்டமான வழக்குகளில் மட்டுமல்ல, சாதாரண வழக்குகளில்கூட ஒருவரும் ஆதிவாசிகளுக்கு அணுக்கமாக இருப்பதில்லை. ஆதிவாசிகளுக்கு இந்தி தெரியாது. தேவையான வழக்கு விவரங்களைக் கொடுக்கும் பக்குவம் அவர்களிடம் சுத்தமாக இல்லை. 2007இல் சத்தீஸ்கரில் 2.5 லட்சம் வழக்குகள் ஆதிவாசிகள் மேல் இருந்தன. சிறு, சிறு வனத்துறை குற்றங்களுக் காகப் பல வழக்குகள் போடப்பட்டன. இந்தியா முழுக்க எடுத்துக் கொண்டாலும், இது போல் சிறு குற்றங்களுக்காக ஏழைகள்மேல்

ஏற்றப்பட்டிருக்கும் வழக்குகளிருந்து விடுபடவோ பிணை எடுக்கவோ, சட்ட உதவி பெறுவதற்கோ அவர்களுக்கு வழி எதுவும் இல்லை. பணம் கொடுத்து உதவ அவர்களுக்கு உறவினர்களும் கிடையாது. தங்கள் குடும்ப உறுப்பினர்களைச் சந்திக்கவே பலரால் முடிவதில்லை. வீடு, நிலம், சொத்து, உறவு எதுவும் இல்லாத பாவப்பட்ட மக்கள் அவர்கள். இந்தத் துயரங்கள் அவர்களுக்கு மன அழுத்தத்தை ஏற்படுத்திவிடுகின்றன. ஆனால், நக்சலைட் கைதிகளின் பிரச்னைகள் மேலும் ஆழமானவை; கொடூரமானவை.

நக்சலைட் கைதிகள் நீதிமன்றங்களுக்குப் பாதுகாப்பு காரணமாக அழைத்துச் செல்லப்படுவதில்லை. இதனால் அவர்களுடைய வழக்குகள் கால, நியதி ஏதுமின்றி இழுத்துக்கொண்டே செல்கின்றன. வழக்காடுவதற்குக்கூடப் போதுமான பாதுகாவல்கள் இருந்தால் தான் நடக்கும் என்பதுதான் நிலை. மேலும், அத்தகைய குற்றவாளி களைக் கைதுசெய்த காவல்துறை அல்லது துணை ராணுவப் படை வீரர்கள் வேலை மாற்றலில் இப்போதுள்ள ஊரிலிருந்து வழக்கு நடக்கும் இடத்துக்கு வரவேண்டுமே. அந்தக் காலதாமதம் வேறு. அவர்களுக்கு நீதிமன்றங்கள் பெயில் கொடுக்கும் வழக்கமே கிடையாது. பல கைதிகள் இறுதியில் குற்றம் நிரூபிக்கமுடியாமல் விடுதலை பெறலாம். ஆனால், குற்றம் ஏதும் செய்யாத அவர்கள் வருடக் கணக்கில் இந்தக் காலதாமதத்தால் சிறையில் பல ஆண்டுகள் இருந்திருக்கலாம். சுகுல் ப்ரசாத் நாக் என்ற சிபிஐ தலைவர் கைது செய்யப்பட்டார். நீதிமன்றங்களுக்கு அவர்களைக் கொண்டு செல்லும்போது குற்றவாளிகளின் எண்ணிக்கையை அடிக்கடி எண்ணிப் பார்த்துக்கொண்டே காவல் துறை இருக்கும். காத்திருக்கும் தங்கள் உறவினர்களை இவர்கள் பார்த்துவிடக்கூடாது என்று ஈவு, இரக்கமற்ற முறையில் கைதிகள் காவல் துறையால் நடத்தப்படுவர்.

2007 டிசம்பர் மாதம் தந்தேவாடாவில் ஒரு பிரபமலான நிகழ்வு. சிறை உடைப்பு ஒன்று நடந்தது. 370 கைதிகள் தப்பிவிட்டனர். அப்படித் தப்பி ஓடியவர்களில் ஒருவரை நான் சந்தித்தேன். எங்கள் சந்திப்பு இந்திரவாடியில் நடந்தது. தவறாகக் குற்றம் சாட்டப்பட்டு இரண்டு ஆண்டுகள் சிறையில் அடைக்கப்பட்டிருந்த அவருக்கு முழு விடுதலை. அவர் அந்தச் சிறை உடைப்பு தளம் உறுப்பினர்கள் இருவரால் திட்டமிடப்பட்டது என்றார். கொண்டாவில் நடந்த ஓர் என்கவுண்டர் நிகழ்ச்சியில் கைதான சுரேஷ்; இன்னொருவர் வர்கீஸ். இவர் கட்டிப்பெட்டா கிராமத்தைச் சேர்ந்தவர். பாச்செலி என்ற பகுதியில் என்எம்டிசியைத் தாக்குவதற்காகத் திட்ட மிட்டார்கள். அந்தக் குழுவில் யாரோ ஒருவர் காட்டிக் கொடுத்ததில் அகப்பட்டுக்கொண்டார் வர்கீஸ். நிகழ்ச்சி நடந்தது ஓர்

ஞாயிற்றுக்கிழமை. மாலை ஐந்து மணிக்கு உணவு வழங்கப் பட்டது. அப்போது மருந்து வாங்கவேண்டும் என்ற சாக்கோடு காவலறைப் பக்கம் சென்றனர். அங்கே இருந்தது ஒரே ஒரு காவலாளி. அவரைக் காவலாளிகள் தங்கும் அறைக்குள் தள்ளிப் பூட்டினார்கள். அதன்பின் பாதுகாப்புப் பெட்டகங்களை உடைத்து, துப்பாக்கிகளைப் போராட்டக்காரர்கள் எடுத்துக் கொண்டனர். இதைச் சொல்லிக் கொண்டிருக்கும்போது வர்கீஸ், சிறைத் தலைமை அதிகாரி பற்றியும் ஒரு குறிப்பைச் சொன்னார். இந்தச் சிறை உடைப்பு நடந்த சமயத்தில் அந்த அதிகாரி சிறையிலில்லை. அவர் அங்கேயே இருந்திருந்தாலும் அவரை நாங்கள் ஒன்றும் செய்திருக்க மாட்டோம். ஏனெனில், அவர் கைதிகளிடம் நன்கு நடந்துகொண்ட மேன்மையான அதிகாரி. ஆனால் சிறை உடைப்புக்குப் பின் அந்த அதிகாரியும் கைது செய்யப்பட்டார்.

சுகல் ப்ரசாத் நாக் சிறையில் தங்கள் தினசரி நேர அலுவல்கள் பற்றிச் சொன்னார். காலை 5, 6 மணிக்கு தேநீர் வழங்கப்படும். இனிப்பே இருக்காது. சுவை அதற்கும் மேல்! அதனால் பல கைதிகள் தேநீர் அருந்தாமல் கொட்டிவிடுவதும் வழக்கம். 9 மணிக்கு அரிசிச் சோறும் பருப்பும் தரப்படும். பருப்பு என்ற பெயரில் வருவது அநேகமாக வெறும் தண்ணீர்தான். காய்கறிகள் என்று பெயருக்கு அதில் சிலவற்றைச் சேர்ப்பார்கள். அதில் ஒன்றிரண்டு உங்கள் தட்டுகளில் விழுந்தால் அது உங்கள் அதிர்ஷ்டம். அரிசியின் மணம் தாங்கமுடியாத அளவு மோசமாக இருக்கும். தின்ன முடியாத அளவுக்கு அது மோசமாக இருக்கும். வாரத்துக்கு ஒருமுறை சிறிது கொண்டக் கடலை, வெல்லம் கிடைக்கும். சிறைவாசிகளுக்கு நியாயமாகக் கிடைக்கவேண்டிய சத்துணவுப் பொருள்கள் சிறைக்கு வெளியே எடுத்துச் செல்லப்பட்டு விற்கப்படும். கருப்புச் சந்தை வியாபாரம் அது. மதியம் இன்னொரு தேநீர் கிடைக்கும். மாலை 4 மணிக்கே இரவு உணவு வழங்கப்பட்டுவிடும். இந்தச் சமயத்தில் 10 நிமிடம் அவர்களுக்குச் சிறையினுள் சுதந்தரம் இருக்கும். அதன்பின் அவர்கள் தங்கள் அறைக்கு வந்து சேர்ந்துவிடவேண்டும்.

இன்னொரு சிறைவாசி உணவு, மருந்து என்பது பற்றி என்னிடம் கூறினார். உணவில் வெள்ளைப் புழுக்கள் மிதந்து கிடப்பதைப் பற்றியும், மருந்துகள் என்று எதுவும் இல்லாதது பற்றியும், எந்த நோய்க்கும் கிடைக்கும் ஒரே ஒரு மருந்து பற்றியும் கூறினார். கோபா குஞ்சம் என்ற ஓர் என்ஜிஓ வேலையாள் தவறாகக் குற்றம் சாட்டப்பட்டு, சிறையில் இருந்தார். அதிக எண்ணிக்கையில் சிறைக் கைதிகள் இருப்பது பற்றி அவர் சொன்னார். மக்கள் தூங்கும்போது

கூட நேரேதான் படுக்கவேண்டும். திரும்புவதற்குக்கூட இடம் இருக்காது. திரும்பிப் படுக்க வேண்டுமென்றால் படுத்திருக்கும் ஆள் எழுந்து உட்கார்ந்து திரும்பி, பின் படுத்துக்கொள்ள வேண்டும். ஓர் ஆளுக்குரிய இடம் என்பது கையின் ஒரு முட்டியிலிருந்து அடுத்த கையின் முழங்கை முட்டிவரைதான்.

சிபிஐ கைதிகள் போராடினார்கள். சுகல் ப்ரசாத் நாக் நடத்திய அந்தப் போராட்டத்தினால் சிறையில் ஒரு மின் விசிறியும் ஒரு தொலைக்காட்சிப் பெட்டியும் வந்தன. தொலைக்காட்சியில் செய்தி களைப் பார்க்க, கேட்க முடியாது. வெறும் பாட்டுகள் மட்டுமே அனுமதிக்கப்பட்டன. செய்தித்தாள்கள் எதுவும் சிறையினுள் கிடைக்காது. கடிதப் போக்குவரத்து முற்றிலுமாகத் துண்டிக்கப் பட்டிருந்தது. ஆனால், மாதம் ஒரு முறை ஒரே ஒரு அஞ்சல் அட்டை வெளியிலிருந்து வரலாம். வாரத்துக்கு ஒரு முறை ஐந்தே நிமிடங்கள் அவர்களது கூட்டத்துக்காக ஒதுக்கப்படும். வெளியிலிருந்து வரும் உறவினர்கள் கொண்டுவரும் உணவு சிறைத் தொழிலாளர் களுக்குத்தான்!

சிறையைப் பற்றி இதுவரை வரைந்த அதே சொற்சித்திரம்தான் இன்றும் நிலவுகிறது. 2016 வரையிலும் அதே நிலை நீடித்தது. கைதிகளின் எண்ணிக்கை 2015-16இல் மிகவும் மோசமடைந்தது. 2015-16இல் காவல் துறை மேலும், மேலும் பல இளைஞர்களைக் கைது செய்வதில் முனைப்பு காட்டியது.

7

சபரி நதியில் கலந்த கண்ணீர்

அண்ணாந்து பார்த்தால்
தலைக்கு மேல் கூரையில்லை
அடித்துப் பிடிக்க ஆடு ஏதுமில்லை.
சேவல் ஒன்றிருந்தால்தானே காலையில் கூவும்
சமைக்கவோ பாத்திரங்கள் இல்லை.
சாப்பிட அரிசி என்று ஒன்றுமில்லை.
என்ன பாவம் செய்து தொலைத்தோமோ
இப்படி ஓர் அவல வாழ்க்கை வாழ.
எங்கே, எப்போது, எப்படி, யார் வந்து
எங்களைக் காப்பாற்றி கரை சேர்ப்பார்களோ!
நாங்கள்
எங்கள் வீட்டுக்குச் செல்ல எப்போது முடியுமோ?

உசூர் கிராமிய மக்கள் வனத்தினுள்
ஒளிந்து வாழ்ந்தபோது பாடிய பாடல், 2007

மக்கள் திசையொன்றுக்கு ஓடிப் போவதற்கும், இடம் மாற்றி இடம் மாறுவதற்குமான ஒரு முக்கிய காரணம் ஜுடும். எப்போது எங்கே ஜுடும் தாக்குதல் நடந்தாலும் மக்கள் காட்டினுள் ஓடி ஒளிந்து

கொண்டார். அல்லது அவர்கள் வலுக்கட்டாயமாக முகாம்களுக்கு இழுத்துச் செல்லப்பட்டனர்.

சிலர் அது இல்லாவிட்டால் நடக்கப் போகும் கொள்ளைகளுக்குப் பயந்து தாங்களாகவே முகாமுக்கு வந்தனர். ஆனால், பலர் அடிக்கடி தாக்குதலுக்கு ஆட்பட்டு, அடி உதைக்கு அடி பணிந்து முகாமுக்கு வந்தனர். இது போன்றவற்றில் முகாம்களில் முக்கியமாக பாதி ஆட்கள், அதுவும் ஆதிவாசிகள் இல்லாத கிராமங்களில் அல்லது கிராமத்துப் பெரிய மனிதர்களும் அவர்களது உறவினர்களும் மாவோயிஸ்டுகளும் கைகளால் அடிபட்டவர்களாக இருப்பார்கள். மற்றும் சிலர் ஒத்துழைத்து முகாமுக்கு வந்துவிடுவார்கள். முகாமில் இருப்பவர்களுக்கும் இல்லாதவர்களுக்கும் நடுவில் ஒரு கடினமான இரும்புத் திரை இருப்பதுபோல் தோன்றும். ஒருவருக்கொருவர் அத்தனை சந்தேகங்கள். மக்கள் இப்படிப் பிளவுபட்டுப் பிரியும் போது தாய் தன் மகன்களை எஸ்பிஓக்களாகப் பார்த்துப் பிரியலாம்; கணவனும் மனைவியும் இந்தப் பிரிவு எவ்வளவு கடுமையானது என்பதே புரியாமல் ஆளுக்கொரு பக்கம் பிரிந்துபோகலாம்.

கிராமத்தில் நடக்கும் தாக்குதல்களுக்குப் பயந்து காட்டுக்குள் குடியேறும் மக்கள் பல மாதங்கள் அல்லது ஓர் ஆண்டு அளவு அந்தக் கடின வாழ்க்கையை வாழ்ந்து அலுத்து விடுகிறார்கள். கிராமத்துக்கும் மீண்டும் போக முடியாத நிலையென்றால் அருகிலுள்ள ஆந்திரப் பிரதேசத்துக்குச் சென்று விடுகிறார்கள். பசகுடா, கொண்டா என்ற கிராமங்கள் ஆந்திரப் பிரதேச எல்லைக்கு அருகில் உள்ள கிராமங்கள். இந்தக் கிராமத்து மக்களில் பலரும் பக்கத்து மாநிலத்தில் அடைக்கலமாகிவிட்டனர். வேறு சில மக்கள் இன்னும் கொஞ்சம் எடுத்தேறி, மகாராஷ்டிரா, ஒடிசா மாநிலங்களுக்குச் சென்றுவிட்டனர். ஆனால், இந்த இரு மாநிலங்களில் வேலை வாய்ப்புகள் மிகவும் குறைவு. அதனால் இந்திரவதி போன்ற பகுதிகளில் உள்ள மக்கள் மார் என்ற காடுகளுக்குள் ஊடுருவி விட்டனர். இன்னும் சில மக்கள் பஸ்தாரில் அதிகம் பிரச்னைகள் இல்லாத போபால் பட்டணம் போன்ற இடங்களை நோக்கி நகர்ந்து அங்குள்ள தெரிந்தவர்களிடமோ, உறவினர்களிடமோ அடைக்கலம் பெற்றனர். பல கிராமங்கள் ஆளில்லாமல் வெறிச்சோடிக் கிடந்தன. அந்த ஊர் மக்கள் எங்கு சென்றனரோ? வயல்கள் தரிசாகிக் கிடந்தன. கால்நடைகள் காணாமல் போய்விட்டன. பல சமயங்களில் கால்நடைகள் திருடர்களால் வளைக்கப்பட்டு, ஆந்திரப் பிரதேசத்தில் விற்கப்பட்டன.

‘நிவாரண முகாம்களில்’ நிவாரணம் இல்லை

2006 பிப்ரவரியில் கெண்டா புகைப்படக்காரர் ஒருவர் எடுத்த சல்வா ஜுடும் நடத்திய பேரணி ஒன்றின் புகைப்படம் கிடைத்தது. நீண்ட நெடிய ஊர்வலம். குழந்தைகள் முதற்கொண்டு நீண்ட வரிசையில் கையில் சிறு சிறு பைகளுடன் இருந்தனர். ஆண்கள் கையில் பிடித்த ஒரு குச்சியுடன் பேரணியில் வந்தனர். கிராமத்திலிருந்து கட்டாயப் படுத்தி வெளியேற்றப்பட்டு பேரணி மூலம் அவர்கள் முகாம்களில் அடைக்கப்பட்டனர். பேரணியில் இறுதியில் மட்டும் சில ஜுடும் உறுப்பினர்கள் நடந்து வருவார்கள். அவர்கள் முகத்தில் மட்டும்தான் சிரிப்பு தெரியும். அதுவும் புகைப்படக்காரருக்காக! மற்றவர்களோ தங்கள் உடைமைகளை இழந்துவிட்டு, மிகச் சிலவற்றை மட்டும் எடுத்துக்கொண்டு தங்கள் பிறந்த மண்ணை விட்டுப் பிரிந்துவரும் சோகத்தில் இருந்தனர். அதிலும் பலருக்கு இது ஒரு தாற்காலிக இடமாற்றம்; மீண்டும் தம் வீட்டுக்கு வந்து விடுவோம் என்ற நம்பிக்கை இருந்தது. எப்படியாயினும் வெகு சில உடைமைகளை மட்டும் எடுத்து வரவே அவர்கள் அனுமதிக்கப் பட்டனர்.

பெருகிவந்த முகாம்கள் எங்கே, எப்படி இருக்கவேண்டும் என்பதெல்லாம் சல்வா ஜுடும் எந்தெந்த கிராமங்களைத் தங்கள் தாக்குதல்களுக்கு உட்படுத்தின என்பதைப் பொறுத்தே இருக்கும். மற்றபடி மாவோயிஸ்டுகளிடமிருந்து தற்காத்துக் கொள்வது என்பது ஒரு காரணமல்ல. முதலில் ஆரம்பிக்கப்பட்ட முகாம்கள் அரசே முன்னெடுத்து வைத்த முயற்சிகள்தான். 2005இல் பிஜாபூர் முக்கிய சாலையின் ஓரங்களில், காவல் நிலையங்களுக்கு அருகில் ஜங்ளா, மட்வாடா, பைரம்கார், கங்கலூர் ஆகிய ஊர்களுக்கும் அதிலிருக்கும் காவல் நிலையங்களுக்கு அருகிலும் ஆரம்பிக்கப்பட்டன.

2006இல் ஜுடும் கொண்டா பகுதிகளுக்கும் பரவியது. சுக்மா - கொண்டா என்ற ஊர்களில் முகாம்கள் தோன்ற ஆரம்பித்தன. மக்கள் ஏதாவது ஒரு முகாமுக்கு அழைத்து வரப்பட்டு, உடனே இடப் பற்றாக்குறையால் அடுத்த முகாம் ஒன்றுக்கு மாற்றப்படுவதும் ஒரு சாதாரணப் பழக்கம். 2007இல் ஜுடுமின் மூன்றாவது கட்டமாகத் தாக்குதல்கள் தொடர்ந்தபோது கொண்டாவின் எல்லைப் பகுதியில் உள்ள கிராமங்களில் ஜுடுமின் தாக்குதல்கள் ஆரம்பித்தன. அதில் மரைகுடெம் என்ற பகுதியிலும் ஒரு முகாம் முளைத்தது.

2005இல் முதலில் ஆரம்பிக்கப்பட்ட முகாம்களின் கூடாரங்கள் வெறும் தார்ப்பாலினால் ஆனவை. சில கூடாரங்களைக் கொஞ்சம்

அதிகமாக நீல வண்ண நெகிழ்வுச் சீலைகள் மூடியிருக்கலாம். மழையோ வெயிலோ, இந்தக் கூடாரங்கள்தான். கூடாரங்களின் உள்ளே வெறும் கட்டாந்தரைதான். கல்லும் மேடும் பள்ளமும் அவர்களுக்கு மெத்தைதான்! தரையில் விரிப்பதற்குக்கூட ஏதுமற்ற வசதியில்லாத மக்கள். அவர்கள் தங்கள் வீடுகளிலிருந்து கொண்டுவந்த ஒரு சில அலுமினியப் பாத்திரங்கள் மட்டும் அவர்களைப் பார்த்து இளித்துக்கொண்டு நிற்கும். பல கூடாரங்கள் கழிவுநீர் குட்டைகளுக்கு அடுத்தாற்போல் இருக்கலாம். அதுவும் மழைக் காலங்களில் முழங்கால் அளவு சகதியும் அழுக்கு நீரும் தேங்கி நிற்கும். கங்கலூர் முகாம் போன்றவை சிறிதே பரவாயில்லாமல் இருந்தன. பள்ளி ஒன்று உள்ளேயே இருந்தது. மக்களுக்கு இலவசமாகப் போர்வைகள் கொடுக்கப்பட்டிருந்தன. அந்த மக்களுக்கு மட்டும் அப்படி சில நிவாரணங்கள் கண்ணுக்குக் காட்டப்பட்டன. அதனால்தானோ என்னவோ 2007இல் இந்த முகாம்கள் தாற்காலிகமானவை என்ற நிலையிலிருந்து நிரந்தரமானவை என்பதுபோல் மாறின. மூங்கிலால் கட்டப்பட்ட குடிசைகள், மண் சுவரோடு எழுந்து நிற்கும் குடிசைகள், தகரத்தால் ஆன குடிசைகள் என்று மாறி மாறி நின்றன.

பரந்து விரிந்த கிராமங்களில் வாழ்ந்த இந்த மக்களுக்கு நெருக்கடியான இக்குடியிருப்புகள் மிகவும் புதிதானவை. கோண்டுகளின் வீடுகள் எல்லாம் விரிந்த முற்றங்களோடும், கம்பு வேலி அல்லது மூங்கில் வேலியோடும் இருக்கும். வீட்டைச் சுற்றிலும் பச்சைப் பசுமையாக மரங்கள். முற்றங்கள் தினமும் சுத்தம் செய்யப்பட்டு வனச்செல்வங் களைக் காய வைக்கப் பயன்படுத்தப்படும். வீட்டருகே பன்றித் தொழுவம் இருக்கும். கோழிகள் சுதந்தரமாக உலாவும். கிராமங்கள் ஒன்றுக்கொன்று பல கிலோ மீட்டர் தொலைவில் இருக்கும். நடுவில் பச்சை வயல்களும், மரங்களடர்ந்த காடுகளும் எல்லை யிட்டு நிற்கும். கிராமத்துக்குள்ளும் ஒரு பகுதி மற்றொரு பகுதியிலிருந்து நல்ல தூரத்தில் இருக்கும். துர்வா, தோர்லா வீடுகள் ஓரளவு அருகருகே இருக்கும். ஆனால், ஒவ்வொரு வீட்டு முற்றமும் வீட்டுத் தோட்டமும் பெரிதாகவே இருக்கும். இதெல்லாம் பழங்கதைகளாகிவிட்டன.

ஒவ்வொரு முகாமிலும் சிஆர்பிஎஃப் நிலையமும், காவல் நிலையமும் முழு பாதுகாப்போடு இருக்கும். கட்டடத்தைச் சுற்றி முள்வேலிகளும் மணல் மூட்டைகளும் இருக்கும். ஆயுதம் தாங்கிய எஸ்பிஓக்கள் மணல் மூட்டைகளுக்குப் பின்னாலிருந்து காவல் காத்துக் கொண்டிருப்பார்கள். இவற்றோடு யுனிசெஃப் கூடாரங்கள் தனித்துத் தெரியும்படி இருக்கும். வெள்ளை, நீல வண்ணத்தில் தாயும்

சேயும் உள்ள இலச்சினையோடு எல்லா முகாம்களிலும் அந்தக் கூடாரங்கள் இருக்கும். ஆனால், அவை குழந்தைகளுக்காக அல்ல; அங்கிருக்கும் எஸ்பிஓக்கள் தங்கும் ஓய்வு விடுதிகள் போல் இருக்கும். எஸ்பிஓக்கள் மறைத்துவைக்க வேண்டிய பொருள்களை மறைத்து வைக்கவும், ஓய்வெடுக்கவும், சீட்டு விளையாடவும் பயன்படுத்துவர். தாக்கப்படும்போது ஒளிவதற்கும் அது ஏற்ற இடம்.

முகாமைச் சுற்றியுள்ள மரங்களை அடுப்பெரிக்கவும், வீடு கட்டிக் கொள்ளவும் அரசு அனுமதித்துள்ளது. வனப் பகுதிகள் மக்கள் குடியேற்றப் பகுதிகளாக மாற்றப்பட்டுள்ளன. ஜுடும் தலைவர்கள் வனத் துறையின் மரங்கள் பலவற்றை வெட்டி ஆந்திரப் பிரதேசத்தில் விற்றுக் காசு பார்ப்பதுண்டு. இதற்கு வன அதிகாரிகள், மரம் அறுக்கும் ஆலைகள் என்று அனைவரும் அமைத்துள்ள கூட்டணி பெரும் பின்புலம். மரங்களை வெட்டிய பகுதியில் உள்ள செடிகொடிகள் அனைத்தும் வெட்டப்பட்டு வெட்ட வெளியாக அதை வைத்திருப்பார்கள். மாவோயிஸ்டுகள் யாரும் செடி மறைவில் பதுங்கியிருந்து தாக்குதல் நடத்தக்கூடாது என்பதற்கான பாதுகாப்பு நடவடிக்கை அது.

கூடாரங்களை மெல்ல வீடுகளாக முகாம் மக்கள் மாற்றினாலும், எந்த வீட்டிலும் அடிப்படைச் சுகாதார வசதி ஏதும் கிடையாது. ஆனால், உச்ச நீதிமன்றத்தின் கட்டளையின்படி முகாம்களை மிக அழகான முறையில் கட்டப்பட்ட நகரியம் என்று அரசு பொய்யாக விளம்பரம் செய்து கொள்கிறது. இந்தச் சூழலில் பெண்கள் படும் பாடுகள் மிகக் கஷ்டமானவை. முகாம்களைச் சுற்றியுள்ள மரங்களை வெட்டியாகிவிட்டது. செடி கொடிகளையும் அகற்றி வெட்ட வெளியாக்கி, அந்த வெட்டவெளியில்தான் பாதுகாப்பிற்காக எஸ்பிஓக்கள் சுற்றித் திரிந்து கொண்டிருப்பார்கள். தனியிடம் என்பதே சுத்தமாகக் கிடையாது. இந்த நிலையில் பெண்கள் எங்கே, எப்படி தங்கள் 'இயற்கை அழைப்புகளை' கவனித்துக்கொள்ள முடியும்? சிறுநீர், மலங்கழிப்பதே ஏறத்தாழ முடியாத நிலையில் இருப்பதாகத் தோன்றுகிறது.

2007ஆம் ஆண்டில் எர்ரபார், டோர்னாபல் முகாம்களில் பெண்கள் இரவில் வெளியே செல்ல மிகுந்த பயம் கொண்டிருந்தனர். குளிப்பதுகூட பொது அடி குழாயில்தான். இக்குழாய் பொது மக்களின் பயனுக்கானது. நீரோடும் சகதியோடும் நாறிக் கிடக்கும். அங்குதான் பெண்கள் குளித்தாகவேண்டும். மக்கள் முகாமில் திரும்பும் இடமெல்லாம் மலத்தின் நாற்றம் எங்கும் எப்போதும் பரவிக் கிடந்தது என்றனர். ஊடகங்களின் வெளியிட்ட செய்திகளில் அந்த

முகாம்களில், டி.பி., டைஃபாய்ட், சொறி சிரங்கு என்ற வியாதிகள் மண்டிக் கிடந்தன என்பது தெரிகிறது.

இந்தக் காலகட்டத்தில் முகாமைப் பார்வையிடுவோர் வந்தால் அவர்களை காசோலி முகாமுக்கு அழைத்துச் செல்வதுண்டு. பிஜாபூரியில் உள்ள இந்த முகாம் நல்ல மாதிரியாகச் செயல்பட்டு வந்தது. இங்கே மக்களுக்குத் தொழிற்கல்வியும் பயிற்றுவிக்கப் பட்டன. இந்த முகாம் ஆர்எஸ்எஸ் மனிதர் சைத்ராம் ஆட்டாமி என்பவரின் மேற்பார்வையில் இருந்தது. இவர் ஒரு சல்வா ஜுடும் உறுப்பினரும்கூட. இம்முகாமில் இன்னும் அதிக அளவு மாற்றம் வர யுனிசெஃப் இந்த முகாமுடன் சேர்ந்து செயல்பட்டது. இதனால் அரசு இதை ஒரு முன்மாதிரி முகாம் என்று விளம்பரப்படுத்திக் கொண்டது. இம்முகாமை விளம்பரப்படுத்திப் பயன்படுத்தும் போது 'வளர்ச்சி, முன்னேற்றம்' என்ற வார்த்தைகள் கோஷங்களாக மாறி அரசாங்கத்தின் பங்களிப்பைப் பறை சாற்றிக் கொண்டிருந்தன.

2007இல் யுனிசெஃப் மக்களை மேம்படுத்தும் திரைப்படம் ஒன்றைக் காண்பித்தது. இப்படத்தில் ஜுடும் முகாமில் உள்ள குழந்தை களுக்கு நக்சலைட்டுகளின் கொடூர ஆட்டத்தைப் பற்றிய செய்தி இருந்தது (ஆனால், ஜுடும் பற்றிய தகவல் ஏதுமில்லை). முகாமில் உள்ள குழந்தைகளும் பெற்றோர்களும் பின்பற்ற வேண்டிய சுகாதாரம் பற்றிய தகவல்கள் இருந்தன (ஆதிவாசிகளின் கிராமங்கள் எப்போதும் சுத்தமாகப் பளிச்சென்றிருக்கும் என்பது படம் எடுத்தவர்களுக்குத் தெரிந்திருக்கமுடியாது என்றே நினைக்கிறேன்). பற்பசை வைத்து எப்படிப் பல் விளக்குவது என்றும் அதில் பாடம் நடத்தப்பட்டிருந்தது. நீதிமன்றத்தில் இப்படம் பற்றிப் புகார் செய்தபோது, முகாமில் அனைத்தும் உலகத் தரத்தில் உள்ளன என்று யுனிசெஃப் கொடுத்த சான்றிதழை அரசு உயர்த்திப் பிடித்தது.

என்ன நினைத்து யுனிசெஃப் அப்படி ஒரு சான்றிதழைக் கொடுத்ததோ தெரியவில்லை; உச்ச நீதிமன்றக் கட்டளையின்படி அரசு அளித்த அதிகாரபூர்வத் தகவல்களின்படியே முகாம் வாழ்க்கை மிக மோசமாகத்தான் இருந்திருக்கிறது. சான்றாக, 2009இல் கொடுத்த ஒரு தாக்கீதின்படி 23 முகாம்களில் இருக்கும் 50,000 பேருக்குத் திட்டமிடப்பட்ட 426 பொதுக் குளியலறைகள் அமைக்கும் பணி 2011 வரை 'கட்டுமானத்திலேயே' இருந்தது. அதிலும் பல மக்கள் காலி செய்துவிட்டுப் போன பின்னும் முகாம் இருந்தது. சல்வா ஜுடும் முகாம்களுக்கு அரசுத் திட்டத்தில் 33.58 கோடி ரூபாய் 2005-10க்கு செலவுப் பட்டியலில் கணக்குக் காட்டப் பட்டிருந்தது. ஆனால், பணம் செலவழித்து முன்னேற்றியது குறித்து

எதுவும் கண்ணில் படவில்லை. அவ்வப்போது இந்த முகாம்களை நிரந்தர, வரி கட்டும் அமைப்புகளாக மாற்றிவிடவேண்டும் என்ற பேச்சு தொடர்ந்து கொண்டிருந்தது.

அரசின் சலுகைப் பொருள்களே வாழ்வை நகர்த்தின

முகாமில் ஒவ்வொருவருக்கும் ஒரு நாளைக்கு அரைக் கிலோ அரிசி, பருப்பு, சீனி, மண்ணெண்ணெய், சோயா எண்ணெய், புளி, உருளைக் கிழங்கு, வெங்காயம், இஞ்சி, உப்பு, சமையல் எண்ணெய், மிளகாய், சமையல் சாமான்கள், போர்வைகள் போன்ற பல பொருள்கள் அளிக்கப்படவேண்டும் என்று விதி. தாளில் எழுதப்பட்ட இந்த விதி அவர்கள் தலையில் எழுதப்படவே இல்லை! முகாமின் தலைவர்களும் வியாபாரிகளும் முகாம் மக்களுக்குக் கொடுக்கப்பட வேண்டிய பொருள்களுக்கும், உண்மையிலேயே கொடுக்கப்பட்ட பொருள்களுக்கும் நடுவில் நந்தியாக நின்றனர்.

முகாம் தலைவர்கள் அவர்கள் வசதிப்படி முகாம் மக்களின் எண்ணிக்கையை இஷ்டம் போல் கூட்டினார்கள். வியாபாரிகள் பொருள்களைக் கொடுத்ததாக ஒரு கணக்கும், உண்மையிலேயே குறைவாகக் கொடுத்தமைக்கு தனியே கணக்கும் வைத்திருந்தனர். கணக்கு என்னவோ கொடுக்கவேண்டிய பொருள்களுக்குத்தான்; நிச்சயமாக குறைவாகக் கொடுத்த பொருள்களுக்கல்ல! மக்களுக்குக் கொடுக்கவேண்டிய பொருள்கள் பின்னாளில் கருப்புச் சந்தையில் விற்பனைக்கு வந்துவிடும்.

ஒரு வியாபாரி சலுகைப் பொருள் விநியோகிக்கும் வேலை வேண்டாம் என்று சொல்லிவிட்டார். ஏனெனில் அவர் இன்னொரு பக்கம் மாவோயிஸ்டுகளுடன் வியாபாரம் செய்துவந்தார். இந்த வணிகம் போதும் என்று அந்த வணிகத்தை வேண்டாமென்று சொல்லிவிட்டார். எப்படியோ வியாபாரிகள் பெரும் பணக்காரர்கள் ஆனார்கள். ஆனால், அவர்களுக்கும் ஒரு சிரமம். தங்கள் பணத்தோடு அப்பகுதியில் வாழ அவர்களுக்குப் பயம். மாவோயிஸ்டுகள்மூலம் வரும் பயம் அது. இதற்காக ஜக்தல்பூர் பகுதிப் பக்கம் தங்கள் வீடுகளைக் கட்டிக் கொண்டார்கள்.

முகாம்களுக்கென்று தனிப்பட்ட அரசினால் ஒதுக்கப்பட்ட பணம் வரும். அதோடு கிராமங்களுக்குத் தரவேண்டிய இலவசப் பொருள் விநியோகத்துக்கான பொருள்களும், பணமும் பஞ்சாயத்திலும் முகாமுக்கே அனுப்பி வைக்கப்படும். கிராமத்து மக்களுக்கு அதில் ஏதும் உரிமையில்லாதது போல் அவர்களுக்கான முகாம்களின் பெயரில் திருப்பப்பட்டன. உதாரணமாக, 2008இல் மரிகுடம்

முகாமுக்கு அருகில் இருந்த 15 கிராமங்களில் 2000 மக்கள் இருந்தனர். ஆனால், 2001 மக்கள் கணக்கெடுப்பின்படி மொத்த மக்கள் தொகை, 7,000 முதல் 10,000 ஆக இருக்கவேண்டும். அத்தனை மக்களுக்குரிய இலவசப் பொருள்கள் குறுகி இப்போது வெறும் 2,000 பேருக்கு என்று சுருங்கிவிட்டன. இப்பகுதியில் பல சாலைகளும் குளங்களும் வெட்டப்பட்டன. அதாவது, வெறும் தாளில், உண்மையில் அல்ல.

கிராமத்து மக்கள் முழுமையாக முகாமில் இருந்தால் அவர்களை முதலில் துரத்துவது வறுமையும் பசியும் மட்டும்தான். கொடுக்கப் பட்ட பொருள்களோ மிக மிகக் கொஞ்சம். இதனாலேயே அவர்களுக்குள் சண்டையும் பூசலும் வரும். எஸ்பிஓக்களும் பங்கீட்டுப் பொருள்களை மிகக் குறைந்த அளவிலேயே கொள்முதல் செய்வார்கள். ஏனெனில், மக்கள் மூலமாக உணவுப் பொருள்கள் மாவோயிஸ்டுகளுக்குச் செல்வதை முற்றாகத் தடுத்தாகவேண்டும். கிராமங்களில் வாடும்போது உணவுக்காகத் தானியங்களோடு பழங்கள், கிழங்குகள், இலைகள் ஆகியவற்றையும் சேர்த்துக் கொள்வர். அதிக வருமானத்துக்காக மஹிவோ, தோரா, பீடி இலை போன்றவற்றைத் தேடிச் சேகரிப்பார்கள். ஆனால், முகாம்களில் அதற்கெல்லாம் வழியே கிடையாது. ஒருவேளை முகாம்கள் அவர்களுடைய ஊர்களுக்குப் பக்கத்திலேயே இருந்தால் பகலில் தோராவைச் சேகரிக்கமுடியும். மஹுவாவை எளிதாகச் சேகரிக்க முடியாது. ஏனெனில், அதனை இளம் காலைப் பொழுதுகளில் மட்டுமே சேகரிக்கமுடியும். இதிலும் கிராமத்துவாசிகள் அடுத்த கிராமத்திலிருந்து பொருள்கள் சேகரிக்க ஆட்கள் வருவதை விரும்ப மாட்டார்கள். சாப்பாட்டுக்கும் சாப்பாட்டுப் பொருள்களுக்கும் இத்தனை தடை, சங்கடங்கள். ஆனால் குடிப்பதற்கோ மதுவுக்கோ பஞ்சமல்ல. அவர்களால் 'அயல் நாட்டுச் சரக்கு' என்று அழைக்கப்படும் மது வகைகள் பாக்கெட்டுகளில் அவர்களுக்கு இனிதே கிடைத்தது. ஒவ்வொரு முகாமிலும் 'மதுக் கடைகள்' உண்டு. நல்ல நாடு... நல்ல முகாம்கள்... நல்ல 'குடி'மக்கள்!

2005 போன்ற ஆரம்ப ஆண்டுகளிலேயே மக்கள் சாலை அமைக்கும் கூலி வேலைகளில் அதிகமாக ஈடுபட்டிருந்தனர். தங்கள் வாழ்வையொட்டி பல்வேறு தொழில்களை - விவசாயம், ஆடு மாடு மேய்ப்பு, வனப் பொருள்கள் சேகரிப்பு, இதோடு கூலி வேலைகள் - ஈடுபட்டனர். அப்படிப் பல்வேறு தொழில்களைச் செய்து வந்த மக்கள் இப்போது ஒரே ஒரு வேலையை மட்டும் செய்து வருவது அவர்களுக்குச் சிரமமாயிருந்தது. தேசிய கிராமத்து அணி வேலை

வாய்ப்புத் திட்டம் (தேசிய ஊரக வேலை வாய்ப்பு திட்டம் - என்ஆர்ஈஜிஏ) மூலம் கிடைத்த வேலைகளில் சொல்லப்பட்ட இறுதி ஊதியம் கிடைக்கவில்லை. கோண்டா முகாமில் இருந்த சிலர் என்னிடம் 2010இல் தாங்கள் என்ஆர்ஈஜிஏ திட்டத்தில் வேலை செய்ததில் கடந்த இரண்டு ஆண்டுகளுக்கான கூலி இன்னமும் கிடைக்கவில்லை என்றனர். அவர்கள் கோண்டா-டோர்ன்பால் இடைப்பட்ட முக்கிய சாலையின் இரு பக்கங்களிலும் 100 மீட்டர் அளவில் இருந்த செடி கொடிகளை வெட்டிச் சீர்படுத்தியிருந்தனர், அதுவும் கூலி எதுவும் பெறாமல்! கோண்டா சாலையில் இருந்த பல முகாம்களிலிருந்து பல இளைஞர்கள் ஆந்திரப் பிரதேசத்துக்குள் மிளகாய் அறுவடை சமயத்திலும், பத்ராச்சலம் காகித ஆலையில் வேலையில் சேரவும் வெளிக் கிளம்பிப் போய்விட்டனர். விதவைகள் பலர் முகாம் தலைவர்கள், வியாபாரிகள், அதிகாரிகள் வீட்டில் வேலை பார்க்க ஆரம்பித்தனர். இதோடு பாலியல் வேலைகளும் ஆரம்பித்தன. காவல் துறையிலும் துணை ராணுவத்திலும் பலர் பல இடங்களுக்கு இடம் மாறிக் கொண்டிருந்த நிலையில் பாலியல் தொழில்கள் முளைப்பது நடப்பதுதானே. இதனால் அப்பகுதியில் எய்ட்ஸ் வியாதி பரவிக் கொண்டிருந்ததாகவும் செய்திகள் வெளிவந்தன.

வீடு திரும்பினால் மாவோயிஸ்ட் தாக்குதல்கள் நடக்கும் என்ற பயத்தில் மக்கள் இருந்தனர். இதனால் அரசு முகாம் ஆட்களைத் திருப்பியனுப்பும்போது பெரிய எண்ணிக்கையில் அவர்களை டிரக்குகளில் அனுப்புவர். வண்டிகளோடு துணை ராணுவப் படைகள் பாதுகாப்பும் உடன் செல்லும். சிதைந்த பழைய வீடுகளில் உள்ளவற்றை வைத்து புதிய வீடுகள் உருவாகும். கூரை போடாத தகரத் தகடுகளை அரசு அவர்களுக்குத் தந்தது. இந்தச் சூழ்நிலையில் மக்களில் பலர் அவர்களின் எதிர்கால நலன் அரசிடத்திலிருந்து மட்டுமே கிடைக்கும் என்று உறுதியாக நம்பினர். ஒரு டிரக்கில் புதிய வீடுகள் அமைக்க தங்கள் பழைய கிராமங்களுக்கு வந்து கொண்டிருந்த இளம் பெண்களும் ஆண்களும் என்னிடம், 'இதுவரை நக்சலைட்டுகள் என்ன எங்களுக்குக் கொடுத்துள்ளனர்? அரசாங்கம் தலைக்கு மேல் கூரை போட தகரங்களும், சிறிது அரிசியும் தருகிறார்கள்.' நான், 'அதற்கு மேல்?' என்று கேட்டேன். அதற்கு அவர்களிடம் தெளிவான பதில் இல்லை. நாங்கள் இங்கே நாதியற்ற கும்பலாகக் கிடப்போம் என்றனர்.

கிராமவாசிகள் வீடு கட்டுவதிலும் பெரும் ஊழல்கள் நடந்து வந்தன. 2010இல் டோர்னாபால் கிராமத்தினர் அரசு கொடுத்துள்ள இடத்தில் நிரந்தர வீடுகள் கட்ட, வீட்டுக்கு ரூ. 12,000 தருவதாகவும்,

தனிப்பட்டோர் இடங்களில் தாற்காலிக வீடுகள் கட்ட கூரைத் தகரங்கள், ரூ. 1500 தருவதாகவும் சொல்லப்பட்டிருப்பார்கள் போலும். பாவம், பலருக்குப் பணமுமில்லை; தகரக் கூரையும் இல்லை.

முகாம்களிலிருந்து மக்கள் கிராமங்களுக்குத் திரும்பிய பிறகு, வேறு முகாம்களில் இருந்தவர்களும் உறவினர்களும் ஒருவரையொருவர் சந்தித்தனர். பக்கத்துப் பக்கத்து கிராமங்களிலிருந்தும் அத்தகைய சந்திப்புகள் நடந்தன. மக்கள் எல்லோரும் ஒன்றாகச் சந்தித்துக் கொண்டாலும் பாரம்பரிய சடங்குகளையோ, திருவிழாக்களையோ கொண்டாடும் வழக்கமோ முடியாத ஒன்றாகிவிட்டது. இதனால் அமைப்புசார் மதங்களிலிருந்து மதமாற்றம் நடைபெறுவது எளிதாக இருந்தது. பிஜாபூர் முகாம்கள் சிலவற்றில் ஆர்எஸ்எஸ் வெகு மும்முரமாக வேலை செய்தது.

கோண்டா பகுதியின் எர்ரபார், குஞ்சிராம் முகாம்களில் நாகா, மிசோ இந்தியத் தனிக் குழு, உலக வேதம் பரப்பும் கழகம், மேசிடோனியா கழகம் என்று பல குழுக்கள்மூலம் ஏறத்தாழ 100 பேர் கிறிஸ்தவ மதத்துக்கு மாறினார்கள். அதுவும் 2007இல் சுக்மா, கோண்டா என்ற இடங்களில் நடந்த வெள்ளப் பெருக்கெடுப்புக்குப் பின் அதிக மத மாற்றங்கள் நடந்தன. இயற்கைப் பேரழிவு வெள்ளத்தின் மூலமாக ஆர்எஸ்எஸ் ஆட்களும், மிஷனரி ஆட்களும் ஒன்றாக இணைந்திருந்தனர்.

அரசு தன் பணியாகப் பல கூட்டுத் திருமணங்களுக்கு வழி கோலியது. காயத்ரி பரிவார் என்ற ஓர் இந்து மறுமலர்ச்சி அமைப்பு இத்திருமணங்களை முன்னெடுத்து நடத்திக் கொடுத்தது. அரசு அதிகாரிகள் கொடுத்த கணக்கின்படி 2006-07இல் 161 திருமணங்கள் கோண்டா, இஞ்சிராம் பகுதிகளிலும், 36 திருமணங்கள் எர்ரபாரிலும் 1010 டோர்ன்பாலிலும் நடந்தன. ஆனால் மக்கள் மனதில் திருமண வழி, காதல், பாலியல் ஆசைகள் ஆகியவற்றுக்கு அதிகமாக இடமில்லை போலும். இதனால் பிறப்பு எண்ணிக்கை மிகக் குறைவாகவே இருந்தது.

சிதறிக் கிடக்கும் கிராமங்களும் சிதைந்து கிடக்கும் உணர்வுகளும்

முன்பெல்லாம் 'அண்ணன்கள்' என்பவர்கள் ஒரு பெரிய பிரச்னையாக இல்லை. ஆனால், இப்போது நாங்கள் கேள்விப்படுவது என்னவெனில் முகாம்களுக்குச் சென்றவர்கள் அனைவரையும் அடிக்கப்போவதாக அவர்கள் சொல்லிக் கொண்டிருக்கிறார்கள்.

முகாம்வாசிகள், 2007

அரசு என்பது உங்கள் அம்மா-அப்பா என்றால் இப்போது ஏன் அவர்களை வீட்டுக்கு அழைக்கிறீர்கள்?

கிராமத்திலேயே தங்கிவிட்ட கிராமவாசி, 2007

எஸ்பிஓக்களும் துணை ராணுவ வீரர்களும் எப்போதும் முகாம் மக்களைச் சுற்றி நின்று கொண்டிருந்தனர். முகாம் தலைவர்களின் கண்கள் ஒவ்வொரு நிமிடமும் மக்களைக் கண்காணித்துக் கொண்டேயிருக்கும். எப்போது தங்கள் கிராமத்துக்கு, சொந்த வீட்டுக்குப் போக முடியும் என்பதே தெரியாத ஓர் அபலை வாழ்க்கை. இந்த இக்கட்டுகளுக்கு நடுவில் அவர்களுக்கு வாழ்வின்மீது என்ன நம்பிக்கை இருக்கும்? மிச்சம் மீதியாக மனதில் ஒட்டியிருப்ப தெல்லாம் கோபமும் கையாலாகாத தன்மையும்தான். வெறிச்சோடிய வாழ்வு.

2007இல் மரைகுடம் குளம் ஆரம்பிக்கப்பட்டது. அப்போது நான் அதைப் பார்வையிடச் சென்றிருந்தேன். என் கண்களில் கும்பலாக ஆங்காங்கே உட்கார்ந்திருந்த ஆண்கள் தெரிந்தார்கள். செய்ய வேலை ஏதுமில்லை. உழைத்த மக்கள் வேலை வெட்டியின்றி வெறுமனே அமர்ந்திருந்தார்கள். கண்களில் ஒளியின்றி, வாழ்க்கையில் நோக்கமின்றி, வெறித்த கண்களோடு வெறுத்து உட்கார்ந்திருந்தனர். பார்ப்பதற்கே பாவமாக இருந்தது.

ஜுடும் ஆரம்பித்த முதல் வருடத்தில் காவல்துறை வில், அம்புகளை மக்களுக்குக் கொடுத்திருந்தனர். ஆயுதபாணிகளாக இளைஞர்கள் அலைந்துகொண்டிருந்தனர். அந்த இளைஞர்கள் கோபத்துடன் ஆனால் எவ்வித குறிக்கோளுமின்றி ஆயுதங்களோடு அலைந்து கொண்டிருந்தனர். மாவோயிஸ்டுகளின் தாக்குதல்கள் வரும் என்று சொல்லப்பட்டிருந்தது. அவர்களுக்காக இளைஞர்கள் காத்திருந்தனர்.

2007 ஜுன் மாதம் நான் டோர்னபால் முகாமில் உள்ள பெண்களைச் சந்தித்தேன். எங்கள் கணவர்கள் கொல்லப்பட்டுவிட்டனர் என்று என்னிடம் சத்தமாக அவர்கள் கத்தினர். வீடும் போனது, நிலமும் போனது. அதையும் தாண்டி கணவர்களை இழந்து சோகத்தின் சித்திரங்களாக இருந்தார்கள். அதோடு சல்வா ஜுடும் அதிகாரிகளால் தொடர்ந்து தூண்டப்பட்டுக் கொண்டிருந்தார்கள். முகாம் தலைவர்கள் கை காண்பித்தால் போதும். அவர்கள் மேல் விழுந்து பிடுங்கத் தயாராக கோபத்துடன் காத்திருந்தனர். அவர்கள் காத்திருக்கும் வெடி பொருள்கள். சிறு தீக்குச்சி போதும்.

முகாம் மொத்தமுமே ஒரு பெரிய வெடி மருந்துப் பெட்டகம் போல் இருந்தது. அடக்கி வைக்கப்பட்ட உணர்வுகள் அவ்வப்போது கொழுந்துவிட்டு எரியத் தயாராக இருந்தன. சான்றாக, மக்கள் வலிந்து கிராமங்களிலிருந்து இழுத்து வரப்பட்டு முகாமில் அடைக்கப்பட்டனர். ஆனாலும், சிலர் இந்த வலையில் அகப்படாமல் தப்பித்து கிராமங்களிலேயே இருந்தனர். இழுத்து வரப்பட்ட மனிதர்கள் தப்பித்துவந்த மனிதர்கள் மேல் மிகுந்த எரிச்சலோடும் பொறாமையோடும் இருந்தனர். ஒருவர் என்னிடமே நேரடியாக, ‘எல்லோருமே துன்பமில்லாமல் இருக்கவேண்டும்; துன்பம் வந்தால் அனைவருக்கும் பொதுவாகவும் ஒரே அளவாகவும் இருக்க வேண்டும்’ என்றார். முகாமில் அடைபட்டோருக்கு வெளியே சுதந்தரமாக இருப்பவர்கள்மீது பொறாமை. தாங்களும் அவர்களைப் போல் சுதந்தரமானவர்களாக மாறுவதற்கு ஆசை. ஆனாலும், இந்த ஆசையைக் கட்டுக்குள் வைத்திருந்தனர். ஏனெனில், மாவோயிஸ்டுகள் அந்த ஆசையைப் பார்த்து, மக்கள் அரசுக்கு உடந்தையாகிவிட்டார்கள் என்று சொல்லப்படலாம் என்ற அச்சம் அவர்களுக்கு இருந்தது. கிராமத்து ராணுவத் தலைவர் ஒருவர் இந்திரவாதிக்கு அருகிலுள்ள ஒரு முகாமில் என்னோடு பேசிக் கொண்டிருந்தார். அவர் இதுவரை பல கடிதங்களை முகாம் உறுப்பினர்களுக்கு எழுதி, அவர்கள் விடுதலை பெற்று கிராமங் களுக்குத் திரும்பவேண்டும் என்று எழுதியதாகவும், ஜுடும் தலைவர்கள் அதற்கு எதிராக இருந்தார்கள் என்றும் கூறினார்.

அச்சங்களை அவ்வளவு எளிதாகப் புறந்தள்ள முடியாது. சில எஸ்பிஓக்கள் வீடுகளுக்குத் திரும்புவதால் கொல்லப்பட்டார்கள். ஜுடும் தலைவர்கள் இக்கண்காணிப்பில் மிகவும் தீவிரமாக இருந்தார்கள். வீட்டுக்குத் திரும்புவது எளிதான, பாதுகாப்பான வழியில்லை என்று ஜுடும் ஆட்கள் தொடர்ந்து சொல்லிக் கொண்டே இருந்தனர். 2008இல் ஹிராபுர் முகாமில், பசகுடாவைத் தாண்டி உள்ள பாலத்திலிருந்து ‘மாவோயிஸ்டுகளின் ஆட்சிப் பகுதி’ ஆரம்பிக்கிறது. முகாம் தலைவர் ஒருவர் (எப்போதும் நறுமணத் தைலத்தின் வாசனையோடு, சபாரி கோட் அணிந்து கொண்டிருப்பார்), ‘நீங்கள் அந்தப் பக்கம் சென்றால் அடுத்த நிமிடமே கொல்லப்படுவீர்கள்; தினந்தோறும் சுட்டுக் கொல்லப் பட்ட மூன்று நான்கு சடலங்களை நம் பக்கம் தூக்கி எறிகின்றனர்’ என்று கூறுவார். ஆனால், சாதாரண முகாம் மக்கள் லிங்காகிரி, சொர்சா மடுகு என்ற இடங்கள் எரிக்கப்பட்டதை நினைத்து கேவலப்பட்டு நிற்பார்கள்.

கிராமத்து மனிதர்: அந்தக் கிராமங்களை அழித்தவர்கள் வெளியேயுள்ள சல்வா ஜுடும் மக்கள். இங்கிருப்பவர்கள் யாரும் அதைச் செய்யவில்லை (இதைச் சொன்னதும் நீண்ட மௌனம் இருந்தது).

நான்: எப்படி, எப்போதுதான் அமைதி வரும்?

கிராமத்து மனிதர்: நக்சல்பாரிகள் வளர்ச்சி நிதிகளை அனுமதித்த பிறகும், எங்களது ஓட்டுரிமைகளை வழங்கியதும் வாழ்க்கை சாதாரண நிலைக்குத் திரும்பலாம்.

பெண் ஆசிரியை: நக்சலைட்டுகள் மக்களின் நம்பிக்கையை முற்றிலுமாக இழந்துவிட்டனர் (நீண்ட மௌனம்). ஜுடும் ஆட்கள் யாருக்கும் எந்த லாபமுமில்லை. எங்களை இங்கே முகாமுக்குக் கொண்டுவந்தனர். நடுவிலேயே விட்டுவிட்டுச் சென்றுவிட்டனர். நாங்கள் முழுமையாக அங்குமில்லை, இங்குமில்லை.

எர்ரபார் முகாமின் மக்கள் அனைவரும் இணைந்து 2010இல் உச்ச நீதிமன்றத்துக்குக் கடிதம் ஒன்று எழுதினர்:

‘நாங்கள் அனைவரும் எங்கள் கிராமத்துக்குத் திரும்ப ஆசைப்படு கிறோம். எங்கள் பயிர்த் தொழில் எங்களை அழைக்கிறது. நாங்கள் சொந்த ஊருக்குப் போய் எவ்வித அச்சமும் இல்லாமல் எங்கள் வழக்கமான விவசாயத்தில் உழைக்க ஆசைப்படுகிறோம். இரு பக்கமும் தவறுகள் நடந்துள்ளன. அவர்கள் நெருங்கிவர வேண்டும்; தவறுகள் திருத்தப்படவோ, மறக்கப்படவோ வேண்டும். அரசுக்கும் மாவோயிஸ்டுகளுக்கும் நடுவில் அமைதிப் பேச்சுகள் ஆரம்பித்து, நல்ல முடிவைக் கண்டடையவேண்டும்.’

காட்டில் எஞ்சியிருந்தவர்களோ வீடுகள் எரிக்கப்பட்ட கிராமத்தைச் சேர்ந்தவர்களோ இருந்தால் அவர்கள் மாவோயிஸ்டு ஆதரவாளர்கள் என்ற பெயரில் திரும்பத் திரும்ப கஷ்டப்படுத்தப் பட்டனர். ஆனால், உண்மையில் வேறு பலரும் (அதில் சில ஜுடும் தலைவர்களும் இருந்தனர்) மாவோயிஸ்டுகளுக்கு உதவுபவர் களாக இருந்தனர். இந்திரவதிக்கு அருகில் உள்ள மார்ஹ் என்னுமிடத்தில் உள்ள ஒரு கிராமம் மெருவயா. இது மாவோயிஸ்டு களின் கைகளில் இருந்தது. அங்கு நடந்ததைப் பற்றி தேவா என்பவர் என்னிடம் மிகுந்த கோபத்துடன், ‘முகாமில் இருக்கும் ஆள்களுக்கு உண்ண உணவு கிடைத்துவிடுகிறது. பிறகும் ஏன் அவர்கள் கிராமத்துக்குப் போக வேண்டும் என்று அலைகிறார்கள். முகாமில் எல்லாமே இலவசம். வேலைகூடப் பார்க்க வேண்டியதில்லையே’ என்று கேட்டார்.

கொலைகார முகாம்கள்

'நாங்கள் சுதந்தரப் பறவைகளாக எங்கள் கிராமத்தில் சுற்றியலைந்தோம். இங்கே முகாமில் எங்களைச் சுற்றித் தளைகள். கட்டுப் போடப்பட்டு கிடக்கின்றோம். உண்ண உணவுகூட சரியாகக் கிடைப்பதில்லை. எப்போதும் அச்சத்தோடு வாழ்கிறோம். உயிர் மேல் பயம். மக்கள் இறப்பது முகாம்களில் தொடர்ந்து நடக்கிறது.'

..... முகாம்வாசி ஒருவர், *2008*

ஒரு கிராமத்திலிருந்து அனைத்து மக்களும் முகாமுக்குச் சென்றபின் யாரோ ஓரிருவர் அக்கிராமத்தில் தொடர்ந்து வாழ்ந்து வந்தால் அவர்கள் மேல் நிச்சயம் சந்தேகம் வலுக்கும். சான்றாக, கட்டாநாட் என்ற இடத்தில் போடியாமி பீமா என்பவர் சுரப்பாரா கிராமத்தில் தனது உறுப்பினர்களோடு வாழ்ந்து வந்தார். இக்கிராமம் மட்வாடா முகாமிலிருந்து *3* முதல் *4* கிலோ மீட்டர் தூரத்தில் இருந்தது. இவர் முகாமுக்கு அடிக்கடி சென்று அங்குள்ள தன் உறவினர்களைப் பார்த்துவிட்டுத் திரும்புவார். ஒரு நாள் காய்கறி விற்கப் போனவர் திரும்பவேயில்லை. அவரைப் பிடித்த எஸ்பிஓக்கள் ஏன் அவர் தன் உறவினர்களோடு முகாமில் வாழவில்லை என்று கேட்டிருக் கிறார்கள். அதன்பின் அவரை இழுத்துச் சென்று கொலை செய்து விட்டனர். இது ஒன்றும் ஒரே தடவை நடந்த அபூர்வ விஷயமல்ல; அடிக்கடி இது போன்ற மரணச் செய்திகள் என் காதில் நிறையவே விழுந்திருக்கின்றன.

முகாமில் வாழ்வதும் அவ்வளவு எளிதான ஒன்றல்ல. நீண்ட, நெடிய நாட்கள்; பொருளற்ற வாழ்வு. அர்த்தமில்லா வாழ்க்கை. *2008* மார்ச் மாதத்தில் மட்வடா முகாமில் எஸ்பிஓக்களால் ஐவர் கொல்லப் பட்டனர். ஒருவர் தப்பினார். அவர் பெயர் சோம்டு. ஜூன் *2008*இல் சோம்டுவும் அவர் மனைவியும் என்ஹெச்ஆர்சிக்கு இந்தக் கொலைகள் பற்றிய தங்களின் சாட்சியங்களைக் கொடுத்தனர். மார்ச் *2008*இல் அடையாளம் தெரியாத இருவர் மாட்வாடா முகாமில் கிராமவாசிகளின் தலைவர்களாக இருந்த பாமன், உங்கா என்ற இருவரையும் கொலை செய்தனர். இந்த இருவரும் மக்களைத் திரட்டி சல்வா ஜுடும் கூட்டங்களுக்கு அழைத்துச் செல்வர். இதற்கு எஸ்பிஓக்கள் தண்டனை கொடுக்க நினைத்தனர். அவர்கள் மக்கள் கூட்டத்திலிருந்து *10-15* பேரைக் கூப்பிட்டு, அவர்களை வரிசையில் நிற்க வைத்து, கைகளைப் பின்னால் இழுத்து துண்டுகளால் கட்டினர். கைகளைப் பின்னால் கட்டிக்கொண்ட அவர்களுக்கு எஸ்பிஓக்கள் 'ஓட்டப் பந்தயம்' வைத்தனர். அனைவரும் ஓடி

வரும்போது முன்னால் வந்த மட்காமி சுக்கோ, பொடியாமி மாசோ என்ற இருவரையும் சுட்டுக்கொன்றனர். முகாம் முழுவதும் இந்தக் கொலைவெறிச் செயலைக் கண்கூடாகப் பார்த்தது. மட்வாடா கிராமத்து மக்கள் அனைவரும் பார்த்தனர். ஆனால், அவர்களால் ஏதும் செய்யமுடியாத நிலை.

இது நடந்த ஒரே ஒரு வாரம் கழித்து வெறியில் இருந்த எஸ்பிஓக்கள் இன்னும் மூன்று பேரை (மர்க்காமி முட்டா, மர்க்காமி தேவா, மத்வி ஹட்மா) எக்காரணமுமின்றி, ஈவு இரக்கம் சிறிதும் இல்லாமல் கொன்றனர். இதில் முட்டா அடி குழாய் பக்கத்தில் நின்று கொண்டிருந்தார். ஓர் எஸ்பிஓ நீர் குடிக்க உதவும்படி அவரிடம் சொன்னான். முட்டா குழாயை இயக்க குனிந்தபோது பின்னாலிருந்த எஸ்பிஓ அவர் பின்னந்தலையில் ஓங்கி அடித்தார். தேவா, ஷிட்மா, சோம்டு மூவரும் பக்கத்திலிருந்த ஓர் ஓடைக்குச் சென்று திரும்பும்போது அழைக்கப்பட்டனர். இதில் எப்படியோ சோம்டு தப்பி ஓடி விட்டார். ஆனால், அடுத்த இருவரும் கொல்லப்பட்டனர். சிஆர்பிஎஃப் இதைப் பார்த்துக்கொண்டே இருந்தது. தடுக்க சுண்டுவிரலைக்கூட அவர்கள் அசைக்கவில்லை. முகாமில் இருந்த மக்கள் யாரையும் அருகே நெருங்கவிடவில்லை. எஸ்பிஓக்கள் தங்கள் துப்பாக்கியால் வானத்தை நோக்கி வெறுமனே சுட்டனர். துப்பாக்கிச் சத்தம் அவர்களுக்குச் சாட்சியாக இருக்குமாம். ஏதோ ஓர் என்கவுண்டர் அங்கு நடந்ததற்கான அத்தாட்சி அது.

காலையில் இறந்தவர்களின் உடல்களை எடுத்துக்கொண்டு கிராமவாசிகள் முகாமுக்குள் வந்து, தங்கள் சர்பஞ்சாயத்துகளின் முன்னால் இறக்கிவைத்தனர். சர்பஞ்சாயத்துகளோ சிஆர்பிஎஃப் உறுப்பினர்களோ தங்களால் ஏதும் செய்யமுடியாது என்றனர். சல்வா ஜுடும் தலைவர் விக்ரம் மந்தாவி, தலையாரி மார்கம் இருவரும் நக்சலைட்டுகளே இந்தக் கொலைகளைச் செய்ததாகச் சொல்லுங்கள், அப்போதுதான் உங்களுக்கு நஷ்ட ஈடு கிடைக்கும் என்ற அறிவுரையைத் தந்தனர். ஆனால் இறந்தவர்களின் குடும்ப உறுப்பினர்கள் இதற்குச் சம்மதிக்கவில்லை. வனவாசி மக்களுக்கான அரசு சாரா அமைப்பான வனவாசி சேத்னா, பில்சாபுர் உயர் நீதிமன்றத்தில் இக்கொலைகளுக்காக வழக்கு ஒன்று தொடுத்தது. அதனால் இறந்தவர்களின் விதவைகளுக்கு நஷ்ட ஈடு தர நீதிமன்றம் உத்தரவு கொடுத்தது.

தில்லியில் நடந்த ஒரு பொதுக்கூட்டத்தில் முன்னாள் முதலமைச்சர் அஜித் ஜோகி தனது காங்கிரஸ் கட்சியினர் சபரி நதியிலிருந்து பிடிக்கும் மீன்களைத் தாங்கள் இப்போது சாப்பிடுவதே இல்லை;

ஏனெனில், கோண்டாவைத் தாண்டி வரும் சபரி நதியில் பல சடலங்கள் மிதந்து வருவதைத் தொடர்ந்து பார்த்துவருகிறோம் என்றார். இன்றைய சபரி வேறொரு அழகிய சூழலைத் தரலாம். தெள்ளிய நீர் வளைவுகளில் சுழித்து, பாறைகளில் குதித்து ஏறி, கண்ணின் இமைகள் போல் கரையெங்கும் ஓங்கி வளர்ந்து நிற்கும் மரங்கள், ஈர மணலிற்குள் உடம்புகளைப் புதைத்து நீரில் கிடக்கும் எருமை மாடுகள், சிகப்பு வண்ணத்தில் மக்களை ஒடிசா பகுதிக்கு அழைத்துச் செல்லும் அழகான படகுகள் ஆகியவை இப்போது நம் கண்களுக்கு அழகாகத் தெரியலாம். ஆனால் நேற்று நடந்த கொடூரம் அவ்வளவு எளிதில் மறக்கக்கூடியதா?

மனிதக் கேடயங்களிலிருந்து... மனித உறவுகள்வரை

முகாமிலிருந்து இந்த மார்ச் மாதம் எங்கள் கிராமத்துக்குத் திரும்பினோம். மஹுவா மற்றும் இலைகளை அறுவடை செய்யும் நேரம் அது. அதன்பின் முகாமுக்குத் திரும்பவில்லை. ஆனாலும் எங்களுக்குப் பல விஷயங்களில் இன்னும் தெளிவில்லை. நாங்கள் மீண்டும் விவசாயத் தொழில் செய்யமுடியுமா முடியாதா என்று தெரியவில்லை. சல்வா ஜுடும் மீண்டும் எங்களை முகாமுக்குள் இழுத்துச் செல்லுமா என்பதும் கேள்விக் குறிதான். ஆனாலும், கடந்த இரு ஆண்டுகளில் எங்களை அவர்கள் விவசாயம் செய்ய அனுமதிக்கவில்லை.

.... போகம்பாட் முகாம்வாசி, *2008*

நான் இரு நாட்களுக்கு ஒரு முறை கிராமத்துக்கும் என் வயலுக்கும் வந்து விவசாய வேலை பார்ப்பேன். அடுத்த இரு நாள்கள் முகாமுக்குத் திரும்பிவிடுவேன். முழுவதுமாகக் கிராமத்துக்கே வந்து என் விவசாயத் தொழிலைத் தொடர்ந்து செய்ய ஆசை. ஆனால், அது தேவையில்லை என்று தோன்றுகிறது. அப்படி நான் தொடர்ந்து முகாமைவிட்டு விலகியிருந்தால் சல்வா ஜுடும் காவல் துறை என்னையும் என் குடும்பத்தினரையும் பலிவாங்கிவிடும்.

....செருகடா முகாம்வாசி, *2009*

முகாமிலிருந்து மக்கள் மெல்ல மெல்ல தங்கள் வீடுகளுக்குத் திரும்பினார்கள். பிஜாபூர் பகுதியில் 2006லேயே மக்கள் தப்பித்து, கிராமங்களுக்குச் சென்றுவிட்டனர். சிலர் மஹுவா அறுவடைக்குச் செல்லும் சாக்கில் தாற்காலிகமாகத் திரும்புவதுபோல் வந்து, அப்படியே தங்க ஆரம்பித்தனர். ஆனால், எப்போது வேண்டுமானாலும் திருப்பி அழைக்கப்படுவோம் என்ற நிலையில்தான் இருந்தார்கள்.

அந்தப் பயத்தோடுதான் வாழ்ந்து கொண்டிருந்தனர். சில முகாம்களில் ஓர் ஆண்டுக்குப் பிறகு மக்கள் முகாமைவிட்டு விலகி, தங்கள் வயல்களுக்குச் சென்று விவசாயம் செய்யமுடியும். அதுவும் பகலில் மட்டும்தான். இரவில் அவர்கள் முகாமுக்குத் திரும்பிவிட வேண்டும். இன்னும் சில முகாம்களில் ஒவ்வொரு குடும்பத்தி லிருந்தும் ஓர் உறவினர் முகாமில் ஈடிணையாக விட்டுவிட்டு விவசாயம் செய்யப் போகலாம். முகாம்களில் நித்தம் இரவில் ஆள் கணக்கெடுப்பும் நடக்கும். ஏதாவது ஒரு கிராமம் மாவோயிஸ்டு களின் பிடியில் இருக்கிறது என்ற ஐயம் வந்தால், அங்கிருக்கும் பெண்கள் கிராமங்களிலேயே தங்கியிருந்து கால்நடைகளைக் கண்காணித்துக் கொண்டிருக்க அனுமதிக்கப்படுவார்கள். ஆனால், ஆண்கள் அனைவரும் முகாமில் இருக்கவேண்டும். இதைவிட ஒரு பூசாரி விவசாய சடங்குகள் எதையும் நிறைவேற்றி வைக்கக் கிராமத்திற்கு வர வேண்டியதிருந்தால் அவர்கள் காவல் துறையினரோடுதான் செல்ல வேண்டும். அவர்களும் மாவோயிஸ்ட்டின் வலைக்குள் வீழ்ந்துவிடலாமே! ஜுதும் தலைவர்கள் மக்களையே பாதுகாப்புக் கேடயங்களாகப் பயன்படுத்தினர். அதிக எண்ணிக்கையில் மக்கள் கிராமத்துக்குச் சென்றால் அவர்கள் எப்போது வேண்டுமானாலும் முகாம்களைத் தாக்கமுடியும்.

கோண்டா பகுதியில் முகாம்களிலிருந்து நடந்த வெளியேற்றங்கள் 2007 நவம்பர் மாதத்துக்குப் பிறகு நடந்தது. இதற்குக் காரணமாக இருந்தது ஜக்தல்பூரில் ஜுதுமிற்கு எதிராக சிபிஐ நடத்திய பெரும் பேரணி. அது கொடுத்த தைரியத்தில்தான் முகாம்கள் காலியாவதற்கான ஆரம்ப விதை விதைக்கப்பட்டது. 2011இல் அரசு உயர் நீதிமன்றத்துக்கு ஓர் அறிக்கையை முகாம்கள் பற்றிக் கொடுத்திருந்தது. அதில் முகாமில் உள்ளவர்களின் எண்ணிக்கை பாதியாகக் குறைந்துவிட்டது என்ற தகவலைத் தந்துள்ளனர். முகாம்வாசிகளின் அப்போதைய எண்ணிக்கை 25,000. சில சமயங்களில் முகாம்வாசிகள் ஜுதும் தலைவர்களுக்கோ எஸ்பிஓக்களுக்கோ காசு கொடுத்து வெளியே வந்தனர்.

ஓர் உதாரணம்: கொயப்பாடு கிராமத்து மக்கள் கிச்சி நந்தாவிற்கு வீட்டுக்கு மூவாயிரத்திலிருந்து ஐயாயிரம் வரை கொடுத்து பொலம்பள்ளி முகாமிலிருந்து வெளிவந்தனர்.சில இடங்களில் முகாம்களைவிட்டு வீட்டுக்கு வந்துவிட்டாலும்கூட சிலர் முகாமின் தொடர்பை முழுமையாக வெட்டிக் கொள்ளாமல் இருக்க ஆசைப்பட்டனர். டோர்னாபல் முகாமிலிருந்து வீட்டுக்குப் போன பின்பும் கிராமத்தில் வீட்டுக்கு ஒருவராக முகாம் சென்று, இரண்டு

வாரத்துக்குரிய குடியுரிமைப் பொருள்களை வாங்கிவரச் செய்வார்கள். முகாமில் ஒரு வீடு இருப்பது ஒரு பெரும் நிலச் சொத்து. சில முகாம்களில் பள்ளிகள் இருந்தன. பள்ளியில் படிக்கும் குழந்தைகள் இருக்கும் ஒரு குடும்பத்துக்கு முகாமில் ஒரு வீடு இருப்பது எவ்வளவு வசதி!

முகாமிலிருந்து வீடு திரும்பும் மக்களுக்குத் தங்கள் வாழ்க்கையைச் சீர் செய்வதிலும் பல சிரமங்கள் இருந்தன. அதற்கு நீண்ட காலமும் தேவைப்பட்டது. தலையாயப் பிரச்னையான நிலம் சுருங்கி விட்டது. அதிக மக்கள் முகாமிலிருந்து திரும்பி வந்தால்தான் முழுமையாக விவசாயத்தில் இறங்கமுடியும் என்பது அடுத்த பிரச்னை. அதிக மக்கள் முகாமில் இருந்தால் அடுத்தவர்களின் விவசாய நிலத்துக்குள் அவர்களுடைய கால்நடைகள் இறங்கி சேதம் விளைவிக்கக்கூடும். நல்ல உதாரணம் ஒன்றை இப்பிரச்னைக்காகக் காண்பிக்கலாம்.

எர்ரபார் முகாமிலிருந்து மக்கள் வெளிவந்தாலும், அருகிலுள்ள இருளர் முகாமில் மக்கள் அதிகம் வெளிவராததால் அவர்களின் கால்நடைகள் எர்ரபார் மக்களுக்குப் பிரச்னையாக இருந்தது. முகாம்களிலிருந்து வெளிவந்த மக்களுக்குச் சில இடங்களில் அரசு விதைகளை அளித்தது. ஆனால், மற்ற இடங்களில் மக்கள் ஆந்திரப் பிரதேசத்தில் வேலை செய்து கிடைத்த கூலியிலிருந்து சேமித்து விலை கொடுத்து வாங்க வேண்டியிருந்தது. அல்லது பக்கத்தில் இருக்கும் 'தாக்கப்படாத' கிராமத்து மக்களிடமிருந்து விதைகளை கைமாற்றாகக் கேட்டு வாங்கிக் கொள்வார்கள்.

முகாமிலிருந்து வெளியேறும் மக்கள் தங்கள் புது வாழ்க்கையில் பல சமரசங்களையும் மாற்றங்களையும் ஏற்றுக்கொள்ளும் சூழலில் இருப்பதுண்டு. சான்றாக, 2006இல் மணிகொண்டா முகாமில் 13 பேர் மாவோயிஸ்டுகள் நடத்திய மக்கள் நீதிமன்றத்தில் (ஜன் அதாலத்) கொல்லப்பட்டனர். அதன்பின் 2008-11இல் பல புதிய குக்கிராமங்கள் தோன்றின. பல முகாம்களிலிருந்து வந்த மக்களோ, வனப் பகுதிகளில் இருந்த மாவோயிஸ்டுகளோடு சேர்ந்த அணியோ, ஆந்திரப் பிரதேசப் பகுதியிலிருந்து வந்த மக்களோ, இந்தக் குக்கிராமத்து மக்களாக இருந்தனர். 2012 ஜூலை மாதம் புதிதாக வந்த இந்த மக்கள் அனைவரும் இணைந்து ஒரு கூட்டம் கூட்டினர். முக்கிய சாலையின் பக்கத்திலேயே இக்கூட்டம் நடந்தது. எல்லோரும் பழையன கழித்து, புதியன புகுத்தி புது வாழ்க்கை வாழ ஆசைப்பட்டனர். கிராமத்துக்குள் வந்ததே பெருமகிழ்ச்சி. முகாமில் வைத்து மாவோயிஸ்டுகளைத் திட்டிக்

கொண்டிருந்த மக்கள்கூட முகாம் வாழ்க்கையைவிடக் கிராமத்து வாழ்க்கையே சிறப்பு என்றனர்.

2015-16 வரை தங்கள் சொந்த கிராமங்களுக்குத் திரும்பமுடியாத மக்கள் கிராமத் தலைவர்கள், எஸ்பிஓக்கள், ஜுடும் அமைப்பின் தலைவர்கள் என்று மொத்தம் மூன்று குழுவினர். மேலும், ஜகர்குண்டா முகாம்களில் இன்னமும் மக்களுக்குக் கொடுப்பதற் கான உரிமைப் பொருள்கள் அரசிடமிருந்து வந்து கொண்டிருந்தன. காவல் துறையின் உதவியோடு அப்பொருள்கள் ஆறு மாதங்களுக்கு ஒரு முறையாவது வந்துகொண்டிருந்தது.

நாங்கள் முகாம்களைத் தாக்குவது மக்களுக்கு மகிழ்ச்சி.

...குட்சா உசெண்டி
ஐ.சி.ஐ.யுடன் பேச்சுவார்த்தை நடத்தும்
மாவோயிஸ்ட், மே, 2006

எஸ்பிஓக்கள் விளையாட்டுத்தனமாக, காரணங்கள் ஏதுமின்றி மக்களைச் சுட்டுக்கொன்று மகிழலாம். ஆனால், அப்படிப்பட்ட கொடூர எஸ்பிஓக்களும் அச்சத்தோடுதான் வாழ்ந்து வந்தனர். எந்த நேரமும் மாவோயிஸ்டுகள் தாக்குதல் நடத்தலாம் என்பதுதான் காரணம். அரசு உச்ச நீதிமன்றத்திடம் சொன்னது இதுதான். 2011 பிப்ரவரி மாதத்தில் முகாம்கள் 34 முறை தாக்கப்பட்டன. இந்தத் தாக்குதல்கள் எல்லாம் 2005லிருந்து நடந்து வந்தவை. அனேகமாக முகாம்களிலிருந்து தகவல் தரும் கள்ள உதவியாளர்கள் அல்லது மாவோயிஸ்டுகளாக இருந்து எஸ்பிஓக்களாக மாறி, பின் மீண்டும் மாறிய மாவோயிஸ்டுகள் ஆகியோர் தாக்குதலுக்கான சரியான நேரத்தைக் குறிப்பிட்டுக் கொடுப்பார்கள். மாவோயிஸ்டுகள் முகாம்களைத் தாக்குவது அந்த முகாம்கள் இப்போது ‘தண்டனை முகாம்களாக’ மாறிவிட்ட கடுமையான நிலையில் அடைபட்டுள்ள மக்களை ‘விடுதலை’ செய்வதற்குத்தான்.

இத்தகைய தாக்குதல்கள் 2006 ஜனவரியில் கங்கலூர் முகாமில் நடந்தது. அந்தத் தாக்குதலில் ஏழு எஸ்பிஓக்கள் கொல்லப்பட்டனர்; அடுத்ததாக, 2006 மே மாதம் இஞ்ச்ராம் முகாமில், நான்கு எஸ்பிஓக்கள் கொல்லப்பட்டனர். கொல்லப்பட்ட எஸ்பிஓக்கள் எல்லோருமே அந்த முகாமின் மக்களால் கை காட்டப்பட்டனர். அப்போது எஸ்பிஓக்களுக்கு சீருடையோ அடையாள அட்டைகளோ இல்லை. இந்த இரு தாக்குதல்களுக்குப் பிறகு 2006 ஜூலையில் 32 பேர் கொல்லப்பட்ட ரெபார் முகாம், 2007 மார்ச் மாதம் ஒருவர் கொல்லப்பட்ட ராணிபோடி முகாம் இரண்டின் மீதும் தாக்குதல்கள்

நடந்தன. ஆனால், இதன் பிறகு முகாம்களின் காவலமைப்புகள் மேம்படுத்தப்பட்டன. இதனால் தாக்குதல்களின் எண்ணிக்கை மிகவும் குறைந்தது.

ராணிபோடி முகாம் ஏற்கெனவே பெண்கள் பள்ளியும், உறை விடமாகவும் இருந்த ஒரு கட்டடத்தில் நடத்தப்பட்டது. ஊடகங்களில் இந்த முகாம் தாக்கப்பட்டதாகவும், மூன்று மணி நேரம் நடந்த துப்பாக்கிச் சண்டையில் 400 மாவோயிஸ்டுகள் 55 காவல் துறையினரையும், 39 எஸ்பிஓக்களையும் கொன்றதாகவும் செய்திகள் வந்தன. காவல் துறையினர் மது மயக்கத்தில் உறங்கிக் கொண்டிருந்தனர். காவலுக்காக நின்ற மூன்று பேர் ஓடி பெண்களுக்கு மத்தியில் ஒளிந்து கொண்டனர். கொல்லப்பட்ட எஸ்பிஓக்களில் பெரும்பாலானோர் சிறு பையன்களே. இந்தத் தாக்குதலின்போது மாவோயிஸ்டுகள் பெண்களை ஒருபுறம் தனித்து இருக்க வைத்த பிறகே தாக்கினர். பெண்களில் யாருக்கும் சேதம் இல்லை. இந்தத் தாக்குதலின்போது சில மாவோயிஸ்டுகளும் உயிரிழந்தனர். பல நாட்களுக்கு இந்தத் தாக்குதலே மாவோயிஸ்டு களின் மிகப் பெரிய தாக்குதலாகக் கூறப்பட்டது. இதைவிடப் பெரிய தாக்குதல் 2010ல் நடக்கும்வரை 'காத்திருக்க' வேண்டி யிருந்தது. அந்தத் தாக்குதலில் சிஆர்பிஎஃப் சிப்பாய்கள் அதிகமானோர் கொல்லப்பட்டனர்.

வன வாழ்க்கை

'கிராமங்களிலேயே தங்கியிருந்தோர் எல்லோரும் மாவோயிஸ்டுகள் அல்லது சங்க உறுப்பினர்கள்.'

... தலைமைச் செயலர், சத்தீஸ்கர், ஐசிஐ, மே 2006

தண்டகாரண்ய போராட்டக் குழுக்கள் தாக்குதல் நடத்திவந்த போதும் அவர்கள் தங்கள் பாதுகாப்புகளிலோ, தங்கள் உழைப்பின் தீவிரத்திலோ எவ்வித சமரசமும் செய்து கொள்ளவில்லை. கிராமங்களின் நான்கு பக்கங்களில் 24 மணி நேர பாதுகாப்புக்கான ஒழுங்குமுறையைச் செய்துகொண்டனர். வேறு சில கிராமத்து மக்கள் காட்டுக்குள் தாற்காலிக அமைப்புகளை ஏற்படுத்தி வைத்துக் கொண்டனர். தானியம், காசு, பணம் போன்ற மதிப்புமிக்க பொருள்களைக் காட்டின் பாதுகாப்பான இடங்களில் ஒளித்து வைத்துக்கொண்டனர். மக்கள் போராட்டக் குழுவின் பாதுகாப்பிலும் பிஎல்ஜிஏ போன்ற கிளை அமைப்புகளின் பாதுகாப்பிலும் தங்கள் விவசாயத் தொழிலைத் தொடர்ந்து செய்து வந்தனர். இதனால் கட்டநாடு முதல் குண்டா வரையிலுள்ள கிராமங்கள் அனைத்தும்

மக்கள் போராட்டத்தின் அச்சாரமாக இருந்துவந்தன என்று சொன்னால் அது மிகையல்ல.

... பீப்பிள்ஸ் மார்ச், ஜனவரி 2007

தங்கள் கிராமங்களிலேயே தங்கிக்கொண்டு, முகாமுக்குச் செல்லாமலிருப்பது ஓர் அரசியல் நிலைப்பாடு மட்டுமல்ல. மாவோயிஸ்டுகளுக்குத் தங்கள் ஆதரவைத் தெரிவிப்பது மட்டுமே அதன் நோக்கமல்லை. அது ஓர் இருப்பியல் சிக்கலும்கூட. 'கிராமத்திலேயே இருந்துவிட்டால் உண்ண உணவின்றி காய்ந்த வயிறோடு இருக்கலாம்; ஆனால், முழுச் சுதந்தரத்தோடு இருக்கிறோம்' என்பது அவர்களின் ஒருமித்த குரல். பிறந்த மண்ணைப் பிரியும் சோகமுமில்லை அவர்களுக்கு. காட்டில் இருந்த மாவோயிஸ்டுகள் அவர்களுக்குப் பாதுகாப்பையும் அளித்தனர்.

தந்தேவாடாவாக இருக்கட்டும் அல்லது தூர தேசத்து எல்லையான சல்வடார், கொலம்பியா போன்ற கெரில்லா இயக்கங்கள் இருக்கும் இடங்களிலெல்லாம் இது போன்ற 'போராட்டக் குழுக்கள்' இருந்தன. மாவோயிஸ்டுகள் தங்களால் இயன்ற மட்டும், மக்களை அவர்கள் கிராமங்களிலேயே இருக்கும்படிச் செய்ய முனைந்தனர். வெங்கீல் பகுதியின் தேவி என்பவர் 2010 ஜூன் 19ஆம் தேதி கிராமத்தினரின் அறுவடையைக் காத்து நிற்கும்போது கொல்லப் பட்டார்:

'சல்வா ஜுடும் தாக்குதல்கள் நிறைந்த காலகட்டத்தில் அவர் எப்போதும் கிராமத்து மக்களோடு மக்களாக இருந்துவந்தார். இரவு, பகல் நேரம் பாராது கிராமப் பாதுகாப்பில் முழுப் பங்கு எடுத்துக் கொண்டார். ஜுடும் தாக்குதல்களைத் தடுத்துநிறுத்த எப்போதும் தயாராக இருந்தார். இதை விடவும் கிராமத்தைவிட்டு சிபிர்/முகாம் செல்பவர்களிடம் மனமாற்றத்தைக் கொண்டுவர அதிகமாக உழைத்தார். மக்கள் இருக்கவேண்டிய இடம் கிராமங்கள்தான்; முகாம்கள் அல்ல என்று மக்களிடம் ஆணித்தரமாக எடுத்துரைத்தார். மக்களின் உண்மையான எதிரிகள் யார், யார் என்பதை மக்களுக்குப் புரியவைக்க அரும்பாடுபட்டார். பல சமயங்கள் மக்களை முகாமிலிருந்து கிராமங்களுக்குத் திரும்ப வைத்ததில் பெரும் பங்கு அளித்தார்'.

எத்தனை பாதுகாப்புகள் இருந்தாலும் மக்கள் சல்வா ஜுடுமின் தாக்குதல் பற்றிய அச்சத்தோடுதான் வாழ்ந்து வந்தனர். தாய்மார்கள் பலர் என்னிடம் தாக்குதல் சமயங்களில் தங்கள் குழந்தைகளின் அழுகைச் சத்தம் வெளியே கேட்காதவாறு வைத்துக்கொள்ள

ஏற்பட்ட சிரமத்தைப் பற்றிக் கூறியுள்ளனர். அகப்பட்டுக்கொள்ளக் கூடாது என்பதற்காக தங்கள் நாய்களையும் கோழிகளையும் வெட்டிப் போடுவதும் ஒரு வழக்கமாகிப் போனது. முதலில் சல்வா ஜுதும் அமைப்பினரின் வீடு புகுந்து கொள்ளையடிக்கும்போது அவர்களைக் காயப்படுத்த மாவோயிஸ்டுகள் பொறிகளை வைப்பதுண்டு. இதனைப் பார்த்துப் பயந்த ஜுதும் ஆட்கள் கொள்ளையடிப்பதை நிறுத்திவிட்டுக் கொளுத்த ஆரம்பித்துவிட்டனர். எளிதான வேலை! ஒரே ஒரு தீக்குச்சி மட்டும்தானே செலவு!

வீடுகள் முற்றாக எரிக்கப்பட்டாலும் நெருப்பிலிருந்து தப்பிய தானியங்கள், தெண்டு பழங்கள், வேர்கள் போன்றவற்றை வைத்தும் தங்கள் தேவைகளைச் சமாளித்துக்கொண்டார்கள். தாக்கப் பட்ட கிராமங்களையும், மக்களையும் காப்பாற்ற மாவோயிஸ்டுகள் எரிக்கப்படாத பக்கத்துக் கிராமங்களையும் மக்களையும் சார்ந்திருந்தனர். அழிக்கப்படாத கிராமத்திலிருந்து உணவும் தானியமும் பெற்று எரிக்கப்பட்டோருக்கு அளிப்பதும், எரிக்கப்படாத கிராமங்களி லிருந்து ஒரு 'தொண்டர் படை' திரட்டப்பட்டு அழிக்கப்பட்ட கிராமத்தாருக்குத் தங்கள் ஊர்களை, வீடுகளைச் செப்பனிட உதவவும் அழைத்து வருவதுண்டு. பல சமயங்களில் வியாபாரிகள் மூலமோ காட்டில் உள்ளவர்களுக்காக அரிசி எடுத்துவரும் ஆந்திரப் பிரதேச உறவினர்கள் மூலமோ பொருள்களைப் பெற்று உதவுவதுண்டு.

இப்படியெல்லாம் பல வழிகளில் சிரமத்தோடு கிடைக்கும் அரிசி மக்கள் வயிற்றை நிரப்பப் போதுமானதாக இருக்காது. அவர்களுக்கு வாழ்வின் ஆதாரமான உணவை ஓரளவு கொடுத்து உயிர் பிழைத்திருக்க மட்டுமே முடியும். கங்கப்பாடு என்ற கிராமத்துக் குடும்பம் ஒன்றை நான் ஆந்திரப் பிரதேசத்தில் சந்தித்தபோது தங்களுக்கு 30 பேருக்கு ஒரு கிலோ அரிசி வீதம் கொடுக்கப்பட்டது என்றார்கள். இதில் பெரியவர்களுக்கு அரிசி வேக வைத்த நீரில் சில மிடறுகள் மட்டுமே உணவு. இந்தச் சிறு அளவு அரிசியும் கிடைக்காமல் போனதும்தான் அந்தக் குடும்பம் ஆந்திரப் பிரதேசத்தை நோக்கி நகர்ந்தது. அதிலும் குடும்பத்தில் ஓரிருவர் கிராமத்திலேயே தங்கியிருந்து வீட்டையும் நிலத்தையும் சிறிது கண்காணித்துக் காப்பாற்றி வந்தனர்.

மாவோயிஸ்டுகளின் கை ஓங்கியிருந்தபோது விவசாயம் தொடர்ந்து நடைபெறுவதை உறுதி செய்தனர். சில காலங்களில் மக்கள் தங்கள் நிலங்களில் விதை விதைத்த பின் முகாம்கள் நோக்கிச் சென்றிருக்கலாம். அப்படிப்பட்ட நிலங்களில் மாவோயிஸ்டுகள்

காவலுக்கு ஆள்களை ஏற்பாடு செய்து விவசாயத்தையும் நடத்தி அறுவடையையும் நடத்தினர். அந்தத் தானியங்கள் பொதுவாக வயல்காரர்களுக்காகச் சேமித்து வைக்கப்பட்டிருக்கும். அந்த நம்பிக்கை இல்லாதபோது அவை கிராமத்தில் அப்போதிருக்கும் மக்களுக்காகப் பயன்படுத்தப்படும். காவல் நிலையங்களுக்கும் அதில் பங்குண்டு!

மாவோயிஸ்டுகள் இப்படி ஆதரவுக் கரம் நீட்டும்போது, ஜுதும் ஆட்களும், காவல் துறையும் மாவோயிஸ்டுகளின் கண்காணிப்பில் இருக்கும் நிலங்களை ஒட்டுமொத்தமாகச் சென்று கொள்ளையடிப்பதும் நடக்கும். பமேல்வயா என்ற அரசாங்கத்துக்குச் சொந்தமான பண்ணையில் இது போன்ற கொள்ளை நடந்தது. அதுவும் மக்களைப் பட்டினி போட்டுக் கொல்லவேண்டும் என்ற ‘உயர்ந்த’ நோக்கில் ஜுதும் காடுகளில் ஒளித்து வைக்கப்பட்டிருக்கும் தானியங்களைத் தேடிப்பிடித்து எரித்து அழிப்பதும் நடக்கும்.

ஓர் உடைந்த மாநிலத்தின் உடைக்கமுடியாத பலம்

காலப்போக்கில் தந்தேவாடாவின் நிலப்பரப்பு மெல்ல மாறியது. நெடுஞ்சாலைப் பகுதிகள் ஜுதுமின் ஆக்கிரமிப்புகளாக மாறின. கிராமப் பகுதிகள் மாவோயிஸ்ட் பகுதிகளாயின. மக்களும் அதிகாரமும் இந்த இரு குழுக்களிடமும் அகப்பட்டுக் கிடந்தன. கிராமத்து மக்களும் தங்கள் கிராமங்களைக் காப்பாற்றும் பொருட்டு நெடுஞ்சாலைகளிலிருந்து தங்கள் கிராமங்களுக்கு வரும் சாலைகளில் மரங்களை வெட்டிச் சாய்த்து வாகனங்கள் வராதபடி தடுத்தனர். சாலைகளில் பள்ளங்களை வெட்டுதல், பாலங்களைச் சேதப்படுத்துதல் என்று அவர்கள் தங்களைக் காத்துக்கொள்ள முயற்சித்தனர். இது போதாது என்பதுபோல பல ‘முள் பள்ளங்களை’ உண்டாக்கினர். சாலையில் சதுரமாகக் குழி வெட்டி அது முழுவதற்கும் கூரான மூங்கில் குச்சிகளை நட்டு, மேலும் கருவேலம் முட்களைப் போட்டு நிரப்பி விடுவார்கள். இது சிஆர்பிஎஃப் சிப்பாய்களுக்கு வைக்கும் தடுப்பு. ஆயிரக்கணக்கான வீரர்கள், தரை வாகனங்கள் மட்டுமல்லாமல் வான ஊர்தி, ஹெலிகாப்டர்கள் மூலமாக ரோந்து சுற்றுபவர்களுக்கு எதிரான சிறு முயற்சிதான் இது. ஆனாலும், அவை பயனின்றிப் போகவில்லை.

மாடு மேய்க்கும் பெரியவர்களும், உண்டி வில் வைத்து விளையாடும் சிறு பையன்களும் கிராமத்தாருக்கு ஒற்றர்கள் மாதிரிதான். கிராமத்தை நோக்கி யாரும் படை திரட்டி வருகிறார்களா என்று பார்ப்பதும், மேய்ச்சலோடும்

விளையாட்டோடும் இணைந்த விஷயங்கள். பக்கத்துப் பக்கத்துக் கிராமங்களுக்கு நடுவில் ஒருவருக்கொருவர் எச்சரிக்கை செய்ய முயற்சியெடுத்தும் அது அதிக பயனளிக்கவில்லை.

உதாரணமாக குமர்பள்ளி என்ற கிராமத்து மக்களை ஆந்திரப் பிரதேசத்தில் சந்தித்தேன். ஜுதும் தங்களோடு அவர்கள் சேர வேண்டும் என்ற அழைப்பைப் பெறவுமில்லை; அல்லது எங்கள் கிராமத்தில் அவர்கள் ஒரு கூட்டம் நடத்தப் போகிறார்கள் என்று எந்த முன் எச்சரிக்கையுமில்லை. பக்கத்து கிராமத்தை ஜுதும் எரித்து விட்டார்கள் என்று செய்தி வந்தது. நாங்களும் பயந்து போய் கிராமத்தைவிட்டு ஓடிப் போனோம். ஆனால், எதிர்பார்த்தபடி ஜுதும் உடனே வரவில்லை. இரண்டு நாட்களுக்குப் பின் வந்தனர். எங்களை எச்சரிக்கக்கூட ஆளில்லை.

கிராமத்து மக்கள் தங்கள் வனப் பகுதியில் ராணுவம் வந்துவிடக் கூடாது என்று கண்காணிப்போடு இருக்கிறார்கள். அதே போல் ஜுதும் உறுப்பினர்கள் எந்தக் கிராமவாசிகளும் தங்கள் பகுதிக்குள் வந்துவிடக்கூடாது என்பதில் கவனமாயிருக்கிறார்கள். எஸ்பிஓக்கள் ஆற்றுப் பாலங்கள், சோதனைச் சாலைகளின் அருகில் மக்கள் சந்தைக்குச் செல்லும் வழியிலோ சிறிதேனும் கிடைக்கும் மருத்துவ உதவிகள் பெறவோ வருபவர்களைக் கண்காணிப்பதில் கருத்தாக உள்ளனர். சுதந்தரமாக அப்பகுதியில் சுற்றக் கூடியவர்கள் இரு தரப்பு மக்கள் மட்டுமே. எஸ்பிஓக்களும் ராணுவ வீரர்களும் தாக்குதல்களுக்காகச் செய்கின்றனர். அடுத்த தரப்பு எங்கள் பீடி இலை வியாபாரிகள் மட்டுமே.

மெருவாயா செல்ல இந்திரவதியை 2007 ஜூன் மாதம் தாண்டும்போது கோப் என்ற மூன்று வயது குழந்தையை நான் பார்க்க நேரிட்டது. அம்மா சமையல் செய்யும்போது இந்தக் குழந்தை தவறி, நெருப்பில் விழுந்துவிட்டது. வயிற்றுப் பகுதி வெந்துவிட்டது. தோல் கழன்றுவிடும் நிலையில் இருந்தது. ரத்தமும் ஒழுகிக் கொண்டிருந்தது. பெற்றோர்கள் இருவரும் என்ன செய்வது என்றே தெரியாமல் குழந்தையின் ஆளுக்கொரு பக்கம் உட்கார்ந்துகொண்டிருந்தனர். தாய்காரி குழந்தைக்கு மாறி மாறி கைவிசிறிகொண்டு வீசிக்கொண்டிருந்தார். குழந்தை அழும் போதெல்லாம் தாய்ப்பால் கொடுத்து அமரச் செய்ய முயற்சித்தார். அருகில் இருந்த மருத்துவரிடம் உதவிக்குச் சென்றுள்ளனர். அது எந்தப் பயனும் தரவில்லை. ஒரே வழி ஆற்றைக் கடந்து தும்னார் மருத்துவமனைக்குக் கொண்டு செல்லலாம். ஆனால், இப்பக்க மிருந்து ஆற்றின் அந்தப் பக்கத்துக்கு நுழைய யாரையும்

அனுமதிப்பதில்லை என்று வீறாப்புடன் முரண்டுபிடித்துக் கொண்டிருந்தனர் எஸ்பிஓக்கள். மூன்றரை மணி நேரத்தில் மருத்துவமனைக்குச் செல்லமுடியும். ஆனால், அது அவர்களுக்கு அருகில் போய்ச் சேரக்கூடிய அளவில் இல்லை. ஓர் உலகமே தங்களைப் பிரித்து வைத்திருப்பதாகப் பெற்றோர்கள் நினைத்தார்கள். 'நீங்கள் மாவோயிஸ்டுகளின் பக்கத்தைத் தேர்ந்தெடுத்ததால் ஆற்றின் பக்கமே இருந்துகொள்ளுங்கள்' என்கின்றனர் ஜுடும் குழு உறுப்பினர்கள்.

'இடம் மாறி நீங்கள் இருந்தால் இந்திய அரசு அளிக்கும் மருத்துவ உதவிக்கும் நீங்கள் சட்டப்படி ஏதும் கேட்கமுடியாது. அதற்கு உங்களுக்குச் சுதந்தரமில்லை' என்றார் ஜுடும் உறுப்பினர். நல்ல விவாதம் - ஒரு குழந்தையின் உயிர் மேல்!

பாதி மக்கள் தொகை முகாம்களிலும், மீதி ஆட்கள் காடுகளிலும் ஆந்திரப் பிரதேசத்திலும் உள்ளனர். இந்தக் காரணத்தால் பாரம்பரியமான சாலைப் பகுதிச் சந்தைகள் கூடுவதும், ஏனைய வேலைகளும் அறவே மறுக்கப்பட்டுவிட்டன. அதுவும் நவம்பர் 2005லேயே சாக்கெலி கிராமத்து மக்கள் சாலையோரத்துச் சந்தைகளுக்குப் போகும் வழக்கத்தை விட்டுவிட்டனர். வியாபாரிகள் கிராமத்துக்கு வந்த மஹுகாவை உப்புக்குப் பண்ட மாற்றாகக் கொடுப்பதை நம்பி கிராமங்களிலேயே இருந்தனர். பின்பு பெண்கள் பெரும் கூட்டமாக, 130-140 பேர் திரண்டு சாக்கெலி கிராமத்திலிருந்து காலை நேரத்திலேயே புறப்பட்டு பிஜாபூர் வருவார்கள். 30 கிலோ விறகை 30 ரூபாய்க்கு விற்று, அந்தப் பணத்தில் அரிசி வாங்கிச் செல்வார்கள். வீட்டுக்குத் திரும்பும் போது மாலை மூன்று மணி ஆகியிருக்கும். உடனே அடுத்த நாள் விற்பதற்காக விறகு பொறுக்கப் போகவேண்டும். அரசின் குடியுரிமைப் பொருள்களுக்கான கடைகள் எவையும் திறப்பதே இல்லை. உட்பகுதியிலுள்ள கிராமங்களிலிருந்து மக்கள் வெளியேறி முகாமிற்குச் சென்றுவிட்டனர் என்பதே அவர்கள் அதற்காகக் கொடுத்த பொய்க் காரணம். ஆகவே, அக்கிராமத்து மக்கள் தங்கள் அடிப்படை உணவுத் தேவைகளுக்கு இந்த அளவு கஷ்டப்பட வேண்டியிருந்தது. அரிசி வாங்குவதற்காக மட்டும் 30-40 கிலோ மீட்டர் அளவிற்கு நடக்க வேண்டியிருந்தது. அரசு விநியோகக் கடைகளுக்கோ அல்லது சாலையோரச் சந்தைகளுக்கோ ஓர்ச்சா அல்லது ஆந்திரப் பிரதேசம் போன்ற பாதுகாப்பான இடங்களை நோக்கிப் போக வேண்டியிருந்தது. பாதுகாப்பற்ற இடங்களில் அவர்கள் மாவோயிஸ்டுகளுக்கு பொருள்களை வாங்கிச் செல்வதாகக் குற்றம் சாட்டப்படுவார்கள். மக்கள்

தங்களுக்கான பொருள்களை வாங்கிச் செல்லும்போது, ஜுடும் அவர்களை அதிகமாக நக்கலடிப்பதுண்டு. 'என்ன உங்கள் மாவோயிஸ்டுகள் உங்களுக்குச் சாப்பாடெல்லாம் போடுவதே இல்லையா? எதற்கு கடைகளிலிருந்து அரிசி வாங்கிச் சாப்பிடுகிறீர்கள்?' இந்த வியாபாரத்துக்கும் 2008இல் ஆந்திரப் பிரதேச அரசிடமிருந்து பிரச்னை உண்டானது. சத்தீஸ்கர் ஆதிவாசிகளுக்கு ஆந்திரப் பிரதேசக் கடைகளில் அரிசி வாங்குவதை அந்த அரசின் காவல்துறை தடை செய்தது. மேலும் ஆந்திர வியாபாரிகள் அரிசி எடுத்துச்சென்று சத்தீஸ்கர் சந்தைகளில் விற்பதற்கும் தடை விதித்தது.

அரசியல் சட்டத்திலிருந்து துண்டாடப்பட்ட மோர்னா

ஜுடுமின் ஆரம்ப கால அராஜகத் தாக்குதல்களில் ஒன்று பிஜாபூர்-கங்கலூர் இணைப்புச் சாலையில் நடந்தது. இடத்தின் பெயர் மோர்னா. 2005இல் அங்கு சென்றிருந்தோம். கிராமம் வெறிச்சோடிக் கிடந்தது. பக்கத்திலிருந்த கிராமத்தில் உள்ள மக்கள் இரவெல்லாம் பயந்துபோய் காட்டினுள் ஒளிந்து கொண்டிருக் கின்றனர். இப்படி இனியும் ஒளிந்து வாழ்வதை விடவும் ஜுடும் குழுவினரிடம் 'சரணடைந்து' விடலாம் என்ற மன நிலையில் இருந்தனர். மீண்டும் அதே இடத்திற்கு 2012இல் போனேன். வானகம் செல்லும் சாலை இப்போது மரம் மூடிக் கிடந்தது. காட்டின் செடிகள் வளர்ந்து சாலையே கண்ணுக்குத் தெரியாமல் இருந்தது. வெட்டிப் போட்டிருந்த அடிமரங்களைச் சுற்றிச் சுழன்றுதான் எங்கள் ஜீப் போக வேண்டியிருந்தது. மரங்களடர்ந்து இருண்டு கிடந்தன. தனித்து விடப்பட்ட இடமாக பரந்து கிடந்தது. அடையாளம் காட்டுவதற்குக்கூட ஆளேதும் இல்லை அங்கே. ஊடாடித் திரிந்து மனித வாடை கிடைத்த இடத்தில் சில சிறுவர்களைப் பார்த்தோம். கையில் கவண் வைத்துக்கொண்டு அதனோடு கூர்மையான கத்தி, வானொலி இவற்றோடு அவர்கள் இருந்தார்கள். அவர்களின் வழிகாட்டலில் ஒரு குடிசையில் வழிகாட்டிகளைவிட சற்றே மூத்த ஓர் இளைஞனைப் பார்த்தோம். எங்கள் கையிலிருந்த தினசரி செய்தித்தாள்கள்மீது அவர்களுக்கு அத்தனை கவனம். மாதக் கணக்காக தினசரி ஏதும் பார்க்கவில்லை என்றனர். செய்திப் பசி அவர்களுக்கு! வாங்கி வாசித்தனர். மோர்னா அப்படித் தனித்து விடப்பட்டுக்கிடந்தது. முகாமிலிருந்து விலகி நிற்க மக்கள் ஆசைப்பட்டனர். அவர்களின் ஆசையின் விளைவே இது. தனித்து விடப்பட்டும், தங்கள் சொந்த கஷ்டங்களோடும் இருந்தனர்.

மோர்னாவில் 75 வீடுகள் இருந்திருக்கும். அவற்றில் 65 வீடுகள் 2005இல் முழுவதுமாக எடுக்கப்பட்டு சாம்பல் குவியல்களாகக்

கிடந்தன. அந்த ஆண்டில் ஜுடூம் குழுவும், நாகா படைகளும் ஐந்து கிராமவாசிகளைக் கொன்றனர். அறுவடை நேரத்தில் அந்த ஐவரும் பிடித்துப் போகப்பட்டனர். முகாமுக்குக் கொண்டுசெல்லப்பட்டுக் கொல்லப்பட்டனர். அவர்களோடு இரு இளம் பெண்களையும் பிடித்துச் சென்றனர். இளம் பெண்கள் பாலியல் பலாத்காரம் செய்யப்பட்டு, அடித்து நொறுக்கப்பட்டனர்.

இந்தக் கொடூர நிகழ்விற்குப் பின் கிராமவாசிகள் கூண்டோடு கிராமத்தைவிட்டுக் காலி செய்துவிட்டு காட்டிற்குள் குடிசை அமைத்துத் தங்கினர். இந்தக் குடிசைகளும் 2006ல் எரித்து அழிக்கப்பட்டன. அவர்கள் உடைமைகள் அனைத்தும் அழிக்கப் பட்டதுமல்லாமல் சேமித்து வைத்திருந்த தானியங்கள் யாவும் எரிக்கப்பட்டன. கிராமத்து மக்கள் தங்கள் கிராமத்துப் பெண்கள் மூலமாகத் தங்களிடமிருக்கும் பணத்தையெல்லாம் போட்டு பிஜாபூர் சென்று தானியங்கள் வாங்கி வரத் திட்டமிட்டனர். பாவப்பட்ட பெண்கள்... தானியங்கள் வாங்கித் திரும்பும் வழியில் ஜுடூம் குழுவினரால் தாக்கப்பட்டு, தங்கள் தானியங்களைத் திருட்டுக் கொடுத்துவிட்டு வெறுங்கையுடன் திரும்பினர். பணமுமில்லை, தானியமும் சுத்தமாக இல்லை. பக்கத்துக் கிராமங்கள் (இதுவரை எரிக்கப்படாமல் தப்பித்த கிராமங்களி லிருந்து) தானியங்களை இரந்து பெற்றனர் (ஆனால், இந்தக் கிராமங்களும் 2007இல் எரிக்கப்பட்டன). முதலில் ‘மக்கள் படை’ கிராமத்து மக்களைக் காப்பாற்ற முழு முயற்சியெடுத்தது. ஆனால், ஒரு நாள் ஒரு பெரிய காவல் படை வந்து துப்பாக்கிச் சூடு நடத்தி, அந்த முயற்சியைத் தோற்கடித்தார்கள்.

ஓர் இளைஞர் அன்று நடந்ததைப் பற்றி எங்களிடம் இவ்வாறு கூறினார்:

‘வன வாழ்க்கை மிக மிகக் கடினமான வாழ்க்கை. மலேரியாவால் இறந்த குழந்தைகள் அனேகம். எப்போது எந்தப் பாம்பு தீண்டுமோ, அதற்குக் காட்டில் கிடைக்கும் மருந்துச் செடிகள் மட்டுமே எங்களுக்கான ஒரே மருந்து. இரவில் அச்சத்தோடு அங்குமிங்கும் ஓடி, விழுந்து, கை கால்களை உடைத்துக் கொள்வோம். பல நாட்கள் சுத்த பட்டினி. உணவில்லாததால் மட்டுமல்ல. இருக்கும் சிறிதளவு தானியத்தையும் சமைக்க அச்சம். அடுப்பெறிந்தால் அந்த ஒளியால் காவல் துறையால் பிடிக்கப்பட்டுவிடுவோம் என்ற அச்சம். அடுப்புத் தீயை மூட்ட முடியாது. பசித் தீயை அணைக்க முடியாது.

இந்த வாழ்க்கை ஒரு நாள் இரு நாட்களுக்கல்ல; மூன்று, நான்கு மாதங்களுக்கு இந்த வாழ்க்கைதான். அதன் பின் மெல்ல இடம்

பெயர்ந்தோம். பத்ராச்சலம், உப்பெரு, வடகுண்டா என்ற ஆந்திரப் பிரதேசத்திலுள்ள இடங்களை நோக்கிச் சென்றோம். அங்கே நான்கைந்து மாதங்களுக்குக் கூலி வேலை செய்து வயிற்றை நிரப்பினோம். அங்கிருந்து மீண்டும் 2007 மே-ஜூலை மாதங்களில் எங்கள் கிராமங்களுக்குத் திரும்பினோம். கூலிகளாக வேலை பார்த்த காலமும் மிகவும் கடுமையானதாகவும் கொடுமையானதாகவும் இருந்தது. எளிதாக உடல் நலம் கெடும். நலம் போயின் வேலை பார்க்கமுடியாது. கூலியும் இல்லை. பசி, பட்டினி. அதுதான் வாழ்க்கை. அப்போது ஓர் உறுதி எடுத்தோம். வீழ்ந்தாலும் பிறந்த மண்ணிலே வீழ்வோம். இனி பிறந்த மண்ணைவிட்டுப் பிரிவதில்லை. இதுவே நாங்கள் அப்போது எடுத்துக்கொண்ட உறுதி.

இந்த உறுதியோடு திரும்பிவந்த அவர்கள்மீது மீண்டும் தாக்குதல் நடந்தது. 2007ஆம் ஆண்டு. பருவ மழைக் காலம். ஜுடும், நாகா படைகள் தாக்குதல் நடத்தின. எட்டு வீடுகள் அக்குக்கிராமத்தில் பலியாயின. நான்கு பேர் கொல்லப்பட்டனர். இந்த நால்வரில் ஒருவரின் கொலை மிகக் கொடூரமாக நடந்தது. அங்கிருந்த பெண் தெய்வத்தின் கோயிலில் அவருடைய நாக்கைத் துண்டித்துக் கொன்றிருந்தார்கள். 2009ல் 14 கிராமவாசிகள் கைது செய்யப்பட்டு சிறையில் அடைக்கப்பட்டனர். 2012ஆம் ஆண்டின் நடுப் பகுதி வரை அவர்கள் சிறையில்தான் இருந்தார்கள். 2012 மே மாதம் 22ஆம் தேதியில் மேலும் இரண்டு பேர் தந்தேவாடா சிறைக்கு எடுத்துச் செல்லப்பட்டனர். அந்த இரவில் புத்து என்பவரின் வீட்டில் துப்பாக்கியும் வெடிகுண்டு ஒன்றும் வெடி ஆயுதம்ஒன்றும் இருந்ததாகச் சொல்லி கைது செய்யப்பட்டனர். ஆனால், அப்படி ஏதும் இல்லை என்பது கிராமத்துவாசிகளின் கூற்று. புத்து 2005இல் சிறையில் அடைக்கப்பட்டு, 2010இல் விடுதலை பெற்று, மீண்டும் 2012இல் சிறைக்கு அனுப்பப்பட்டார்.

2012ஆம் ஆண்டிலும்கூட 14 வயதும் அதற்கு மேலும் வயதானவர்கள் அனைவரும் ஒவ்வொரு இரவும் அருகில் இருந்த மலைக்கு ஏறி மறைந்துவிடுவார்கள். மாலை 5-6 மணிக்கு மலையேற ஆரம்பிக்கும் அவர்கள் அடுத்த நாள் காலை எட்டு மணிக்குக் கிராமத்துக்கு மீண்டும் வந்து சேர்வர். மேலும், கீழும் வாழ்க்கை. இரவில் வயதானவர்கள் மட்டுமே கிராமத்தில் இருப்பார்கள். மலையிலும் அவர்கள் தினந்தோறும் இடம் மாற்றிக் கொண்டே இருக்க வேண்டும். காவல் துறையின் கண்ணில் படாமல் மறைந்த வாழ்க்கை அவர்களுடையது. மழைக் காலத்தில் இன்னும் கொடுமை. குடைபிடித்துக்கொண்டு மரத்தடி வாழ்க்கை.

2012இலிருந்து எஸ்பிஓக்கள் பெண்களை, அரசு விநியோகப் பொருள்களை வாங்க ரேஷன் கடைகளுக்குப் போக அனுமதியளித்தனர். மோர்னா பள்ளிக்கூடம் 2005 வரை நடந்து வந்தது. ஆனால், காவல்துறை நான்கைந்து முறை அங்கு முகாமிட்டனர். அதனால் கிராமவாசிகளே அப்பள்ளியை அழித்து விட்டனர். ஆந்திரப் பிரதேசத்திலிருந்து திரும்பி வந்ததும் அவர்கள் அனைவரும் பணம் திரட்டி ஒரு பையனுக்கு மாதம் 600 ரூபாய் கொடுத்து அவனைச் சிறு பிள்ளைக்கு 'ஆசிரியராக'' பணியமர்த்தினர்! அந்த 'ஆசிரியர்' ஏழாவது வகுப்பு பாஸ்! ஆனால், இந்த 'ஆசிரியர்' 2011இல் சிறைப்படுத்தப்பட்டார். அதனோடு அவர்களின் 'கல்வித் துறை' முடிவுக்குக் கொண்டுவரப்பட்டது!

8

எல்லைகளைத் தாண்டும் மக்கள்

'ஜுதும் வெறுமனே முகாமுக்கு வா என்றழைத்திருந்தால் நானும் மறு பேச்சில்லாமல் உடனே சென்றிருப்பேன். ஆனால், வீடுகளை அவர்கள் எரிப்பதைப் பார்த்தபின் எனக்கு ஜுதுமைப் பார்த்ததுமே ஓடிவிடவேண்டும் என்று தோன்றியது!

'நாங்கள் எல்லோரும் பயந்து கிடந்தோம் - இரு தரப்பினரும் எங்களைக் குற்றவாளிக் கூண்டில் நிற்கவைத்துவிட்டனர். நாங்கள் எதிரிகள் பக்கம் இருப்பதாக இருவருமே குற்றம் சாட்டினர். எப்படியோ நாங்கள் எங்கள் ஊரைவிட்டுப் போக மாட்டோம். உயிரே போனாலும் எங்கள் சொந்த மண்ணில் போகட்டும்!

...ஊர் விட்டு ஓடிவந்த மக்கள், ஆந்திரப் பிரதேசம், 2007

கோண்டா பகுதிக்குப் பக்கத்தில் ஆந்திரப் பிரதேசத்தின் கம்மம் என்ற இடம் காடுகள் மிகவும் குறைவாக இருந்த சமவெளிப் பகுதியாகும். பதனீர், கள் இறக்கும் பருவத்தில் பனையேறுவதைத் தொழிலாகக் கொண்ட பனையேறிகள் மரக் கட்டையும், தோலும் சேர்ந்து செய்த உறையில் வைத்த கத்தி, பனையேறுவதற்காகக் காலில் மாட்டிக் கொள்ளும் தளை என்னும் கறுப்புக் கயிறுகள் என்ற பல உபகரணங்களோடு முழு உழைப்பில் இருப்பதைப் பார்க்கலாம். சிகப்பு மிளகாய், பருத்தி புகையிலை செடிகளின் ஊடே சாலையிலிருந்து வழுக்கி ஓடிய பாம்புகள் ஊர்வதைக் காணலாம். இதற்குப் பக்கத்திலிருக்கும் பாலர்புர் என்னும் காகித ஆலையில்

இருந்து வரும் தனித்துவமான வாசனையும் அந்தப் பகுதியையே நிரப்பியது. ஒப்பந்த அடிப்படையில் யூகலிப்டஸ் மரங்களை 'பச்சைக் கூடாரங்களுக்குள்' விவசாயிகளே வளர்த்து வருவதும் கண்ணில் அடிக்கடி படும் காட்சி.

சில சமயங்களில் வனத்துறை மக்கள் அரிவாள், சுத்தியலோடு உள்ளே நுழைவதையும் காணலாம். அந்தக் காலகட்டத்தில் புதுக் குடியரசு என்ற பெயரில் சிபிஐ (எம்), சிபிஐ (எம்எல்) அடங்கிய குழு ஆந்திரப் பிரதேச அரசியல் களத்தில் ஆர்வமாகச் செயலாற்றினர். விவசாயிகள் தாங்கள் விவசாயம் செய்யும் நிலங்களைக் கையகப்படுத்தவேண்டும் என்பதற்கு உதவிக்கரம் நீட்டி நின்றனர். அங்கிருந்த கிராமங்களும் நகர்களும் செழுமையாக இருந்து வந்தன. அங்குள்ள பேருந்து நிலையங்களில் இருந்த கழிப்பறைகூட சுத்தமாகப் பேணப்பட்டுவந்தது.

ஆந்திரப் பிரதேசத்திற்குள் புதுக் குடியேற்றங்கள் நடந்தன. இந்தக் கொட்டிக் கோயாக்கள் எந்த வேலையையும், மிகக் குறைந்த கூலியில் செய்வதற்குத் தயாராக இருந்தனர். இதனால் உள்ளூர் ஆட்களுக்கு என்ஆர்ஈஜிஏவில் உயர்ந்த கூலியோடு வேலைகள் கிடைத்தன. ஆகவே, தாழ்ந்த வேலை, குறைந்த கூலி புதுக் குடியேற்றங்களுக்குச் சென்றன.

ஆனால், ஜுடும் தன் 'வேட்டை'யை ஆரம்பித்த பிறகு, இந்த இடப் பெயர்வுகள் மிகவும் வேகமாக நடந்தேறின. மக்கள் ஏற்கெனவே யாரிடம் கூலி வேலைக்குச் சென்றார்களோ, அந்த மக்களைத் தேடி ஓடி வேலைக்குச் சென்றனர். அல்லது ஏற்கெனவே குடியேறி இருந்த தங்கள் உறவுகளை நாடித் தஞ்சம் அடைந்தனர். அல்லது தங்களுக்குத் தெரிந்தவர்கள் முன்பே சென்று குடியமர்ந்த முறைகளைக் கற்று, தாங்களும் புதிய குடியேறிகளாக மாறினர். ஆந்திரப் பிரதேசத்தில் குடியேறிய மக்கள் தாங்கள் பிறந்த மண்ணிலிருந்து நெடுந்தூரம் நடந்துவந்து குடியேறினர். உசூருக்குப் பக்கத்திலுள்ள சாம்பி என்ற இடத்திலிருந்து இரு நாட்கள் நடந்து, சேர்லா என்ற இடத்தை அடைந்தனர். இது ஆந்திரப் பிரதேசத்தின் எல்லைக்குள் உள்ள சிறு வியாபார நகரம். அதிலிருந்து இன்னொரு நாள் நடை. அங்குதான் கடந்த மிளகாய்ப் பருவத்தில் வேலை செய்திருப்பார்கள். அங்கு வந்து சேர்வார்கள்.

இப்படி நீண்ட பயணம் செய்யும் மக்களில் சிலர் கொஞ்சம் அதிர்ஷ்டசாலிகள்தான்! அவர்களின் கிராமங்கள் ஜுடுமினால் எரிக்கப்படுவதற்கு முன்பே அவர்கள் இப்படி தேசாந்திரிகளாகப்

புறப்பட்டிருப்பார்கள். ஆகவே அவர்கள் கைகளில் காசு பணம் மீந்திருக்கும். வழிப் பயணத்துக்கு அந்தப் பணம் உதவும். வீட்டுச் சாமான்களுக்கும் கால்நடைகளுக்கும் செலவழிக்கப் பணம் இருக்கலாம். இப்படிப்பட்ட மக்களைத் தங்கள் கிராமங்களிலேயே இருத்தி வைத்துக்கொள்ள சங்க உறுப்பினர்கள் பெரும் முயற்சி எடுத்துள்ளனர். சிலர் போரிட்டுக்கொண்டு தங்கள் கிராமங்களிலேயே இருந்தனர். ஆனால், கைவசம் இருந்த உணவுப் பொருள்கள், தானியங்கள் தீர்ந்து போனாலும் வேறு வழியில்லாமல் ஊரைப் பார்த்து புது இடங்கள் நோக்கிப் பயணப்பட்டனர். ஆனாலும், பல மக்களுக்கு இந்தப் போராட்ட வாழ்வு பிடிக்காமல் போயிற்று. நித்தமும் தப்பிக்க முயற்சிகள்; வாழ்வாதாரம் தேடப் பெரும் முயற்சிகள். தங்கள் வீட்டுப் பாத்திரங்களையும் வீட்டுப் பொருள் களையும் காட்டிலுள்ள குகைகளில் ஒளித்து வைத்துக்கொண்டு, கையில் இருக்கும் நாலு காசு பணத்தைக் குழி வெட்டிப் புதைத்து மறைத்து வாழும் வாழ்க்கை. யாருக்குத்தான் பிடிக்கும் இந்தத் தொடரும் போராட்ட வாழ்க்கை? நிமிடத்துக்கு நிமிடம் சாவோடு போராடும் வாழ்க்கை?

இடம்பெயர்ந்த மக்கள் நம் நாட்டு மக்களாகவே இருக்கிறார்கள். அவர்களும் அகதிகள்தானே? அரசு சாரா அமைப்புகள் இவர்களுக்கு ஒரு புது நாமம் சூட்டியுள்ளது. இன்டர்னலி டிஸ்பிளேஸ்ட் பெர்சன்ஸ் (ஐடிபி). அதாவது, உள்நாட்டிலேயே இடம்பெயர்ந்த மக்கள். இவர்கள் தங்களுக்காகச் சின்னஞ்சிறு தங்கும் இடங்களை அமைத்தனர். நான்கு மூங்கில் கால்களை வைத்து, மேலே ஒரு சின்ன மேடை. முழுவதும் திறந்தே இருக்கும். இதுவும் ஒரு தங்கும் இடம்தான். இதன் கீழே உட்கார்ந்து, வெயில், மழை இவற்றிலிருந்து தங்களைக் காப்பாற்றிக் கொண்டனர். இது போன்ற சிறு அமைப்புகள் காடுகளிலோ சாலைகளிலோ குட்டைகளுக்கு நடுவிலோகூட இருக்கும். பல விவசாயிகள் இந்த இடம் பெயர்ந்தவர்களைத் தங்கள் வயல் காட்டில் தங்க அனுமதிப்ப தில்லை. நில உரிமையாளர்களுக்கு திருட்டு நடந்து விடுமோ என்ற பயம். சிலர் பணம் வாங்கிக்கொண்டு அனுமதித்தார்கள். தார்ப்பாய் கொடுத்து உதவும் உரிமையாளர்களும் உண்டு.

எளிமையாக இருந்த இக்குடில்கள் மெல்ல மெல்ல வளர்வதும் உண்டு. ஒரு கூரை வரலாம். பின்பு சுவர்கள், கதவுகள் என்று வளரலாம். ஆனாலும், எத்தனை ஆண்டுகள் ஆனாலும் அவையெல்லாம் தாற்காலிக அமைப்புகளாகவே காட்சியளிக்கும். அரைகுறையாக வேயப்பட்ட கூரை, ஆங்காங்கே மேயும் கோழிக் கூட்டம் என்று

பரிதாபமாகக் காட்சியளிக்கும். செழித்த மரங்களின் நிழல், சுற்றிச் சூழ்ந்திருக்கும் மலைகள், நன்கு கூரை வேயப்பட்டு அழகாக அமைக்கப்பட்ட அவர்களது கிராம வீடுகள் போலவே இந்தத் தாற்காலிக அமைப்புகள் அழகாக அமைந்துவிடும். கிராமத்தில் உள்ள சொந்த வீடுகளை மட்டும் துறந்து, வந்து விட்டார்கள். எல்லாவற்றையும், ஏன் தாங்கள் கும்பிடும் சாமிகளையும் துறந்து வந்தவர்களல்லவா? அவர்களது புதிய இடங்களில் அவர்கள் வழக்கமாக வளர்க்கும் பன்றி, ஆடு, மாடு, கோழி போன்றவை புதிய இடத்தில் கிடையாது. எப்படி அவர்கள் ஆந்திரப் பிரதேசத்தில் பணம் போட்டு அவற்றை வாங்கி, வளர்க்க முடியும்? வெகு சிலர் மட்டும் தாங்கள் வைத்திருந்த சில கால்நடைகளை இங்கே ஆந்திராவில் உள்ள தங்கள் உற்றார்கள் வீட்டில் விட்டு வைத்திருந்தனர். எப்படி சத்தீஸ்கரில் விட்டுவைப்பது என்ற பாசத்திலும் பயத்திலும் கொண்டு வரப்பட்ட அவர்களது கால்நடைச் செல்வங்கள் அவை. இந்தப் புதுக் குடியேற்றங்களின் மிக முக்கிய பிரச்னையே தண்ணீர்தான். காடுகளில், பசுமையான சூழலில் வாழ்ந்த மக்களுக்கு இப்போது தண்ணீர் பெரும் சிக்கலாகிவிட்டது.

இந்த மக்கள் ஆந்திர மக்களோடு வைத்திருந்த உறவுகள் பல விதமாக இருந்தன. சில கிராமங்களில் சில ஐடிபி குடும்பங்களை தங்கள் கிராமத்தினுள் வாழ அனுமதிப்பார்கள். ஆனால், பொதுவாக கிராமங்களுக்கு வெளியே, ஒதுக்குப்புறத்தில்தான் அனுமதி கிடைக்கும். அதுபோன்ற அமைப்புகளில் பொதுவாக வீடுகள் காடுகளை ஒட்டிய பகுதியில் இருக்கும். நான் அப்படிப்பட்ட 13 குடும்பங்களைச் சந்தித்துப் பேசினேன். அவர்கள் சத்தீஸ்கரில் உள்ள கமலாபாதர் என்ற பகுதியிலிருந்து வந்து, இங்கே ஆந்திராவில் என்கோட்டூர் என்ற பாதுகாக்கப்பட்ட வனப் பகுதியில் குடியேறியவர்கள். தங்கள் கிராமமான கமலாபாதரின் அருகில் இருந்த கிராமம் எரித்து அழிக்கப்பட்டதைப் பார்த்து, அதனால் பயந்து தங்கள் ஊரைவிட்டு ஓடிவந்த மக்கள் அவர்கள். ஆந்திராவுக்குள் நுழைந்தவர்கள் இரு நாட்கள் நடந்து பல கிராமங்களைக் கடந்து இங்கு வந்து தங்கியுள்ளனர். முதலில் ஆடு மேய்ப்பவர் ஒருவரிடம் மாதம் 50 ரூபாய் என வாடகை கொடுத்துத் தங்க ஆரம்பித்துள்ளனர். அந்தச் சின்ன அறையில் முதலில் மூன்று குடும்பங்கள் சேர்ந்து வாழ்ந்தன. அதன்பின் வாடகைக்கு டிராக்டர் ஒன்றை எடுத்து தங்கள் ஊரிலிருந்து தங்கள் தானியங்களையும், வீட்டின் தட்டு முட்டு சாமான்களையும் புதிய இடத்திற்கு எடுத்து வந்திருக்கின்றனர். ஆனால், டிராக்டர் வாடகைக்காக அவர்கள் சேமித்து வைத்த தானியம், ஆடு ஆகியவற்றை விற்றுப் பணம்

திரட்டியுள்ளனர். இறுதியாகத்தான் அவர்கள் தாங்கள் வேலை பார்க்கும் மிளகாய்த் தோட்டத்திற்கு அருகில் உள்ள என்கோட்டூர் கிராமத்திற்குக் குடிபெயர்ந்துள்ளனர். அதன்பின் அங்கே இருந்த கம்மா விவசாயி ஒருவருடன் சண்டை போடும் சூழல் வந்தது. இவர்களது கால்நடை கம்மா நெல் வயலில் இறங்கி, நெற்பயிரைப் பதம்பார்த்துவிட்டது. கம்மம் விவசாயி இவர்கள் தங்கள் சங்க உறுப்பினர்களைத் துணைக்கு அழைத்து தகராறு செய்வதாகக் குற்றம்சாட்டினார். அதனால் அந்த மக்கள் அங்கிருந்து மீண்டும் இடம்பெயர்ந்து அருகில் இருந்த பாதுகாக்கப்பட்ட வனப் பகுதிக்கருகில் தங்கள் வீடுகளை அமைத்தனர். இதற்கும் பிரச்னை வந்தது. வனத் துறை அதிகாரிகள் இந்த மக்கள் காட்டு மரங்களை வெட்டிச் சாய்த்ததாகப் புகார் கூறினர். இத்தனை இக்கட்டுகள் வந்தாலும் தாங்கள் இனி சத்தீஸ்கர் போவது மிகவும் கடினம். சத்தீஸ்கர் மறுபடியும் வாழ்வதற்குரிய பாதுகாப்பான இடமாக மாறும் என்ற நம்பிக்கை அவர்களுக்கு முற்றாக அற்றுப் போனது. ஆகவே, ஆந்திர வாழ்க்கை கடினமாக இருந்தாலும் பாதுகாப்பானதாக இருந்தமையால் அங்கேயே தங்கிவிட்டனர். வாழ்வில் அவர்களுக்கு பிரச்னைகள் அவ்வளவு எளிதில் தீர்ந்து விடுமா, என்ன?

பின்னாளில் ஜுடும் தன் திருவிளையாடல்களை ஆந்திர எல்லைக்குள்ளும் நடத்த ஆரம்பித்தனர். கம்மம் மிகவும் பாதுகாப்பான பகுதி என்று குடியேறிய மக்களின் நம்பிக்கையில் நெருப்பு விழுந்தது. அதனால் அவர்கள் ஆந்திராவின் தெற்குப் பகுதியை நோக்கி நகர ஆரம்பித்தனர். வாரங்கல், அதிலாபாத், கரீம் நகர் போன்ற இடங்கள்வரை சென்றனர். சிலர் இன்னும் தாண்டி ஹைதராபாத்திற்கு கட்டடம் கட்டும் தொழிலுக்கு வந்து சேர்ந்தனர். மிகவும் அதிகமாக அவர்கள் அங்கே ஏமாற்றப்பட்டனர்.

ஜோகா தனது கடுமையான ஹைதராபாத் அனுபவத்தைப் பற்றிக் கதையாகச் சொல்வார். ஹைதராபாத் ரயில் நிலையத்தில் சிலர் ஒன்று சேர இறங்கியதும், ஓர் ஆட்டோக்காரர் அவர்களை அழைத்துக் கொண்டு ஒரு காகிதத் தொழிற்சாலைக்கு வேலைக்காக அழைத்துச் சென்றிருக்கிறார். அங்கிருக்கும் மேலாளர், ஆட்டோக்காரர் அவர்களது பணத்தையெல்லாம் திருடிக்கொண்டு போய்விட்டார். ஆகவே அவர்கள் ஒரு மாதத்திற்குத் தன்னிடம் கூலி இல்லாமல் வேலை செய்யவேண்டும் என்று கட்டாயப்படுத்தியிருக்கிறார். அந்தக் கூட்டத்திலிருந்து ஒருவர் தப்பி வெளியே வந்து என்ஜிஓ ஒன்றின் துணையோடு தன் நண்பர்களை விடுவித்திருக்கிறார்.

பல இடங்களில் இந்தப் புதிய குடிபெயர்ந்தோர் தங்கள் பகுதிகளில் தங்க முயலும்போது அருகிலுள்ள விவசாயிகள் அவர்களைத் தங்க விடாமல் வேறிடங்களுக்குச் செல்ல வற்புறுத்துகின்றனர். ஏனெனில், சத்தீஸ்கரில் இருக்கும் மாவோயிஸ்டுகளுக்கு இந்தக் குடிபெயர்ந்தோர் ரகசியமாக உணவுப் பொருள்களைக் கடத்துகிறார்கள் என்று காவல் துறைக்கு ஒரு சந்தேகம் இருந்தது. இன்னும் சிலருக்கு வேறொரு பிரச்னை. ஆந்திர எஸ்பிஓக்கள் இவர்களைக் கைது செய்து சத்தீஸ்கரிலுள்ள ஜுடும் முகாம்களுக்கு இழுத்துச் சென்றுவிடுகின்றனர் என்பதே அது.

காவல் துறைக்கு எப்போதுமே ஒரு பெரும் ஐயம் இருந்தது. மாவோயிஸ்டுகளின் நிழல் படாத கம்மம் பகுதிக்கு இந்தக் குடியேறிகளான கொசட்டிகோயாஸ் மூலமாக மாவோயிசம் தலை காட்டிவிடும் என்ற அச்சம் அது. இதற்காகக் காவல் துறை அவர்கள்மீது 'இணைப்பு வழக்குகளை' பதிந்தனர். ஜுட் அகதிகள்மீதும் அவர்களுக்கு இடம் கொடுத்தோரையும் இணைக்கும் வழக்கு அது. அப்படி வழக்கு போடப்பட்டவர்கள் அடிக்கடியோ, வாரம் ஒரு முறையோ அல்லது தினசரியோ காவல் நிலையத்திற்கு வந்து, 'தலை காட்ட' வேண்டும். இதில் இன்னுமொரு பிரச்சனையும் முதுகில் தொத்திக் கொள்ளும். இப்படித் தலைகாட்ட வரும் மக்களிடம் காவல் துறை தங்களுக்கான எல்லா வேலைகளையும் இவர்கள் மூலமாக கூலி இல்லாமல் செய்ய வற்புறுத்தப்படுவார்கள். புல் வெட்டி, தண்ணீர் எடுத்துக் கொடுத்து, சூழலையும் நிலையத்தையும் சுத்தம் செய்து என்று வேலைக்கா பஞ்சம்! இப்போது பஸ்தார் பகுதியில் உள்ள சிஆர்பிஎஃப் முகாம்களில் இப்படி இலவச உழைப்பை வலிந்து பெறுவதும் வழக்கமே.

புதிய குடியேறிகளுக்கு வரும் அடுத்த பிரச்னை, ஆந்திர வனத் துறை தங்கள் வனங்களை இவர்கள் ஆக்கிரமித்துள்ளனர் என்று அவர்களின் வீடுகளை அழித்து, எரித்து அவர்களைக் கைது செய்து விடுகின்றனர். ஆனாலும், நடையாக நடந்துவந்து இந்த இடத்தைப் பிடித்தவர்களுக்கு அவ்வளவு எளிதில் அதை விட்டுவிட்டுப் போக முடியுமா? இவர்கள் வீடு கட்ட, வனத் துறை அடித்து அழிக்க, இவர்கள் மீண்டும் அங்கேயே வீடு கட்ட... தொடரும் யுத்தம்! நாலைந்து நாளில் ஒரு புது வீடு. இரண்டு நாளில் கூரைக்காகப் புல் வெட்டு, இதெல்லாம் போக இன்னும் கொஞ்சம் பணம். ஒரு கிராமத்தில் வனத் துறை ஆறு குடும்பங்கள்மீது வழக்கு போட்டது. கைதானவர்கள் 12,000 ரூபாய் கொடுத்து பெயில் வாங்க முடிந்தது. இதோடு அவர்கள் வழக்கறிஞருக்கும் பணம் கொடுக்க

வேண்டியிருக்கும். இவ்வளவு பணத்திற்கு அவர்கள் எங்கே போயிருப்பார்கள்? எல்லாம் பக்கத்திலிருக்கும் கிராமத்து மக்களிடமிருந்துதான். அவர்களது மாதாந்திர மின்சாரக் கட்டணத்தைத் தாங்கள் கட்டிவிடுவதாக உறுதி கொடுத்து இந்தப் பணத்தைத் திரட்டியுள்ளனர். அதில் ஒரு புதுக் குடியேறி சொன்னது: 'எவ்வளவோ தாங்கிவிட்டோம். இதையும் தாங்காமல் திரும்பவும் போக மாட்டோம்.'

இந்தப் பிரச்னைகளுக்கும் ஒரு நாள் தீர்வு ஒன்று வந்தது. 2007இல் ஆந்திரப் பிரதேச உயர்நீதிமன்றத்தில் மக்கள் உரிமைப் போராட்டக் குழு (ஹெச்ஆர்எஃப்) கொடுத்த வழக்கு ஒன்றின் மூலம் ஆந்திர வனத்துறை குடிசைகளை அழிப்பதற்கான முடிவுக்கு வந்தது. அதுவும் ஜுடும் குழுவிடமிருந்து தப்பி வருபவர்களின் குடிசைகளைத் தீண்டக்கூடாது என்ற நீதியாணை வந்துவிட்டது.

வாரங்கலில் நடந்தது கல்லையும் கனியச் செய்யும். 30 தடவைக்கு மேல் வனத்து குடியேறிகளின் குடிசைகளை உடைத்து எறிந்து பார்த்தனர். ஆனால், குடிசைகள் மீண்டும் மீண்டும் முளைத்தன. வனத் துறையே அயர்ந்து போய்விட்டது. கடைசியாக வனத்துறை அந்தக் குடிசைகளை அழிக்காமல், அங்குள்ள மக்களை யூகலிப்டஸ் தோட்டங்களிலிருந்து முளைத்த புல்லை வெட்டும் வேலையைக் கொடுத்துவிட்டனர்.

ஜுடுமுக்குப் பயந்து ஆந்திரா ஓடிய பல குடும்பங்களில் நான் ஒரே ஒரு குடும்பத்தை மட்டும் சந்தித்தேன். இவர்கள் கொஞ்சம் வித்தியாசமானவர்கள். கோண்டா பகுதியிலிருந்த மாவோயிஸ்டு களின் அச்சுறுத்தலால் ஆந்திராவை நோக்கிப் பயணப்பட்டவர்கள். இதைச் சொன்னவர்தான் காவல் துறையோடு மிகுதியான நேரம் செலவிடுவதாக மாவோயிஸ்ட் குற்றம் சாட்டினர். இவர் ஆலை ஒன்றை நடத்தி வந்துள்ளார். போடகுப்பா என்ற இடத்தில் 50 ஏக்கர் நிலம் வைத்திருந்திருக்கிறார். ஆனால், மாவோயிஸ்டுகள் அவரது சொத்துகளையும், ஆலையில் வைத்திருந்த 300 சாக்கு அரிசியையும் மக்களுக்குப் பிரித்துக் கொடுத்துவிட்டனர் என்றார்.

உறைக்கும் மிளகாய் அறுவடை

மிளகாய் அறுவடைப் பருவம் ஆந்திராவில் பிப்ரவரியிலிருந்து ஏப்ரல் வரை இருக்கும். அறுவடை வேலைகள் பொதுவாக சத்தீஸ்கரிலிருந்து வரும் ஆட்கள் மூலமாகவே நடக்கும். அவர்களுக்குக் கொடுக்கப்படும் கூலி கூடிக்கொண்டே வந்தது.

2007ல் 40 ரூபாயாக இருந்த கூலி 2012இல் 100 ரூபாயாக உயர்ந்தது. பஸ்தார் ஆதிவாசிகளுக்கு இது மிகவும் நல்ல கூலியே. பஸ்தாரில் வேலை கிடைப்பதே பெரிது. அதிலும் இந்த அளவு கூலி கொடுக்க யாருமே இல்லை. இந்தக் கூலியோடு அவர்களுக்கு மிளகாயும் இலவசமாகக் கிடைக்கும். 12 கூடை காய்கள் பறித்தால் ஒரு கூடை மிளகாய் இலவசம். மக்கள் கூடிச் சேர்ந்து இந்த இலவச மிளகாய் களை வாங்கித் தங்களுக்குள் பகிர்ந்து கொள்வர். ஆதிவாசிகளைப் பொறுத்தவரையில் கொதிக்கும் வெயிலில் வேலை செய்தாலும், இந்த வேலை அதிகமான, கடுமையான வேலையில்லை. பறித்த காய்களை எரிக்கும் வெயிலில் காயப் போட்டு வைப்பதும் அவர்கள் வேலையே.

பலர் வேலைக்காக ஆந்திரா போய்விட்டு, பின்பு தங்கள் ஊருக்கே திரும்புவதும் வழக்கம்தான். அடுத்த அறுவடைக்காகக் காத்திருந்து மீண்டும் ஆந்திரா செல்வார்கள். 2012 மார்ச் மாதம், ஒரு மாலை வேளை. நான் மட்பள்ளி என்ற ஊரில் உட்கார்ந்திருந்தேன். நீண்ட வரிசையில் ஆண்கள் வேலைக்காக ஆந்திராவை நோக்கிச் சென்று கொண்டிருந்தனர். தோள்களில் சுமைகளோடு நடந்து கொண்டிருந்தனர். இன்னும் ஐந்தாறு பேர் சைக்கிள்களில் மூட்டைகளை ஆந்திராவிலிருந்து வேலை முடிந்து திரும்பவும் தங்கள் வீட்டுக்கு வந்து கொண்டிருந்தனர். அவர்கள் செர்லா என்ற ஊருக்குப் போனதும் எந்த விவசாயிகளுக்கு கூலிக்கு ஆட்கள் வேண்டுமென்று கேட்டு அறிந்து அங்கு வேலைக்குச் செல்வோம் என்றனர்.

கொட்டி கோயாக்கள் மிளகாய் அறுவடைக்கு மட்டுமல்ல; மிளகாய் அறுவடைக்கு முன்னால் நவம்பர் மாதத்தில் நடக்கும் தானிய அறுவடை சமயத்திலும் வேலை தேடிப் போவார்கள். அத்துடன் பருத்தி விளைச்சலில் பருத்தி பிடுங்கவும் போவதுண்டு. ஐடிபிக்கள் வர்த்தகத்திற்கும் செல்வதுண்டு. விறகு, கயிறு, மூங்கில் பாய் ஆகியவை அவர்களுடைய வியாபாரப் பொருள்கள்.

2011 மார்ச் மாதம் நான் ஒரு முதிர்ந்த தம்பதியைச் சந்தித்தேன். அவர்கள் பலேத்பந்தா கிராமத்திலிருந்து தங்கள் மகளோடு மிளகாய் அறுவடை வேலைக்காக ஆந்திராவுக்கு வந்தவர்கள். மகள் மிளகாய் வேலைக்குப் போக, தம்பதியர் இருவரும் எட்குரலபள்ளி என்ற கிராமத்தில் உள்ள சாலையோரச் சந்தைகளில் விளக்குமாறு விற்பனை செய்து கொண்டிருந்தனர். அதுவும் இந்தச் சந்தை வெள்ளிக்கிழமை மட்டும்தான். ஒரு விளக்குமாற்றின் விலை 4 ரூபாய். தினமும் என்ன சாப்பிடுகிறீர்கள் என்று அந்த மூதாட்டியிடம் கேட்டேன். பொக்கை வாய்ச் சிரிப்புடன், தன் கையை நீட்டி ஒரு

பிடி அரிசி என்றார். முதியவர் தன் வற்றிய கண்களைத் துடைத்துக் கொண்டார். இழந்துவிட்ட தன் கிராமத்தைப் பற்றிச் சொன்னார். நான் அங்கே போய் சாகவேண்டும் என்றார் அவர். பொதுவாக வயதானவர்கள் சத்தீஸ்கர் கிராமங்களிலேயே விடப்பட்டு இளையவர்கள் மட்டும் ஆந்திராவை நோக்கிச் செல்வதுண்டு. வயதான மக்கள் மட்டுமல்ல; கால்நடைகளுக்கும் அதே கதிதான். இந்த வயதானவர்கள் தங்கள் காடுகளில் கிடைக்கும் மாம்பழம், மஹுகா அல்லது இலுப்பை, மரப் பிசின் போன்றவற்றைச் சேகரித்து, அவற்றைக் குடும்பத்தின் இளையோர் ஆந்திராவில் விற்பதும் வழக்கம். சந்தைகளில் விற்க பொதுவாக பெண்கள் காலை 6 மணிக்கு நடக்க ஆரம்பித்து மதியம் 2 மணியளவில் ஆந்திராவிற்கும் சந்தைகளுக்கும் வந்து சேர்வார்கள். வாழ்க்கையே ஒரு பெரும் போராட்டம்.

நிச்சயமாக சத்தீஸ்கர் காடுகளைவிட ஆந்திர மாநிலம் பரவாயில்லை. ஒரு ஜுதும் தாக்குதலுக்குப் பிறகு எல்லாம் எரிக்கப்பட்ட பின் வெறும் ஒரு மூட்டை அரிசியை வைத்து ஒரு முழு கிராமமுமே ஒரு மாதம் சமாளிக்க வேண்டியிருக்கும். சாதாரணமாக, நான்கு அல்லது ஐந்து பேருள்ள ஒரு குடும்பத்திற்கு ஒரு நாளைக்கு 2 கிலோ அரிசி தேவை. ஆனால், ஆந்திராவில் அதே அளவு அரிசியைப் பத்துக்கு மேற்பட்ட பஸ்தார் மக்கள் பகிர்ந்து கொண்டனர். நானே பல முறை பார்த்துள்ளேன். பல ஆண்டுகள் ஆந்திராவில் வசித்த ஆதிவாசி மக்கள் தங்கள் குடும்பங்களில் உள்ள பெரியவர்கள் ஒரு நாளைக்கு ஒரு முறை மட்டுமே உணவருந்தினர். குழந்தைகளுக்குத் தேவை யான உணவைத் தவிர பெரியவர்கள் தினமும் செய்யும் தியாகம் இது. அதுவும் ஆந்திராவில் அவர்களது உணவு பஸ்தார் காடுகளில் வசிக்கும்போது இருப்பது போல் வகை வகையாகக் கிடையாது. குறைந்த உணவு; சக்தி ஏதுமில்லா உணவு. 2009இல் ஓர் என்ஜிஓ ஆந்திராவில் ஒரு கருத்துக் கணிப்பு நடத்தியது. 482 அகதிக் குழந்தைகளின் உணவுப் பழக்கம் கணக்கிடப்பட்டது. இதில் 76.6 விழுக்காடு பிள்ளைகள் ஊட்டச்சத்துக் குறைப்பாட்டாலும், அதில் 27.2 விழுக்காடு குழந்தைகள் மிக மோசமான ஊட்டச்சத்துக் குறைபாட்டாலும் பாதிக்கப்பட்டிருப்பது தெரிந்தது. இத்தனைக்கும் வேலை செய்து கிடைக்கும் கூலி அனைத்தையும் உணவுக்காக மட்டுமே செலவிடுகிறார்கள். அதுவும் சத்தில்லாத உணவு. வேறு சேமிப்பு கிடையாது. 2011இல் கிலோ அரிசி, அதுவும் குருணை அரிசி, அதிலும் மூன்றாம் தர குருணை அரிசி திறந்த பெருஞ்சந்தையில் 12 ரூபாய். பருப்பு விலை எட்டாத உயரம். அவர்களால் வாங்கிப் பயன்படுத்த முடியாத உயரம்.

தொலைதூரத்தில் வீடு

சத்தீஸ்கர் அரசு நீதிமன்றங்களுக்கு உள்ளேயும், வெளியேயும் ஒரே உரத்த குரலில் ஐடிபிக்கள் ஆந்திராவிற்குச் செல்வதற்கான காரணம் புது நிலங்களைத் தேடியே என்று தொடர்ந்து சொல்லிக் கொண்டேயிருந்தது. சல்வா ஜுடும் தொடுக்கும் கொடூரத் தாக்குதல்களால் மக்கள் வெளியேறிப் போகின்றனர் என்ற உண்மையை உரத்துச் சொல்ல மனமில்லை அரசுக்கு. அதுவும் வெளியே செல்பவர்கள் எல்லோரும் நக்சலைட்டுகள் என்றது அரசு. உச்ச நீதிமன்றத்தில் சத்தீஸ்கர் அரசு வெளியே சென்றவர்கள் மீண்டும் மாநிலத்துக்குள் வரத் தயாராக இருந்தால் அரசு 19 முகாம்களை முக்கிய சாலைகளிலுள்ள ஓரங்களில் அமைக்கத் தயாராக உள்ளது என்று அறிவித்தது. இந்தத் 'தாராள மனதை' வெளியேறும் மக்கள் புரிந்துகொண்டு மாநிலம் திரும்ப எப்படித் தயாராக இருப்பார்கள்? யாருக்கும் அந்த மனமில்லை.

ஆனாலும், சில என்ஜிஓ அமைப்புகள் இந்தப் போக்கை மாற்ற சிறிது முயற்சி எடுத்தது. விவசாயம், சமூக வளர்ச்சி அமைப்பு (ஏஎஸ்டிஎஸ்) கம்மம் பகுதியில் உள்ள உதவும் அமைப்பு (ஆக்ஷன் எய்ட்), தந்தேவாடா பகுதியில் உள்ள விசிஏ என்ற அமைப்பு என்று சில கிராமங்களை மட்டுமாவது மீட்டுருவாக்க முடியுமா என்று சோதனைகள் செய்து பார்த்தது. 2008 ஜுன் மாதத்தில் என்ஹெச்ஆர்சி விசாரணைக்காக வந்திருந்தது. அந்த விசாரணைக்குத் தைரியமாக வந்து சாட்சி சொன்ன கிராமங்களிலிருந்து இரு கிராமங்களைத் தேர்ந்தெடுத்து விசிஏவின் ஹிமான்ஷ் குமார் தத்தெடுத்து மாற்றம் கொணர முயற்சித்தார். இந்த முயற்சி 'மனிதக் கேடயச் செய்முறை' என்ற பெயரில் விளம்பரப்படுத்தப்பட்டது. நேந்திரா, லிங்ககரி என்ற கிராமங்களில் விசிஏ அமைப்புகள் உறுப்பினர்களை மக்களோடு வாழ அனுப்பி வைத்தன. இவர்கள்மூலம் கிராமத்து மக்கள் தங்கள் வாழ்க்கையைப் புதிதாகச் சீர்திருத்தம் செய்து கொள்ளட்டும் என்பதற்காக இந்த முயற்சி.

2008 டிசம்பரில் நான் நேந்திராவிற்கு நேரில் சென்றேன். கிராமத்து பள்ளிக்குப் பக்கத்தில் நீல வண்ண தார்ப்பாயினால் அமைக்கப்பட்ட கூடாரம் ஒன்றில் சில தொண்டூழியர்கள் இருந்தனர். நேந்திரா செல்லும் வழி முழுவதும் நீளப் புல் வளர்ந்திருந்தது. நடக்கும்போது எங்கள் உடைகளில் அவை ஒட்டிக்கொண்டன. இக்கிராமத்துக்குத் திரும்பிவந்த கிராமவாசிகள் மனத் திருப்தியுடன் இருந்தனர். 'என் வீடு' என்று சொல்வதற்குத் தலைக்கு மேல் கூரையிருந்தது. அவர்களிடம் நம்பிக்கைக் கீற்றுகள் மனதில் தோன்றின. தொலைந்த, தொலைத்த

வாழ்க்கை திரும்பவும் கிடைத்துவிட்டது என்ற மனநிறைவு அவர்கள் முகங்களில் தெரிந்தது. கடந்த மூன்று ஆண்டுகளில் அவர்கள் வாழ்க்கையில் முன்பு இந்த விழாக்களோ மகிழ்ச்சிகரமான நாட்களோ சுத்தமாக இல்லாமல் போயிருந்தது. இனி அவை துளிர்விட வேண்டும். இரவினில் நல்ல குளிர். அவர்களிடம் அந்தப் பருவ நிலைக்கேற்ப போர்த்திக்கொள்ளக் கம்பளிப் போர்வைகள் ஏதுமில்லை. நாங்களும் இரவில் நெருப்பை மூட்டி அதனைச் சுற்றிப் போர்வைகளின்றி குளிரில் நடுங்கியபடி அமர்ந்திருந்தோம். இளம் வயதுப் பெண்ணொருத்தி ஆண்களின் மேல் சட்டையைக் குளிருக்காகப் போட்டிருந்தாள்.

அந்தக் கிராமத்தில் நான் பார்த்த ஒரே ஒரு நாகரிகப் பொருள் ஒரு விலை குறைந்த பிளாஸ்டிக் கண்ணாடி! அடிகுழாய்கள் அனைத்தும் ஜுடும் கைங்கர்யத்தால் உடைந்து நொறுங்கிக் கிடந்தன. அழுக்குத் தண்ணீர் தேங்கிக் கிடந்த சிறு குட்டை ஒன்றுதான் அவர்களுக்கான தண்ணீர்த் தேவைகளை நிறைவு செய்தது. ஆனாலும், புது வாழ்க்கை சிறிது சிறிதாக மலர ஆரம்பித்திருந்தது. பெண்களும் சுதந்தரமாக சாலையோர சந்தைகளுக்கு வியாபாரத்துக்குச் செல்ல ஆரம்பித்திருந்தனர். புதிய கூடைகளும் கட்டில்களும் செய்து எடுத்துச் சென்றனர். காய்கறிகளும் மீன்களும் விற்பனைக்கு எடுத்துச்சென்றனர்.

லிங்ககிரியில் ‘உதவி அமைப்பு’ மேலும் தீவிரமாகத் தன் தொண்டுகளை நடத்திக்கொண்டிருந்தது. மக்களின் உடனடித் தேவைகளான அரிசி, ஆடை போன்றவற்றை இந்த அமைப்பு அளித்தது. அதைவிட பிஜாபூர் நகரத்து ஆளுநர் பிரசன்னா விசிஏவுடன் இணைந்து மக்களுக்குப் பல நன்மைகளை உள்ளார்ந்த ஆர்வத்துடன் செய்து வந்துள்ளார். நன்றிக்குரிய அவர் மக்களுக்கு டிராக்டர்களையும் விதைகளையும் கொடுத்து விவசாயத்தில் ஆர்வமூட்டியுள்ளார். மக்களிடையே பல கணக்கெடுப்புகள் நடந்தன. ஆனால், யாருக்கும் எந்த நஷ்டஈடும் கொடுக்கப்பட வில்லை. ஆந்திராவில் இருந்தும் இந்தக் கிராம மக்கள் திரும்பி வந்தனர். வந்தவர்களும் இருந்தவர்களும் இணைந்து ஒரு கூட்டம் கூட்டினார்கள். அதில் எடுத்த முடிவின்படி விவசாயம் புதிதாக ஆரம்பிக்கப்பட்டது. எல்லோரும் இணைந்த கூட்டு விவசாயம் அது.

2012ஆம் ஆண்டு ஜுடும் தாக்குதலுக்கு உள்ளான சர்க்கேகுடா என்ற கிராமத்துக்குச் செல்லும் வழியில் லிங்ககரிக்குச் சென்றேன். சர்க்கேகுடாவில் அப்போதுதான் சிஆர்பிஎஃப் படையால் 17 பேர் கொல்லப்பட்டனர். மீண்டும் அங்கே இருள் சூழ்ந்தது. 2006இல்

முதன்முதல் ஜுடும் நடத்திய கொள்ளையும், கொலைகளும் மீண்டும் நினைவுக்கு வந்தன. நீண்ட துன்பத்தின் நிழல் மீண்டும் நினைவுக்கு வந்தன.

2015இல் மூன்று புதிய குடியிருப்புகளுக்குச் சென்றேன். இவை மீண்டும் மலர்ந்து, நிரந்தரமான ஓர் அமைப்பாக மாற்றிக்கொள்ள முனைந்திருந்தன. ஆந்திராவில் வேலைகள் கிடைக்கின்றன. சத்தீஸ்கரைவிட இந்தப் புதிய குடியிருப்புகள் அமைதியானவை யாகவும் பாதுகாப்பானதாகவும் உள்ளன என்றனர் அங்கிருந்த மக்கள். வீடுகளும் நிரந்தர முழுமையானவைகளாக இருந்தன. அங்கிருந்த கோயா மக்களின் வீடுகளைப் போலவே இவர்களின் வீடுகளும் இருந்தன. மக்களிடம் பிளாஸ்டிக் மேஜை, நாற்காலிகள், கட்டில்கள், அவ்வளவு ஏன், இரும்பு பீரோக்கள்கூட இருந்தன. இதையும் தாண்டி அவர்களிடம் ரேஷன் கார்டுகள் இருந்தன. மேலும் ஓட்டளிப்பதற்கான அடையாளச் சீட்டும் இருந்தது.

ஒரு குடியிருப்பில் பெரிய கால்நடை மந்தையே இருந்தது. சத்தீஸ்கரில் இருந்தவற்றை அங்கேயும் வெற்றிகரமாகக் கொண்டு வந்துவிட்டனர். சில குடும்பங்கள் தங்கள் புதிய குடியிருப்பால் தங்கள் பாரம்பரிய விதை நடும் விழாவை நடத்தினர். இங்கு அந்த விழாவின் பெயர் பும் பந்தும். இந்த விழா கேரயா குடியிருப்புகளின் கடவுளான பெண் தெய்வத்துக்கோ தண்டேஷ்வரி போன்ற பெண் தெய்வங்களை நோக்கியோ கொண்டாடப்படுகிறது. சில மக்கள் வேறு புதிய மதத்தில் சேர்ந்திருந்தனர். பைபிள் பாப்டிஸ்ட் குட்னஸ் தேவதாலயத்தைச் சேர்ந்த ஓர் ஆயரை நான் அங்கே சந்தித்தேன். ஒவ்வொரு ஞாயிற்றுக்கிழமையும் அவர் இசையோடு இணைத்து ஜெபக் கூட்டம் நடத்துவார். அவரைப் பார்த்துவிட்டுத் திரும்பும் போது அவரது ஜெபக் கூட்டத்திலிருந்து ஒலிப்பெருக்கிகள் அலற ஆரம்பித்தன.

சேரப்பள்ளியின் சோகக் கதை

சேரப்பள்ளி ஒரு பெரிய, செழுமையான குடியிருப்பு. அதை அடைய இரண்டு ஆறுகளையும் மணல் நிறைந்த மர நிழல் அடர்ந்த கரைகளையும் தாண்டிச் செல்லவேண்டும். சேரப்பள்ளியில் மூன்று குக்கிராமங்கள் இருந்தன. ஜுடும் தாக்குதல்களுக்கு முன்பு அங்கிருந்த 160 வீடுகளிலும் பின்னிணைப்பு இருந்தது. ஒரு பள்ளி நடைபெற்றுவந்தது. பஞ்சாயத்துக் கட்டடம் ஒன்றும் இருந்தது. புளிய மரங்களும் மாமரங்களும் இருந்த சூழலில் சிகப்பு வண்ண ஓடு பதித்த கூரைகள் அடங்கிய வீடுகள் இருந்தன. கிராமம் என்றால்

அதுதான் என்று பெருமையாகச் சொல்லுமளவுக்கு வீடுகள் அழகாகக் கட்டப்பட்டிருந்தன. அந்த நிலப்பகுதியின் கடந்த 10 ஆண்டுகால வரலாற்றை நிரூபிக்கும் வண்ணம் அவை இருந்தன. ஆனால், 2006லிருந்து இடி மேல் இடியாக ஜுடும் தாக்குதல்கள் ஒன்றன்பின் ஒன்றாக நடந்தேறின. மொத்தம் 17-18 தடவை ஜுடும் தங்கள் தாக்குதல்களை மேற்கொண்டனர். இந்தத் தாக்குதல்களில் நான்கு தடவை தாக்குதல்கள் மிக அதிகமாகவும் கொடூரமாகவும் நடத்தப்பட்டன.

2006-07இல் மீண்டும் மீண்டும் அந்தக் கிராமங்கள் தாக்கப்பட்டன. கொடூரத்தைத் தாங்கமுடியாத மக்களில் பலர் ஆந்திராவுக்குத் தப்பி ஓடினர். 2008 ஆகஸ்ட் மாதம் நான் அப்பகுதிக்குச் செல்லும்போது கிராமத்தினர் மெல்ல மெல்ல முந்தைய நிலைமை நோக்கி நகர ஆரம்பித்திருந்தனர். இரண்டு ஆண்டுகளுக்குமுன்பு அவர்களை அழுத்திய நிலையிலிருந்து மெல்லத் திரும்ப முயன்றனர். சில குயவர்கள் வடக்குப் பக்கம் இருந்த தங்கள் உறவினர்களிடம் தஞ்சம் புகுந்தனர். 2006க்குப் பிறகு இப்போதுதான் ஒரு திருமண விழா நடைபெற்றது. கடந்த இரு ஆண்டுகளில் நல்லது எதையும் அக்கிராமத்தினர் கண்டதில்லை. இப்போது நடக்கும் அந்தக் கல்யாணம், வாழ்க்கை இயல்புக்கு வருகிறது என்பதற்கான அறிகுறி. மாப்பிள்ளை வீட்டார் பெண்ணை வீட்டுக்கு அழைத்து வந்துள்ளனர். இரவு முழுவதும் ஆட்டம் பாட்டம் இருந்தது. பெண்கள் தாளக்கட்டுடன் மெல்ல அசைந்தாடி நடனம் ஆடினர். பாதங்கள் அசைவதுகூடத் தெரியாமல் ஆடிய மென்மையான நடனம் அது. இசையும் நடனத்துடன் சேர்ந்து இழைந்து மகிழ்ச்சியூட்டியது. சேரப்பள்ளி மக்கள் தங்கள் கிராமத்துக்குப் பக்கத்திலிருக்கும் தட்வேஹி என்ற பகுதியிலுள்ள சில கிராமங்களில் வாழ்ந்த 22 குடும்பங்களுக்குத் தஞ்சம் கொடுத்திருந்தனர். இம்மக்களும் ஆந்திராவிற்குப் பிழைப்பு தேடிச் சென்று, பிறகு திரும்பி வந்தவர்கள். இந்த மக்கள் தங்கள் தட்வேஹிக்குத் திரும்ப அதிக ஆசையோடு இருந்தனர். ஆனால், ஆந்திரா செல்லாத தட்வேஹி மக்கள் கடந்த இரு ஆண்டுகளில் ஜுடும் முகாம்களில்தான் தங்கள் வாழ்க்கையைக் கழித்தனர். இந்த இரு குழுக்களும் தங்கள் கருத்து வேற்றுமைகளையும் மறந்து, இப்போது இணைந்து வாழ்வது அவ்வளவு எளிதா என்ன?

நான் காலை வேளையில் அக்கிராமத்தைச் சுற்றி நடந்துவந்தேன். கிராமத்து மக்கள் எந்த அளவு தங்கள் வீடுகள் பாழ்பட்டுப் போய் விட்டன, எரிந்து கிடந்த சாம்பல் குப்பைகளிலிருந்து எதையாவது மீட்கமுடியுமா என்று ஆராய்ந்துகொண்டிருந்தனர். செங்கல்

வைத்துக் கட்டிய வீடுகளை ஓரளவு சீரமைக்க முடியும். ஆனால், மண் சுவர் வீடுகளின் கதி ...? எரிந்து கருப்படைந்து கிடந்த கட்டைச் சுவர்கள் பெய்த மழையால் மேலும் கரைந்து நின்றன. இந்த வீடுகளை மீண்டும் கட்டமைப்பதைவிட அவற்றின் அருகில் புது வீடுகளைக் கட்டுவதே மேல் என்ற எண்ணத்தில் மக்கள் கட்டிக் கொண்டிருந்த புது வீடுகள் அரைகுறையான கோலத்தில் எழுந்து நின்றிருந்தன. கட்டடங்கள் முடியும் தறுவாயில் கூரைக்காகப் பயன்படுத்தப்படும் சிண்டு இலைகள் போதுமான அளவு கிடைக்கவில்லை. மரமும் போதவில்லை. ஆகவே, இரண்டு மூன்று குடும்பங்கள் இணைந்து ஒரே வீட்டில் இரண்டு மூன்று ஆண்டுகள் வரை வாழ்ந்தனர். புது வீடுகள் கட்டும்வரை இந்த வாழ்க்கை நீடித்தது. இப்போதெல்லாம் வீட்டுக் கூரைகளை ஓடுகளால் வேய்வதுவும் குறைந்துவிட்டது. ஒவ்வொரு ஓடும் ரூபாய் ஒன்றிலிருந்து பத்தாக உயர்ந்ததால் அவர்கள் என்னதான் செய்வார்கள்? நல்லவேளையாக அவர்களது விவசாயக் கருவிகள் கிராமமே பற்றி எரிந்தாலும் தப்பித்துக்கொண்டன. தாக்குதலின் போது சிதறிப் போன ஆடு, மாடுகளை ஒரு வழியாகக் கிராமங் களுக்குத் திரும்பவும் கண்டெடுத்து ஓட்டி வந்தனர்.

கிராம மக்கள் அனைவரும் என்னைச் சந்தித்துப் பேசுவதற்காக ஒன்றாகக் குழுமினர். அந்தப் பழைய நாட்கள் குறித்தும் ஜுதும் குறித்தும் பேசினோம். 1970இல் நடந்த தேர்தலில் கோண்டா பகுதியில் இருந்த ஏனைய கிராமங்கள் போலவே இங்கேயும் மக்கள் சிபிஐ க்குத் தங்கள் ஓட்டுகளை அளித்தனர். சேரப்பள்ளியின் நாட்டாமை ஆண்டா சிபியின் மாணவர்கள் குழுவில் மிகவும் ஒன்றிப்போயிருந்தார். ஆனால், மாவோயிஸ்டுகள் தங்கள் கால்களை உறுதியாக ஊன்றும் நேரத்தில் ஆண்டாவிற்கு அதில் பல குறைகள் தெரிந்தன. மாவோயிஸ்டுகள் சமத்துவம் பற்றி கிராமத்தில் பேசுகிறார்கள். அனைவரும் சமம் என்று கிராமத்தில் சொல்லும் மாவோயிஸ்டுகள் ஒப்பந்தக்காரர்கள் என்ற வெளியாட் களிடம் அப்படி சமத்துவம் காண்பிப்பதில்லை என்றார். தங்கள் எதிர்ப்பை மாவோயிஸ்டுகள் ஆண்டாவின் கையை உடைத்துக் காட்டிவிட்டனர். மாவோயிஸ்டுகளின் இந்தக் கோபம் கிராமத்து மக்கள் அனைவரையும் மாவோயிஸ்டுகளின் எதிர்ப்பாளர்களாக உருவாக்கிவிட்டது. வழக்கமாக இத்தருணத்தில் கிராமவாசிகள் சொல்வதுபோல் இவர்களும் தேர்தலைப் புறக்கணித்தனர். மாவோயிஸ்டுகளிடமிருந்து விலகி, சங்கம் ஆரம்பித்தனர். சங்கத்தின் தளங்கள் கொடுக்கும் அறிவுரையின்படி நடக்க ஆரம்பித்தனர்.

மகேந்திர சர்மா எல்லாக் கிராமங்களையும் எரிக்கும்பொழுது மேற்பார்வை இடுவதில்லை. ஆனால், சில கிராமங்களுக்கு அவரே அழிக்கும் படலத்தை முழுவதுமாக நின்று பார்வையிடுவார். சேரப்பள்ளி எரிபடும்போது அவரும் அங்கிருந்தார்.32006 ஏப்ரல் 15ஆம் நாள் மதியம் 1-3 மணி. சர்மாவின் தலைமையில் ஜுதும் இந்தப் பெரிய குக்கிராமத்தைத் தீ வைத்துக் கொளுத்தினர். சேரப்பள்ளியை எரிப்பதற்கு முன்னர் ஜுதும் தலமட்கு என்ற கிராமத்தை எரித்து அழித்தது. அந்தச் செய்தி முன்பே வந்து விட்டதால் சேரப்பள்ளிகள் தங்கள் கிராமத்துப் பக்கம் இருந்த ஆற்றின் பக்கம் ஒளிந்துகொண்டனர். ஜுதும் விஷம் தோய்ந்த அம்புகளை மண்ணெண்ணெய் தோய்த்து எய்தினார்கள். அவர்களது குறி தானியங்களை ஒளித்து வைத்திருக்கும் பகுதிகளை நோக்கி இருந்தது. கிராமத்தார்களுக்குச் சிறிது நல்ல நேரம் போதும். தாக்குதல் சமயத்தில் மழையும் பிடித்துக் கொண்டது. கடும் காற்றும் இருந்தது. தானியங்கள் சிறிது பிழைத்தன. ஆனால், வீடுகள் நெருப்பு அவிந்தபிறகும் பல நாட்களுக்குக் கனன்று கொண்டே யிருந்தன. பிழைத்ததில் கருகிப்போன அரிசி இருந்தது. அழுகிப் போய், சுவையற்றுப் போயிருந்தாலும் அரிசி அரிசிதானே! அதுவும் சிறிது உதவியது.

தாக்குதல் நடந்தபோது கிராமத்துவாசி ஜோகா அன்றைய தன் அனுபவத்தைப் பற்றி என்னிடம் கூறினார்:

‘நெருப்பு எரிந்து கொண்டிருக்கும்போதே துணிந்து வெளியே வந்து என்ன நடக்கிறதென்று தெரிந்துகொள்ள முயன்றிருக்கிறார். ஜுதும் கண்களில் விழுந்தார், பிடிபட்டார்; மகேந்திர சர்மா முன்னால் நிறுத்தப்பட்டார். குத்தி, அடித்து, வெளுத்து வாங்கினார் சர்மா. அடுத்த ஜுதும் தலைவரான ராம் புவன் என்பவர் முன்னால் நிறுத்தப்பட்டார். கையிலிருந்த துப்பாக்கியின் கட்டைக் கைப்பிடி ஜோகாவின் நெஞ்சின்மீது வன்மத்தோடு இறங்கியது. முகாமிற்கு ஜோகா வர மறுத்தது புவனுக்கு அத்தனை வஞ்சினத்தை ஏற்படுத்தியது. உடம்பு பூராவும் அடிதடிகள் வாங்கியாகிவிட்டது. காதுகள் நிரம்பிய வசை மொழிகள். அதன் பின் ஜோகா எஸ்எம்பிக்களால் இழுத்துவரப்பட்டு பொலாம்பள்ளியில் கை காலெல்லாம் கட்டிப் போட்டு இரவு முழுவதும் பெய்த மழையில் சகதிக்குள் விழுந்துகிடந்தார். நல்லவேளை, அங்கே ஒரே ஒரு நல்ல ஆத்மா, கிச்சி ராமா யாருக்கும் தெரியாமல் ஜோகாவின் கட்டுகளை லேசாக அவிழ்த்துவிட்டார். காலை 7 மணிக்கு ஜோகா தப்பியோடி விட்டார்.

இந்தத் தாக்குதலுக்குப் பிறகு 2006 அக்டோபர்-நவம்பர் மாதத்தில் மீண்டும் ஜுடும் மக்களைத் தாக்கி 42 வீடுகளை எரித்ததாக கிராமத்து மக்கள் சொன்னார்கள். என்னிடம் பத்து வயது பீமா அழைத்து வரப்பட்டான். சிறுவன் குட்டையாக முடி வெட்டி, உருண்டைத் தலையனாக என் முன்னால் நின்றான். மனம் மரத்துப் போனதோ என்னவோ தெரியவில்லை. தன் குடும்பத்துச் சோகச் சுமையை என்னிடம் இறக்கி வைத்தான். அவனது தந்தை கல்மு வாகா ஜுடுமினால் பிடிக்கப்பட்டார். அடுத்த கிராமமான தோயாபரா செல்லும்வரை அவர் அடித்து இழுத்துச் செல்லப்பட்டார். அந்தக் கிராமத்து வயலிலிருந்த ஒரு திறந்த கொட்டகையில் கட்டி வைக்கப் பட்டார். சுற்றிலும் மரக் கட்டைகள் சுள்ளிகள் என்று குவித்து, நடுவில் கட்டப்பட்டுக் கிடந்த அவர் தீயில் எரிக்கப்பட்டார். அவனது தாய் லக்கே ஆறு மாதம் கழித்து இறந்து போனாள். தன் கணவன் கொலையுண்டதைப் பார்த்ததிலிருந்து வந்த மன அழுத்தம், துன்பம் எல்லாம் மரணத்தைச் சடுதியில் அவளிடம் அழைத்துவந்து அவளைக் கொன்றது. தன்னுடைய இரு குழந்தை களையும் பாதுகாக்கப் பல முயற்சிகள் எடுத்தாள். ஆனாலும், அதுவும் ஒரு கட்டம் வரைதான். தனிப்பட்ட துன்பமும் அழுத்தமும் அதை விடும்படி ஆக்கிவிட்டன. குடும்பமும் முற்றிலும் சிதைந்தது. பீமாவின் ஐந்து வயதுத் தம்பி அம்மா வழிப் பாட்டியிடம் இன்னொரு கிராமத்தில் வளர்கிறான். பீமா சேரப்பள்ளியிலேயே தன் அத்தை ஒருவருடன் வாழ்ந்து வருகிறாள். பீமாவும் தனித்து நிற்கும் அத்தையும் இலுப்பை மற்றும் ஓலைகளை விற்றுப் பிழைப்பை ஓட்டுகின்றனர். ஆனால், மிகப் பெரிய நகைமுரண் என்னவென்றால், கல்மு வாகா, மகேந்திர சர்மா இருவருக்கும் ஒரே தாத்தா, பாட்டி. நெருங்கிய சொந்தம். நடுவில் எது விளையாடியது?

கல்மு வாகாவை எரித்துக் கொன்றவர்கள் ஏனையவர்களைத் தங்களோடு இழுத்துச் சென்றனர். தூதி உங்க என்ற 60 வயது படேல் அங்கிருந்து காவல் துணை ஆய்வாளர்மூலம் தப்புவிக்கப்பட்டார். ஹிட்மா, கோசா என்ற பதினான்கு வயதுப் பையன்களை வயலில் இருந்து கைது செய்தனர். கோசா முகாமுக்குச் செல்வதற்கு முன்பே, மலங்கழிக்கவேண்டும் என்ற சாக்கில் பொய் சொல்லி தப்பி ஓடிவிட்டான். ஹிட்மா இரண்டாண்டு சிறையில் தள்ளப்பட்டான். சிறையிலிருந்து வெளிவர அங்கிருந்த எழுத்தருக்கு ரூபாய் 8,000 கொடுத்து அது மட்டுமல்லாமல் தன் நிலத்தையும் ஈடு வைத்தே விடுதலையானான். இந்தச் சமயத்தில்தான் பொலாம்பள்ளி முகாம் கட்டப்பட்டது. அதனால் எஸ்பிஓக்கள் அதிக எண்ணிக்கையில் இருந்தனர்.

2006 டிசம்பர் தொடங்கி ஜனவரி 2007வரை எஸ்பிஓக்கள் வீடுகளை எரித்தனர். ஒரு மனிதனைக் கொன்றுபோட்டனர். சோடி மாசா என்பவரின் விதவை எப்படித் தன் கணவர் பிடிபட்டார் என்பதைப் பற்றி விளக்கமாகக் கூறினார்:

'தாக்குதலின்போது பகைவர்கள் போயிருப்பார்கள் என்ற நினைப்பில் என்ன நடக்கிறது என்று அறிய வெளியே வந்திருக்கிறாள். அங்கிருந்த அடிகுழாய் ஒன்றில் நீர் அருந்தியிருக்கிறார். அடிகுழாயின் சத்தம் கேட்டதும் சத்தத்தின் திசை நோக்கி எஸ்பிஓக்கள் தங்கள் துப்பாக்கியால் சுட்டிருக்கின்றனர். ஹங்கா, மங்கா இருவரும் தப்பிவிட்டனர். ஆனால், என் கணவர் துப்பாக்கிச் சூட்டில் இறந்துபோனார். இரண்டு குண்டுக் காயங்கள் உடலில். அவர் தன்னுடன் தேர்தல் அடையாள அட்டை, நிலத்தின் பட்டா, பணம் ரூ.2500 ஆகியவற்றை வைத்திருந்ததால் அவர் நிச்சயம் நக்சலைட் இல்லை என்பது நிரூபணமாகிவிட்டது. அதனால் சடலத்தை அப்படியே விட்டுவிட்டு வந்துவிட்டார்கள். ஆனால் பணத்தையும் ஆவணங்களையும் எடுத்துக்கொண்டுவிட்டனர். மறுநாள் கிராமத்து மக்கள் அவரைத் தேடிப்போனபோது சடலம் மட்டுமே கிடைத்துள்ளது. உடலை எரித்தார்கள். அதற்குமேல் ஏதும் செய்வதற்குத் தைரியமில்லை. காவல் துறையில் எஃப்ஐஆர் போடுவது வீண். ஏனெனில், கொன்றவர்களே எஸ்பிஓக்கள்தானே!

மாசா இறந்த பின் ஓராண்டு கழித்து அவருடைய மனைவி ஹண்டாபாத், அவர் சரணடைந்த கிராமத்திலிருந்து பொல்லாம் பள்ளிக்குத் திரும்பினார். அங்குள்ள சாலையோரச் சந்தையில் ஒரு மனிதரின் உதவியால், அவரது கணவரின் அடையாள அட்டை, பட்டா போன்றவற்றைப் பெற்றார்.

2007இல் ஜுலை மாதத்தில் எஸ்பிஓக்கள் இரு பெண்களைப் பாலியல் பலாத்காரம் செய்தனர். ஹுரி பதினைந்து வயதுச் சின்னப் பெண். அவள் என்னிடம் தன்னைப் பற்றிக் கூறினாள்:

'நான் சமீபத்தில்தான் ஆந்திராவிலிருந்து திரும்பிவந்தேன். வீட்டில் தானியங்களை அரைத்துக்கொண்டிருந்தேன். ஐந்து எஸ்பிஓக்கள் வீட்டுக்குள் திடீரென்று வந்தனர். என்னை இழுத்துப்போய், என் கண்களைக் கட்டி, என் கைகளையும் பின்னால் கட்டிவிட்டனர். என் அம்மாவிடம் என்னை பொலாம்பள்ளிக்கு அழைத்துச் செல்வதாகக் கூறி இழுத்துச் சென்றனர். வழியிலேயே என்னைப் பாலியல் பலாத்காரம் செய்தனர். என் நகைகள் பிடுங்கப்பட்டன. என்னைப் பார்க்கும்போது ஹுரி புதிய நகைகள் போட்டிருந்தாள். இன்னொரு

பெண் பீமி. பதினேழு வயதுப் பெண். தன் அத்தையோடு கோட்டாபள்ளியில் வசித்துவந்தார். ஒரு வாரத்துக்கு முன்புதான் அங்கே வந்திருக்கிறார். வீட்டின்முன் அமர்ந்து ஓலைகளைக் கிழித்துக் கொண்டிருக்கும்போது எஸ்பிஓக்கள் வந்தனர்.

'அவர்கள் என் கை, கால்களைக் கட்டி, கண்ணையும் கட்டிவிட்டனர். நான்கு எஸ்பிஓக்கள் என்னைக் கூட்டுக் கற்பழிப்புச் செய்தனர். என் துணிகள் அனைத்தும் கிழிக்கப்பட்டன. நகைகள் பறிக்கப்பட்டன. அதன்பின் தண்ணீர் குடிக்கும் சாக்கில் தப்பித்து, யாரோ ஒருவரின் வீட்டில் தானிய மூட்டைக்குப் பின்னால் ஒளிந்து கொண்டேன். என்னைப் பாலியல் பலாத்காரம் செய்தவர்களில் மூவரை நான் அடையாளம் காட்டினேன். பொல்லாம்பள்ளிக் கிராமத்து ராஜேஷ் (ஓரியா), கொரப்பாட் கிராமத்து கிச்சி சோமா; பலமட்குவிலிருந்த லிங்கா. இத்தனை நிகழ்ந்தபிறகும் இவர்கள் என் வீட்டிற்கு வந்து என்னை அச்சுறுத்தினார்கள். அந்தப் பயத்தில் நான் காவல் துறையில் புகார் ஏதும் கொடுக்கவில்லை. அப்படியே நான் புகார் கொடுத்திருந்தாலும், என்ன நடந்திருக்கும்? வெளியே சந்தைக்குச் செல்லக்கூட எனக்குப் பயமாக இருந்தது. மீண்டும் பிடித்துச் சென்று பலாத்காரம் செய்தாலும் என்னால் என்ன செய்யமுடியும்? நான் தப்பி வந்தபோது அடி வாங்கியதாலும் வன்முறையாலும் என் உடம்பு வீங்கிப்போய் மிக மோசமான நிலையில் இருந்தது. சரியான மருத்துவரிடம்கூட என்னால் போக முடியவில்லை. எல்லாம் உள்ளூர் நாட்டு வைத்தியம் மட்டுமே.'

நாட்டாமை ஆண்டா இந்தத் தேடுதல் வேட்டையில் ஈடுபட்டிருந்த போது அதன் தலைமை அதிகாரியுடன் அமர்ந்திருந்ததாகவும், அப்போதுதான் இப்பாலியல் வன்முறைகள் நடந்ததாகவும் சொன்னார். எஸ்பிஓக்கள் அந்த அதிகாரியிடம் தொலைபேசியில் இவர்கள் இரு நக்சலைட் பெண்களை இழுத்துப் போவதாகச் சொன்னார்கள். அதன்பின் அந்த அதிகாரி எஸ்பிஓக்களை அழைத்து ஏன் இத்தனை தாமதம் என்று கேள்வி எழுப்பிக் கொண்டிருந்தார் என்றும் சொன்னார்.

முதல் சில வாரங்களில் கிராமத்து மக்கள் தங்கள் தானியங்களைப் பள்ளிக் கட்டடத்திலும் பஞ்சாயத்து கட்டடத்திலும் வைத்திருந்தனர். இதனால் ராணுவத்தினர் அங்கு தங்கமுடியாது; மாவோயிஸ்டு களும் கட்டடத்துக்குத் தீங்கு செய்ய மாட்டார்கள். அதோடு கிராமத்துக்குவரும் சாலையில் மரங்களை வெட்டிப் போட்டு பாதைகளை முடக்கினர். அவர்கள் மீண்டும் வந்த பிறகே, அதாவது 2008இல் இந்தச் சாலைகளை அவர்கள் பழுது பார்த்தனர். அதன் பின்னால்தான் சந்தைக்குப் பொருள்களை எடுத்துச் செல்ல வசதி

ஏற்பட்டது. எப்படியோ மும்முறை இந்தக் கிராமம் எரிக்கப் பட்டது. மாவோயிஸ்டுகள் பக்கத்துக் கிராம மக்களை அழைத்து வந்து மராமத்து வேலைகளுக்கு உதவி செய்ய வைத்தனர். அப்படி யெல்லாம் நடந்தும், அச்சத்தின் காரணமாக எல்லோரும் காட்டுக்குள் ஓடிவிட்டனர். மரங்களுக்கு அடியில் தாற்காலிக குடில்கள் அமைத்துத் தங்கியிருந்தனர். அதே ஆண்டும் அதற்கு அடுத்த ஆண்டும் எந்தவித விவசாய வேலையும் நடக்கவில்லை.

கிராமம் முழுவதும் ஆந்திராவிற்குக் குடியேறியது. தங்கள் நிலத்தின் மீது ஒரு கண் வைக்கவேண்டும் என்பதற்காக ஓரிரு கிராமவாசிகள் அவ்வப்போது கிராமத்திற்கு வந்து நிலங்களைப் பார்வையிட்டுச் செல்வர். ஆண்டாதான் எப்போதும் கிராமத்தைவிட்டு அகன்ற தில்லை. கிராமத்திற்குப் பக்கத்திலேயே சுற்றியலைந்து கொண்டு, கோயில்களில் சாமிக்கு ஆராதனை செய்து கொண்டிருப்பார். கள். எஸ்பிஓக்களின் கைகளில் அவர் மீன் பிடித்துக் கொண்டிருக்கும் போது அகப்பட்டுக் கொண்டார். அவர்கள் ஆண்டாவை ஜாக்கிரதை யாக இருக்கும்படியும், இல்லையேல் அவரை ஒரு நக்சலைட் என்று எண்ணி மிசோ ராணுவ வீரர்கள் கைது செய்து விடுவார்கள் என்றும் எச்சரித்துள்ளனர். அதை விடவும் அந்த எஸ்பிஓக்கள் தங்களுடைய வாழ்க்கை அவர்களுக்குச் சுத்தமாகப் பிடிக்கவில்லை என்றும் மனதாரச் சொல்லியுள்ளனர்.

போர்க்காலத்தின் உக்கிரங்களை, வக்கிரங்களை இவை தோலுரித்துக் காட்டுகின்றன. உள்நாட்டுப் போரா இது? அப்படியானால் உறவுகளுக்கு ஏதோ கொஞ்சம் தொடர்பிருக்குமே? ஆனால், அவை ஏதும் இங்கு இல்லையே! மகேந்திர சர்மாவும், கல்மு பாகாவும் உறவினர்கள். ஆனால், ஒருவனை இன்னொருவன் தீ வைத்து எரித்துக்கொன்றான். ஒருபுறம் உறவுக்கும் இப்படி ஒரு நிகழ்வு என்றால், இன்னொரு பக்கம் முகம் தெரியாத சில எஸ்பிஓக்கள் அல்லது காவல் துறை ஆட்கள் தெரிந்த மக்களுக்கு மறைமுகமாக உதவி செய்துள்ளனர். அடையாள அட்டையும், பட்டாவும் ஒருவரைச் சாதாரண மனிதனாகத்தான் அடையாளம் காட்டும். அவர் ஒரு நக்சலைட்டாக இருக்க மாட்டார். இது ஒரு பக்கம். மற்றொரு பக்கம், பாவப்பட்ட ஓர் இளைஞனைப் பிடித்து அவனுக்கு நக்சலைட் என்று பட்டம் சூட்டுவார்கள். அதன்பின் அவன் சுடப்பட்டுக் கொல்லப்படுவான். பெண்ணாக இருந்தால் பாலியல் பலாத்காரம் செய்யப்படுவாள். இது ஒரு போர். யார், யாரென்று ஒருவருக் கொருவர் தெரிந்திருந்தும் தொடரும் போர். பழகிய முகங்களுக்குள் நடக்கும் ஒரு வல்லினப் போர் இது. ஆனால், ஆட்களைத் தெரிந்து வைத்திருந்தாலும் கொள்ளையும் கொலையும் நடக்காமலா போனது?

நான் அடுத்தமுறை போனது 2013ஆம் ஆண்டு. சேரப்பள்ளியில் இருந்த 170 வீட்டுக்காரர்களில் 129 பேர் திரும்பி வந்துவிட்டனர். அதே போல் தட்வேகி கிராமத்தார்களும் திரும்பிவிட்டனர். இரு கிராமங்களும் ஒருவருக்கொருவர் விட்டுக்கொடுத்துப் போய் விட்டனர். மின்சாரம் மீண்டும் முழுமையாக வந்துவிட்டது. பள்ளிக்கூடம் திறக்கப்பட்டு 2009லிருந்து ஒழுங்காக நடைபெறுகிறது. பஞ்சாயத்துக் கட்டடமும் பள்ளியோடு இணைக்கப்பட்டுவிட்டது. ஆசிரியர் மட்டும் போலம்பள்ளியிலிருந்துதான் வந்துகொண்டிருந்தார். தினமும் வந்து கொண்டிருந்தார் என்று சொல்லமுடியாது. மனம் போல் வருவார் என்று மட்டும் சொல்லலாம்.

இரு அங்கன்வாடிகள் இருந்தன. அந்த இரண்டும் இப்போது செயல்பட ஆரம்பித்துவிட்டன. அவையும் 'தினந்தோறும்' என்ற பட்டியலுக்குள் இன்னும் வரவில்லை! தளம் ஏதும் இங்கில்லை. ஆனாலும், ஏழை மக்கள் பணக்காரர்களின் வயலிலிருந்து பொருள் களைப் பங்கிட்டுக்கொள்வது நடந்துவந்தது. தேர்தல் நேரம் வந்தது. மாவோயிஸ்டுகள் தேர்தல் புறக்கணிப்புக்கு அழைப்பு விடுத்தனர். அதை மறித்து தேர்தலில் பங்குகொள்ள வேண்டும் என்பது மக்களின் ஆசை. ஆனால், வாக்குச் சாவடிகள் எல்லாம் போலம்பள்ளி ஜுதும் முகாமிற்குக் கொண்டு போகப்பட்டுவிட்டன. அங்கே எல்லாம் மக்கள் போக முடியுமா, என்ன? மக்கள் ஓட்டளிக்க விரும்பியும் அதனைச் செய்ய முடியாதபடி அரசு வேலை செய்துவிட்டது. மக்கள் நினைத்தது ஒன்று, அரசு செய்தது வேறொன்று!

2015இல் ஓர் என்கவுண்டர். மூன்று கரிமத்துச் சிறுவர்கள் கொல்லப் பட்டனர். நடத்தியது மூன்று அணிகள், சிஆர்பிஎஃப், டிஆர்எஃப், சத்தீஸ்கர் காவல் துறையின் சிறப்புப் படை. ஐஜிபி காவல் துறையின் இன்ஸ்பெக்டர் ஜெனரல், எஸ்ஆர்பி கலூரி மிகப் பெருமையுடன் மூன்று மாவோயிஸ்டுகள் சுட்டுக் கொல்லப்பட்டனர் என்று அறிவித்தார். ஆனால், அவர்களின் உறவினர்கள் மது குடிக்கச் சென்று கொண்டிருந்தவர்கள் மீது துப்பாக்கிச் சூடு நடந்தது என்கின்றனர். ராணுவத்தினர் மூன்று பையன்களில் ஒருவனைப் பிடித்து, காரணம் ஏதுமின்றி அடித்து நொறுக்கியுள்ளனர். அவன் தப்பியோட முயற்சித்திருக்கிறான். சுடப்பட்டான். இறந்துவிட்டான். அவன் சடலத்தை அவனது நண்பர்களை வைத்து போலம்பள்ளி காவல் நிலையத்திற்கு எடுத்துச் செல்ல ஆணையிட்டிருக்கின்றனர். வழியில் அந்த இருவரும் சுட்டுக் கொல்லப்பட்டனர்.

பத்து ஆண்டுகள் ஓடிவிட்டன. ஆனால், ஏதும் மாறவேயில்லை சத்தீஸ்கரில்.

9

ஒரு திட்டம் பற்றிய சில குறிப்புகள்

சிஆர்பிஎஃப் எங்களிடம் எழுப்பியுள்ள ஒரு கேள்வி: கிராமத்து மக்கள் அனைவரும் நாங்கள் கண்ணில் பட்டாலோ பறந்துபோய் விடுகிறார்களே, ஏன்?

கிராமவாசிகள் பதில் சொல்வது போல் அடுத்து கேட்கும் கேள்வி இது: அவர்கள் கண்ணில் பட்டதும் பறந்துவிடுவதைவிட வேறு வழி எங்களுக்கு எங்கே இருக்கிறது?

லிங்காகிரி உள்ளிட்ட மற்ற கிராமங்களைச் சேர்ந்தவர்கள், நாங்கள் விதை வாங்குவதற்காக ஆட்சியரின் அலுவலகத்திற்கோ அல்லது வீட்டுச் சாமான்கள் வாங்க மிர்த்தூர் தெருச் சந்தைகளுக்கோ கூடப் போக முடியவில்லை. நிலைமை அத்தனை மோசமாக உள்ளது என்கிறார்கள்.

அப்பகுதியின் ஆட்சியரும் அந்த இடங்கள் மிகவும் பயங்கர மானவை. அங்கு சென்று மக்களுக்கான பொருள்களைத் தருவதற்குக்கூட செல்ல முடியவில்லை. அந்த இடங்கள் அவ்வளவு ஆபத்தானவை என்றார்.

....கள ஆய்வுக் குறிப்பேடுகள், 2009

மிகத் தீவிரமாக 2005 முதல் 2007 வரை இருந்த சல்வா ஜுடும் அதன் பின், மிகவும் தீவிரம் குறைந்து காணப்பட்டது. 2008ஆம் ஆண்டு அமைதியானதுதான். ஆனால், கொலைகளும் கொள்ளைகளும்

தொடர்ந்து நடந்துகொண்டிருந்தன. ஆனாலும், மக்கள் தங்கள் முகாம்களில் இருந்தும், ஆந்திரப் பிரதேசத்திலிருந்தும் தங்கள் சொந்த கிராமங்களுக்குத் திரும்பிவர ஆரம்பித்தனர். ஜுடும் அமைதியாக இருந்த அந்தக் காலகட்டத்தில் மாவோயிஸ்டுகளின் பிரச்னை நாடு முழுவதற்கும் பரவியது. 2008 நவம்பர் மாதத்தில் கிழக்கு வங்காளத்தின் முதலமைச்சர் புத்ததேவ் பட்டாச்சார்யா சென்ற அணிவகுப்பின்மீது மாவோயிஸ்டுகள் திடீர்த் தாக்குதல்கள் நிகழ்த்தினர். இதற்குப் பதிலடியாக காவல்துறை தாக்குதல் நடந்த இடத்திற்கு அருகில் இருந்த லால்கார்க் கிராமங்களை மிகக் கடுமையாகத் தாக்கினர். கொலை, கொள்ளை, பாலியல் பலாத்காரம் என்று வன்முறை தலைவிரித்தாடியது. இதற்குப் பதிலாக புதிய அமைப்பு ஒன்று மக்களின் மத்தியில் உருவானது. சத்ரதார் மஹாத்தோ என்பவரின் தலைமையில் கிராமத்து மக்கள் காவல்துறை அடக்குமுறைக்கு எதிரான மக்களமைப்பு (பிசிபிஏ) என்னும் பெயரில் ஒரு குழு உருவானது. வன்முறை நடந்த பகுதி முழுவதும் இந்த அமைப்பிற்குள் கொண்டுவரப்பட்டது. வெளியாட்கள் உட்செல்லமுடியாதபடி தடுக்கப்பட்டது. இந்த நிகழ்வுக்கு முன்பே அந்த ஆண்டின் ஜுன் மாதத்தில் மாவோயிஸ்டுகள் ஆந்திரப் பிரதேசத்தின் 'சாம்பல் ஓநாய்கள்' (கிரே ஹவுண்ட்ஸ்)என்ற காவலமைப்பைத் தாக்கினர். ஒடிசாவில் உள்ள பாலிமேலா அணைப் பகுதியில் சாம்பல் ஓநாய்கள் சென்ற ஒரு படகைத் தாக்கினர். அதில் 38 அதிரடி வீரர்கள் உயிரிழந்தனர்.

2009இல் மத்திய அரசு பசுமை வேட்டைத் திட்டம் (ஆபரேஷன் கிரீன் ஹண்ட்) என்ற ஒன்றினை ஆரம்பித்தது. திட்டத்தின் பெயர் வேறாக இருந்தாலும், இது பல மாநிலங்களில் மாவோயிஸ்டுகளுக்கு எதிரான அமைப்பாகவே வேலை செய்தது. பஸ்தாரின் சிஆர்பிஎஃப் அதி தீவிர தேடுதல் வேட்டையாடும் வேலையைச் செய்தது. இந்தத் தீவிர வேட்டை, பின்பு பஸ்தாரின் கிழக்கு மாவட்டங்களான தார்பா பகுதிகளுக்கும் எட்டியது. இந்த வேட்டைக்கும் முன்பு நடந்த சல்வா ஜுடும் வேட்டைகளுக்கும் சிறு வித்தியாசங்கள் மட்டுமே நடந்தன. இரண்டிலும் நிறைய உயிர்ப் பலிகள். ஆனால், சல்வா ஜுடுமைவிட இவர்களது வேட்டை அடிக்கடியோ தொடர்ந்தோ நடப்பதில்லை. நடக்கும் இடங்களும் நேரமும் அவ்வப்போதாக இருந்தாலும் விழும் உயிர்ப் பலிகள் இந்த வேட்டையில் மிக அதிகம். இந்நூலின் பின்பகுதியில் தரப்பட்டுள்ள முதல் தொகுப்பில் (இணைப்பு 1) காண்பிக்கப்பட்டதுபோல் 2006-07 ஆண்டுகளில் சத்தீஸ்கரின் வரலாற்றுக் குறிப்புகள் பெருகி ஓடிய ரத்தத்தால் எழுதப்பட்டவை. இந்தப் புதிய வெறியாட்டத்தில் நிறைய வித்தியாசங்கள் இருந்தன. ஜுடும் நடந்தபோது கொல்லப்பட்ட

மனிதர்களின் உடல்கள் எந்தவிதக் கணிப்பும் அக்கறையும் இன்றி தெருவில் விழுந்து கிடந்தன. ஆனால், இப்புதிய வேட்டையில் இறந்தவர்களைப் பற்றிய கணிப்புகள் நடந்தன. அவை அனைத்தும் காவல் துறையின் என்கவுண்டரில் நடந்த நிகழ்வுகளாக நியாயப் படுத்தப்பட்டன.

2011-13இல் நடந்த மூன்று மிகப் பெரும் நிகழ்வுகள் மக்களின் நினைவுக் குவியல்களில் ஆழமாகப் பதிக்கப்பட்டன. 2011இல் தாட்மெல்டா என்ற இடத்திலும் அதன் அருகிலிருந்த பகுதிகளில் மூன்று கிராமத்து மக்களும், 2012இல் சர்க்கேகுடா என்ற பகுதியில் 17 கிராமத்து மக்களும், 2013இல் எடஸ்மெட்லா என்ற பகுதியில் எட்டு கிராமத்து மக்களும் கொல்லப்பட்டனர். இந்த நிகழ்வுகள் நடந்த காலகட்டத்தில் இவை ஊடகங்களிலும் செய்திகளாக வரத் தொடங்கிவிட்டன. அதனால் இந்தச் சாவுகள் பற்றிய சட்ட நடவடிக்கைகள் ஆரம்பிக்கப்பட்டன. முன்பு கிராமவாசிகள் கொலைகள் பற்றிச் சாட்சி சொல்ல பயந்த காலம் இருந்தது. ஆனால், இப்போது அவர்கள் சாட்சிசொல்ல ஆர்வத்துடனும் தைரியத்துடனும் வெளிவந்தனர். ஆனாலும் 2016 வரை இக்கொலைகள் உச்சகட்டத்தைத் தொட்டாலும் நடந்த சட்டபூர்வ நடவடிக்கைகளும் ஆய்வுகளும் முடிவுபெறாத நிலையிலேயே இருந்தன. இந்த இழுபறி நிலையால் காவல் துறையினருக்கு மேலும் தைரியமும் நம்பிக்கையும் மிகுந்து, எந்தக் கவலையுமின்றி தங்கள் அழித்தல் தொழிலைத் தொடர்ந்தனர். நாள்தோறும், வாரந்தோறும் புதுப் புது இடங்களில் மேலும் மேலும் பல என்கவுண்டர்கள், உயிர்ப் பலிகள். கொல்லப்பட்டவர்கள் யாராக இருந்தாலும் சடலங்களின்மீது காவல் துறையினர் ‘மாவோயிஸ்ட்’ என்ற அடையாளத்தையே பொறித்தனர். கொல்லப்பட்டவர்களில் சாதாரண கிராமத்து மனிதரும் ஆயுதம் ஏந்தாத அப்பாவி மக்களும் சில ஆயுதம் தாங்கிய சங்க உறுப்பினர்களும் தொழில் முறையில் மக்கள் பாதுகாப்பிற்காக உருவாக்கப்பட்ட கெரில்லாக்களும் ஒரே பட்டியலில் எவ்வித வித்தியாசமுமின்றி தொகுக்கப்பட்டார்கள். இதனோடு ‘மாவோயிஸ்டுகளின் உதவியாளர்கள்’ அல்லது அவர்களின் செய்திப் பரிமாற்றத்திற்கு உதவுபவர்கள் என்ற கணக்கிலும் பலர் தொடர்ந்து கொல்லப்பட்டனர்.

பஸ்தார் மாவட்டத்தின் தர்பா பகுதியில் ஆரம்பித்த ‘பசுமை வேட்டைத் திட்டம்’

2006-07இல் ஜுடும் தன் உச்ச நிலையில் இருக்கும்போது, தந்தேவாடா மாவட்டத்தின் கிராமங்களிலிருந்து மக்கள்

வெளியேற்றப்பட்டனர். காவல்துறையும், கண்காணிப்பு அமைப்புகளும் இதனை நடத்திவந்தனர். பக்கத்து மாவட்டங் களுக்குக்கூட இச்செய்தி சென்று சேரவில்லை. அப்பகுதி மக்கள் அறியாமையால் எவ்விதக் குழப்பமுமின்றி இருந்தனர். ஜுடும் செய்த இந்த அடாவடித்தனங்கள் பற்றி ஊடகங்களில் எச்செய்தியும் வெளிவருவதில்லை. செய்தித்தாள்களும், தொலைக்காட்சிகளும் இச்சம்பவங்கள் பற்றி எந்தச் செய்திகளையும் வெளிவிடாமல் மௌனமாகக் கிடந்தன. ஆனால், அதற்குப் பதிலாக மாவோயிஸ்டு களின் வன்முறைத் தாக்குதல்கள் பற்றிய செய்திகளைப் பற்றி அவை உரத்துப் பேசின. இதனால் ஜக்தல்பூர், தந்தேவாடா போன்ற பல சிறு நகர்ப் பகுதிகளில் உள்ள மக்களுக்கு மாவோயிஸ்ட் பற்றிய கருப்புச் செய்திகள் கை நிறையக் கிடைத்தன. மாவோயிஸ்டுகள் வளர்ச்சிக்கு எதிராக இருக்கும் அர்த்தமற்ற குழு என்ற எண்ணமே மக்களுக்குக் கிடைத்தது. ஆனால், உட்பகுதியில் உள்ள கிராமங்களில் வாய்வழி மூலமாக ஜுடுமின் எதிர்ப்புகளுக்காக ஊரைவிட்டு ஓடும் கிராம மக்கள் மூலமாகவும் செய்திகள் பரவின. இச்செய்திகளை நியாயப்படுத்தும் வகையில் மாவோயிஸ்டுகளின் துண்டுப் பிரசுரங்களும் காணொளிகளும் மக்களிடையே வினியோகிக்கப்பட்டன. 2007-08இல் மாவோயிஸ்டுகளின் இவ்வித முயற்சிகள் தீவிரமடைந்தன. ஏனெனில், அவர்கள் அந்நிலப் பகுதியில் நீடித்துத் தங்கவும், தெற்குப் பகுதியில் அழித்தல் வேகமாக ஜுடும் அமைப்பால் நடத்தப்பட்டதால் வடக்குப் பகுதியில் அதிலும் தார்பா பகுதியில் ஆழமாகக் காலூன்றவும் இந்த முயற்சிகள் மாவோயிஸ்டுகளுக்குக் கை கொடுக்கும் என்று நம்பினர்.

2009ஆம் ஆண்டு பசுமை வேட்டைத் திட்டம் ஆரம்பித்த ஆண்டு. அந்த ஆண்டு மிக மோசமானது. பயிர் பச்சை எதுவும் துளிர்க்கவுமில்லை. மலைச்சரிவில் காய்ந்த காலத்தில் வளரும் முரட்டுத் தானியங்கள்கூட ஏதும் விளையவில்லை. மாங்காய் காய்ப்பும் நின்றுபோனது. பீடி இலையும் இல்லை. சிஆர்பிஎஃப் தேடுதல்களும் தாக்குதல்களும் எங்கும் ஆரம்பித்தன. ஜுடும் தாக்குதல் நடத்திய இடங்களில் மட்டுமல்லாமல் வேறிடங்களிலும் மக்கள் இரவில் தங்கள் வயல்களிலேயே படுத்துத் தூங்கும் வழக்கத்தை முழுவதுமாகக் கைவிட்டுவிட்டார்கள். இதனால் விளையும் பயிர்களைக் காக்கவும், காட்டு மிருகங்களைத் தடை செய்யவும் வயல்களில் ஆளில்லை. இளைஞர்களுக்கு வேலைகள் இல்லை. ஆயினும் வேற்று ஊர்களுக்கு வேலைக்காகச் செல்பவர் களோடு சேரவும் அவர்களால் முடியவில்லை. அப்படியென்றால் அவர்கள் மாவோயிஸ்டுகளுடன் சென்று விட்டார்கள் என்ற

எண்ணம் வரலாம் என்ற அச்சம் அவர்களுக்கு. காவல்துறை உன்னிப்பாக மக்களைக் கண்காணித்து வந்தது. ஓட்டளிக்கும் மக்களின் பட்டியல் அவர்கள் கையில் இருந்தது. அதை வைத்தே அவர்களுடைய கண்காணிப்பும் இருந்தது. மக்களும் அச்சத்துடன் பணம் செலவழித்துத் தங்களது போட்டோ ஒன்றுக்காக 100 ரூபாய் வரை செலவுசெய்து, ஓட்டு அடையாளச் சீட்டு வாங்க முயற்சித்தனர். நாட்டின் பொறுப்புணர்ந்த குடிமகன் என்று காட்டிக் கொள்ளவும், தாங்கள் மாவோயிஸ்டுகள் இல்லை என்று நிரூபிக்கவும் இந்த முயற்சிகளை அவர்கள் செய்தனர். கலிங்கராஸ் பகுதிகளில் உள்ள மக்கள் தூரத்தில் இருக்கும் உறவினர்களின் வீடுகளுக்குத் தங்கள் கால்நடைகளை வாகனங்களில் ஏற்றி அனுப்பிவைத்தனர். பெண்களும் தங்கள் நகை நட்டுகளைப் பத்திரமாக உறவினர்கள் வீட்டில் ஒளித்துவைத்தனர்.

மக்கள் போர் குறித்து சூடாக விவாதித்துக்கொண்டனர். சிபிஐ கட்சி மக்களை இரவு நேரங்களில் தங்கள் இடத்தைவிட்டு எங்கும் போக வேண்டாம் என்று எச்சரித்தது. ஆனால் மாவோயிஸ்டுகளோ வேண்டுமென்றே சிபிஐ தேவையற்ற அச்சுறுத்தலைப் பரப்பி வருகிறது என்று மக்களிடம் குற்றம் சாட்டினார்கள். உங்கள் இடங்களிலேயே இருங்கள்; எப்போதாவது காவல் துறையினரைப் பார்த்தால் ஓடாமல் அவர்களை நேருக்கு நேர் சந்தியுங்கள். ஏனெனில், சந்தேகப்பட்டால் சுடுவதற்குத் தயாராக இருக்கும் காவல் துறையினரிடமிருந்து தப்பிக்க அதுவே வழி என்றனர் சிபிஐ. ஆனால் மாவோயிஸ்டுகளோ காவல் துறையினரைப் பார்த்தாலே தப்பி ஓட முயலுங்கள் என்றனர். மத்தளம்போல இரு புறமும் இரு வேறு அறிவுரைகள். பாவப்பட்ட மக்கள் இரண்டில் எதை எடுப்பது என்பது தெரியாமல் முழித்தனர்.

மாவோயிஸ்டுகள் பஸ்தாரின் கிழக்குப் பகுதியில் தங்கள் தொடர்பை ஆரம்பித்தபோது, வெகு தொலைவில் காட்டினுள் வாழும் கிராமத்து மக்களைத் தங்கள் கூட்டத்திற்கு வரும்படி அழைத்தனர். அக்கிராம மக்கள் என்னிடம் மக்களின் எண்ணிக்கையைக் கண்டறிய மாவோயிஸ்டுகள் கடைப்பிடித்த வழிமுறை பற்றியும் சொன்னார்கள். கூட்டத்திற்கு வரும் ஒவ்வொருவரும் தங்கள் கிராமத்திற்குரிய இடத்தில் சிறு குச்சி ஒன்றைப் போட்டுவிட்டுப் போக வேண்டும். மொத்தக் குச்சிகளின் எண்ணிக்கை வருகைப் பட்டியலானது! கூட்டத்திற்கு வந்தவர்கள் ஆச்சரியத்தோடும் எதிர்பார்ப்போடும் வந்தனர். மாவோயிஸ்டுகள் என்னதான் சொல்கிறார்கள் என்று கேட்க வந்த கூட்டம் அது. கூட்டம் முடிந்த பிறகும் அவர்கள் மாவோயிஸ்ட் பக்கம் சேர்வது என்று

முடிவெதுவும் எடுக்கவில்லை. ஆனாலும், இரவு தங்கள் நிலங்களை அபகரித்துக்கொள்ளும் என்ற நிலை வந்தால் அப்போது எப்பக்கம் செல்வது என்று முடிவெடுப்பது எளிது என்று நினைத்தனர். மேலும், அவர்கள் முன்னே அச்சமென்னும் பூதம் தலைவிரித்துக் கொண்டு நின்றது. கட்சிக்காரர்களுக்கு அடுத்து நக்சல்பாரிகள் வரலாம். அடுத்து காவல் துறையும் ஜுதுமும் சேர்ந்து வரலாம். அல்லது தொழில் துறையில் நுழைந்து, போருக்கு அச்சாரம் இடலாம்.

மாவோயிஸ்டுகள் ஆரம்பித்ததாலேயே இக்கூட்டங்களைப் பற்றிய ஆர்வம் அதிகமிருந்தது. கோண்டுகள் எப்போதுமே தைரியசாலிகள். இதை துர்வாஸ் மக்களும் ஒப்புக்கொள்வர். இந்த இரு குழுக்களில் துர்வாஸ்கள் கோழைகள். கோண்டுகள் அதிகார வன்முறைக்கு எப்போதும் தங்கள் எதிர்ப்பை வெளிக் காண்பிப்பார்கள். அது மட்டுமின்றி எப்பக்கமும் சாயாமல் நடுநிலை வகிக்க ஆசைப்படு வார்கள். ஆனால், நடுநிலை எடுப்பது மிகவும் சிரமம் எனவும், மாவோயிஸ்டுகள் மெல்ல மக்களின் நடுநிலையை மாற்றுகிறார்கள் எனவும் அவர்கள் அறிந்து வைத்திருந்தனர். ஒவ்வொரு கிராமத்து இளைஞரும் மாவோயிஸ்டுகள் நடத்திய ஒரு மாதப் பயிற்சி வகுப்புகளுக்குச் சென்று வந்தனர். ஆனால், திரும்பி வரும்போதும் வெறும் கையுடன் ஆயுதங்கள் ஏதுமின்றித் திரும்பி வந்தனர். தேவை ஏற்பட்டால் திரும்பி அழைக்கப்படக்கூடிய 'புது' ராணுவ வீரர்கள் அவர்கள். இதே காலகட்டத்தில் பல கிராமங்களில் விவசாயக் குழுக்கள் ஆரம்பிக்கப்பட்டன. அவற்றில் சில மட்டும் நீடித்து நின்றன. மற்றவை சீர்குலைந்தன. அது போலவே கிராமங்களின் சங்கங்களும் அமைக்கப்பட்டு, நன்றாகச் சில இடங்களில் வளர்ந்து, மற்ற இடங்களில் நலிந்தும் போய்விட்டன.

சத்தமாகப் பேசினாலும் அடுத்தவன் எதிரியா, நண்பனா என்று யாருக்குத் தெரியும்? தவறானவன் காதுகளில் நாம் பேசுவது விழுந்தால்? இந்த அச்சம் எல்லோர் மனத்திலும் இருக்கிறது. ஒரு கிராமத் தலைவி என்னிடம் சொன்ன கதை பயங்கரமானது. இரவில் அவரிடம் வரும் ரகசிய மனிதர்களுக்கு அவர் தொடர்ந்து பல தவணைகளில் பணம் தந்து அனுப்புவாராம். ஏனெனில் வரும் மனிதர்கள் மாவோயிஸ்டுகள் அனுப்பியதாகச் சொல்லிக்கொண்டு வருவர். அவர்கள் கையிலும் ஓர் அச்சமூட்டும் கடிதம் ஒன்று இருக்கும். 'கிராமத் தலைவியே, எங்களை முழுமையாக இல்லாமலே ஆக்கவேண்டும் என்று ஆசைப்படுகிறீர்களா?' என்ற வார்த்தைகள் அதில் இருக்கும். சிகப்பு எழுத்தில் வரும் அந்த அச்சுறுத்தல்களை எளிதில் புறந்தள்ளமுடியுமா என்ன? அவர் இரவில் வீட்டைவிட்டு

வெளியில் படுப்பதை விட்டுவிட்டு வீட்டிற்குள் படுப்பதை வழக்கமாக்கிக்கொண்டார். அவரின் கணவரும் ஜக்தல்பூர் போன்ற பாதுகாப்பான இடங்களுக்குச் சென்று விட்டனர். அவர்களுக்கு வரும் அச்சுறுத்தல் மாவோயிஸ்டுகளிடமிருந்து அல்ல என்ற ஐயம் அவர்களுக்கு உண்டு. ஒரு பழைய நண்பனாக இருந்து அரசியல் விரோதியாக மாறியவரிடமிருந்துதான் இந்த அச்சுறுத்தல்கள் என்று சந்தேகித்தனர். தங்கள் ஐயத்தை மெல்ல மாவோயிஸ்டுகளிடமே எடுத்துச் சென்றனர்.

மாவோயிஸ்டுகள் அதைப் பற்றிய புலன் விசாரணைகள் மேற்கொண்டனர். இறுதியில் கிராமத் தலைவியையும் அவரது கணவரையும் அழைத்தனர். 'உங்களுக்கும் தெரியும்; எங்களுக்கும் தெரியும். உங்களிடமிருந்து பணம் பறித்தது யாரென? ஆனாலும் நீங்கள் அவரைக் குறிப்பிட்டு குற்றம் சொன்னால்தான் எங்களால் ஏதும் செய்ய முடியும்' என்றது கட்சி. ஆனால், அப்பெண்மணி, 'அப்படியென்றால் விட்டுவிடுங்கள்' என்று கூறிவிட்டார். அப்பெண்மணி என்னிடம், 'எல்லாரும் ஒரே இடத்தில், ஒரே கிராமத்தில் வாழ்கிறோம். இதில் எப்படி நாங்கள் பெயரிட்டு அவர்கள் மீது பிராது கொடுப்பது?' என்று கேட்டார். ஆனாலும் அவரது இந்த முயற்சிகளால் பயமுறுத்தல்களும் பணப் பறிமுதல்களும் நின்றுவிட்டன. ஆனால், குற்றம் செய்தவர் தண்டிக்கப்படாமல் தப்பித்துக்கொண்டார். தப்பித்துக்கொண்டார் என்று முழுமையாகச் சொல்லிவிட முடியாது. ஏனெனில், வேறொரு விஷயத்தில் வேறொரு காரணம் காட்டி அவர் மாவோயிஸ்டுகளின் அடிதடிகளுக்கு உள்ளானார்!

ஜூன் 2009. தார்பா, தோங்பால் பகுதிகளில் உள்ள துர்வா கோண்டு கிராமங்களில் முதன்முறையாக ஒரு பெருங்குழப்பமும், அதன் விளைவாகச் சில மரணங்களும் நிகழ்ந்தன. இந்த நிகழ்ச்சியில் மாவோயிஸ்டுகள் அப்பகுதிகளில் சாலைகளைப் போடவேண்டாம் என்று ஓர் ஒப்பந்தக்காரரை மிரட்டினர். அவர் காது கொடுக்க வில்லை. அவரது நான்கு டிரக்குகளும் ஒரு டிராக்டரும் மாவோயிஸ்டு களால் எரிக்கப்பட்டன. இரண்டு நாட்கள் கழிந்தன. ஜூன் 20ஆம் தேதி அப்பகுதிக்கு சிஆர்பிஎஃப் வீரர்கள் அருகிலிருந்த சுக்மா முகாம்களிலிருந்து வந்து தங்கள் புலன் விசாரணையை ஆரம்பித்தனர். மாவோயிஸ்டுகள் ஐஈடி வெடிகுண்டுகளை வெடித்தனர். ஐந்து வீரர்கள் அவ்விடத்திலேயே கொல்லப் பட்டனர். மருத்துவமனையில் அடுத்து நால்வர் மரணமடைந்தனர். சிஆர்பிஎஃப் வீரர்கள் கோபத்தின் உச்சிக்குச் சென்று, கண்ணை மூடிக்கொண்டு சுட்டனர். மாவோயிஸ்டுகள் ஓடி ஒளிந்துள்ளனர்.

ஓர் எருமை மாடு துப்பாக்கிச் சூட்டில் பலியானது. ஒரு மாடு மேய்ப்பவன் அடிபட்டு மயங்கி விழுந்தான். இரு சக்கர வண்டியில் சென்ற இருவர் தற்செயலாகத் தப்பினர். ஆனால், ஏழு கிராமத்து மக்கள், அப்பகுதியில் என்ன நடக்கிறது என்பதே தெரியாமல் வீட்டிற்கு சைக்கிளில் வந்து கொண்டிருந்தவர்கள் இச்சூட்டில் உயிரிழந்தனர்.

சோலிவாடா பகுதியில் சாம்லு என்பவர் வழக்கமாக தெருச் சந்தைகளில் 'சிந்தி' என்ற பேரீச்சம்பழ மரத்துக் கள்ளை விற்பனை செய்வார். சொக்கவாடா என்ற இடத்தில் ஒருவரின் மரத்திலிருந்து தான் அவர் கள்ளிறக்குவார். ஒவ்வொரு மாலையும் சாலு கள்விற்ற பணத்தை சைக்கிளில் எடுத்துக்கொண்டு மர உரிமையாளருக்குரிய பணத்தைக் கொடுக்கச் செல்லும் வழக்கமுண்டு. முதல் சாவு அவர் தலையில்தான் இறங்கியது. மாலை ஐந்து மணியளவில் வழியில் அவர் கொல்லப்பட்டார். அடுத்த பத்து, இருபது நிமிடங்களில் இன்னொரு கொலை. ராம் விலாஸ் என்பவர் பதன்பாலில் உள்ள தன் வயலில் உழுதுவிட்டு, கிந்தர்வாடா என்ற தன் கிராமத்தை நோக்கி சைக்கிளில் வந்து கொண்டிருந்தார். சரியாக துப்பாக்கியின் குண்டு செல்லும் திசையில் நுழைந்தார். உயிர் பிரிந்தது. அவர் தன் பையில் வைத்திருந்த காளான்களும் சைக்கிளில் மாட்டியிருந்த குடையும் பக்கம் ஒன்றாகச் சிதறின.

அடுத்து வாக், லக்மா என்ற இரு பெண்களும் கொக்கவாடா என்ற இடத்திலிருந்து தங்கள் ஊரான சொலிவாடாவிற்குக் காய்கறிகள் வாங்கிவிட்டுத் திரும்பிக் கொண்டிருந்தனர். வந்த வழியில் சுட்டுக் கொல்லப்பட்டனர். ஏறத்தாழ அப்போது மணி மாலை 6.30. அப்போது தேவ், சுகாலு, சம்பத் மூவரும் ஒடிசாவில் உள்ள பெஜகுடிடாவில் உள்ள தெருச் சந்தைக்குச் சென்று, புது மீன் பிடி வலைகளையும், மோட்டார் பம்ப் ஒன்றையும் தங்கள் சைக்கிள்களில் வைத்துத் திரும்பிக்கொண்டிருந்தபோது சிஆர்பிஎஃப்பின் துப்பாக்கிக் குண்டுகள் அவர்களின் உயிரைப் பறித்தன. இதோடு மட்டுமல்லாது, அந்த இரவு நேரம் முழுமையையும் சிஆர்பிஎஃப்பின் துப்பாக்கிக் குண்டுகள் ஒலித்துக் கொண்டிருந்தன.

அடுத்த நாள் வந்த காவல் துறை சடலங்களைக் கைப்பற்றியது. வழக்கம்போல் இறந்தவர்கள் அனைவரும் நக்சலைட் என்ற புதிய நாமகரணத்தோடு இழுத்துச் செல்லப்பட்டனர். தோங்பால் காவல் துறை சட்டத்திற்குச் சடலங்களை எரிப்பதில் தங்கள் பங்காக 3000 ரூபாயை சிஆர்பிஎஃப் கொடுத்து, தன் கணக்கை முடித்துக் கொண்டது.

உதவி கிராமத் தலைவராக தோங்பாவில் இருந்தவர் சுடப்பட்ட ஏழு மாவோயிஸ்டுகளைக் காண அங்கிருந்த காவல் நிலையத்திற்குச் சென்றுள்ளார். அங்கே சடலங்களுக்கு அருகே வெடிகுண்டு களையும், சாம்லுவின் சடலத்தில் ஒரு துப்பாக்கிக் குண்டு சரித்து வைப்பதையும் கண்ணுற்றார். அவர் இறந்தவர்கள் அனைவரும் சொலிவாடா கிராமத்து மக்கள்தான் என்றும், ஆகவே அவர்களின் சடலங்கள் முறைப்படி பிரேதப் பரிசோதனைக்கு உட்படுத்தவேண்டும் என்று முறையிட்டார். அதே போல் ஒரு சிறுவன், சாலையில் விழுந்துகிடந்த மூன்று சைக்கிள்களைப் பற்றியும், அவற்றோடு இருந்த மீன் வலைகள் பற்றியும் சிபிஐ தலைவரான முன்னாவிடம் சொல்லியுள்ளான். முன்பே காவல் நிலையம் சென்று சைக்கிள்காரர்கள் மூவரின் சடலத்தையும் அடையாளம் கண்டு, அவர்கள் சாதாரண கிராமத்து மக்கள் என்றும் காவலர்களிடம் சொல்லியுள்ளனர்.

பிரேதப் பரிசோதனை முடிந்து, உடல்கள் ஒப்படைக்கப்பட்ட பின் தங்கள் கிராமத்துக்கு வந்து சேர்ந்த சடலங்களை என்ன செய்வது என்று தெரியாமல் கிராமத்தினர் தங்களுக்குள் விவாதித்தனர். வரும் 22ஆம் தேதி 2000த்திலிருந்து 3000 வரையுள்ள மக்கள் திரள் ஒன்று சேர்ந்து அந்தப் போலி என்கவுண்டருக்கு எதிராக பந்த் ஒன்று நடத்தத் திட்டமிட்டனர். இதற்கான தலைமைப் பொறுப்பை பஸ்தாரியாவிலுள்ள பல்நோக்குக் குழுக்களுக்குத் தலைமையான சர்வ சமாஜ் என்ற இயக்கத்திற்குக் கொடுத்தனர். எனக்குக் கிடைத்த தகவல்களின்படி 29ஆம் தேதி ஏறத்தாழ 40,000 பேர் கலந்து பேரணி ஒன்று நடந்தது. சுற்று வட்டாரத்துக் கிராமங்களிலிருந்து மக்கள் திரண்டிருந்தனர். இது போன்ற பெரும் எண்ணிக்கையில் மக்கள் திரண்டெழுந்து நடத்திய முதல் பேரணி இதுதான். சர்வ சமாஜ் அப்பகுதியில் எம்எல்ஏக்கள் சட்டசபையில் தங்கள் பகுதி மக்களின் நலன்கள் பற்றி ஏதும் பேசாது மௌனமாக இருந்தனர். பிறகு கண்டித்தனர். திரண்டெழுந்த மக்கள், பேரணி, கேள்விக்கு உட்படுத்தப்பட்ட அரசியல்வாதிகள் ஆகிய அம்சங்களால் முதலமைச்சர் ரமண் சிங் சில முயற்சிகள் எடுக்கவேண்டியிருந்தது. முதலமைச்சரும் நடந்த மரணங்கள் பற்றி ஆய்வு செய்வதாகச் சொன்னார். ஆனால், அது பேச்சளவில் நின்றது. உருப்படியாக ஏதும் நடக்கவில்லை. ஆனாலும், கிராமத்து மக்களுக்கு இந்த நிகழ்வு பெரும் நம்பிக்கையைக் கொடுத்தது.

பிஜாபூர், ஜூலை 2009

ஏற்கெனவே ஜூடும் தாக்குதல்கள் நடத்திய இடங்களில் மீண்டும் வன்மம் வெடித்தது. ஜூலை 2009இல் நான் பிஜாபூருக்கு என்

தோழர்கள் ஜே.பி. ராவ், அஜய் தண்டேகர் மற்றும் வனவாகி க்ஷேனா ஆஷ்ரமின் (விசிஐ) கோபகுஞ்சம் ஆகியோருடன் சென்றோம். எங்கள் ஜீப்பை மித்ரூர் முகாம்களைச் சார்ந்த கிராமங்களில் முதலில் இருந்த கிராமமான செருகுடாலில் நிறுத்திவிட்டு, நடந்தே வெங்கைப்பாடு என்ற இடத்திற்குச் சென்றோம். செல்லும் வழியில் உடைத்து நொறுக்கப்பட்ட பள்ளிக்கூடம், பச்சை வயல்கள், மழையில் நனைந்து நின்ற சில குன்றுகள் போன்றவற்றைக் கடந்து சென்றோம். நாங்கள் அப்போது கால் பதித்து நின்ற இடம் முழுக்க முழுக்க மாவோயிஸ்டுகள் நிலம்.

நாங்கள் சென்ற வேங்கைப்பாடு ஆளின்றி வெற்று நிலமாக இருந்தது. நாங்கள் வருவதைப் பார்த்து, ஓடி ஒளிந்து கொண்டவர்கள் மெல்ல ஒவ்வொருவராகத் திரும்பிவர ஆரம்பித்தனர். அப்பகுதியில் நிச்சயமாக ஒரு மாவோயிஸ்ட் அமைப்பு இருந்தது. எங்களுடன் பேசுவதற்கு முன்னால் மக்கள் அவர்களிடம் உத்தரவு பெறவேண்டும். நாங்கள் கிராமத்தை அடைந்த பிறகு பலத்த மழை பெய்தது. மழைக்கு ஒதுங்கி பரண் ஒன்றில் அமர்ந்திருந்தோம். சாக்கோ என்ற முதியவர் முந்திய வாரத்தில் நடந்த தாக்குதல் பற்றிப் பேச ஆரம்பித்தார். நூறிலிருந்து இருநூறு வரை எண்ணிக்கையுள்ள சிஆர்பிஎஃப் வீரர்களும், காவல் துறை வீரர்களும், எஸ்பிஓக்களும் மிர்த்தூர் காவல் நிலையத்திலிருந்து வந்தார்கள். கிராமத்தில் 42 வீடுகளை எரித்தார்கள். அச்சத்தால் மக்கள் வனப் பகுதிக்குள் ஓடி ஒளிந்து கொண்டனர். நானும் என் 17 வயது மகள் சுக்கியும் அவர்களிடம் அகப்பட்டுவிட்டோம். என் மகளை இழுத்துச் சென்றனர். பதினைந்து, இருபது பேர் இருப்பார்கள். அவளை இழுத்துக்கொண்டு அடுத்த பக்கம் சென்றனர். மூன்று நாட்கள் கழித்து அவள் உடலைக் கண்டோம். வெறும் இலை தழைகளாலும், சுள்ளிகளாலும் மறைக்கப்பட்டிருந்தாள். தலைக்குப் பின்புறம் கழுத்தில் கோடரியால் வெட்டுப்பட்டு, முகம் குப்புறக் கவிழ்ந்து கிடந்தாள். அடுத்த நாள் அவளை எரித்தோம்.

இன்னொருவரும் தன் கதையைச் சொன்னார். அவரது பெயர் கட்டி சோமாரு. அவரது 25 வயது மகன் புத்து பாதுகாப்புப் படையால் சூழப்பட்டு துப்பாக்கியால் சுட்டுக் கொல்லப்பட்டான். சுக்குவின் குடும்பம் போலவே புத்துவின் குடும்பமும் நடந்த கொலைகளைப் பற்றி யாரிடமும் புகார் அளிக்கவில்லை. அளித்தாலும் என்ன நடக்கப் போகிறது?

எரிந்து போன 42 வீடுகளின் இழப்புகள் பற்றிக் குறிப்பு எழுதிக் கொண்டோம். வெங்கைப்பாடு அருகில் உள்ள கிராமங்களில்

இழப்புகள் பற்றித் தெரிந்துகொண்டோம். சாயங்காலம் ஆனது. அப்போது எங்களைச் சிறிது தொலைவுக்கு அப்பால் அழைத்துச் சென்றனர். அங்கே மூவர் காத்திருந்தனர். இரு ஆண்கள், ஒரு பெண். பார்த்தவுடன் மேலாண்மை உள்ளவர்களாகத் தோற்றமளித்தனர். ஒருவர் இந்தியில் எங்களுடன் பேசினார். மென்மையான குரல்; மரியாதையான பேச்சு. நாங்கள் யார்? எதற்காக வந்திருக்கிறோம்? எங்கள் பதில்களைக் கவனமாக எழுதிக் கொண்டனர். அதன்பின் மாலை ஐந்து மணி போல் எங்களை அனுப்பி வைத்தனர்.

திரும்பி செருகுடா வந்தோம். எங்கள் ஜீப்பைச் சுற்றி எஸ்பிஓக்கள் நின்றனர். ஜுடும் உறுப்பினர்கள் ஜேபியின் கைப்பேசியையும் அதன் சார்ஜரையும் எடுத்துச்சென்றிருந்தனர். கிராமத்து மக்களிட மிருந்து ஒரு 'நல்ல' தகவல் கிடைத்தது. எஸ்பிஓக்கள் எங்கள் ஜீப்பை எரிக்க முனைந்திருக்கின்றனர். ஜுடும் ஆட்கள் அவர்களைத் தடுத்து நிறுத்திக் கண்டித்திருக்கிறார்கள். மழை பெய்து தரையெல்லாம் சகதியாகி விட்டிருந்தது. எங்கள் ஜீப் அந்தச் சகதியில் நன்கு மாட்டிக் கொண்டது. நாங்கள் கஷ்டப்பட்டு மிர்த்கார் காவல் நிலையத்திற்குச் செல்லும்போது நன்கு இருட்டிவிட்டது.

எங்கள் ஜீப் மிர்த்தூர் சிஆர்பிஎஃப் முகாமிற்குச் செல்லும் முன் 300 அடி தூரத்திற்கு முன்னால் எங்கள்மீது ஒளிக் கற்றைகள் விழுந்து, எங்களை நிறுத்தியது. ஜீப்பை நிறுத்திவிட்டு இறங்கினோம். எங்கள் கைகளைத் தலைக்கு மேல் தூக்கிக்கொண்டு நடக்கக் கட்டளை பிறப்பிக்கப்பட்டது. அதேபோல மீதி தூரத்தையும் கடந்து முகாமை அடைந்தோம். எங்களுக்குப் பின்னால் ஜீப் ஓட்டி வரப்பட்டது. நாங்கள் காவல் நிலையத்திற்குச் செல்லவேண்டும்; அங்கே திருடப்பட்ட எங்கள் கைப்பேசி, சார்ஜர் பற்றிப் புகார் கொடுக்க வேண்டும் என்று நாங்கள் சொன்னதையெல்லாம் சுத்தமாகப் புறக்கணிக்க முயற்சித்தனர். நாங்கள் விடாப்பிடியாக இருந்தோம். சில சிஆர்பிஎஃப் வீரர்கள் காவலுக்கு வர, கும்மிருட்டில் காவல் நிலையம் சென்றோம். மழை மிகவும் வலுத்து விழுந்தது. காவல் நிலையம் சென்றபின், எங்களை அவர்கள் வெளியே விட அனுமதிக்கவில்லை.

அமரேஷ் மிஷ்ரா என்ற உயரதிகாரி (எஸ்பி) எங்களைக் காவல் நிலையத்திலேயே வைத்திருக்கவேண்டும் என்று ஆணையிட்டுள்ளார் என்றனர். நாங்கள் ஏற்கெனவே மாவட்ட ஆட்சியரிடம் உத்தரவோடுதான் இப்பகுதிக்கு வந்துள்ளோம் என்று கூறியது யாருடைய காதிலும் ஏறவேயில்லை. விவாதித்து, ஒரு வழியாக வெளியே வந்து, ஜீப்பில் ஏறி தந்தேவாடா வந்து சேர இரவு 2 மணி

ஆயிற்று. அடுத்த நாள்தான் தந்தேவாடா காவல் நிலையத்தில் திருடப்பட்ட கைப்பேசி, சார்ஜர் பற்றிப் புகார் கொடுக்க முடிந்தது. அந்தக் காவல் நிலையத்திலிருந்து அவ்வப்போது நேரே வரும்படி சம்மன் வரும். ஆனால், ஒவ்வொரு முறையும் குறிப்பிட்ட தேதி முடிந்த பிறகே சம்மன் வந்துசேரும்! எப்படியோ ஜேபிக்கு அவரது கைப்பேசி கடைசி வரை கிடைக்கவேயில்லை.

2009 செப்டம்பர் - நவம்பர் - கோண்டா கொலைகள்

கோண்டா பகுதியில் 2009ஆம் ஆண்டு செப்டம்பர்-நவம்பர் மாதங்களில் புதிய கொலைத் தாக்குதல்கள் மிகுதியாக நடக்க ஆரம்பித்தன. பல கிராமங்கள் 'தேடுதல்' என்ற காரணத்தின் கீழ் அலைக்கழிக்கப்பட்டன. இவற்றில் சில நிகழ்வுகள் பற்றி ஊடகங்களில் செய்திகள் எட்டிப் பார்த்தன. மக்கள் மத்தியிலும் அச்செய்திகள் பரவின. பல கிராமத்து மக்கள் டெல்லிக்கு வந்தார்கள். தங்கள் நிலைமைகளைச் சொல்ல அவர்களுக்கு வாய்ப்புக் கிடைத்தது. அதனோடு ஆந்திரப் பிரதேச ஐடிபியுடன் நேர்காணலும் நடந்தது. நானும் என் நேரடி அனுபவங்களை அவற்றோடு தொகுத்துக்கொடுத்தேன்.

இந்தச் சந்திப்புகளில் நான் மூக் என்ற ஓர் இளம் பெண்ணை ஆந்திரப் பிரதேசத்தில் உள்ள அவரது வீட்டில் சந்தித்தேன். கடந்த அக்டோபர் மாதம் ஒன்றாம் தேதியில், இப்பெண் வாழ்ந்த கோம்பாட் என்ற கிராமத்தில் ஒன்பது பேர் கொல்லப்பட்டனர். அந்தத் தாக்குதலி லிருந்து இப்பெண் அதிர்ஷ்டவசமாகத் தப்பிப் பிழைத்தாள். இன்னொரு பெண் சோடி சீதா காவல் துறையின் துப்பாக்கிச் சூட்டில் குண்டடிப்பட்டு, பிழைத்து விட்டார். இவர்களது கிராமமான கோம்பாட் ஒரு கோரியா மக்களின் கிராமம். மாவோயிஸ்டுகளின் இடமாகவும் அது இருந்தது. 200 சிஆர்பிஎஃப், எஸ்பிஓ ஆட்கள் பெரும் படையாக கோம்பாடை நோக்கிப் புறப்பட்டனர்.

ஓர் எஸ்பிஓ வேண்டுமென்றே தவறான வழியைக் காண்பித்து, தாக்குதல் நேரத்தைத் தாமதப்படுத்தி, அந்த நேரத்தில் கோம்பாட் கிராமத்து மக்களுக்குத் தாக்குதல் பற்றிய தகவலைத் தெரிவித்து விட்டார். தாமதப்படுத்தியதால் காலை மூன்றரை மணிக்கு வந்து சேர வேண்டிய படை, ஐந்தரை மணிக்கு வந்து சேர்ந்தது. அந்த இரண்டு மணி நேர வித்தியாசத்தில் பல கிராமத்து மக்கள் தப்பிவிட்டனர். இருந்தும் சிலர் அகப்பட்டு அழிந்தனர். நான்கு பேர் ஒரே குடும்பத்தில் கொல்லப்பட்டனர். மட்வி பஜாரே என்பவர் சுகமற்ற நாற்பது வயதுக்காரர். அதனால் அவரால் தப்பிக்க

முடியவில்லை. அவரும் அவர் மனைவி சுபியும் தாக்குதல் நடந்த போது வீட்டிலேயே இருந்தனர். அவர்களோடு அவர்களது மூன்று மகள்களும் இருந்தனர். பீம் பத்து வயதுப் பெண். முட்டி எட்டு வயதுப் பெண். மூத்த மகள் கட்டம் கன்னி தன் இரண்டு வயது மகன் சுரேஷுடன் தன் பெற்றோரைப் பார்க்க வந்திருந்தாள். எல்லோரும் வீட்டிலிருந்து வெளியில் இழுத்து வரப்பட்டனர். பெற்றோர்கள் இருவரும், சின்ன மகள் முட்டி மூவரும் கத்தியால் குத்தப்பட்டு பக்கத்தில் இருந்த இலுப்பை மரத்தினடியில் கிடந்தனர். மூத்த பெண் கன்னி நிர்வாணமாக்கப்பட்டு, பாலியல் பலாத்காரம் செய்யப்பட்டு, கொல்லப்பட்டு சடலமாகக் கிடந்தாள். இதற்கும் மேலாக குழந்தைகள் சுரேஷின் மூன்று விரல்களை வெட்டி, இறந்த அம்மாவின் வெற்று மார்பின் மேல் போட்டுவிட்டுச் சென்றுள்ளனர். பீம் மிகவும் சின்ன பிள்ளைதான். எப்படியோ குழந்தை சுரேஷைத் தூக்கிக்கொண்டு காட்டிற்குள் ஓடித் தப்பிவிட்டாள்.

மேலே நடந்த நிகழ்வுகளைப் பார்த்த மூக் அழுதுகொண்டே இவற்றை எங்களுக்குச் சொன்னார். தூளியில் தூங்க வைத்த தன் குழந்தையை அழுதுகொண்டே அணைத்துக்கொண்டு, இந்தச் சோக நிகழ்ச்சியைச் சொன்னார். கண்ணீருக்கிடையே ஒரு சின்ன முறுவலோடு, 'நல்ல வேளை. சுரேஷ் என்ற அந்தக் குழந்தை பிழைத்துக்கொண்டது' என்றும் சொன்னார்.

தாட்மெட்லாவின் கதை

2010, ஏப்ரல் மாதம் 6ஆம் தேதி. முக்ரம், தாட்மெல்லா என்ற இரு கிராமங்களுக்கிடையில் மாவோயிஸ்டுகளால், 76 சிஆர்பிஎஃப் வீரர்கள் கொல்லப்பட்டனர். எட்டு மாவோயிஸ்டுகள் அதில் உயிரிழந்தனர். ஊடகங்கள் இதைப் பெரிய அளவில் கொண்டு சென்றன. 'தந்தேவாடா தியாகிகள்' என்று அவர்கள் அழைக்கப் பட்டனர். கொடி சுற்றப்பட்ட மாலை அணிவிக்கப்பட்ட சவப் பெட்டிகளின் அணிவகுப்பு தலைப்புச் செய்திகளாக வெளிவந்தன. 'கோபத்தின் உச்சியில் நமது நாடு', 'மாவோயிஸ்டுகளின் மக்கள் அழிப்பால் சினமுற்ற அரசு, இறுதி வரை மாவோயிஸ்டுகளைத் தீர்த்துக் கட்டும் பாஜக' (இந்துஸ்தான் டைம்ஸ்), 'இந்தியாவிற்கும் மாவோயிஸ்டுகளுக்கும் நடுவில் அரங்கேறும் போர்' (டைம்ஸ் நவ்) என்று பல ஊடகத் தலைப்புகளைக் காணமுடிந்தது. வேறு சில ஊடகங்கள் பாதுகாப்பு வீரர்களின் தியாகத்தையும் அவர்களது துயரங்களையும் பற்றிப் பேசின. 'தந்தேவாடா தியாகிகளுக்கு நாடு வழங்கும் பிரியா விடை' (என்டிடிவி), 'லக்னோவில் வந்திறங்கும் 42தியாக உடல்களின் இதயத்தைப் பிளக்கும் காட்சிகள்' (தி இந்து),

‘வீரர்கள், ஆனால், உதவி கிடைக்காதவர்கள்’ (அவுட் லுக்) ஆகியவை அவற்றுள் சில.

மாவோயிஸ்டுகளும் குறைந்துவிடவில்லை. தங்கள் பக்கம் உயிர்ப் பலியானவர்களுக்கு 15 அடி உயரத்தில் சிகப்பு வண்ணத்தில் சிமெண்ட் நினைவுச் சின்னம் ஒன்றை மொர்ப்பள்ளி கிராமத்துக்கருகில் ஒரு திறந்தவெளியில் கட்டினர். அந்த நினைவுச் சின்னத்தின் திறப்பு விழாவில் அந்த விழாவிற்காகவே ’சினெம்’ என்ற குழு எழுதித் தயாரித்த பாடலை அரங்கேற்றினர். இந்தத் தாக்குதலில் இறந்த எட்டு பேரின் புகைப்படங்கள் கட்சியின் இந்தி இதழான ‘பிரபாத்’தில் 2010ஆம் ஆண்டின் ஜனவரி-ஜூன் இதழ்களில் பதிப்பிக்கப்பட்டு, பாராட்டப்பட்டது. மாவோயிஸ்ட் அவ்விதழ் களில் அளித்த அறிக்கை: ‘தீரம் மிக்க பிஎல்ஜிஏ கெரில்லாக்கள் மாவோயிஸ்டுகளின் தலைமையில் போராடி உயிர் நீத்தார்கள். அவர்கள் ஒரு புதிய வரலாற்றை எழுதிவிட்டுத் தங்கள் உயிரைப் பணயம் செய்துள்ளனர். சத்தீஸ்கரின் தந்தேவாடா பகுதியில் உள்ள மத்திய துணை ராணுவக்குழு ஒன்று மொத்தமாக அழித்து ஒழிக்கப்பட்டது.’

அரசு இந்த நிகழ்வை ஆய்வு செய்ய கமிஷன் ஒன்றை நியமித்தது. பிஎஸ்எஃபில் ஓய்வு பெற்ற டைரக்டர் ஜெனரல் ஈ.என்.ராம்மோகன் என்ற நேர்மையான, முறுக்கிவிடப்பட்ட மீசையாளர்தான் ஆய்வின் தலைவர். தன் ஆய்வின் முடிவில், கள அறிவு இல்லாத ஒருவரைத் தலைமைப் பொறுப்பில் அனுப்பி வைத்த சிஆர்பிஎஃபை அவர் கண்டித்திருந்தார். அதனோடு இவர் ‘உதவித் தலைவர்’ என்ற பொறுப்பில்தான் அனுப்பப்பட்டிருந்தார். மூத்த அதிகாரிகள் இதுபோன்ற நிகழ்வுகளில் நேரடியாகக் கலந்து கொள்ளாமல், வெறுமனே ஹெலிகாப்டர்களில் முகாம் விட்டு முகாம் விஜயம் செய்வது தவறென்று குறிப்பிட்டிருந்தார். அதோடு முகாம்களுக்கு முழுப் பாதுகாப்பு கிடையாது. முறையான கையாளுதல்கள் இல்லாமல் அவர்களின் செயல்பாடுகள் இருந்து வருகின்றன. சிஆர்பிஎஃப் அதிரடித் திட்டங்களின் டிஐஜியாக இருந்த நலின் பிரபாத் என்பவர்தான் இந்தத் தாக்குதல்களின் திட்டங்களைத் தயாரித்தார். கமிஷன் அறிக்கையில் அவர் உடனே இடமாற்றம் செய்யப்பட்டார். ஆனால், அடுத்த ஆண்டு அவருக்கு வீரப் பதக்கம் அளிக்கப்பட்டது என்பது வேறு கதை!

இந்தத் தாக்குதல் நிகழ்விலிருந்து சில நடைமுறைகள் வெளிவந்துள்ளன. நலின் பிரபாத் பதவியேற்றதும் மாவோயிஸ்டுகள் முக்கியமாக மார்ச்-ஏப்ரல் மாதங்களில் நடத்தும் ரகசியத்

திட்டங்களைத் தகர்க்க இரவுநேரப் பாதுகாப்பு முயற்சிகளை மேற்கொள்ளவேண்டும் என்ற உத்தரவைப் பிறப்பித்தார். இதன்படியே, சிந்தல்னார் முகாமிலிருந்து சிஆர்பிஎஃப் 62ஆம் பட்டாலியன் ஏப்ரல் 4ஆம் தேதி புறப்பட்டது. 5ஆம் தேதி இளங்காலை நேரத்தில் முகுராகம் கிராமத்துக்கருகில் முகாமிட்டு உணவுக்காக கிச்சடி சமைத்தது. கிராமத்து மக்களிடமிருந்து சமையல் பாத்திரங்கள், விறகு, தண்ணீர் பெற்று அவர்களது சமையல் வேலை நடந்தது. பகலில் மீண்டும் அப்படை சிந்தல்னார் முகாமுக்குத் திரும்பிப் போய், அங்கிருந்து இரவில் தாட்மெல்டா பகுதிக்குச் சென்றது. சி ஆர் எஃப் எஃப்-க்கு இந்தத் திட்டம் முழுவதும் தெரிந்திருக்கிறது. இப்படை வருவதற்கு முன்பே இதே திட்டத்தின் நகலை அவர்களே நடத்திப் பார்த்திருக்கின்றனர்.

பாதுகாப்புத் திட்ட ஆய்வுகளுக்கான ஃபோர்ஸ் என்ற இதழ் மாவோயிஸ்டுகளின் ரகசியக் குறிப்புகள் சிலவற்றை வெளியிட்டிருந்தது. அதில் இந்த நிகழ்வில் 580 பி எல் ஜி ஏ உறுப்பினர்கள் ஈடுபட்டுள்ளனர் என்றும் அதில் எட்டு குழுக்கள் (platoon) பதுங்கிச் செல்லவும், ஆறு குழுக்கள் நேரடித் தாக்குதல்களுக்கும், 2 குழுக்கள் தடுத்து நிறுத்தவும் பிரிக்கப்பட்டிருந்தனர். ராணுவ வீரர்களின் மனத்தைத் தெம்பளிப்பதற்காக மீதியிருந்தவர்களே சேர்க்கப் பட்டிருந்தனர். உண்மையில் மாவோயிஸ்டுகள் வேறொரு இடத்தில் தாக்குதல் நடக்கும் எனக் கணித்து வைத்திருந்தனர். பார்த்ததினால் சிஆர்பிஎஃப் அங்கு தங்கள் துப்பாக்கிச் சூட்டை நடத்தினர். நக்சலைட்டுகள் தங்கள் மக்களைத் திருப்பி அனுப்பி, ராணுவத்தைச் சுற்றி வளைத்தனர். சிந்தல்னாரிலிருந்து ராணுவப் பாதுகாப்பிற்காக அனுப்பப்பட்ட வெடிகுண்டு எதிர்ப்பு வாகனம் ஒன்று மாவோயிஸ்டுகளால் ஐஈடி மூலம் தகர்க்கப்பட்டு அழிக்கப்பட்டது.

இந்தத் தாக்குதல் நடந்துமுடிந்து மூன்று ஆண்டுகளுக்குப் பிறகு மாவோயிஸ்டுகள் காணொளி ஒன்றினைத் தொலைக்காட்சி ஊடகங்களில் பகிர்ந்துகொண்டனர். இறந்த கட்சியினர் எட்டு பேரின் உடலும் சிகப்புத் துணியால் போர்த்தப்பட்டிருப்பதைக் காண்பித்ததோடு, மாவோயிஸ்டுகள் தாங்கள் கைப்பற்றிய ஆயுதங்களை எண்ணிக் கணக்கெடுப்பதைப் பார்க்கமுடியும். லைட் மெஷின் துப்பாக்கிகள், ஏகே 47துப்பாக்கிகள், இன்சாஸ் நீள்குழாய் துப்பாக்கிகள், கையெறி குண்டுகள், வெடிகள் என்று வகை வகையாகக் கைப்பற்றியுள்ளனர். காட்சிகளைக் காண்பித்ததோடு, நக்சலைட்டுகளின் வெறிபிடித்த காட்டுமிராண்டித்தனமான பேச்சு களையும், எதற்காக இந்தக் காணொளி பகிரப்பட்டது என்பதைப் பற்றிய பேச்சும் காணொளியின் பின்புலத்தில் பதியப்பட்டிருந்தது.

டிசம்பர் 2001இல் நான் தாட்மெல்ட்டா சென்றிருந்தேன். அப்போது என்னைத் தாக்குதல் நடந்த இடத்திற்கு அழைத்துச் செல்லுமாறு கேட்டிருந்தேன். கிராமத்து மக்களுக்கு ஏற்கெனவே பெரும் கசப்புணர்ச்சி. அந்தத் தாக்குதலே 'தாட்மெல்டா தாக்குதல்' என்றழைக்கப்படுகிறதே என்ற சோகம். இதனால் அவர்கள் கிராமத்திற்கே சுற்றுவட்டாரத்தில் கெட்ட பெயராம். அதிலும் தாக்குதல் நடந்த வயல்வெளிகள் தாட்மெல்டா கிராமத்தைவிடவும் இன்னொரு கிராமத்திற்குப் பக்கத்தில்தான் இருக்கிறது. இருந்தும் அந்தத் தாக்குதல் தாட்மெல்டாவுடன் சேர்த்தே பேசப்படுகிறது. வழி காண்பிக்க மூன்று சிறுவர்கள் எங்களுக்கு முன்னால் சைக்கிளில் சென்றனர். நாங்கள் மோட்டார் சைக்கிளில் சென்றாலும் அவர்கள் சைக்கிள்களே எங்களை முந்திக்கொண்டு காட்டுப் பாதைகளில் விரைந்து சென்றன. அந்தச் சிறுவர்கள் ஒருவேளை தாக்குதல் அந்த இடத்தில் நடக்காது போயிருந்தால் ராணுவம் எங்கள் கிராமத்தை 2010ஆம் ஆண்டிலேயே முழுவதுமாக எரித்து அழித்திருக்கும் என்றனர் (ஆனால், உண்மையிலேயே தாட்மெல்டா கிராமம் 2011ம் ஆண்டு மார்ச் மாதம் அதன் பக்கத்திலிருந்த திம்மாபுரம், மொர்பள்ளி என்ற இரு கிராமங்களோடு சேர்த்து எரிக்கப்பட்டுவிட்டன). வழிகாட்டிய சிறுவர்கள் அன்று நடந்த போர்த் தந்திரம் பற்றியும் எங்களிடம் விளக்கினர். ராணுவத்திற்குப் 'போக்கு காட்டுவது போல்' ராணுவம் வரும்போது இரண்டு பையன்கள் மிரண்டு ஓடுவதுபோல் ஒரு பக்கம் ஓடியுள்ளனர். ராணுவம் அவர்களைத் துரத்திக்கொண்டு ஒன்றரை கிலோ மீட்டர் தூரம் விரட்டிக்கொண்டு சென்று, ஒரு வயல்வெளிப் பகுதியைத் தாண்டி அடுத்த ஒரு வயல் பகுதிக்குள் நுழைந்திருக்கிறது. அங்கு தான் மாவோயிஸ்டுகள் மரங்களுக்கும், வயல் வரப்புகளுக்கும் பின்னால் ஒளிந்து கொண்டிருந்திருக்கிறார்கள். மாவோயிஸ்டு களின் துப்பாக்கிச்சூட்டிற்குப் பயந்து ராணுவம் குதித்த ஒரு பள்ளப் பகுதியே அவர்களுக்குச் சமாதியாகிவிட்டது. சிறுவர்கள் அந்தப் பள்ளத்தை எங்களுக்குக் காண்பித்தனர். அதே போல் வெடிகுண்டு எதிர்ப்பு வாகனம் ஒன்று எரித்து அழிக்கப்பட்ட பள்ளப் பகுதியையும் எங்களுக்குக் காண்பித்தனர்.

தீக்கிரையான 300 வீடுகள்

2011ஆம் ஆண்டு மார்ச் மாதம் 14ஆம் தேதி. ஐடிபி மக்களை நேர்காணல் செய்ய ஆந்திரா-ஒடிசா எல்லைக் கோட்டில் பயணம் செய்துகொண்டிருந்தேன். முகத்தில் வீசிய நறுமணத்தால் பயணத்தை நிறுத்தி சுற்றுமுற்றும் பார்த்தோம். என்னோடு வந்திருந்தவர் ஒரு மரத்தைச் சுட்டிக் காண்பித்தார். மரம் முழுவதும்

சின்னஞ்சிறு வெள்ளைப் பூக்கள். அவற்றிலிருந்துதான் அந்த இனிய மணம். கோயா மொழியில் அவை குர் மார் என்றழைக்கப்பட்டன. பயணத்தை முடித்து வீடு சேர்ந்தோம். தொலைக்காட்சிப் பெட்டியில் 'சிறப்புச் செய்திகள்'. சிந்தல்னார் பகுதியில் சத்தீஸ்கர் காவல் துறையால் 36 மாவோயிஸ்டுகள் சுட்டுக் கொல்லப்பட்டனர். மூன்று எஸ்பிஓக்களும், ஒரு போலீஸ்காரரும் காயமுற்றனர். காவல் துறை தன் பெருமையை இவ்வாறு அறிவித்துக்கொண்டிருந்தது. ஆனால், அடுத்த நாள் செய்தித்தாள்களில் வந்த செய்தி மிக வித்தியாசமாக இருந்தது. வெறும் மூன்று பேரின் சடலங்கள் மட்டுமே அங்கே கிடந்தன. அதில் ஒன்று பெண்ணின் சடலம். தந்தேவாடாவின் மூத்த காவல் அதிகாரி எஸ்.ஆர்.பி. கலூரியும் கோயா பாதுகாப்பு அதிரடிப் படையினரும் கடந்த பத்து நாட்களாக அப்பகுதியைச் சலித்துக் கொண்டிருப்பதாக ஊடகச் செய்தி வெளிவந்தது. மாவோயிஸ்ட் தலைவர் ராமகிருஷ்ணா அப்பகுதியில் இருப்பதாகத் தகவல் கிடைத்ததாகவும் அதனாலேயே அப்பகுதியைத் தேடுவதாகவும் அவர்கள் கூறினர்.

எங்கள் ஆய்வும் இச்சம்பவத்தைப் பின்பற்றித் தொடர்ந்தது. நாங்கள் கண்டுபிடித்த வரையில் 36 மாவோயிஸ்டுகள் கொல்லப்பட்டனர் என்பது வெறும் புரட்டு. ஒரே ஒரு மாவோயிஸ்டும், மூன்று கோயா அதிரடிப் படையினரும் அந்நிகழ்வில் கொல்லப்பட்டுள்ளனர். இந்தத் தாக்குதல் மார்ச் 14ஆம் தேதி திமாபுரம் என்ற கிராமத்தில் நடந்துள்ளது. ஆனால், ஊடகங்களிலோ, காவல் துறையின் அறிவிப்புகளிலோ இந்த நாளை ஒட்டி நடந்த வேறு தாக்குதல்கள் பற்றிய செய்திகள் ஏதும் இல்லை. இந்த நிகழ்விற்கு முன்பு மார்ச் 11ஆம் தேதியில் மொர்பள்ளி கிராமத்தில் நடந்த கொலைகள், பாலியல் பலாத்காரங்கள், தீ வைப்புகள் பற்றி எந்தச் செய்தியும் வெளிவரவில்லை. அதேபோல் இந்த 11ஆம் தேதி நிகழ்விற்குப் பின்னால் புலன்பாடு, திமாபுரம், தாட்மெல்டா என்ற கிராமங்களில் நடந்த அத்துமீறல்களும் ஊடகங்களிலோ அறிவிப்புகளிலோ இடம் பெறவேயில்லை.

மொர்பள்ளி - 11 மார்ச் 2011

மொர்பள்ளியில் ஐந்து கோயா குடியிருப்புகளும் இரண்டு டோர்லா குடியிருப்புகளும் உள்ளன. 2010ஆம் ஆண்டு தாக்குதலில் இறந்துபோன மாவோயிஸ்டு தியாகிகளுக்காகக் கட்டப்பட்ட 15 அடி உயர நினைவுத் தூண் படேல் பாரா என்ற இடத்தில், பரவிக் கிடக்கும் வீடுகளுக்கு நடுவில் இருந்தது. அந்த நினைவுத் தூணிற்கு அருகில் கைவிடப்பட்ட, நொறுங்கிக் கிடந்த பள்ளிக்கூடம்

ஒன்றிருந்தது. அடிகுழாய் ஒன்றும் அதன் அருகில் உள்ளது. அது இன்னும் பயன்பாட்டிலும் இருந்தது. ஜுதும் வருகைக்கு முன்பே அப்பள்ளியின் ஆசிரியர் வருஷத்திற்கு எட்டு முறை மட்டுமே வருவார். ஜுதும் வருகைக்குப் பின் அவருக்கும் ஜுதுமின் அடி-உதை கிடைத்தது. மனிதர் அப்போதே வேலை மாற்றல் வாங்கிவிட்டுப் போய்விட்டார். இந்தப் பகுதியே மிகவும் வறண்டு காய்ந்து கிடக்கும் பூமி. எங்கும் தரிசான நிலம். ஏதோ... அங்கொன்றும் இங்கொன்றும் சில மரங்கள் விரவிக் கிடந்தன.

ஒரு கிராமத்து மண்ணில் மர நிழலில் ஒரு கட்டிலில் உட்கார்ந்து கொண்டு 'இது ஓர் அமைதியான இடம்' என்று கற்பனை செய்து கொண்டால்கூட தப்பில்லை. புளிய மரத்தினூடே ஊடுருவிவரும் மெல்லிய காற்று; அப்போது காதில் விழும் சேவலின் கூவல்; குழந்தைகள் விளையாடும்போது போடும் சத்தங்கள் என்று அனைத்தும் உண்டு அந்தச் சூழலில். இனிமையான கணங்கள் அவை. ஆனால், இவை எல்லாமே அடுத்த ஒரே ஒரு மணி நேரத்தில் தலைகீழாகப் போய்விடும். இடியென இறங்கும் தாக்குதல்களில் அங்கு நிலவியிருக்கும் அமைதி சுக்குநூறாக நொறுங்கிவிடும். அமைதி விலகி ஆக்கிரமிப்புதான் நடக்கும். பயங்கரங்கள் ஒவ்வொன்றாக வெடித்துச் சிதறும்.

மக்கள் அன்று நடந்த நிகழ்வுகளை என்னிடம் விவரித்தனர். பாதுகாப்புப் படைகள் 2011 மார்ச் 11 அன்று காலை 8 மணிக்கு கிராமத்தைச் சுற்றி வளைத்தன. முதலில் அவர்கள் படேல் பகுதியை எரித்தனர். தொடர்ந்து பார்ஸ் பகுதி, ஜொன்னா பகுதி என்று எரித்தனர். கையில் கிடைத்தது, அது பணமாயிருந்தாலும், கோழிகளாக இருந்தாலும் எல்லாவற்றையும் திருடிப் பதுக்கினார்கள். ஹெம்லா புத்ரி தன் வீட்டுக்கருகில் இருந்த புதர்ப் பகுதிகளிலிருந்து பீடி இலை பறித்துக்கொண்டிருந்தாள். அப்போது பாதுகாப்பு வீரர்களின் கைகளில் சிக்கினாள். அவளது மூன்று வயதுக் குழந்தைக்கு முன்னாலேயே அவள் நிர்வாணப்படுத்தப்பட்டு, பாலியல் பலாத்காரம் செய்யப்பட்டாள். அவள் மடியிலிருந்த சுருக்குப் பையில் இருந்து பத்தாயிரம் ரூபாயும் பறிக்கப்பட்டது. இன்னொரு அபலைப் பெண்ணுக்கும் இதே கதி. மட்வி லலிதா தன் வீட்டுத் துணிமணிகளை வெளுக்க ஆற்றுக்குச் சென்றார். அங்கிருந்து ராணுவம் வருவதைப் பார்த்தார். அங்கிருந்து ஓடிவிட முயன்றார். ஆனாலும் தப்பிக்கமுடியவில்லை. கொடூரக் கும்பலிடம் சிக்கிக் கொண்டார். அவருடைய தகப்பனாரும், தமையனும் அவரைக் காப்பாற்ற ஓடோடி வந்தனர். அவர்களும் ராணுவத்தினரால்

மடக்கப்பட்டனர். இருவரையும் அடித்துத் துன்புறுத்தினர். அவர்களிடம் நினைவுத்தூண் பற்றிக் கேட்டனர். அகப்பட்ட மூவரையும் இழுத்துக்கொண்டு சிந்தல்னார் காவல் நிலையத்திற்குச் சென்றனர். லலிதாவைத் தனியே இழுத்துக்கொண்டு சென்றனர். வழக்கம் போல், பலாத்காரம்.

இங்கிருந்து படை பண்டா மொர்பள்ளிக்குச் சென்றது. அங்கே மட்வி சுலா என்பவர் தப்பிக்க மரத்தின்மீது ஏறுவதைப் பார்த்தனர். துப்பாக்கிகள் வெடித்தன. இரண்டு நாட்கள் கழித்து கிராமத்து மக்கள் ஒரு மரத்தடியில் ரத்தம் கொட்டிக் கிடப்பதைப் பார்த்தனர். மேல் நோக்கிப் பார்த்தபோது ஒரு கிளையில் சுலாவின் சடலம் தொங்கிக் கொண்டிருந்தது.

மொர்பள்ளியிலிருந்து மீண்டும் சிந்தல்னார் வந்தனர். வழியில் இருந்த சோடி மாஸா என்பவரின் வீடு தீக்கிரையாக்கப்பட்டது. அந்த வீடு சாலையின் அருகில் இருந்தது. அடுத்து, வங்சம் அய்ட்டு என்பவர் பீடி இலைகள் பறித்துவிட்டு வரும் வழியில் படையினரால் அடித்து நொறுக்கப்பட்டார். எல்லாம் எளிதாக, வழக்கமாக நடக்கும் இயல்பில் நடந்துகொண்டிருந்தன.

மொர்பள்ளி கிராமத்து மக்கள் அனைவரும் அஞ்சி ஓடிவிட்டார்கள். மூன்றே மூன்று வயதானவர்கள் விடுபட்டுப் போனார்கள். ஆனால், கிராமத்தினர் யாரும் திரும்பிப் போய் அவர்களை அழைத்து வர அஞ்சினர். கைவிடப்பட்ட மக்களாக கிராமத்தில் அவர்கள் மட்டும் இருந்தனர். ஒருவரையொருவர் அச்சுறுத்திக் கொண்டிருந்தனர். நூப் ராஜுலு என்பவரின் வயதான மனைவி பயந்து கிராமத்தைவிட்டு ஓடியவர், திரும்பி வீட்டிற்கு வந்தபோது தன் கணவனின் இறந்த உடலைத்தான் பார்க்க முடிந்தது. மட்கம் பீமா இரண்டு நாள் கழித்து 13ஆம் தேதி வீட்டிற்குத் திரும்பிவந்தார். அங்கே வீட்டில் அவரது அம்மா மட்கம் மங்டி தன் வாழ்நாளில் கடைசி மணித் துளிகளில் இருந்தார். மட்வி ஜோகா என்பவர் படேல் பகுதியில் பட்டினியாகக் கிடந்தார். அவரையும் தேடி ஒரு மரத்தடியில் அவரது மகன் மங்கு கண்டுபிடித்தார். பசியால் நடக்கவும்கூட முடியாதபடி பரிதாபமாகக் கிடந்தார். சில மணி நேரப் போராட்டத்திற்குப் பிறகு உயிரை விட்டார். அந்த வயதான மூவரும் இருந்த வீதிகளும் தீக்கிரை யாக்கப்பட்டன. அவர்களுக்கு உதவ, உணவு கொடுக்க, காப்பாற்ற யாரும் வர முடியவில்லை.

அது ஒரு மார்ச் மாதம். உச்சி வெயில் உக்கிரமாக இருந்தது.

மொர்பள்ளி கிராமம் எரிக்கப்படுவதும் இது முதல் முறையல்ல. 2007லேயே ஜுடுதும் 57 வீடுகளை எரித்து அழித்தனர். இக்கிராமத்திற்குப் பக்கத்திலிருந்த குமாதாங் கிராமத்திலிருந்த அனைத்து 66 வீடுகளுக்கும் அதே கதிதான் காத்திருந்தது. அந்த முதல் தாக்குதலின்போது கிராமத்து மக்கள் அனைவரும் தப்பியோடி, ஆந்திரப் பிரதேசத்திற்குச் சென்றுவிட்டனர். ஓரிரு ஆண்டுகள் கழித்து மிளகாய் அறுவடையில் கிடைத்த பணத்தில் வாங்கிய சில தட்டுமுட்டுச் சாமான்களோடு தங்கள் கிராமத்திற்குத் திரும்பி வந்தனர். அதற்குப் பிறகும் ஒவ்வொரு ஆண்டும் அறுவடை சமயத்தில் ஆந்திரா சென்றுவிடுவதும் தொடர்ந்தது. ஆனாலும், 2011இல் கிராமம் முழுவதும் வறுமையின் பிடியில் சிக்கிக் கிடந்தது. அங்கு ஏற்பட்ட இழப்புகளைக் கணக்கிட முயற்சித்தோம். முதல் முறையாக 2007இல் நடந்த அழிப்பில், பணக்காரக் குடும்பங்களில் ஒரு லட்ச ரூபாய் இழப்பு. ஆனால், 2011இல் நடந்த அழிப்பில் ஒவ்வொரு குடும்பத்தின் இழப்பும் வெறும் இருபதாயிரம் ரூபாய் மட்டுமே. அங்கே இழப்பதற்கென்று ஏதும் அதிகமில்லை. இருந்த பணத்தை ஜுடுதுமிடமிருந்து காப்பாற்றுவதற்காகப் பலரும் தரையில் புதைத்து வைத்தார்கள். அவை மண்ணுக்குள்ளேயே மக்கிப் போனதுதான் மிச்சம்.

புலன்பாடு, 13 மார்ச். திம்மாபுரம், 13-15 மார்ச், 2011

13.03.2011. புலன்பாடு கிராமம். படைகள் மீண்டும் வந்தன. இரண்டு கையெறி வெடிகுண்டுகள் கிராமத்துக்குள் எறியப்பட்டன. மஹுவா சேகரித்துக்கொண்டிருந்த ஓர் ஆணும் பெண்ணும் காயமடைந்தனர். உள்ளே இருந்த படை இரு ஆண்களை இழுத்துக்கொண்டு சென்றனர். பீமா, மனா யாதவ் இருவரும் அகப்பட்டவர்கள். மனாவின் மனைவி அவர்கள் பின்னாலேயே தன் கைக் குழந்தையை மார்பில் அணைத்துக்கொண்டு சென்றார். கணவனை விடுவிக்கத் தவித்தார். நடுவிலிருந்த ஓடையையும் தாண்டி ஓடினார். இறுதியில் படை வீரர்கள் அவளைக் கொன்று போடுவோம் என்று அச்சுறுத்திய பிறகே தன் ஓட்டத்தை நிறுத்தினாள்.

படையினரோடு எஸ்பிஓக்கள் வந்திருக்கவேண்டும். ஏனெனில், அவர்களுக்குத்தான் உள்ளூர் ஆட்களைப் பற்றி நன்கு தெரிந்திருக்கும். மட்கம் டோடா எப்போதும் பழைய கிழிந்த சட்டைகளுடன் கால்நடை வியாபாரம் செய்பவர். அதோடு 25-30 குவிண்டால் அளவு தானியங்களை விற்பவர். இத்தனை விவரம் தெரிந்திருந்ததால் அவரது வீடு தாக்கப்பட்டது. டிராக்டர் வாங்கு வதற்காக அவர் வைத்திருந்த வாழ்க்கையின் சேமிப்பான நாலரை

லட்சம் ரூபாய் கொள்ளையடிக்கப்பட்டது. இதே புலன்பாடு கிராமம் 2007ஆம் ஆண்டும் ஜுடுமினரால் தாக்கப்பட்டது. அப்போது எய்ம்லா சுக்கா என்பவரை அவரது வீட்டுக்குள் பூட்டி வைத்து எரித்துக் கொன்றனர்.

தாக்க வந்த படையினர் இரவில் திம்மாபுரத்தில் தங்கினர். கிராமத்தில் ஆங்காங்கே வியூகம் வைத்து, மரம், மட்டை, ஓடுகள், செங்கற்கள் போன்றவற்றை வீடுகளிலிருந்து எடுத்து, தங்களுக்கு அரண் அமைத்துக் கொண்டார்கள். கிராமத்து மக்களோ, தங்கள் வீடுகளை விட்டுவிட்டு காட்டுக்குள் சென்று ஒளிந்துகொண்டனர். வந்திருந்த படையினரில் ஏறத்தாழ 350 கோபரா, கோயா அதிரடிப் படை வீரர்கள் இருந்தனர். கிராமத்திலிருந்த கால்நடைகளை அவர்கள் கபளீகரம் செய்தனர். ஆடு, கோழி பன்றி எல்லாம் காலியாகின.

அடுத்த நாள் 14.03.2011 அன்று தாட்மெல்டாவை நோக்கிப் பாதுகாப்புப் படைகள் சென்றன. அங்கே அக்கிராமத்திற்கு வெளியிலேயே அவர்கள் மாவோயிஸ்டுகளை எதிர்க்க வேண்டி யிருந்தது. நடந்த போராட்டத்தில் மூன்று எஸ்பிஓக்களும் ஒரு மாவோயிஸ்டும் உயிரிழந்தனர். ஹெலிகாப்டர் வந்து எஸ்பிஓக்களின் சடலங்களை எடுத்துச் சென்றன. மாவோயிஸ்டுகள் தங்களது போராளியின் உடலை எடுத்துச் சென்றனர். திம்மாபுரத்தை விட்டு அன்று மாலையே பாதுகாப்புக் குழு விலகிச் சென்றனர். ஆனால், அதற்கு முன்பாக தங்களுக்கு வழிகாட்டியாக பட்சே பீமா என்பரை புலன்பாடிலிருந்து அழைத்து வந்திருந்தனர். அவரையும் கொன்றுவிட்டார்கள். வெறும் ரத்தவெறி மட்டுமே இந்தக் கொலைக்குக் காரணமாக இருந்திருக்கமுடியும். அவரது நிர்வாண உடலை அடுத்த நாளே எரிந்துபோன வீடுகளுக்கு நடுவே கண்டுபிடித்தனர். குப்புறக் கிடந்தது உடல். கைகளும் கால்களும் கட்டப்பட்டுக் கிடந்தன. அவரது உடலில் பின்புறத்திலிருந்து வெட்டிய கோடாரி அப்படியே உடலில் புதைந்து கிடந்தது. வெற்று வன்மம், வேறொன்றுமில்லை.

பாதுகாப்புப் படையினர் 4ஆம் தேதி இரவு அருகருகே இருந்த மூன்று குக்கிராமங்களில் தங்கியிருந்தனர். அடுத்த நாள் அங்கிருந்து அகன்றனர். அப்படியே சாதாரணமாகப் புறப்பட்டுப் போகலாமா? முடியாதே! அதனால் செல்லும் வழியில் 59 வீடுகளை அடியோடு எதிர்த்துவிட்டுத்தான் சென்றனர். மனு என்பவரையும் தங்களோடு இழுத்து சிந்தல்னாருக்குச் சென்றார்கள். அவர் ஒரு மாவோயிஸ்ட் என்பதால் இழுத்து வந்தோம் என்று கூறி அவரை அங்கே வைத்துக்

கொலை செய்தனர். கொலை செய்துவிட்டு என்கவுண்டரில் ஒரு மாவோயிஸ்டை கொன்றோம் என்றார்கள். அடுத்தநாள் தாட்மெல்டாவை முழுவதுமாக எரித்து அழித்தனர். பாதுகாப்புப் படையல்லவா!

தாட்மெல்டா 16, மார்ச் 2011

தாட்மெல்டா அப்பகுதியில் ஒரு பெரிய கிராமம். எட்டு குக்கிராமங் களை இணைத்து உருவாக்கிய பெரிய கிராமம் அது. இந்த எட்டு குக்கிராமங்களுக்கு நடுவில் ஒரு சிறு நீர்க் குட்டை உண்டு. அதைச் சுற்றி பல மரங்களும் திட்டுகளும் அல்லது கரைகளும் இருந்தன. 16.03.2011 அன்று அந்த குக்கிராமங்களில் ஒன்றான தாடின் பகுதிதான் காட்டுக்கு மிக அருகில் இருந்தது. அன்று காலை அந்தக் குக்கிராமம் விழித்தெழுந்தது. அந்த இளம் காலையில் சிலர் நெருப்புமூட்டி, அதனைச் சுற்றி உட்கார்ந்திருந்தனர். அதிகமாக அவர்கள் ஏதும் பேசிக் கொண்டிருக்கவில்லை. மௌனமே அப்போது அவர்களை ஆட்சி செலுத்தியது. வரும் நாளை எதிர்பார்த்து அமைதியாகக் குளிர் காய்ந்து கொண்டிருந்தனர். சுறுசுறுப்பான சில வீட்டுத் தலைவிகள் மட்டும் வீட்டைச் சுத்தப்படுத்த ஆரம்பித்திருந்தனர். அவர்கள் எல்லோரும் பின்னால் எப்படிக் காட்டிலிருந்து வெளிவந்து பாதுகாப்புப் படையினர் எல்லோரையும் அழித்து, மிதித்து, அனைவரையும் கிராமத்தின் நடுப் பகுதிக்குக் கொண்டு வந்தனர் என்பதை விவரித்தனர். காட்டிலிருந்து வந்த ஜுதும் எப்படித் தங்கள் துப்பாக்கியின் அடிக் கட்டையால் மக்களை அடித்து, கையிலிருந்த குச்சிகளால் விளாசி, அனைவரையும் ஒரு வரிசையில் உட்கார வைத்தது என்பதையும் பகிர்ந்துகொண்டனர்.

சிஆர்பிஎஃப் எங்களைப் பார்த்து அப்போது சத்தமிட்டுக் கத்தினார்கள்: 'உங்கள் அப்பா (நக்சல்பாரிகள்) வந்தால் உண்ண உணவும், தண்ணீரும் கொடுக்கிறீர்கள். ஆனால், நாங்கள் வரும் போது எதுவுமே தருவதில்லை. உங்கள் வீடுகள் உங்களுக்காகத் தயாரா்கின்றன'. கத்தி முடித்தபின் மூன்று, நான்கு மணி நேரங்களில் நாங்கள் திரும்பிப் போக அனுமதித்தனர். திரும்பி வந்தோம். எங்கள் வீடுகள் எரிந்து கொண்டிருந்தன.

மாட்வி குசும் தான் பாலியல் பலாத்காரம் செய்யப்பட்டது எப்படி என்பதை சிபிஐ நடத்திய கூட்டம் ஒன்றில் எல்லோர் மத்தியிலும் பேசினார். அந்தக் கூட்டம் ஜக்தல்பூரில் நடந்தது. பாதுகாப்புப் படையினர் வரும்போது அவர் வீட்டைப் பெருக்கிக் கொண்டிருந்தார். தன் மதிப்புக்குரிய பொருள்களை வாரிச் சுருட்டி

ஒரு பையினுள் போட்டுக்கொண்டு தப்பியோட முயற்சித்தார். ஆனால், படையினரின் கண்களிலும், பின் கைகளிலும் அகப்பட்டுக் கொண்டார். இரண்டு வீரர்கள் இவரைப் பிடித்து பக்கத்திலிருந்த மரக் கூட்டங்களை நோக்கி இழுத்துச் சென்று, பாலியல் பலாத்காரம் செய்தனர். அதன்பின் ஏன் என்று தெரியவில்லை. கத்தியால் அவர் முகத்தைக் கிழித்தனர். கண்களுக்குக் கீழே பெரிய ரத்தக் காயம். பல நாட்களுக்குக் கண்களைத் திறக்கமுடியாமல் கிடந்திருக்கின்றார். பக்கத்து வீட்டார் ஒருவர் நிர்வாணமாக மயங்கிக் கிடந்த இவரைக் காப்பாற்றியிருக்கிறார். அவர் சுமந்து வந்த பையும் பிடுங்கப்பட்டுவிட்டது. அதில் பணம் எட்டாயிரம் இருந்திருக்கிறது. 7,000 ரூபாய் மதிப்புள்ள தங்க அட்டிகை ஒன்றும், 2,500 ரூபாய் மதிப்புள்ள மூக்குத்திகளும், மூவாயிரம் ரூபாய் மதிப்புள்ள காதணிகளும் அவரிடமிருந்து திருடப்பட்டுவிட்டன. திருடிய எஸ்பிஓக்கள் பக்கத்து கிராமத்தைச் சேர்ந்தவர்கள். அதனால் அடையாளம் தெரியும். குறைந்தபட்சம் கோயா அதிரடித் தாக்குதல்காரர்களின் மூன்று குழுக்கள் இதில் ஈடுபட்டிருந்தன. அவர்கள் கர்தம் சூர்யா குடு, கிச்சி நந்தா குடு, மட்கம் முத்ராஜ் குடு. தங்கள் இனத்தவரைத் தாங்களே கொல்லும் அயோக்கியத்தனம்தான் இது.

எரிக்கப்பட்ட கிராமத்து வீடுகள் தொடர்ந்து மூன்று, நான்கு நாட்களுக்கு எரிந்து கொண்டிருந்தன. இரண்டு நாட்களுக்குப் பின்பே மக்கள் தீயை அணைக்க முயன்றனர். ஆனால், முடியவில்லை. தொடர்ந்து நெருப்பு கனன்று கொண்டே இருந்தது. மொத்தமும் எரிந்து அழிந்தது. இருநூற்று ஏழு கட்டடங்களோ, வீடுகளோ, தொழுவுகளோ, குடில்களோ அவை. நூற்று அறுபது குடும்பங்களின் சொத்துகள் அவை. அதுவும் அந்தக் குறிப்பிட்ட ஆண்டில் விவசாய அறுவடையும் நன்றாக இருந்தது. ஆனால், அவையனைத்துமே தீக்கிரையாகின. நட்டத்திலும் பெரு நட்டம் பாவப்பட்ட அந்த மக்களுக்கு!

மொர்பள்ளி, புலன்பாடு போன்று தாட்மெல்டாவில் நடந்த இந்தத் தாக்குதல் இரண்டாவதோ, மூன்றாவதோ நடந்த தாக்குதலாகும். இந்தக் கிராமங்கள் அனைத்துமே இணைந்து செர்லாவில் சாட்சியம் அளித்தன. நான் 2011இல் அந்த இடத்திற்குச் சென்றபோது ஒருவர் கீழ்வரும் கடிதத்தை வாய்வழியாகச் சொல்லி என்னை எழுதச் சொன்னார்.

'2007 டிசம்பர் மாதத்தின் அறுவடை நேரத்தில் 100, 200 பேர் அடங்கிய எஸ்பிஓக்கள், சிஆர்பிஎஃப் வீரர்கள், ஜுடும் கூட்டத்தினர் எங்கள்

கிராமங்கள்மீது காலை நேரத்தில் தாக்குதல் நடத்தினர். எனது தம்பியும் சோடிஹட்யாவின் மகனுமான சோடி நந்தா உடல் நலமின்றி வீட்டில் இருந்தார். 35 வயதான அவர் உடல் நலமில்லாததால், எங்களைப் போல் அவரால் தப்பியோட முடியவில்லை. வீட்டுக்குப் பக்கத்திலிருந்த ஒரு மரத்தின் கீழ் விறகுகளுக்காக கட்டைகளை அடுக்கி வைத்திருந்தோம். அவற்றுக்கு ஊடே ஒளிந்துகொண்டு தப்பிக்க முயன்றார். எஸ்பிஓக்களும் ஜுடும் குழுவினரும் அவர் ஒளிந்துகொள்வதைப் பார்த்து, அந்த மரக் குவியலுக்குத் தீ வைத்தனர். எனது தம்பி உயிரோடு எரிக்கப்பட்டார். எங்களுக்கு முதலில் அது தெரியாது. தப்பியிருப்பார் என்ற நம்பிக்கையோடு பக்கத்து கிராமங்களில் தேடினோம். இரண்டு நாள்களுக்குப் பிறகு மரக் குவியலில் கிடந்த எரிக்கப்பட்ட சடலத்தைப் பார்த்து தான் நடந்ததைப் புரிந்து கொண்டோம்.'

புலன் விசாரணைகளை, இடைக்கால உதவிகளைத் தடுத்து நிறுத்தும் எஸ்பிஓக்கள்

அந்த மூன்று கிராமங்களிலும் நடந்த தாக்குதல்களும் எரித்தல்களும் பலாத்காரங்களும் உலகத்திற்கே தெரியாமல்கூடப் போயிருந்திருக் கலாம். ஆனால் இது போன்ற நூற்றுக்கணக்கான அட்டூழியங்கள் சமூகத்தின் கண்களுக்கும் காதுகளுக்கும் இதுவரை தப்பியதுபோல் இத்தாக்குதல் தப்பவில்லை. இக்கிராமங்களுக்குப் பக்கத்தில் இருக்கும் சிந்தகுஃபா என்ற கிராமத்தின் தலையாரி போடியம் பண்டா தாட்மெல்டா எரிந்து கொண்டிருக்கும்போது நெருப்பை அணைக்க அந்தக் கிராமத்து மக்களுக்கு உதவியுள்ளார். அதோடு மட்டுமின்றி முன்பு தாக்குதல் நடந்ததும் ஊரைவிட்டு மக்கள் தப்பித்து ஓடியது போல் இம்முறையும் ஓடவேண்டாம் என்று அறிவுறுத்தியுள்ளார். எரிந்த வீடுகளைப் பட்டினி கிடந்து பார்த்துக் கொண்டிருந்த மக்களுக்குப் பக்கத்து கிராமத்து மக்கள் உணவளித்து உதவியுள்ளனர். அதோடு பண்டா செய்தித்தாள்களுக்குச் செய்தியைக் கொடுத்துவிட்டனர். முதலில் வந்த ஊடகக்காரர்கள் இந்து செய்தித்தாளிலிருந்து அமன் சேத்தி; ராஜஸ்தான் பத்திரிக்காவி லிருந்து அனில் மிஷ்ரா. இவர்கள் சுற்று வழியில்தான் இக்கிராமத்தை அடைந்துள்ளனர். ஏனெனில், எஸ்பிஓக்கள் தாட்மெட்லா-போர்னபால் என்ற வழக்கமான சாலையை மூடி விட்டனர்.

சேத்தி 23 மார்ச் 2011இல் அளித்த விவரமான செய்திகளில் முக்கிய உயரதிகாரிகள் காவல் துறையிலிருந்து கொடுத்த செய்திகளும் வந்தன. அவ்வதிகாரிகளின் கூற்றுப்படி 200 எஸ்பிஓக்களும் கோயா அதிரடிப் படையினரும் 150 கோப்ராக்களும் சிந்தல்னார்

முகாமிலிருந்து காலை 4 மணிக்குக் கிளம்பி மொர்ரபள்ளியில் இருந்த ஆயுதக் கிடங்குகளை அழித்தனர். நல்ல வேளையாக இத்தோடு நிறுத்தாமல் அங்கிருந்த 300 வீடுகளை அழித்ததையும் கிராமத்து மக்களைக் கொன்றதையும், பலரைப் பாலியல் பலாத்காரம் செய்ததைப் பற்றியும் கூறியுள்ளார்.

செய்தி வெளிவந்த மறுநாள், மார்ச் 24ஆம் தேதி, தந்தேவாடா ஆட்சியர் ஆர். பிரசன்னா ஓர் ஆய்வு செய்ய கட்டளையிட்டார். அதோடு பல லாரிகளில் உதவிப் பொருள்கள் விரைந்தன. தாக்குதல் நடந்தபிறகு அவதிப்பட்ட மக்களுக்கு உதவி செய்வதற்காகப் பொருள்கள் விரைந்து கொடுக்கப்பட்டது இதுதான் முதல் தடவை. அரசோ, வேறெந்த சமூக அமைப்புகளோ, அப்படிப்பட்ட உதவிகள் எதையும் இதுவரை செய்ததில்லை. ஆட்சியர் இவ்வாறு உதவிக் கரம் நீட்டும்போது உயர் காவல் துறை அதிகாரி, எஸ்எஸ்பி, எஸ்ஆர்பி கலூரி இவைகளெல்லாம் மாவோயிஸ்டுகளின் பிரசாரங்கள் என்று கூறி ஒதுக்கித்தள்ள முயன்றார். சத்தீஸ்கரின் உள்துறை அமைச்சரும், மத்திய உள்துறை அமைச்சரும் கலூரியின் கூற்றுக்கு ஒத்து ஊதினர்.

கலூரி சொன்னதை தனக்குச் சாதகமாக எடுத்துக்கொண்டு அப்பகுதியில் கோயா அதிரடிப் படைக் குழு என்ற குழுவின் தலைவர் கர்தம் சூர்யா அவசர உதவிக்கு வந்த லாரிகளை நிறுத்தி, பொருள்களைக் கொள்ளையடித்து, ஓட்டுநர்களை அடித்து விரட்டினார். இதே சூர்யாவின் மேல்தான் ஒரு பாலியல் பலாத்கார வழக்கில் பிணையற்ற கைது உத்தரவு அளிக்கப்பட்டுள்ளது. காவல் துறை அவரைத் தேடிக் கொண்டேயிருப்பதாகக் கூறிக் கொண்டிருந்தது. இதையும்விட ஆட்சியரையும் ஆணையரையும் காங்கிரஸ் ஆட்சியிலிருந்து பார்வையிட வந்த குழுவினரையும் மற்றும் பத்திரிகையாளர்களையும் தடுத்து நிறுத்த எஸ்பிஓக்களும் காவல்துறையும் முட்கம்பிகளால் சாலையை மறித்து விட்டிருந்தனர். ஆனால், இதையெல்லாம்விட மக்களின் கவனிப்பைச் சில முரட்டு மரணத் தாக்குதல்கள் ஈர்த்தன. சுவாமி அக்னிவேஷ், 'வாழும் கலை' அமைப்பினரின் குழு மார்ச் 26ஆம் தேதி அவதிப்பட்ட மக்களின் துயர் துடைக்க முயன்றனர். அவர்கள் மேல் டோர்னபால்ல் உதவி முகாமில் ஜுடும் குழுவினர் நடத்திய அக்கிரமச் செயல்களே முக்கியக் காரணமாயிருந்தது. இந்தத் தாக்குலில் காவல் உயரதிகாரி எஸ்ஆர்பி கலூரி உடனிருந்து தாக்குதலுக்குத் திட்டம் தீட்டி உதவியிருக்கிறார் என்று நம்புவதற்குரிய செய்தி ஒன்று கிடைத்தது.

இந்தத் தாக்குதல் பற்றி சுவாமி அக்னிவேஷின் வார்த்தைகள்:

டோர்னாபைல் முகாமில் இளம் காலை நேரத்தில் வந்து சேர்ந்த போது 100-150 எண்ணிக்கையில் ஒரு காட்டுக் கும்பல் எங்களை நோக்கி வந்தது. அவர்களை வழிநடத்தியது ஆதிவாசிகள் அல்லாத வேறு ஒரு முரட்டுக் கும்பல். நன்கு ஆகிருதி உள்ள தடியன்கள். சுத்தமான இந்தி மொழியில் கெட்ட கெட்ட வார்த்தைகளைக் கத்திக்கொண்டு வந்தனர். காரில் இருந்த எங்கள் மூவரையும் கீழே இழுத்துத் தள்ளினர். ஓட்டுனர் மிகவும் அச்சுறுத்தப்பட்டார். கார் சக்கரங்களிலிருந்து காற்று முழுவதுமாகத் திறந்துவிடப்பட்டது. வெளியில் சொல்லமுடியாத அளவு துன்புறுத்தப்பட்டோம், கேவலப்படுத்தப்பட்டோம். தாறுமாறாக எங்களை அடித்துத் தள்ளித் துன்புறுத்தினர். ஏறத்தாழ இக்கீழ்ச் செயல்கள் நாற்பது நிமிடங்களோ அதற்கு மேலோ தொடர்ந்து நடந்தன.

நடந்த கலகத்திலிருந்து தப்பிக்க அக்னிவேஷ் அவர்களும் அவருடன் வந்தவர்களும் தப்பியோடிய பின், வந்த கூட்டம் அவர்கள் காரின்மீது முட்டைகளை எறிந்தனர். தப்பியோடிய அக்னிவேஷ் முதலமைச்சர் ரமண் சிங்கைத் தொடர்பு கொண்டார். அவர் நீங்கள் மீண்டும் அதே முகாமிற்குச் செல்லுங்கள். 100-150 பேரைப் பாதுகாப்பிற்காக அனுப்பி வைக்கிறேன் என்று சொல்லியிருக்கிறார். அன்று மாலையே அக்னிவேஷ் புதிதாகக் கிடைத்த பாதுகாவல் குழுவோடு இணைந்து சென்றுள்ளார்.

அப்போது நடந்ததை அக்னிவேஷிடமிருந்து கேட்பதைவிடவும் காவல் துறையின் துணை சூப்பிரண்டெண்ட் ஏஎஸ்பி, டி.எஸ். மராவி எழுதிய முதல் தகவல் அறிக்கையில் தெரிந்துகொள்வது மேல்! மராவி அந்த முகாமின் பாதுகாப்பிற்கான தலைவர். அவருடைய அறிக்கை இது:

'நக்சல்பாரிகளின் தாக்குதலால் கஷ்டப்பட்ட குடும்பங்கள் அனைவரும் இணைந்து டோர்னாபாலில் ஒரு பேரணி நடத்துவதாக எங்களுக்கு முன்பே செய்தி ஒன்று கிடைத்தது. இந்த எதிரணியைத் திரட்டித் தலைமை தாங்குபவர்கள் சல்வா ஜுடுமைச் சேர்ந்த மலார் சாய், பல்வந்த் சிங், விஜய் சௌஹானி, விஜய் நாயுடு போன்றோர். நாங்கள் அவர்களைத் தொலைபேசி மூலம் தொடர்பு கொண்டோம். அவர்கள் அனைவரும் இது ஓர் அமைதிப் பேரணியாக மட்டுமே நடத்தப்படும் என்றனர். எதிரணியில் திரண்டுள்ள ஒவ்வொருவரும் மரியாதையுடன் தங்கள் கைகளைக் கட்டிக்கொண்டு சுவாமிஜி முன்பு வந்து தங்கள் குறைகளையும் வேதனைகளையும் பகிர்ந்து

கொள்வார்கள் என்று சொல்லப்பட்டது. இந்தக் குறை கேட்டலுக்குப் பிறகு சுவாமிஜியும் அவருடன் வந்தவர்களும் கலவரம் நடந்த இடத்திற்குச் சென்று பார்வையிடலாம். சல்வா ஜுடும் தலைவர்கள் சொன்னதை முழுவதுமாக நம்பி, நான், சுவாமி, ரிஷி, மிலிண்ட், ஆச்சார்யா அஜய் எல்லோரையும் கூட்டிக்கொண்டு டோர்னாபால் பகுதிக்குச் சென்றோம்.

ஆனால், அங்கே பெரும் திரளான மக்கள் குமுறிக்கொண்டு நின்று கொண்டிருந்தனர். நான் அங்கே சென்று எதிர்ப்பணியில் இருப்போருடன் பேச ஆரம்பித்தேன். அங்கிருந்த டுலார் சாய் திடீரென்று உயர்ந்த குரலில் கத்த ஆரம்பித்தார். 'எதற்காக நாங்கள் இந்த நக்சலைட்டுகளின் தரகர்களை நாளை அப்பகுதிக்கு அனுமதிக்கவேண்டும்? இப்பகுதிக்குள் அவர்களை நுழையவிட மாட்டோம். மீறினால் ஓட ஓடத் துரத்துவோம்; இல்லையேல் வெட்டிக் கொன்று போடுவோம். இவரோடு மற்ற மூன்று ஜுடும் தலைவர்கள் (பல்வந்த் சிங், விஜய் நாயுடு, விஜய் சௌஹான்) இதேபோல் கத்திக் கொண்டிருப்பதையும் பார்த்தேன்.

இவர்களுக்குப் பின்னாலிருந்த 20-25 ஆட்கள் (அவர்களை என்னால் அடையாளம் காட்டமுடியும்) கத்திக்கொண்டும், திமிறிக்கொண்டும், திட்டிக்கொண்டும் எகிறிக் கொண்டும் இருந்தனர். அங்கிருந்த பாதுகாப்பு ஆள்களைக் கடந்து முன்னேற முயன்றனர். எல்லோரும் சுவாமிஜியின் வண்டியை நோக்கி வர முயற்சித்தனர். 'அந்த நக்சலைட்டுகளின் ஆட்களைக் கொல்ல வேண்டும்' என்று கத்திக் கூப்பாடு போட்டனர். கற்களை எடுத்துப் பாதுகாப்பாளர்கள் மீதும், சுவாமிகள்மீதும் எறிய ஆரம்பித்தனர். பெரிய கற்களை எறிந்து, கார்களின் கண்ணாடிகளை உடைத்து நொறுக்கினர். நல்ல வேளை யாக அவர்கள் உக்கிரத்தைப் பார்த்து பாதுகாப்புப் படையினர் தீவிரமாகினர். இன்னும் சில நிமிடங்கள் அவர்கள் தாமதித்திருந்தால் கொலைகளே நடந்திருக்கும். தீவிரம் உச்சம் தொட்டிருக்கும். எப்படியோ எங்கள் வாகனங்களைத் திருப்பிக்கொண்டு தப்பி வந்தோம். நாங்கள் தப்பித்துவிட்டாலும் ஊடகத் துறையினர் வசமாக மாட்டிக்கொண்டார்கள். அவர்களது புகைப்படக் கருவிகள், அடையாள அட்டைகள், ஒலி வாங்கிகள், ஒலிப்பதிவுக் கருவிகள் என்று அனைத்தும் பிடுங்கப்பட்டன. இந்த வலுக்கட்டாயத்தில் சில ஊடக மக்களும் தாக்கப்பட்டனர். அவர்களது வாகனங்களும் அடித்து நொறுக்கப்பட்டன. காயமடைந்த ஊடகத் துறையினர் எப்படியோ தப்பினார்கள். ஊடகத் துறையினரின் வாகனங்கள் (CG 18D - 1146 என்ற எண் கொண்ட குவாலிஸ் வண்டியும் ஒரு சுமோ காரும்)

மிகவும் மோசமான தாக்குதல்களுக்கு உள்ளாயின. எதிர்பாராத இந்த மோசமான விளைவினால் எனக்கு ஜுதும் தலைவர்கள் மீதிருந்த எல்லா நம்பிக்கைகளும் நொறுங்கி அழிந்தொழிந்தன. இந்தத் தாக்குதல்கள் அனைத்துமே திட்டமிடப்பட்டவையாகும்.'

இச்செய்திகள் ஊடகங்கள் மூலமாக வெளியே பரவிய பின் என்ஹெச்ஆர்சி மார்ச் 28ஆம் தேதி காவல் துறையின் யதேச்சதிகாரத்தை யும், அளவு மீறிய செயல்களையும் பற்றிய அறிக்கை ஒன்றை வெளியிட உத்தரவிட்டது. காங்கிரஸ் கட்சி சட்டசபையைப் புறக்கணித்து வெளிநடப்பு செய்து, இந்த நிகழ்வின் அனைத்து அத்துமீறல்கள்மீதும் விசாரணை நடத்த வேண்டும் என்று கோரியது. அதே நாளில் கலகத்தில் மாட்டித் தவித்த நாங்களும் ஓர் தாட்மெல்டா கிராமத்திலும், இன்னும் அதன் பக்கத்துக் கிராமப் பகுதிகளிலும் நடந்த அத்துமீறல்களைப் பற்றிய தொகுப்பினை உச்ச நீதிமன்றத்திற்குச் சமர்ப்பித்தோம். அதே ஆண்டில் நீதிமன்றம் இந்நிகழ்வுகள் பற்றிய சிபிஐ விசாரணைக்கு உத்தரவிட்டது (பகுதி 17யையும் காண்க).

மார்ச் 29ஆம் தேதி ஏற்கெனவே நடந்து கொண்டிருக்கும் பியூசிஎல் ஆணையின் கீழ் உணவுக்கான உரிமை என்ற போராட்டத்தில் மொர்பள்ளியின் பகுதியில் நடக்கும் பட்டினிச் சாவுகள் பற்றிய தகவல்களைச் சேகரிக்க வேண்டியிருந்தது. உச்ச நீதிமன்றம் சிலரை கமிஷனர்களாக நியமித்து அவர்களைச் சம்பவ இடத்துக்கு நேரே சென்று ஆய்வு நடத்தி அறிக்கை தர ஆணையிட்டது. இத்தனை நடந்த பிறகும் அரசின் இயக்கம் அவ்வளவு எளிதாக இயங்க ஆரம்பிக்கவில்லை. எப்படியோ ஏப்ரல் 6ஆம் தேதி உச்ச நீதிமன்றத்தின் கமிஷனர் ஹர்ஷ் மந்தர் என்பவரின் கீழ் உணவுக்கான உரிமை என்ற வழக்கை நடத்த, அவர் ஹெலிகாப்டரில் மொர்பள்ளிக்கு எடுத்துச் செல்லப்பட்டார். மந்தர் சில பட்டினிச் சாவுகள் பற்றிய விவரங்களைச் சேர்த்து, சேமித்து அனுப்பினார். ஆனால் காவல்துறை இன்னொரு பக்கம் தன் கைங்கரியத்தைக் காண்பித்தது. கிராமத்து மக்களை அச்சுறுத்தி அவர்கள் கமிஷனரிடம் எதுவும் பேசக்கூடாது என்று சொல்லி மக்களை ஊமைகளாக்கியது. அதோடு மட்டுமின்றி மண்டரின் விசாரணை முடிந்து திரும்பிய பின், கிராமத்து மக்களின் ஏறத்தாழ 50,000 ரூபாய்க்கு மேல் மதிப்புள்ள மாட்டு எலும்புகளோடு கூடிய தலைக் கிரீடம் ஒன்றினைத் திருடிக் கொண்டு சென்றுவிட்டது. இன்னொரு கிராமவாசியிடமிருந்து கொம்பிலிருந்து உருவான ஓர் அழைப்புச் சங்கு ஒன்றினையும், பல அம்புகளையும் திருடிச் சென்றுவிட்டனர்.

இதே சமயத்தில் ஏப்ரல் 2ஆம் தேதி முதலமைச்சர் ரமண் சிங், ஆளுநர் சேகர் தத், டிஜிபி விஸ்வரஞ்சன் மூவரும் தாட்மெல்டா பகுதிக்குப் பறந்து சென்றனர். 96 குடும்பங்களுக்கு ரேஷன் அட்டை கொடுப்பதாகவும், பள்ளிகளிலும் அங்கன்வாடிகளிலும் அப்பகுதி இளைஞர்களுக்கு வேலை கொடுப்பதாகவும் அவர்கள் உறுதியளித்தனர். ஆனாலும், அவர்களுடைய விசாரணைகளின் போது தாட்மெல்டா பகுதியில் பெண்கள் தங்கள் குறைகளையும், கோயா அதிரடி வீரர்கள் தங்கள் கிராமத்தை எரித்து அழித்தது பற்றியும் எடுத்துச்சொல்ல முயன்றனர். ஆனால் காவல் துறையினர் துப்பாக்கி காண்பித்து அச்சுறுத்தியதால் பெண்கள் ஊமையாகி நின்றனர். இதை அந்தப் பாவப்பட்ட பெண்களே பின்னாளில் என்னிடம் நேரடியாகச் சொன்னார்கள். மேலும் அரசியல்வாதிகள் கொடுத்துவிட்டுச்சென்ற எந்த வாக்குறுதிகளும் நிறைவேற்றப்படவே இல்லை. கிராமங்களில் புதிய பள்ளிகள் இல்லாமலேயே தொடர்ந்தன. அரசியல்வாதிகள் தந்த கைப்பந்துகள் மட்டும் மூன்று மாதப் பயன்பாட்டிற்குப் பின் உயிரிழந்தன. அது ஒன்றுதான் மக்களுக்குக் கிடைத்த பெரும் பரிசு!

கிராமத்துக் கொண்டாட்டங்களே பயங்கரமாக மாறிவிட்டன

உச்ச நீதிமன்றத்தில் 2011ஆம் ஆண்டில் கொடுத்த ஒரு தீர்ப்பின்படி சிஆர்பிஎஃப்பின் பணி சற்றே நீடித்தது. சிறிது அமைதியும் நிலவியது. ஆனால், ஜூன் 2012இல் பெங்களூருவில் நடந்து கொண்டிருந்த ஒரு பட்டறையில் நான் பங்கேற்றுக்கொண்டிருந்த போது, தொலைக் காட்சிகளில் 17 மாவோயிஸ்டுகள் பிஜாபூரில் உள்ள சர்க்கேகுடாவில் சுட்டுக் கொல்லப்பட்டனர் என்ற செய்தியும் வந்தது. கொல்லப்பட்ட செய்திகள் பல நம்ப முடியாதவையாகத் தோன்றின. இதனால் நானும் ஏனைய நண்பர்கள் கோபா, ஜேபி ஆகியோருடன் ஜூலை 3, 4ஆம் தேதிகளில் சென்று நேரடி விசாரணை நடத்தினோம். மக்கள் கிராமத்துப் பண்டிகை ஒன்றினைக் கொண்டாட ஏற்பாடு செய்திருந்த காலத்தில் 17 கிராமத்து மக்கள் சுட்டுக் கொல்லப்பட்டனர் என்ற எங்கள் அறிக்கை கீழ்வருமாறு இருந்தது.

‘சர்க்கேகுடா, கோட்டகுடா, சாக்பேன்டா என்ற மூன்று கிராமங்களும் ஒன்றாக இணைந்து, பொதுவான ஒரே ஒரு மண் கோயிலில் வழிபாடு நடத்திவந்தன. வன்முறை நடந்த இடம் ஒரு பரந்த வெளி. சில வீடுகள் அதனைச் சுற்றி இருந்தன. அப்பகுதியில் ஒரு பகுதி கோட்டகுடா கிராமத்தைச் சார்ந்ததாகவும், இன்னொரு பகுதி ராஜ்பெண்டா கிராமத்தைச் சார்ந்ததாகவும் இருந்தது. மக்களே

இந்த மூன்று கிராமத்திற்கு சல்வா ஜுடும் நடத்திய தாக்குதல்களில் கலைந்து போனவர்கள் 2009இல்தான் மீண்டும் தங்கள் கிராமத்திற்குள் வந்துள்ளனர். இதுவரை தொலைந்துபோன தங்கள் கால்நடைச் செல்வங்களைப் பெருக்குவதிலும், அழிந்துபோன தங்கள் குடிசைகளைப் புதுப்பித்தலிலும் மக்களே ஈடுபட்டுக் கொண்டிருந்தனர். 28ஆம் தேதி இரவு ஒரு கூட்டத்தைக் கிராம மக்கள் நடத்தியுள்ளனர். கால்நடை இழந்தவர்களுக்கு எப்படி உதவுவது, கணவன்மார்களை இழந்து கைம்பெண்களாகி வெற்றிடத்தை வெறுத்துப் பார்க்கும் ஏழைப் பெண்களுக்கு எப்படி உதவுவது, வரப்போகும் விதை நடுவதற்கு எப்படி ஒரு விழா எடுப்பது என்பது பற்றிப் பேசிக் கொண்டிருந்தனர். கிராமத்து மக்கள் தங்கள் மத்தியில் எந்த மாவோயிஸ்டுகளும் இல்லை என்று தெளிவாக, உறுதியாகக் கூறினர். குண்டடிப்பட்ட சில காவல் துறையினர் தங்களுக்குள்ளேயே குண்டடிப்பட்டிருக்க வேண்டும் என்றும் கூறினர். இப்படி ஒரு வேளை எங்கள் மத்தியில் மாவோயிஸ்டுகள் இருந்திருந்தால் நிச்சயம் கிராமத்தின் வெளியே, அருகிலிருக்கும் பசகுடா காவல்துறை இருந்த பக்கம் மட்டுமல்லாது சிலர் காவலுக்கு நிறுத்தி வைக்கப்பட்டிருந் திருப்பார்களே என்றனர் கிராமத்துவாசிகள்.

சிஆர்பிஎஃப் எந்தவிதக் காரணங்களும் சொல்லலாம். ஆனால், ஒன்று நிச்சயம். அவர்கள் கிராமத்திற்கு நடுவில் இருந்து, துப்பாக்கியைப் பயன்படுத்தியுள்ளனர். ஆனால், இரவு நேரங்களில் ஒளிக்காகப் பயன்படுத்தும் (வெத்து) வேட்டுகள் எதையும் பயன்படுத்தவில்லை. அதோடு சுடும்போது கடைப்பிடிக்க வேண்டிய அடிப்படைக் காரியங்கள் எதையும் அவர்கள் செய்ய வில்லை. கொல்லப்பட்டவர்கள் மொத்தம் 17 பேர். அதில் சுரங்கத்தில் வேலை செய்தவர்கள் 7; படுகாயமடைந்தவர்கள் 9 பேர்; குறைந்தது ஐந்து பெண்களை அடித்து உதைத்துக் கொடுமைப் படுத்தியுள்ளனர். ஒரு பசுமாடு சுட்டுக் கொல்லப்பட்டுள்ளது. ஒரு காளை மாட்டுக்கும் அதே கதிதான். வீட்டு வெளிச்சுவர்களில் பல குண்டுகள் நுழைந்திருக்கின்றன.

சுட்டது, மக்களைக் கொன்றது என்பதெல்லாம் ஒரு பக்கம் இருக்கட்டும். இதையெல்லாம் மூடி மறைக்க சிஆர்பிஎஃப் போட்ட நாடகம்தான் மிகவும் கேவலமானது. சிஆர்பிஎஃப், உள்துறை அமைச்சர் இணைந்து அவர்கள் மாவோயிஸ்ட் தலைவர்களைச் சுட்டு வீழ்த்தியதாக ஒரு நாடகத்தைப் பரப்பினர். ஆனால், அவர்கள் கொன்றதோ வெறும் கிராமத்து மக்களைத்தான். அதிலும் சிறு குழந்தைகள் அடக்கம். அந்த இரவில் 16 சடலங்கள் கண்டுபிடிக்கப் பட்டு, எடுத்துச்செல்லப்பட்டன.

தாட்மெல்டா நிகழ்வு நடந்துமுடிந்து ஓரளவிற்குப் பிறகு சர்கேகுடா நிகழ்வுகள் மக்களின் பார்வைக்கு வந்தன. மாநில அரசு இதைப் பற்றிய விசாரணைக்கு உத்தரவிட்டது. அது இன்னும் நடந்து கொண்டே இருக்கிறது!

2016ஆம் ஆண்டில் அரங்கேறிய திருவிளையாடல்கள்

2014-15 ஆண்டுகளில் பல மாற்றங்கள் ஏற்பட்டன. ஆனால் அவை மக்களுக்கு உகந்தவையாக இல்லை. அந்த ஆண்டுதான் மத்தியில் தேசிய ஜனநாயகக் கூட்டணி அரசு புதிதாகப் பதவியேற்றது. சிபிஐ யின் தலைவராக அஜித் டோவல் இருந்த சமயத்தில்தான் சல்வா ஜுடும் ஆரம்பிக்கப்பட்டது. இவர் அந்த அமைப்பிற்குப் பெரும் ஆதரவாளர். அவருக்கு இப்போது ஒரு புதிய பதவி. மத்திய அரசின் தேசிய பாதுகாப்பு ஆலோசகராகப் பதவியேற்றார். இதன் பயனாக சல்வா ஜுடும் அமைப்பு பெரிதாக மாறியது. பல புதிய உறுப்பினர்கள் சேர்க்கப்பட்டனர். இதோடு மட்டுமின்றி ஜுடுமின் ஆதரவாளரான எஸ்ஆர்பிகலூரி தாட்மெல்டா எரிப்புகளுக்கும் சுவாமி அக்னிவேஷ் தாக்கப்பட்டதற்கும் பிறகு 2011இல் அந்த மாவட்டத்திலிருந்து மாற்றி அனுப்பப்பட்டார். இப்போது மீண்டும் அதே மாவட்டத்தின் உயர் அதிகாரியாகப் பதவியேற்றார். டிஐஜியாக இருந்தவர் இப்போது ஐஜியாக மாறினார். பஸ்தார் பகுதி முழுவதும் இப்போது அவரது கட்டுப்பாட்டுக்குள் வந்தது.

2014ல் காவல் துறை மறுபடியும் 'ஜன் ஜக்ரன்' மக்கள் தொடர்பு கூட்டங்களை ஆரம்பித்தனர். பெருமளவிலானவர்கள் சரணடைந்ததாக வும் தேடப்பட்ட பல நக்சலைட்டுகள் கைது செய்யப்பட்டதாகவும் தொடர்ந்து செய்திகள் வந்தன. ஜுடும் ஆரம்பிக்கப்பட்டபோதே குறி வைக்கப்பட்ட பல கிராமங்கள் இப்போது தாக்கப்பட்டன. காணாமல் போன உறவினர்களைப் பற்றிய தகவல்களைப் பெற அச்சத்துடன் பலர் காவல் நிலையங்களுக்குப் படையெடுத்தனர். அப்படிப்பட்ட மக்களை வைத்து, 'மக்கள் சமூக முனைப்பு' போன்ற புது அமைப்பை ஏற்படுத்தினர். 2016 பிப்ரவரி 5ஆம் தேதி காவல் துறையிடமிருந்து ஒரு செய்தி அறிக்கையாக வெளியிடப்பட்டது. அதன் மூலம் 5000 பேரை விடவும் அதிகமான வனவாசிகள் 11 சபைகளில் பங்கேற்றனர். இந்தச் சபைகள், 'மக்கள் இயக்க அமைப்புகள்' மூலமாக ஆரம்பிக்கப்பட்டன. இந்தச் சபைக் கூட்டங்களின்போது மக்களுக்கு இலவச உணவு வழங்கப்பட்டது. சமூக முன்னேற்ற நிகழ்ச்சிகளும் நிகழ்த்தப்பட்டன.

நானும் எனது நண்பரும் 2016ஆம் ஆண்டின் ஜனவரி மாதத்தில் கோண்டா என்ற இடத்திற்குச் சென்றோம். அன்று எடுத்த

நாட்குறிப்புகள் இந்தப் புதிய நிகழ்விற்கான காரணங்களை எளிதாகச் சொல்லும். நாட்குறிப்பேட்டில் நான் எழுதியவை கீழே:

'24, ஜனவரி 2016: காலை விழித்து எழுந்து உட்கார்ந்தபோது ஐந்து அல்லது ஆறு கிராமவாசிகள் எம். கிராமத்திலிருந்து நடுங்கியபடி வந்து நின்றிருந்தார்கள். அவர்களுள் பெண் ஒருத்தி. வெறும் கைலி ஒன்றை உடம்பைச் சுற்றிப் போர்த்திக்கொண்டு நின்று கொண்டிருந்தாள். பாதுகாப்புப் படையினர் அவர்கள் கிராமத்தைக் காலை ஆறு மணிக்கே சுற்றி வளைத்துவிட்டனர். 37 கிராமவாசி களை வளைத்துப் பிடித்து சிந்தபோ காவல் நிலையத்திற்கு இழுத்துச் சென்றார்கள்.மதியம் நாங்கள் அந்த எம். கிராமம் சென்றோம். கைதானவர்களின் பெயர்களை எழுதிக்கொண்டோம். ஏற்கெனவே இழுத்துச் செல்லப்பட்டவர்களின் குடும்பத்துப் பெண்கள் காவல் நிலையத்திற்குச் சென்று தங்களுக்கு வேண்டியவர் களின் விடுதலைக்காக விண்ணப்பித்துள்ளனர். முலத்தோங் என்ற கிராமமே அடுத்து பலியாகப் போகிறது என்று எல்லோரும் அஞ்சிக் கொண்டிருந்தனர். ஆனால், அன்றைய இரவு அமைதியாகவே கழிந்தது.

மறுநாள் நாங்கள் மீண்டும் காவல் நிலையம் நோக்கிச் சென்று கொண்டிருந்தோம். வழியில் பலர் பக்கத்திலிருந்த காட்டுக் குள்ளிருந்து மெல்ல வெளிவந்து கொண்டிருந்தனர். சிலர் போர்வை களைப் போர்த்திக்கொண்டு வந்தனர். பலர் கைகளில் ஏதுமில்லை. அப்பகுதி மக்கள் பலரும் இரவில் காட்டுக்குள் நுழைந்து பத்திர மாகத் தூங்கியுள்ளனர். ஏனெனில், அடிக்கடி நடக்கும் தாக்குதல் களிலிருந்து தப்பிக்கவே இப்படி காட்டுக்குள் தஞ்சமடைந் திருந்தனர். ஆனால், காடு கடுங்குளிராக இருக்கும். குளிருக்காக நெருப்புமூட்டி காய்ந்துகொள்ளக்கூட முடியாது. அத்தனை அச்சம்!

காவல் நிலையத்தை நாங்கள் அடையும்போதே அதிக எண்ணிக்கையில் கவலை தோய்ந்த முகங்களுடன் பல கிராமத்துப் பெண்கள் காத்துக் கொண்டிருந்தனர். பெண்கள் ஒற்றுமையாக வந்து பரிதாபமாக நின்று கொண்டிருந்தனர். ஒரு பெண் தன் கணவனின் தேர்தல் அடையாள அட்டையைக் கையில் வைத்து நீட்டிக்கொண்டு தன் கணவன் ஒரு நக்சலைட் கிடையாது என்று சொல்லிப் புலம்பிக் கொண்டிருந்தாள். எங்களால் அந்தப் பெண்ணை வேடிக்கை மட்டும்தான் பார்க்கமுடிந்தது. எந்த ஓர் உதவியும் செய்யமுடியவில்லை. காவல் துறை ஆட்களோ, அப்பெண்மணியோ அல்லது நாங்களோ அவளுடைய கணவரைப் பார்க்கக்கூட முடியாதபடி ஒளித்து வைத்திருந்தனர். அவர்கள்

ஒன்றை மட்டும் திரும்பத் திரும்பச் சொல்லிக்கொண்டிருந்தனர். அவர்கள் தொடர்ந்து விசாரணை நடத்துவதாகவும், அடுத்து என்ன செய்யவேண்டுமென்று மேலிடத்து உத்தரவிற்காகக் காத்திருப்பதாகவும் கூறினார்கள். அதற்குள் இன்னொரு காவலர் அந்தப் பெண்ணிடம் அழுகையை நிறுத்தும்படி அதட்டினார். அதோடு அங்குள்ள எல்லோருக்கும் 'விருந்து' தயாராவதாகவும் கூறினார். இன்னொரு காவலர் தன் கனிவைக் காட்டினார். சிறு குழந்தையை வைத்துக் காத்துக் கொண்டிருக்கும் ஒரு பெண்மணியிடம் அவள் குழந்தையை சிஆர்பிஎஃப் மருத்துவர் பரிசோதித்து மருந்து தருவார் என்றார்.'

'ஜனவரி 29ஆம் தேதி காவல் துறை ஒரு செய்திக் குறிப்பை வெளியிட்டது. அதில் தாங்கள் தொடர்ந்து வலை வீசி நக்சலைட்டு களைத் தேடி வருவதாகவும் 12 பேர் சிக்கியுள்ளதாகவும் தகவல் கொடுத்திருந்தனர். யாரையாவது சிறைப் பிடித்தால், அதிலிருந்து 24 மணி நேரத்திற்குள் சட்டப்படி அவர்கள் ஒப்படைக்கப்பட வேண்டும். ஆனால், அவர்களால் பிடிக்கப்பட்ட மக்கள் கடந்த ஆறு நாட்களாக காவல் நிலையத்திலேயே அடைபட்டுக் கிடந்தனர். ஜூன் 2015இல் காவல் துறைமீது துப்பாக்கிச் சூடு நடத்தியதில் ஐந்து பேரைத் தேடுவதாகவும், இன்னும் ஏழு பேர் 2014 அக்டோபர் மாதத்தில் நடந்த துப்பாக்கிச் சண்டையில் ஈடுபட்டவர்களைத் தேடுவதாகவும் காவல் துறை சொன்னது. இப்படிச் சொன்னபிறகு இரு நாட்கள் கழித்து காவல் துறை இன்னொரு தேடுதல் வேட்டை நடத்தி இன்னும் 13 பேரைப் பிடித்தாகக் கூறியது. காவல் துறையும் முதல் தகவல் அறிக்கை எழுதும்போது 'பெயர் தெரியாத மக்கள்' என்று எழுதினால் அவர்கள் யாரை வேண்டுமானாலும் குற்றமிழைத் தவர்களாகச் சொல்லவும் எந்தக் குற்றங்களிலும் அவர்களை இழுத்துக் கொள்ளவும் முடியும். கடைசியாகப் பிடிபட்டவர்கள் தாங்களாகவே காவல் துறையிடம் 'சரணடைந்த'தாகக் கூறினார்.

இப்படிச் சிலரை 'கட்டாய சரணடைதலில்' சேர்ப்பதால் மேலும் சில பிரச்னைகள் கிராமத்து மக்களுக்குள் எழுதுவதுண்டு. 'கே' என்ற பெயர் கொண்ட, பஸ்தாரின் துர்வா, கோண்ட் எல்லைக் கோட்டில் உள்ள ஒரு கிராமத்தில் உள்ள ஏறத்தாழ 50 பேர் சரணடைந்தனர். இவர்களது பெயர்கள் மாவோயிஸ்டுகளின் குறிப்பேடுகளில் இருந்ததாகக் கூறப்பட்டது. இவர்கள் மாவோயிஸ்டுகளுக்கு உணவும் உறைவிடமும் கொடுத்ததாகக் குற்றம் சாட்டப்பட்டவர்கள். இப்படிச் சிலர் சரணடைந்ததும் அதன்பின் அக்கிராமத்தில் காவல் துறையினரால் ஒரு கூட்டம் நடத்தப்பட்டது. இதில் பெண் மக்களுக்கு சேலைகளும் வீட்டிற்கு வேண்டிய தட்டுமுட்டுச் சாமான்களும் இலவசமாகக் கொடுக்கப்பட்டன. இக்கூட்டத்தில்

மக்கள் கேட்டுக்கொண்டதற்கிணங்க, அக்கிராமங்களுக்குப் பக்கத்தில் காவல் நிலையங்கள் ஆரம்பிக்கப்பட்டன. இதனால் மாவோயிஸ்டுகளுக்கு இம்மக்கள்மீது வெறுப்பும் கோபமும் வந்தன. இதனால் பெண்கள் உட்பட சில கிராமத்தார்களை, அடித்துத் துன்புறுத்தினர்.

2016 மே மாதம் நாங்கள் அக்கிராமத்திற்குச் சென்றபோது மாவோயிஸ்டுகள் மீதான பயத்தால் பாதி கிராம மக்கள் அங்கிருந்து அகன்றுவிட்டனர். சில கிராம மக்கள் -பாதுகாப்புக்காக அருகாமையில் காவல் நிலையங்களைக் கேட்டனர். ஆனால், வேறு சில கிராமத்து மக்கள் இதற்கு நேர் எதிர்மறையாக இருந்தனர்.

இந்தக் கிராம மக்களைப் போலவே வேறுசில கிராமங்களிலும் மக்கள் சரணடைந்தனர். அதோடு சில கிராமங்களில் கிராமத்து மக்களோடும் மாவோயிஸ்டுகளுக்கு எதிரான பாதுகாப்புக் காவலை ஏற்படுத்திக் கொண்டனர். இப்படிப் பாதுகாப்புகளை மேற்கொண்ட மக்கள் தங்களையே கேலியாக 'கோடாரிக் குழு' என்றழைத்துக் கொண்டனர். ஏனெனில், அவர்கள் கைகளில் தற்காப்புக்காக இருந்தவை வெறும் வில்லும் அம்பும் கோடாரியும் மட்டும்தான். இந்த மக்களுக்கு அரசின்மீது குறை உண்டு. இவர்கள் கேட்டுக் கொண்டதுபோல் காவல் நிலையங்கள் அவர்களது கிராமங்களுக்கு அருகில் அமைக்கப்படவில்லை. இதனால் அவர்களது பாதுகாப்பு பெரும் கேள்விக்குறியானது. எளிதாக மாவோயிஸ்டுகளால் தாக்கப் படலாம் என்னும் நிலை. 2005-06ல் எழுந்த சல்வா ஜுடும் மேலெழுந்த நிகழ்வையும் இதனோடு ஒப்பிட்டுப் பார்க்கவேண்டும்.

ஒரு பக்கம் சரணடைதலும் கைதும் நடந்துகொண்டிருந்தன. ஆனால், இன்னொரு பக்கம் பல என்கவுண்டர்களும் நடந்தேறின. இது 2015-16இல் உச்சமாக நடந்தேறியது. 2016ஆம் ஆண்டுமட்டும் முதல் மூன்று மாதங்களிலேயே காவல் துறை மிகவும் பெருமிதத்துடன் 55 நக்சலைட்டுகளைக் கொன்றொழித்ததாக அறிவித்தது. காவல் துறைக்குள் இப்படிப்பட்ட என்கவுண்டர்களின் புகைப்படம் உலா வருவதுண்டு. இதில் சில உடல்களில் மட்டுமே ஏதாவது ஒரு சீருடை காணப்படும். சீருடை இல்லாத பலரும் சாதாரண கிராமத்து மக்களாகவே காட்சியளிப்பர்.

பாதுகாப்புப் படையினரின் மேல் கிராமத்து மக்களுக்கு எப்போதுமே மிகுந்த அச்சம் உண்டு. ஏனெனில், இப்பாதுகாப்பு வீரர்களின் கண்கள் பெரும்பாலும் கிராமத்துப் பெண்கள் மீதே இருந்தன. உமன் அகெயின்ஸ்ட் செக்ஷுவல் வயலன்ஸ் அண்ட்

ஸ்டேட் ரெப்ரஷன் (டபிள்யூஎஸ்எஸ்)என்ற மக்கள் குழு 2015 அக்டோபர் மாதத்தில் 19 முதல்24ம் தேதி வரைக்கும் மட்டுமே, அதாவது வெறும் ஐந்து நாட்களில்40 பெண்கள் கடுமையாக பாலியல் தாக்குதலுக்கு உள்ளானதாக அறிவித்தது. இப்பெண்கள் பெடகலூர், புட்கிசெரு, குண்டம் போன்ற கிராமங்களைச் சேர்ந்தவர்கள். இந்த 40 பெண்களில் பலரும் அடித்து, சிதைக்கப் பட்டு, பாலியல் வன்முறைக்கு உள்ளானவர்கள். இதில் மூன்று பெண்கள் கூட்டுப் பாலியல் வன்முறைக்கு உள்ளானவர்கள்.

2016இல் ஜனவரி 12ஆம் தேதியில் சுக்மா மாவடத்தில் உள்ள குன்னா கிராமத்தில் ஆறு பெண்கள் பாலியல் வன்கொடுமைக்கு ஆளானார்கள். 2016இல் ஜனவரி 11-14 தேதிகளில் பிஜாபூர் மாவட்டத்தில் உள்ள நேந்திரா கிராமத்தில் 13 பெண்கள் கூட்டுப் பாலியல் வன்முறைக்கு உள்ளானார்கள். கொடுமையான செய்கை களையும் கீழ்த்தரமான பேச்சுகளையும் மக்கள் சந்திக்க வேண்டியிருந்தது. பெண்கள் தாய்ப்பால் கொடுக்கிறார்களா இல்லையா என்பதைக் கண்டறியவேண்டும் என்று சொல்லி பெண்களின் மார்பகங்களைக் காவல் துறையினர் பிசைவதும், பெண்களில் மாவோயிஸ்டுகள் இருக்கிறார்களா என்பதை அறிய வேண்டும் என்று சொல்லியும் கீழ்த்தரமான சோதனைகளைச் செய்வது வழக்கமாக இருந்தது.

பெண்கள் குழுவினர் இதற்கு எதிராகப் போராடி, முதல் தகவல் அறிக்கை பதிவு செய்ய வைத்தனர். எதிர்பார்த்தது போலவே மேற்கொண்டு எந்த நடவடிக்கையும் எடுக்கப்படவில்லை. மேலும் மேலும் பெண்கள் பாலியல் வன்முறைகளுக்கு ஆளாகாதது மட்டுமே நடந்தது.

10

துரோகியும் துப்பாக்கிக்காரனும்

‘படை வீரர்களின் பேச்சுக்கு அதிகமாகச் செவிமடுக்கிறீர்கள். பொதுவாக திறமைசாலிகளின் மேல் நம்பிக்கை வைக்காதீர்கள். மருத்துவர்கள் சொல்வதை நம்பினால் எதுவும் சரியாக இருக்கப் போவதில்லை. இறையியலாளர்கள் சொல்வதை நம்பினால் எதுவுமே புனிதமில்லை. படை வீரர்களை முழுவதுமாக நம்பினால் பாதுகாப்பு இருக்கப்போவதில்லை.

கவர்னர் ஜெனரல் லிட்டனிடம் சாலிஸ்பரி கூறியது

சல்வா ஜுடும் என்ற வெறும் பெயரே கிராமத்து மக்களுக்கு தலைக்கு மேல் இடி போல் இறங்குகிறது. காசுக்கு அலையும் வியாபாரிகளுக்கு அந்த வார்த்தை அப்படியே தேன்போல இருக்கும். இந்த மனிதர்கள் லஞ்ச ஊழல்களில் மிகவும் தேறியவர்கள். ஏமாற்றுவதில் பெரும் திறமைசாலிகள். இது போன்ற ஒரு சமூகத்தில், பல குற்றங்கள் செய்து திரியும் ஓர் அயோக்கிய மனிதனின் கைகளில் ஆயுதங்களைக் கொடுத்து, முதுகைத் தட்டிக் கொடுத்து, அவன் எது செய்தாலும் கை தட்டிக் கௌரவப்படுத்தினார்கள். அவர்கள் இதனால் மற்றவர்களுக்கு மாதிரிகளாக ஆனார்கள். தீமைகள் எங்கும் வளர்த்தெடுக்கப்பட்டன. முன்பாவது மாவோயிஸ்டுகளின்மீதுள்ள அச்சத்தால் ஆதிவாசிகளைக் கொடுமைப்படுத்த சிறிதாவது தயங்கினார்கள். இப்போது அந்த அச்சங்கள் போய் முரடர்களை அவிழ்த்துவிட்ட கதையாகிவிட்டது. எஸ்பிஓக்கள்(பின்னாளில் டிஆர்ஜி)யாரைத் தேர்ந்தெடுத்தாலும் அவர்களின் அடிப்படைத்

தகுதி நக்சலைட்டுகள்மீதான வஞ்சினம் மட்டுமே. அவர்களை வெறுப்பதும், கோபத்தால் நொறுக்குவதும், பழி வாங்குவதும் மட்டுமே எஸ்பிஓக்களுக்குத் தேவைப்படும் தகுதிகள்.

தேர்ந்தெடுக்கப்பட்ட எஸ்பிஓக்கள் பொதுவாக மிக மட்டான, மோசமான கொலைகாரர்களாக இருப்பார்கள். ஆனாலும், காவல் துறையின் அடிமட்டத்தில் உள்ள நபர்கள் இவர்கள். அதற்கான மரியாதை மட்டுமே அவர்களுக்குச் சமூகத்தில் உண்டு. காவல் துறை ஆட்களும், பாதுகாப்புப் படை வீரர்களும் இப்படிப்பட்டவர்களை வைத்து வேலை வாங்க வேண்டியிருக்கிறதே என்று கவலைப் படுவதும் உண்டு. காவல் துறையில் நல்லவர் ஒருவர் இருந்தால் இப்போது சமூகத்தில் நடக்கும் கலகங்களையும், ஒடுக்குமுறை களையும் தேவையில்லாத விஷயங்கள் என்றே எண்ணுவார். அவர்கள் கடமையில் வழுவாமலிருந்தால் அவர்கள் மக்களைக் கேள்வி கேட்கவேண்டும். நியாயங்களைக் கடைப்பிடிக்க வேண்டும். ஆனால், மக்களின் நலனே முன்னிலை வகிக்கவேண்டும். மிக மட்டமான மனிதர்களாக காவல் துறையில் இருப்பவர்கள் தங்கள் நலனை மட்டுமே கருத்தில் கொள்வார்கள். அதற்காகக் கொலை செய்யவும் தயங்க மாட்டார்கள். சம்பாதிப்பதும் அவர்களுக்கு முக்கியம். இந்த இரு தரப்பிற்கும் நடுவில் பெரும்பான்மை அலுவலர்கள் இருப்பார்கள். தில்லியிலும் ராய்பூரிலும் இருக்கும் காவல் துறை, பாதுகாப்புப் படை ஆள்கள் இப்படிப்பட்டவர்கள் தான். இவர்களுக்கு எந்தப் பக்கமும் சாராமல், எதற்கும் கவலைப்படாமல் ஏதோ ஒரு வேலை... கண்ணை மூடிக்கொண்டு அந்த வேலையைச் செய்வார்கள். இவர்களைத்தான் ஹன்னா ஆரெண்ட் தங்கள் சின்னச் சிறைக்குள் சுகமாக வாடும் மனிதர்கள் என்று குறிப்பிடுகிறார். 'தீமைகளுக்குள் தங்கி வாடும் இடம்' என்கிறார் அவர்.

கிராமத்து மக்கள் நக்சலைட்டுகள்மீதான அச்சத்தால் அவர்களுக்கு ஆதரவு காண்பிக்கிறார்கள். அந்த அச்சத்திலிருந்து காவல் துறை அவர்களைக் காக்கவேண்டும்; மக்களை மீட்டெடுக்க வேண்டும். ஆனாலும் அவர்கள் மனத்தில் வேறொரு எண்ணம் உள்ளூர ஓடிக்கொண்டிருக்கிறது. மனித உரிமைப் போராளிகள் நாட்டின் பெயரைக் கெடுப்பதற்காகவே செயல்படுகிறார்கள். இந்திய அரசியல் சட்டத்தை அழித்து ஒழிப்பது போல் சதித் திட்டம் தீட்டுகிறார்கள் என்பதே அவர்களது உள்ளார்த்தமான எண்ணம்.

பஸ்தாரின் புலி

மக்களால் தேர்ந்தெடுக்கப்பட்ட அரசுகளுக்கு நியாயம் என்பது பழி வாங்குதலிலும், நினைவுகள் என்பது முரண்பாடுகளிலும் உள்ளன.

ஆகவே, சமூகத் தீவிரவாதிகளின் கலகங்களுக்காக அவர்கள் தலையில் தண்ணீரைத் தெளித்துவிட்டார்கள்.

...எடுவார்டோ கலியானோ,
'அப்சைட் டவுண்' என்ற நூலில்

தந்தேவாடாவின் காங்கிரஸ் எம்எல்ஏ சட்டசபை உறுப்பினர் மகேந்திர சர்மா குட்டையான, குண்டான மனிதர். அரசியலில் பழம் தின்று கொட்டை போட்டவர்; பெரிய பேச்சாளர். வெள்ளைச் சட்டையும் பைஜாமாவும் கறுப்புக் கண்ணாடியும் அணிந்திருப்பவர். இவரது பெயர் சல்வா ஜுடுமோடு பிரிக்கமுடியாதபடி சேர்ந்து விட்டது. சர்மாவின் பேச்சைக் கேட்டாலே நமக்கு எளிதாகப் புரிந்து விடும், சல்வா ஜுடும் அவர் 'பெற்ற' குழந்தை என்பது. மாவோயிஸ் டுகளை எதிர்த்துநின்ற ஒரே அரசியல்வாதி நானே என்று சொல்லிக்கொள்வதில் அவருக்கு மிகுந்த ஆசை. 2006இல் இந்திய காங்கிரஸ் கட்சிக்குக் கொடுத்த நேர்காணலில், 'எனக்கென்று ஒரு தத்துவம் உண்டு - செய் அல்லது செத்து மடி' என்று கூறினார்.

1990இல் மக்கள் குழு அமைப்பு (ஜன் ஜக்ரான் அபியான்), 1910இல் ஆரம்பித்த காலனிய எதிர்ப்புக்கான பும்கால் அமைப்பு ஆகிய இரண்டையும் அவர் துணைக்கு எடுத்துக்கொண்டார். ஆதிவாசிகள் எந்த இஸத்தையும் ஆதரிப்பதில்லை என்றார் அவர். 'ஆதிவாசிகள் அடிமைத்தனத்தோடும் அச்சத்தோடும் அடங்கிக் கிடப்பதற்கும் ஒருகால எல்லை உண்டு' என்றார். தனிப்பட்ட முறையில், அவரது குடும்பம் காலனிய காலத்தில் நன்மை அடைந்திருப்பது உண்மை. பர்கானா மஜ்ஜிஸ் அதிகாரம் பெற்றிருந்தபோது பும்கால் மக்களை அடக்கிவைத்திருந்தவர்கள்தான் அவர்கள். அவரது தந்தை பரஸ்பால் என்ற இடத்தைச்சேர்ந்தவர். கல்மு போடா என்பது அவர் பெயர். பெரும் புலி வேட்டைக்காரர். பர்சுர் பகுதியின் பர்கானா மஜ்ஜிஸின் தலைவர். இப்படிப்பட்ட புலி வேட்டைக்காரரின் மகன் பிற்காலத்தில் 'பஸ்தாரின் புலி' என்றழைக்கப்பட்டதில் ஆச்சரியப் பட ஏதுமில்லை.

1980லிருந்து 1985 வரை சர்மா சிபிஐ யின் தீவிரமான உறுப்பினராக வும், ஆழ்ந்த பங்களிப்பவராகவும் இருந்தார். ஆனால், கட்சி அவர் எதிர்பார்த்ததுபோல் தேவையான பணத்தையும் அதிகாரத்தையும் அவருக்கு அளிக்கவில்லை. இதனால் அவர் 1986ஆம் ஆண்டு காங்கிரஸ் கட்சியில் தன்னை இணைத்துக்கொண்டார். நடுவில் சில காலம் சுயேச்சையாகவும் இருந்தார். பிறகு கட்சி சார்பின்றி இருந்தார். 1991ஆம் ஆண்டு நான் அவரைச் சந்தித்தேன். அப்போது

அவர் போத்காட் நீர் மின்சாரத் திட்டத்திற்கு முழு ஆதரவு அளிப்பவராக இருந்தார். இதனால் பெருவாரியான மக்கள் கட்டாய இடமாற்றத்திற்கு ஆளாக வேண்டியிருக்கும். அதோடு பஸ்தார் பகுதியை அரசியல் சட்டத்தின் ஆறாம் அட்டவணையில் சேர்க்கும் திட்டத்திற்கும் எதிராக இருக்கும். இந்த ஆறாம் அட்டவணை என்பது ஐந்தாம் அட்டவணையையும் தாண்டிய அதிக ஆளுமையைத் தரக்கூடியது. இப்போதிருக்கும் ஐந்தாம் அட்டவணை மூலம் புதிய மாவட்ட அமைப்புகள் ஆரம்பிக்கலாம். இவை அப்பகுதியின் இயற்கை வளங்கள் அனைத்தையும் காத்து, சரியான நீதி நியாயங்களைக் கட்டிக் காக்கவும் பயன்படும். பள்ளிகள் போன்ற பொது நிறுவனங்களை நடத்தும் அதிகாரமும் உண்டு.

பஸ்தாருக்கு மேலும் அதிக அதிகாரம் அளிப்பதும், சுயாட்சி உரிமை அளிப்பதும் இப்பகுதியை பாஜகவை நோக்கி நகர்த்த உதவும்; மேலும் சிபிஐ யிடமிருந்தும், காங்கிரஸ் கட்சியினரிடமிருந்தும் இப்பகுதியை விலக்கி வைக்கும். 2005ஆம் ஆண்டு, ஜுடும் ஆரம்பித்த பிறகு, சட்டசபையில் அவர் காங்கிரஸ் எதிர்க்கட்சித் தலைவராக இருந்தபோதும் கேலியாக அவரை பாஜக அரசின் முதலமைச்சரான தாமன் சிங்கின் அமைச்சரவையில் உள்ள 13ஆவது அமைச்சர் என்றே அழைத்து வந்தனர்.

2000-04 ஆண்டுகளில் சர்மா தொழில், வணிக அமைச்சராக சத்தீஸ்கரின் காங்கிரஸ் அரசில் பதவி வகித்தார். இருந்தும் பெரும் வணிகங்கள் பக்கமே அவரது சார்பு நிலை இருந்து வந்தது. அதற்காக மிகவும் பரிந்து பேசுவதே அவரது வழக்கமாயிருந்தது. நிலத்தை யெல்லாம் தங்கள் கைவசம் வைத்திருந்த ஆதிவாசிகள் இப்போது சிற்றேவல் செய்யும் பரிதாப நிலைக்குப் போவதைப் பற்றி அவருக்கு எவ்வித சிரத்தையுமில்லை. அது சரியே என்ற மெத்தன மான எண்ணத்தில்தான் அவர் இருந்தார். அவர்களது சொந்த பூமியில் வெறும் தினக் கூலிகளாக அவர்கள் வேலை பார்க்கும் நிலைக்குத் தள்ளப்பட்டனர்.

காங்கிரஸ் கட்சியின் முன் அவர் 2006ஆம் ஆண்டு சில கேள்விகளை வைத்தார். 'ஆதிவாசிகளின் நிலங்களில் டாடா, எஸ்ஸார் போன்ற பெரும் முதலாளிகள் தங்கள் ஆதிக்கத்தை நிறுவக்கூடாதா? எதற்காக அவர்களது பெரும் வணிகம் தடை செய்யப்படவேண்டும்? யார் அவர்களை எதற்காக நிறுத்தவேண்டும்? ஆதிவாசிகளுக்கு காசு, பணம் என்று எதைக் கொடுத்தாலும் வீணே செலவழித்து விடுவார்கள். ஏதாவது சின்னஞ்சிறு வேலைகளில் அமர்த்தி, வேலை வாங்குவது நல்லது. டிராக்டர்கள் எதற்கு? அவர்களே நிலத்தைச் சமன் செய்யட்டுமே!

இப்படிப் பேசிய சர்மா பின்னாளில் 'மாலிக் மக்புஜா ஊழல்' குற்றச்சாட்டில், அரசையும், ஆதிவாசிகளையும் ஏமாற்றியதாக லோகாயுக்தாவினால் குற்றம் சாட்டப்பட்டார்.சர்மா பெரிய வியாபாரிகளுக்கு ஆதரவாக இருப்பதற்குக் காரணம் வேலை வாய்ப்பு வசதிகள் என்று கூறப்பட்டது. தன் பகுதியில் உள்ள மக்களுக்கும் ஜுடும் ஆதரவாளர்களுக்கும் போதுமான வேலை வாய்ப்புகள் இல்லாமல் போவதும், அதனால் மக்கள் மனத்தில் தோன்றும் ஏமாற்றமும் அச்சமும் சர்மாவின் எண்ணங்களுக்குக் காரணங்களாகப் பார்க்கப்பட்டன. அதிலும் முதலில் இருந்த ஜுடும் ஆதரவாளர்கள் பலரும் அவருக்கு உற்றமும் சுற்றமுமாக இருந்தவர்களே.

சர்மாவின் முகம் ஆதிவாசிகளின் முகமாக தோற்றம் கொடுப்பது ராய்பூரில் உள்ள பாஜக அரசுக்கும், காங்கிரஸின் மத்திய அரசின் உள்நாட்டுத் துறைக்கும் மிகவும் எளிதாக உதவி செய்தது. மக்கள் எவ்வகையிலும் கிளர்ந்தெழ முடியாதபடி அடக்கி வைக்க இந்த ஆதிவாசி முகம் இருப்பது ஒரு பெரிய அரசியல் லாபமாக இருந்தது. மேலும், நூலின் நான்காவது பகுதியில் சொல்லப்பட்டது போல், ஜுடும் நடவடிக்கைகளில் ஏனைய அரசியல்வாதிகளைவிட சர்மாவே அதிகமாகப் பங்கெடுத்தார். ஊர்கள் எரித்து அழிக்கப்படும் போதும், பல கொலைகள் சர்வ சாதாரணமாக நடப்பதையும், ஜுடும் பசுமை வேட்டைத் திட்டத்தின் செயல்பாடுகளிலும் முழுவதுமாக இருந்துள்ளார்.

தலைவனின் அடியாளும், அல்லக் கையும்

நாடாளுமன்றத்திலும் சரி, வெளியேயும் சரி யாரெல்லாம் எங்களை எதிர்க்கிறார்களோ, அவர்கள் எல்லோருமே நக்சலைட்டின் ஆதரவாளர் கள். எங்களுக்குத் தெரிந்தவரை அஜித் ஜோகி நக்சலைட்டுகளின் முகம் தாங்கி.

...மதுக்கர், ஜுடும் தலைவர், மே 2006.

ஜுடும் ஆதரவாளர்களில் பல ஆசிரியர்களும் இருந்தனர். அதில் மிக முக்கியமானவர் 'மதுக்கர குருஜி'. இவர் அங்கிருந்த பீடி இலை ஒப்பந்தக்காரர்களால் 'குற்று தலைவர்' என்றே அழைக்கப்பட்டார். நடுத்தர உயரம்; தாடி வைத்திருப்பார். சில ஆயுதம் தங்கிய எஸ்பிஓக்களின் காவலோடுதான் இருப்பார். அவரின் அரசியல் ஆசைகள் மிகவும் பிரமாண்டமானவை. பஸ்தார் முழுவதற்கும் ஜுடும் அமைப்பை விரிவுபடுத்த வேண்டும். பின் அதையும் தாண்டி மகாராஷ்டிராவில் உள்ள காட்சிரோலி என்ற பகுதி வரை பரப்ப

வேண்டும். எங்கும் ஜுடுமின் கொடி பறக்கவேண்டும் என்ற பெரிய வெறித்தனமான ஆவல் அவருக்கு. 2008ஆம் ஆண்டில் குற்றுவில் ஜுடுமின் ஆண்டு விழாவாக கூட்டத்தை நடத்த மதுக்கர் 90 எம்எல்ஏக்களை அழைத்திருந்தார் என்று செய்தி வெளிவந்தது. ஆனால், மதுக்கர் ஒரு காங்கிரஸ் அனுதாபி. ஜுடும் தலைவர்கள் பெரும்பாலும் பாஜக ஆதரவாளர்கள். நாங்கள் 2006 ஆம் ஆண்டு மதுக்கரைச் சந்தித்தோம். அவர் அஜித் ஜோகி, ராஜேந்திர பம்போய் போன்றவர்களை அறவே வெறுத்தார். இந்த இரு காங்கிரஸ் தலைவர்களும் ஜுடும் தடுத்துநிறுத்தப்படவேண்டிய அமைப்பு என்ற கொள்கை கொண்டவர்கள். ஆனால், மதுக்கர் முழுவதுமாக பாஜகவை ஆதரித்தார். அவர், 'சல்வா ஜுடுமிற்கு ரமண் சிங் முழு ஆதரவு அளித்துள்ளார். இத்தகைய முழு ஆதரவை பாஜகவால் மட்டுமே அளிக்கமுடியும்' என்றார்.

ஜுடும் அமைப்பு தாக்குதல்நடத்திய பகுதிகளில் இருந்த எல்லாப் பள்ளிகளுமே முழுமையாக மூடப்பட்டன. அப்பள்ளியின் ஆசிரியர்கள் அனைவரும் முகாமிற்குள் வரவழைக்கப்பட்டனர். அரசியல் தாக்கங்கள் கொண்ட ஆசிரியர்களுக்கு இது மிகவும் வசதியாகப் போய்விட்டது. ஆனாலும், அரசு தன் கட்டுக்குள் எல்லோரையும் வைத்திருக்க வேண்டுமல்லவா? அதனால் பள்ளிக்குச் செல்லாத ஆசிரியர்களுக்கு எதற்குச் சம்பளம் தர வேண்டுமென அவர்களின் மாதச் சம்பளத்தை அரசு நிறுத்தியது. குற்று பகுதியின் மதுக்கர், கோண்டா பகுதியின் பி. விஜய் போன்ற ஆசிரியர்கள் ஜுடுமை ஆதரித்த போது அரசும் அவர்களை ஊக்குவித்தது. ஆனால், பின்பு இவர்களது சம்பளமும் அரசால் நிறுத்தி வைக்கப்பட்டது. இன்னொரு ஆசிரியர் ஜுடுமின் முழு ஆதரவாளர் ஆனார். அவர் சோயாம மூக்கா என்பவர். இரவு அரசு திடீரென்று ஆசிரியர்கள் விஷயத்தில் தலைகீழாக மாறியதற்குப் புதிய காரணம் ஒன்றைக் கண்டுபிடித்தார். இது ஓர் அரசியல் தந்திரமே என்றார். அரசியல் கட்சிகள் நான் அரசியலுக்குள் நுழைவதை விரும்பவில்லை' என்றார்.

மூக்கா இதனைப் பற்றி இந்தியன் எக்ஸ்பிரஸ் தினசரி நாளிதழுக்கு அளித்த பேட்டியில் சல்வா ஜுடும் நடத்திய கூட்டங்களில் தான் பேசிய அரசியல் கருத்துகளுக்கு எதிராக அரசு ஒழுங்கு நடவடிக்கை எடுத்தது என்றும், நான் வேலைக்குச் செல்லாமல் இருந்தமைக்காகவும் இந்த நடவடிக்கையை நீட்டித்தது என்றும் கூறியுள்ளார். அதோடு கடந்த மூன்று ஆண்டுகளாக நான் சல்வா ஜுடுமின் நடவடிக்கைகளில் ஈடுபட்டிருந்தேன் என்பது அனைவரும் அறிந்ததே என்றார்.

ஆனால், இதன் மறுபக்கம் மிகவும் கொடுமையானது. ஓராண்டிற்குப் பிறகு மூக்காவின்மீது பாலியல் பலாத்காரக் குற்றம் சாட்டப்பட்டது. ஆனால், காவல் துறை அவருக்கு எந்தவிதக் கஷ்டமும் கொடுக்காமல், முழுவதுமாகக் காப்பாற்றியது. அவரை இந்தக் குற்றத்திற்காகக் கைது கூடச் செய்யவில்லை. அவர் காவல் துறையின் கண்களில் படவே இல்லை என்றது அரசு. அரசுக்கு மூக்கா போன்றவர்களின் ஆதரவு மிகவும் தேவைப்பட்டது. அவரது தந்தை ஒரு சட்டசபை உறுப்பினர். மூக்காவும் சல்வா ஜுடுமிற்கு கோண்டா பகுதியில் முழு ஆதரவு கொடுத்து வந்தார்.

ஜுடும் தலைவர்கள் அரசின் பக்கம் அத்தனை துணையாக நின்றனர். வெறும் கிராம அழிப்புகளில் மட்டுமல்ல, மனித உரிமைப் போராளிகளைத் தாக்குவதிலும் இவர்கள் ஜுடுமிற்குப் பெரும் உதவியாளர்களாக இருந்தனர். சான்றாக, 2010ஆம் ஆண்டில் சோயாம் மூக்கா புது அமைப்பு ஒன்றின் மூலம் மனித உரிமைப் போராளிகளைக் கேலி, கிண்டல் செய்தது. அன்னை தண்டேஷ்வரி ஸ்வாபிமான் அமைப்பு என்ற அப்புதிய அமைப்பின் மூலமாக மனித உரிமை நலப் போராளிகளான மேதா பட்கர், சந்தீப் பாண்டே போன்ற பலர் தந்தேவாடா பகுதிக்கு வந்தபோது கேலியும், கிண்டலும் செய்யப்பட்டனர். காவல் துறை வந்துதடுக்கும் வரை, மக்காவும் அவரது குழுவினரும் வந்திருந்த சமூகப் போராளிகள்மீது குப்பைகளையும், அழுகிய முட்டைகளையும் வீசி கேவலப் படுத்தினர். வந்த காவல் துறையும் மூக்கா குழுவின்மீது மிகவும் தன்மையாகவே நடந்துகொண்டது.

முந்தைய பகுதியில் கூறியது போலவே ஜுடும் தலைவர்கள் சுவாமி அக்னிவேஷை ஆகஸ்ட் 2011ஆம் தேதியில் தாக்கியுள்ளனர். பின், 2016 ஜனவரி மாதம் சில பெண் போராளிகள் தேசிய பெண்கள் கமிஷன் (என்சிடபிள்யூ)ஒன்று தங்களைச் சந்திக்க வந்தபோது அவர்களிடம் பெண்கள் மீதான பாலியல் குற்றங்கள் பற்றி எடுத்துக் கூறி வந்துள்ளனர். இவர்களை எதிர்த்து மதுக்கர் படை திரட்டிச் சென்றுள்ளார். இந்தத் தாக்குதல்கள் அனைத்துமே காவலதிகாரி, எஸ்ஆர்பி நல்ஜாரியின் நேரடிக் கண்காணிப்பில்தான் நடந்தது. இந்த அதிகாரிக்கு மனித உரிமைப் போராளிகள் என்றாலே எட்டிக் காயாகக் கசக்கும் என்பது எல்லாருக்கும் தெரிந்ததுதான்.

புதிதாக வந்து சேரும் ஜுடும் தலைவர்கள் பலரும் குற்றப் பின்புலம் கொண்டவர்களே. பிகாரிலிருந்து வந்து, பைரம்கார் பகுதியில் இருந்துவந்த அஜய் தாக்குர் கள்ளச் சாராயம் கடத்தல் தொழில் செய்தவர். அவர்மீது பல கொலைக் குற்றங்கள்

சாட்டப்பட்டிருந்தன. தான் படித்த பள்ளியின் முதல்வரை அந்தப் பள்ளியில் படிக்கும்போதே குத்திக் கொன்ற வழக்கு ஒன்றும் அவர்மீது உண்டு. அவரது வழக்குரைஞர் ஒரு நல்ல திறமைசாலி. வாய்தா வாங்கியே வழக்குகளை முடிக்க முடியாமல் இழுத்தடிப்பார்.

ஜுடுமின் தீவிர உறுப்பினரும், 'சமாஜிக் ஏதா மஞ்ச்' என்ற அமைப்பின் உறுப்பினருமான சுப்பராவ் என்பவர் திருட்டு நகையை வாங்கிய குற்றத்தில் ஓர் ஆண்டு சிறைத் தண்டனைபெற்றவர். உத்தரப் பிரதேசத்திலிருந்து வந்த ராம் புவன் குஸ்வாஹா என்பவர் ஜுடுமின் டோர்னாபால் பகுதியின் முக்கியத் தலைவர். இவர் முதலில் மாவோயிஸ்டுகளுக்குச் செய்திகளைக் கடத்தும் வேலையில் ஈடுபட்டு வந்திருக்கிறார். இத்தொழிலில் அவர் பலரிடமும் மாவோயிஸ்டுகளின் பெயரைச் சொல்லி, அச்சுறுத்தி, பணம் பறித்து வந்துள்ளார். இதையறிந்த கட்சிக்காரர்கள் இவர்மீது நடவடிக்கை எடுத்து, தண்டனை தர முயலும்போது, காவல் துறையிடம் சென்று பாதுகாப்பு பெற்றுவிட்டார். அவருக்குக் காவல் துறையிலிருந்து ஆயுதம் தாங்கிய காவலர் ஒருவர் பாதுகாப்புக்காக அளிக்கப் பட்டார். ஆனால், காங்கிரஸ் அரசு மாறியதும் அந்தப் பாதுகாப்பு நிறுத்தப்பட்டது. அதன் பிறகு தனக்குச் சொந்தமாக துப்பாக்கி ஒன்று வாங்கிக்கொண்டு, அப்படியே டோர்னாபால் ஜுடும் குழுவின் தலைவராகவும் ஆகிவிட்டார். இக்குழுவின் மகேந்திர சர்மாவும் இணைந்து கிராமங்களை எரித்து அழிக்கும் வேலையில் முன்னால் நின்று செயல்பட்டார்.

இதோடு முகாமிலும் தலைவரானார். பணம் கொழித்தது. தம்தாரி பகுதியில் மிகப் பெரிய வீடு ஒன்று கட்டி அங்கே குடியேறினார். ஏனெனில், டோர்னாபால் அவருக்குப் பாதுகாப்பான இடமில்லை. ஆபத்தான இடம் என்பதால் புது ஊருக்குள் குடியேறினார். அதுவும் 2008ஆம் ஆண்டிலோ, அதற்குப் பிறகோ, மாவோயிஸ்டுகள் அவரைத் தண்டிக்கலாம் என்ற அச்சம் இருந்ததால் டோர்னா பாலிற்கு வந்தார். இரவு முழுவதும் வேறு வேறு இடங்களில் பாதுகாப்பாக இடம் மாற்றித் தூங்குவார். இவரது இந்த அச்சம் ஒன்றும் அதிசயமானதல்ல. ஏனெனில், குற்று என்ற இடத்தில் உள்ள பல ஜுடும் தலைவர்கள் கொல்லப்பட்டனர். அதே போல் மகேந்திர சர்மாவும் 2013இல் கொல்லப்பட்டார்.

ஜுடும் ஆரம்பித்ததும் முதல் தொழிலே பல கிராமங்களை எரித்து அழிப்பதுதான் என்றானது. இந்த முதல் படிநிலை முடிந்ததும் அதன் தலைவர்கள் முகாமிற்கு வரும் பொருள்களிலும், பணத்திலும் அடித்த கொள்ளையில் வாங்கிய பெரிய கார்களில், எஸ்யூவிக்களில்

ஊர்வலம் வந்தனர். தங்கள் பதவிகள் அளித்த அதிகாரத்தின்மூலம் பல வியாபாரிகளிடம் தரகர் வேலை பார்ப்பது, அரசு அதிகாரி களைக் கண்டுகொண்டு அவர்களிடமிருந்து புது வேலைகளுக்கான ஒப்பந்தங்களைப் பெறுவது என்று அவர்கள் பணிகள் தொடர ஆரம்பித்தன. இது போதாது என்பதுபோல் ஜுதும் தலைவர்கள் மிகுந்த விலை மதிப்புள்ள நில உபகரணங்களை, உதாரணத்துக்கு மணலை அள்ளிக் கொட்டும் லாரிகள், டிராக்டர்கள் போன்றவற்றை அரசு வேலைகளுக்கு வாடகைக்கு விட ஆரம்பித்தனர்.

எனக்கு இது போன்ற நிகழ்வு ஒன்றினை நேரில் பார்க்கும் வாய்ப்பு கிடைத்தது. 2007ஆம் ஆண்டு சத்தீஸ்கர்-ஆந்திரப் பிரதேசம் எல்லை களுக்குப் பக்கத்தில் உள்ள சட்டி என்ற இடத்திற்கு அருகில் இருந்த சாலையோரக் கடை ஒன்றில் ஓரமாக அமர்ந்திருந்தேன். ஒரு பெரிய கார் வந்து நின்றது. அவர்கள் நான் உட்கார்ந்திருந்த இடத்திற்கு எதிர்ப்புறம் உள்ள சாப்பாட்டுக் கடையில் அமர்ந்தார்கள். நடுவில் மூங்கிலால் ஆன திரை ஒன்று தொங்கியது. நான் அமர்ந்திருப்பது அவர்களுக்குத் தெரியாது. அவர்கள் பேசியது எனக்குத் தெளிவாகக் கேட்டது. அங்கிருக்கும் சாலைகள் அனைத்தையும் இன்னும் இரண்டு மீட்டர் அளவிற்கு அகலப்படுத்தவேண்டும் என்றும், அதுவே மாவோயிஸ்டுகளின் ஒளியுமிடங்களை அகற்றுவதற்கு உதவும் என்றும் பேசினார்கள்.அந்தச் சாலையை அகலப்படுத்தும் பணிக்கான மறைமுக தரகர் வேலைகளைப் பற்றியும் பேசிக் கொண்டிருந்தனர். கோண்டாவில் இருந்த ஒரு துணை மேற்பார்வை யாளர் ஜுதும் அங்கே இரு வேறு தலைமைகளின் கீழ் இயங்கு கின்றன என்றார். அந்த இரு குழுக்கள், பி.விஜய், பிரசாத் ஷர்மா என்று பிரிந்திருந்தன.மேலும் ஒன்றோடு ஒன்று போட்டி போட்டுக் கொண்டிருந்தன என்று என்னிடம் கூறினார். யார் முதலில் அரசு வேலைகளுக்கு ஒப்பந்தங்களைப் பெறுவது என்பதுதான் அடிப்படை போட்டி. நடுவே காவல் துறை மூலம் ஒரு குழு இன்னொன்றினை இழுத்துக் கீழே தள்ள முயலும்.

ஜுதும் ஆரம்பித்த காலத்தில் அதன் தலைவர்கள், சர்மா போன்றவர்களின் பின்னால் நிற்கும் ஆதிவாசிகளாகவோ அல்லது ஆதிவாசிகள் அல்லாத உத்தரப் பிரதேசம், பிகார் போன்ற மாநிலத்து உயர்ந்த சாதி மக்களாகவோ இருந்தனர். ஆனால், 2015-16இல் இதில் இரண்டாவது வகையான - ஆதிவாசிகளல்லாத பிற மாநிலத்து உயர்த்தப்பட்ட சாதி - மக்களால் உருவாக்கப்பட்ட சமாஜிக் ஏக்தா மஞ்ச் என்ற அமைப்பு ஆதிவாசிகளை முற்றாக ஒதுக்கி வைத்திருந்தது.

அங்குள்ளவர்களின் பெயர்களில் வால்களாக ஒட்டிக் கொண்டிருக்கும் சாதிப் பெயர்கள் இதை நிரூபிக்கும். சில பெயர்கள்: பராக், ஜா, ஹேமானி, முல்சாந்தனி, குப்தா, திரிபாதி, அவாஸ்தி ஆகியவை.2016 ஜனவரி மாதம் இரண்டு சரணடைந்த மாவோயிஸ்டுகளின் திருமணத்தைக் காவல் துறை முன்னின்று நடத்தியது. பெண், மாப்பிள்ளை இருவரின் சார்பாக காவல் துறையும், ஏக்தா மஞ்சும் இருந்தன. இந்த நிகழ்விற்கும் ஆதிவாசி மக்களுக்கும் எவ்விதத் தொடர்பும் இன்றி நடத்தி வைக்கப்பட்டன. நடப்புகள் அனைத்தும் பாலிவுட் சினிமாவின் நிழல்களாக நடந்தேறின. சினிமாவில் உள்ளது போன்ற தடபுடல்களுடன் மாப்பிள்ளையும் காவல் துறை அதிகாரிகளும் வண்ண வண்ணத் தலைப்பாகைகள் கட்டிக் கொண்டிருந்தனர். காவல் துறையின் இசைக் குழுவின் இசையுடன் அது இனிதே நடந்தது.

மாநிலத்தின் அடிப்படை குற்றேவலர்கள்

'வீட்டிற்குத் திரும்ப வேண்டும் என்ற தணியாத வேகம் எனக்கு. எனது சகோதரனும், மாமாவும் இன்னும் கிராமத்தில்தான் உள்ளனர். நான் ஓர் எஸ்பிஓ ஆகக்கூடாதென்று என்னிடம் மாவோயிஸ்ட் மிகவும் வலிந்து அறிவுறுத்தியது. அதை மீறி எஸ்பிஓ ஆகிவிட்டேன். ஆனால், இப்போது அவர்களின் உத்தரவை மீறியதால் என்னைக் கொன்று போடுவார்களோ என்று மிகுந்த அச்சமாக உள்ளது. சரியோ, தவறோ எப்படியோ எஸ்பிஓ ஆகிவிட்டேன். ஆனால் சேர்ந்தது இப்போது கவலையாக உள்ளது. ஆனால், இப்போது அதை உதறித் தள்ளவும் முடியாது.'

...ஓர் எஸ்பிஓ, *2010*

சுக்மாவிலிருந்து கோண்டா செல்லும் சாலையில், சல்வா ஜுடுமின் எர்ரபார், இஞ்சராம் முகாம்களுக்கு வெளியே சாலை ஓரங்களில் பால் வடியும் முகங்கள் கொண்ட சில அழகான சிலைகள் துப்பாக்கியைக் கையில் வைத்துக்கொண்டிருப்பது போல் நிறுவப் பட்டிருக்கும். ஷகீத் வெட்டி சுபா, கரம் ராஜு, கவாஸி கானா ஆகியவை சிலையில் இருப்பவர்களின் பெயர்கள்.இவர்கள் அரும்பெரும் தீவிரச் செயல்கள் செய்தவர்களில்லை. அவர்கள் பிறந்து வளர்ந்த இடங்களிலிருப்பவர்களே அவர்களைப் பொருமலுடன் தான் நினைவுக்குக் கொண்டுவருகிறார்கள். காலம் கடந்த பிறகு இவர்களுடையவரலாற்றை யார், எப்படி அறியப் போகிறார்களோ?

ஜுடுமில் சேர்பவர்களில் சிலரை எஸ்பிஓக்களாகத் தேர்ந்தெடுத்து மாதம் ஆயிரத்து ஐந்நூறைச் சம்பளமாகக் கொடுக்கிறார்கள்.

இப்பணிகள் ஆட்சியரின் அதிகாரத்தின் கீழ் வரும் 'வேலைத் திட்டம்' என்பதன் மூலமாக நடைபெறுகின்றன. கூலி எதுவும் இல்லாமல் வெறுமனே யாரும் தங்கள் உயிரைப் பணயம் வைக்கமாட்டார்கள் என்பது சல்வா ஜுடுமின் தத்துவம். அரசுக்கும் இது நன்கு தெரியும். தாங்கள் செய்வது சட்டத்திற்குப் புறம்பான ஒரு செய்கை என்பதை அரசு அறியும். சட்டங்களை ஒதுக்கி வைத்து விட்டு, இப்படி ஓர் எதிர்ப் பணியை அரசு உருவாக்கியது. இது அரசியல் சாசனத்தின் நான்காவது பகுதி, மூன்றாம் பத்திக்கு மிகவும் விரோதமானது. போலீஸ் சட்டம் 1861ஆம் ஷரத்தின் படியும், சத்தீஸ்கர் போலீஸ் சட்டத்தின் (2007) படியும் எஸ்பிஓ என்பது காவல் துறைக்குப் போராட்ட காலங்களில் உதவுவதற்கு ஏற்படுத்தப் பட்ட ஒருதாற்காலிக ஏற்பாடு.

2005இல் காவல் துறை எஸ்பிஓக்களாக ஆளெடுக்க நுழைவுத்தாள் களைக் கொடுக்க ஆரம்பித்ததும், இளைஞர்கள் பலரும் ஆவலோடு விண்ணப்பித்தனர். நாளடைவில் இதன்மூலம் காவல் துறையில் முழு நேரப் பணியாளர்களாகச் சேர்ந்துவிடமுடியும் என்ற ஆசையும் நம்பிக்கையுமே அதற்கான காரணம். ஆனால், காவல் துறைக்கு இப்போது தேவையானது குறைந்த செலவில், எப்போதும் வெளியே தள்ளக்கூடிய ஒரு குற்றேவல் படை மட்டும்தான். அதிலும் காவல் துறை மாவோயிஸ்டுகள் குழுவிலிருந்து தப்பி, இப்பக்கம் வரும் மக்களையே அதிகமாக எதிர்பார்த்தது. ஏனெனில், மாவோயிஸ்டுகள் யார் யார் என்பதையும், எங்கே தங்கியுள்ளார்கள், எப்படி இயங்கு கிறார்கள், உதவி தரும் நபர்கள் யார் யார் போன்ற அனைத்துத் தகவல்களையும் இப்படி வரும் கருங்காலிகளால்தான் தரமுடியும்.

இதைப் பற்றி உச்ச நீதிமன்றத்திற்கு மத்திய உள்துறை அமைச்சகம் அளித்த அறிக்கையில், எஸ்பிஓ குழு என்பது மாவோயிஸ்டுகளை எதிர்கொள்ள அமைக்கப்படும் மாநிலத்தின் மக்கள் படைக் குழு என்று கூறப்பட்டது. மக்களின் நிலப்பரப்பைப் புரிந்துகொண்டு, அங்கு வாழும் மக்களின் வாழ்வு நிலைகளைத் தெரிந்துகொண்டு, அதே மொழி தெரிந்த பலரின் கூட்டமைப்பே இது என்று அந்த அறிக்கையில் கூறப்பட்டது. இந்த மத்திய அரசின் அறிக்கையோடு சத்தீஸ்கர் மாநில அரசு இன்னொரு வால் பகுதியையும் சேர்த்துக் கொண்டது. 'இன்றைய எஸ்பிஓக்கள் நேற்றைய மாவோயிஸ்டு களின் அடிமைகள்' என்றும், அவர்கள் மாவோயிஸ்டுகளின் கொடூரங்களுக்கு உட்பட்ட மக்கள் என்றும் அறிவித்தது.

ஆளெடுக்கும்போது காவல் துறை வயது பற்றிய எந்த வரம்பும் வைத்துக்கொள்ளவில்லை. அப்போதுதான் அரும்ப ஆரம்பிக்கும்

14-15 வயது பாலர்கள் அவர்களுக்குப் போதும். இந்த இளம் வயதில் சேர்க்கலாமா என்ற நீதிமன்றத்தின் கேள்விக்கு, 'அது சமூகத்தைப் பற்றிய ஆழ்ந்த அறிவில்லாதவர்களின் கேள்விகள், இளம் ஆதிவாசி களைப் பற்றிப் போதிய அறிவில்லாதவர்கள்' என்று பதிலளித்தது.

ஜுடும், ஏக்தா மஞ்ச் என்ற அமைப்புகளில் ஆதிவாசிகள் சுவடுகள் இல்லாமல் போய் விட்டனர். ஆனால், எஸ்பிஓக்களில் பலரும் ஆதிவாசிகள் அல்லது தலித்துகள். இந்த இரு தரப்பினரும் நிலமற்ற மக்கள். விவசாயம் அவர்கள் கைக்கு எட்டாது தள்ளிப்போய் விட்டன. வேறு வேலைகளுக்குப் போக வேண்டும் என்ற கட்டாயம் அவர்களுக்குஇருந்தது. ஆகவே, காவல் துறை விரித்த வலையில் எளிதாக விழுந்தார்கள். ஆனால்,எஸ்பிஓக்களை ஜுடும் அமைப்பினர் நன்கு பயன்படுத்திக் கொண்டனர். பல தலித் சிறுவர்கள் வியாபாரிகளுக்கு அடியாட்களாக, உதவியாட்களாக இருந்தனர்.

நான் பொதுவாக எஸ்பிஓக்களைச் சந்திப்பதைத் தவிர்த்தே வந்துள்ளேன். அவர்களுக்கும் மனித உரிமைப் போராளிகளின்மீது எப்போதுமே ஒரு வன்கண் உண்டு. ஆனால், 2010இல் எனக்கொரு உதவியாளர் இருந்தார். சுஷாந்த் பணிகிரஹி. இவர் அந்த வருட இறுதிக்குள் 42எஸ்பிஓக்களை நேர்காணல் செய்திருந்தார். நான் எந்தக் கிராமத்துக்குள்ளும் நுழைந்து அங்குள்ள மக்களிடம் பேசிவிடாதபடி காவல் காக்கவந்த ஐந்து எஸ்பிஓக்களிடம் நான் நேரிடையாகப் பேசியிருந்தேன்.

2006இல் இருந்த எஸ்பிஓக்கள் எண்ணிக்கை 3200. இது 6500 என்று 2011ஆம் ஆண்டு உயர்ந்தது. அந்த ஆண்டில் அதிகாரபூர்வமாக இந்த அமைப்பு கலைக்கப்பட்டது. இந்தக் காலகட்டத்தில் எஸ்பிஓக்களின் சம்பளமும் இரட்டிப்பாக,ரூபாய் 3000என்றானது. ஆனால், சுஷாந்த் நேர்காணல் கண்ட பல எஸ்பிஓக்கள் தங்களுக்கு மாதந்தோறும் 2150 மட்டுமே சம்பளமாகத் தரப்பட்டது என்றும், அது தங்களுக்குப் போதுமானதாக இருந்ததில்லை என்றும் கூறியுள்ளனர். வேலை நேரமோ பெரும் பிரச்னைதான். தினமும் 4-6 மணி நேரம் என்று மட்டுமே வேலை என்று சொல்லப்பட்டாலும், 16-18 மணி நேரமோ அல்லது அதற்கும் மேலோ அவர்கள் வேலை செய்ய வேண்டியிருந்தது. ரோந்திற்குச் செல்லும் காவல் துறையின ரோடு உடன் செல்வது, கிராமங்களுக்குள் நுழைந்து தேடுவது என்ற வேலைகளை இவர்கள் செய்தனர். சில சமயங்களில் இவர்கள் தனியாகவே இந்த வேலைகளைச் செய்வதுண்டு. சாலைகளில் காவல், காட்டுக்குள் காவல், முகாம்களில் காவல் என்று பற்பல வேலைகள் காத்திருந்தன.

ஆரம்பகட்டத்தில் எஸ்பிஓக்களுக்கு கொடுக்கப்பட்ட ஆயுதங்கள் ஒரு லத்தி, 303 துப்பாக்கி, சில சமயங்களில் தானியங்கி துப்பாக்கி (எஸ்எல்ஆர்) ஆகியவை. சீருடை என்று ஏதும் கிடையாது. ஒரு கைப்பட்டையையும், தாள்களில் எழுதிய அடையாள எண்ணும் இருந்தன. இதைப் பல எஸ்பிஓக்கள் அணிவதுகூட இல்லை. மாவோயிஸ்டுகள் இதை வைத்து அடையாளம் கண்டு கொள்வார்கள் என்ற பயம் அவர்களுக்கு. ஆனால், 2007ஆம் ஆண்டில் நவீன ஆயுதங்கள் கொடுக்கப்பட்டன. கருப்பு தலைப் பட்டை, சூழலோடு இணையும் புது வண்ண ஆடைகள் ஆகியவை சீருடையாகக் கொடுக்கப்பட்டன. இத்தனை இருந்தும் அவர்கள் 2015 வரை சாதாரண உடைகளோடு தான் சுற்றி வந்தனர்.

எஸ்பிஓக்களில் பலர் மிகவும் மோசமான மனிதர்கள். உதாரணமாக, போட்கே முட்டா என்ற மட்பள்ளி மனிதர் எஸ்பிஓஆவதற்கு முன்பே ஒரு மாட்டைத் திருடியிருக்கிறார். இவர் செய்த இந்தக் குற்றங்களால் இவரது தந்தையே பொது இடங்களுக்குச் செல்லக் கூச்சப்பட்டுக் கொண்டிருந்தார். கோட்டகுண்டா என்ற இடத்தின் மார்க்கம் சன்னு என்பவர் நான் சந்திப்பதற்கு நான்கு ஆண்டுகளுக்கு முன்பே எஸ்பிஓவாக சேர்ந்திருந்தார். மாவோயிஸ்டுகள் என்னை ஓர் உளவாளி, தகவல் பரிமாறி உதவுபவர் என்ற ஐயம் கொண்டிருந்தனர். அதற்குக் காரணம் நான் அவர்கள் கூட்டங்களுக்குச் செல்வதே இல்லை. ஆனால், அவர்கள் கைகளில் மாட்டாமல் தப்பித்து ஓடி வந்து விட்டேன் என்றார் அவர். ஜுடுமின் ஆரம்ப காலங்களில் காவலதிகாரிகள் இது போன்று எதிராளிக்குப் பயந்து ஓடிவரும் மனிதர்கள் மேல் கண் வைத்திருந்தனர். இவர்கள் ஜுடும் ஆரம்பமாகும் இடங்களில் நுழைந்தனர். இது போன்ற ஓரிரு எஸ்பிஓக்கள் சங்கம் உறுப்பினர்களைக் கைகாட்ட முடியும். அவர்களைச் சரணடைய வைத்து அதன்மூலம் அக்கிராமத்து மக்களை முகாமிற்குள் அடைக்கமுடியும்.

மக்களுக்கோ வேலை அதிமுக்கிய தேவையாக இருந்தது. இதனால் ஆண்கள் மட்டுமல்ல, பெண்களும் எஸ்பிஓக்கள் ஆவதற்கு முனைந்தனர். கோர்பள்ளியைச் சேர்ந்த சோயம்நரேஷ் எஸ்பிஓவாகச் சேரும்போது தனது வயது 15 என்று என்னிடம் சொன்னான். 10ஆம் வகுப்புத் தேர்வில் தோற்றேன். கண்முன் இந்த வாய்ப்பு தெரிந்தது, சேர்ந்தேன். ஏனெனில், நான் வசித்த குழாமில் வேறு வழியுமில்லை என்றான். இஞ்சி நாட்டின் கரம் ராவா தனது 17ஆவது வயதில் எஸ்பிஓ வேலைக்கு வந்து சேர்ந்தான். நண்பர்கள் சென்ற வழி நம் வழி என்ற நோக்கத்தில் சேர்ந்த பையன் அவன். ஆனால்,

எஸ்பிஓவாகச் சேரும் பலருக்கும் ஓர் உண்மை தெரியும். அவர்கள் திரும்பி வர முடியாத வழியில் கால் வைக்கிறார்கள். ஆனால், வேறு வழி கண் முன் ஏதுமில்லையே. வீட்டுக்குத் திரும்பி, குடும்பத்தோடு வாழமுடியாது.இருந்தும் சேர்ந்தனர். பெரும்பான்மையான இளைஞர்கள் இப்படி இருந்தாலும் வெகு சிலருக்குப் பழி வாங்குதல், உண்மையான வேறு காரணங்கள் ஆகியவையும் இருந்தன. உதாரணமாக, மாவோயிஸ்டுகள் ஒரு கிராமத்தினரின் நிலங்களை மீண்டும் வேறு விதமாகப் பிரித்துக் கொடுத்தனர். இதுவும் வன்மத்திற்கான காரணமாகச் சிலருக்கு இருந்தது.

முதலில் வந்த எஸ்பிஓக்களில் பலரும் சங்க உறுப்பினர்களாக இருந்தவர்கள். ஜுதும் ஒரு கிராமத்தை அழித்து ஒழித்ததும், அடுத்த வேலையாக சங்க உறுப்பினர்களைச் சரணடைய வைத்தனர். எஸ்பிஓவுக்காக அவர்களை மாற்றினர். இது போன்ற எஸ்பிஓக்களை ஜுதும் 'ரகசியச் சிப்பாய்கள்' என்று பெயர் வைத்து அழைத்தனர். வேறு ஒன்றுமில்லை; இவர்கள் காவல் துறைக்கும், ஜுதுமிற்கும் செய்திகள் சேகரிக்கும் கருங்காலி வேலை பார்த்தனர். ஜகர்மெட்லா என்ற இடத்தில்வெட்டி ராம் என்பவர் இது போன்று எஸ்பிஓவாக ஆக்கப்பட்டவர். என்னைக் காவல் காக்க நியமிக்கப் பட்டவர்களில் இவர் ஒருவர். அவரது பள்ளிக்கு மாவோயிஸ்டுகள் வருவார்கள் என்றும், அங்கே ஆசிரியர்கள் உள்பட எல்லோரும் அக்கூட்டங்களுக்குச் செல்வோம் என்றார். அங்கே முன்னேற்றம், புரட்சி, போராட்டம் என்பவற்றைப் பற்றிப் பேசுவார்கள். எங்களிடமிருந்த நிலங்களையும், கால்நடைகளையும் அவர்கள் எங்களுக்குப் பிரித்து மாற்றிக் கொடுத்தனர். சில ஆண்டுகளுக்கு முன்பு மாவோயிஸ்டுகளுக்காக எண்ணெயும், சோப்பும் வாங்கிச் செல்லும்போது நான் கைது செய்யப்பட்டேன். அப்போது என்னிடம் கடைக்காரருக்கு 'அன்புள்ள தோழரே' என்று ஆரம்பித்து எழுதப்பட்ட கடிதம் ஒன்றும் இருந்தது. எனக்கு வேறு வழியில்லை; சரணடைந்தேன். ஒரு முக்கிய தகவல் தருபவனாக மாறிவிட்டேன். என் பல இரவுகள் காவல் நிலையத்திலேயே கழிந்தன என்று தன் வரலாற்றைக் கூறினார்.

'இந்தியன் எக்ஸ்பிரஸ்' நாளிதழில் 3277 மாவோயிஸ்டுகள் சரணடைந்தனர் என்றும், அதில் 80 விழுக்காட்டிற்கு மேல் உள்ளவர்கள் காவல் துறையோடு இணைக்கப்பட்டனர் என்றும் 2000-13 ஆண்டுகள் பற்றிய அறிக்கையில் கூறியுள்ளது.

இப்படிச் சரணடைந்த மக்கள் எல்லோரும் தொடர்ந்து 'மூளைச் சலவை' செய்யப்பட்டனர். மாவோயிஸ்டுகளின்மீது வெறுப்பு

விதைக்கப்பட்டு வளர்க்கப்பட்டது. ஆனாலும் இந்த மக்கள் மாவோயிஸ்டுகளோடு நெருங்கிப் பழகியவர்கள். ஆனால் அவர்கள்மீதும், அவர்களது படைபலம் பற்றியும் நன்கு தெரிந்தவர்கள். இதனால் அவர்கள்மீது ஆழமான மரியாதை கொள்பவர்கள். அந்த மரியாதையை மனதிற்குள் புதைத்துக்கொண்டும், அவர்கள்மீது மிகுந்த கழிவிரக்கத்தோடும் பலர் இருந்தனர். இந்த மரியாதை இருப்பதால் அவர்கள் மாவோயிஸ்டுகளை வெல்வதற்கு வெகு நீண்ட காலம் ஆகும். ரத்தமும் தொடர்ந்து சிந்தப்பட வேண்டியிருக்கும் என்றும் கருதினர்.

ஆனால், உலக அனுபவம் குறைவான, இளம் எஸ்பிஓக்கள் பலருக்கு கையில் கிடைக்கும் பணமும், புது வசதிகளும் ஒரு புது வாழ்க்கையைத் திறந்துவிட்டது போலிருந்தது. மற்றவர்களைவிட இவர்கள் புது நாகரிகத்தில் திளைத்தனர். ஸ்னூக்கர் போன்ற புதியதற்கால விளையாட்டு, புத்தம் புது வகை இசை கேட்கும் ஹை-டெக் கருவிகள், சிப்பாய்போன்ற சீருடைகள், இந்தி மொழியில் புலமை, அதனாலேயே தாங்கள் 'முழு' இந்தியனாகவும், படித்தவனாகவும், நாகரிகம் மிகுந்தவனாகவும் எண்ணிக் கொள்ளும் தன்மை. ஆனாலும், இதில் சிலர் சல்வா ஜுடும் மீதான தனிப்பட்ட விருப்பத்தோடு இருந்தனர். அதனால் அதன் தலைவர்களோடு இணைந்து, குழு அமைத்துக்கொண்டு, ஏதாவது ஒரு பகுதியில் தங்கள் 'ராஜ்ஜியத்தை' அமைத்துக் கொண்டனர்.

ஆனாலும், வாழ்க்கை அத்தனை நிறைவாக இருப்பதில்லை. ஓர் எஸ்பிஓ தனக்கு அரசால் அளிக்கப்பட்ட அறையைப் பற்றிக் கூறுகிறார்: 'காற்றே வராது; தண்ணீரும், மின்சாரமும் வரவே வராது. ஆனால், அவற்றுக்கான அடிப்படை அமைப்புகள் அந்த அறையில் இருக்கும்.' இதனால் பல எஸ்பிஓக்கள் இழந்த தங்கள் கிராம வாழ்க்கையை நினைத்து உருகுவதுண்டு. ஆனால், அது இப்போதைக்குத் திரும்பிப்போகமுடியாத இடம். காவல் துறைக்கோ, மத்திய ராணுவத்தினருக்கோ வசதிகளும், பொழுது போக்க வழிகளும் உள்ளன. இவர்களுக்கு அப்படி ஏதும் கிடையாது. இன்னொரு எஸ்பிஓவோடு பழகுவது மட்டுமே ஒரே பொழுதுபோக்கு. எல்லோரும் ஒன்றாகச் சேர்ந்து நேரத்தைக் கழிக்கலாம், அவ்வளவுதான்.

எஸ்பிஓக்கள் பலருக்குத் தங்கள் வேலை என்ன என்பதே சரியாகத் தெரியாது. உதாரணமாக சுஷாந்த் நேர்காணல் நடத்திய பிறகு எந்தவிதக் குற்றவுணர்வும் இன்றி சொன்ன வார்த்தைகளே போதும்: 'பத்துப் பன்னிரண்டு மாவோயிஸ்டுகளை நான் சுட்டுக்

கொன்றேன்.' பத்ருவுக்கு இன்ஸாஸ்குழல் துப்பாக்கி ஒன்றும், குண்டு வரிசைகள் நூறும் கொடுக்கப்பட்டன. இரக்கமின்றி கட்சிக்காரர்களைச் சுட்ட பத்ரு தங்களுக்கு மேலிருந்த சிஆர்பிஎஃப் வீரர்களைப் பற்றிச் சொன்னதும் அவர் அறியாமையின் வெளிப்பாடே. 'சிஆர்பிஎஃப் ஆட்கள் நல்ல மனிதர்களே அல்ல. எங்களை அவர்கள் மனிதர்களாகவே மதிப்பதுகூட இல்லை. நாய்களைப் போல் எங்களை நடத்துகிறார்கள்.'

சுஷாந்த் நேர்காணல் கண்ட 42எஸ்பிஓக்களில் 30 பேருக்கு இந்தக் குறை இருந்தது. மனிதர்களாகவே எங்களை சிஆர்பிஎஃப் மதிப்பதில்லை என்பது பெரும் குறையாக இருந்தது. மேலும் நாகரிக எல்லைக்கு வெகு தள்ளி காட்டுப் பகுதிகளில்தான் அவர்களுக்கு வேலை இருந்தது. இருள்சமயங்களில் அச்சம் எப்போதும் மனதை இறுக்கியிருக்கும். ஒவ்வொரு மரத்திற்குப் பின்னும் ஒரு பெரிய அச்சம் காத்திருக்கும். அது போதாதென்று மலேரியா காய்ச்சல் மிக எளிதாக உயிரைப் பலி வாங்கியது. இந்தத் தொல்லைகளுக்கெல்லாம் காரணம் ஆதிவாசிகள்தான் என்பது சிஆர்பிஎஃப்பின் ஆணித்தரமான கருத்து. ஆதிவாசிகள் தங்களுக்கு நேரும் தொல்லைகளை எதிர்த்து நிற்பதே காரணம் என்ற கோபத்தோடுதான் சிஆர்பிஎஃப் எப்போதும் இருப்பார்கள். ஆதிவாசி மக்களுக்கு சிஆர்பிஎஃப் இரட்டை வேடம் தருவார்கள். ஒன்று அடக்குமுறையாளர்கள் அல்லது நக்சலைட்டுகள்; இரண்டாவது, அதே ஆதிவாசிகள் நக்சலைட்டுகளாக இருந்தால் அவர்களை மூளையில்லா அர்த்தம் கெட்ட மனிதர்கள் என்பார்கள், அவர்களே எஸ்பிஓக்களாக மாறியிருந்தால் அவர்கள் 'பாவப்பட்ட மக்களாக'வும் மாறிவிடுகிறார்கள்.

எஸ்பிஓக்களாகப் பல பெண்களும் சேர்ந்தனர். வெறுமனே வீட்டில் ஏதுமின்றி இருந்த அலுப்பும் அவர்கள் மாறுவதற்குக் காரணமாக இருக்கலாம். ஆனால், பெண் எஸ்பிஓக்களுக்கு வாழ்க்கை முறையும், ஆண் வர்க்கத்தால்தான் முடிவு செய்யப்படுகிறது. காலை ஏழு மணியிலிருந்து மதியம் ஒரு மணி வரை இடுப்பு முறிக்கும் வேலை. அதிகாரிகளின் உடைகளைத் துவைக்கவேண்டும். காவல் நிலையங்களைச் சுத்தப்படுத்தி, கழுவித் துடைக்கவேண்டும். தேநீர் விடுதி வேலையும் இதனோடு சேரும். பொதுவாக பெண் எஸ்பிஓக்கள் இரவுக் காவல் சுற்றுக்களுக்குச் செல்ல வேண்டிய தில்லை. பல பெண் எஸ்பிஓக்கள் வேறு எஸ்பிஓக்களையோ காவல் துறையினரையோ திருமணம் செய்துகொள்வதுண்டு. ஆனாலும்,

பாலியல் தொல்லைஅதிகமே. காவல் துறை ஆட்களே இதற்குக்காரணம். மார்ச் மாதம் 2007இல் சத்தீஸ்கரின் ஆயுதப் படை வீரர்கள் (சிஏஎஸ்)இருவர் கோண்டா முகாமில் அடிக்கப்பட்டனர். பெண் எஸ்பிஓக்களைப் பாலியல் தொல்லை செய்ததாகச் சொல்லி ஆண் எஸ்பிஓக்கள் அவர்களைத் தாக்கினர். 2010ஆம் ஆண்டு அக்டோபர் மாதத்தில் எனக்குக் காவலாக நியமிக்கப்பட்ட எஸ்பிஓக்களில் இருந்த பெண்கள் மத்தியில் இந்து வழிமுறை களைப் பார்த்தேன். அனுபவம் வாய்ந்த பெண் எஸ்பிஓக்கள் விரதம் இருப்பார்கள். எஸ்பிஓக்கள் அனைவருமே காலப் போக்கில் காவல் துறையின் முழு நேர வேலைக்காகச் சேர்த்துக் கொள்ளப்படுவோம் என்ற நம்பிக்கையுடன் இருந்தனர்.

எதிர்ப்பணியில் சேர்ந்த புதிதில் நமக்குத் தோழராக இருந்த பழைய நண்பர்களையும் கொல்வது என்பது எளிதான விஷயமில்லை. கரம் ராவா என்னிடம் மிகுந்த கவலையோடு தனது அனுபவத்தைப் பகிர்ந்து கொண்டார். அவர்கள் ரோந்து செல்லும்போது பிடிபட்ட நக்சல் குழுவில் சீருடையில் இரு பெண்களும் இருந்தனர். அவர்கள் எங்களைப் பார்க்கவில்லை. நாங்கள் ஒளிந்திருந்து அந்த இரு பெண்கள் உள்பட மாவோயிஸ்டுகளை சுட்டுக் கொன்றோம். அந்த இரு பெண்களும் எங்கள் பகுதியைச் சேர்ந்தவர்கள். ஒருத்தி இப்பகுடா பகுதியிலும் இன்னொருத்தி போதராஸ் பகுதியிலும் வாழ்ந்தவர்கள். அவர்கள் இருவரையும் எனக்கு ஏற்கெனவே தெரியும். நான் பள்ளி மாணவனாக இருந்தபோது அப்பெண்கள் பள்ளிக்கு வந்து, படிப்பு முடிந்தபின் நாங்கள் அவர்களோடு சேர்ந்து கொள்ளவேண்டும் என்றுகேட்க வருவது வழக்கம்.'

சில சமயங்களில் தாக்குதல்களுக்கு முன்பே எஸ்பிஓக்கள் தங்களுக்குத் தெரிந்தவர்களை, உறவினர்களை எச்சரிப்பதுண்டு. முச்சாக்கி ராஜூ என்னும் எஸ்பிஓ இரண்டு கிராமங்களை எரித்து, அங்கிருந்த ஏழு பேரைச் சுட்டுக் கொன்றவர். ஆனால், அதற்கு முன்புஅவர் அங்கிருந்த இரு பெண்களைக் காப்பாற்றினார். இப்பெண்கள் மாவோயிஸ்டுகளின் பண்பாட்டுக் குழுவில் இருந்தவர்கள். இப்பெண்களை முதலில் இந்தக் குழுவில் சேர்த்து விட்டதே முச்சாக்கி ராஜூதான். அப்பெண்களே இதை அவரிடம் நினைவுபடுத்தியுள்ளனர். முச்சாக்கிக்கு இரக்கம் இருந்தது.

இப்படி வரும் எஸ்பிஓக்களில் இன்னொரு தனி வகை உண்டு. மாவோயிஸ்டுகள் மத்தியில் உயர்ந்த நிலையில் இருந்துவிட்டு, பின் விலகி எஸ்பிஓ ஆன மக்கள். மாவோயிஸ்டுகளை எதிர்த்து இவர்கள் மேற்கொள்ளும் நடைமுறைகள் மிகக் கடுமையாக, கொடூரமாக

இருக்கும். ஜோன்பள்ளியைச் சேர்ந்த பாம் என்பவர், கோண்டா பகுதியில் தன் ஈவிரக்கமற்ற கொடூரச் செயல்களால் ஆதிவாசிகளிடம் பெரும் கெட்ட பெயர் எடுத்தவர். ஆனால், இவர் எஸ்பிஓ ஆவதற்குமுன் நகரத்தின் தளம் என்ற அமைப்பின் தலைவராக இருந்தவர். இவர் கட்சியில் இருந்தபோது ரூபாய் 15,000க்குத் தளத்திற்குத் தேவையான சாமான்களை ஆந்திரப் பிரதேசத்தின் செர்லா பகுதியில் வாங்குவதற்காக அனுப்பப்பட்டார். ஆனால், இவர் டோர்னாபால் சென்று, அங்கே சரணடைந்து எஸ்பிஓ ஆனார். 2006ல் இவர் தன் படையுடன் போர்குடா சென்று, இரண்டு தளம் உறுப்பினர்களைக் கொன்றார். 2013இல் இன்னும் 'பெரிய' மனிதரானார். தன் பகுதியில் இருந்த எஸ்பிஓக்களின் தாதா ஆனார். கிராமத்து மக்களிடமிருந்து காசைத் தட்டிப் பறித்தார்.

நாட்கள் ஓடும்போது எஸ்பிஓக்கள் மேலும் மேலும் கொடுமைக் காரர்கள் ஆனார்கள். கொலையும் பாலியல் பலாத்காரமும் இயல்பாகிவிட்டன. அதுவும் பத்து நக்சலைட்டுகளை நீங்கள் கொன்றால் உங்களுக்குப் பதவி உயர்வு கிடைக்கும். எஸ்பிஓவிலிருந்து காவல் துறையின் கான்ஸ்டபிள் வேலைக்கு உயரலாம் என்று சொல்லியிருப்பார்கள். கொலைகளை அவர்கள் ஆரம்பிப்பார்கள். அதுவே ஒரு தொடக்கப்புள்ளி; திரும்பிவர முடியாத புள்ளி அது. கொலைகளும் அதன் எண்ணிக்கைகளும் மிகச் சாதாரணமாகிவிடும். குடி,புகை, சூதாட்டம் என்று கொண்டாட்டத்தில் இருக்கும் போது தங்கள் கொலை எண்ணிக்கையைப் பெருமையாகப் பேசுவதையும், அதையே பணயமாக வைத்து விளையாடுவதையும் சாதாரணமாகப் பார்க்கலாம். சில எஸ்பிஓக்களின் கொடூரத்தைப் பார்த்து காவல் துறையினரே கிராமத்து மக்கள்மீது பாவப்படுவார்கள். எஸ்பிஓக்கள் பிடித்து வைத்துள்ள பரிதாபமான கிராமவாசிகள்மீது இரக்கம் கொண்டு இரவோடு இரவாக காவல் நிலைய உயர் அதிகாரிகளே தப்பிச் செல்ல அனுமதிப்பதும் வழக்கம்.இதை அவ்வாறு தப்பித்து ஓடிய சில கிராமத்தினர் என்னிடம் கூறியுள்ளனர்.

சில எஸ்பிஓக்களுக்கு மனச்சாட்சி வேறுவிதமாக இருக்கும். பைரம்கார் பகுதியின் ஜுடும் தலைவர் விக்ரம் மாண்டவி 2010இல் சுவிந்தின் நேர்காணலில், 865 சங்க உறுப்பினர்கள் சரணடைந்து எஸ்பிஓக்கள் ஆனார்கள். ஆனால், அதில் 205 பேர் திரும்பித் தங்கள் ஊருக்குச் சென்று மாவோயிஸ்டுகளோடு இணைந்துகொண்டார்கள் என்ற தகவலைச் சொல்லியுள்ளார்.

பொதுவாகவே இந்தப் போர்க்களத்தில் மக்களின் சார்புத் தன்மை ஒரு பெரும் கேள்விக்குறியே. ஓர் உதாரணம்: 2007இல் ராணி

போட்லி முகாமின்மீது மாவோயிஸ்ட் தாக்குதல் நடத்தினர். இது முகாமில் இருந்த எஸ்பிஓக்கள் செய்த உதவியால்தான் முடிந்தது. இதனாலேயே அரசு எஸ்பிஓக்களின் கைகளில் ஆயுதங்களைக் கொடுக்க மிகவும் தயங்கியது. அவை எஸ்பிஓக்களின் கைகளி லிருந்து மாவோயிஸ்டுகளின் கைகளுக்கு எளிதாகச் சென்றுவிடும் என்ற அச்சமிருந்தது. 2016 ஆகஸ்ட் மாதம் மாவோயிஸ்டுகளின் ‘மக்கள் பாதுகாப்புக் குழு’வின் தலைவர் குடியும் பண்டா சிஆர்பி எஃப்பினால் பிஜாபூரில் தாக்கப்பட்டு கைது செய்யப்பட்டார். ஆனால், இவர் ஒரு முன்னாள் எஸ்பிஓ.

தாக்குதல் சமயங்களில் இறந்த எஸ்பிஓக்களின் எண்ணிக்கை பாதுகாப்புப் படையினரின் எண்ணிக்கையைவிட மிகவும் அதிகம். அதே போல் ஓர் எஸ்பிஓவின் மரணத்திற்கு அரசு அளித்த உதவித் தொகை 2004இல் ஒரு லட்சமாக இருந்து 2007இல் ஐந்து லட்சமாக உயர்ந்தது. ஆனால், ஒரு காவல் துறை கான்ஸ்டபிள் ஓய்வு பெற்றபின் பெறப்போகும் ஓய்வுத் தொகையோடு ஒப்பிடும் போது உதவித் தொகை மிக மிகச் சிறிய அளவு.

தவறுகளைத் தட்டிக் கொடுத்து வளர்ப்பது

‘எஸ்பிஓக்களின் வேலை சட்டத்திட்டத்திற்கு உட்பட்டது. எஸ்பிஓக்கள் அவர்களுக்காக விதிக்கப்பட்ட சட்ட அமைப்புகளுக் குள்ளும், கட்டுப்பாட்டிற்குள்ளும் மட்டுமே இயங்க முடியும். ஆனால், இந்த விண்ணப்பம் எஸ்பிஓக்களை உருக்குலைத்து, அதன் மூலம் நக்சலைட்டுகள் பிழைத்து, செழித்து வாழ வகை செய்கிறது.’

சத்தீஸ்கர் அரசின் பிரமாணம், ஜனவரி 2008

எஸ்பிஓக்கள் எப்போதும் பதற்றத்துடன்தான் இருக்கவேண்டும். எப்போது வேண்டுமானாலும் அவர்கள் அழைக்கப்படலாம். அப்போது அவர்கள் அங்கில்லை என்றால் சம்பளம் குறைக்கப் படலாம் அல்லது வேலையிலிருந்தே தூக்கி எறியப்படலாம். சிறு சிறு தவறுகளுக்குக்கூட பெரிய தண்டனைகள் காத்திருக்கும். ஆனால், இன்னொரு பக்கம் மிகுந்த வித்தியாசமாக இருக்கும். தாக்குதல் சமயங்களில் கொள்ளையடித்தாலோ பாலியல் பலாத்காரம் செய்தாலோ கொலை செய்தாலோ எந்தத் தண்டனையும் கிடையாது. அதற்கு முழு சுதந்தரமும் ஊக்கமும் மட்டுமே கிடைக்கும். இந்த ஊக்கத்தால் கிராமவாசிகள் அடங்கிக் கிடப்பார்கள். பாதுகாப் பின்மையை கிராமத்தார் முழுமையாக உணர்வார்கள்.

ஆதிவாசிகள் எல்லா வகையிலும் கீழ்த்தட்டு மக்களாகவே நடத்தப் பட்டனர். எஸ்பிஓக்களும் காவல் துறையும் அவர்களைக் கீழாகவே நடத்தியது. எஸ்பிஓக்களும்கூட கீழானவர்களாகவே கருதப் பட்டனர் என்றாலும் அவர்களிடம் ஆயுதம் இருந்தது. அந்த ஆயுதங்களை வைத்து ஆதிவாசிகளை அவர்களால் கொல்லமுடியும் என்பதால் அவர்கள் சற்றே உயரத்தில் இருந்தனர். ஆதிவாசிகள் அரசினால் காப்பாற்றப்பட வேண்டியவர்கள் என்ற அடிப்படை உணர்வு யாருக்கும் இருக்கவில்லை.

உள்ளூர் காவல் துறை மட்டுமல்ல, அரசும் எஸ்பிஓக்கள் மீதான எந்தக் குற்றச்சாட்டுகளையும் கண்ணெடுத்தும் பார்ப்பதில்லை. எடுத்த உடனேயே தவறான குற்றச்சாட்டு என்று சொல்லி, அதைத் தூர எறிந்து விடுவார்கள்.

சில சமயங்களில் எப்போதெல்லாம் மக்களின் கூக்குரல் அதிகமாக இருக்கிறதோ, அப்போது மட்டும் அக்குற்றச்சாட்டுகளை அரசு பதிவு செய்யும். ஆனால், குற்றம் சாட்டப்பட்டவர்கள், ‘யாரென்று தெரியாதவர்கள்’ என்று குறிப்பிட்டு விடுவார்கள். அதோடு நிற்காமல் குற்றச்சாட்டு கொடுத்தவர்கள்மீது அரசு புதிய வழக்கு களைப் பதிவு செய்யும். அவர்கள் நக்சலைட்டுகள் அல்லது நக்சலைட்டு ஆதரவாளர்கள் என்று வழக்கு புனையப்படும். 2005-10 என்ற ஐந்து நீண்ட ஆண்டுகளில் இரண்டே இரண்டு வழக்குகள் மட்டும் பதிவு செய்யப்பட்டன. பிஜாபூர், தண்டேவடா என்று இரு மாவட்டங்களில் காவல் துறைமீது கொடுக்கப்பட்ட வழக்குகள் இந்த இரண்டே இரண்டுதான். இதோடு தந்தேவாடா பகுதியில் மூன்று வழக்குகள் சல்வா ஜுடும்மீது போடப்பட்டது. பிஜாபூரில் அதுகூட இல்லை. 2006-07இல் ஜுடுமிற்கு எதிராக மக்கள் கொடுத்த பத்து குற்றச்சாட்டுகள் பொய்யென தள்ளுபடி செய்யப்பட்டன. 2008இல் கொடுக்கப்பட்ட குற்றச்சாட்டுகள் 44; அதில் நான்கு வழக்குகள் மட்டுமே ஆய்வுக்கு எடுத்துக்கொள்ளப்பட்டன. பின், அந்த நான்கு வழக்குகளும் பொய் என நிராகரிக்கப்பட்டன.6

எஸ்பிஓக்களையும் சல்வா ஜுடுமையும் காப்பாற்ற காவல் துறை எந்த அளவிற்கும் முனைவார்கள். சிறிதளவு அவ்வப்போது வெளிச்சமும் வரத்தான் செய்தது. 2009இல் ஐந்து இளம் பெண்கள் தாங்கள் பாலியல் பலாத்காரம் செய்யப்பட்டதாக நீதிமன்றத்தில் வழக்கு பதிந்தனர். அப்பெண்கள் இந்த அளவிற்குத் துணிந்து வழக்காடியதற்கு பியூசிஎல் உறுப்பினரும், வழக்கறிஞருமான சுதா பரத்வாஜ் என்பவரும், தந்தேவாடாவில் உள்ள விசிஏஎன்ற அமைப்பும் காரணமாயிருந்தன. பெண்கள் தங்களைப் பலாத்காரம்

செய்தவர்களின் பெயர்கள், அடையாளங்கள் என்று அனைத்தும் கூறினர். ஆனால், காவல் துறை தங்களால் அக்குற்றவாளிகளைப் பிடிக்கமுடியவில்லை என்று நீதிமன்றத்தில் கூறிவிட்டது. உண்மையில் அக்குற்றவாளிகள் மிகப் பத்திரமாக காவல் நிலையத்திற்குள் வைக்கப்பட்டிருந்தனர். அதன் பிறகு எஸ்பிஓ உறுப்பினர்கள் அப்பெண்களையும் அவர்கள் குடும்பத்தினரையும் மிகவும் அச்சுறுத்தி அந்த வழக்குகளைத் திரும்பப் பெற்றுவிட்டனர்.

இவ்வழக்கில் இருந்த ஐந்து பெண்களில் ஒரு பெண்ணின் அனுபவம் மிக மிக வேதனையானது. பெண்ணின் பெயர் மர்க்காமி போடோ. இவள் தன் உறவினர் வீட்டுக்குச் செல்லும் வழியில் ஜுடும் ஆள்களால் மடக்கப்பட்டு கோண்டா காவல் நிலையம் அழைத்துச் செல்லப்பட்டாள். அங்கே எஸ்பிஓக்களால் பாலியல் பலாத்காரம் செய்யப்பட்டாள். உச்ச நீதிமன்றத்திற்கு இவளுடைய வழக்கை நாங்கள் எடுத்துச் சென்றோம். 2009 ஜுன் மாதம் 17ஆம் தேதி நீதிமன்றத்தின் ஆணையின்படி எடுத்த நடவடிக்கையின்படி தந்தேவாடாவின் போலீஸ் சூப்பிரண்டெண்ட், ‘காவல் துறை இப்பெண்ணைப் பற்றி விசாரித்ததாகவும், ஆனால், அவள் எங்கே போனாள் என்றே தெரியவில்லை’ என்றும் கூறியது. இது எவ்வளவு பெரிய பொய்யென்றால், காவல் துறையின் இந்தக் கூற்றுக்கு முந்தைய நாள்தான் விசாரணை நீதிமன்றத்தில் அப்பெண் சாட்சி கொடுத்திருந்தார். அதிலும் வேதனையான ஒரு வேடிக்கை நடந்தது. யாரிடமெல்லாம் இப்பெண்ணைப் பற்றி விசாரித்தார்கள் என்றொரு பட்டியலை எஸ்பி கொடுத்திருந்தார். அவர்கள் சல்வா ஜுடும் தலைவர்களான பெத்துராஜா, சோயாம் மூக்கா, தினேஷ் ஆகியோர். வேதனை என்னவெனில் அந்தப் பெண் குற்றவாளிகளாகப் பெயர் கொடுத்திருந்ததே இந்த ஆட்கள்மீதுதான். காவல் துறை தவறிழைத்தது என்றால் நீதிமன்றம் வேடிக்கை பார்த்தது.

பழைய எஸ்பிஓக்களின் பதிய அவதாரங்கள்

2010ஆம் ஆண்டு எஸ்பிஓக்கள் மிசோ ரிசர்வ் படையினரால் பயிற்றுவிக்கப்பட்டனர். அதிலிருந்து எஸ்பிஓக்கள் தங்களை ‘கோயா அதிரடிப் படையினர்’ என்று அழைத்துக்கொள்ள ஆரம்பித்தனர். அந்தப் படையினரில் சிலர் புதிய அவதாரங்கள் எடுக்க ஆரம்பித்தனர். கர்தம் சூர்யா, கிச்சி நந்தா இருவர்மீதும் பல கொலை, கொள்ளை வழக்குகள் பதியப்பட்டிருந்தன. பாலியல் பலாத்கார வழக்குகளும் இருந்தன. இந்த அட்டூழியக்காரர்கள் இப்போது வலிமை வாய்ந்த தாதாக்களாக மாறினர். எல்லாம் அவர்கள் ராஜ்ஜியம்தான். ஒவ்வொருவரின் கீழும் 20-30எஸ்பிஓக்கள் இருப்பார்கள். இவர்கள்

காவல் துறைக்குள் வராமல் நேரடியாக தாதாக்களிடமே தொடர்பு கொண்டு இருந்தனர். அவரவர் பெயர்களோடு குழுக்கள்(சூர்யா குழு என்பது போல்) இருந்தன. அதிலும் சூர்யா போன்ற தாதாக்கள் தந்தேவாடாவின் உயர் போலீஸ் அதிகாரி எஸ்பி, எஸ்ஆர்பி கலூரியோடு நேரடித் தொடர்பு கொண்டிருந்தனர்.

ஓய்வுபெற்ற துணை உயர் போலீஸ் அதிகாரி (டிஎஸ்பி)கர்தம், சூர்யாவைப் பற்றி என்னிடம் பேசிக் கொண்டிருந்தார். சூர்யாவின் தந்தையை மாவோயிஸ்டுகள் கொலை செய்துவிட்டதால் அந்த வஞ்சத்தை மனத்தில்கொண்டு சூர்யா இவ்வாறு ஆகிவிட்டான் என்றார் அவர். ஆனால் கிராமத்து மக்கள் கொடுத்த கருத்தே சரியாக இருக்கிறது. வஞ்சினம் என்று ஏதாவது இருந்தால் அது எல்லாமே மூன்றாம் நிலையில் வேண்டுமானால் இருக்கலாம். பணமும் அதிகாரமுமே முதல் வரிசையில் நின்றன. ஜுடும் கூட்டங்களுக்கு ஆள் சேர்த்தல், வந்தவர்களைவிட அதிகக் கணக்குக் காண்பித்து காசு வாங்குதல், கிராமத்து மக்களிடமிருந்து மீண்டும் வசூலிப்பது, ரேஷன் கடைக்காரர்களிடமிருந்து விழுக்காடுகள் ஒதுக்குவது, பீடி இலை ஒப்பந்தக்காரர்களிடமிருந்து விழுக்காடுகள், நீர்நிலை, வனத்துறை, பொதுப் பணி எதுவாயிருந்தாலும் புதிய ஒப்பந்தக் காரர்களிடமிருந்து லஞ்சம் வாங்குவது என்று எத்தனை எத்தனை வழிகள்! பணம் குவிந்தது. மாதம் பத்து லட்சத்திற்கு மேல் அவனுக்கு வருமானம் வரும் என்று அவனைத் தெரிந்தவர்கள் கூறினர். இப்பணத்திலிருந்து மேல் மட்டத்துக்கும், அதன் கீழ் உள்ள ஆட்களுக்கும் பணம் கொடுத்தது போக மிஞ்சியது அதிகம். 2012இல் மாவோயிஸ்டுகளின் தாக்குதலில் அவன் மாண்டபோது, டோர்னாபாலில் எட்டு மாடிக் கட்டடத்தைச் சொந்தமாகக் கட்டிக் கொண்டிருந்தான். கள்ளப் பணம் இல்லாவிட்டால் எப்படி அத்தனை பெரிய கட்டடம் எழும்! ஜுடும் வளர்ந்தது. அத்தோடு இந்த தாதாவும் அளவுக்கு மீறி வளர்ந்துவிட்டான்.

2005-07ஆண்டுகளில் எஸ்பிஓக்களாக மாறியவர்கள் 2011இல் திருமணமாகி, குடும்பத்தோடு சொந்த வீடுகளில் அல்லது முகாம்களில் குடியிருந்தனர். மாவோயிஸ்டுகள் திரும்பத் திரும்ப இவர்களை அந்த வேலையை விட்டுவிட்டு கிராமத்திற்குத் திரும்பச் சொன்னார்கள். ஏறத்தாழ மூன்றில் ஒரு பங்கினர் அவ்வாறே திரும்பிவந்தனர். 4607எஸ்பிஓக்கள் அப்படியே இருந்துவிட்டனர். உச்ச நீதிமன்றம் எஸ்பிஓ என்றொரு அமைப்பு கிளர்ச்சி நடத்த அனுமதிக்கக்கூடாது என்று தீர்ப்பளித்திருந்தது. அரசு மிக எளிதாக இந்தக் கட்டுப்பாட்டைத் தாண்டியது. எஸ்பிஓக்களுக்கு இப்போது புதிய பெயர் சூட்டப்பட்டது, அது 'ஆயுதம் தாங்கிய துணைப்

படை'.7 பெயரை மட்டும் மாற்றி வைத்துவிட்டு அரசு எளிதாக அந்தத் தீர்ப்பைச் சமாளித்துவிட்டது. அவர்களுக்குச் சம்பளம் ரூபாய் 9,300 என்ற அளவு உயர்ந்தது. பெயர்கள் மட்டும்தான் மாறியிருந்தது. அவர்களது அட்டூழியங்களும் கிராமத்து மக்களுக்கு அளித்த அச்சமும் தொல்லைகளும் குறையவில்லை. கிராமத்து மக்களுக்கு இரு புறமும் அடி வாங்கும் மத்தளத்தின் நிலைதான். ஒரு புறம் பெயர் மாறிய எஸ்பிஓக்கள். இன்னொரு புறம் மாவோயிஸ்டு கள். 2015 ஜூலை மாதத்தில் துணை கான்ஸ்டபிள்களாக மாறிய நான்கு எஸ்பிஓக்கள் மாவோயிஸ்டுகளால் கொல்லப்பட்டனர்.

2013இல் காவல் துறை புதிய அமைப்பு ஒன்றினை ஏற்படுத்தியது. அது 'மாவட்ட பாதுகாப்புக் காவலர்கள்' (டிஆர்ஜி).அந்த அமைப்பை ஆரம்பிக்கும்போதும் எஸ்பிஓ போலவே சில நியதிகள், வசதிகள் கொண்டதாக அதனை அமைத்தனர். 'குறைந்த சம்பளம்', 'வனத்தைப் பற்றிய அறிவு', 'மொழியறிவு', 'நில அறிவு', 'நக்சலைட்டுகளைத் தோற்கடிக்கும் மனப்பான்மை', 'நக்சலைட்டு களின் பலியாட்கள்' என்று அத்தனையும் நிறைந்த மக்களை வைத்து இப்படையினை உருவாக்கினர். இதனாலேயே எஸ்பிஓக்கள் போலவே டிஆர்ஜியும் மிகக் கொடூரமான செயல்களைச் செய்தனர். மக்களின் கிளர்ச்சிகளை அடக்குகிறோம் என்ற பெயரில் பெடாஜெல்லூர் என்ற இடத்திலும் அதற்குப் பக்கத்திலும் உள்ள பிஜாபூரியை ஒட்டிய கிராமங்களில்2015ஆம் ஆண்டு நவம்பர் மாதம் மொத்தமாகப் பல பெண்களைக் கொடூரமாகக் கூட்டுப் பாலியல் பலாத்காரம் செய்தனர்.

எஸ்பிஓ, டிஆர்ஜி உறுப்பினர்கள் எல்லோரும் உள்ளூர் மக்கள் தானே! அதனால் அவர்களை வைத்தே காவல் துறை மக்களின் கிளர்ச்சிகளை முறியடித்தனர். இந்த உறுப்பினர்கள் மாவோயிஸ்டு கள் போல் நடித்து, கிராமத்து மக்களையும் தங்கள் பக்கம் சேர்ப்பது போல் நடிக்க வைத்து அவர்களை மடக்கிப் பிடித்தனர். 2016ல் காவல் உயரதிகாரி, கலூரி பிடிஐயிடம்,'டிஆர்ஜி உறுப்பினர்கள் உள்ளூர் ஆட்களாக இருந்தாலும் புதிய சீருடையில் இருந்ததால் கிராமத்து மக்களுக்கு இவர்களை நக்சலைட்டுகளிடமிருந்து வேறுபடுத்திப் பார்க்க முடியவில்லை (!) என்று சொன்னார்.'

2009இல் ஜெய்பாலில் உள்ள கிராமத்து மக்கள் எஸ்பிஓக்கள் எப்படித் தங்களை ஏமாற்ற முயன்றனர் என்று என்னிடம் விளக்கினார். இரவில் மாவோயிஸ்டுகளின் உடைகளை அணிந்துகொண்டு எஸ்பிஓக்கள் எங்கள் வீட்டிற்குள் நுழைந்து மாசா என்ற சங்க உறுப்பினரைத் தேடி வந்திருப்பதாகக் கூறினர். மாசா வந்ததும்,

அவரிடம், 'நாம் கொர்க்கு காவல் நிலையத்திற்குத் தாக்குவதற்காக உள்ள திட்டம் பற்றிய செய்தி உனக்குத் தெரியுமா?' என்று கேட்டனர். மாசா தனக்கு அது பற்றி ஏதும் தெரியாது என்றார். அப்படியானால் எங்களைக் கிராமத்துத் தலையாரியிடம் கூட்டிக்கொண்டு போ என்றனர். இதன் பின் நடந்ததைத் தலையாரி என்னிடம் விளக்கினார்.

'அன்று மாலை சேவல் சண்டை ஒன்றில் போட்டி போட்டு, அதில் வென்று அந்த மகிழ்ச்சியில் மது அருந்திவிட்டுப் படுத்துத் தூங்கி விட்டேன். காலை மூன்று மணிக்கு எஸ்பிஓக்கள் கதவைத் தட்டி எழுப்பினர். ஜார்க்கண்டிலிருந்து வரும் மாவோயிஸ்டுகள் என்று தங்களைப் பற்றிச் சொன்னார்கள். அதோடு தேவா, கிரண் என்ற மாவோயிஸ்ட் உறுப்பினர்களைச் சந்திக்க வந்திருப்பதாகக் கூறினர். எனக்கு அவர்களைத் தெரியாது என்று தந்திரமாகச் சொல்லி விட்டேன். ஆனால், மாசா என்னிடம் ஒரு கைப் பிரதியைக் காண்பித்து, 'எனக்கே இது தெரியும்? உங்களுக்குத் தெரியாதா?' என்று கேட்டார். இதைக் கேட்டதும் எஸ்பிஓக்கள் என்னை வீட்டை விட்டு வெளியே இழுத்துச் சென்றனர். 150எஸ்பிஓக்கள் சுற்றி வளைத்து நின்றனர். என்னை அடிக்க ஆரம்பித்தனர். வயதான என் தாய் அதைத் தடுக்க வந்தார். துப்பாக்கிக் கட்டையால் ஓங்கி அவரை அடித்தனர். அம்மாவின் கால் எலும்பு முறிந்து போனது.

ஒரு கிலோ மீட்டர் தூரத்தில் இருந்த பள்ளிக்குஎன்னை இழுத்துக் கொண்டே சென்றனர். வழியில் என் கிராமத்து நண்பர்கள் ப்ரமோத், ஹட்மா உதவிக்காக குறுக்கே வந்தனர். அவர்களையும் அடித்து நொறுக்கினர். சேவல் சண்டை வெற்றியில் நான் வைத்திருந்த 1000 ரூபாயை என்னிடமிருந்து பிடுங்கிக்கொண்டனர். அவர்கள் அடித்த அடியில் நான் மயக்கமாகி விட்டேன். நான்கு வாளித் தண்ணீரை, என் மேல் ஊற்றி முழிக்க வைத்தனர். முழித்ததும் மீண்டும் அடியும் உதையும் கிடைத்தன.நான் எந்தக் கட்சியை ஆதரிக்கிறேன் என்று கேட்டனர். அதோடு நீ சிபிஐ என்று சொன்னால், உன்னை உயிரோடு விடமாட்டோம் என்றனர். நான் என்னை ஒரு காங்கிரஸ் ஆதரவாளன் என்றேன். துலபாரா என்ற இடத்திற்கு என்னை இழுத்துச்சென்று அங்கிருந்த காங்கிரஸ்காரரிடம் கொண்டு சென்றனர். நல்ல வேளை, அவர் என்னைக் காங்கிரஸ் ஆதாரவாளன் என்று கூறியதும் என்னை விட்டு விட்டார்கள். அன்று நான் மட்டுமல்ல. கிராமத்தில் இன்னும் பலரும் தாக்கப்பட்டனர்.'

இப்படிப் பொய் வேடமிட்டு மாவோயிஸ்டுகள் மாதிரி வந்து சின்னப் பசங்களையெல்லாம் அழைத்து, அவர்களது பெயர், பெற்றோர் பெயர் என்றெல்லாம் கேட்டு எழுதி வைத்துக்கொண்டு

ஒன்றும் தெரியாதவர்கள் போல் சென்று மாவோயிஸ்ட் கூட்டங்களுக்கு யார், யார் போனார்கள் என்ற விவரங்களைக் கேட்டு எழுதிக் கொள்வார்கள்.

பைத்தியக்காரச் சூழலில் ஒரு நடைமுறைத் திட்டம்

'அவர்கள் எவ்வளவு மோசமானவர்களாக இருந்தாலும், அந்த அளவு நாம் கற்பனை செய்து கொள்ளாமல் அவர்களைச் சந்தித்தால் அப்போது அவர்கள் நிச்சயமாக ஒரு நல்ல மனிதர்களாகத்தான் தோன்றுவார்கள்.'

...ஷேக்ஸ்பியர்,
A Midsummer Night's Dream

'நம்பிக்கையற்ற முறையில்தான் இந்த அமைப்பு ஓடிக்கொண்டிருக்கிறது. காவல் துறைக்கு மக்கள் மேல் நம்பிக்கையில்லை; மக்களுக்கோ காவல் துறை மேல் நம்பிக்கையில்லை. அமைப்பு முழுவதுமே நம்பிக்கையின்மை என்ற அச்சில்தான் சுழன்று கொண்டிருக்கிறது.'

...சத்தீஸ்கரின் எஸ்பி, 2015

பஸ்தாரில் உள்ள காவல் நிலையங்கள் எல்லாமே பெரும் காவல் கோட்டைகள்போல காட்சியளிக்கும். சுற்றிலும் கம்பியால் முள் வேலி; அடுக்கடுக்காக அரண் போல் மணல் பைகள்; துப்பாக்கி வைக்க உறையிட்ட தடுப்புப் பலகைகள்.மொத்தத்தில், கோட்டை போல் அவை இருந்தன. சுற்றியிருக்கும் கிராமத்து மக்களைப் பாதுகாப்பதற்கான ஓர் அமைப்பு போலன்றி, தன்னையே காத்துக் கொள்வதற்கான அமைப்பாக அது இருந்தது. நம்ப முடியாத பல கதைகள் இந்தக் காவல் நிலையங்களைச் சுற்றி நடந்ததாகக் கூறப்படும். இரவில் காவல் நிலையத்தைவிட்டு வெளியேறிய காவலர்கள் மீண்டும் காவல் நிலையத்திற்குள் நுழையமுடியாதபடி ஆன நிகழ்வுகள் பற்றியும் சொல்வார்கள்.

இந்தக் காவல் நிலையங்களோடு புதிதாக சிஆர்பிஎஃப் முகாம்களும் தொடர்ந்து நிறுவப்பட்டுவிட்டன. இந்த நிலையங்களும் காவல் நிலையங்கள் போலவே மிகுந்த பாதுகாப்புடன் அமைந்துள்ளன. இந்த அமைப்புகளால் பஸ்தார் இப்போது பல மைல் தூரத்திற்குக் கம்பி வேலியால் சூழப்பட்ட காட்டுப் பகுதி போல் தோற்றமளித்தது. அதிலும், ஒரு கிராமத்தின் நட்டநடுப் பகுதியில் ஒரு சிஆர்பிஎஃப் முகாம் தடுப்புக்கம்பி நடுவே அமைந்திருந்தது. அந்தக்

கிராமத்தைத்தாண்டிப் போக மற்ற கிராமத்து மக்கள் இந்தத் தடுப்புக் காவலை தாண்டித்தான் செல்ல வேண்டியிருந்தது. ஆனால், முக்கிய சாலைகள் காற்றாடிக் கிடந்தன. எப்போதாவது வரும் கால் நடைகளோ, இலைகள் சேகரிக்கும் கிராமத்து மனிதனோ மட்டும் அவ்வப்போது கண்ணில்படுவார்கள். ஆனால், சிஆர்பிஎஃப் உறுப்பினர்கள் நெடுஞ்சாலையின் முழு நீளத்திலும் இருப்பார்கள். சாலை அமைக்கும் பணியை மேற்பார்வை செய்துகொண்டே, சாலை ஓரத்து மரங்களின் பின்னால் ஒளிந்துகொண்டு ரகசியமாகக் கண்காணித்துக் கொண்டிருப்பார்கள். அத்தனை சிஆர்பிஎஃப் மக்கள் நிறைந்திருந்தாலும் அப்போது மாவோயிஸ்டுகளின் செய்தித் தட்டிகள், செய்திப் பதாகைகள் திடீரென்று மரங்களி லிருந்து தொங்கும். காவல் துறையே திரும்பிப் போ என்பது போன்ற வாசகங்களோ அல்லது கட்சி மாறி, எதிரிகளிடம் சரணடைந்த கிராமத்து மனிதர்கள் பற்றியோ அவற்றில் எழுதப்பட்டிருக்கும்.

எப்போதெல்லாம் முடியும் அப்போதெல்லாம் காவல் துறையின ரோடு கலந்துரையாடல் வைத்துக்கொள்வேன். முடிந்தவரை நடுநிலை எடுத்துப் பேசினாலும், எப்போதும் அவர்களுடைய எதிரியாகவே நான் பார்க்கப்படுவதுண்டு.

உயரத்திலிருந்து ஒரு கீழ் நோக்குப் பார்வை

ஈவிரக்கமற்ற காவலதிகாரி ஒருவர் சொல்கிறார். மாவோயிஸ்டு களுக்கு எதிரான தாக்குதல்கள்மூலம் அவர்களைக் கொண்டுவர வேண்டும் என்று என் மேலதிகாரிகள் விரும்பினால், நானும் நிறைய கொண்டுவருவேன். சடலங்களை. சரியான திட்டத்தின்மூலம் நான் அவர்களை வேரறுப்பேன்.

தி இந்து, *15.10.2015*

பல காவல் துறை அதிகாரிகளையும் ஓய்வு பெற்ற ராணுவ அதிகாரிகளையும் நான் அடிக்கடி சந்திப்பதுண்டு. பொதுவாக இந்தச் சந்திப்புகள் குளிரூட்டப்பட்ட அறைகளில் அறிவுஜீவிகளின் ஏற்பாட்டில் நடைபெறும். ஆனாலும், யாரை நான் சந்தித்து உரையாடினாலும் பொதுவாக 'மாற்றுக் கருத்து' உள்ள ஓர் ஆளாகவே நான் கருதப்படுவேன். நான் தனியாகவே இந்தச் சந்திப்புகளில் கலந்துகொள்கிறேன். வேறொரு வகை சந்திப்பும் உண்டு. அவை தொலைக்காட்சிப் படமெடுக்கும் அறைகளாக இருக்கும். என் எதிர்பக்கம் பொதுவாக ஓர் ஓய்வு பெற்ற காவல் அதிகாரி இருப்பார். எங்கள் நடுவில் ஒரு நடுவர். எதிரே இருப்பவர் அநேகமாக பிரகாஷ் சிங் என்பவராக இருக்கும். இந்த முன்னாள்

காவலதிகாரி காவல் துறை சுயமாக இயங்கவேண்டும் என்று பொதுநல வழக்கு தொடர்ந்தவர், சல்வா ஜுடும் அமைப்பை ஆதரித்தும் இத்தகைய வழக்குகளைப் போட்டிருக்கிறார். காவல் துறையிடமிருந்து வரும் விவாதம் ஏறத்தாழ ஒரே மாதிரியாக இருக்கும். முதலில் சட்ட ஒழுங்கு பிரச்னைகள் பற்றிப் பேசுவார்கள். அடுத்து முக்கிய விஷயமாக சமூகப் பொருளாதாரப் பிரச்னை பற்றிப் பேசுவார்கள். அதுவும் சட்டம் ஒழுங்குப் பிரச்னைகளைத் தீர்க்கத் தேவையான பொருளாதார வசதி கிடைத்துவிட்டால் சமூகப் பொருளாதாரப் பிரச்னைகளுக்கு இடம்இருக்காது. அதைப் பற்றி விவாதிக்கவும் மாட்டார்கள். ஒரு காவல் அதிகாரி மிக எகத்தாளமாக என் முன் ஒரு கேள்வியை வைத்தார். 'கான்சரைக் குணப்படுத்தாமல் விட்டுவிட்டால் எங்கே, எப்படி வளர்ச்சி இருக்க முடியும்?' . இந்த விவாதம் ஹைதராபாத்தில் உள்ள காவல்பயிற்சியமைப்பில் வைத்து நடந்தது.

காவலதிகாரிகள் மட்டுமல்ல, விவாதங்கள் எங்கே நடந்தாலும் அரசு அதிகாரிகளின் பேச்சுகள் அனைத்தும் ஒரே மாதிரியாகவே இருக்கும். ஆதிவாசிகளின் நிலங்கள் அல்லது வன நிலப்பரப்பு கையடக்கம் செய்யும் முறை பற்றிக் கேள்வியெழுப்பினால், உடனே, வளர்ச்சிக்கு எதிர்ப்பு, நவீன தொழில் நுட்பத்திற்கு எதிரி, ஆதிவாசிகளை அருங்காட்சியகத்தில் வையுங்கள், கைத் தொலைபேசி எதற்கு? என்பது போன்ற தலைப்புகளில் விவாதங்கள் அங்கங்கிருந்து ஆரம்பிக்கும். எனது விவாதத்தில், 'பொருத்தமான தொழில்நுட்பம் மக்களின் வாழ்க்கையை அடியோடு மாற்றுகிறது என்பதற்குக் கைத்தொலைபேசிஓர் உதாரணம்' என்று நான் சொன்னால் மக்கள் அதீத அதிர்ச்சியைக் காண்பிப்பார்கள். ஏதோ நான் சிகப்புக் கொடிக்குப் பதில் ஒரு ஸ்வஸ்திகா கொடியைத் தூக்கிப் பிடிப்பது போல் வன்மப் பார்வை பார்ப்பார்கள். பாதுகாப்புக்குச் சிறப்பிடம் கொடுத்து விவாதிக்கும்போது மாவோயிஸ்டுகளின் பொருளாதாரம் பற்றிப் பேசுவார்கள். மாவோயிஸ்டுகள் விதிக்கும் வரியை உடனே நிறுத்தவேண்டும் என்பது பற்றிப் பேசுவார்கள். காவல் துறை, அரசு போன்ற அமைப்பு களும்தானே வரி விதிக்கிறார்கள் என்று கேட்டால் ஒரு வார்த்தையும் அவர்களிடமிருந்து வராது.தனிப்பட்ட முறையில் நடக்கும் விவாதங்களில் பல அதிகாரிகள் தாங்கள் இளமையில் நக்சலைட்டு களை ஆதரித்ததாகச் சொல்வார்கள். பின்னாளில் 'ஒளியின் தரிசனம்' கிடைத்த பிறகு அல்லது வேலைக்கான போட்டித் தேர்வுகளில் வென்றபிறகு, இந்த இடைநிலைக் கனவுகள் கலைந்து போய் விட்டன என்பார்கள். இடைநிலைப் பொருளாதாரம் இதில் அதிகமாகப் பங்கேற்கிறது.

ராய்பூரில் 2005இல் முந்தைய உயரதிகாரி ஒருவர் சல்வா ஜுடுமை வியட்நாம் போராட்டத்தோடு இணைத்துப் பேசுவார். அங்கே அவர்கள் ராணுவத்தை விரட்டியதுபோல் இப்போது மாவோயிஸ்டு களை விரட்டியடிக்கவேண்டும் என்பார். நக்சலைட்டுகளை மையப் படுத்தி எழுதிய புதினத்தையும் காண்பிப்பார். அவர் இணையத் தளத்தில் இந்தச் சிந்தனைகள் பற்றியும் தொடர்ந்து எழுதி வந்துள்ளார். தனது வலைப் பக்கத்தில் தன் சதுர முகத்தை மூடும் அடர்ந்த முடிக் கற்றைகளோடும் பாரம்பரியத் தோற்றத்தோடும் உள்ள புகைப் படத்தைப் போட்டிருப்பார். அவர் தன் வலைப் பூவில் கீழ்க்கண்ட பதிவை எழுதியுள்ளார். அநேகமாக திரு எக்ஸ் என்பது அவர் தன்னைத் தானே குறித்துக் கொண்ட சொல்லாடலாக இருக்கலாம்.

'திரு எக்ஸ் அவர்களுக்குப் பல சவாலான ஆளுமைப் பதவிகள் கிடைத்தாலும் அவரின் படைப்பாற்றலையும் தன்முனைப்பையும் அவர் கைவிட்டதே இல்லை. அவருக்கே தன் படைப்பாற்றல்தான் அத்தனை அலுவலகச் சவால்களையும் நிறைவேற்ற உதவுகிறது என்ற ஆழமான நம்பிக்கை இருந்தது. அந்தச் சவால்களை நேர்மையோடு அணுக அவரால் முடிந்தது. அவர் தன் அனுபவங் களைத் தொகுத்து ஆங்கிலத்தில் ஒரு புதினம் எழுதி முடித்தார். 'போராளி' என்ற அப்புதினத்தின் பின்புலம் ஆழமான வன்மமும் அதிர்ச்சியும் பொதிந்ததாக இருந்தது. புதினத்தில் வரும் இரு நண்பர்களும் உலகத்தையே புரட்டிப் போட்டு மாற்ற முனைகிறார்கள். உலகத்தை முழுமையான அமைதியும் அறமும் நிறைந்த இடமாக மாற்ற முனைகிறார்கள். வலுவான எதிர்ப்புகள் அவர்களை அச்சுறுத்துகிறது. நடக்கும் போராட்டத்தில் வன்முறையில் ஒரு நண்பன் உயிர்த் தியாகம் செய்கிறான். ஆனால், அடுத்த நண்பன் தன் உயிரையும் மதிக்காமல், தொடர்ந்து தன் நண்பனின் நினைவோடு அமைதியை நிலைநாட்ட தன் போராட்டத்தைத் தொடர்கிறான்.'

இப்புதினத்தின் பக்கங்களில் காந்திய அகிம்சை வழியைப் பின்பற்றும் சல்வா ஜுடுமைத் தவறாமல் நாம் காணலாம்!இது போன்ற பல கருத்துப் பட்டறைகளில் காவல் துறை மீண்டும் மீண்டும் சல்வா ஜுடும் ஒரு தன்னெழுச்சியான அமைப்பு என்ற கருத்தை நிறுவ முயல்வார்கள். சில சமயங்களில் காவல் துறையே இந்த அமைப்பு தோன்றக் காரணமாக இருந்தது என்றும், 'நல்ல நோக்கோடு ஆரம்பிக்கப்பட்டது, தவறாகச் செயல்படுத்தப்பட்டது' என்ற முடிவுரையையும் சொல்வார்கள். அதோடு காவல் துறை இவ்வமைப்புக்குத் தேவையான பாதுகாப்பு ஏற்பாடுகளைச் செய்ய வேண்டும் என்ற கோரிக்கையும் இருக்கும்.ஏதோ ஜுடும் வீடுகளை எரிப்பதையும், மக்களைக் கொல்வதையும், பெண்களைப் பாலியல்

பலாத்காரம் செய்வதையும் காவல் துறை கண்காணித்து பாதுகாப்பு தரவேண்டும் என்பது போலவே அக்கோரிக்கைகள் ஒலித்தன.

உள்ளாட்சித் துறை அமைச்சகத்தின் நக்சலைட்டு பகுதியில் பணியாற்றும் ஒரு மூத்த அதிகாரியை (எஸ்ஓ) 2007இல் சந்தித்தேன். எங்கள் உரையாடல் இது:

நான்: நக்சலைட்டுகள் ராணிபாட்லி என்ற இடத்தில் எஸ்பிஓமுகாம் ஒன்றின்மீது தாக்குதல் நடத்தியது. அந்தத் தாக்குதலுக்குக் காரணமே சல்வா ஜுடும்தான்.

எஸ்ஓ: நீங்கள் சொல்வதிலிருந்தே உங்களுடைய ஒரு பக்கம் சார்ந்த நிலை தெளிவாகத் தெரிகிறது. நீங்கள் நடுநிலை எடுத்துப் பேசவில்லை. உங்களைப் பொருத்தவரை அந்த இடத்தை நாங்கள் நக்சலைட்டுகளிடம் ஒப்படைக்கவேண்டும். 2007 மார்ச் 31ஆம் தேதி தந்தேவாடா என்ற அப்பகுதியை நாங்கள் அவர்களிடம் கையளிக்க வேண்டும். தில்லியில் உள்ள அறிவுஜீவிகளிடம் மக்கள் தங்கள் விருப்பமின்றி அந்த முகாமில் அடைக்கப்பட்டிருந்தனர் என்று நீங்கள் சொல்லவேண்டும். ஆனால், அதே வார்த்தைகளை நீங்கள் என்னிடம் சொல்லமுடியாது. நானே நேரடியாக முகாமில் இருந்த மக்களோடு நெருங்கிப் பேசிப் பழகியிருக்கிறேன். அவர்களுடைய விருப்பத்தின்படியே அவர்கள் முகாமில் குடியேறினார்கள் என்பது எனக்குத் தெள்ளத்தெளிவாகத் தெரியும். நான் விரும்பினால் நடுநிலையாளர்கள் என்று நான் கருதும் ஒரு குழுவை எப்போது வேண்டுமானாலும் அந்த முகாமிற்கு அழைத்துப் போவேன். யோகேந்திர சிங் போன்ற நல்ல சமூக ஆய்வாளர்களை நான் அழைத்துச் செல்ல முடியும் (யோகேந்திரசிங் ஜவாஹர்லால் நேரு பல்கலையிலிருந்து ஓய்வு பெற்ற சமூகவியலாளர்).

நான்: மறைப்பதற்கு ஏதுமில்லை என்றால் முகாம்களை சுதந்தரமான இடங்களாக வைத்திருக்கலாமே! யாரும் எளிதில் அங்கு நுழைந்து விட முடியாது அல்லவா? பத்திரிகையாளர்களும்கூட மக்கள் முகாம்களுக்கு விருப்பத்தோடு தாங்களாகவே வந்ததாகச் சொல்வதில்லையே.

எஸ்ஓ: முகாம்களில் மக்கள் அச்சத்தோடு வாழ்கின்றனர். நக்சலைட்டுகள் தங்கள் மக்களையே பார்வையாளர்களாக உள்ளே அனுப்பி விடுவார்கள்.

நான்: பல கிராமங்கள் எரிந்து முழுவதுமாக அழிக்கப்பட்டன என்று செய்திகள் வெளிவருகின்றன.

எஸ்ஓ: எனக்கு இது புதிய செய்தியாக உள்ளது. முகாம்களில் அதிக எண்ணிக்கையில் மக்கள் இருக்கும் வேளை அவர்களை அமைதியாக வைத்திருப்பது கடினமாக இருக்கும் என்று நினைக்கிறேன். அதற்காகவே நானும் சத்தீஸ்கர் காவல் துறையிடம் எஸ்பிஓக்களை மேற்பார்வை பார்க்க அதிக எண்ணிக்கையில் காவல் துறையினரை அனுப்பவேண்டும் என்று சொல்லி வருகிறேன்.

இது போன்ற எண்ணம் உயர் அதிகாரிகளிடம் இருப்பதற்குக் காரணம் உண்டு. பெரிய காவல் அதிகாரிகள் அவ்விடங்களுக்குத் தங்கள் ஹெலிகாப்டர்களில் சென்று இறங்கும் போது அவர்களைச் சந்திப்பது எஸ்பிஓக்களும் ஜுடும் தலைவர்களும் மட்டும்தான். இவர்கள் தொடர்ந்து மக்கள் மாவோயிஸ்டுகளிடமிருந்து தப்பித்து ஓடிவந்து முகாம்களில் இணைகிறார்கள் என்றே சொல்வர். ஆனால், அவர்களுக்கு உண்மை என்னவென்று நிச்சயமாகத் தெரியும். அதில் சிலராவது, ‘ஆங்காங்கே, அவ்வப்போது தீவிர நடவடிக்கைகள்’ கைமீறி எடுக்கப்படுகின்றன என்று ஒத்துக்கொள்வார்கள். அதிலும் மத்திய, மாநில உயரதிகாரிகள், பெரிய வழக்கறிஞர்கள் இவற்றை மிகவும் எளிதாக எடுத்துக்கொள்கின்றனர். போகிற போக்கில் சில வார்த்தைகள் போதும். அவர்கள் அக்கறை அவ்வளவுதான்.

2012ல் மூத்த பாதுகாப்பு ஆலோசகர் ஒருவரிடம் ஆஸ்திரேலியாவில் நடந்த ஒரு கருத்தரங்கில் சந்தித்துப் பேசினேன். அவர் ஓய்வுபெறும் நிலையில் இருந்தார். அதுவும் ஒரு காரணமாக இருக்கலாம். அதோடு நாட்டிலிருந்து வெகு தொலைவில் தள்ளி இருந்தோ மல்லவா? அதுவும் இன்னொரு காரணமாக இருக்கலாம். அவர் சில உண்மைகளை என்னிடம் பகிர்ந்துகொண்டார். ‘சல்வா ஜுடும் கைமீறிச் சென்றபின், மக்கள் இது ஒரு நல்ல தீர்வுக்காக அமைக்கப் பட்ட உத்தி என்று நினைக்கவில்லை. அதோடு உங்களைப் போன்றவர்கள் இதை எதிர்த்துப் பேசி குறை கண்டுபிடிக்கும்போது, அரசு தான் செய்தது சரி என்று சொல்லி, தன்னைத் தற்காத்துக் கொள்ள முயல்கிறது. அரசு எப்போதும் எவ்வளவு எளிதாகத் தன் தவறுகளைப் பொதுவெளியில் ஒத்துக்கொள்ளாது.’

ஆனாலும், காலப்போக்கில் சல்வா ஜுடுமை முடக்க வேண்டிய நிலை ஏற்பட்டுவிட்டது. 2011இல் உச்ச நீதிமன்றம் சல்வா ஜுடும் மீது தடை விதித்தது. அப்போது சில மனச்சாட்சி உள்ள அதிகாரிகள் இந்தத் தீர்ப்பு தவறான வழியில் உருவெடுத்து வன்முறை வழிக்குச் சென்று விட்டது என்பதைப் புரிந்துகொண்டார்கள். நான் ஒரு பக்கம் சார்ந்து பேசுகிறேன் என்று குற்றம் சாட்டிய அந்த உயரதிகாரி (எஸ்ஓ)2013இல் பதனப்பட்டுவிட்டார். கிராமத்து மக்கள்

தாமாகவே முகாம்களை நோக்கி ஓடிவந்து சேர்ந்தனர் என்றார் அன்று. ஆனால், இப்போது புதிய பார்வை அவரிடம் இருந்தது. ஒரு கருத்தரங்கை ஏற்பாடு செய்திருந்தார். இந்திய சமூகவியல் அமைப்பில் இது நடைபெற்றது. பல சமூகவியலாளர்களை அழைத்திருந்தார். அவர் என்னோடு இன்று பேசும்போது அவர் இருந்த பதவிக்கு இப்போது வந்துவிட்ட புது அதிகாரி சமூகவியலாளர்களிடம் வீம்பாகவே ஒரு வேண்டுகோளை வைத்தார். சமூகவியலாளர்கள் மாவோயிஸ்டுகளிடம் ஆயுதப் போராட்டங்களைக் கைவிடுமாறு கோரிக்கை வைக்கவேண்டும் என்றார். சமூகவியலாளர்கள் முன் கை கட்டிக்கொண்டா மாவோயிஸ்டுகள் நிற்கிறார்கள்?இவர்கள் சொன்னதை அப்படியே கேட்பதற்கு!

புதின ஆசிரியர் X மாதிரி இன்னொரு காவலதிகாரி. டிஎஸ்பி, விஸ்வரஞ்சன்.இவர் முற்போக்கு கவிஞரான ஃபிராக் கோராக்புரி என்பவரது பேரன். இவர் தன்னை ஒரு முற்போக்காளராகக் காண்பிக்க விரும்பினார். இவர் ஓய்வுபெற்ற பிறகு என்னை நேர்காணலில் சந்தித்தார். ஜூன் 2014இல் அது நடந்தது. அவர் சல்வா ஜுடும் ஆரம்பிக்கப்பட்டது தனது மூத்த அதிகாரியின் திட்டத்தால் என்றார். 'மக்களைப் படை திரட்டி நக்சலைட்டுகளை ஒழிப்பது சரியென்று நான் நினைக்கவில்லை. ஆனால் என் மூத்த அதிகாரி ராத்தோர் அதில் முழு நம்பிக்கை வைத்திருந்தார். இவ்வமைப்பு பல்கிப் பெருகி நக்சலைட்டுகள் விரட்டிப் பிடிக்கப் படுவார்கள் என்று அவர் நினைத்தார்.'

ஆனால், அவருடைய உண்மையான முகம் அதற்கு முன்பே எல்லோருக்கும் தெரியும். விஸ்வரஞ்சன் பதவியில் இருக்கும்போது தன்னால் முடிந்த அளவு சல்வா ஜுடுமைக் காப்பாற்ற முனைந்தார். பயனீர் என்ற இதழில் 2008, செப்டம்பர் 5ஆம் தேதியில் அவர் ஜுடும் பற்றி நிறைய எழுதியிருந்தார். கெப்பெல்ஸின் பிரசாரம்போல் சல்வா ஜுடுமிற்கு எதிராக நிறைய நடந்தது என்கிறார். மேலும், 'சிபிஐ (மாவோயிஸ்ட்) கட்சியின் பொலிட் பீரோ சல்வா ஜுடுமை முழுமையாகத் தனிமைப்படுத்தி, அதனை ஒழித்துவிடவேண்டும் என்று இரு ஆண்டுகளுக்கு முன்பே முடிவெடுத்து தீர்மானம் போட்டிருக்கிறது. அக்கட்சி உச்ச நீதிமன்றத்தில் நந்தினி சுந்தர், வரலாற்றறிஞர் ராமச்சந்திர குஹா மூலமாக சல்வா ஜுடுமைத் தடை செய்யவும் வழக்குத் தொடர்ந்திருக்கிறது' என்று சொன்னார்.

இக் 'குற்றச்சாட்டை' நாங்கள் மறுத்தோம். நாங்கள் அக்கட்சியின் நிழல்கள் கிடையாது என்று பதிலளிக்கையில், அவர் கொடுத்த பதிலும் வித்தியாசமாக இருந்தது. காவல் துறையைச் சேர்ந்த

‘சூத்திரர்’களைவிட பிராமணர்களாகிய நாங்கள் வலிமை பெற்றவர்கள் என்றார்.விஸ்வரஞ்சன் மட்டுமல்ல, பொதுவாகவே அனைத்துக் காவல் துறை அதிகாரிகளும் மக்களை எளிதாக பலிகடா ஆக்குவதில் விற்பன்னர்கள். எங்களை இடதுசாரிகள் எப்போதும் தவறாகவே புரிந்துகொள்கிறார்கள் என்கின்றனர்.அவர்களது தீவிர ஊடகங்கள் எங்களைத் தவறாகவே வெளிக்காண்பிக்கின்றன. அதிலும் சில அதிகாரிகள் தங்களை மக்களை உய்விக்க வந்த மெசயாக்கள் போலவே நடிப்பதுண்டு, நடப்பதுண்டு. நாட்டையே நக்சலைட்டுகளிடமிருந்து காப்பாற்ற வந்த அவதாரங்கள் என்ற நினைப்பு உண்டு. இதற்காக எத்தனை சட்டங்களையும், அரசியல் சாசனத்தின் எத்தனைப் பிரிவுகளையும் உடைத்து நொறுக்க அவர்கள் தயங்குவதில்லை. இந்த இரு வகை ‘உயர் பண்புகளை யும்’ ஒரு சேரக் கொண்டிருந்தவர் எஸ்ஆர்பி கலூரி. அவரது முரட்டுத்தனம் அவரது கீழ்க்கண்ட குறிப்பில் வெளிப்படுகிறது:

பாதுகாப்புப் படையினர் மீண்டும் பிஜாபூர் மாவட்டத்தில் தங்கள் தாக்குதல்களைத் தொடர்ந்து நடத்தி, சீருடையில் இருந்த ஒரு மாவோயிஸ்ட்டின் சடலத்தை ஒரு 12 துளை துப்பாக்கியுடனும், சில குண்டுகளுடனும் கைப்பற்றினர். பாதுகாப்புப் படையினரால் கைப்பற்றப்பட்ட பதினாறாவது சடலம் இது. மாவோயிஸ்டு களோடு போரிடுவது மிகவும் கடினமான பணி. ஆனாலும், இந்த மிகக் கடுமையான பணியை பஸ்தார் காவல் துறை மத்திய துணை ராணுவப் படையோடு இணைந்து மிகுந்த ஆற்றலோடு செய்து முடித்தனர். இதற்காக எங்கள்மீது ஏவப்பட்ட குற்றச்சாட்டுகள், எதிர்வினைகள், வழக்குகள், ரிட்டுகள், விளம்பரங்கள், வசவுகள் எத்தனை எத்தனையோ. ஆனால், நாங்கள் ஆற்றியதோ நாட்டின் ஒற்றுமைக்கும் புகழுக்கும் எதிர்த்து தீமை செய்தவர்களை அடக்கியதே. நாட்டைச் சீர்குலைக்கவும், உள்நாட்டுப் பாதுகாப்பை உடைத்தெறியவும் முயன்ற தீச்செயல்களைத் தடுத்து நிறுத்தினோம். மாவோயிஸ்டுகளின் பிடியை உடைத்து நொறுக்கி பஸ்தாரை முழுமையாக விடுவித்து, அதன்மூலம் நம் நம்பிக்கைகளையும், கட்டுப்பாட்டையும் மீட்டெடுக்க வேண்டும்.’

...எஸ்ஆர்பி கலூரி, பஸ்தார் ஐஜி, வாட்சப் குறுஞ்செய்தி,
நவம்பர் 2015 கீழ்த்தட்டு மனப்பான்மை

யாருக்கும் பஸ்தாரில் வேலை பார்க்க விருப்பமில்லை. நாங்கள் வேலைக்குச் சேரும்போது வேலை கிடைத்தது என்ற மகிழ்ச்சி மட்டுமே இருந்தது. எங்கே வேலையென்றாலும் தயாராக இருந்தோம். வீட்டுச் சுமைகள் தந்த அழுத்தமே அதற்கான காரணம்.

ஆனால் நாங்கள் ஒன்றும் நக்சலைட்டுகளோடு எதிர்த்துப் போராட இந்த வேலையில் சேரவில்லை.

...சுக்மா மாவட்டத்திலுள்ள எஸ்ஹெச்ஓ, 2014

இன்னும் பத்தாண்டுகள் ஆகலாம். அல்லது அதுவும் போதாமல் இருபதாண்டுகளும் கடந்து போகலாம். ஆனால், இறுதியில் பேச்சு வார்த்தைகளே கட்டாயத் தேவையாக இருக்கும்.

...ஒரு கான்ஸ்டபிள், 2015

'அப்பாடா! ஒரு நாள் முடிந்தது'

...கோலப்பள்ளி காவல் நிலையத்தில்
எழுதப்பட்டிருந்த வாசகம்.

எனக்கு காவல் துறையின் மேலதிகாரிகளை நேர்காணல் செய்த அளவு கீழ்த்தட்டு காவலர்களைச் சந்தித்துப் பேசும் வாய்ப்பு குறைவாகவே கிடைத்தது. அவர்களது மனப்பான்மை அதிகாரி களின் மனப்பாங்கோடு அதிகத் தொடர்பில்லாமல் இருந்தது இறுதி வெற்றி, அரசுக்கே சொந்தம் போன்ற மேம்பட்ட கோட்பாடுகள் அவர்கள் மனதில் இருந்ததாகத் தெரியவில்லை. அதோடு இந்தத் தொடர்ந்த போரும் போராட்டங்களும் புத்திசாலித்தனமானவை யாகத் தெரியவில்லை. ஒருமுறை சுக்மாவிற்குப் பேருந்தில் செல்லும்போது கீழ்மட்டக் காவல் துறையில் வேலை பார்த்த ஒருவரோடு உரையாடினேன். அவர் தன் காவல் துறை வாழ்க்கை மிகவும் மட்டமானதாக இருந்ததாகக் கூறினார். அந்த வேலை பிடிக்காததால் அப்பணி பாதுகாப்புடன் கூடியதாக இருந்தாலும் அதைத் துறந்துவிட்டு இப்போது வெறுமனே ஓர் ஒப்பந்த ஊதியத்தில் ஆசிரியர் தொழிலில் சேர்ந்துவிட்டதாகச் சொன்னார்.

அவரோடு கொண்ட உரையாடலில் நாங்கள் பேசியவை:

அவர் (பழைய கான்ஸ்டபிள்):வெளியிலிருந்து பார்ப்பதுபோல் காவல் துறை வாழ்க்கை நல்லதாக இல்லை. நீங்கள் பார்க்காத பக்கம் அதற்குண்டு. நாள்கணக்கில் தொடர்ந்து ரோந்து போக வேண்டி யிருக்கும். ஐந்து நாட்களோ ஆறு நாட்களோ தொடர்ந்து நடப்போம். கிடைத்ததைக் கிடைத்த நேரத்தில் சாப்பிட்டுக்கொள்ள வேண்டும். குளிக்கவும் நேரமில்லை. வியர்த்த உடம்போடு உடைகள் ஒட்டிக்கொண்டு நாறும். இது ஒன்றும் காவல் துறைக்கான தொல்லைகள் இல்லை. எல்லாம் ஜுடுமின் திருவிளையாடல்கள் தான். போகுமிடமெல்லாம் வீடுகளை எரித்து அழித்தனர்.

தொடர்ந்து தாக்குதல்கள் நடந்தேறின. நான் வேலை பார்த்த கடைசி மூன்று மாத கோடை காலத்தில் பிஜாபூரில் 60 - 70 பேரைச் சுட்டுக் கொன்றோம்.

நான்: அவர்கள் எல்லாருமே நக்சலைட்டுகளா?

அவர்: அப்படியெல்லாம் ஒன்றும் இல்லை. அவர்கள் யாருமே நக்சலைட்டுகள் அல்ல. எங்களுடன் இருக்கும் எஸ்பிஓக்கள் யாரையாவது கைகாட்டி எங்களைச் சுடச் சொல்வார்கள். பல சமயங்களில் கிராமத்தவர்கள் எங்களைப் பார்த்ததும் ஓட ஆரம்பிப்பார்கள். எங்களுக்குத் தெரிந்த மொழியில் - தெலுங்கு, இந்தி என்று எந்த மொழியிலாவது கூப்பிடுவோம். அவர்களுக்குப் புரியுமோ, புரியாதோ... அவர்கள் ஓடுவார்கள். அதனால் நாங்கள் சுடுவோம்.

நான்: இந்த இறப்புகளைப் பற்றிய குறிப்புகளை எங்காவது எழுதி வைப்பீர்களா?

அவர்: (அதிர்ச்சியோடு பதில் சொன்னார்) அய்யோ! நாங்கள் அப்படி குறிப்பெடுத்திருந்தால் அது எங்கள் வேலைக்கே வேட்டு வைத்ததாகிவிடும். அப்படியே அந்தந்த உடல்களைக் காட்டிலேயே விட்டுவிடுவோம். பிறகு எங்களில் சுடப்பட்டவர் யாராவது ஒருவர் சீருடையில் இருந்தால் அல்லது ஆயுதம் ஏதும் வைத்திருந்தால் அதனை ஓர் என்கவுண்டராகக் குறிப்பெழுதுவோம். நான் யாரையும் குறிவைத்துச் சுட்டுக் கொலை பண்ணவில்லை. ஒரு வேளை என்கவுண்டரில் யாரையாவது நான் சுட்டிருந்தால்... இப்படி நினைத்துப் பார்க்கவே வேதனையாக உள்ளது.

நான் சந்தித்த சில காவல் துறையினரும், எஸ்பிஓக்களும் எங்களது மனித உரிமைப் போராட்டங்களுக்கும், வழக்குகளுக்கும் ஆதரவாக இருந்ததைப் பார்த்திருக்கிறேன். மனித உரிமைகளைக் காக்க, தவறாக உரிமைகளைப் பயன்படுத்துவதை நிறுத்தத் தேவையுள்ளது என்றார்கள். ஆனால், இது ஒரு சிறுபான்மையர் மட்டும்தான். அதிகமான மக்களின் உதடுகளில் சிரிப்பென்பதே இருக்காது. எந்த உதவியும் செய்யாமல் முகம் முழுவதும் கடுகடுப்போடு தங்கள் முதுகைக் காப்பாற்றிக் கொள்ளவேண்டும் என்ற எண்ணத்துடனும், எதிர்காலத்தில் பதவி உயர்வு வேண்டும் என்ற குறிக்கோளோடும் இருப்பார்கள். பயிற்சிக் காலத்தில் இருந்தே இந்த உணர்வுகள் அவர்களின் ரத்தத்தில் ஊறிவிடுகின்றன.

உத்தரப் பிரதேசத்தில் வேலைக்குச் சேர்ந்த ஓர் இளைஞரை நான் ஜக்தல்பூரில் சந்தித்தேன். அங்கிருக்கும் இந்திரவதி மணல் குவாரிக்குத் தன் குழுவோடு வந்திருந்தார். இவர் ரத்தத்தில் ஆணவமும் அலட்சியப் போக்கும் முழுவதுமாக குடியேறி விட்டன. அவருக்கு அங்குள்ள மண்ணின் மைந்தர்களுக்கு எவ்வித உரிமையும் கிடையாது என்பதே எண்ணம். ‘எல்லாமே அரசுக்கு மட்டும் சொந்தம்’ என்ற விதை விதைக்கப்பட்டு அவர் மனதில் வேர் விட்டு வளர்ந்துவிட்டது.

அதுவும் அனுபவம் வாய்ந்த காவல் துறையினருக்கு ஒவ்வொரு நாளும் ஒரு யுகம். ஒரு நாள் தாண்டிப் போனாலே மகிழ்ச்சி. தங்கள் காவல் நிலையத்திற்குள் காக்கிச் சீருடையில் அதிகாரம் மேதமை காண்பித்துக்கொண்டிருக்கும். அவர்கள் அதைவிட்டு வெளியே வரும்போது சாதாரண மக்கள் உடையில் வருவதே பாதுகாப்பு என்று நினைக்கின்றனர். அவர்கள் சாலையோரச் சந்தைகளுக்கு மாவோயிஸ்டுகளும் சாதாரண மக்கள் போலவோ அல்லது பள்ளிப் பிள்ளைகள் போலவோ கூட வருவதுண்டு. இந்த வேடங்களில் வந்து காவல் துறையின்மீது தாக்குதல் நடத்துவதுண்டு. அந்த அச்சம் எப்போதும் அவர்கள் மனத்தில் உண்டு. பல காவல் துறை ஆட்கள் தங்கள் கிராமத்து ஆட்கள் சிலரிடம் நல்ல தொடர்பில் இருப்பார்கள். சிஆர்பிஎஃப் உடனே உதவிக்கு ஓடி வருவதில்லை என்பது பல காவல் துறையின் கவலையும் ஆதங்கமும்.

நாகா சுதந்தரப் போராட்ட வீரரிலிருந்து இந்திய ராணுவ வீரராக மாறுவது

நான்: பிசோவிற்காக நாகா போராட்டத்தையும், நாகா தேசிய அமைப்பையும் ஆதரிக்கிறீர்கள். ஆனால், நக்சலைட்டுகள் ஆதரிப்பதில்லையே. ஏன்?

நாகா போராளி: (பெருமையுடன்) பிசோ என்பது ஒரு சுதந்தரப் போராட்டம். ஆனால், நாங்கள் இப்போது இந்திய ராணுவத்தின் சிப்பாய்கள்.

...நாகா ஐஆர்பியின் சிப்பாயுடன்
ஒரு நேர்காணல். திமாபூர், 2008.

ஜுடுமின் ஆரம்ப காலத்தில் அதன் முதுகெலும்பாகச் செயல் பட்டவர்கள் நாகா இந்திய துணைப் படையின் (ஐஆர்பி)இளம் வயதுப் பட்டாளம்தான். இவர்கள் நாகாலாந்தில் வேலையற்று சுற்றிக் கொண்டிருந்தவர்கள். அவர்கள் நாகாலாந்தில் பல

பிரச்னைகளுக்குக் காரணமாக உள்ளனர் என்று நாகாலாந்து செய்தித்தாள்கள் பறைசாற்றிக் கொண்டிருந்த நேரம் அது. இந்த இளைஞர் பட்டாளம் சத்தீஸ்கர் சென்று, ஜுடுமில் இணைந்து, அங்குள்ள ஆதிவாசிகளை அடக்கித் தாக்குவதை மனித உரிமைக் கழகம்எதிர்த்தது. அதிலும் இந்த இளைஞர்கள் நாகாலாந்தில் இந்திய அரசினால் அடக்கப்படுகிறார்கள். ஆனால், இப்போது அடுத்த மாநிலம் சென்று அதே அடக்குமுறையை அவிழ்த்து விடுகிறார்களே என்ற ஆதங்கமும் இருந்தது.

நாகாவின் ஐஆர்பி மிகவும் அரக்கத்தனமானது என்ற பெயர் வெகு சீக்கிரமே கிடைத்துவிட்டது. அதன் கொடூரத்தன்மையில் எந்த வகையிலும் ஜுடுமிற்குச் சற்றும் இளைத்தவர்கள் இல்லை என்று கிராம மக்கள் கணித்தார்கள். கிராமங்களை எரிப்பதிலும், மக்களைக் கொல்வதிலும் இருவரும் சம பங்கு வகித்தனர். இதைவிடவும் நாகாவின் ஐஆர்பி தன்னிச்சையாகவும் தங்கள் வேட்டைகளைத் தொடர்ந்தனர். பல குழந்தைகள் ஆதிவாசிப் பெண்களுக்கும், நாகா படையினருக்கும் பிறந்தன என்பது உண்மை. அதோடு நாகாவின் படையெடுப்பிற்குப் பின் பல நாய்களும் பன்றிகளும் காணாமல் போக ஆரம்பித்தன. ஒரு கிராமத்துவாசி நாகாக்கள் ஒரு நாய்க்கு 100 ரூபாயும், ஒரு பெண்ணுக்கு 1000 ரூபாயும் பேரம் பேசியதாக என்னிடம் கூறினார். நக்சலைட்டுகள் ஒட்டுமொத்தமாகக் கொன்ற பன்றிகளை விடக் குறைந்த காலத்தில் நாகாக்கள் உணவிற்காக அதிகம் கொன்றனர்.அகில இந்திய உண்மை அறியும் குழு 2005ஆம் ஆண்டு தன் அறிக்கையில் நாகா படையினர் சத்வாஸ் மக்களிட மிருந்து கொள்ளையடிக்கப்பட்டு இந்திரவதியிலிருந்து கொண்டுவரப் பட்ட பசு மாட்டையும், அதனோடு நான்கு அகதிகளையும் இழுத்துச் சென்றது ஊடகங்களுக்குத் தெரிந்துபோனது. கோண்டு இனத்த வரும் பசுவைப் பலியாகக் கொடுப்பதுண்டுதான். ஆனால், நாகாக்கள் பசுவை இழுத்துச்சென்றதை சிறு ஊடகங்கள் மிகவும் பெருக்கிக் காண்பித்தன. எப்படியோ ஆதிவாசிகள் தங்கள் கால்நடையை இழந்து நின்றனர். இது போன்ற அராஜகச் செயல் களையும் கொடூர தாக்குதல்களையும் ஏவி வந்தது. ஆனால், இப்போது இந்த இனவெறித் தாக்குதல்கள் இரண்டு மடங்காக நாகா மக்களால் ஆதிவாசிகள்மீது ஈவு இரக்கமின்றி நடத்தப்பட்டன என்பது பெரும் சோகம்.

2007இல் பிசோ படையணி வந்த நேரத்தில் தினசரி ஆதிவாசிகள்மீது நடக்கும் அடக்குமுறை சிறிது குறைந்திருந்தது. பலமுறை நான் அப்படை வீரர்கள் தங்களது மிகுந்த பாதுகாப்பான

முகாம்களிலிருந்து வெளிவந்து சுக்மா நகரில் வெறுமனே சுற்றிக் கொண்டிருப்பதைப் பார்த்திருக்கிறேன். அடிக்கடி செய்தித் தாள்களில் ஐஆர்பி செய்த முரட்டுத் தாக்குதல் பற்றி செய்திகள் வரும். ராய்பூரில் உள்ள மானா விமான நிலையத்தில் தாங்கள் வந்திறங்கும்போது நடத்திய தாக்குதல்களில் ஆதிவாசிகள் பட்ட கஷ்டங்களும், அருகிலிருந்த துர்லி கிராமத்து மக்களின் ஆடு மாடுகளைக் காசு பணம் ஏதும் கொடுக்காமல் இழுத்துச் சென்றது பற்றியும், சட்டி என்ற இடத்தில் உள்ள பெண்களைக் கொடுமைப் படுத்தியதையும், கோண்டா என்ற இடத்திலிருந்த மதுக் கடையைக் கொள்ளை அடித்ததையும் பற்றி செய்திகள் தொடர்ந்து வந்து கொண்டிருந்தன. காவல் துறை இச்செய்திகளை முடிந்தவரை வெளியில் வராமலிருக்க பல முயற்சிகள் எடுத்தன. அப்படிப்பட்ட செய்தி ஒன்று டோர்னாபாலில் 2006ஆம் ஆண்டு அக்டோபர் மாதம் நடந்தது. டோர்னாபால் கடைக்காரர், ஷேகர் ஷா தன் கடையில் சாமான்கள் வாங்கிய நாகா படை வீரரிடம் பணம் கேட்டிருக்கிறார். முடிந்தது அவரது கதை.

தாக்குர் மக்கள் பொதுவாக சாதாரண நாட்களிலேயே மிகுந்த அதிகாரம் படைத்தவர்களாக நடந்து கொள்வார்கள். இவர்களிடம் ஆதிவாசிப் பெண்கள் படும் அவலம் கொடுமையானது. அப்படியிருந்தும் படையினரின் வெறியாட்டங்களுக்கு எதிரான சாலை மறியல் போராட்டம் ஒன்றைத் தங்கள் கிராமத்தில் நடத்தினர். மிசோ படைவீரர்கள் குடித்துவிட்டு கும்மாளம் அடிப்பதும் குடி வெறியில் தாக்குர் பெண்கள் மேல் பாய்வதுமாக இருந்ததற்கு எதிர்ப்பு தெரிவிக்கவே இது நிகழ்த்தப்பட்டது.

எந்தக் கிராம மனிதனும் சாதாரண ஆள் கிடையாது. ஒவ்வொரு வரும் ஒரு மாவோயிஸ்ட்.

...சிறப்பு அதிரடிப் படை உறுப்பினர்,
தனது ரோந்துப் பணியின் போது கூறியது, 2015

சில மாநிலங்களில் நக்சல் நடவடிக்கைகள் நடப்பது அந்தந்த மாநிலங்களுக்கு மிகுந்த நன்மை தருகிறது. ஏனெனில், அவர்களுக்கு மத்திய அரசிடமிருந்து அதிக பணம் வருகிறது. அதோடு நக்சலைட் ஒழிப்புப் படலத்தில் மரணமடைவது அந்தந்த மாநில மக்கள் இல்லை. மத்திய அரசின் படை உறுப்பினர்களே உயிரைக் கொடுக்கிறார்கள்.

...திலிப் திரிவேதி, டைரக்டர் ஜெனரல், சிஆர்பிஎஃப்,
பணி ஓய்வு பெற்றபின் சொன்னது

நாகா, மிசோவின் ஐஆர்பிஇரண்டும் திரும்பப் பெறப்பட்டு பிஎஸ்எஃப், சிஆர்பிஎஃப் படைகளால் நிரப்பப்பட்டன. இந்த இரு படையின் படை வீரர்கள் இந்தியாவின் பல மாநிலங்களிலிருந்து வந்தவர்கள். நானே சிஆர்பிஎஃப் முகாம்களைத் தாண்டிச் செல்லும் போது கைப்பேசியில் தமிழில் தன் குடும்பத்தாரோடு பேசிக் கொண்டிருப்பவர்களைப் பார்த்திருக்கிறேன். கைப்பேசி சரியாகக் கேட்காததால் சிக்னலுக்காக அருகிலிருக்கும் சிறு குன்றுகள்மீது படையினர் ஏறுவதையும் பார்த்திருக்கிறேன். ஒருமுறை நான் ஒரு முகாமின் தடுப்புச் சுவர் அருகே இன்னும் ஐந்து ஆண்டுகளில் ஓய்வு பெறப்போகும் மென்மையான பஞ்சாப் சிங் ஒருவருடனும், நினைவில் ஆழ்ந்துபோகும் காஷ்மீரி ஒருவருடனும், சிரித்த முகத்துடன் இருந்த உத்தரகாண்ட்காரர் ஒருவருடனும் நின்று நெடுநேரம் அளவளாவிக் கொண்டிருந்தேன். நாங்கள் இருந்த பஸ்தாரை காஷ்மிரில் நடக்கும் கிளர்ச்சி எதிர்ப்புகளோடு ஒப்பிட்டுப் பார்த்தோம். எங்கள் பேச்சின் நடுவே உள்ளே நுழைந்த ஒரு கடுமையான ஹரியானாக்காரர் எப்படி நமது மத்திய அரசு திறமையாக நடந்துகொள்கிறது என்பதைப் பற்றி மட்டுமே நாம் பேசவேண்டும் என்ற அறிவுறுத்தலோடு மற்றவர்களையும் இழுத்துக்கொண்டு முகாமிற்குள் சென்றுவிட்டார். நமது நாட்டின் பல்வேறு கலாசார வேறுபாடுகள் பற்றியெல்லாம் பேசுவதற்குப் பதில் ஆக்கிரமிப்பவர், அடிமைகள் என்ற தோரணையில் பேச நேர்ந்துள்ளதே என்ற கவலைதான் மிச்சமானது.

சிந்தாகுஃபா என்ற இடத்தில் சிஆர்பிஎஃப் முகாம் ஒன்று இருந்தது. யாரோ ஒரு மேலதிகாரி குறும்பாகவோ, நிஜமாகவோ அம்முகாமின் வாசலில் ‘மோட்சத்தின் நுழைவு வாயில்’ என்று எழுதி வைத்திருந்தார். அவர் சொன்னபடி பார்த்தால் ஒரு பக்கம் சரியே. மிக அழகான, இயற்கையின் செழிப்போடு கூடிய இடம் அது. உயரமான மலைப் பகுதி, பூக்கள் நிறைந்த பெரிய ஏரி ஒன்று எதிரில் பரந்து கிடந்தது. பின் பக்கம் மரங்கள் நிறைந்த ஒரு மலை. அந்தக் கிராமத்தின் பெயரே ‘புளிமரக் காடு’ என்ற பொருளில் இருக்கும். இனிமையான இடம். அழகான சூழல். ஆனால், அங்கு வாடும் மக்களின் வாழ்க்கையில் மகிழ்ச்சி பொங்கி வழியவில்லை. மக்களுக்கு மட்டுமல்ல,முகாமிலிருந்த வீரர்களின் நிலைமையும் மிகவும் கடினமானதாகவே இருந்தது.

முகாம்களிலிருந்த சிஆர்பிஎஃப் வீரர்கள் இரண்டு வகையாக இருந்தனர். முதல் வகை மக்கள் பேச்சுவார்த்தை நடத்தி, இந்த மலேரியா காய்ச்சலும் வேறு எந்த வசதியும் இல்லாத பஸ்தாரை விட்டு விரைவில் வெளியே போகவேண்டும் என்பவர்கள். இது

போன்ற மக்களுக்கு அவ்வப்போது முகாம்களில் நடக்கும் சமய வழிபாட்டு நேரங்களும், ஏதோ பெயர்கூடத் தெரியாத ஒரு கிராமத்து டீக்கடையின் முன் நின்று சிறிது நேரம் அரட்டை அடிப்பது மட்டுமே வாழ்க்கையின் இனிய நேரங்களாக இருக்கும். அடுத்த வகை மக்கள் எப்போது மாவோயிஸ்டுகளின் முன் நேருக்கு நேர் நின்று போரிட்டு, அவர்களை அழித்தொழிக்க வேண்டும் என்று நினைப்பிலேயே இருப்பவர்கள்.

இந்த இரு குழுக்களில் முந்திய குழுவைச் சேர்ந்த ஒருவர் என்னிடம் மிகச் சோகமான ஒரு செய்தியைச் சொன்னார்: 'நாங்கள் இன்று செத்தால், நாங்கள் எங்கிருந்தோமோ அங்கிருந்து நாளை புதிய ஆட்கள் வந்து எங்கள் காலியிடங்களை நிரப்புவார்கள். அவர்களும் இறந்தால் மீண்டும் புதியவர்கள் வந்த நிரப்புவார்கள். இப்படி ஆட்களைப் புதிது புதிதாக இறக்குவதால் போர் நீண்டுகொண்டே தான் செல்லும்.'

இந்தியா டுடே இதழில் 2013இல் வந்த ஒரு செய்தித்தொகுப்பில் சிஆர்பிஎஃப்பிலிருந்து13,658வீரர்கள் 2009 - 12 காலகட்டத்தில் வேலையை விட்டு நின்றுவிட்டார்கள் என்று குறிப்பிடப்பட்டிருக்கிறது. காட்டு வாழ்க்கை, மலேரியா காய்ச்சல், அலுப்பான வேலை போன்றவையே அதற்கான காரணங்கள். மாவோயிஸ்டுகள் பிடிபடும்போதோ சரணடையும்போதோ கிடைக்கும் விளம்பரம் இது போன்ற செய்திகளுக்கு எப்போதும் கிடைப்பதில்லை. வேலைக்கு அலைமோதும் இளைஞர்கள் அதிகம் பேர் இருப்பதால் புத்தம் புதிதாக வேலைக்குச் சேர்க்கப்பட்டு இங்கு அனுப்பப் படுகிறார்கள். அதோடு வீரர்கள் வேலையைவிட்டுப் போவதையும் மிக எளிதாக அரசியல்வாதிகள் புறந்தள்ளிவிடுகின்றனர். 2013இல் ராஜ்ய. சபாவில் ஒரு கேள்விக்குப் பதிலளிக்கும்போது உள்துறை துணை அமைச்சர் ஆர்.பி.என்.சிங், 'சிஆர்பிஎஃப், பிஎஸ்எஃப், ஐடிபிபி, சிஎஸ்ஐஎஃப் போன்ற அமைப்புகளிலிருந்து வேலையை விட்டுச் செல்பவர்கள், விருப்ப ஓய்வில் செல்பவர்கள் எல்லாம் அந்தச் சமயத்தில் 1.34 விழுக்காடு மட்டுமே. நான்கு படைப் பிரிவிலும் வீரர்களுக்கான எண்ணிக்கையை வைத்து ஒப்பிட்டுப் பார்க்கும்போது இது மிகவும் சாதாரணமான எந்த வேலையிலும் இருக்கும் விழுக்காடுதான்' என்றார்.

ஒரு பழைய சிஆர்பிஎஃப் மேலதிகாரி மாவோயிஸ்டுகளுக்குச் சில தூதுகளைஅனுப்பியதாகச் சொன்னார். அவருடைய முகாமின் இரண்டு கிலோ மீட்டர் சுற்றுப்புறத்தில் அவரது வீரர்கள் ரோந்து வருவார்கள். அவர்களுக்கு எந்தத் தொல்லையும் நேரக்கூடாது.

பதிலாக, மாவோயிஸ்டுகளுக்கு வேறு எந்தத் தொல்லையும் வராது. இப்படை வீரர்கள் போருக்காகப் பயிற்சி பெற்றவர்கள்தான். ஆனால், பலருக்கும் ஜுஃதும் அமைப்பைக் கண்டாலே ஆவதில்லை. எஸ்பிஓக்கள் மீதும் வெறுப்பு. எஸ்பிஓக்களைக் கீழ்த்தரமாக மதிப்பதும், மட்டமான சிற்றேவல்களை மட்டும் அவர்களைச் செய்ய வைப்பதையும் பலர் வழக்கமாக வைத்திருந்தனர். 2016இல் ஓர் உதவித் தலைவர் என்னிடம் மொத்தமாக மக்களைக் கைது செய்வது, என்கவுண்டர் நடத்துவது போன்றவை சுத்தமாக எனக்குப் பிடிக்கவில்லை; ஆயினும் மேலதிகாரிகள் அதைச் செய்யும்போது வாளாவிருக்கவே முடிகிறது என்று சொல்லி வேதனைப்பட்டார். கிராம மக்களும் ஆதிமக்களும் முற்றும் வறுமையால் வாடுவதும், படைக் குழுக்கள் தரும் கொடுமைகளால் தொல்லையுறுவதும் மிக மிக வேதனைக்குரியது என்று சொன்னார்.

ஆனால், அடுத்த வகை சிஆர்பிஎஃப் வீரர்களோ மாவோயிஸ்டுகள் மீது கடும் கோபத்தோடு இருந்தனர். இதன் நீட்சியாக கிராமத்து மக்கள்மீது அவர்களுக்கு கோபமே. அதிலும் மாவோயிஸ்டுகள் நடத்திய தாக்குதல்கள்மீதும் மிகுந்த வெறுப்பு கொண்டிருந்தனர். இந்த வெறுப்பு 2010இல் தாட்மெல்டா பகுதியில் நடந்த தாக்குதலில் 76சிஆர்பிஎஃப் வீரர்கள் கொல்லப்பட்டதற்குப் பிறகு உச்சாணிக்குச் சென்றது. அன்று நடந்த அந்தத் தாக்குதலிலிருந்து தப்பிய சிஆர்பிஎஃப் வீரர் ஒருவர் கிராமங்களிலிருந்த பள்ளிகளை யெல்லாம் டோர்னாபால் முகாமிற்குக் கொண்டு வந்தார். அந்தக் கட்டடங்களுக்கு நடுவில் பள்ளிப் பிள்ளைகளோடு நின்றுகொண்டு சினத்தின் உச்சியில், 'இப்போது நாம் அந்தப் பிள்ளைகளுக்கு நடுவில்தான் நிற்கிறோம்' என்றார். ஏதோ கிராமத்துக் குழந்தைகள் எல்லாருமே மாவோயிஸ்டுகளின்மூலம் வந்தவர்கள் என்ற பொருளில் அர்த்தமற்று அவர் பிதற்றினார்.

2012 ஜனவரியில் ஒரு வித்தியாசமான நேரடி அனுபவம் கிடைத்தது. அன்று மோர்பள்ளி கிராமத்தை எரித்த நிகழ்வைப் பற்றி விசாரணை நடத்த சிபிஐ உச்ச நீதிமன்றத்தின் ஆணையின்படி அந்தக் கிராமத்தில் கூடியிருந்தோம். சிஆர்பிஎஃப் அணிகளும் அவர்களோடு வந்திருந்தனர்.

சிஆர்பிஎஃப் வீரர்கள் கிராமத்தின் உள்ளே நடுவில் இருந்த நினைவிடத்தைச் சுற்றி அமர்ந்திருந்தனர். அவர்களுக்கு மிக அருகில் கிராமத்தாரின் வீடுகள் மர நிழலில் முளைத்திருந்தன. நானும் அங்கே அமர்ந்திருந்தேன். அத்தனை ஆயுதம் தாங்கிய வீரர்கள் மத்தியில் நான் அமர்ந்திருப்பது அதுவே முதல்முறை. உடம்பே கூசியது. இதயத்துடிப்பு கூட அதிகரித்திருந்தது.

மனதெல்லாம் ஏதோ ஓர் ஆர்வம் குவிந்திருந்தது. எனது பக்கத்தில் அமர்ந்திருந்த ஒரு கிராமவாசியின் உடல் அச்சத்தால் நடுங்கிக் கொண்டிருப்பது எனக்குத் தெளிவாகத் தெரிந்தது. 2010இல் நடந்த தாக்குதலில் கொல்லப்பட்ட மாவோயிஸ்டுகளின் நினைவாகக் கட்டப் பட்ட நினைவகத்தை சிஆர்பிஎஃப் வீரர்கள் சுற்றி வந்து பார்த்துக் கொண்டிருந்தனர். அவர்களில் சிலரிடம் நான் பேச முயற்சித்தேன். ஒரு சிப்பாய் என்னிடம் அந்த நினைவகம் பற்றிப் பேசினார்.

'நிச்சயமாக இதைப் பார்த்தாலே பாதுகாப்புப் படையினருக்குத் தலைக்கு மேல் கோபம் வரும். 76சிஆர்பிஎஃப் வீரர்கள்! அத்தனை பேரைக் கொல்வது மிகவும் தவறல்லவா?' என்றார்.

நானும் அவருக்குப் பதிலாக, 'ஆமாம்... நீங்கள் சொல்வது சரிதான். அதே சமயத்தில் கிராமத்தையே எரித்து, அங்குள்ள மக்களைக் கொலை செய்வது சரியா?' என்றேன்.

'ஆனால், அவர்களுக்கு நிவாரணம் கிடைத்துள்ளதே!'

'ஆம், அவர்களுக்கு எரிந்த வீட்டுக்கு 25,000 ரூபாயும், மற்றவர் களுக்கு ரேஷன் பொருள்களும் கொடுக்கப்பட்டன.'

இன்னொரு ஜவானும் எங்கள் உரையாடலில் உட்புகுந்தார்.

'அந்த இருபத்தி ஐந்தாயிரத்திலும் மாவோயிஸ்டுகள் பதினைந்தா யிரத்தைப் பறித்துக் கொண்டார்களாமே!'

இன்னொரு ஜவானும் எங்களுடன் சேர்ந்தார்.

'பணம் அங்கேயோ... இங்கேயோ... எப்படியோ அரசு நிவாரணம் அளித்து விட்டதே!'

நான், 'அரசு அதே போல் 76சிஆர்பிஎஃப் வீரர்களின் குடும்பங் களுக்கும் நிவாரணம் அளித்ததே. அதே காயமடைந்த வீரர்களின் ஓய்வுத் தொகையும் அந்தக் குடும்பங்களுக்கு ஒழுங்காகப் போய்ச் சேருமே' என்றேன்.

முதலில் என்னோடு பேச ஆரம்பித்த ஜவான், 'என்ன பணம் கொடுத்தாலும் அன்பானவர்களை இழப்பது ஈடுசெய்ய முடியா தல்லவா?' என்றார்.

'ம்... ஆதிவாசிகளுக்கும் அன்பானவர்கள் இருக்க மாட்டார்களா? ஏதோ கொஞ்சம் பணத்தை அள்ளி அவர்கள் பக்கம் எறிந்தால், அதை அவர்கள் பொறுக்கிக்கொண்டு சந்தோஷத்தில் ஆடுவார்களா?'

எங்கள் உரையாடல் மேலும் தொடர்ந்தது.

ஒரு சிஆர்பிஎஃப் ஜவான் உச்ச குரலில் கத்தினார்: 'நாங்கள் எந்த வீட்டையும் எரிக்கவில்லை. யாரையும் கொல்லவுமில்லை. ஏதாவது தவறு சொல்லி கிராமத்து மக்களை எங்களுக்கு எதிராக உசுப்பி விடுகிறீர்கள்.'

●

நடக்கும் இந்தப் போர் எல்லோரையும் அலைக்கழிக்கிறது. அதுவும் எந்தக் குறிக்கோளும் இல்லாமல் இருப்பவர்களுக்கு இது அதிகமாகவே இருக்கலாம். இந்தப் போரினால் வருத்தப்படாதவர்களுக்கு அதிக வன்மமும் கோபம் வந்தது. சிலருக்குக் கோபமும் அதன் பின் வருத்தமும் வந்தது. இன்னும் சிலருக்கு எந்தப் பாதிப்பும் இல்லை. எது எக்கேடு கெட்டால் எனக்கென்ன... எனக்குப் பதவி உயர்வும் நல்ல வாழ்க்கையும் அமைந்தால் போதும் என்ற நினைவோடு இருந்தனர்.

இதில் அடிபட்ட மக்கள் பக்கம் நியாயம் இருந்தது. அவர்கள்மீது தாக்கியவர்களின் பக்கமோ எவ்வித நியாயமும் கிடையாது. அதைவிட கிராமத்து நிலத்தை முதலாளிகளுக்குத் தாரை வார்த்துக் கொடுக்கும் மனச்சாட்சியற்ற மக்கள் ஒருவேளை தங்கள் ஊருக்குச் சென்று அங்கு ஏதாவது நில ஆக்கிரமிப்பு நடந்தால் போரிடுவார்களோ என்னவோ... அச்சூழலில் அவர்கள் தங்கள் மனைவி, மகள்மீது தங்கள் கோபத்தைக் காண்பிக்கலாம். ஏனெனில், 'நாகரிகமடைந்த' இந்தியாவில் பெண்கள் சாதி மாறி திருமணம் செய்தால் கொல்லப்படும் நிலைதானே உள்ளது.

இன்னமும் மகா கேவலமான நிகழ்வுகள் நித்தம் நம் நாட்டில் நடந்துகொண்டு தானே இருக்கின்றன. மேற்கு வங்காளத்தில் நடந்த ஒரு என்கவுண்டருக்குப் பிறகு கொல்லப்பட்ட பெண்களின் உடலில் அவர்கள் கைகளையும் கால்களையும் சேர்த்துக் கட்டி, நடுவில் ஒரு கம்பைக் கொடுத்து, செத்த விலங்குகளைத் தூக்கிச்செல்வதுபோல் செய்தனர். 2013ல் ஏப்ரல் மாதம் சத்தீஸ்கரில் உள்ள புர்த்தி கிராமத்தில் நடந்த ஒரு என்கவுண்டரில் கொல்லப்பட்டவர்களின் உடலைச் சொந்தக்காரர்கள் எடுத்துச் செல்லக்கூட அனுமதி தரப்படவில்லை. இதே 'கருணை' அடுத்த பக்கமும் நடந்தது. தாக்குதலில் கொல்லப்பட்ட காவல் துறையினரின் உடலை எடுத்துச்செல்ல மாவோயிஸ்டுகள் இடம் கொடுக்கவில்லை. பதிலாக பத்திரிகைக்

காரர்களை மட்டும் மாவோயிஸ்டுகள் அனுமதித்தார்கள். அவர்கள் தான் அழுகிய சடலங்களை அப்புறப்படுத்தினர்.

ஜார்கண்டில் கொல்லப்பட்ட ஜவானின் உடலோடு சேர்த்து ஒரு வெடிகுண்டை மாவோயிஸ்டுகள் கட்டி வைத்தனர். யாரும் தைரியமாக வந்து சடலத்தை எடுத்துவிடக் கூடாது என்பதற்காக இந்த 'முன்னேற்பாடு'. காவல் துறையினரோ தங்கள் தோழர்களின் சடலங்களுக்கு எவ்வித மரியாதையையும் கொடுக்காமல், டிரக்குகளில் அள்ளிப்போட்டுக் கொண்டு எரிப்பதற்குக் கொண்டு செல்வார்கள்.

'தியாகிகளின் உடலுக்கே இந்த மரியாதை இருந்ததென்றால், உயிரோடு அலைபவர்களுக்கு என்ன பெரிய மரியாதை இருக்கப் போகிறது?'

பகுதி 3

கேள்விக்குள்ளாகும் அமைப்புகள்

11

பாதுகாப்பா? வளர்ச்சியா?

சியாபஸ் பகுதி மக்கள் வறுமைக் கோட்டின் கடைசிப் படியில் நிற்கிறார்கள். அரசு இதற்காக அப்பகுதியில் புதுப் புது தங்கும் விடுதிகள், சிறைகள், பதுங்குக் குழிகள், ராணுவ விமான நிலையம் என்று அடுக்கடுக்காக புதியஅமைப்புகளைக் கொண்டுவந்து குவித்தது.

சியாபஸின் செல்வம் அனைத்தும் பல வடிகால்கள் வழியே வெளியேறின. எண்ணெய், நிலவாயுக் குழாய்கள், மின்சாரக் கடத்திகள், ரயில் வழிகள், வங்கிக் கணக்குகள், டிரக்குகள், சரக்கு வண்டிகள், படகுகள், விமானங்கள் உள்ளிட்டவை மட்டும் போதாமல், கள்ளத்தனமான சாலைகள், காட்டுவழிப் பாதைகள் என்று பல்வேறு வழிகளில் வழிந்தோடி காலியாகின்றன.

எடுக்கப்பட்ட பொருள்கள் அத்தனை அதிகம். போன பொருள் களுக்குப் பதிலாகக் கிடைக்கும் பொருள்தான் என்ன?

கல்வியா?

அது நாட்டிலேயே மிகவும் மட்டமான அளவில்தான் இருக்கிறது. வெறும் 72 விழுக்காடு குழந்தைகள்கூட முதல் வகுப்பைத் தாண்டி பள்ளி செல்வதில்லை. அடிப்படைக் கல்வியின் நிலையே இதுதான்.

15 லட்சம் மக்களுக்கு மருத்துவ உதவி ஏதும் கிடையாது. ஆயிரம் மக்களுக்கு உதவ இருக்கும் மருத்துவமனைகள் மிக மிகக்

குறைவு.வெறும் 0.2 மட்டுமே. இது நாட்டில் பொதுவாக இருக்கும் நிலையில் ஐந்தில் ஒரு பங்கு மட்டுமே.

54 விழுக்காடு மக்களுக்குக் கிடைப்பது சத்தில்லாத குறைந்த உணவுதான். இதைவிட நாட்டின் மலைப் பகுதிகளிலும் காட்டுப் பகுதிகளிலும் 80% அதிகமான சத்துள்ள உணவு கிடைக்கிறது.

முதலாளித்துவத்தின் பலனே, பயனே இது. அள்ளி அள்ளி எடுத்து விட்டுக் கிள்ளிக் கிள்ளிக் கொடுக்கிறது இந்த முதலாளித்துவம்.

சப் கமாண்டன்ட் மார்க்கோஸ், ஆகஸ்ட் 1992
Chipas: The Southeast in Two Winds - A Storm and a Prophecy

சியாபஸ் மெக்ஸிகோ நாட்டில் உள்ளது. பஸ்தார் போன்ற ஓரிடம் அது. இரண்டு இடங்களிலும் நடக்கும் நிகழ்வுகள் ஒன்றே. அங்குள்ள ஆதிவாசி மக்கள் தங்கள் வளத்தைக் கொடுத்துக்கொண்டே இருக்கிறார்கள். வன வளம், கனிம வளம் இரண்டையும் வாரிக் கொடுத்துக் கொண்டிருக்கின்றனர். இதற்குப் பதிலாக அவர்களுக்குக் கிடைப்பது சுரங்கத்துக் குப்பை மேடுகளும், தூசியும், தும்பும் மட்டுமே. வாழ்ந்த வளமான இடங்கள் வறண்டு போய், இருந்த மரங்களெல்லாம் வெட்டப்பட்டு வெற்றிடங்களாக பாலைவனங்கள் போல் வறண்டுகிடக்கின்றன. பூத்துக் குலுங்கிய வளமான இடங்களிலிருந்து இப்போது சாவு எட்டிப் பார்த்து நகைக்கிறது.

இந்தியச் சட்டங்களிலும் சாசனத்திலும் பட்டியலிடப்பட்ட சாதியினருக்காக அளிக்கப்பட்டுள்ளவற்றை பார்த்தால் ஆச்சரியத்தில் அகமகிழ்ந்து போய்விடுவீர்கள். மிகுந்த ஆச்சரியமாகவும் இருக்கும். அரசியல் சாசனத்தின் ஐந்தாம், ஆறாம் அட்டவணை களில் தனிப்பட்ட சட்டங்கள் பட்டியலிடப்பட்ட இடங்களில் தேவைக்கு ஏற்றாற்போல் மாற்றக்கூடிய அளவில் உள்ளன.

- பிஈஎஸ்ஏ 1936: யாருடைய நிலங்கள் கையகப்படுத்தப் படுகின்றனவோ அவர்களோடு அரசு சேர்ந்து ஆலோசிக்க வேண்டும்.

- எஃப்ஆர்ஏ 2006 : ஆதிவாசிகள் நில உரிமையை மீறி பறிமுதல் செய்யப்பட்ட நிலங்களுக்காக அவர்களுடன் இணைந்து அவர்கள் குறையைத் தீர்த்து வைக்கவேண்டும்.

- எஸ்ஸி, எஸ்டிவன்முறைத் தடுப்புச் சட்டம் 1989: பாரபட்சத்தைத் தண்டிக்கிறது.

- தனி மனிதனுக்கான உரிமைகள் 15(4), 16(4a) பிரிவுகளில் கல்வியிலும் அரசின் வேலை வாய்ப்புகளிலும் இடப் பங்கீடு.

- 330, 332, 335 பிரிவுகள் : நாடாளுமன்றத்திலும், மக்கள் சபையிலும் விகிதாச்சார இட ஒதுக்கீடு.

- 275(1) பிரிவு: மத்திய அரசின் பட்டியலிடப்பட்ட இனத்தாருக்குச் சிறப்புப் பணச் சலுகை.

- 339 பிரிவு: பட்டியலிடப்பட்ட இனத்தவர்களுக்கான தேசிய அமைப்பு (என்சிஎஸ்டி)

- இந்தப் பிரிவுகளுக்கும் அப்பால், எல்லாவற்றிற்கும் மேல் சிகரம் வைத்தது போல் பட்டியலினத்தவருக்கான அமைச்சகம் என்ற முழு அமைப்பே உருவாக்கப்பட்டுள்ளது.

இவ்வளவு உதவிகள், சலுகைகள், அரசியல் சாசனத்தில் கொடுக்கப் பட்டிருந்தாலும் ஏன் இன்னும் அந்த மக்கள் வறுமையில் உழல்கிறார்கள்? 2011மக்கள் தொகைக் கணக்கெடுப்பின்படி ஆண்டு முழுமைக்கும் 25.4 விழுக்காடு மக்கள் வறுமைக் கோட்டின் கீழே இருந்தனர். ஆனால், ஆதிவாசிகளின் விழுக்காடு அப்போது 45.5%. வறுமைக்கோட்டிற்குக் கீழே இருக்கும் கிராமிய மக்கள் நாளொன்றுக்கு 27 ரூபாய்க்கும், நகர வாழ் மக்கள் நாளொன்றுக்கு 33 ரூபாய்க்கு கீழும் சம்பாதிப்பவர்கள். ஏன் இப்படி?

என்எம்டிசி என்ற அமைப்பு ஆண்டொன்றிற்கு 2 கோடி டன் இரும்புத் தாதுவை பைலாதில்லா சுரங்கங்களிலிருந்து மட்டும் எடுக்கிறது. இது இந்த மாநிலத்துக்கு மிகப் பெரும் வருமானத்தைப் பெற்றுத் தருகிறது. இதனால் என்எம்டிசிக்கும் பெரும் வருமானம். ஆனால், இந்தச் சுரங்கங்களைச் சுற்றி வாழும் மக்கள் பஞ்சம் பட்டினியால் அவதியுறுகிறார்கள். ஏன் இப்படி?

கிராமத்து இந்தியாவில் உள்ள பட்டியலினத்தவரில் 40.2% ஆண்களும், 49% பெண்களும் மிகக் குறைந்த உடல் நலத்துடன் உள்ளனர். பாடி மாஸ் இன்டெக்ஸ் அவர்களுக்கு வெறும் 18.5 மட்டும்தான். இது அவர்களது உணவு மிகவும் சத்துக் குறைந்தது என்பதை நிரூபிக்கிறது. ஏன் இப்படி?

இன்னொரு பெரிய கேள்வி. பட்டியலினத்தவர் அதிகமாக இருக்கும் மாநிலங்களின் ஆளுநர்கள் தங்களுக்கு அரசியல் சாசனம் அளித்துள்ள கட்டளையின்படி அம்மக்களுக்கான நலனில் பெரும் சிரத்தை எடுக்கவேண்டும். அப்படிப்பட்ட பண்புள்ளவர்கள்

ஆளுநராக வந்தால் மிக்க பயனளிக்கும். ஆனால், ஏனோ தெரியவில்லை. இம்மாநிலங்களின் ஆளுநர்கள் பொதுவாக காவல் துறை, பாதுகாப்புத் துறை, உளவுத் துறை போன்றவற்றிலிருந்தே தேர்ந்தெடுக்கப்படுகிறார்கள். ஒரு வேளை அரசு பட்டியலின் மக்கள் அனைவரும் பெரும் புரட்சிக் கனல்கள் என்று கணக்கிட்டுவிட்டதோ! ஏன் இப்படி?

இது போன்ற சமூகப் போராட்டங்களில் பல லாபநஷ்டக் கணக்குகள் அரசினால் போடப்படும். அதனால் பல ஊசலாட்ட விளைவுகள் நடப்பதும் வழக்கமே. இந்தப் போராட்டத்தை எப்படி 'வெற்றிகரமாக' எடுத்துச்செல்வது என்பது அரசுக்கு ஒரு பெரும் கேள்விக்குறி. வளர்ச்சியையும் பாதுகாப்பையும் ஒருசேர எடுத்துச் செல்லுதல்; வளர்ச்சியும் வேண்டாம், பாதுகாப்பும் வேண்டாம் என்ற நிலை; வளர்ச்சி வேண்டாம்; ஆனால், பாதுகாப்பு தேவை. இப்படிப் பல கோணங்களில் அலைபாயும் கருத்தோட்டங்கள். பணம் என்பது எல்லாவித எண்ணங்களுக்கும் திட்டங்களுக்கும் அடிப்படையாக இருக்கும் என்பதில் சந்தேகம் ஏதுமில்லை. 2014-15இல் அரசு அதற்கு முந்தைய ஆண்டுகளில் வைத்திருந்த அதே சூழலைக் கருத்தில்கொண்டு, உள்ளாட்சித் துறையின் அமைச்சகம் ஒன்று ஆண்டறிக்கையில் சில புதிய நடவடிக்கைகளைப் பட்டியலிட்டனர். இந்தத் திட்டம் இடது சாரி தீவிரவாதத்தை எதிர்கொள்வதற்காக மேற்கொள்ளப்பட்டது.

பாதுகாப்பு நடவடிக்கைகள்

- திட்டத்தின்கீழ் வரும் பகுதியிலுள்ள ஒவ்வொரு காவல் நிலையத்தையும் 2 கோடி செலவு செய்து பாதுகாப்பைப் பலப்படுத்துதல்.
- நக்சலைட்டுகளுக்கு எதிரான ஊடக விளம்பரங்களுக்கு 5 கோடி.
- சமூகச் செயல்பாட்டுத் திட்டம் என்பதன் மூலம் பாதுகாப்புப் படையினர் கிராமத்து மக்களைக் கவர்வதற்காக ஆண்டுக்கு 19.3 கோடி.
- 2014-15இல் 106 மாவட்டங்களுக்குப் பாதுகாப்பு ஏற்பாடு களுக்காக 207.08 கோடி.
- சிறப்பு அடிப்படை உதவித் திட்டங்களை இடதுசாரி தீவிரவாதம் நிறைந்த ஒன்பது மாவட்டங்களில் அமல்படுத்த 445.82 கோடி. இடதுசாரி தீவிரவாதம் நிறைந்த 34

மாவட்டங்களை 7300 கோடி செலவில் 5477 கிலோ மீட்டர் நீளச் சாலைகளால் இணைத்தல்.

வளர்ச்சித் திட்டங்கள்

- 2009-10இல் ஆரம்பிக்கப்பட்ட பல்முனை செயல் திட்டம் ஒன்றை 88 மாவட்டங்களில் ஆண்டுக்கு 2640 கோடி செலவில் நிறைவேற்றுவது. இவை மிகவும் பின்தங்கிய நிலையில் உள்ள மாவட்டங்களில் சமூக அடிப்படை செயல்களுக்காகவும் சேவைகளுக்காகவும் பயன்படுத்தப்படும்.

ஆனால், மேற்சொன்ன செயல்திட்டத்தில் பணம் முழுவதும் சாலைகள் அமைக்க மட்டுமே பயன்படுத்தப்பட்டன. காவேரி கில் என்ற பொருளாதாரத் துறை வல்லுனர், 'அளிக்கப்பட்ட பணத்தில் 40 விழுக்காடு செப்டம்பர் 2012 வரை வெறும் சாலைகளுக்கு மட்டுமே செலவழிக்கப்பட்டன. அடுத்த 8 விழுக்காடு கல்விக்காகவும், பள்ளிகள் மூலமாகவும், அங்கன்வாடிகள் மூலமாகவும் 3 விழுக்காடு மத்திய மருத்துவ உதவிக்காகவும் செலவழிக்கப்பட்டன' என்ற தகவலைத் தந்துள்ளார்.

அமைச்சகத்தின் செலவினக் கணக்குகளில் சாலைகள் அமைப்பது 'சமூக வளர்ச்சி' என்ற தலைப்பின் கீழ் சேர்கிறது. எனது பட்டியலில் வழக்கமான அரசியல் நிதி அறிக்கையில் செலவு செய்யக்கூடிய, செலவுசெய்யவேண்டிய சுகாதாரம், உணவுப் பங்கீடு போன்ற செலவினங்கள் சேர்வதேயில்லை. இந்த அவசர அடிப்படைத் தேவைகள் தீவிரத்துடன் செயல்படுத்தப்படுவதேயில்லை. 2011இல் பிளவுபடாமல் இருந்த தந்தேவாடாவில் குடிதண்ணீர் வசதிக்காக 0.81 விழுக்காடு மட்டுமே செலவிடப்பட்டது. தேசிய கிராம சுகாதார அமைப்பின் வழியே பிஜாபூரிலும், தந்தேவாடா மாவட்டங்களிலும் 1.18, 6.03 என்ற விழுக்காடு மட்டும் முறையே செலவிடப்பட்டன.

பாதுகாப்பிற்காக மத்திய அரசு செலவிடப்பட்ட தொகை மேற்சொன்ன நிதியறிக்கையில் இடம் பெறாது. 2014 நவம்பர் மாதம் சத்தீஸ்கர் சிஆர்பிஎஃப் மேல் 2,400 கோடி ரூபாயை 2007ஆம் ஆண்டிலிருந்து செலவு செய்ததற்காக அத்தொகையைத் தள்ளுபடி செய்ய மத்திய அரசைக் கேட்டது. இந்தத் தொகை மாநில அரசு தனது காவல் துறைக்கும் ஏனைய மத்திய அரசின் பாதுகாப்புக் காவல் படைக்கும் செலவழித்தது போக மீதிப் பணமே. இது பத்திரிகையாளர் கௌதம் நல்லக்கா என்பவரின் ஆய்வின்படி இந்தியாவில் உள்ள மத்திய ஆயுதம் தாங்கிய படையினரான 25 லட்சம் பேரில் 14 லட்சம் வீரர்கள் ஜம்மு - காஷ்மீர், வடகிழக்கு

மாநிலங்கள், மத்திய மாநிலங்களில் மட்டுமே ஈடுபடுத்தப் பட்டுள்ளனர் என்று கூறியுள்ளார். சுகாதாரத்திற்குச் செலவு செய்வதைக் காட்டிலும் பாதுகாப்பிற்காகச் செலவு செய்யும் விழுக்காடு மிக மிக அதிகம்.

ஜுடும் தலையெடுத்த பின்பு அப்பகுதியில் பலவித மாற்றங்கள் நடந்தேறின. முதல் மாற்றமாக புதிய முகாம்கள் தோன்றி, புதிதாகப் பலர் குடியேறி நகரமைப்பாக மாறின. மேலும் மேலும் புது மக்கள்குடியேற்றம் தொடர்ந்து நடந்தது. வெறும் பெரிய கிராமங்களாக இருந்த சுக்மா, கோண்டா பகுதிகள் இரண்டும் 21.5%, 13.5% அளவு விரிந்து நகரமாகின. பைரம்கார் தாலுகா பத்தே ஆண்டுகளில் 2001லிருந்து 2011 வரை நகர மக்கள் 0%லிருந்து 10.8% உயர்ந்தனர். இதைவிட பிஜாபூர் பகுதிமேலும் வேகமாக 0விலிருந்து 24.3% ஆக மாறியது. பிஜாபூரில் நுழைந்த நகர மக்களில் 13.63 விழுக்காடு மக்கள் பட்டியல் இனத்தவர். இந்த மகர் மக்கள் கங்கலூர் என்ற கிராமத்திலிருந்தும் அருகில் உள்ள மற்ற கிராமங்களி லிருந்தும் ஜுடும் அமைப்பு ஆரம்பிக்கப்பட்ட பிறகு குடியேறிய புது மக்கள். ஜுடும் வளர வளர பிஜாபூர் மாவட்டத்தில் உள்ள பைரம்காம், தந்தேவாடாவில் உள்ள டோர்னாபால் என்ற ஊர்கள் 2011 மக்கள் கணக்கெடுப்பிற்குப் பின் புது நகரங்களாக மாறின. இந்த இரு ஊர்களும் ஜுடும் ஆரம்பமாவதற்கு முன் நாலைந்து கடைகள் மட்டுமே இருக்கும். இது கிராமங்களாகவே இருந்தன.

இன்னொரு பெரிய மாற்றம் - பஸ்தார் வருமான மாவட்டம் இப்போது ஏழு சிறு பிரிவுகளாக - சுக்மா, பிஜாபூர், நாராயண்பூர் போன்ற ஏழு சிறு பகுதிகளாக மாறின. சிறு பகுதிகளே வேகமான வளர்ச்சிப் பகுதிகளாக எளிதில் மாற்ற முடியும். நகரங்களில் புதிய, பெரிய அரசு அலுவலகங்கள், ஆட்சியர் கட்டிடங்கள் என்று புது நகரங்களில் தோன்ற ஆரம்பித்தன. ஆனால், கிராமங்களிலோ இன்னும் பள்ளிகள் இல்லை; மின்சாரம் இல்லை; சுகாதார நிலையங்கள் என்று ஏதுமில்லை. புதிதாக ஆரம்பிக்கும் வருமான வரிப் பகுதிகளோடு இணைந்து காவல் துறை அமைப்புகளும் தோன்ற ஆரம்பித்தன. பஸ்தாரில் பிஜாபூர், சுக்மா பகுதிகளில் முதலிலேயே காவல் வட்டங்கள் ஆரம்பித்து விட்டன. வளர்ச்சியை விடவும் காவல் துறை வளர்ச்சியே பெரிதாகக் கருதப்பட்டது.

சாலைகளுக்கான சண்டைகள்

அரசு பெரும் சாலைகள் அமைப்பதில் அதிதீவிரம் காட்டியது. படைகளை வேகமாக அனுப்ப, கனிம வளங்களை, வெட்டி

வீழ்த்தும் மரங்களைக் கடத்த சாலைகள் அவசியம் என்று அதற்குத் தோன்றியது. ஆனால், மாவோயிஸ்டுகள் சாலைகளில் தடைகள் ஏற்படுத்தி, இந்தக் கடத்தல்களை நிறுத்த முயன்றனர். மக்களும் புதிய சாலைகள் வருவதில் ஆர்வத்தோடு இருந்தனர். மருத்துவமனைக்குப் போவதற்கெல்லாம் சாலைகள் அவசியம் என்று கருதினர். ஆனால், அதற்குச் சாலைகள் மட்டுமே முக்கிய மில்லையே! சாலைகளோடு போக்குவரத்து வசதிகளும் மருத்துவமனை களும் இருக்க வேண்டுமே! கிராமத்து மக்களில் நூற்றுக்கு ஒருவர்தான் சைக்கிள் வைத்திருந்தனர். எல்லாமே மக்களுக்கு நடைப் பயணம்தான். அது 100 கிலோ மீட்டர் தொலைவிலுள்ள இடமாக இருந்தாலும், கிராமத்து மக்களுக்குச் சாலைகள் மட்டு மல்ல, குடிக்க நல்ல நீரும், பயிர் வளர்க்க நீரும், மருத்துவமும், கல்வியும் வேண்டும். அவர்களின் அவசர அடிப்படைத் தேவைகள் கிடைக்காமல், தேவையற்ற நெடுஞ்சாலைகளே அவர்களுக்கு அளவுக்கு மீறி கிடைத்தன.

பல ஆண்டுகளாக இச்சாலைகளை நான் தொடர்ந்து பார்த்து வருகிறேன். திடீரென்று சாலைகள் பெரிதாகும். அடுத்த சில நாளில் சாலைகள் ஒடுங்கிவிடும். 1990இல் நான் பஸ்தாருக்கு முதன் முறையாக வந்தேன். 2009இல் தேசிய நெடுஞ்சாலை என்ஹெச்30 ஜக்தல்பூரிலிருந்து சுக்மா வரை மூடப்பட்டுக் கிடந்தது. கிராமத்து வாசிகள் இரவுகளில் 'தியாகிகள் தினம்' கொண்டாடினர். அப்போது இரவோடு இரவாக சாலைகளின் குறுக்கே பள்ளங்கள் வெட்டி, மரங்களை வெட்டிச் சாய்த்து சாலைகளை மூடி விடுவார்கள். என்ஹெச்30இன் தெற்குப் பக்கம் உள்ள சுக்மாவிலிருந்து கோண்டா செல்ல வழக்கமாக ஒரு மணி நேரம் எடுக்கும். இப்போது நான்கு மணி நேரம் எடுக்கிறது. சாலைகளின் நிலை அது. குண்டும் குழியும் வண்டிகளில் கடப்போரின் முதுகெலும்பையே பதம் பார்க்கும் நிலையில் இருந்தன.

அவ்வப்போது அரசு சாலை மராமத்திற்காக ஒப்பந்தக்காரர்களாக ஏலம் விடுவார்கள். அதைப் போல் அவ்வப்போது மாவோயிஸ்டுகள் சாலைகளைத் தகர்த்தெடுப்பார்கள். நகரவாசிகளுக்கு அதுவே பெரும் தலைவலி. அரசு சாலைகளைக் கட்டிப் பராமரிக்க 'எல்லைச் சாலை அமைப்பை'நாடினார்கள். இந்த அமைப்புக்காரர்கள் 'அதிக வேகம் ஆளைக் கொல்லும்' போன்ற மேற்கோள்களோடு சாலைகளைத் திறம்பட பராமரிப்பவர்கள். ஆனால், இந்த அமைப்பும்கூட மாவோயிஸ்டுகளிடம் தோற்றுப் போனது. இதனால் அரசு இப்பொறுப்பை சிஆர்பிஎஃப்பிடம் ஒப்படைத்தது. சாலை

அமைக்கும்போதே இருபுறமும் ஆயுதக் காவலோடு ஆட்கள் இருப்பார்கள். சாலைகளில் ஆயுதங்களோடு வீரர்கள் அணிவகுப்பு நடத்துவதும், ஆங்காங்கே வீரர்கள் ஆயுதங்களோடு அமர்ந்திருப்பதும், பெரிய பெரிய தட்டிகள் வைத்த சாலையின் படங்களை எல்லோர் கண்ணில் படும்படி வைப்பதும், சிஆர்பிஎஃப் முகாம்களுக்கு முன்னால் பெரிய பெரிய வாகனங்களை நிறுத்திவைத்துக்கொள்வதும், சாலைகளைக் காக்கவேண்டும் என்று மக்களிடம் அறிவுறுத்தியும் சாலைகளை சிஆர்பிஎஃப் அமைத்து வருகின்றனர்.

இப்படி மிகவும் கஷ்டப்பட்டு சாலைகள் அமைத்தாலும் அவை பயணத்துக்குரியனவா என்பதே கேள்வி. முதலில் ஜுடும் இச்சாலைகளைப் பயன்படுத்தமுடியாதபடி செய்தனர். 2006இல் ஜுடும் மக்களின் பொதுப் பேருந்துகளை ஜகர்கண்டா செல்லும் வழியில் நிறுத்திவிட்டனர். பேருந்து ஓட்டுனரும் நடத்துனரும் பணி நிறுத்தம் செய்தனர். என்னிடம் ஒரு டிரக் ஓட்டுனர் மாதத்திற்கு நான்கு முறைதான் ரெய்ப்பூர் - சென்னை என்ற இடங்களுக்குச் சென்று வந்ததாகவும், ஆனால், ஜுடும் வந்த பிறகு டோர்னாபால் கோண்டா சாலையில் அதுவும் இரவில் நுழையவே முடியாதபடி ஆயிற்று என்றார். பயணத்தில் ஆங்காங்கே எஸ்பிஓக்களால் நிறுத்தப் பட்டு, ஆயிரத்தெட்டு கேள்விகளுக்குப் பதில் சொல்லவேண்டும். இதனால் பேருந்துகளின் எண்ணிக்கையும் மிகவும் குறைந்துபோனது.

இதற்குப் பிறகு மாவோயிஸ்டுகளே பேருந்து போக்குவரத்தை அச்சமுள்ளதாக்கி விட்டனர். விடுமுறைக்குச் சொந்த ஊர் சென்று விட்டுத் திரும்பும் சிஆர்பிஎஃப் வீரர்கள் பொதுப் பேருந்துகளில் பயணம் செய்யும்போது, பேருந்திலுள்ள அனைவருக்குமே அது பல சமயங்கள் ஆபத்தாக முடிகிறது. சாதாரண பேருந்துகளில் வரும் சிஆர்பிஎஃப்களை வைத்து, அது வீரர்களின் பேருந்து என்று தவறாக நினைத்து வெடி வைத்து வீரர்களோடு சேர்த்து பொது மக்களையும் கொன்றதும் பல முறை நடந்துள்ளது. இப்படி நடந்தபின் தவறு செய்துவிட்டோம் என்று மாவோயிஸ்டுகள் மன்னிப்பு கேட்பதால் யாருக்கு லாபம்? 2015க்குப் பிறகு காவல் துறையின் என்கவுண்டரையும், பொய்யான சுரண்டுதலையும் எதிர்த்து பொதுப் பேருந்துகளை மாவோயிஸ்டுகள் எரிக்கும் வழக்கமும் இயல்பாகி விட்டது.

முதல் பலியே பள்ளிகள்தான்

ஆசிரியர்கள் அனைவருமே அரசோடு இணைந்தவர்கள். அவர்கள் அனைவரையும் ஒரே இடத்தில் மொத்தமாக வைத்துள்ளோம்.

ஜுடும்மில் சேராத ஆசிரியர்கள் பள்ளிக்குள் செல்லமுடியாது. பள்ளிக்குள் செல்ல அனுமதிக்கப்பட மாட்டார்கள்.

பசகுடா முகாமில் வசிப்பவர், 2008

பிள்ளைகளைக் கொண்டுவந்துவிட்டால், அவர்களது பெற்றோர்கள் தானாகவே வந்துவிடுவார்கள்.

...முன்னாள் ஹரியானா டிஐஜி,
சத்தீஸ்கரில் நடக்கும் கிளர்ச்சிகளை அடக்க,
பள்ளிகளை ஒரே இடத்திற்குக் கொண்டு வரும் திட்டம்,
ஒன்றிணைந்த தேசிய பாதுகாப்புக் கூட்டம், 2010

ஜுடும் ஆரம்பிப்பதற்கு முன்பே பள்ளிகளில் உள்ள நடவடிக்கைகள் தவறாகவே இருந்து வந்துள்ளன. 26 ஆண்டுகளாக இந்தியாவில் உள்ள ஆதிவாசிகளைச் சந்திக்கும் எனக்கு, பல பள்ளிகள் வெறுமனே கிட்டங்கிகளாகவும் சாராயம் வடிக்கும் சாலைகளாகவுமே தோற்றமளிக்கின்றன.ஆசிரியர்கள் மாதத்திற்கு ஓரிருமுறை மட்டும் வருவார்கள். ஆனால், சில பள்ளிகளின் ஆசிரியர்கள் நம்பமுடியாத அளவு தங்கள் பணியில் ஆழ்ந்து தியாக உணர்வோடு இருப்பார்கள். ஒவ்வொரு மாணவனின் குடும்பப் பின்புலத்தையும் முழுவதுமாக அறிந்துகொண்டு, அக்கறையோடு இருப்பார்கள்.

பள்ளிகள் எப்படி இயங்கினவோ, ஆசிரியர் எந்த அளவு அப்பணிக்கு உண்மையாக இருந்தார்கள் என்பதையெல்லாம் விடுத்து, அரசு ஜுடும் ஆரம்பிப்பதற்குமுன்பு ஒவ்வொரு கிராமத்திலும் ஆரம்பப் பள்ளிகள் இருக்கவேண்டும் என்ற நியதியில் உறுதியாக இருந்தனர். 2005-06 ஜுடும் பிரசவம் ஆனது. மாவோயிஸ்டுகள் இருக்கும் கிராமங்களிலுள்ள பள்ளிகள் இழுத்து மூடப்பட்டன. ஆசிரியர்கள் முகாமிற்கு வந்து அங்குள்ள பள்ளிகளில் பணிசெய்ய ஆணையிடப் பட்டனர். அந்த முகாம்களிலேயே ஆசிரியர்கள் தங்கி இருக்க வேண்டும் என்றும் வற்புறுத்தப்பட்டனர். ஜுடும்மில் இணையாத கிராமங்கள் மாவோயிஸ்டுகளோடு இணைந்திருப்பதாகவே கற்பிக்கப்பட்டது. அப்படிப்பட்ட கிராமங்களுக்குப் பள்ளிகளே கிடையாது என்றது அரசு. இதைத் தாண்டியும் பல மக்களுக்கு எதிரான முடிவுகள் எடுக்கப்பட்டன. எட்ரஜ்பாட் என்ற கிராமம் 2009இல் எரித்து அழிக்கப்பட்டது. ஆனால், அங்குள்ள பள்ளி2006 ஆம் ஆண்டே இழுத்து மூடப்பட்டது. அங்கிருந்த ஆசிரியரும் பணி இடமாற்றம் செய்யப்பட்டார்.

ஜூதும் ஆரம்பித்தபின் பல பள்ளிகளும் ஆசிரமங்களும் வெறும் தாள்களில் மட்டுமே பணியாற்றின. ஆசிரியர்கள் எதுவும் சொல்லித்தராமலேயே சம்பளம் பெற்றுவந்தனர். பல ஆசிரியர்களும் கிராமங்களில் உள்ள பள்ளிகளுக்கு வந்து பணிபுரிய அஞ்சினர். மாவோயிஸ்டுகள் இருப்பார்கள் என்ற அச்சம் இயல்பாக நிலவியது. ஆசிரியர்களையும் மற்ற பணியாளர்களையும் கிராமத்துக்கு வரவேண்டியதில்லை என்று மாவோயிஸ்டுகளே கூறிவிட்டனர். போல்பதர் கிராமத்தில் பள்ளியின் முதல்வருக்கு சிகப்பு மையில் எழுதப்பட்ட கடிதம் ஒன்று வந்தது. மாவோயிஸ்டுகளைப் பற்றி நகரத்து மனிதர்கள் கற்பனை செய்து வைத்திருப்பது போலவே அக்கடிதத்தின் எழுத்து நடை இருந்தது. செவ்வணக்கம் என்றுதான் அவை முடியும்.

முதல்வருக்கு வந்த கடிதம்

முதல்வரே! உங்களை உடனே திருத்திக்கொள்ளுங்கள். இல்லாவிடில் பின்னால் நீங்கள் மிகவும் வருந்த வேண்டியிருக்கும். எங்கள் பெயரைப் பார்த்ததும் உங்களுக்கு அச்சம் வரவில்லையாம். ஆனால் நிச்சயமாக எங்களை நேருக்கு நேர் பார்த்தல் அச்சம் தானாகவே மேலெழும்பி வந்துவிடும்.

இதுவே உங்களுக்குத் தரும் கடைசி வாய்ப்பு; திருந்திவிடுங்கள். இல்லையேல் உங்களுக்குப் பின்னாளில் வருந்துவதற்குக்கூட நேரம் கிடைக்காது. நாங்கள் சொல்வதுபோல் நடக்காவிட்டால், நாய் போல் சாகடிக்கப்படுவீர்கள். ஒருவேளை நான் சொல்வதை நம்பாவிட்டால், இந்தப் பழத்தைத் தின்னுங்கள் (கையெறிக் குண்டின் படம் வரையப்பட்டிருந்தது).விடுதியிலுள்ள குழந்தை களை உடனே அவர்கள் வீட்டிற்கு அனுப்பிவிடுங்கள். பள்ளிக்கு அடுத்த ஐந்து மாதங்களும் முழு விடுமுறைதான்.வரும் வெள்ளிக் கிழமைக்குள் பள்ளியை மூடியாகவேண்டும். இல்லாவிட்டால் என்ன நடக்கும் என்பது உங்களுக்கே தெரியும்.

செவ்வணக்கம்.
செவ்வணக்கம்.
செவ்வணக்கம்.

இக்கடிதத்தை எழுதியது எதிர்பார்த்ததுபோல் மாவோயிஸ்டுகள் அல்ல. சரியான நேரத்திற்கு வேலைக்கு வந்தாகவேண்டும் என்று

பள்ளித் தலைவரால் கட்டாயப்படுத்தப்பட்டதில் கோபமுற்ற முறையற்ற ஆசிரியர் ஒருவர் எழுதியது!

ஆசிரியர்கள் மட்டும் இல்லாமல் போகவில்லை. பள்ளிகளே காணாமல் போய்விட்டன. இப்பகுதியில் போர் துவங்கிய காலத்தில் பாதுகாப்புப் படைகள் முகாம்களில் தங்கும்போது அங்குள்ள பள்ளிகளிலேயே தங்கிவிடுவது வழக்கம். ஏனெனில், சிமெண்ட் ரோடு கட்டப்பட்ட ஒரே கட்டடம் பள்ளியாகத்தான் இருக்கும். இதைத் தடுக்கவே மாவோயிஸ்டுகள் பள்ளிக்கூடக் கட்டடங்களை முதலில் தகர்த்தனர். சில சமயங்களில் இதைக் கிராமத்து மக்களேகூட செய்தனர். அவர்களால் முடியாதபோது அருகில் இருக்கும் கிராமத்து மக்களைத் துணைக்கழைத்து கட்டடங்களை உடைத்தனர். அப்போதுதான் படைகள் எதுவும் தங்கமுடியாது. இன்றும் அரைகுறையான இடிந்த பள்ளிக் கட்டடங்களையும் தொங்கிக்கொண்டிருக்கும் கூரைகளையும் அம்மாவட்டத்தில் சாதாரணமாகப் பார்க்கலாம்.

2011ஆம் ஆண்டில் பெரும் சிரமங்களுக்கு உள்ளான கோடா, பைரம்கார், பிஜாபூர் என்ற பகுதிகளில் உள்ள பாதிக்குப் பாதி கிராமங்களில் ஆரம்பப் பள்ளிகள் இன்னமும் இயங்கிவந்தன. சுக்மா, சிந்த்கார் பகுதிகளில் நிலைமை மாறியிருந்தது. இந்த மாற்றங்களால் மக்களின் படிப்பறிவு விழுக்காடும் பாதிப் படைந்தது. 2011ஆம் ஆண்டில் எடுத்த ஆய்வின்படி தந்தேவாடா பிஜாபூர் என்ற மாவட்டங்களில் படிப்பறிவு விழுக்காடு மிகவும் குறைவாக இருந்தது. சத்தீஸ்கரின் மொத்தக் கல்வியறிவு உள்ளவர்களின் விழுக்காடு 21.04%. ஆனால், மேற்சொன்ன இரு மாவட்டங்களின் கல்வியறிவு முறையே வெறுமனே 42.12%, 40.86% என்றிருந்தன15. 152005-06ல் பள்ளிகளின் நிலைமையும், கல்வியின் தரமும் இப்படிக் கீழே இருந்தமையால் ஆட்சியர் கே.ஆர்.பிஸ்டா எல்லாப் பள்ளி மாணவர்களும் நிச்சயம் தேர்ச்சிபெற்று அடுத்த வகுப்புக்கு முன்னேறியாகவேண்டும் என்று உத்தரவு பிறப்பித்தார். ஒரு வேடிக்கை என்னவெனில், அதே ஆண்டுதான் இந்த மாவட்டம் சத்யன் மைத்ரா இலக்கியப் பரிசைக் கல்வியறிவைக் கூட்டும் முயற்சிகளுக்காக பெற்றது!

ஜுடுமின் தாக்குதல்கள் உச்சத்தில் இருக்கும் காலத்தில் மரைப் பள்ளியில் உள்ள மாணவர் விடுதியில் ஓர் ஆசிரியரைச் சந்தித்தேன். அவர் ஒவ்வொரு இரவும் எத்தனை பிள்ளைகளுக்கு உணவளிக்க வேண்டும் என்பதே நிச்சயமில்லாத ஒன்றாக இருக்கும். சில பெற்றோர் வனப் பகுதியில் தாக்குதல் நடக்கும்போதோ, தாக்குதல்

அச்சம் இருக்கும்போதோ விரைந்து வந்து தங்கள் பிள்ளைகளை விடுதியில் சேர்ப்பார்கள். அதே போல் நிலைமை சீரடையும் போதோ அல்லது குடும்பமாக ஆந்திரப் பிரதேசத்திற்குச் சொல்லும் போதோ திடீரென்று வந்து தங்கள் பிள்ளைகளை அழைத்துச்சென்று விடுவார்கள். நான் அங்கிருந்த பல மாணவர்களையும் சந்தித்துப் பேசினேன். பல மாணவர்கள் தங்கள் பெற்றோர்களைப் பார்த்தே பல மாதங்கள் ஆகியிருந்தன. 2007ம் ஆண்டு மாணவர்கள் கோடைகால விடுமுறைக்குக்கூடத் தங்கள் வீடுகளுக்குத் திரும்பக் கூடாது என்று ஓர் உத்தரவு பிறப்பிக்கப்பட்டிருந்தது. கல்லூரி மாணவர்களின் நிலைமை இதைவிட மிகவும் மோசம். ஜுடும் தீவிரமாக இருந்த இடங்களில் உள்ள கல்லூரி மாணவர்கள் நான்கு ஆண்டுகளாகத் தங்கள் பெற்றோரைவிட்டுப் பிரிந்திருந்தனர். இதனை 2009 நேர்காணலில் நான் பார்த்தேன். ஒரு மாணவன் தனது மூன்றாவது எம்ஏ பட்டத்திற்காகப் படித்துக்கொண்டிருந்தான். பொறியியல் படிப்பு படிக்க ஆசை. ஆனால், பணம் அதிகம் தேவை. ஆகவே, பல எம்.ஏ. பட்டங்களுக்குப் படித்துக் கொண்டிருந்தார் அந்த மாணவர். அவருக்கு 'ஒப்பந்த ஆசிரியர்' பணிக்குச் செல்ல வேண்டும் என்பதே ஆசை.

சத்தீஸ்கரில் பள்ளிகள் இல்லை. இம்மாநிலமே வேண்டாமென்று அடுத்த மாநிலமான ஆந்திரப் பிரதேசத்திற்குச் சென்றாலும், அங்கும் படிப்பைத் தொடர்வது மிகக் கடினமான ஒன்றாகிவிட்டது. 2007இல் நான் லஷ்மி எனும் பதினைந்து வயதுப் பெண்ணை ஆந்திரப் பிரதேசத்தில் சரியான கூரைகூட இல்லாத மலை மேலிருந்த அவரது குடிசையில் சந்தித்தேன். அவர் 10வது வகுப்பில் படித்துக் கொண்டிருக்கும்போது பாதியில் படிப்பை நிறுத்திவிட்டு ஆந்திரப் பிரதேசத்திற்கு ஓடிவர வேண்டியதாகிவிட்டது. அவரது கிராமத்திற்கு மூன்று கிலோ மீட்டர் அருகில் ஜுடும் படையினரும் காவல் துறையினரும் தாக்குதலுக்காக வருகிறார்கள் என்று தெரிந்து குடும்பத்தோடு தப்பியோடி வந்தவர். ஒரு டிராக்டரில் ஏறி குடும்பத்தோடு தலை தப்பித்ததே என்று ஓடிவர மட்டும்தான் நேரம் கிடைத்தது. லஷ்மிக்கு மேலும் படிக்க ஆவல். ஆனால் முடியவில்லை. ஆந்திரப் பிரதேசத்தில் உள்ள பள்ளியில் இந்தி வழிக் கல்வி கிடைக்க வில்லை. அதோடு அரை வயிற்றுக் கஞ்சிக்காக உழைத்தே ஆக வேண்டிய கட்டாயம்.

இன்னொரு ஆந்திர ஐடிபி ஹட்மா என்ற பையனையும் பார்த்தேன். தனது பத்தாம் வகுப்பின் அரசுத் தேர்வுக்குத் தயாராகிக் கொண்டிருந்த மாணவன். ஜுடும் தாக்குலில் அவனது புத்தகங்கள்

யாவும் தீக்கிரையாகிவிட்டன. அடுத்த ஆண்டு மீண்டும் பத்தாவது வகுப்பு முடிக்க அவன் எத்தனித்திருக்கிறான். ஆனால், அதற்குள் எஸ்பிஓக்களின் கைகளில் மாட்டிக்கொண்டான். இத்தனை நான் எங்கிருந்தாய், என்ன செய்தாய்என்று கேள்விமேல் கேள்வி கேட்டு அடித்து உதைத்தார்கள். தீயில் தங்கள் புத்தகங்களை மட்டுமின்றி தங்கள் பள்ளி விவரங்களையும், சாதிச் சான்றிதழையும் பறிகொடுத்து, எதிர்காலத்தையும் தொலைத்து நின்றுகொண்டிருந்தான் அந்தப் பையன்.

ஜுடும் முகாம்களில் இயங்கிவரும் பள்ளிகள் அப்படியே கண்ணில் ஒற்றிக்கொள்ளக்கூடிய 'மாதிரிப் பள்ளி'களாக இருப்பதில்லை. 2015ஆம் ஆண்டில்கூட பல பள்ளிகளில் மாணவர்கள் கிழிந்த சணல் விரிப்புகளில் மட்டும்தான் உட்காரமுடியும். ஒரு மாணவர் விடுதியில் இரவில் படுக்க உதவும் படுக்கைகள், பகலில் சுருட்டி வைக்கப்பட்டு ஆசிரியருக்கு மேசை, நாற்காலிகளாகப் பயன் படுத்தப்படும். அறையின் ஒரு மூலையில் உருட்டிப் போட்ட கோணி மூட்டையில் ஆசிரியர் அமர்ந்திருப்பார். கற்பித்தலும் நடக்கும். பள்ளியின் சுவர்களோ வெடித்துக் கருகி நிர்வாணமாக நிற்கும். எங்கும் நீர் கசிந்து கொட்டிக் கொண்டிருக்கும். மொத்தத்தில் அது ஓர் அழிவுச்சின்னம் போல்தான் காட்சியளிக்கும்.

சுக்மாவிற்கு அருகில் இல்லிகுடா என்ற கிராமத்தில் அப்போதுதான் ஒரு புதுப் பள்ளி மக்களுக்குக் கிடைத்தது. ஆனால், கையில் கிடைத்த பழம் வாய்க்குக்கூட செல்லவில்லை. சிஆர்பிஎஃப் கட்டாயத்துடன் அதனைக் கையகப்படுத்தியது. பள்ளி ஆசிரியர்களும் மற்றவர்களும் ஒரு சனிக்கிழமை மாலை, மூடியிருந்த பள்ளியை உடைத்துத் திறந்து அங்கிருந்த மேஜை, நாற்காலிகளையெல்லாம் அள்ளியெடுத்து பள்ளியின் பழைய பகுதிகளில் போட்டு அடைத்தனர். நான் அப்பள்ளிக்குச் சென்றபோது உயர் வகுப்பு மாணவர்கள் தாழ்வாரங்களில் அமர்ந்து கற்றுக் கொண்டிருந்தனர். அவர்கள் தலைக்கு மேல் 'அழுது கொண்டிருக்கும்' கீறிப் போய் உடைந்திருக்கும் கூரை. இத்தகைய பள்ளிகள்தான் அப்பகுதியிலுள்ள பல கிராமங்களிலும். பள்ளிக்குள் அத்துமீறி நுழைந்த சிஆர்பிஎஃப் வீரர்களிடம் ஆசிரியர் ஒருவர் அப்பள்ளியை அவர்கள் ஆக்கிரமிப்பதற்கான அரசு உத்தரவின் நகலைக் கேட்டிருக்கிறார். சுற்றி நின்ற ஜவான்கள் அவரைக் கன்னத்தில் அடித்துத் தள்ளியிருக் கிறார்கள்.தாங்கள் தங்குவதற்கான பாதுகாப்பான தடுப்பறைகள் எதையும் அரசு அளிக்கவில்லை. ஆகவே பள்ளிகளைக் கைப்பற்றுவதாக சிஆர்பிஎஃப் கூறினர்.

ஆனாலும், அப்படிப்பட்ட தடுப்புக் காப்பறைகள் இருந்தாலும்கூட அவர்களின் கண்கள் பள்ளிகளிலும் மாணவர்களின் விடுதிகள்மீதும் மட்டுமே இருந்தன. தாக்குதல் சமயத்தில் மாணவர்களையே 'தடுப்பணையாக' வைத்துக்கொள்ளும் வசதிக்காக இந்த ஏற்பாட்டை அவர்கள் விரும்பினர். உச்ச நீதிமன்றமே பள்ளிகளை ஆக்கிரமிக்கக் கூடாது என்று பலமுறை உத்தரவிட்டும், இன்னும் பல பள்ளிகள் பாதுகாப்புப் படையினரின் ஆக்கிரமிப்பில்தான் உள்ளன.

கிராமத்து மக்கள்தங்கள் ஊர்களில் ஆரம்பப் பள்ளியும் நடுத்தரப் பள்ளியும் வேண்டும் என்று ஆசைப்படுகின்றனர். 2009இல் வெளிவந்த கல்வி உரிமைச் சட்டம் ஒவ்வொரு கிராமத்திலும் ஓர் ஆரம்பப் பள்ளியாவது அரசால் அமைக்கப்படவேண்டும் என்று சொல்கிறது. அரசு இந்தச் சட்டத்திற்கு அளித்த மரியாதை அவ்வளவே. இதற்குப் பதிலாக அரசு ஜுடும் முகாம்களுக்கு அருகில் ஆயிரம் இருக்கை கொள்ளும் மாணவர் விடுதிகளைக்கட்டியது. இவை மூங்கில் சுவர்களாலும், தகரக் கூரைகளாலும் கட்டப்பட்டிருக்கும். சுவர்கள் முழுவதும் வண்ணச் சித்திரங்கள். சித்திரங்களில் முக்கியமாக, அடிக்கடி காணப்படுவது படிப்புக்குத் தெய்வமான சரஸ்வதியின் படம். அதோடு மரங்களும், விலங்குகளும் வரையப் பட்டிருக்கும். அலங்காரங்கள் எப்படி இருந்தாலும் அவற்றின் சுகாதார நிலை மிகுந்த மோசம். இப்படிப்பட்ட புதிய விடுதி ஒன்றில் முதல்வர் தன் விடுதியில் உள்ள 524 பெண் குழந்தைகளுக்கு 50 குளியலறைகள் உள்ளன என்று மிக்க மகிழ்ச்சியோடு என்னிடம் சொன்னார். உறைந்துபோன நான் ஆச்சரிய ஒலி எழுப்பியதும் அவர், ஒரு குளியலறையும் இன்னும் இயங்க ஆரம்பிக்கவில்லை என்றார் அவசர அவசரமாக.

2008இல் பள்ளிப்படிப்பு குளறுபடியான பிள்ளைகளுக்கு மேற்சொன்ன புதிய பள்ளிகள் ஆரம்பிக்கப்பட்டன. இப்பள்ளிகள் 'இடைநிலைப் பள்ளிகள்' என்று அழைக்கப்பட்டன. பிள்ளைகள் மீண்டும் பள்ளிக்குச் செல்லும் அளவிற்குத் தயார்படுத்துவதுதான் இங்குள்ள ஆசிரியர்களின் பணி. காலப்போக்கில் இத்தகைய விடுதிகள் மக்களுக்கும் பள்ளி ஆசிரியர்களுக்கும் மிகுந்த நிறைவை அளித்தன. இதேபோல் தன் விடுதிகளில் மாணவர்கள் தங்கியிருந்தால்தான் மாணவர்களுக்கு முறையான கல்வி கிடைக்கும். மேலும்,மாவோயிஸ்டுகள், பாதுகாப்புப் படையினர், கல்வியறிவு இல்லாத பெற்றோர் ஆகியோரிடமிருந்து விலகி இருந்தால்தான் மாணவர்களுக்கு நல்லது என்றுஅரசு நிர்வாகமும் பள்ளி ஆசிரியர்களும் உறுதியாக நினைத்தனர்.

பல குழந்தைகள் 'நக்சலைட்டுகளின் பலிகடாக்கள்' என்று அழைக்கப்பட்டனர். இக்குழந்தைகள் ஆர்எஸ்எஸ் அமைப்பினரால் அமைக்கப்பட்ட 'வனவாசி கல்யாண் ஆஷ்ரமங்களுக்கு' எடுத்துச் செல்லப்பட்டனர். பள்ளிகள் கிராமங்களுக்கு உள்ளே இருப்பது நக்சலைட்டுகளுக்கு மிக ஏதுவாக இருக்கும் என்று அரசு அதிகாரம் எண்ணியது. அதிலும் அதிகார வர்க்கத்தின் ஒரு தவறான பார்வையை நான் சத்தீஸ்கரின் முதன்மைச் செயலரிடம் கண்டு மனம் வெதும்பினேன். அவர் என்னிடம், 'இப்பிள்ளைகள் வேதியியல் படித்தால் நாளையே குண்டு செய்வார்கள்' என்றார். ஆனால், எவ்விதக் கல்வி அறிவும் இல்லாமல்கூட மக்கள் குண்டு செய்யமுடியும் என்பதை அவர் மறந்துவிட்டார் போலும்.

இப்படி ஆரம்பிக்கப்பட்ட ஆயிரம் பேர் விடுதி கிராமவாசிகளுக்கும் பெரிய கேள்விக்குறியாக முன் நின்றது. கல்வியில் தாங்கள் மிகவும் கீழ்நிலையில் இருப்பதும் அதனால் தங்கள் வாழ்வியலும் கீழ் மட்டத்தில் இருப்பதும் அவர்களுக்குத் தெரிந்ததுதான். கல்வியின் முக்கியமும் அவர்களுக்குப் புரிந்துவிட்டது. ஆனாலும் இன்னும் பல தடைக்கற்கள் குறுக்கே நின்றன. சின்னஞ்சிறு குழந்தைகளை வீட்டை விட்டு, குடும்பத்தை விட்டுப் பிரிக்கும்போது அழும் பச்சிளங் குழந்தைகளின் முகம் பார்க்கும்போது பெற்றோர் பெரும் வேதனை அடைகிறார்கள். எங்கள் கிராமத்தில் பள்ளி இல்லை, எங்கள் ஐந்து வயது மகனை எப்படிப் படிப்பிப்பது? அந்த ஆயிரம் பேர் விடுதியில் சேர்த்தால் அவனால் தனித்து அங்கே இயங்க முடியுமா? அவனைப் பார்த்துக்கொள்ளவும் விடுதிக்கருகில் உறவினர்கள் யாருமில்லையே! பெற்றோர்களின் கவலை இது.

ஒரு விடுதியின் முதல்வரைச் சந்தித்தபோது அவர் பிள்ளைகள் இந்த விடுதியில் மிகவும் மகிழ்ச்சியாக உள்ளனர் என்றும், வீட்டுக்குப் போகும் விருப்பம்கூட இல்லாமல் வாழ்கிறார்கள் என்றும் சொன்னார். ஆனால், அடுத்த மூச்சிலேயே ஒருவேளை அவர்கள் வீட்டிற்குத் திரும்பினால், மீண்டும் அவர்கள் விடுதிக்கு வருவது மிகக் கடினம் என்றும் சொன்னார். அதேபோல் விடுதியில் உள்ளவர்களைப் பெற்றோர்கள் பார்க்க வந்துவிட்டுச் சென்றபின் மாணவர்கள் வீட்டு நினைவாக இருப்பார்கள் என்றார். ஆஸ்திரேலியாவின் 'திருடப்பட்ட குழந்தைகள்' என்று அழைக்கப் பட்ட வரலாற்று நிகழ்வுதான் இதை நினைவுபடுத்துகிறது. ஆஸ்திரேலியாவின் ஆதிவாசிகளின் குழந்தைகள் பெற்றோர் களிடமிருந்து வலுக்கட்டாயமாகப் பிரிக்கப்பட்டனர். ஆனாலும் அது அவர்களின் நன்மைக்கே. வீடா, பள்ளியா என்ற கேள்விக்கு

அந்த நாட்டு அரசு சொன்ன பதில் அது. குழந்தைகளின் நல்ல எதிர்காலம் பற்றிச் சிந்தித்த அரசின் திட்டம் அது.

பள்ளிகள் அரசினால் மட்டுமல்ல. பல தனியார் பள்ளிகள், ஆர்எஸ்எஸ் அமைத்த 'சரஸ்வதி குழந்தைகள் மந்திர்', சர்வோதயாவின் ஸ்ரீகத் கொண்டா தரம்பால் சைனி நடத்திய 'மாதா ருக்மணி ஆஷ்ரம்' என்று அனைத்துப் பள்ளிகளும் ஏறத்தாழ ஒரே மாதிரி இயங்கி வந்தன. சர்வோதயா நடத்திய பள்ளி மாணவர்களை முழு இந்துக்களாக மாற்றுவதிலும் குறியாக இருந்தன. இதனால் கிராமத்து மாணவர்கள் தங்கள் இனத்து மதத்தையும், மத விழாக்களையும் மறந்து, துறந்துவிடும் நிலை வந்தது.

காலை 4 மணிக்கெல்லாம் எழுந்து 4.30க்கு கடவுள் வணக்கம்; அதன்பின் பள்ளிச் சூழலை சுத்தமாக்குதல்; பள்ளி 9 மணி முதல் மதியம் 3 மணி வரை; நடுவில் மதிய உணவு நேரம்; 3 மணிக்குப் பிறகும் சுத்தம் செய்தல், விளையாட்டு, படிப்பு, கடவுள் வணக்கம் என்று தொடர்ந்து, பின் இரவு உணவு, தூக்கம் என்று கட்டுக்கோப்பில் வளர்வார்கள்.இப்பள்ளியில் படிப்பு முடித்து வெளிவரும் பிள்ளைகள் மிக மரியாதையோடு மூத்தவரின் கால்மாட்டில் அமர்ந்து, பஜனைப் பாடல்களைப் பாடி, ஒரு 'நல்ல' இந்துக் குழந்தை போல் நடந்து கொள்வார்கள். அதோடு அவர்கள் நல்ல 'பயனாளிகளாகவும்' வளர்கிறார்கள். அவர்களுக்குக் கிடைக்கும் உதவிப் பணத்தில் தங்களுக்கு வேண்டிய காலணிகள், பற்பசை, பற்குச்சிகள், அப்பளம், ஊறுகாய் என்று தங்கள் கிராமத்தில் வீட்டில் கிடைக்காத பொருள்களை வாங்கிப் பழகி விடுகிறார்கள். பள்ளிப் படிப்பு அவர்களுக்கு ஒரு பக்கம் சாந்தி, அமைதி என்று கற்றுக் கொடுத்தாலும், மனதிற்குள் ஜுடும் தங்கள் வீட்டை எரித்து நாசம் செய்த கோரமும் ஒளிந்தே கிடக்கிறது. அப்படிப்பட்ட பிள்ளைகள் பள்ளிப் படிப்பைத் தாண்டியதும் மாவோயிஸ்டுகள் பக்கம் சேர்ந்துவிடுகிறார்கள். மாதா ருக்மணி ஆஷ்ரமில் பணியாற்றும் ஆசிரியர் ஒருவரைச் சந்தித்துப்பேசினேன். அவர் தனது மாணவர்கள் இரு பக்கமும் சேர்கிறார்கள். மாவோயிஸ்டுகள் பக்கமும், ஜுடும் பக்கமும் என்றார்.ஆனால், எப்பக்கம் இருந்தாலும் ஆசிரியர் என்ற முறையில் இரு வகை மாணவர்களுமே தனக்கான மரியாதையைத் தருவதாகவும் கூறினார்.

இப்பள்ளிகளைத் தவிர்த்து மாவோயிஸ்டுகளும் சில பள்ளகளை நிறுவி நடத்தி வந்தனர். கோண்டி மொழியில் பாடப் புத்தகங்கள் பதிப்பித்து மாணவர்களுக்குக் கொடுத்து வந்துள்ளனர். இந்நூல் களைப் பார்த்த பத்திரிகைக்காரர்கள் அடிப்படையான கல்வியும்

அறிவிலும் அவைகளில் இருந்தன. அவைகளோடு தலைவர்களாக, தியாகிகளாக உருவான அம்மண்ணின் மைந்தர்களைப் பற்றிய பாடல்களும் இருந்தன என்றனர்.

அரசுப் பள்ளிகளைப் பாதுகாப்புப் படையினர் தாங்கள் தங்கும் விடுதிகளாக மாற்றினர். அதனால் அரசுப் பள்ளிகளை மாவோயிஸ்டுகள் அழிப்பதை ஒரு வழக்கமாக வைத்திருந்தனர். இதே உத்தியைப் பாதுகாப்புப் படையினரும் செய்துவந்தனர். மாவோயிஸ்டுகள் நடத்தும் பள்ளிகள் அவர்களால் அழிக்கப் பட்டன. அவை மாவோயிஸ்டுகளால் நடத்தப்படுகின்றன என்னும் ஒரு காரணமே அவர்களுக்குப் போதும். 2012 ஜூன் மாதம் சிஆர்பிடிஎஃப் படைப் பிரிவினர் சவபள்ளி என்ற கிராமத்தில் இயங்கிய மாவோயிஸ்ட் பள்ளியை நக்சலைட்டுகளின் பள்ளி என்ற ஒரே காரணத்திற்காக அழித்தனர்.

ஆயிரம் இருந்தாலும் பள்ளிகளைத் திறம்பட நடத்தவேண்டும் என்ற குறிக்கோள் மாவோயிஸ்டுகளுக்குக் கிடையாது. பள்ளிகள் அவர்களின் முதன்மைப் பட்டியலில் இடம் பெறுவதே இல்லை. ஆனால், இதே 'தத்துவம்' அரசுக்கும் இருப்பதுதான் பெரும் சோகம்!

சுகாதாரத்திற்கு இங்கு இடமே இல்லை

நாட்டிலேயே மிகவும் குறைந்த அளவு மருத்துவ உதவிகள் கிடைப்பது சத்தீஸ்கர் மாநிலத்தில்தான். 403 ஆரம்ப சுகாதார மையங்களுக்கு 170 மருத்துவர்கள் மட்டுமே உள்ளனர். மொத்தம் 84 சமூக சுகாதார மையங்கள் வனப் பகுதிகளில் உள்ளன. அவற்றில் நான்கே நான்கு அறுவை சிகிச்சை மருத்துவர்களும், ஒன்பதே ஒன்பது மருத்துவர்களும் மட்டுமே உள்ளனர். பல சுகாதார நிலையங்கள் இருப்பது வெறும் காகிதங்களில் மட்டும்தான். அங்கே மக்களுக்குத் தங்களைத் தாக்கும் பொதுவான வியாதிகளான ரத்த சோகை, மலேரியா, காலரா, வயிற்றுப் போக்கு, சத்தில்லா உணவினால் வரும் இன்னும் பல வியாதிகளுக்கான மருத்துவம் கிடைக்கிறதா என்பது பெரிய சந்தேகமே.

நிலைமை இவ்வளவு மோசமாக இருந்ததால் சத்தீஸ்கர் அரசு 2015ம் ஆண்டு புதிய திட்டமொன்றைத் தீட்டியது. தனியார்கள் மூலம் மாநிலத்தின் சுகாதார வசதிகளைப் பெருக்க ஒரு முயற்சி எடுத்தது. ஒப்பந்தக்காரர்கள் இதுவரை இருக்கும் எண்ணிக்கையைவிட அதிக மருத்துவர்களோடு அதிக சேவை தரவேண்டும் என்று ஏற்பாடு. அந்த ஏற்பாட்டின்படி வேலைக்கு அமர்ந்த ஒருவரை நான் கோண்டாவில் சந்தித்தேன். அவருக்குக் கோண்டி மொழியோ,

இந்தி மொழியோ சுத்தமாகத் தெரியாது. மக்களுக்கோ தெலுங்கு தெரியாது. ஆக இருவரும் இருவேறு எதிர்முனைகளில் இருந்தார்கள். எப்படி மருத்துவம் பார்த்திருக்க முடியுமோ? அரசுப் பள்ளிகளைப் போலவே மருத்துவ மையங்களையும் ஒரே இடத்தில் தொகுத்து அமைத்தனர். போர் மேகம் எப்போதும் சூழ்ந்திருந்ததால் பாதுகாப்பு கருதி ஒரே இடத்தில் பல மருத்துவ மையங்கள். இதனால் குறைந்த பயனே கிடைத்தது. உதாரணமாக, மங்கேலி பஞ்சாயத்தில் இருந்த ஓர் உதவி சுகாதார மையம் பத்து கிலோ மீட்டர் தொலைவில் பிஜாபூர் என்ற இடத்தில் இருந்தது. இந்த இடத்தில் ஏற்கெனவே ஒரு மாவட்ட மருத்துவமனை இயங்கி வந்தது.

மருத்துவ உதவி மக்களுக்கு மிக முக்கியத் தேவை என்பது அரசுக்கு மிக நன்றாகவே தெரியும். ஆனால் போரை ஒரு காரணமாகக் காட்டி சிரத்தை எடுக்காமல் இருந்துவிட்டனர். 2006ஆம் ஆண்டு தந்தேவாடாவில் ஒரு பெரிய மருத்துவ அதிகாரியைச் சந்தித்துப் பேசினேன். அவர் சிஆர்பிஎஃப் வீரர்களால் தடுத்து நிறுத்தப் பட்டார். கிராமங்களுக்கு மருந்து எடுத்துச் செல்கிறேன் என்று அவர் சொன்னதை அவர்கள் ஒத்துக்கொள்ளவில்லை. மாறாக, அங்குள்ள மாவோயிஸ்டுகளுக்கு உதவ மருந்து எடுத்துப் போகிறீர்கள் என்று சொல்லி அவரைத் தடுத்துவிட்டார்கள்.

2015ஆம் ஆண்டு ஜூலை மாதத்தில் ஒரு கிராமவாசி சிந்தல்நாரில் இருந்த ஒரு மருத்துவமனைக்குச் செல்ல முனைந்திருக்கிறார். ஆனால், அவரை சிஆர்பிஎஃப் முகாம் ஒன்றிற்கு அனுப்பி வைப்பதாக என்னிடம் கூறினார். சிஆர்பிஎஃப் வீரர்கள் சமூக சேவையாக மருந்துகளை மக்களுக்குக் கொடுத்து வந்துள்ளனர். எந்த வியாதிக்கு எந்த மாத்திரையோ, தெரியவில்லை!

அரசு அயல்நாட்டு நிறுவனங்கள் மருத்துவ உதவி தருவதற்காக இம்மாநிலம் வர முயற்சித்தபோது அவை முறையாக அனுமதிக்கப் படவில்லை. பிரெஞ்சு நாட்டிலிருந்து வந்த எம்எஸ்எஃப் என்ற மருத்துவக் குழுவும், பன்னாட்டு சிகப்பு சிலுவைக் குழுவும் (ஐசிஆர்சி) இனாமாக மருத்துவ உதவியைச் செய்ய அனுமதி கேட்டன. எம்எஸ்எஃப் குழப்பங்களும், மனித தாக்குதல்களும் நிறைந்த பகுதியில் சேவைசெய்ய விரும்பினர். 2006 செப்டெம்பர் மாதம் தந்தேவாடாவிலும் கோண்டாவிலும் எல்லைக் கோட்டுக்கு அருகில் உள்ள ஆந்திரப் பிரதேசத்தில் உள்ள சிந்தூர் பகுதியிலும் டச்சு, பெல்ஜியம் நாடுகளிலும் குழுக்கள் உதவி செய்ய ஆரம்பித்தன.

பெல்ஜிய குழு சல்வா ஜுடும் முகாம்கள் இருந்த எர்ரபார், இஞ்சரம், மரைகுடா என்ற கிராமங்களில் தங்கள் சேவையை ஆரம்பித்தனர்.

அதன்பின் இன்னும் உள்ளே இருந்த கிராமப் பகுதி மக்களுக்கு உதவ ஒரு நடமாடும் மருத்துவமனையைக் கொண்டுவந்தனர். முதலில் சத்தில்லாத உணவை மட்டும் சாப்பிடும் ஏழைக் குழந்தைகளின் உடல் நலத்திற்குச் சிறப்பான தொண்டினை ஆரம்பித்தனர். இவர்கள் சேவை பற்றிய செய்தி பரவியபின், நடமாடும் மருத்துவமனைக்கு தோல் வியாதி, மலேரியா, வயிற்றுப் போக்கு போன்ற பல நோயால் வாடுபவர்களும் வர ஆரம்பித்தனர்.

எம்எஸ்எஃப் குழு நேரடிச் சேவையில் மட்டுமே ஆர்வம் காண்பித்தனர். மனித உரிமை மீறல் உள்ளிட்ட விஷயங்களில் அவர்கள் ஏதும் பேசுவதில்லை. அவற்றை வெளியுலகிற்கு வெளிப் படுத்தவும் விரும்பவில்லை. அரசு மருத்துவ ஊழியர்களோடு இணைந்து, மருத்துவ அமைச்சகத்துடன் நேரடித் தொடர்பு கொண்டு மருத்துவ சேவையில் மட்டும் கவனம் செலுத்தினர். ஆனால், யுனிசெஃப், ராணுவ முகாம்களில் மட்டுமே தங்கள் மருத்துவ உதவியைச் செய்தனர். இது போன்று இல்லாமல் எம்எஸ்எஃப் குழுக்கள் வனத்தின் உள்ளே சென்று வேலை பார்த்தனர். இதனால் அவர்கள் மீண்டும் மீண்டும் கட்டுப்படுத்தப் பட்டனர். இறுதியாக முகாம்களில் மட்டும் சேவை செய்யுங்கள். இல்லாவிட்டால் இந்த மாவட்டத்தைவிட்டுப் போய்விடுங்கள் என்று எச்சரிக்கை வந்தது. அவர்களின் இருப்பே சந்தேகத்திற்குரியதாகப் பார்க்கப்பட்டது.

2015 ஆகஸ்ட் 24இல் இந்துஸ்தான் டைம்ஸ் என்ற தினசரியில் உளவுத் துறையின் ஆய்வுக் கட்டுரை பற்றிக் குறிப்பிடப்பட்டிருந்தது. அதில் எம்எஸ்எஃப் மிகவும் கண்டிக்கப்பட்டிருந்தது. ஏனெனில், எம்எஸ்எஃப் செய்த பெரிய தவறாக ஒரு விஷயம் குறிப்பிடப் பட்டிருந்தது. சிக்கலும் குழப்பமும் நிறைந்த இடங்களில் மக்கள் இன்னும் வாழ்ந்து கொண்டிருக்கிறார்கள் என்ற எம்எஸ்எஃப்பின் நம்பிக்கைதான் அந்தக் குற்றம்.மேலும், எம்எஸ்எஃப் மருத்துவர்கள் நக்சலைட்டுகள் நிறைந்த பகுதியில் உள்ள ஆதிவாசிகளுக்கு மருத்துவம் அளிக்கிறார்கள் என்று அதில் கூறப்பட்டிருந்தது. இதே போன்ற கண்டிப்பும், வெளியேற்றமும் அடுத்த மருத்துவக் குழுவால் ஐசிஆர்விக்கும் வந்தது. குத்ரு, சிந்தல்னார் என்ற இடங்களில் நடமாடும் மருத்துவ மனையையும் ஆரம்ப சுகாதார மையங்களையும் ஆரம்பித்து உதவிசெய்த ஐசிஆர்சியும் மாவட்டத்தை விட்டு வெளியேறவேண்டும் என்று 2013இல் அரசிடமிருந்து உத்தரவு வந்தது. ஏனெனில் அரசுக்கு ஐசிஆர்சி தொண்டு நிறுவனம் உதவுவதால் தந்தேவாடா பகுதி அயல் நாட்டினர் இல்லாத

உள்நாட்டு ஆயுதப் புரட்சி நடக்கும் இடம் என்று மற்ற நாட்டினரால் கணிக்கப்படும் என்ற அரசின் அச்சமே இதற்கான காரணம்.

பாதுகாப்புப் படைகளோடு இந்தப் படைகளும் இணைந்து இப்பகுதியில் அமைதிக்குப் பாடுபடுகின்றன. அதோடு நவீன ஆயுதங்கள் கூட இந்தப் பகுதியில் நடக்கும் தாக்குதல்களில் பயன்படுத்தப்படுகின்றன. இருந்தும் அரசு இந்தப் போர் மாவோயிசத்திற்கு எதிரான ஒன்று எனவும், இது உள்நாட்டுச் சட்டம் ஒழுங்குப் பிரச்னையோடு மட்டுமே தொடர்புள்ளது என்றும் கூறியது. ஜெனிவா மாநாட்டு சட்டத்தின் வழியே இது அயல்நாட்டினர் தலையிடாத ஆயுதப் போர் என்றும், வெளிநாட்டுக் கண்காணிப்பாளர்கள் யாரும் இங்கு இல்லை என்றும் நிரூபிக்கவேண்டிய கட்டாயம் அரசுக்கு இருந்தது.

மருத்துவ சேவைகளை எப்போதும் தாங்கள் புறக்கணித்ததில்லை என்றனர் மாவோயிஸ்டுகள். ஆனால், 2010 நவம்பர் மாதம் கந்தமால் என்ற இடத்தில் இருந்த ஒரு மருத்துவ வாகனத்தை (ஆம்புலன்ஸ்) அவர்கள் வெடிவைத்துத் தகர்த்துவிட்டனர். 2012 ஏப்ரல் மாதம் நோயுற்ற குழந்தைகளை சிந்தபோவிலிருந்து டோர்னாபாலிற்கு மருத்துவ வாகனத்தில் எடுத்துச் செல்லும் போது இந்தத் தாக்குதல் நடைபெற்றது. ஆம்புலன்ஸ் வாகனங்களின்மூலம் சென்ற படை வீரர்களைத்தான் நாங்கள் இருமுறை தாக்கி அழித்தோம். ஜவான்கள் விதிகளை மீறிச் சென்றதாலேயே இவை நடந்தன என்கின்றனர் மாவோயிஸ்டுகள். ஆனால், கொல்லப்பட்டது என்னவோ பொது மக்கள்தான்.

புதிய ஆயுதம் ஒன்று

இதோ இப்போது இருப்பது நமது (சிபிஐ மாவோயிஸ்ட்) அரசு. அப்படியிருக்கும்போது ஏன் அவர்கள் கையில் மீண்டும் அதிகாரத்தைத் திணிக்கவேண்டும்?

அரசு நிதியை உபயோகிப்பதில் வெளிப்படைத்தன்மை வேண்டும் என்பதில் கவனம் செலுத்தினால் போராட்டத்தின் கூர்மையே மழுங்கிவிடும்.

...மாவோயிஸ்டு தலைவர்கள், 2012.

பாருங்கள்.. பாருங்கள்... இதோ சமாளிப்பாளர் நம்மைத் தேடி வந்துவிட்டார்.

...ஷேக்ஸ்பியர், மெஷர் ஃபார் மெஷர்

ஒருங்கிணைக்கப்பட்ட செயல் திட்டம் (ஐஏபி)ஒன்று 2009-10ல் ஆரம்பிக்கப்பட்டது. நக்சலைட் ஊடுருவிய பகுதிக்குள் வளர்ச்சியைக் கொண்டுவருவதே இத்திட்டத்தின் நோக்கம். அதற்குரிய பணத்தைச் செலவுசெய்ய தனியே ஒரு குழு ஒவ்வொரு மாவட்டத்திலும் ஆரம்பிக்கப்படும். அதில் மாவட்ட ஆட்சியர், உயர் காவலதிகாரி (எஸ்பி), டிவிஷனல் வன அதிகாரி என்று மூவரும் உறுப்பினர்கள். திட்டக் குழு இப்பணத்தை பஞ்சாயத்துகள்மூலம் கொடுக்க வேண்டும் என்று எண்ணியது. ஆனால், ஆளும் அதிகார அரசும், உள்துறை அமைச்சகமும் உயரதிகாரிகளிடமே அதை ஒப்படைத்து விட்டது. திட்டக் குழு எளிதாகத் தூக்கி எறியப்பட்டது. ஆனால், புதிதாக இன்னொன்று எளிதாகக் குழுவில் இணைந்தது. அது சிஆர்பிஎஃப். 2014இல் ஐஏபியின் செயற் குழுவின் உள்ளே நுழைந்தது. அடுத்த ஆண்டு இன்னொரு மாற்றம். 2015இல் ஐஏபி கூண்டோடு கைலாயம் என்பது போல் ஒட்டுமொத்தமாக உள்துறை அமைச்சகத்திற்கு மாற்றப்பட்டுவிட்டது. புதிய நாமகரணமும் பெற்றது. அது மத்திய உதவித் திட்டம் (அடிஷனல் சென்ட்ரல் அசிஸ்டெண்ஸ் பிளான்).

ஐஏபி,தந்தேவாடா போன்ற இடங்களில் இயங்குவதற்காகத்தான் ஆரம்பிக்கப்பட்டது. ஆனால், இங்கே இந்த அமைப்பின் பணி முழுமையாக இராது. ஏனெனில், இங்கே மாவட்டக் குழு கிராமத்துத் தலைவர்களின் மூலமாகவே இத்திட்டத்தைச் செயல் படுத்த முடியும். அதிலும் ஜுடும் உச்சத்தில் இருக்கும்போது, கோண்டா, பிஜாபூர், பரம்கார் என்று தாக்குதலுக்கு உள்ளானபோது அக்கிராமத்துத் தலைவர்கள் அனைவரும் குடிபெயர்ந்து முகாம்களுக்குள் வந்துவிட்டனர். அதன் பிறகு பஞ்சாயத்துத் தேர்தல்கள் ஏதும் நடக்கவேயில்லை. அப்படியே தேர்தல் நடந்தாலும் கிராமத்துத் தலைவர்கள் முகாமில் இருந்துகொண்டே தங்கள் தேர்தல் விண்ணப்பங்களைக் கொடுத்தனர். போட்டியின்றி தேர்வும் பெற்றனர். அதன்பின் அவர்கள் மாவட்ட அதிகார மையங்களோடு இணைந்து புதிய திட்டங்களை வெறும் தாள்களில் மட்டும் நிரப்பினர்.

கோண்டாவிலிருந்து பல கிராமத்து மக்கள் 2011 அக்டோபர் மாதம் என்னைச் சந்தித்தனர். அவர்களில் பலர் கிராமத்துத் தலைவர்களாக இருந்தவர்கள். அவர்கள் ஒருமித்து ஐஏபி வழியாக மக்களை மகிழ்ச்சிப் படுத்துவது முடியவே முடியாத காரியம். ஏனெனில், ஐஏபி அந்தக் கிராமங்களில் எந்த முன்னேற்ற வேலைகளையும் கையிலெடுக்க முடியாது. அங்கே ஏதாவது நடக்கவேண்டுமென்றால் அது அங்குள்ள மாவோயிஸ்டுகளால் மட்டுமே முடியும். அவர்களே அந்தந்த

கிராமத்திற்கு என்னென்ன வேண்டும் என்பதை முடிவு செய்யும் அதிகாரத்தைக் கொண்டிருந்தனர். மாவோயிஸ்டுகளோ ஜுதும் தலையெடுத்த பிறகு மிகவும் கஷ்டப்பட்டனர்.2012இல் நான் மீண்டும் கேள்விப்பட்டது என்னவெனில், மாவோயிஸ்டுகள் கிராமத்து மக்கள் பள்ளிக்கூடங்கள் நடத்துவதற்கும் (பள்ளியின் மேற்கூரைகள்கூட கான்கிரீட்டால் ஆனதாக இருக்கக்கூடாது) குடியுரிமைப் பொருள் வழங்குதலுக்கும் அங்கன்வாடி அல்லது ஆரம்ப சுகாதார நிலையம் அமைப்பதற்கும், அடிகுழாய் வைப்பதற்கும் மட்டுமே ரேஷன் உதவிப் பணத்தைப் பெறலாம் என்று கட்டளையிட்டிருந்தனர். சில சமயங்களில் தளம் சில வேலைகளைக் கிராமத்தில் செய்யலாம் என்று சொல்லலாம். ஆனால், கிராமத்து சங்கம் அதை எதிர்த்தால் தளம் சொல்லிய வேலை ஒதுக்கப்படும்.

இதற்கு ஓர் அழகான சான்று இது. போலம்பாட் கிராமத்து கோசா தங்கள் கிராமத்திலிருந்த மாவோயிஸ்டுகளிடம் புதிய மலிவு வீடுகள் கட்ட அனுமதி கேட்டிருக்கிறார். அந்த வீடுகள் 'இந்திரா மலிவு வீடுகள்' என்று அழைக்கப்பட்ட, வறுமைக் கோட்டிற்குக் கீழேயுள்ள மக்களுக்கானது. எல்லோரும் வீட்டுக்கு ரூபாய் 500 போட்டு வங்கிக் கணக்கு ஆரம்பித்தனர். அரசும் தங்கள் முதல் உதவித் தொகையை வங்கியில் இட்டது. அதோடு வேலை நிறுத்தப் பட்டது. சங்க உறுப்பினர்களுக்கு இத்திட்டம் பிடிக்கவில்லை. நிறுத்தச் சொன்னார்கள். வேலை நின்றது. கிராமத்து மக்களும் தலைவர்களும் சங்க உறுப்பினர்கள்மீது குற்றம் சொன்னார்கள். சங்கத்தின் மூத்த தலைவர்கள்கூட ஒப்புதல் தந்தும் வேலை நடக்காமல் நின்று போனது. இது போன்ற நிகழ்வுகளால் மக்களுக்கும் மனக் கசப்பு ஏற்படுகிறது. அதுவும் மாவோயிஸ்டு உறுப்பினர்களில் கல்வியறிவு இல்லாத நக்சலைட்டுகள் இருக்கும் போது இக்குறைவுகள் தலையெடுத்து மக்களைத் தொல்லைப் படுத்துகின்றன.

அரசின் பண உதவிகளைப் பெறுவதில் மாவோயிஸ்டுகள் மத்தியில் பல விவாதங்கள். பணம் பெற்று புதிய திட்டங்களை வற்புறுத்தலாம். பொருளாதார வெளிப்படைத் தன்மையை வற்புறுத்தலாமா? அரசிடமிருந்து உதவி பெறுவதை முழுவதுமாக நிறுத்திவிடலாமா?

ஓர் உண்மை என்னவெனில் மாவோயிஸ்டுகளின் ஆதிக்கம் அதிகம் இருக்கும் பகுதியில்தான் அரசு அதிக உதவிகளை மக்களுக்குச் செய்ய முயல்கிறது. அப்படியென்றால் 'வளர்ச்சி' என்பதே மாவோயிஸ்டுகளின் மீதான போர் என்று எடுத்துக் கொள்வதா என்ற

கேள்வி எழும்புகிறது. 'வளர்ச்சி' என்பது மக்களின் கிளர்ச்சியை மென்மையாகக் குறிப்பதா? என்றும் ஒரு கேள்வி.

மக்களின் அரசு இறுதியில் ஒரு முடிவை எடுத்தது. மத்தியக் குழு கிராமத்துத் தலைவர்களுக்குப் பண உதவி கொடுப்பதை நிறுத்தியது. கிராமத்துத் தலைவர்கள் முழுமையும் அரசின் பக்கம் சார்ந்திருக்க வேண்டும். அதன் மூலம்அரசு தங்கள் வீச்சை கிராமங்களுக்குள் ஏற்படுத்தி, கிராமங்களை முன்னேற்றவும் செய்யலாம். தங்கள் வலைப்பின்னலுக்குள் மக்களையும் அதன் தலைவர்களையும் கட்டுப்படுத்தி வைக்கவும் முடியும். ஆனால், இந்த வலைப்பின்னலுக்குள் வியாபாரிகளுக்கு இடமில்லை. அவர்கள் மக்களின் கூட்டணிக்குள் வரவும்முடியாது; எந்த நாசமும் செய்யமுடியாது.

கங்கன் தேசியப் பூங்காவிற்கு அருகிலிருந்த இடத்தின் தலைவர் என்னிடம் அவரது பகுதியில் பஞ்சாயத்து உயிரோடு இருக்கிறது என்றார். தேர்ந்தெடுக்கப்பட்டவர்களே அதன் தலைவர்களாக உள்ளனர். ஆனால், இவர்களுக்கு அரசிடமிருந்து உதவி பெறுவதில் பெரும் தயக்கமே உள்ளது. உதவிபெற்று ஏதாவது புதிய வேலையை ஆரம்பித்தால், ஒரு பக்கம் அதிகாரிகளுக்கு செலவில் ஒரு 'வெட்டு' கொடுக்கவேண்டும். ஆனால், மாவோயிஸ்டுகள் வெளிப்படைத் தன்மையை எதிர்பார்ப்பார்கள். கிராமத்து மக்களுக்கும் கூலி உயர்வை எதிர்பார்ப்பார்கள். கிராமத்துத் தலைவர்களுக்கு இது ஒரு பன்முகத் தொல்லைதான்.

மாவோயிஸ்டுகள் தங்கள் தனிப்பட்ட நம்பிக்கைகளை குடியுரிமைப் பொருள் வினியோகத்தின்மீது வைத்துள்ளனர். ஒரு மாவோயிஸ்ட் தலைவர் கிராமத்து மக்கள் யாரும் குடியுரிமைப் பொருள்களை நம்பி இருப்பதில்லை. அப்பொருள்கள் எல்லாமே அப்பகுதியில் உள்ள அரசுப் பணியாட்களுக்காகவே கொடுக்கப்படுகின்றது. ஆனால், நடைமுறை வேறாக இருந்தது. மக்கள் 40-60 கிமீ தூரத்திலிருந்துகூட நடந்துவந்து இப்பொருள்களை வாங்குவது வழக்கம். அவ்வளவு ஏன்? இந்த ரேஷன் பொருள்கள் இல்லாமல் மாவோயிஸ்டுகள்கூட வாழ்க்கையை நடத்தியிருக்க முடியாது. 2015இல் மாவோயிஸ்டுகள் அரிசி கொடுப்பதைத் தடை செய்ய முயன்றனர். அரிசி மூலம் ஏதோ ஒரு புதிய நோய் பரவுகின்றன என்றனர். ஆனால், கிராமத்துப் பெண்கள் இந்தத் தடையை எதிர்த்து நின்று, அரிசி வினியோகத்தைத் தொடர வைத்தனர்.

மத்திய ஆயுதம் தாங்கிய காவல்துறை (சிஏபிஎஃப்)மக்கள் மனதை யெல்லாம் கொள்ளையடிக்க ஒரு புதிய சமூக செயல்

வழிமுறையைக் கைக் கொள்ளப்போவதாகச் சொன்னார்கள். மேம்போக்காக இந்தத் திட்டம்மூலம் சரணடைந்த மாவோயிஸ்டு களை ஓட்டுனராகவோ, மின்சாரப் பணிக்கோ எடுத்துக் கொள்வதும், மக்களுக்கான சுகாதார உதவிகளைச் செய்யவும், பழம்பெரும் இந்தியத் தலைவர்கள் பற்றி செய்தித் தொகுப்புப் படங்களை மக்களுக்குக் காண்பிப்பதும், சமூகத்தில் குழந்தைகள் திருமணம், வரதட்சணைக் கொடுமைகள் ஆகியவற்றை அழித் தொழிப்பதும்தான் திட்டம். ஆனால், இதில் வேடிக்கை என்ன வென்றால், சரணடைந்த மாவோயிஸ்டுகளுக்கு வேலை கொடுப் பதற்குப் பதில் அவர்களை அரசு ஒற்றர்களாகவே பயன்படுத்தியது. அதே போல் இதே திட்டத்தில் சொல்லப்பட்ட குழந்தைகள் திருமணத்தை நிறுத்துதல், வரதட்சணையை ஒழிப்பது என்பது தேவையற்றது. ஏனெனில் இவை அங்கே வழக்கத்திலேயே இல்லை.

சிஆர்பிஎஃப் இலவசப் பொருள்களான சேலைகள், டிரான்சிஸ்டர்கள், கால்பந்து போன்றவற்றை மக்களுக்குத் தருவதுண்டு. கிராமத்து கோண்டா பெண் மக்களுக்கு இந்த இலவசப் பொருள்கள் வாங்கப் பிடிப்பதில்லை. ஆனால், ராணுவ வீரர்கள் கையில் அடிக்க ஒரு குச்சியோடும், இன்னொரு கையில் சேலையோடும் நின்று, பெண்களைச் சேலையைப் பெற வற்புறுத்துவார்கள். வேறு வழியின்றி கட்டாயத்தின் பேரில் சேலைகளை வாங்கிக்கொண்டு, அவர்கள் கண் மறைந்ததும் இலவசச் சேலைகளைத் தூக்கி எறிந்து விடுவர். சிரித்துக்கொண்டே ஒரு பெண்மணி தாங்கள் செய்வதைப் பற்றி என்னிடம் இதைச் சொன்னார். சிஆர்பிஎஃப் திட்டத்தினால் விளைந்த ஒரே ஒரு நன்மை மாவோயிஸ்டுகளின் சினத்தை இத்திட்டம் கிண்டிவிட்டதுதான். தங்கள் பேச்சையும், கட்டளையையும் மீறி கிராமவாசிகள் இலவசப் பொருள்களைப் பெறுவதைக் கண்டித்து மக்களைத் துன்புறுத்தினர். மக்கள் மாவோயிஸ்டுகளை வெறுத்து ஒதுக்குவதும் இதனால் நடந்தது.

போர்க்காலத்தில் அரசின் இலவசத்தை கிராமத்து மக்கள் வாங்குவதை மாவோயிஸ்டுகள் மட்டுமே எதிர்க்கவில்லை. மாவோயிஸ்டு களுக்கு மிகவும் நெருங்கிய கொள்கை கொண்ட 'சாஸி முலியா ஆதிவாசிகள் சங்கம்' என்ற அமைப்பு ஒடிசாவிலுள்ள கோராபுத் என்ற இடத்தில் பல பஞ்சாயத்துகளில் வெற்றி பெற்றது. ஆனால், பி. சிதம்பரம் தலைமையில் இருந்த மத்திய உள்துறை அமைச்சகம் இக்கிராமங்களுக்குக் கொடுக்கவேண்டிய பஞ்சாயத்து தொகைகளைத் தர மறுத்தது. ஜெய்ரமேஷ் தலைமையில் இருந்த கிராம வளர்ச்சி அமைச்சகம் இதற்கு மிகுந்த எதிர்ப்பு தெரிவித்தது.

மாவோயிஸ்ட் இல்லாத கிராமங்களில் உள்ள மக்கள் திரும்பத் திரும்ப அரசிடம் தங்களுக்கு வேண்டிய வசதிகளைப் பற்றிக் (சாலைகள், தண்ணீர் அடி குழாய்கள், பள்ளிக்கூடம்)கேட்டபிறகும் அரசிடமிருந்து சுமூகமான பதில்கள் ஏதும் கிடையாது. சிஜி நெட் ஸ்வரா என்ற நடமாடும் வானொலியின் செய்திகள் சேகரிப்பு மையம் இந்தியா முழுவதிலும் உள்ள ஆதிவாசிகள் பற்றிய செய்தித் தொகுப்பு ஒன்றைக் கொடுத்தது. அதில் காணாமல் போன பல ஆசிரியர்கள், அரசின் பொதுத் துறையின்கீழ் நடந்த வேலை களுக்கான கொடுக்கப்படாத சம்பளம், மின்சார வசதியின்மை, அடி குழாய் ஏதும் இல்லாமை என்று பல பிரச்னைகள் பற்றிய செய்திகள் வெளிவந்தன.கிராமங்களில் மாவோயிஸ்டுகள் இருப்பதால் வளர்ச்சித் திட்டங்களை அரசால் மேற்கொள்ளமுடியவில்லை என்று தொடர்ந்து சாக்கு சொல்லப்பட்டது. மேலும் மாவோயிஸ்டு களிடையே ஒரு பெருமிதம் இருந்தது. எங்களால் அரசுக்கு இணையாக சுயமாக ஆட்சிநடத்த முடியும். ஆகவே, அரசின் உதவிப் பணம் தேவையில்லை என்றார்கள். இந்தச் சிக்கல்கள் சூழ்ந்திருக்க ஆதிவாசிகளின் வாழ்க்கை மெல்ல நகர்ந்தது.

யாரிடமிருந்து பாதுகாப்பு?

பள்ளிகளைப் பாதுகாப்புப் படையினர் தங்கள் இருப்பிடமாக மாற்றியதால் குழந்தைகளின் பிறப்பு எந்த அளவிலும் பாதிக்கப் படவே இல்லை.

சத்தீஸ்கர் அரசின் எதிர் வாக்குமூலம், டபுள்யூ.பி. 250/2007

நாராயண்பூர் கிராமத்துப் பள்ளியை சிஆர்பிஎஃப் ஆக்கிரமித்துக் குடியேறியபோது அக்கிராமத்துத் தலைவர் என்ஹெச்ஆர்சிக்கு 2013இல் எழுதிய கடிதம்:

2008ஆம் ஆண்டு ஏப்ரல் மாதத்தில் ஒரு நாள் இரவு சிஆர்பிஎஃப் எங்கள் பள்ளிக் கதவுகளை உடைத்து ஆக்கிரமித்தனர். மாற்று ஏற்பாடு செய்வதுவரை ஒரே ஒரு மாத அளவிற்குப் பள்ளியில் தங்குவோம் என்ற சொல்லிக் குடியேறினர். இதற்குக் கிராம சபை, கிராமத்துத் தலைவர் என்று யாரிடமும் உத்தரவு பெறவில்லை. ஐந்து வருடங்கள் உருண்டோடிவிட்டன. உச்ச நீதிமன்றத்தில் கட்டளைகளும் பிறப்பிக்கப்பட்டுவிட்டன. ஆனால், சிஆர்பிஎஃப் இன்னும் பள்ளியில்தான் வலுக்கட்டாயமாக இருக்கிறார்கள். மேலும் பள்ளி வளாகத்தினுள் புதிய நிரந்தரக் கட்டிடம் ஒன்றைக் கட்டியுள்ளனர்.

சிஆர்பிஎஃப் எங்களுக்கு ஒரு வெளி அமைப்பு. அதனால் அவர்களது ஆக்கிரமிப்பு எங்கள் வாழ்வைப் பல முறைகளில் பாதித்துள்ளது.

பாதுகாப்பு என்ற காரணத்தைச் சொல்லி கிராமத்தில் பல மரங்களை வெட்டிச் சாய்த்துவிட்டனர். போதாததற்கு அவர்கள் அடுப்பெரிக்க விறகுக்காக இன்னும் பல மரங்களை வெட்டும்படி எங்களுக்கு உத்தரவிட்டிருக்கின்றனர். மேலும் சிஆர்பிஎஃப் தங்கியிருக்கும் இடத்தில்தான் எங்கள் கிராமத்துத் தெய்வத்தைப் படைத்து, நாங்கள் வணங்கும் இடம் இருக்கிறது. எங்கள் தெய்வத்தின் பெயர் குஸிரவ்தேவ்தா. சிஆர்பிஎஃப் எங்கள் தெய்வத்தை வணங்கக்கூட எங்களை அனுமதிப்பதில்லை. அந்தத் தெய்வக் குற்றத்தினால் தானோ என்னவோ, ஊரில் நோயும் பல இன்னல்களும் அடுத்தடுத்து எழுகின்றன.

சிஆர்பிஎஃப் எங்களோடு எவ்விதத் தொடர்பும் இல்லாத மக்கள். ஆதிவாசிகளாகிய எங்கள் பழக்க வழக்கங்கள் பற்றி அவர்களுக்கு ஏதும் தெரியாது. இதனால் நாங்கள், அதிலும் எங்கள் பெண்களும் இந்த இன்னலுக்கு உள்ளாகிறார்கள். எங்கள் பெண்களை மிக அதிகமாகச் சீண்டுகிறார்கள். இதனால் அவர்கள் பெரும் மன அழுத்தத்திற்கு உள்ளாகிறார்கள். சிரகா-கெய்ட்டா எனப்படும் எங்கள் நாட்டு வைத்தியர்களின்மூலம் எங்கள் தெய்வங்களுக்குப் பரிகாரம் செய்யவேண்டும்.

இந்தப் பிரச்னை பற்றி நான் அடிக்கடி கிராமத்துத் தலைவர்களுக்குக் கடிதம் எழுதியுள்ளேன். ஆனால், இப்போதுள்ள நிலையில் எல்லா கிராமத்துத் தலைவர்களும் ஊழலில் இறங்கி, அதனுள்ளே மூழ்கி விட்டார்கள். அது போன்ற ஆட்களுக்கு சிஆர்பிஎஃப்பும் முழுத் துணையாக உள்ளனர். தலைவர்கள் சிஆர்பிஎஃப்பின் துணையுடன் கிராமத்து மக்கள் அனைவரையும் அடக்கி, ஒடுக்கி வைத்துள்ளனர்.

ஆதிவாசிகள் இலுப்பை மரத்திலிருந்து சாராயம் செய்து குடிப்பதுண்டு. ஆனால், இப்போதெல்லாம் சிஆர்பிஎஃப்புக்கு அதிலிருந்து அதிக அளவில் வழங்க வேண்டியதுள்ளது. இது எங்கள் கலாசாரத்தையே அழிக்கும் ஒரு காரணியாகச் செயல்படுகிறது.

சில மாதங்களுக்கு முன்பு எங்கள் பெண் ஒருத்தி நான்கு நபர்களால் பாலியல் பலாத்காரம் செய்யப்பட்டாள். அவர்கள் நால்வரும் சிஆர்பிஎஃப் உறுப்பினர்கள். ஆனால், இது போன்ற நிகழ்வுகளில் அவர்களுக்கு தண்டனை ஏதும் கிடையாது.

ஐயா, பஸ்தாரிலுள்ள கிராமத்துப் பள்ளிகளில் சிஆர்பிஎஃப் ஒளிந்திருப்பது அவர்களது தற்காப்பிற்காகவா? அல்லது அக்கிராமத்து மக்களின் பாதுகாப்பிற்காகவா?

12

மக்களாட்சியில் சில மறதிகள்

நினைவாற்றலைப் பார்த்து ஜனநாயகம் பயப்படுகிறது; பேச்சாற்றலைப் பார்த்து மொழி பயப்படுகிறது.

...எடுவார்டோ கலினோ, அப்சைட் டவுண்

2013 மே மாதம் மாதம் 26ஆம் தேதி ஹைதராபாத்திலிருந்து ரெய்ப்பூர் செல்லும் தேசிய நெடுஞ்சாலை. கங்கர் வனத்தின் அருகில் உள்ள ஜீரம் கிராமம். அரசியல் பேரணி முடித்துவிட்டு திரும்பும் காங்கிரஸ் தொண்டர்கள் மாவோயிஸ்டுகளின் தாக்குதலுக்கு உள்ளானார்கள். 27 காங்கிரஸ் உறுப்பினர்கள் கொல்லப்பட்டனர்.

இந்தத் தாக்குதல் குறிப்பாக மகேந்திர சர்மாவிற்காகவே நடத்தப் பட்டது. இவருக்கு அளிக்கப்பட்டிருந்த பாதுகாப்பினால் சிலமுறை தப்பித்தார். பல தாக்குதல் முயற்சிகள் இதற்குமுன் மேற்கொள்ளப் பட்டன. பாதுகாப்புப் படையும் அதிர்ஷ்டமும் அவர் பக்கம் அப்போது இருந்தமையால் தப்பினார். இத்தாக்குதல் நடப்பதற்குப் பத்து நாட்களுக்கு முன்பே இத்திட்டம் அப்பகுதி மாவோயிஸ்டு களுக்குத் தெரியும். ஆனால், தாக்குதல் நடத்தியது ‘மக்கள் விடுதலைக்கான கெரில்லாப் படை’ என்ற அமைப்பு. மாவோயிஸ்டுகளின் அணி நடந்த தாக்குதல்களை வேடிக்கை மட்டும் பார்த்துக் கொண்டிருந்தது. எப்படியும் இத்தாக்குதலில் சர்மாவைக் கொல்லவேண்டும் என்ற திட்டத்துடன் மாற்று வழியிலும் மாவோயிஸ்ட் படை ஒன்று காத்திருந்தது.

தாக்குதல் நடந்ததும் காங்கிரஸ் தலைவர்களிடமிருந்தும் ஊடகங் களிலும் பெரும் கூச்சல் எழுந்தது. நடந்தது ஒரு பெரிய பேரழிவு, ஜனநாயகம் முற்றிலுமாகத் தகர்க்கப்பட்டுவிட்டது என்பது போன்ற குற்றச்சாட்டுகள் எழுந்தன. அதே வேகத்தில் சர்மாவின் மனைவி தேவகி சர்மா அடுத்து வந்த சட்டசபைத் தேர்தலில் நிற்க வைக்கப்பட்டார். 2013இல் நடந்த அத்தேர்தலில் அவர் வெற்றி பெற்றார். அதே அலைவரிசையில் சர்மாவின் மகன் தீபக் சர்மா மத்திய அரசிற்கான தேர்தலில் நிறுத்தப்பட்டார். அத்தேர்தல் 2014ஆம் ஆண்டில் நடந்தது. அதில் அவர் தோற்றுப் போனார்.

ஜனநாயகப் படுகொலை என்று அரசியல்வாதிகளும் ஊடகமும் கத்தி இரைச்சல் போட்டுக் கொண்டிருந்த நேரத்தில் மாவோயிஸ்டுகள் அரசியல்வாதிகளின் தகுதி பற்றிச் சில கேள்விகளை முன்வைத்தனர்.

'அந்த ஆண்டின் மே மாதம் 17ஆம் தேதி பிஜாபூர் மாவட்டத்தில் எட்ஸாமெட்டா என்ற கிராமத்தில் எட்டு பேர் (அதில் மூன்று பச்சிளங் குழந்தைகள் அடக்கம்) காவல் துறையாலும், துணை ராணுவப் படையாலும் கொல்லப்பட்டனர். அப்போது ஏன் எந்தச் சத்தமும் ஒலிக்கவில்லை? அதுவும் ஒரு ஜனநாயகக் கொலை தானே! சர்மா போன்ற ஆளும் அரசியல்வாதியும் நந்தகுமார் படேல் போன்ற ஆளுங்கட்சி அரசியல்வாதியும் கொல்லப்படும்போது மட்டும் ஏன் 'ஜனநாயகம் கொல்லப்பட்டது' என்ற கூக்குரல் எழுகிறது? பஸ்தார் ஆதிவாசிகள் பெரியவர்கள், குழந்தைகள், பெண்கள், ஜனநாயகம் என்ற கொடையின்கீழ் அடைக்கலம் காணமுடியாதா?

2013 டிசம்பர் மாதம் நான் ஒரு கிராமத்திற்குச் சென்றிருந்தேன். அக்கிராமத்தைத் தீ வைத்து அழிப்பதை சர்மா நேரில் வந்து மேற்பார்வை பார்த்துக்கொண்டு நின்றிருந்திருக்கிறார். மாவோயிஸ்டுகள் மூலமாக அவர் மரணமடைந்த செய்தியைப் பற்றி அவர்களுடன் பேசிக்கொண்டிருந்தேன். அவர்கள் கிராமத்துப் பக்கம் வந்து வெகு நாளாயிற்று. அதனால் சர்மாவின் மரணம் வெகு நாட்கள் கழித்துத்தான் அக்கிராமத்திற்கு வந்து சேர்ந்திருக்கிறது. அச்செய்தி அவர்களுக்குக் கொஞ்சம் நிம்மதியைக் கொடுத்திருந்தது. அதைப் பற்றிப் பேசும்போது அவர்கள் குரலில் வெற்றியின் சாயல் ஏதுமில்லை. அவ்வளவு ஏன்? சினத்தின் சாயல்கூட இல்லை. நிம்மதிப் பெருமூச்சுடன், 'எப்படியோ... எங்கள் குரல் யாருடைய காதில் விழுந்ததோ... தெரியவில்லை!' என்று மெல்லிய குரலில் ஆசுவாசத்துடன் சொன்னார்கள்.

சர்மா கொலை ஜனநாயகத்தின் மீதான ஒரு பெரும் விவாதத்தை ஆரம்பித்து வைத்தது. விவாதத்தின் இரு பக்கங்களும் வெவ்வேறு உணர்வுப் பெருக்கோடும், விலகிய குறிக்கோள்களுடனும் இருந்தன. ஒரு பக்கத்தின் குரல் கொஞ்சம் அதிகமாகவே ஒலித்தது. அரசியல்வாதிகளும் முக்கிய பெரும் ஊடகங்களும், படித்த மேதாவிகளும் ஜனநாயகத்தின் சிறப்பைப் பற்றி அரற்றிக் கொண்டிருந்தனர். எல்லோருக்கும் சமமான ஓட்டுரிமை, கூட்டாட்சியின் தத்துவங்கள், மக்களாட்சிக்கு முன்னால் குனிந்தும் பணிந்தும் நிற்கும் ராணுவ சக்தி, தன்னிச்சையான நீதிமன்றத் துறை, மக்கள் நலமே குறியாக வைத்து நடத்தப்படும் பொருளாதார வளர்ச்சி என்று அடுக்கடுக்காய் இருக்கும் இந்திய குடியரசின் மகிமைகளை உரத்து ஒலிக்கும் ஒரு விவர்தக் குழு அது. ஆனால், இன்னொரு பக்கம் - சந்தேகமான சூழல், சமமின்மை, சமூக ஏற்றத்தாழ்வுகள், ஆயுதப் படைகளின் சிறப்பு, காஷ்மீரிலும், வடகிழக்கு மாவட்டங்களிலும் சந்தேகத்துக்குரிய யாரையும் கொல்லுவதற்கான உரிமைகள் தரும் சட்டம், பாலியல் பலாத்காரங்கள், சிறைச்சாலை மரணங்கள், காவல் துறையின் சித்திரவதைப் படலங்கள், ஆள் கடத்தல்கள் என்று வகை வகையாகவரும் எதிர்ப்புணர்வுகள் வரிசை கட்டி நிற்கின்றன.

இந்திய அரசும் ஊடகங்களும் மக்களாட்சி பற்றிப் பேசும்போதெல்லாம் உள்ளார்த்தமாக இருப்பது தேர்தல் மட்டுமே. பெரும் செலவில் நாடெங்கும் நடத்தப்படும் தேர்தல்கள்தான். இப்படி நடத்தப்படும் தேர்தல்களால் மக்களின் குரல்கள் உரத்து ஒலிக்கவேண்டும். அந்த ஒலிக்கு, அந்த ஒலி எழுப்பும் கேள்விகளுக்கு அரசு அமைப்புகள் பதில் சொல்லியே ஆக வேண்டும். ஆனால், பஸ்தார் போன்ற இடங்கள் ஏன் இந்திய வரைபடத்திலும்கூட இடமில்லாமல் போக வேண்டும்? எங்கும் எப்போதும் அங்கு ஏன் வன்முறை தலையெடுத்து ஆடுகிறது? மாநில அரசு கை கட்டி ஏன் வேடிக்கை பார்க்கிறது? பஸ்தாரில் மட்டுமல்ல; காஷ்மீர், மணிப்பூர், சத்தீஸ்கர் என்று பல மாநிலங்களில் இருக்கும் அரசின் இந்த மௌனம் மிகவும் கடுமையானது, கொடூரமானது.

மக்களாட்சியையும் அதன் பெருமையையும் சரியாகப் புரிந்து கொள்ளாததே இந்தப் பிரச்னைகளுக்குக் காரணமாயிருக்கலாம். நமது நாட்டின் அரசியலில் உள்ள பெரிய கட்சிகள் தங்களை எதிர்ப்பவர்களை முடமாக்கவே தேர்தல்களைப் பயன்படுத்து கிறார்கள். மக்களாட்சி என்றால் வாக்களித்தல் என்று கருதப் பட்டால், வேறு வழிகள் அல்லது மாற்று வழிகளால் சிந்திப்பதோ,

வாக்களிக்க ஒட்டுமொத்தமாக மறுப்பதோ தவறாகவே சித்திரிக்கப் படுகிறது. அதேபோல் மாவோயிஸ்டுகளும் தங்கள் போராட்ட வழி ஒன்றை மட்டும் உறுதியாகப் பிடித்துக் கொண்டுள்ளனர். தேர்தல் முறையே அர்த்தமற்றதாகத் தெரிகிறது. அந்த முறையில் உள்ள நல்ல விஷயங்களைக்கூட அவர்களால் ஒத்துக்கொள்ளமுடிவதில்லை. வாக்களிக்கும் முறை மூலம் பொதுமக்கள் தங்கள் விருப்பத்தைக் கைகாட்ட முடியும் என்பதையோ அல்லது தங்கள் கோபத்தை விளக்கும் முறையாக அதை வைத்துக்கொள்ளமுடியும் என்பதையோ அவர்கள் நினைத்துப் பார்ப்பதில்லை; ஒத்துக்கொள்வதுமில்லை.

இடதுசாரி கம்யூனிசம்: சிறு பிள்ளைக் கோளாறுஎன்ற தனது நூலில் லெனின் அவர்களின் புகழ் பெற்ற விவாதம் இது.

'நாடாளுமன்றம் அரசியலில் காணாமல் போய்விட்டது' என்று எப்படிக் கூறமுடியும்? கோடிக்கணக்கான தொழிலாள வர்க்கத்தினர் இன்னும் நாடாளுமன்ற ஆட்சியின்மீது முழு நம்பிக்கை வைத்துள்ளனர். ஆனாலும், அந்தச் சமயத்தில் மக்கள் கிளர்ச்சிக்கும் எதிராக இருக்கிறார்கள். இப்படிப்பட்ட ஒரு நடுத்தர (நாடாளுமன்ற) ஆட்சிமுறையையும் வேற்று கிளர்ச்சி முறைகளையும் உங்களால் மாற்றமுடியாதபோது, நீங்கள் கையில் இருக்கும் முறைக்கு உள்ளே இருந்து கொண்டுதானே மாற்ற முயற்சிக்கவேண்டும்?'

தேர்தல் களமே ஒரு போர்க்களம்தான்.

'அரைகுறை காலனிய அரசின் தொடர்ச்சியும், அரைகுறை நிலப் பிரபுவுத்துவமும், பொய்யான மக்களாட்சித் தத்துவத்தின் ஆதிக்கத்தனமும், இல்லாதொழியவேண்டும்.

உண்மையான மக்களாட்சியாக 'மக்களது கூட்டுக் குடியரசு அமைப்பு' ஏற்படுத்தி, அதனை மக்களுக்காகவும் நாட்டிற்காகவும் சேவை செய்தல் கட்டாயம் நடக்கவேண்டும்.'

...மாவோயிஸ்டுகளின் பிரசாரத் துண்டு,
நாடாளுமன்றத் தேர்தல், 2014

தேர்தல் புறக்கணிப்பு என்பதே மக்களாட்சி எவ்வளவு அர்த்தமற்றது என்பதை மக்கள் உணர்ந்துகொள்ள உதவும் ஒரு வழிமுறை என்பதனை மாவோயிஸ்டுகள் தெரிந்து வைத்துள்ளனர். மாவோயிஸ்டுகளின் போராட்டக் களம் இருந்த இடங்களில் இத்தகைய தேர்தல் புறக்கணிப்புகள் முழுமையாக நடந்தேறின. மக்கள் புறக்கணிப்பை முழுமையானதாக மாற்றி, தங்கள் கிராமங்களை விட்டுவிட்டு

வனத்திற்குள் தேடிச்சென்று மறைந்துகொண்டனர். 2004இல் தேர்தல் காலத்தில் நான் இரு நண்பர்களோடு (அதில் ஒருவர் சத்தீஸ்கர் பியூசிஎல் உறுப்பினர்களான பினாயக் சென், இன்னொருவர் அஜய்) அங்கு சென்றிருந்தேன். சாலையோரத்தில் சில தேர்தல் அலுவலகங்களும், இங்கொன்றும் அங்கொன்றுமாக காங்கிரஸ், பாஜக கட்சிக் கொடியால் தங்கள் இருப்பினைக் காண்பித்தன. அது ஒரு தேர்தல் களம் போலவே தெரியவில்லை. சாலையை விட்டு விலகி, சிறிதே உள்ளே சென்றால் அங்கே கொடியும் இல்லை; வேறொன்றும் இல்லை. கிராமம் கிராமமாகச் சென்று பார்த்தோம். மக்களின்றி அவை வெறிச்சோடிக் கிடந்தன. மூன்று தேர்தல் அலுவலகங்கள் சென்று பார்த்தோம். ஆளின்றி காத்தாடிக் கிடந்தன. தேர்தல் அலுவலகமாக மாறியிருந்த ஒரு பள்ளியைப் பார்த்தோம். பல மாதங்களாக ஆடுகள் அடையும் பட்டியலாக அது பயன்படுத்தப்பட்டிருக்கலாம். அங்கிருந்து சிதறிக் கிடந்த ஆட்டுப் புழுக்கைகள் இந்த உண்மையைப் பறைசாற்றின. நாங்கள் கண்ணால் பார்த்த நிலைமை இப்படி என்றால் நாங்கள் காதால் கேட்டது வேடிக்கையாகவும் வேதனையாகவும் இருந்தது. காலியாகக் காற்றாடிக்கொண்டிருந்த தேர்தல் அலுவலகங்களில் பெருத்த ஓட்டளிப்பு நடந்திருந்தது. பாதுகாப்புக்காக வந்த படையினர் மக்களின் வாக்குகளை கள்ள ஒட்டாக அளித்திருக்கக்கூடும்.

எங்களின் ஊர் சுற்றின் இறுதியில் கப்பள்ளி கிராமத்தில் வந்தடைந்தோம். அங்கிருந்த தளம் உறுப்பினர்கள் எங்களைச் சந்தேகித்தனர். தேர்தலைப் பற்றி நேரடித் தகவல்களுக்காக வந்தோம் என்பதனை அவர்கள் நம்பவில்லை. காவல் துறைக்குத் தகவல்கள் சேகரிக்க நாங்கள் வந்திருக்கிறோம் என்ற எண்ணம் அவர்களுக்கு. என்னுடன் வந்த அஜயின் புகைப்படக் கருவி அவர்களால் பிடுங்கி வைக்கப்பட்டது. அதில் ஏதாவது அவர்களுக்குத் தெரிந்த தடயங்கள் இருக்கலாம் என்ற எண்ணத்தில் அதைத் திருப்பித் தர மாட்டேன் என்றார்கள். அக்கிராமத்தில் சங்கம்தான் ஆட்சி செலுத்துகிறது; அதன் முடிவுதான் எடுபடும் என்றனர். ஏறத்தாழ ஒரு மாதம் கழித்து, மாவோயிஸ்டுகளிட மிருந்து ஒரு கடிதம் அவர்களுக்கு வந்தது. ஒரு மன்னிப்புக் கடிதம். அவரது புகைப்படக் கருவி கெட்டுப் போயிருந்தால் அதற்கான பணத்தைக் கொடுத்துவிடுகிறோம் என்ற தகவலும் இருந்தது. (இதே கடிதம் நான்கு ஆண்டுகளுக்குப் பிறகு சத்தீஸ்கர் காவல் துறையினரால் அஜய் ஒரு மாவோயிஸ்ட் என்று குற்றம்சாட்ட ஒரு தடயமாகக் கருதப்பட்டது. மிகவும் பொய்யான ஒரு வழக்கு. இது ஓர் உப்பு சப்பில்லாத குற்றச்சாட்டு என்று).

மாவோயிஸ்டுகள் தங்கள் தேர்தல் புறக்கணிப்புகள் கொள்கை அளவில் மிகவும் சரியானவை என்பதில் உறுதியாக இருந்தனர். தேர்தலில் யார் போட்டியிட்டாலும் அவர்கள் நிலைப்பாட்டில் மாற்றம் இருக்காது. உதாரணமாக 2001இல் மனிஷ் குஞ்சம் என்ற சிபிஐ தந்தேவாடாவில் போட்டியிட்டார். எதிர்த்து நின்றவர் யாவரும் அறிந்த மகேந்திர சர்மா. இத்தேர்தல் ஒழுங்காக நடந்தால் நிச்சயமாக மனிஷ் குஞ்சம் வெற்றிபெறமுடியும். அந்த வெற்றி மக்கள் ஜுடுமிற்கு எதிராக உள்ளனர் என்ற உண்மையை உலகிற்கே சொல்லமுடியும். இருந்தும் புறக்கணிக்கப்பட்டது. மனிஷ் தோற்றார். பாஜக வெற்றி பெற்றது. ஆதிவாசிகள் உள்ள கிராமங்களில் சிபிஐ எளிதாக வெல்லமுடியும், முறையான தேர்தல் நடந்தால். ஆனால், புறக்கணிப்பால் காங்கிரஸ் அல்லது பாஜக எளிதாக வென்று விடுவார்கள். அதிலும் சிறு நகரங்களில் வியாபாரிகளின் தொடர்பினால் பாஜக அதிக வாக்குகள் வாங்கினர்.

காங்கிரஸ், பாஜக இரண்டுக்கும் எதிர் என்றுதான் மாவோயிஸ்டுகள் எப்போதும் சொல்வார்கள். அவர்களை அரசியலில் தோலுரித்துக் காட்டமுடியும் என்பார்கள். 'புரட்சிகர' சிபிஐ , சிபிஎம் ஆகியோரும் கொள்கைப் போராட்டங்கள் உண்டு என்பார்கள். அவர்களுடைய விவாதங்கள் கொஞ்சம் திருகலாகவே இருக்கும். கோண்டா கிராமத்து மக்கள் சிபிஐ கட்சிக்கு வாக்களிக்கவேண்டாம் என்று தளம் உறுப்பினர்கள் அறிவுறுத்தியதாகச் சொன்னார்கள். இதற்கு அவர்கள் கொடுத்த விளக்கம் வேடிக்கையானது. சிபிஐ க்கு வாக்களித்து வெற்றிபெறச் செய்தால், அவர்கள் மாநிலத் தலைநகரான ராய்ப்பூருக்குச் சென்றுவிடுவார்கள். இதனால் அவர்கள் கிராம மக்களுக்காக நேரடிப் போராட்டத்தில் ஈடுபடமுடியாது. அது மட்டுமின்றி மற்ற கட்சியாளர்கள் போலவே இவரும் பசுமை வேட்டைக்கு ஆதரவானவராக மாறிவிடுவார் என்றது தளம்!

நெண்டுவாயா என்ற கிராமத்திற்கு 2008இல் சென்றிருந்தேன். அங்கிருந்த பள்ளியின் சுவர்களில் சிகப்பு வண்ணத்தில் வரி வரியாகப் பல தேர்தல் வாசகங்கள் இந்தியில் எழுதப்பட்டிருந்தன. சல்வா ஜுடுமிற்கான வாசகங்களும் எழுதப்பட்டிருந்தன.

- இந்தத் தேர்தல் நமக்கு வேண்டாம்.
- யார் வாக்கு கேட்டு வந்தாலும் அடித்து விரட்டுவோம்.
- ஆதிவாசிகளைக் கொன்று குவித்தவர்களுக்கு ஏது இடம் இங்கே?

- *இந்து வெறி பிடித்த பாஜக எங்கள் ஊருக்குள் நுழையாதே!*

- *சல்வா ஜுடுமைக் காப்பாற்ற ராணுவம் அனுப்பிய காங்கிரசே! உனக்கில்லை இடம் இங்கே.*

- *வாக்கு சேகரிக்கவரும் அரசியல்வாதியே வா, மக்கள் நீதிமன்றத்திற்கு!*

- *மக்களாட்சியில் நமக்குக் கிடைத்த பரிசுகள் என்னென்ன? லத்தி... சிறை... தோட்டாக்கள்?*

- *சல்வா ஜுடுமிற்குப் புதிய பாடங்களைக் கற்பிப்போம்.*

இந்த வாசகங்களை எழுதிய மாவோயிஸ்ட் கலைஞர் மிகவும் 'உண்மையான' மனிதன் போலும். இவ்வாசகங்கள் மட்டும் அவர் எழுதவில்லை. இந்த வாசகங்கள் எழுதிய தாளில் 'தேர்தல் புறக்கணிப்புவாசகங்கள்' என்று எழுதியிருந்ததையும் அப்படியே சுவற்றில் எழுதிவிட்டிருந்தார்!

சில நேரத்தில் புறக்கணிப்புகள் வசதிக்கேற்றார்போல் நடத்தப் பட்டன. இதே 2014இல் நேர்காணலில் அபய் என்ற மாவோயிஸ்ட் சொன்ன தகவல்கள் அப்படியே ஊடகத்தில் வெளிவந்தன. 'எங்களது முடிவுகள் பல முக்கிய காரணங்களுக்காகவும், மாறிவரும் மத்திய, மாநில அரசியல் சூழலுக்கேற்றபடியும், எங்கள் பலம், பலவீனம் பற்றியும், மக்களின் தயார் நிலையைப் பொறுத்தும் அவ்வப்போது மாறுபடவே செய்யும்.' 5 2004இல் ஆந்திரப் பிரதேசத்தில் அமைதிப் பேச்சுவார்த்தை நடக்கும் என்ற எதிர்பார்ப்பில் காங்கிரஸ் பதவிக்கு வர உதவியது. மேற்கு வங்காளத்திலே மம்தா பானர்ஜி மாவோயிஸ்டுகளைப் பயன்படுத்திக்கொண்டார். மாவோயிஸ்டுகள் மம்தாவை எதிர்க்காது நின்றுவிட்டனர். அதோடு மட்டுமின்றி தேர்தலுக்குப் பின் மாவோயிஸ்டுகளும், காவல் துறை வன்முறைக்கு எதிரான மக்கள் அமைப்பு (பிசிபிஏ)உறுப்பினர்களும் கைது செய்யப்பட்டனர் அல்லது கொல்லப்பட்டனர். உயிரோடு இருந்தவர்கள் மம்தாவின் டிஎம்சி கட்சியில் இணைந்தனர். பொதுவாக அரசியல் கட்சிகள் மாவோயிஸ்ட் கட்சியினரைத் தங்கள் பக்கம் வளைக்க முற்படுவர். அல்லது மாவோயிஸ்டுகளோடு தொடர்பில் உள்ளார்கள் என்று பிற அரசியல் கட்சிகளைக் குற்றம் சொல்வார்கள்.

கட்சி என்னவோ எப்போதும் தேர்தலைப் புறக்கணிப்பதில் குறியாக இருக்கும். ஆனால், கட்சியின்கீழ் மட்ட உறுப்பினர்கள் தங்கள்

நண்பர்கள், உறவினர்களுக்கு உதவிக்கரம் நீட்டுவதுண்டு.'புடியாமி லிங்கா ஒரு மாவோயிஸ்ட். அவர் ஒரு பாஜக தலைவரைக் கொலைசெய்த வழக்கில் கைது செய்யப்பட்டிருந்தார். சிஆர்பிஎஃப் உறுப்பினர்கள், ஒரு காவல் துறை மேலதிகாரி முன்னிலையில் அவர் ஊடகத்திற்கு தந்தேவாடாவில் ஒரு பேட்டி அளித்தார். அதில் அவர் 2008இல் நடந்த தேர்தலில் பீமா மந்தவி என்ற பாஜக வேட்பாளருக்காகத் தேர்தலில் உதவியதாகக் கூறினார். ஆனால், இதை மந்தவி மறுத்தார். ஆனாலும், பாஜக பாராளுமன்ற வேட்பாளர் தினேஷ் சுஷ்யாப் என்பவருக்குஉழைத்ததை மந்தவி ஒப்புக்கொண்டார். அது 2011இல் நடந்த ஒரு பாராளுமன்ற இடைத்தேர்தல். இதில் சுஷ்யாப் வெற்றி பெற்றார்.

ஆந்திரப் பிரதேசத்தைச் சேர்ந்த மாவோயிஸ்டுகள் சரணடையும் போது அவர்கள் தங்கள் நண்பர்கள், உறவினர்கள் சார்ந்திருக்கும் அரசியல் அமைப்பிற்குள் அதுவும் தெலுங்கு தேசம் கட்சியிலோ, காங்கிரஸ் கட்சியிலோ இணைந்துவிடுகிறார்கள். ஆனால், யாரும் பாராளுமன்ற கம்யூனிஸ்ட் கட்சிகளில் இணைவதே இல்லை. நிலம் அல்லது உறவுகள்இல்லாத சிலர் கட்டப்பஞ்சாயத்து, பணம் பறிக்கும் குழு ஆகியவற்றில் சேர்ந்துவிடுகிறார்கள்.

தேர்தலும் கிளர்ச்சிக்கு எதிரான அடக்குமுறைகளும்

119 சிறப்பு ரயில்கள் அங்குமிங்கும் ஓடுகின்றன. அதன் 3600 பெட்டிகள்மூலம் லட்சக்கணக்கான துணை ராணுவ வீரர்களும் பாதுகாப்பு அமைப்பு வீரர்களும் காவல் துறை ஆட்களும் எங்கும் விரைந்த வண்ணம் இருக்கின்றனர். ஹெலிகாப்டர்கள் நூற்றுக்கணக் கான இடங்களுக்குப் பறந்த வண்ணம் உள்ளனர். 1.1 கோடி மக்கள் நாட்டின் ஒவ்வொரு எல்லைக்கும் பயணம் செய்கின்றனர். இவை எல்லாவற்றையும் பார்க்கும்போது ஏதோ ஒரு போர்க்கள முனைப்பு போல் தோன்றும். உண்மையிலேயே இது ஒரு போர்தான். மக்கள் தாங்கள்அமைதியாக இருக்கும் காலத்தில் தங்களுக்குள்ளாகவே அமைத்துக்கொள்ளும் போர்க்களம்தான் இது. எதிர்த்து நிற்கும் பகைவர்களுக்கு எதிரான போரல்ல இது. தங்கள் குடியாட்சிகளின் உரிமைகளைத் தக்கவைத்துக்கொள்ள எடுக்கும் முயற்சியே இது.

...எஸ்.வொய். குரேஷி, முன்னாள் தேர்தல் உச்ச அதிகாரி,
(An Undocumented Wonder)

குரேஷி சொன்னதுபோல் மக்களே தங்கள்மீது இழுத்துவிட்டுக் கொள்ளும் போராக இது இருக்கலாம். ஆனால், நாட்டின் சில இடங்களில் பஸ்தார், காஷ்மிர் போன்ற இடங்கள் தேர்தல் புறக்கணிப்பு என்ற ஆயுதத்தைக் கைகளில் ஏந்திக்கொண்டு

நிற்கின்றன. இதுவும் ஒரு வகை வித்தியாசமான போர்தான். இதை நிரூபிக்க ஒரு சான்று போதும். 2013இல் பஸ்தாரில் நடந்த மக்கள் சபைத் தேர்தலின்போது பஸ்தாரின் ஒவ்வொரு 19 குடிமகனுக்கும் துணை ராணுவ வீரர் என்ற நிலையில் நடந்தது. எதற்கு இந்த ராணுவக் குவிப்பு? இந்தியன் எக்ஸ்பிரஸ் நிருபர் அஷுப்தோஷ் பர்த்வாஜிடம் ஒரு சிஆர்பிஎஃப் வீரர் எழுப்பிய கேள்வி இது. 'ஒரு நாள் தேர்தலுக்காக நூற்றுக்கணக்கான கோடி பணத்தை எங்களைப் போன்ற பாதுகாப்பு வீரர்களுக்கு மட்டும் செலவிடுகிறீர்கள். இதே பணத்தை ஏன் மக்களுக்காகச் செலவிடக்கூடாது? அப்படிச் செய்து விட்டால் பஸ்தாரில் நடக்கும் அடுத்த தேர்தலுக்கு இத்தனை பாதுகாப்புகள் தேவையில்லையே!'

மாவோயிஸ்டுகள் மிகுந்துள்ள பகுதிகளிலும் அவர்கள் தேர்தல் புறக்கணிப்பு என்று முயன்றாலும் பல இடங்களில் வாக்களித்த மக்களின் எண்ணிக்கை அதிகம்தான். இச்செய்திகள் ஊடகங்கள் மூலம் ஊதிப் பெருக்கிக் காட்டப்படுகின்றன. ஆனால் மும்பை, பெங்களூரு போன்ற பெருநகரங்களில் பணக்காரர்கள் வாழும் பகுதியில் அவர்கள் கட்டாயம் வாக்களிக்கவேண்டும் என்று எந்த துணை ராணுவப் படை வீரர்களும் கட்டாயப்படுத்துவதில்லை.

வாக்களிக்க விரும்பும் மக்களுக்கு தேர்தல் கமிஷன் பாதுகாப்பு அளிக்கவேண்டும் என்பது உண்மைதான். ஆனால், 2014 தேர்தலில் பஸ்தாரில் பாதுகாப்புக் கருதி நூற்றுக்கணக்கான தேர்தல் சாவடிகள் பெருஞ்சாலைக்கு அருகிலேயே அமைக்கப்பட்டன.30-40 கிலோ மீட்டர் வனப் பகுதிகளிலிருந்து நடந்துவந்து வாக்களிக்க வெகு சிலரே முன்வருகிறார்கள்.

மாவோயிஸ்டுகளின் பகுதிகளிலும் மற்ற இடங்களிலும் மக்கள் வாக்களிக்கவேண்டும் என்ற நல்லெண்ணத்தோடுதான் உள்ளனர். தேர்தல் புறக்கணிப்புகள் மூலமாக மாவோயிஸ்டுகள் மக்களிடம் விழிப்புணர்வைக் கொண்டு வரவும் பாராளுமன்ற முறையில் உள்ள குற்றங்குறைகளை மக்களுக்குத் தெரிவிக்கவும் பயன்படுத்துகின்றனர். அதனால் புறக்கணிப்பை மிகக் கடுமையாக மாற்றவும் அவர்கள் தயங்குவதில்லை. 2014 பஸ்தார் தேர்தலில் ஏழு தேர்தல் அதிகாரிகளும் ஐந்து பாதுகாப்பு வீரர்களும் கொல்லப்பட்டனர். பல இடங்களில் தேர்தல் வாக்களிப்பு இயந்திரங்கள் கொள்ளையடிக்கப்பட்டன.

சுரங்கமும் பண பலமும்

தேர்தல் புறக்கணிப்பு பற்றி பல வாதங்களும் எதிர்வாதங்களும் உள்ளன. மாவோயிஸ்ட் தலைவரான சாத் 2009இல் இக்கருத்து

பற்றிய தன் எண்ணங்களைக் கூறியுள்ளார். 'இதுவரை நடந்த தேர்தல்களிலேயே 2009ஆம் ஆண்டுதேர்தலில்தான் தேர்தல் புறக்கணிப்பு என்ற வலிமையான ஆயுதம் மக்கள் கைகளில் செம்மையாக, வலிமையாகச் செயல்பட்டது. இதனால் பழமைவாதிகளான அரசியல்வாதிகள் நூற்றுக்கணக்கான கோடி ரூபாய்களை தங்களின் அழுகி நாற்றமெடுத்த பாராளுமன்றத்தின் பெயரைக் காப்பாற்ற செலவுசெய்ய வேண்டியதாகிவிட்டது. இவரது கூற்றின் உண்மைத் தன்மையை விடுங்கள். ஆனால், இந்திய மக்களாட்சியைக் காத்து நிற்க பணத்தின் உதவி தேவை என்பது புரிகிறது.

மிகப் பெரும் பணக்காரர்கள் மட்டுமே பாராளுமன்றத்தில் உறுப்பினராக முடியும் என்பது எல்லோருக்கும் தெளிவு. ஏனெனில், தேர்தல் களம் அத்தனை விலை உயர்ந்தது! தேர்தலின் ஒவ்வொரு அசைவுக்கும் பணமே முக்கியம். காசு கொடுத்து வசதியான கேள்விகளை ஊடகம் கேட்கும்படிச் செய்யவேண்டும். சாராயம் பெருக்கெடுத்து ஓடவேண்டும். பணமும் மறைமுக அன்பளிப்புகளும் கொடுத்து தேர்தலுக்கு முந்தைய இரவுவரை அணை காத்து வரவேண்டும். பணமே கடவுள்.அது தூணிலும் இருக்கவேண்டும், துரும்பிலும் இருக்கவேண்டும்.

சத்தீஸ்கரில் பணத்துக்கு இன்னொரு உருவம் உண்டு.தேர்தலுக்கு 'நன்கொடை' தரும் புண்ணியாத்மாக்களுக்கு சுரங்கம் தோண்டும் ஒப்பந்தம் தரப்படும். ஊடகத் துறை அமைப்புகளுக்கும் பெரிய பத்திரிகைகளுக்கும்கூட அரசுக்குத் துணை போகவும் ஒத்து ஊதவும் தனித் தொகை தரப்படும் என்பதும் வெளிப்படை உண்மை. அது தொடர்ந்து வரும் ஓர் அவலம்.

2006ஆம் ஆண்டிலிருந்தே ஊடகக்காரர்கள் ரமண் சிங் பல காங்கிரஸ் தலைவர்களைப் பணம் கொடுத்து வாங்குவது அவரது வழக்கம் என்று என்னிடம் சொல்லி வந்தனர். 2015ஆம் ஆண்டு அது முழுவதும் உண்மை என்று நிரூபிக்கப்பட்டது. உள்ளாட்களுக்கு மட்டுமே தெரிந்த உண்மை உலகுக்கும் தெரியும்படி இந்தியன் எக்ஸ்பிரஸில் செய்தி வெளிவந்தது. ரமண் சிங்கின் மருமகன் காங்கிரஸ் தலைவர் அமித் ஜோகியுடன் பேசிய ஒலிநாடாவெளிவந்தது. காங்கிரஸ் வேட்பாளர் மந்துராம் பவர் 2004இல் நடந்த அந்தகார் இடைத்தேர்தலில் பாஜக வேட்பாளரைப் போட்டியின்றி தேர்ந்தெடுக்க பேரம் பேசப்பட்டது.

எல்லாத் தேர்தல்களும் தேர்தல் முடிவுகளும் பணத்தால் முடித்து வைக்கப்பட்டன என்பது உண்மையல்ல. சத்தீஸ்கரின் பாஜகவைச்

சேர்ந்த ரமண் சிங் தொடர்ந்து வெற்றி பெற்று வந்தமைக்கு அவரது சில சீர்திருத்தச் சட்டங்கள்தான் காரணம் என்றனர். ஒரு கிலோ அரிசி இரண்டு ரூபாய்க்குக் கொடுக்கும் திட்டம்; புதிய 'மிட்னான்' திட்டம் (கிராமந்தோறும் துணை மருத்துவ ஊழியர்) என்ற அவரது சில வெற்றிகரமான திட்டங்களோடு ஆர்எஸ்எஸ் அமைப்பின் சில முன்னேற்றத் திட்டங்களும் காரணம். ஏகல் வித்யாலயா, வனவாசி கல்யாண் ஆஷ்ரம், சரஸ்வதி சிஷு மந்திர் போன்ற ஆர்எஸ்எஸ் திட்டங்கள் அவருடைய வெற்றிக்கு உதவின. அதைவிடவும் எதிர்க் கட்சியான காங்கிரஸ் அதிகமான, முறையான எதிர்ப்பைக் காண்பிக்கத் தவறியது. அந்தக் கட்சி மேலிருந்து கீழாக பிளவுபட்டு நின்றது. அடிமட்டத்து ஊழியர்கள் தவிர மற்றவர்கள் தங்களுக்குள் பல பிளவுகளாக இருந்தனர்.

மக்கள் பல காரணங்களுக்காக வாக்களித்தனர். பீமா மாந்தவி என்ற பாஜக வேட்பாளர்2008 தேர்தலில் களம் இறங்கினார். இவர் அதற்குமுன்பு பஞ்சாயத்து செயலராக இருந்தவர். இவர் தன்னை எதிர்த்த மகேந்திர சர்மா, மனிஷ் குஞ்சம் என்பவர்களை தந்தேவாடா தொகுதியில் தோற்கடித்தார். மாந்தவியின் பின்னால் பல பஞ்சாயத்து செயலாளர்கள் ஒன்று குவிந்தனர். இவர்கள்தான் பொதுவாக வாக்குச் சாவடியில் முகவர்களாக அமர்ந்திருப்பார்கள். இது வெற்றிக்குப் பெரிய காரணமாகவும் அமையலாம்.

சில இடங்களில் உறவுமுறைகள் தேர்தலின் வெற்றிக்குத் துணையாக வரும். துர்லிப் பகுதியின் கிராமத் தலைவர் பொதுவாக சிபிஐ கட்சியின் பக்கமே சார்ந்திருப்பார். ஏனெனில், இக்கட்சி துர்லி நிலத்தை எஸ்ஸார் குழுமத்திற்குத் தாரைவார்த்துக் கொடுப்பதற்கு எதிர்ப்பு தெரிவித்தது. ஆனால், தேர்தல் வந்தது. தேர்தல் நாளன்று கிராமத் தலைவர் பாஜகவின் முகவராக வேலை செய்ய ஆரம்பித்தார். காரணம் கேட்டதற்கு 'மாந்தவி என் உறவினர்' என்று பெருஞ்சுருக்கமாகப் பதில் சொல்லிவிட்டார்.

2013இல் இன்னொரு நிகழ்வு வாக்களிக்கும் நிலையத்தைத் தலைகீழாகப் புரட்டிப் போட்டது. வடக்கு பஸ்தாரில் உள்ள அந்தகார் என்ற தொகுதியிலுள்ள மக்கள் அனைவரும் காங்கிரஸுக்கு வாக்களிப்பது என்று முடிவு கட்டியிருந்தார்கள். தேர்தல் நாள் நெருங்கிவந்தது. அப்போது ஹல்பா பகுதியில் ஒரு குட்டி காங்கிரஸ் தலைவர் ஒரு கோண்டாவைத் தேர்தல் வேலையின்போது அடித்து விட்டார். கோண்டா இனத்து மக்கள் அனைவரும் பாஜக கட்சி வேட்பாளரும், அமர்வு எம்எல்ஏவான விக்ரம் உசண்டி என்பவருக்கு ஒட்டுமொத்தமாக வாக்களிக்க முடிவெடுத்தனர்.

வெளிக் காரணங்களும் தேர்தல் முடிவுகளை மாற்றக்கூடியவை. முகாம் ஒன்றில் என்னிடம் ஒருவர் பாஜகவுக்காக ஓட்டளிக்கப் போவதாகக் கூறினர். ஏனெனில், அவருக்கு வாக்களிக்காவிட்டால் கொடுக்கப்பட்டுவரும் அரிசி நிறுத்தப்படும் என்று அக்கட்சிக் காரர்கள் அச்சுறுத்தியதாகச் சொன்னார்கள்.

ஒரு தேர்தலில் எக்கட்சியும் வென்று வரலாம். ஆனால், எக்கட்சி பதவிக்கு வந்தாலும் விளிம்பு நிலை மக்களின் வாழ்வு புறக்கணிக்கப் படுகிறது. ஏனெனில், நமது நாட்டில் எக்கட்சி பதவிக்கு வந்தாலும் அரசு இயந்திரம் பக்கச்சார்பிலேயே ஓடுகிறது. கொள்கையளவில் 'வணிகத் துறைக்கு நல்லது செய்வதே நாட்டுக்கு நல்லது' என்ற கருத்தே ஆளுநர் - அதிகாரிகள் வர்க்கத்தில் நிலை கொண்டுள்ளது. அரசு நெருங்கிய தொடர்பு வைத்திருப்பது அதுபோன்ற பெரும் வியாபாரிகளிடம் மட்டும்தான். அமைச்சர் பெருமக்கள், தொழிலதிபர்கள் மத்தியில் அளவளாவும் காட்சிகளையும், காவல் துறையின் அதிகாரிகளோடு கூட்டம் போடுவதையும் எப்போதும் காணலாம். ஆனால், பாதுகாப்புப் படையால் துன்புற்று பலியாடாகக் கிடக்கும் ஒருவனை ஒரு பிரதம மந்திரியோ, மாநில முதலமைச்சரோ போய்ப் பார்ப்பது போன்ற ஒரு காட்சி நடைபெறுவதே கிடையாது.

●

ஆண்டு 2000. இந்த ஆண்டில்தான் புதிய மாநிலமாக சத்தீஸ்கர் பிறந்தது. முதலமைச்சராக காங்கிரசின் அஜித் ஜோகி ஒரு முறையும், பாஜகவின் ரமண் சிங் மும்முறையும் முதலமைச்சராக இருந்தனர். பாஜக பஸ்தாரின் முதல் இரு தேர்தல்களில் மொத்தம் உள்ள 11 தொகுதிகளில் 8 தொகுதிகளை 2003லும், 10 தொகுதிகளை 2008லும் பெற்றது. 2013இல் காங்கிரஸ் மீண்டும் புத்துயிர் பெற்று 11இல் 7 இடங்களைக் கைப்பற்றியது.

வரலாற்றின் சில பக்கங்களைப் புரட்டினால் 1984இல் ராஜிவ் காந்தி, 2002இல் நரேந்திர மோடி, 2010இல் மகேந்திர ராஜபக்ஷே போன்ற பல அரசியல் தலைவர்கள் பெரும் கலகங்களோ, போர்க் குற்றங்களோ, இன அழிப்புகளோ நடப்பதற்கான காரணகர்த்தாவாக இருந்தாலும், அந்தச் சோக நிகழ்வுகளுக்குப் பின் தேர்தலில் வெற்றிபெற்றுத் தங்கள் பதவிக்குத் திரும்பிவந்துள்ளனர். பெரும் பான்மை மக்கள் தந்த ஆதரவு அது. இதைப் போலவே மாவோயிஸ்டுகள்மீது கடுமையாக இருந்ததால்தான் மும்முறை தன்னை மக்கள் முதலமைச்சராக்கினர் என்று ரமண் சிங் தனது தேர்தல் வெற்றி பற்றிக் கூறியுள்ளார்.

கவனமாகப் பார்த்தால் வேறு சில உண்மைகளும் வெளிவரும். 2008 தேர்தலில் விழுந்த வாக்குகளின் காரண காரியங்களை ஆய்வு செய்தபோது சல்வா ஜுடுமின் தாக்குதல்களால் பாதிப்படைந்த மக்களின் குரல் எவ்வகையிலும் அதில் எதிரொலிக்கவில்லை என்பதுபுலனாகிறது. சத்தீஸ்கரில் உள்ள சராசரி வாக்குகள் 70.5%. ஆனால், பிஜாபூரில் 70% மக்கள் வாக்களிக்கவேயில்லை. கோண்டால் மக்களில்60% வாக்களிக்க முன்வரவில்லை. இந்தத் தேர்தலில் பாஜகவின் வாக்கு வங்கிகளாக எஸ்பிஓக்களும் அவர்களுடைய குடும்பங்களும் மட்டுமே இருந்தன. அவர்களுடைய எல்லை மீறிய வன்முறையை ஆதரிக்கும் கட்சிகளுக்கே அவர்கள் வாக்களித்திருந்தனர். தந்தேவாடாவில் மக்கள் அதிகமாக ஊர்விட்டு ஊர் இடம் பெயரவில்லை. அங்கு 55% மக்கள் வாக்களித்திருந்தனர். இதற்குப் பின்னரும் ஒரு காரணம் இருந்தது. இத்தொகுதியில் சமவளர்ச்சி அடைந்த நகரங்களான பாச்செலி, கிரன்தூல், தந்தேவாடா, கீடம் ஆகிய இடங்களும் அடங்கியிருந்தன.

குறைந்த விழுக்காட்டில் வாக்களித்தமைக்கான ஒரு முக்கிய காரணம் மாவோயிஸ்டுகளின் தேர்தல் புறக்கணிப்பு. அதோடு மக்கள் பலர் வன்முறைகளால் தங்கள் ஊரைவிட்டு, ஆந்திரப் பிரதேசப் பகுதிக்கு அகதிகளாகக் குடியேறியதாலும் வாக்கு வங்கி மெலிந்துபோனது. ஊடகத்தின்மீது கொடுக்கப்பட்ட அழுத்தமும், பாஜக சல்வா ஜுடுமின் வன்முறைச் செயல்களின்மீது வெளிச்சம் போடாமையாலும், மாவோயிஸ்டுகளின் தாக்குதல்களுக்கு மிகையான விளம்பரம் கொடுத்ததாலும் எதிர்பாராத வாக்கு விகிதாசாரங்கள் தேர்தலில் நடந்தன. பாதுகாப்புப் படையினரும், சல்வா ஜுடுமும் நடத்திய வன்முறைச் செயல்கள் பெறவேண்டிய முக்கியத்துவம் வெளி உலகிற்கு அதிகம் தெரியாமலேயே இருட்டடிப்பு செய்யப் பட்டன. வன்முறை நடந்த இடங்களைத் தவிர வேறிடத்தில் வாழ்ந்த மக்களுக்கு அவர்களின் 'தீரச் செயல்கள்' தெரியாமலேயே போய்விட்டன.

மாநில அரசும் தேர்தலைக் காரணம் காட்டி, வன்முறையில் பலியான மக்களுக்கான நிவாரண நிதி கொடுக்கும் பணியிலிருந்து வழுக்கிக்கொண்டு சென்றுவிட்டது. 2008 டிசம்பர் 16ஆம் தேதி உச்ச நீதிமன்றத்தின் தலைமை நீதிபதி ஏன் சல்வா ஜுடுமினால் துன்பப் பட்டவர்களுக்கான நிதியைக் கடந்த இரு மாதங்களில் ஏதும் செய்யாமல் நிறுத்தி வைத்துள்ளது என்ற கேள்வியை எழுப்பினார். அரசு 'அழகான' பதில் ஒன்றைத் தந்தது. 'தேர்தல் விதிமுறைகள் அதற்குள் வந்துவிட்டன. அதை மீறி மக்களுக்கான நிவாரணங் களைக் கொடுக்கமுடியாது போயிற்று.'

அரசியல் கட்சிகளில் எழுந்த எதிரொலிகள்

ஜுடும் ஆரம்பிக்கப்பட்டதும் அதன் நாசகார வேலைகளைப் பல அரசியல் கட்சிகள் 'ஒன்று சேர்ந்து' ஆதரித்தமை நல்ல சான்றாகவே வரலாற்றுப் பக்கங்களில் தெரியும். மத்தியில் காங்கிரசும் சத்தீஸ்கரில் பாஜகவும் இணைந்து ஒன்றாகச் செயல்பட்டன. அதிலும் 2005லிருந்து 2015 வரை மாநில மக்கள் சட்டசபையில் மனித உரிமை மீறல் பற்றி எந்தவிதக் குறிப்புகளும், விவாதங்களும் முற்றாக நடைபெற்றதே இல்லை. 2011ஆம் ஆண்டு தாட்மெல்டாவில் நடந்த தீயெரிப்பு ஒரு விதிவிலக்கு. ஆனால், மாவோயிஸ்டுகளின் தாக்குதல்கள் நடக்கும்போது மட்டும் பெரும் கூச்சலும் விவாதமும் வெளிவரும். இதனால் பாதுகாப்புப் படைகள் மேலும் தீவிரப் படுத்தப்படும். இதனால் ராணுவத்தின் பங்கு அதிகமானதே ஒழிய வேறு ஏதும் நன்மை விளையவில்லை. பாராளுமன்றத்தில் சிபிஐ மட்டும் விதிவிலக்காக, மற்ற எல்லா கட்சிகளின் மௌனத்தின் ஊடே இதற்கு மட்டும் குரல் எழுப்பி வந்தனர்.

'அரசியல் வெற்றிடம்' இருப்பதால் மட்டுமே மாவோயிஸ்டுகள் தங்களைத் தக்கவைத்துக்கொள்ள முடிகிறது என்ற விவாதம் அரசியல் அமைப்புகளில் எழும். அதிலும் ஆந்திரப் பிரதேசமும் அம்மாநிலத்தின் காவல் துறையும் மாவோயிஸ்டுகளை அடக்குவதற்காக ஆரம்பித்த வேட்டை நாய்கள் (கிரேஹவுண்ட்ஸ்) மக்களின் கிளர்ச்சிகளை அடக்கப் பயன்படுத்தப்பட்டது. அதே போல் முக்கிய அரசியல் ஆளுமைகளால் மக்களை மாவோயிஸ்டு களிடமிருந்து பிரித்து வைக்க முடிந்தது. இதைப் பற்றி 2010இல் இந்திய ஆட்சித் துறை பணியாளரும்'சமாதானத் தூதுவராக' இருந்த வருமான எஸ்.ஆர். சங்கரன் சில காரணங்களை முன்வைத்தார். பள்ளிகள், சாலைகள் போன்ற அடிப்படை வசதிகளை அதிகரிக்க வேண்டும்; பாவப்பட்ட கிராம மக்களை நசுக்கும் வேலைகளை நிறுத்தவேண்டும்; மாவோயிஸ்டுகளின் தலைவர்கள் கொல்லப் பட்டபின் மீதியுள்ள மாவோயிஸ்டுகளைத் தன் பக்கம் கவரும் நடவடிக்கைகள் தீவிரமாக கைக்கொள்ளப்படவேண்டும்; தலித்து களுக்கான புதிய அமைப்புகள் ஆரம்பிக்கப்பட்டு, அவர்கள் மாவோயிஸ்டுகளால் கவரப்படுவதைத் தவிர்க்கவேண்டும். இந்த விவாதங்களோடு சங்கரன் மறக்கமுடியாத இன்னொரு உண்மையையும் முன்வைத்தார். மேலெழுந்தவாரியாகப் பார்க்கும்போது மாவோயிஸ்டுகள் சமூகத்தில் ஊடுருவியுள்ளனர் என்பதையும் விட உண்மையில் அவர்கள் சமூகத்தின் அடியாழம்வரை தங்களுக்கான ஆதரவைப் பெற்றுள்ளார்கள் என்பதே ஆணித்தரமான உண்மை.

பல விஷயங்களில் காங்கிரஸ் கட்சிக்குக் கருத்து வேறுபாடுகள் உள்ளன. அதில் ஜுடும் பற்றிய கருத்துகளில் பார தூர வேற்றுமை யுண்டு. மாவோயிஸ்டுகளுக்கு எதிரான நடவடிக்கைகளில் அத்தகைய கருத்து வேற்றுமை அதிகம் கிடையாது. ஒரு பக்கம், காங்கிரஸ் தந்தேவாடா மக்கள் சபை உறுப்பினரான மகேந்திர சர்மா இருந்தார். இன்னொரு பக்கம் அவர் ஜுடுமின் தலைவராகவும் வெளிப்படை யாகச் செயல்பட்டு வந்தார். பல காங்கிரஸ் தலைவர்கள் ஜுடும் அமைப்பை எதிர்ப்பவர்களாக இருந்தனர். அதிலும் முந்தைய முதலமைச்சராக இருந்த அஜித் ஜோகி ஆதிவாசிகளுக்கு எதிரான ஜுடும் அமைப்பு ஹிட்லரின் இனவொழிப்பு இயக்கம்போல் செயல்படுகிறது. ஹிட்லர் ஆரியர்களை வைத்து புதிய சமூகம் உருவாக்க முயன்றது போல் ஜுடும் இயங்குகின்றது என்றார்.

2011லிருந்து, அதுவும் பல முரட்டுத் தாக்குதல்கள் தாட்மெல்டாவிலும், சர்க்கேகுடாவிலும் நடந்த பிறகும், பெருமளவில் கூட்டுக் கற்பழிப்புகள் பிஜாபூரில் நடந்த பிறகும் காங்கிரஸ் கட்சி பாதுகாப்புப் படையின் மனித உரிமை மீறல்களைக் கண்டித்து வந்தனர். அது போன்ற கீழ்த்தரமான நடவடிக்கைகளுக்கு எதிராக நடக்கும் அனைத்துக் கட்சி புலன் விசாரணைகளில் காங்கிரஸ் முக்கிய பங்கை எடுத்துக் கொள்ளும். காங்கிரஸ் கட்சியின் தலைமைதான் மகேந்திர சர்மாவின் மகன் சாவிந்திர சர்மா 2015இல் சல்வா ஜுடுமிற்கு மறு பிறப்பு அளிக்க முயற்சியெடுத்த போது அதற்கு எதிராகத் தீவிரமாக நின்றனர்.

இதே போன்ற காங்கிரஸ் காங்கிரஸ் கட்சியின் எதிர்ப்புகள் தேசிய நீரோட்டத்திலும் தெளிவாக இருந்தது. காங்கிரஸ் அமைச்சர்களான கே.சி.தியோ, பி.ஆர்.முந்தியா என்ற ஒருவரும் ஆதிவாசிகள் முன்னேற்றத்திற்கான துறையில் அமைச்சர்களாக இருந்தவர்கள். இந்த இருவரோடு, ஜெய்ராம் ரமேஷ், மணிசங்கர் அய்யர் என்பவர்களும் இணைந்து ஒன்றாக ஜுடுமிற்கு எதிரான நிலை யெடுத்தார்கள். ஆனால் இவர்கள் வலிமை வாய்ந்தவர்களோடு எதிர்த்து நிற்க வேண்டியிருந்தது. ஏனெனில், பிரதமர் மன்மோகன் சிங், உள்துறை அமைச்சரான ப. சிதம்பரம் இருவரும் ஜுடுமிற்குத் தங்கள் ஆதரவை அளித்தனர். நக்சலைட்டுகளுக்கு எதிராக பாஜக எடுத்த முயற்சிகளுக்கு இவர்களின் முழு ஆதரவு இருந்தது. அதேபோல் ஜுடும் விஷயத்திலும் பாஜகவுக்கு ஆதரவாகவே இப்பெரும் அமைச்சர்கள் இணைந்தனர். இவர்களைப் போலவே உள்துறை அமைச்சகத்தில் ஷிவ்ராஜ் படேல், ஸ்ரீபிரகாஷ் ஜேஸ்வால் இருவரும் ஜுடும் ஆரம்பிக்கப்பட்டபோது எந்தவித எதிர்ப்பும் காண்பிக்கவேயில்லை.

சோனியா காந்தி, ராகுல் காந்தி தங்களது சார்புத்தன்மையை ஜுடும் எதிர்ப்பாளர்கள் பக்கமேதான் வைத்திருந்தனர். 'பசுமை வேட்டைத் திட்டம்' நடக்கும்போதும் அது போன்றே இருந்தனர். ஆனால், பின்பு பாதுகாப்புப் படையினரின் திட்டங்களுக்கும் செயல் களுக்கும் தங்கள் மகிழ்ச்சியையும் ஆதரவையும் தெரிவித்தனர். தன்னுடைய அலுவலகத்தில் என்னிடம் தனித்துப் பேசும்போது, ராகுல் காந்தி, 'மாவோயிஸ்டுகளோடு அமைதிப் பேச்சுவார்த்தை நடத்துவதற்கு முன்பு பாதுகாப்புப் படையினரால் அவர்கள் மட்டுப் படுத்தி வைக்கப்படவேண்டும்' என்றார்.20

சிபிஐ கட்சியின் எதிர்ப்பு

பஸ்தாரில் சிபிஐ கட்சி மட்டுமே ஆதிவாசிகளால் நடத்தப் பட்டுவந்தது. பஸ்தார் பகுதி தாழ்த்தப்பட்டோருக்கான தனித்த தொகுதியாக இருந்தது.அதனால் எல்லாக் கட்சிகளுமே ஆதிவாசி களைத் தங்கள் வேட்பாளராக நிறுத்துவார்கள். ஆனால், தலைமை என்னவோ ஆதிவாசிகள் அல்லாதோர் கைகளில்தான் இருக்கும். முடிவெடுப்பதோ, பண உபகாரமோ அனைத்தும் ஆதிவாசிகள் அல்லாத உயர்த்தப்பட்ட சாதியினரிடம்தான் இருக்கும். மாவோயிஸ்டு களின் தலைவர்கள்கூட ஆதிவாசி இல்லாதவர்களாகவே இருப்பார்கள்.

2009இல் நான் குட்ருவில் சந்தித்த ஒரு ஜுடும் தலைவர் சிபிஐ மட்டுமே ஜுடுமை விரிவாக்குவதற்குப் பெரும் தடையாக உள்ளது என்றார். அப்பகுதியில் ஜுடுமின் நடவடிக்கைகளை அக்கட்சி தடுத்து நிறுத்தியது மட்டுமல்லாமல், உச்ச நீதிமன்றத்தில் ஜுடுமிற்கு எதிரான வழக்கு ஒன்றையும் சிபிஐ தொடுத்துள்ளது. மனிஷ் குஞ்சம் என்ற தலைவரின்கீழ் சிபிஐ கட்சி மட்டுமே மனித உரிமை மீறல்களுக்கு எதிராகவும், தந்தேவாடா, பஸ்தார் இடங்களில் நடந்த நில ஆக்கிரமிப்புகளுக்கு எதிராகவும் உரத்த குரல் கொடுத்தது.அவ்வாறு செய்த ஒரே அரசியல் கட்சி இதுவே. தண்டோவடா, பஸ்தார் என்ற இடங்களில் புதிய இரும்பு ஆலைகள் ஆரம்பிக்கும் திட்டத்திற்கு எதிராக அக்கட்சி இருந்தது. இயற்கைச் சூழல் கெட்டுவிடக் கூடாது என்பதற்காகவும், மக்கள் வலுக்கட்டாய மாக இட மாற்றம் செய்யப்படுவதற்கு எதிர்த்தும் அக்கட்சி உறுதியாக நின்றது. இதனால் அவர்கள் மிகவும் துன்பத்திற்கு உள்ளானார்கள்.சிபிஐ கட்சி மாவோயிஸ்டுகளின் வெளியே தெரியும் முகம் என்று காவல் துறைஎழுதியது. சிபிஐ யை முன்வைத்து மாவோயிஸ்டுகள் போராடுகிறார்கள் என்பது அவர்களின் எண்ணம். ஆனால், மாவோயிஸ்டுகளோ சிபிஐ கட்சியையே தங்கள் முதல் போட்டியாளர்கள் என்று கருதினர்.

உறுப்பினர்களைச் சேர்ப்பதிலிருந்தே இப்போட்டி ஆரம்பமானது. அங்கு நடக்கும் போட்டிகளுக்கு நடுவே சிக்கிக்கொண்ட கட்சி என்றால் அது சிபிஐ தான்! 1990களில் சிபிஐ ஜன் ஜக்ரன் அபியானை ஆதரித்து தன் பெயரைக் கெடுத்துக்கொண்டது. ஆனால், ஜுடுமிற்கு எதிரான தன் நிலைப்பாட்டை முதலிலேயே தெளிவாக எடுத்துக் கொண்டது.

1990ல் நான் மனிஷ் குஞ்சம் என்பவரை முதலில் சந்தித்தேன். நாற்பதைத் தாண்டியவர். ஆனால், இன்னமும் இளமையோடு காட்சியளித்தார். அப்போது அவர் அரசியலில் நன்கு வளர்ந்துவரும் நேரம். 1984ஆம் ஆண்டில் தன் பள்ளிப் படிப்பு காலத்திலேயே அவர் சிபிஐ கட்சிக்குள் இணைந்தார். மிக இளம் வயதிலேயே சட்டசபை உறுப்பினராக இருமுறை 1990லிருந்து 1998 வரை இருந்தார். தந்தேவாடாவின் நகரத் தலைவரான சிபிஐ யில் உயர்ந்தார். அப்போதுதான் தண்டேவாடா பஸ்தாரிலிருந்து பிரிந்திருந்தது. 2006ஆம் ஆண்டில் சிபிஐ யின் இனக்குழு அமைப்பான இந்திய ஆதிவாசிகள் மகாசபையின் தேசியத் தலைவரானார். 1998லிருந்து தொடர்ந்து தேர்தலில் நின்று வருகிறார். ஆனால், வெற்றி கிட்டவில்லை.

இதற்கான காரணங்கள், ஒன்று மாவோயிஸ்டுகளின் எதிர்ப்பு. இரண்டாவது, டாடா, எஸ்ஸார் போன்ற பெரும் நிறுவனங்கள் தங்கள் விரிவாக்கத் திட்டங்களுக்கு மனிஷ் குஞ்சம் முதல் எதிரி என்று கணக்கிட்டிருந்தனர். பெரும் பண பலத்தை இந்தக் குழுமங்கள் தேர்தல் நேரத்தில் அள்ளிக் கொட்டி அவரைத் தோற்கடித்தன. அதோடு அதில் புதிதாகக் குடியேறுவோர் சிபிஐ க்கு எதிராக இருந்தனர். ஏனெனில், சிபிஐ அரசியல் சாசனத்தின் ஆறாம் பிரிவை வற்புறுத்தி வந்தது. இதன்படி ஆதிவாசியின் குரல் அரசியல் அமைப்பில் வலுவாக இருக்கவேண்டும்; அவர்களது உரிமைகள் பாதுகாக்கப்படவேண்டும். வங்காளத்திலிருந்து வரும் புதிய குடியேறிகளுக்கும் சிபிஐ மீது கோபம் படர்ந்திருந்தது. வங்காளியர்களின் துணையோடு ஆதிவாசிப் பெண்கள் கடத்தப் படுவதற்கு எதிராக சிபிஐ குரல் கொடுத்ததுதான் அதற்குக் காரணம்.

ஜுடும் கடுமையாக ஆதிவாசிகளைத் தாக்கிக்கொண்டு இருந்த காலத்திலும் சுக்மா பகுதி ஒரு பாலைவனச் சோலைபோல தனித்து இருந்தது. அங்கு அரசுப் பணிகள் சுமூகமாகவே நடந்து வந்தன. அப்பகுதியில் உள்ள சிபிஐ போராளிகள் அன்றும் இன்றும் கிராமத்தாரின் துன்பக் குரலுக்கு உடனே செவிமடுப்பார்கள். மனிஷ் குஞ்சமின் வாழ்வு ஆபத்தானது. எப்போதும் ஒளிந்து வாழும்

வாழ்க்கை அவருடையது. ஜுடும், காவல் துறைஎல்லாமே அவரை வேட்டையாடத் துடித்துக் கொண்டிருக்கும் ஓநாய்கள்தான். இத்தனை இடுக்கண்களையும் தாண்டி மனிஷ் தன் மாவட்டம் முழுவதும் நடந்து வரும் அனைத்தையும் அறிந்து வைத்திருப்பார்.

ஜுடும் ஆரம்பித்த காலத்தில் அவர்களின் வேகமும் வெறியும் அதிகமாகவே இருந்தது. தன்னுடன் சேர்ந்து ஒத்துழைக்காத சிபிஐ போராளிகளை அடித்துத் துன்புறுத்துவது அவர் வழக்கம். ஒரு நாள் கர்த்தம் ஜோகா என்ற கிராமத்து மனிதர் தன் வீட்டிற்கு மாலை திரும்பி வந்தார். டோர்னாபால் காவல் நிலையத்திலிருந்து அவரைத் தேடி வந்ததாக ஒரு செய்தி அவருக்குக் காத்திருந்தது. அடுத்தநாள் காலை காரணம் கேட்டு காவல் நிலையம் சென்றார். செய்தி கிடைத்தவுடன் விரைந்து வரவில்லை என்பதற்காகக்கட்டி வைத்து மூன்று மணி நேரம் அடித்திருக்கிறார்கள். இறுதியில் தலைகீழாகத் தொங்கவிட்டு வதைத்திருக்கிறார்கள். இது நடந்தது 2006 பிப்ரவரி மாதம். காவல் துறையினர் அவரை விடுவித்த பின் அவர் மருத்துவமனையில் சேர்க்கப்பட்டு பதினைந்து நாள் தொடர்ந்து மருத்துவ உதவி பெற்றிருக்கிறார். அதன் பின் மூன்று சிபிஐ போராளிகள் உச்ச நீதிமன்றத்தில் நீதிகேட்டு மனு அளித்திருக்கின்றனர். மூவரில் இருவர், மனிஷ் குஞ்சம் மற்றும் கர்தம் ஜோகா.

இரு பெரும் போராளிகளைப் பற்றிப் பல கிராமத்து மக்களிடமிருந்து வந்த செய்திகள் எனக்குப் பல விளக்கங்களைத் தந்தன. செர்லா என்னும் இடத்தில் 2007 ஜுன் மாதமும், 2007 நவம்பர் மாதத்தில் ஐக்தல்பூரிலும் இப்பேரணிகள் சிபிஐ யினரால் நடத்தப்பட்டன. ஒவ்வொன்றிலும் லட்சத்திற்கும் மேற்பட்ட கிராமத்து மக்கள் குவிந்தனர். ஐக்தல்பூரில் நடந்த பேரணி மிகவும் சிறப்பாக, மக்களின் பங்களிப்போடு நடைபெற்றது.இதன் முதல் முக்கிய வெற்றி, ஜுடும் தங்கள் வேகத்தையும், வெறித்தனத்தையும் கட்டுக்குள் கொண்டுவர வேண்டிய சூழலை ஏற்படுத்தியதுதான். அதேபோல் மக்கள் மனதிலிருந்து அச்சம் விலகத் தொடங்கியது. ஓடியவர்கள் வீடு திரும்பினர். அஞ்சி ஓடியதும் நின்றது. மாவோயிஸ்டுகளும் இப்போராளிகள் வெற்றிபெறவேண்டுமென ஒத்துழைத்தனர்.

2007 முதல் 2009 வரை 'பசுமை வேட்டை' என்ற திட்டம் ஆரம்பித்ததும், மெல்ல கிராமங்கள் தங்கள் பழைய நிலைக்குத் திரும்பின. ஆந்திரப் பிரதேசத்திற்கு ஓடிப் போன மக்கள் திரும்பி தங்கள் வீட்டிற்கு வந்தனர். இதே சமயத்தில் சிபிஐ கட்சியினர் கிராமத்து மக்களின்'குறை கேட்டல்' சந்திப்புகள் இருமுறை

நடப்பதற்குஉதவினர். 2007 டிசம்பர் மாதம் தேசிய குழந்தைகள் நல ஆணையத்தையும், 2008 ஜூன் மாதம் தேசிய மனித உரிமை ஆணையத்தையும் சந்தித்து, தங்கள்குறைகளை எடுத்துச் சொல்லும் வாய்ப்பளிக்கப்பட்டது.

2010இல் மீண்டும் எஸ்ஆர்பி கலூரி தந்தேவாடாவிற்கு வந்தார். இப்போது அவர் காவல் துறையில் மூத்த சூப்பிரண்டெண்ட் ஆக பதவி உயர்வுபெற்றிருந்தார். பசுமை வேட்டைத் திட்டத்தை எதிர்ப்பவர்களை முழுமையாக ஒழித்துக்கட்ட முழு முயற்சியில் அவர் இறங்கினார். அதில் அவரது முதல் குறியே சிபிஐ தான். அக்கட்சியின் போராளிகளும், அரசியல் தேர்தல் முறைகளில் தேர்ந்தெடுக்கப்பட்ட சார்பாளர்களும், அப்பகுதியில் மக்களிடம் செல்வாக்கு உள்ளவர்களையும் துடைத்தெறியப்பட வேண்டியவர் களாக கலூரியின் கண்முன் நிற்கிறார்கள். அப்போது கலூரியால் கைது செய்யப்பட்டவர்களின் பட்டியலைப் பார்த்தாலே அவரைப் பற்றிய புரிதல் எளிதாகிவிடும். 2010இல் 11சிபிஐ கட்சியினர் கைது செய்யப்பட்டனர். இந்த 11 பேரில், கர்தம் ஜோகா என்பவர் கோண்டா மக்கள் பஞ்சாயத்தின் துணைத் தலைவர். அதோடு அவர் மாநில சிபிஐ அமைப்பில் ஓர் உறுப்பினர்.

அடுத்து சுத்ருராம் குஞ்சம், தந்தேவாடா ஜில்லா பஞ்சாயத்தின் உறுப்பினர்; குஞ்சம் பீமா, தந்தேவாடா மாணவர் அமைப்பின் தலைவர். இந்த 11 பேரும் அவ்தேஷ் கௌதம் என்ற காங்கிரஸ்காரரின் வீட்டைத் தாக்கியதாகவும், 2010இல் தாட்மெல்டாவில் நடந்த தாக்குதல்களில் பங்கு பெற்றதாகவும் குற்றம் சாட்டப்பட்டனர். இது முழுமையான பொய் வழக்கு. ஆயினும் அவர்கள் சிறையில் அடைக்கப்பட்டனர். இரண்டரை ஆண்டுகள் சிறைத் தண்டனை அனுபவித்த பிறகு நிரபராதிகள் என்று அறிவிக்கப்பட்டு விடுவிக்கப் பட்டனர். ஆனாலும், சிறைக்குள் இருக்கும்போதே சிபிஐ உறுப்பினர்கள் பட்டினிப் போராட்டம் நடத்தினர். சிறைக்குள் சரியான வசதிகள் வேண்டும் என்றும், கண்மூடித்தனமான கைதுகளை எதிர்த்தும், நிரபராதிகள் என்று நீதிமன்றங்கள் அறிவிக்கப்பட்டவர் களை உடனுக்குடனே விடுதலை செய்யவேண்டும் என்ற கோரிக்கை யோடு அப்பட்டினிப் போராட்டத்தை அவர்கள் மேற்கொண்டனர். இவர்களோடு சிறையில் இருந்த கோபா குஞ்சம் என்பவரை நான் சந்தித்துப் பேசியுள்ளேன். அவர் ஓர் அரசு சாரா அமைப்பின் பணியாளாக இருந்தவர். அவர் கர்தம் ஜோகா தன் ஆட்டம் பாட்டங்களால் தன்னோடு சிறையில் இருந்தவர்களைக் களிப்பூட்டி வைத்திருந்தார் என்பதைப் பற்றி என்னிடம் நிறைய சொன்னார்.

பல சிபிஐ உறுப்பினர்கள் சிறைக்குள் அடைக்கப்பட்டனர். வெளியில் இருந்தவர்களும் அச்சத்தில் உறைந்திருந்தனர். அதனால் வெளியுலகில் சிபிஐ வழக்கம்போல் இயங்கமுடியாத சூழல். அதோடு ஜுடும் ஆரம்பித்த சமயத்தில் பிகாரில் உள்ள ஒரு சிபிஐ தலைவர் காங்கிரஸ் கட்சிக்குத் தாவிவிட்டார். இதனால் அப்பகுதியில் பணிபுரிய ஆளில்லை. அதன்பின் பசுமை வேட்டைத் திட்டம் ஆரம்பித்த பின் சாதாரணக் கூட்டங்களைக்கூடக் கூட்ட முடியாத நிலை. ஏனெனில், எப்போதும் எங்கும் சிபிஐ ஆட்களுக்கு கண்ணி வைத்துப் பிடித்துக் கொண்டிருந்தது காவல் துறை. யாரேனும் சிலர் கூடிப் பேசிக் கொண்டிருந்தால்கூட குண்டுகள் அவர்கள்மீது பாயும். அது ஒரு மாவோயிஸ்ட் கூட்டம்; ஆகவே, சூடு நடத்தினோம் என்பார்கள். இத்தனை சிக்கல்களுக்கும் நடுவில் சட்டங்களும் பேரணிகளும் நடத்தப்பட்டன. 2011இல் ரைப்பூரில் ஒரு பேரணி. அதில் உச்ச நீதிமன்றத்தின் ஆணையின்படி சல்வா ஜுடும் முழுவதுமாகத் தடை செய்யப்பட்டு, தீர்ப்பின்படி அது கலைக்கப்படவேண்டும் என்ற கோரிக்கை முன்னெடுக்கப்பட்டது. 2013இல் தந்தேவாடாவிலும், கோண்டாவிலும் ஒரு நடைப் பயணம். அரசியல் சாசனத்தின் ஆறாம் பிரிவின்படி 2015இல் தில்லியில் உருக்காலை ஒன்று ஆரம்பமாவதை எதிர்த்து அது நடந்தது. இன்னும் பல கூட்டங்களும், எதிர்ப்புகளும் சிபிஐ கட்சியினராக அவ்வப்போது செயல்படுத்தப்பட்டது. அதில் பல என்கவுண்டர்களும் பாலியல் பலாத்காரங்களும் தொடர்ந்து நடைபெற்றுக் கொண்டிருந்தன.

கலூரியின் கடும் பார்வை போடியம் பாண்டா என்ற சிபிஐ உறுப்பினர்களின்மீது இருந்தது. அவரை எப்படியாவது கைது செய்துவிட கலூரி திட்டமிட்டார். பாண்டா சிந்தாகுபா கிராமத்துத் தலையாரியாக இருந்தவர்; மாவட்ட சிபிஐ அமைப்பின் உறுப்பினர். காவல் துறை இவ்வாறு அவரைத் தேடிக் கொண்டிருக்க, அதே காவல் துறையின் கீழ்மட்ட அதிகாரிகள் பாண்டாவைச் சிறிது காலம் தலைமறைவாக இருக்குமாறு கேட்டுக்கொண்டனர். 2007ம் ஆண்டு மாவோயிஸ்டுகள் ஏழு சிஆர்பிஎஃப் ஜவான்களைக் கடத்தியபோது பாண்டா இரவு முழுக்க பேச்சுவார்த்தை நடத்திஅவர்களைக் காப்பாற்றினார். மேலும் தன் கைவசமிருந்த அரிசியை அவர் சிஆர்பிஎஃப்புடன் பகிர்ந்துகொண்டார். இளகிய மனம் கொண்டவராக இருந்த பாண்டாவை மாவோயிஸ்டுகள், காவல் துறையினர், கிராமத்து மக்கள் என்று அனைவரும் மதித்தனர். ஜுடுமின் மோசமான செயல்பாடுகளுக்கு மத்தியிலும் தன் கிராமத்திலுள்ள பள்ளிகள் செயல்படுவதை உறுதி செய்துகொண்டார்

பாண்டா. பாதுகாப்பு வீரர்களோ மாவோயிஸ்டுகளோ பள்ளிகளை ஆக்கிரமித்துக்கொள்ளாதவாறு பார்த்துக்கொண்டார். அரசுப் பொது விநியோகம் தடையின்றி நடைபெறுகிறதா என்று கவனித்துக் கொண்டார். கார்தம் ஜோகா, பாண்டா இருவரையும் கைது செய்ய 2010ல் ஆணை பிறப்பிக்கப்பட்டபோது இருவரும் சல்வா ஜுடுமின் கட்டுப்பாட்டில் இயங்கிவந்த பள்ளிகளைத் தங்களுடைய கிராமங்களுக்கு மாற்றியமைப்பதற்காக முயன்றுகொண்டிருந்தார்கள்.

பாண்டா தலைமறைவாக இருந்த காலம் தொடங்கி காவல்துறை அவரை ஒரு மாவோயிஸ்டாக 'சரணடைய வைக்க' முயன்று வந்தது. நான் மாவோயிஸ்டே இல்லை என்று சொல்லி சரணடைய மறுத்துவிட்டார் பாண்டா. ஆனால் எங்கே குண்டு வெடித்தாலும் ஆயுதக் கிளர்ச்சி ஏற்பட்டாலும், குற்றவாளிகளின் பெயர்ப் பட்டியலில் பாண்டாவின் பெயர் இருக்கும்படி காவல் துறை பார்த்துக் கொண்டது. அடிக்கடி அவரது வீட்டில் 'தேடுதல் வேட்டை' நடக்கும். வீட்டுச் சாமான்கள், உணவுப் பொருள்கள் ஆகியவை நாசப்படுத்தப்படும். அவ்வளவு ஏன்? வீட்டில் உள்ளவர்களுக்கு அடியும் உதையும் நடக்கும். அவரது மனைவி முயி பலமுறை தாக்குதலுக்கு உள்ளாகியுள்ளார். அவர் இப்போது கிராமத் தலைவராக உள்ளார். 2012-13இல் பாண்டாவின் கடைசி மகன் காய்ச்சலில் கிடந்து இறந்துவிட்டார். பாண்டாவால் ஏதும் செய்ய முடியவில்லை. தலைமறைவாகவே வாழ்ந்து கொண்டிருந்தார். காட்டுக்குள் அலைந்து திரிந்து ஒளிந்து வாழ்வதே வாழ்க்கையாக இருந்தது.

பஸ்தாருக்கு ஏதோ ஒரு காலத்தில் அமைதி வருமென்றால், கட்டாயம் அது பாண்டா, ஜோகா போன்றவர்களும், முயி போன்ற வீரமான பெண்களும் ஆங்காங்கே இருப்பதால்தான். அவர்களது எளிய, நேர்மையான வாழ்க்கை, மன தைரியம், துன்பத்திலிருந்து மீண்டு எழும் வல்லமை, வாழ்க்கையின் மேலுள்ள பிடிப்பு... இவைதான் அது போன்ற மக்களின் உயிர் நாடியாக ஒலித்துக் கொண்டிருக்கிறது.

பாதுகாக்கும் கடமையில் உள்ள குறைபாடுகள்

இந்திய சமூகத்தில் 'பாவப்பட்ட' மக்களையும், அவர்களது உரிமைகளையும் பாதுகாப்பதற்காகவே ஏற்படுத்தப்பட்ட அரசின் அமைப்புகள் எவையும் முழு வேகத்தில் உழைப்பதே இல்லை. அவை எல்லாமே பெரும் ஏமாற்றத்திற்குரிய அளவிலேயே உள்ளன. பல அரசுகள் அடுக்கடுக்காக வந்து சென்றுவிட்டன. ஆயினும் இந்த அமைப்புகள் அனைத்துமே 'குறைந்த அளவில்

வேலை செய்வதையே' தம் கடப்பாடாகக் கொண்டுள்ளனர். எப்போதோ ஒரு முறை இந்த அமைப்புகளின் தலைமைப் பீடத்தில் உள்ளவர்கள் சிலர் விஷயம் தெரிந்தவர்களாகவும், ஆர்வம் நிறைந்தவர்களாகவும் இருப்பது உண்மை. ஆனால், அது சிறுபான்மையே. மற்றவர்களுக்கு வேலையும் தெரியாது; தெரிந்துகொள்ளும் ஆர்வமும் கிடையாது. சேற்றில் போட்ட கற்கள்தாம் அவர்கள்.

2007ல் நான் தேசிய தாழ்த்தப்பட்ட மக்களின் நல மையத்தில் என் ஆய்வுகளை நடத்திக் கொண்டிருந்தபோது ஓர் அதிகாரி தன் நேரம் முழுவதையும் சமயயாத்திரை செல்லவே பயன்படுத்தினார். ஆனால், யாவும் 'பணி சார்ந்த' வேலைகளுக்காக என்று சொல்லப் பட்டன. அதேபோல் தாழ்த்தப்பட்ட பணியாளர்களின் காப்பீட்டுத் திட்டத்தின் உறுப்பினர் ஒருவர் எஸ்சி, எஸ்டி ஆணையங்கள் எல்லாமே வெறும் 'காகிதப் புலிகள்'தான் என்றார். இந்த ஆணையங் களுக்கு வரும் புகார்கள் அப்படியே அரசுக்கோ துறைகளுக்கோ அனுப்பி வைக்கப்படும். அதோடு 'எல்லாம் முடிந்தது'. இதிலும் ஆணையங்களை மட்டும் குறைசொல்லி நின்றுவிடமுடியாது. அரசுத் துறைகள் யாவும் குறைந்த ஆட்களையும், குறைந்த பொருளாதார நிலையையும் வைத்தே நடந்து வருகின்றன. ஆகவே, ஆரம்பித்த ஒரு வேலையைத் தொடர்ந்து நடத்தவும், மேற்பார்வை யிடவும் முடியாது. இப்படிதான் இருக்கவேண்டுமென்று திட்டமிட்டே நடக்கிறது என்ற ஐயமும் உண்டு.

2005-06இல் மனித உரிமைக் கழகங்கள் தேசிய தாழ்த்தப்பட்டோர் நல ஆணையத்தைத் தொடர்புகொண்டு மனித உரிமை மீறல் புகார்களை அளித்து நடவடிக்கை எடுக்குமாறு கேட்டுக்கொண்டது. மௌனமே பதிலாக இருந்தது. இந்த ஆணையம் சிறிதே செவிமடுத்தது 2006 பிப்ரவரி மாதம் தர்பசகுடாவில் நடந்த வெடிகுண்டு நிகழ்வின்போதுதான். ஜுடும் நடத்திய பேரணி முடிந்து மக்கள் தங்கள் கிராமத்திற்குத் திரும்பி வந்துகொண்டிருந்த போது மாவோயிஸ்டுகளின் குண்டு வெடிப்பில் பலர் கொல்லப் பட்டனர். இந்த நிகழ்விற்காக மக்களுக்கு உதவிப் பணம் ஏன் கொடுக்கவில்லை என்று காவல் துறையிடம் ஆணையம் கேள்வி எழுப்பியது. தாழ்த்தப்பட்டோர் நலனுக்கான ஆணையராக முன்னாளில் இருந்தவரும், பஞ்சாயத்து சட்டத்தைக் (பிஈஎஸ்ஏ) கட்டி எழுப்பியவருமான பி.டி.ஷர்மா தலையிட்ட பிறகே ஆணையம் மனிஷ் குஞ்சம் அவர்களையும், துர்லி, பன்ஸி, லோகண்டிகுடா ஆகிய கிராமத்தைச் சேர்ந்த மக்களையும் அழைத்து நேரடி விசாரணை நடத்தியது. அனைவரையும் துப்பாக்கி முன்னால்

நிறுத்தி அப்பகுதியில் ஓர் உருக்காலை அமைக்க, அவர்களின் சம்மதத்தைக் கேட்டிருக்கிறார்கள். ஆனால், எந்த முகாமிற்குள்ளும் இவர்கள் நுழைந்துகூடப் பார்த்ததில்லை.

இந்த அமைப்புகள், ஆணையங்களைவிட தேசியப் பெண்கள் நல ஆணையம் (என்சிடபிள்யூ)சிறிது பரவாயில்லை. அவர்கள் ஒரே ஒரு நாள் முகாமிற்குள் நுழைந்தனர். 2006 டிசம்பர் மாதம் பெண்கள் குழுக்களின் வேண்டுகோளுக்குப் பிறகு ஒரு முகாமிற்கு வந்தனர். இளம் வயதினரை எஸ்பிஓக்களாக ஆக்கி, ராணுவப் பயிற்சியும் கொடுத்து முழுமையாக மாற்றுவதை அவர்கள் எதிர்த்தனர். இதனால் அவர்கள் மதிப்பு கெடுகிறது. திரும்பவும் தன் கிராமத்திற்குச் செல்லத் தகுதியற்ற மக்களாகவே அவர்கள் உருப்பெறுகிறார்கள். மேலும், ஜக்தல்பூரில் உள்ள சிறையில் இருந்த பெண் விசாரணைக் கைதிகளைச் சந்தித்துப் பேசினர். அவர்களுக்கு இலவசச் சட்ட உதவி தர வேண்டுமென்று சிபாரிசு செய்தனர். இந்த மிகக் குறைந்த அளவில் இருந்த சிபாரிசுகளுக்குக்கூட மகேந்திர சர்மாவும், பாஜகவும் ஒப்புக்கொள்ளவில்லை. இந்த ஆணையங்களின் பார்வையிடல், சிபாரிசுகள்என்று எல்லாமே தவறாக உள்ளன. பொய்யும் திரிபுவாதங்களுமே அதில் உள்ளன என்றனர். சல்வா ஜுடுமை எதிர்ப்பவர்கள் எல்லாருமே இந்த நாட்டின் எதிரிகள் என்பதே அவர்களின் கருத்து.

2008 அக்டோபர் மாதம் இன்னொரு உண்மை அறியும் ஆய்வுக் குழுவான சிபிஜேசி (சத்தீஸ்கரில் அமைதியும் நீதியும் நிலவுவதற் கான இயக்கம்), கல்பனா கண்ணபிரான் என்ற சமூகவியலாளரின் தலைமையில் இயங்கும் ஆந்திரப் பிரதேசத்தில் பணிபுரியும் பெண்கள் இருவரும் இணைந்து என்சிடபிள்யூவிடம் ஒரு விண்ணப்பத்தை அளித்தனர். இதில் பாலியல் பலாத்காரம் செய்யப்பட்ட பெண்களைப் பற்றிய புகார்க் கடிதமும் கொடுக்கப் பட்டது. அவ்வளவுதான்,வேறெதுவும் நடக்கவில்லை. 2015-16இல் என்சிஎஸ்டி, என்சிடபிள்யூ குழுக்கள் பிஜாபூர், சுக்மா மாவட்டங் களுக்குச் சென்றன. அங்கு பாதுகாப்புப் படையினரால் நடந்த பெரும் பாலியல் பலாத்காரங்களையும் பற்றிய செய்திகளைத் தொகுத்து அரசிடம் அளித்தனர். இங்கும் எதுவும் கண்டுகொள்ளப்பட வில்லை.

எப்போதுமே உண்மை அறியும் குழுக்களுக்கும், ஜுடும் பாதுகாப்புப் படையினர் மீதான தனிப்பட்ட புகார்களுக்கும் முதலில் இடம் தருவது என்ஹெச்ஆர்சிதான். ஆனால், இந்தக் குழுமமோ தன்னிடம் வந்த புகார்களை அப்படியே அரசுக்கு அனுப்பியதைத்

தவிர வேறெதுவும் செய்யவில்லை. அனுப்பியதுமே தன் கடமை முடிந்ததாகக் கை கட்டி, வாய் பொத்தி நின்றுவிட்டது. 2006இல் ஐசிஐ என்ற சுதந்தர குடிமக்களின் அமைப்புக்கும் என்ஹெச்ஆர்சிக்கும் ஒரு வாய்ப்புஅளிக்கப்பட்டது. அனைத்தையும் என்ஹெச்ஆர்சி காது கொடுத்துக் கேட்டது. ஆனால் ஐசிஐ கொடுத்த எரிக்கப்பட்ட கிராமங்களின் புகைப்படங்கள், கொல்லப்பட்டு இறந்துபோனவர் களின் பட்டியல், ஐசிஐ ஏழு எஸ்பிஓக்களால் தாக்கப்பட்ட நிகழ்வுகளின் விளக்கங்கள் என்று வகை வகையாகப் புகார் கொடுத்தாலும் அவை எதையும் என்ஹெச்ஆர்சி பொருள் படுத்தவேயில்லை.

மாநில மனித உரிமை ஆணையம் (எஸ்ஹெச்ஆர்சி) மொத்தம் ஆறு உறுப்பினர்களால் ஆன அமைப்பு. அந்த ஆறு பேரில் மூவர் காவல் துறையைச் சேர்ந்த அதிகாரிகள். அவர்களிடம் எஃப்ஈடிஏ என்னும் ஆணையம் சந்தோஷ்பூரில் 2007ல் நடந்த போலி என்கவுண்டர் பற்றித் தகவல் கொடுத்தது.இந்தத் தகவல்கள்மீது எஃப்ஈடிஏவைச் சேர்ந்த சுபாஷ் மொஹபத்ரா கொடுத்த அழுத்தத்தாலும் எஸ்ஹெச்ஆர்சி ஒரு விசாரணையை நடத்த முயன்றது. அதைப் பற்றிய கூடுதல்விவரங்கள் இந்நூலின் பின் பகுதியில் உள்ளன.

தந்தேவாடா பகுதியில் தன் பொறுப்பை உணர்ந்து செயல்பட்ட ஒரே அமைப்பு தேசியக் குழந்தைகள் உரிமைப் பாதுகாப்பு ஆணையம் (என்சிடிசிஆர்)மட்டுமே. இந்தப் புதிய அமைப்பின் தலைவராக சாந்தா சின்கா இருந்தார். இவர் தன் முனைவர் பட்டத்திற்காக ஆந்திரப் பிரதேச மாவோயிஸ்டுகளைப் பற்றி ஆய்வு செய்தவர். இந்த ஆணையம் சாந்தா சின்காவுடன் இணைந்து, பழைய மூத்தத் தேர்தல் கமிஷனரான ஜே.எம். லிங்தோ, எம்வி ஃபவுண்டேஷன் என்ற அமைப்பிலிருந்து வெங்கட் ரெட்டி ஆகியோரோடு தந்தேவாடாவிற்கு 2007 டிசம்பர் 17-19 தேதிகளில் வருகை தந்தனர். அனைத்துத் தரப்பு அரசு அதிகாரிகளையும் சந்தித்தனர். பல ஜுடும் முகாம்களுக்குச் சென்றனர்; ஆந்திரப் பிரதேசத்திலிருந்த வெளி மாநிலத்தார் தங்குமிடங்களையும் சென்று பார்த்துவிட்டு இறுதியில் மக்களின் நேர்காணல்களை ஆந்திரப் பிரதேசத்தில் செர்லா என்ற இடத்திலும், தந்தேவாடாவில் உள்ள கிரந்துல் என்ற இடத்திலும் நடத்தினர். இந்த ஆணையம் கொடுத்த ஆய்வு அறிக்கைதான் அதிகாரபூர்வமான முதல் கட்டுரை. கண்ட உண்மைகளை ஆய்ந்து தொகுத்த அறிக்கை இது. 'நேர்காணலுக்கு வந்த பலர் காடுகளில் ஒளிந்துகொண்டிருந்த மக்கள். இவர்கள் இரவில் கடினமான பயணம் மேற்கொண்டு கிரந்துர் பகுதிக்கு வந்தனர். ஒரு தாய் தன்

இளம்பிள்ளையை பக்கத்திலுள்ளவர்கள் கவனிப்பில் புதர் ஒன்றின் அடியில் விட்டுவிட்டு வந்திருந்த பாவப்பட்ட ஒரு நிகழ்வையும் கண்ணுற்றோம். நேரடியாக எங்களைக் காணவே அவர் வந்திருந்தார்' என்று தங்கள் அறிக்கையில் தெரிவித்திருந்தார்கள். தங்களது ஆய்வுகளை முடித்த இந்த ஆணையம் அதன்பின் 'குழந்தைகளின் நண்பர்கள்' என்றொரு புதிய அமைப்பினை ஆரம்பித்தனர். இவ்வமைப்பு, கலகங்கள் நடந்த இடங்களில் உள்ள குழந்தைகளின் நலன்களைப் பேணவும், ஆந்திரப் பிரதேசத்திலுள்ள உள்நாட்டில் குடிபெயர்ந்தோர்களைத் தன் கண்காணிப்பில் வைத்திருக்கவும் பணிக்கப்பட்டது.

அதிகாரத் தளத்தில் பெரும் தாக்கத்தை ஏற்படுத்திய ஒரே ஒரு அறிக்கை 2008இல் திட்ட ஆணையத்தின் 'மிக அதிகம் பாதிக்கப் பட்ட பகுதிகளில் வளர்ச்சியை எதிர்நோக்கும் சவால்கள்' என்ற தலைப்பில் வெளிவந்தது. இதுவரை பாதுகாப்பு அமைப்புகளின் கைகளில் மட்டுமே இருந்த இந்தப் பிரச்னை இப்போது ஊடகங்களில் ஒரு புதிய முகத்துடன் அறிமுகப்படுத்தப்பட்டது. இந்த அறிக்கை மூன்று பெரும் அதிகாரிகளின் பொறுப்பில் வெளிவந்தது.அம்மூவரும் தங்களுடைய பணிகளைச் சிறப்பாகச் செய்து நல்ல பெயர் வாங்கியவர்கள். முதலாமவர் மேற்கு வங்காளத்தில் அதிகாரியாக இருந்த டி.பந்தோபாத்யாய். இவருடைய தலைமையில்தான் இக்குழு இயங்கியது. இவர் நிலச்சீர்திருத்தத்தில் மிகச் சிறப்பாகப் பணியாற்றியவர். இன்னும் இரு அதிகாரிகளான கே. பாலகோபால், பேலா பாட்டியா இருவரும் பல்லாண்டுகளாக நக்சலைட்டு பிரச்னைகள் குறித்துப் பணியாற்றியவர்கள்.

இவர்களது அறிக்கை மிக வெளிப்படையான, நேரடியான சிபாரிசுகளை முன்வைத்தது.

'சல்வா ஜுடும் போன்ற கண்காணிப்புக் குழுக்கள் அரசியலில் அர்த்தமற்றதாகவும், மக்களை மனிதத் தன்மையற்றவர்களாகவும், பாதுகாப்பு என்ற பெயரில் இயங்கி சீரழிவை நோக்கி நடத்துவதாகவும், இச் செயல்கள் எல்லாமே நாட்டைக் கீழ்நோக்கிச் செலுத்தும் வேலைகளையே செய்கின்றன.இது போன்ற குழுக்கள் உடனடியாக நிறுத்தப்படவேண்டும்; கலைக்கப்படவேண்டும். இதற்குப் பதிலாக மிகவும் திறமை வாய்ந்த, கவனமாகப் பொறுக்கி எடுக்கப்பட்ட அதிகாரிகளின் குழு ஒன்றை அமைத்து புதிய திட்ட மொன்றை உருவாக்கி, அதனைச் சிறப்பாகச் செயல்பட அனுமதிக்க வேண்டும். மக்களைக் காப்பதும், புதிய வளர்ச்சித் திட்டங்களை நடத்துவதும் இவர்களது தலையாயப் பணியாக இருக்கவேண்டும்.

மக்களின் அச்சங்களைக் களைந்து, குறைகளை உடனுக்குடன் தீர்த்துவைக்க வேண்டும்.

இவ்வழி மூலமாகத்தான் இடதுசாரிக் கட்சிகளின் தீவிர தாக்கத்திலிருந்து மக்களை விடுவிக்கமுடியும்.

திட்ட ஆணையக் குழு தயாரித்த இந்த அறிக்கையை இரண்டு உறுப்பினர்கள் ஏற்க மறுத்துவிட்டனர். பெரும் ஆச்சரியமில்லை! ஏனெனில், காவலதிகாரி பிரகாஷ் சிங், உளவுத் துறை அதிகாரி அஜித் டோவல் இருவரும் பின்னர் சல்வா ஜுதுமிற்குப் பக்கபலமாக இருந்த பெருந்தகைகள்! அவர்களுடைய எதிர்ப்பில் ஆச்சரியப்பட ஏதுமில்லை. ஆனால், இன்னொரு இடதுசாரிப் போராளியான கௌதம் நல்லக்கா என்பவரும் இவ்வறிக்கையினை எதிர்த்தார். அவரைப் பொறுத்தவரையில் இந்த அறிக்கை அரசின் கண்ணோட்டத்தி லிருந்து மட்டுமே பார்க்கப்பட்டுவந்தது. மேலும் ஒரு 'தந்தையின் கண்டிப்பு' மட்டுமே இதில் அதிகம் தெரிகிறது என்றார் அவர்.

நாட்டில் பல தனி மனித உரிமைகள் தகர்க்கப்படுகின்றன. அரசு இயந்திரங்கள் இந்தப் பிரச்னைகளைத் தேவையான அளவு கவனித்து, தேவையான அனைத்தையும் செய்யும் முனைப்பில் இல்லை. சமூக அழுத்தங்களுக்கு அதிக இடம் கொடுக்கப்பட்டு விடுகிறது. அரசின் அமைப்புகள், சமரசக் கூட்டம் ஒன்றில் பேசிய முன்னாள் நீதிபதி ஒருவர் நாட்டின் நிலை மிகவும் மோசமானதாக உள்ளது என்றார். அவர் மேலும், 'சில போராளிகள் பிரச்னைகளைக் கையிலெடுக்கத் தயாராக உள்ளனர்' என்றார்.

இது போன்ற வார்த்தைகள்ஓய்வுபெற்ற அதிகாரிகளின் வாயிலிருந்து வருவதை நானே சில நேரங்களில் கேட்டிருக்கிறேன். 'போராட்டம்' என்பதே சிலரின் முக்கியமான பணியாக ஆகிவிடுகிறது. சிலருக்கு அதுவே வாழ்வாகவும் தொழிலாகவும் மாறிவிடுகிறது.இந்தப் போராட்டக்காரர்களின் வயிறு நிறைவது மக்களின் வரிப் பணத்தினால் அல்ல. ஆனால் அவர்கள்மீதும், அவர்கள் செய்யும் பணிகள்மீதும் குற்றம்சாட்டுதல் மட்டும் தொடர்ந்து நடைபெற்றுக் கொண்டே இருக்கிறது.

13

மனித உரிமைகள் : சில நன்மைகளும் தீமைகளும்

‘போராளிகள் மாவோயிசம் பிறப்பதற்கான அடிப்படைக் காரணங்களைப் பேசவேண்டும் என்பார்கள். பாதுகாப்பு வல்லுனர்கள் அடிப்படைக் காரணங்களை முற்றாக ஒதுக்கிவிடுவார்கள். அவர்கள் கண் பார்வையில் ‘மாவோயிசக் கலவரம்’ மட்டுமே படுகிறது. படித்த மேதாவிகளோ ‘வன்முறை’ என்ற சொல்லின் வேர் எது என்ற ஆய்வில் ஈடுபடுவார்கள். பத்திரிகையாளர்களோ அடுத்த முக்கிய செய்தி என்ன என்ற எதிர்பார்ப்பில் உட்கார்ந் திருப்பார்கள்... இப்படியே இந்தச் சட்டம் உருண்டோடுகிறது! முடிவற்ற கருத்தரங்கங்கள்.. செயல்பாட்டுத் திட்டங்கள்... தொடர்ந்து முகிழ்க்கும் ஆய்வுக் கட்டுரைகள்... பல எதிரெதிர் கருத்துக்கள்.என்னால் அந்த அடர்ந்த வனத்தின் குழந்தையைப் பார்க்க முடியவில்லை.

...ஆய்வுக் களத்தில் குறிப்புகள், 2012

காவல் துறைக்கு யார்மீது அதிக வெஞ்சினம்? மாவோயிஸ்டுகள் மீதா அல்லது மனித உரிமைப் போராளிகள் மீதா? ஆனால், பாதுகாப்புப் பணியில் இருப்பவர்களுக்கு இந்த இரு அமைப்புகளும் வெவ்வேறல்ல. 2009இல் ஒரு மாவோயிஸ்ட் தாக்குதல் நடந்தது. நான்கு சிஐஎஸ்எஃப் பாதுகாப்புப் படை வீரர்கள் கொல்லப்பட்டனர்.

இந்த நிகழ்விற்குப் பிறகு உள்துறை அமைச்சர் ப. சிதம்பரம் போராளிகள் பற்றிக் கூறியது:

'சிபிஐ (மாவோயிஸ்டுகள்) நம்மிடம் என்ன செய்தியைப் பகிர நினைக்கிறார்கள்? இந்தக் கேள்வியை நான் சிபிஐ (மாவோயிஸ்டுகள்) கட்சிக்காரர்களிடம் மட்டும் கேட்கவில்லை; அவர்களுக்காக ஆதரவளித்து, அரசை நிந்தனை செய்பவர்களையும் சேர்த்துத்தான் கேட்கிறேன். இந்தக் காலகட்டத்தில், முறையான சிந்தனையுள்ள குடிமக்கள், மக்களாட்சியில் நம்பிக்கை உள்ள மக்கள், வளர்ச்சியைக் குறிக்கோளாகக் கொள்ளும் மாந்தர்கள் சிபிஐ (மாவோயிஸ்டுகள்) செய்த இந்த வன்முறையை முற்றாக எதிர்க்க வேண்டும்.'

ஓராண்டு கழித்து ப. சிதம்பரம் மீண்டும் தன் குற்றச்சாட்டைப் புதுப்பித்தார். காவல் துறை பல வழக்குகளில் சிரமப்படுத்தப் படுகிறது. மக்களாட்சி என்பதே என்னவென்று தெரிந்துகொள்ளாத பல முரட்டு அமைப்புகள் காரணமின்றி பலரைக் கொலை செய்யும் கொடூரத்திற்கான பதிலை இந்தச் சமூகம்தான் தர வேண்டும் என்றார்.

பொதுவாகவே ஊடகங்கள் போராளிகளுக்கு எதிரான முழக்கங் களுக்கு முழு ஆதரவையும் தெரிவிக்கின்றன. ஏதாவது ஒரு நிகழ்வு மாவோயிஸ்டுகளால் நிகழ்த்தப்பட்டிருந்தால் ஊடகங்கள் தங்கள் ஊதுகுழலை உரத்து ஒலிப்பார்கள். ஆனால், அந்த நிகழ்வுக்கு முன்பே, அடிபட்டவர்கள் ஏற்கெனவே குற்றம் புரிந்தவர்களா, அதற்காகக் கண்டிக்கப்பட வேண்டியவர்களா என்ற விவரங்கள் சேகரிக்கப்படுவதுமில்லை, பிரசுரிக்கப்படுவதுமில்லை. ஆனால், அப்படி ஒருவன்முறை நிகழ்ந்தால், அத்தனை ஊடகப் பிரிவுகளும் ஒருமித்து ஒரே குரலில், 'அப்போது ஏன் மனித உரிமைக் குழுக்கள் மௌனமாகிவிட்டன?' என்ற கேள்வியை எழுப்பும். ஆனால், மனித உரிமைக் குழுக்கள் மாவோயிஸ்டுகளைக் கண்டனம் செய்யும்போது அதே ஊடகங்கள் மௌனமாகிப் போய்விடும்.அரசு நடத்தும் வன்முறைகளைப் பற்றி இக்குழுவினர் பேசுவதும் ஊடகங்களில் முறையாக இடம் பெறுவதில்லை. அரசும் சரி ஊடகங்களும் சரி, மனித உரிமைக் குழுவினரை வைத்து, 'ஆட்டம்' காண்பிப்பதுதான் அதிகமாக இருக்கும்.

மேக்ஸ் வெபர் அரசு என்பது சட்டத்திற்கு உட்பட்ட வன்முறையை நிகழ்த்துவதற்கான ஏகபோக உரிமை பெற்ற அமைப்புஎன்று குறிப்பிடுகிறார். அது ஏன் சட்டத்திற்கு உட்பட்டது என்றால், பொது

மக்களின் நலனுக்காகவும் பாதுகாப்பிற்காகவும் அந்த வன்முறை பயன்படுகிறது என்பதால்தான். ஆனால், உலக அளவில் மனித உரிமைக் குழுக்கள் அரசு வன்முறைகள்மீது தங்கள் கவனத்தைக் குவிக்கின்றன. வன்முறையாளன் யாராக இருந்தாலும் தண்டனை அவசியம். ஆனால், பொதுவாக அரசுகள் இந்த விளக்கத்தை ஒப்புக் கொள்ளாமல் ஓர் உயர்ந்த இடத்தில் தங்களை உயர்த்திவைத்துக் கொள்கின்றன. மேலும் அரசு நிறுவனங்களும் மனித உரிமைக் குழு நடுவர்போல் அமர்ந்துகொண்டு இருபுறத்தையும் கண்டிக்கின்றன.

ஆனாலும் மாவோயிஸ்டுகள்மீதான மக்களின் ஆதரவிற்குக் காரணம் என்ன என்பதை சமூக முன்னேற்ற ஆர்வலர்கள் புரிந்துகொள்ள வேண்டும். அவசர காலம் முடிந்தபிறகு பல மக்கள் பிரிவுகள் பேராட்ட வன்முறைகளுக்கும் வேறு வகை வன்முறைகளுக்கும், அதாவது சாதிய வன்முறைகள், இன வேறுபாடு வன்முறைகள் போன்றவற்றுக்கும் உள்ள வேறுபாடுகளைப் புரிந்துகொள்ள வேண்டும். இந்த இருவகை வன்முறைகளில் பேராட்ட வன்முறைகள் சட்டப்படி சரியானதாகவும், அடுத்த வகை சட்டத்திற்குப் புறம்பானதாக, எதிரானதாகவும் கருதப்பட்டன. தாராளமான திறந்த மனத்துடன் உள்ள சமுதாயங்களில்கூட இந்தப் போராட்ட வன்முறை நல்லவிதமாகவே வரவேற்கப்படுகிறது. ஏனெனில், இந்த வன்போராட்டம் ஒரு சமூகத்தை மாற்றி மக்களாட்சி மலரவும், அரசியல் சாசனம் முழுமையாக நிறைவேற்றப்படவும் உதவுகிறது. இதனாலேயே இன்றும் பல குழுக்கள் மாவோயி சத்தைவிட்டு விலகிச் செல்லத் தயங்குகின்றனர். பெரும் பான்மையான ‘மக்கள்’ ஆதரவு தரும் மாவோயிசத்தை விலக்கினால் பெருத்த குற்றச்சாட்டுகளை எதிர்கொள்ள நேரிடும் என்பதும் காரணமாக இருக்கும்.

எப்படியிருப்பினும் சமூகத்தின் பல்விதமான கருத்துகள் இந்த நுணுக்கமான விவகாரத்தை எளிதாக்கவும் முயல்கின்றன. ஆனால், அரசு இக்கருத்துகளையும், சல்வா ஜுடும் பசுமை வேட்டைத் திட்டங்கள் ஆகியவற்றிற்கு எதிராக வரும் கருத்துகளையும் புறம்தள்ளிவிடுகிறது. இக்கருத்துகள் எல்லாமே மாவோயிஸ ஆதரவாளர்களின் சார்புள்ள கருத்துகள் என்றுபுறக்கணித்து விடுகிறது. மாவோயிஸ்ட் ஆதரவாளர்களுக்கும் கடுமையான பார்வை ஒன்று உண்டு. நீங்கள் ஒன்று எங்களோடு இல்லையேல் எதிரியோடு என்னும் கடுமையான பார்வைதான் அது.

மனித உரிமைக் கழகத்தின் பெருந்தலைகள் பொதுவாகப் பிரபலங்கள் சார்ந்த உரிமை மீறல்களுக்கு மட்டுமே முக்கியத்துவம்

கொடுப்பது வழக்கம். ஊடகங்களிலும் முக்கிய புள்ளிகள் தொடர்புள்ள மனித உரிமைகளுக்கு மட்டுமே சிறப்பிடம் கொடுப்பார்கள். சாமானியர்கள்மீதான மோசமான மனித மீறல்கள் பற்றிய விவாதங்கள் பெயரளவில் மட்டுமே நடைபெறும். இதனால் பாவப்பட்ட மக்கள், ஆதரவற்ற ஆதிவாசிகள் ஆகியோர் ஒதுக்கப் படுகின்றனர்.அவர்களுக்கு நீதி கிடைப்பதில்லை.

சிவில் சமூகமும் ஜுதுமும்

ஜனநாயகம், குடியுரிமை, தேசம் தழுவிய இந்திய உணர்வு ஆகியவற்றுக்கும் படுகொலைகளுக்கும் உள்ள தொடர்பு சுதந்தரப் போராட்ட காலம் தொடங்கி நிலவிவருவதுதான். காலனியகால அடக்குமுறைகள் குறித்து காங்கிரஸ் ஆய்வு செய்ய ஆரம்பித்த போதே இந்தத் தொடர்புகள் புலப்பட ஆரம்பித்துவிட்டன. மனித உரிமைக் குழுக்களும் அரசியல் கட்சிகளும் வெவ்வேறு பகுதிகளில் விசாரணைகளை மேற்கொண்டு, கருத்தரங்குகள் நடத்தி, ஆய்வறிக்கைகளை வெளியிடுவது வழக்கம். பாதிக்கப்பட்டவர் களுடன் கரம் கோர்த்து மக்கள் தீர்ப்பாயமும் நடத்தப்படுவதுண்டு. அப்போது நாடு முழுவதிலுமிருந்து சாட்சியங்கள் திரண்டுவந்து தங்கள் அனுபவங்களைப் பகிர்ந்துகொள்வதுண்டு. 2008ம் ஆண்டு மணிப்பூரிலுள்ள இரு கிராமங்களின் ஜாயிண்ட் ஆக்ஷன் கமிட்டியைச் சேர்ந்த உறுப்பினர்கள் தந்தேவாடாவுக்கு வந்து, எஸ்பிஓக்களின் நடவடிக்கைகளை ஆராய்ந்தனர். மணிப்பூர் அரசு, தலைமறைவாக இருப்பவர்களை (அதாவது, மணிப்பூரின் ஆயுதக் குழுக்களை) வேட்டையாட சத்தீஸ்கர் மாடலைப் பின்பற்றி கிராமத்து மக்களை ஆயுதபாணியாக்கும் திட்டத்தை அமல் படுத்தியிருந்தனர்.

வழக்கமான நடைமுறைக்கு மாறாக, ஜுதும் ஆரம்பிக்கப்பட்டு ஆறு மாதங்களுக்கு சிவில் சமூகம் அதைப் பற்றி எந்த விசாரணையும் மேற்கொள்ளவில்லை. தேசிய ஊடகம் நேரில் வந்து பார்க்க அதிக காலம் எடுத்துக்கொண்டது. தேசிய அரசியலிலிருந்து பஸ்தார் எந்த அளவுக்கு துண்டிக்கப்பட்டிருந்தது என்பதை இது சுட்டிக்காட்டுகிறது. செய்திகள் வெளிவராமல் இருக்க நிர்வாகம் எந்த அளவுக்கு முனைப்புடன் இருந்தது என்பதும் தெரிகிறது.

படுகொலைகள் குறித்து முதலில் வந்த விசாரணை அறிக்கை நவம்பர் 2005ல் சிபிஐ வெளியிட்டதுதான். ஜனாதிபதிக்குத் திறந்த கடிதம் என்னும் வடிவில் அது வெளியானது. இதைத் தொடர்ந்து ஜுலை 2005ல் ஆந்திரப் பிரதேசத்தைச் சேர்ந்த மனித உரிமை

அமைப்பு ஓர் அறிக்கையை ஜூலை 2005ல் வெளியிட்டது. அதே சமயம்2005 நவம்பர் 28 முதல் 2005 டிசம்பர் ஒன்றாம் தேதி வரை பதினான்கு பேர் அடங்கிய சத்தீஸ்கரின் பியூசிஎல் குழு வேறு சில அமைப்புகளின் உறுப்பினர்களோடு இணைந்து தந்தேவாடாவிற்கு வருகை தந்தனர். இவர்கள் வெளியிட்ட அறிக்கை கவனத்திற்கு வந்தது. ஆயினும் அந்த அறிக்கை மாவோயிஸ்டுகளுக்குச் சார்பானது என்கிற குற்றச்சாட்டு எழுந்தது. 2006ஆம் ஆண்டு மே மாதம் ஐசிஐ (இன்டிபென்டெண்ட் சிடிசன்ஸ் இனிஷியேடிவ்) என்ற அமைப்பின் ஆறு பேர் கொண்ட குழு ஒன்று சல்வா ஜுடும் பற்றி முழுமையாகத் தெரிந்துகொள்ள அப்பகுதிக்கு வந்தது. அக்குழுவில் 79 வயதுக்காரரான பி.ஜி.வர்கீஸ் என்ற மூத்த பத்திரிகையாளர் இருந்தார். அவரோடு ஓய்வுபெற்ற அரசியல் அதிகாரிகள் ஆந்திரப் பிரதேசத்துக்காரர்களான ஈ.ஏ.எஸ்.சர்மா, 'பிரப்தா கபார்' என்ற செய்தித்தாளின் ஆசிரியர் ஹரிவன்ஷ், வரலாற்றியலாளர் ராமச்சந்திர குஹா, பெண்ணிய எழுத்தாளரும் போராளியுமான ஃபரா நக்வி ஆகியோரோடு நானும் அந்தக் குழுவில் இருந்தேன்.7

இந்த ஐசிஐ அமைப்பை யாரும் கண்ணை மூடிக்கொண்டு மாவோயிஸ்ட் சார்புக் குழு என்று குற்றம்சாட்டிவிடமுடியாது. இக்குழுவில் உள்ள சில உறுப்பினர்களின் உயர் சமூக நிலையை வைத்து அக்குழு எளிதாக என்ஹெச்ஆர்சியின் முழுக் குழுவையும், திட்ட ஆணையத்தையும் உள்துறை அமைச்சரையும், பிரதம அமைச்சரையும், பல பாராளுமன்ற உறுப்பினர்களையும் சந்தித்தது. இதனால் 2006 ஆண்டின் இறுதிக்குள் டெல்லியில் உள்ளவர்களுக்கு தந்தேவாடாவில் நடக்கும் நிகழ்வுகள் அனைத்தும் தெரிந்து விட்டன; எனக்குத் தெரியாது என்று சிலர் வேண்டுமானால் வெளியே சொல்லிக்கொள்ளலாம்.

2006முதல்2008வரை பல உண்மை அறியும் குழுக்களின் கண்டுபிடிப்புகள் மூலமாக ஒரு தெளிவான சித்திரம் உருப்பெற்றது. ஆனால் அது ஒரு கொடூரமான சித்திரம். பொதுவாக, இந்தக் 'கண்டுபிடிப்புகள்' எவையும் முழுமையானவை அல்ல. ஏனெனில், காலமும் தூரமும் சிலருக்குத் தடைக் கற்கள். கிராமங்களுக்குச் செல்ல ஜுடுமும் பாதுகாப்புப் படையினரும் பல இடைஞ்சல்களை ஏற்படுத்தினர். பொதுவாக பல அறிக்கைகள் சல்வா ஜுடும் என்ற அமைப்பே மக்கள்மீது கடும் போர் தொடுத்துள்ளது என்ற கருத்தோடு இருந்தன. ஆனால், சில அறிக்கைகள்வேறு தாளங்களில் ஒலித்தன. சில மனித உரிமைக் கழகங்கள் பலவித பண உதவிகளின் பின்னணிகளோடு நடந்துவந்தன. மனித உரிமைக் கண்காணிப்பகம் போன்ற அமைப்புகள் இந்த நிகழ்வுகளின் வரலாற்று, சமூக,

அரசியல் பின்னணிகள் பற்றி அதிகம் கவலைப்படுவதில்லை; தெரிந்துகொள்ள சிரமப்படுவதுமில்லை. அவர்கள் மாவோயிஸ்டு களின் வன்முறையையும், அரசின் வன்முறையையும் ஒரே தட்டில் வைத்துத்தான் அளவிடுவார்கள். ஆனாலும், இந்த அமைப்புகளின் அறிக்கைகளுமே தரத்தோடுதான் இருக்கும். என்ஹெச்ஆர்சி போன்ற அமைப்புகளின் அறிக்கைகளைவிட இவர்களது அறிக்கைகள் உண்மைத் தன்மையோடு சீரோடு இருக்கும். என்ஹெச்ஆர்சி அமைப்புகளுக்குப் பணமோ, தூரமோ, அணுக்கமோ எதிலும் பிரச்னையில்லை. ஆயினும் அவர்கள் மாநில சார்புடன் இருப்பார்கள்.

சமூக அமைப்பும் சல்வா ஜுடுமும்

சல்வா ஜுடும் சாதாரண மக்களை மாவோயிஸ்டுகளுக்கு எதிராக ஆயுதம் தாங்க வைத்தது. அதே போல், அரசின் பாதுகாப்பு அமைப்புகள் தாங்களாகவே உண்மை அறியும் குழுக்களை அமைத்து ஏனைய மனித உரிமைக் கழகங்களுக்கு எதிராக இயங்கியது. சமூகத்தின் பயன்பாட்டில் உள்ள 'மக்களின் கிளர்ச்சி' போன்ற சொற்களுக்கும் 'சுதந்தர குடிமக்கள்' என்பதற்கும் ஏற்ற புதியசொற்களைக் கற்பிக்கலாம். அப்போது காங்கிரசின் ஐமுகூ அரசு பதவி வகிக்கும் காலத்திலும் அரசு ஆர்எஸ்எஸ் அமைப்புகளோடு நெருங்கி உறவாடின. ஆர்எஸ்எஸ் உறுப்பினர்கள் அரசுக்கு உயர் ஆலோசகர்களாக இருந்தனர்.

அச்சமயத்தில் ஆர்எஸ்எஸ் வேறு பல அறிவுஜீவி குழுக்களோடு தொடர்பில் இருந்தது. எஃப்ஐஎன்எஸ் (ஃபோரம் ஃபார் இன்டகரேட்டட் நேஷனல் செக்யூரிட்டி), ஆர்எம்பி (ராம்பாவ் மால்கி பிரபாதினி) என்னும் அறக்கட்டளை, விவேகானந்தர் நிறுவனம், சூர்யா நிறுவனம் போன்ற குழுக்களோடு இணைந்து ஆர்எஸ்எஸ் பல கூட்டங்களைத் தொடர்ந்து நடத்தியது. அதைப் பற்றிய விரிவான அறிக்கைகளைத் தயாரித்தனர். இவை பொதுவாக மனித உரிமைக் குழுக்களின் அறிக்கைகளுக்கு எதிரானதாகவே இருக்கும். ஆனாலும், சில ஒற்றுமைகளும் அவற்றின் ஊடே காணப்படும். ஒரு நிகழ்வு இதை முழுமையாக நிரூபிக்கும். அந்த அறிக்கை ஆர்எம்பி அறக் கட்டளையிலிருந்து வெளிவந்தது. 2005இல் ஓர் ஓய்வுபெற்ற ராணுவ கர்னலும், ராணுவ அமைச்சகத்தின் போர்க் கல்வியின் துணை இயக்குனராக இருந்த வருமான டாக்டர் அனில் அத்தால்யே என்பவர் நடத்திய 'களஆய்வின்' அறிக்கையில் அவர் மிகப் பற்றாக்குறையான அரசின் சேவைகள், காவல் துறைமீது மக்களுக்கு இருந்த நம்பிக்கையின்மை, வளர்ச்சிக்கு ஏதும் முயலாத அரசு ஆகியவற்றைப் பட்டியலிடுகிறார். அதோடு நக்சலைட்டுகள் தங்கள் தீவிரவாதம் மூலம் ஆதிவாசிகள்

தன்னம்பிக்கையைத் தட்டியெழுப்பியுள்ளதைப் பற்றியும் குறிப்பிடுகிறார். ஆயினும், இத்தனை இருந்தும் இறுதியில் சல்வா ஜுதுமிற்குத் தன் ஆதரவை அவ்வறிக்கையில் அவர் அளித்துள்ளார்.

இடதுசாரிகளின் வழியிலேயே ஆர்எஸ்எஸ் ,பாஜக போன்ற வலதுசாரிகளும் பல 'பிரசங்கக் கூட்டங்களை' நடத்தினர். தங்கள் பக்கம் வந்து மக்களை ஈர்த்து, தன் பக்கமே வைத்திருந்த கதையைப் பயன்படுத்தினர். இதுபோன்ற கூட்டங்களுக்கு ராணுவத்தில் இருப்பவர்களையும், வேலை செய்து ஓய்வு பெற்றவர்களையும் காவல் துறை, அரசுப் பணி அதிகாரிகளையும் அழைத்தனர். மனித உரிமைக் கழகத்தில் செய்வது போலவே, இத்தகைய கூட்டங் களுக்கு ஆர்எஸ்எஸ் அமைப்புகள் சில 'பலி கடாக்களை' கொண்டு வந்தனர். இவர்கள் இக்கூட்டத்தில் தங்களது 'சாட்சியங்களை' எடுத்துரைத்தனர். 2007 பிப்ரவரி மாதம் தில்லியில் ஆர்எம்பி நடத்திய கூட்டம் ஒன்றிற்கு சல்வா ஜுதுமின் தலைவர் மதுக்கர், பல பெண் எஸ்பிஓக்கள் கலந்துகொண்டு, மாவோயிஸ்டுகளின் வன்முறை களைப் பற்றிப் பேசினார்கள். ஆர்எஸ்எஸ் தலைவர் பால் ஆப்தே அதே ஆண்டு ஜுன் மாதம் 5ஆம் தேதியை ஒரு 'புனித திதி நாள்' என்று பேசி, அந்நாளில் சல்வா ஜுதுமை ஆரம்பித்து வைத்தார். அந்த நாள்தான் ஆர்எஸ்எஸ் தலைவர் கோல்வால்கரின் இறந்த நாள். அப் 'புனித நாள்' சல்வா ஜுதுமின் ஆரம்ப நாளாயிற்று.

இது நடந்துமுடிந்து மூன்று ஆண்டுகள் கழித்து - 2010 மே மாதம் டெல்லியில் உள்ள கான்ஸ்டிட்யூஷன் கிளப் கட்டடத்தில் எஃப்ஐஎன்எஸ் ஒரு கூட்டத்தைக் கட்டியது. இதில் பாஜக தலைவர் சேஷாத்ரி சாரி, ஓய்வுபெற்ற ஏர் மார்ஷல், ஆர்.எஸ்.வாஜ்பாய், ஓய்வுபெற்ற ஹரியானா காவல் துறை பெரிய அதிகாரி (டிஜி) பி.ஆர்.ரஞ்சித், ஆர்எஸ்எஸ் தலைவர் இந்த்ரேஷ் குமார் போன்றோர் பேசினார்கள். அனைவரின் பேச்சுகளும் ஒரு முகமாக மக்களுக் குள்ளேயே இருக்கும் விரோதிகள் பற்றியும், அடுத்ததாக மனித உரிமைக் கழகப் போராளிகள்மீது பழிசுமத்தும் வகையிலும்தான் இருந்தன. பாஜக ஆட்சி செலுத்தும் சத்தீஸ்கர் மாநிலம் பல பிரிவினையாளர்களின் கைகளில் சிக்குண்டு கிடக்கிறது என்றனர். மேலும் 'ஏகாதிபத்தியர்கள்' (கிறித்துவ மிஷனரிகள் என்று வாசிக்க) நாட்டை உடைத்துச் சிதற உழைக்கும் அமைப்பினரைப் பற்றியும் பேசினர். இவர்களில் இந்த்ரேஷ் குமார் நாடு முழுவதிலும் மாவோயிஸ்டுகளை எதிர்த்துப் போராட சல்வா ஜுதும் அமைப்புகள் வேண்டும் என்றார்.

மனித உரிமைப் போராளிகள் அனைவரும் மக்கள் தங்கள் ஊர்களிலிருந்து விரட்டப்படுவதற்கு மாவோயிஸ்டுகள் எதிர்ப்பு தெரிவிப்பதால் அவர்களுக்கு மக்களின் ஆதரவுள்ளது. சுரங்கங்கள் இருக்கும் பகுதிகளில் இந்தத் தொல்லை எப்போதும் தலை விரித்தாடுகிறது. மாவோயிஸ்டுகள் சுரங்கங்களைத் தோண்டு வதற்காகக் களமிறங்கும் வணிக நிறுவனங்களைக் கட்டுக்குள் கொண்டுவர முயல்கின்றனர். ஆனால், அரசுகள் இவ்விஷயத்தில் வேறுவிதமான பார்வையை முன்வைக்கிறது. கனிம வளம் நிரம்பிய ஏழை மக்கள் வாழும் நிலங்களில் மாவோயிஸ்டுகள் உள்ளிறங்கி வேலை செய்கின்றனர். சுரங்கத் தொழிலில் இருந்து பண ஆதாயம் தேடவே அவர்கள் முனைகிறார்கள் என்பது அரசின் விவாதம்.

முதலமைச்சர் ரமண் சிங் தன் வழக்கமான வெள்ளை சபாரி சட்டை, வெள்ளைக் காலணி அலங்காரங்களுடன் எஃப்ஐஎன்எஸ்நடத்திய கூட்டத்தில், ‘எங்கெங்கு கனிம வளம் இருக்கிறதோ, அங்கெல்லாம் மாவோயிஸ்டுகள் அவதாரமெடுக்கிறார்கள். அவர்கள் பின்னால் இருந்து ஏதோ ஒரு சக்தி அவர்களை இயக்குகிறது. இந்தியாவின் இயற்கை வளத்தைச் சுரண்டவே இது நடக்கிறது’ என்று பேசினார். இதே கருத்தை சத்தீஸ்கரின் ஆளுநர் ஷேகர் தத் 2015இல் சூர்யா நிறுவனம் நடத்திய கூட்டத்தில் மேலும் அழுத்தமாகச் சொன்னார்.

இந்தியப் பாதுகாப்பு அமைப்புகள் மனித உரிமை மீறல்களை, சீரழிவுகளை முழுமையாகப் புரிந்துகொள்ளும் பயிற்சியைப் பெறவேண்டும். மனித உரிமைகளைச் சமூகத் தளத்தில் முழுமையாக நடைமுறைப்படுத்தி, அதன்மூலம் மக்களின் மனதில் நல்லதொரு முத்திரையைப் பதிக்கவேண்டும். பாதுகாப்பு அமைப்பு களால் உயிரிழந்தவர்களுக்கான நியாயமான, சட்டபூர்வமான நீதி அளிக்கப்படுதல் மிக அவசியமான ஒன்று. அவர்களின் மரணங்கள் சந்தர்ப்ப, சமூகச் சூழலினால் ஏற்பட்டது என்று அவற்றை உதறிவிடக்கூடாது. ஆனால், பொதுவாக காவல் துறை, பாதுகாப்புப் படையினர் போன்றோரின் மனித உரிமைகளும் பெரும் ஆபத்தில் உள்ளன. இதனால் 2015இல் இந்திய அரசு உள்நாட்டுப் பாதுகாப்பு கலவரங்களில் உயிரிழக்கும் பாதுகாப்புப் படையினர் ‘தியாகி’ களாகக் கருதப்பட வேண்டும் என்ற கருத்தை அதிகாரபூர்வமாகக் கொண்டு வந்தது.

நிவாரணங்கள் கொடுப்பதில் உள்ள சிரமங்கள்

2005-07 இந்த ஆண்டுகளில் சல்வா ஜுடுமின் வன்முறை உச்சத்தில் இருந்தது. ஆயினும் தாக்குதல்களுக்கு உள்ளான மக்களுக்கு அரசு

இயந்திரம் எவ்வித உதவியையும் கரம் நீட்டி அளிக்கவில்லை. இதற்கான முதல் காரணம், தாக்கப்பட்ட கிராமங்களைப் பற்றிய முழுமையான தகவல்கள் பெறமுடியவில்லை. இரண்டாவது காரணம், அப்படி ஏதும் நிவாரண உதவி அளித்தால், அவை மடை மாறி மாவோயிஸ்டுகளிடம் போய்ச் சேர்ந்துவிடுமோ என்ற ஐயமும் அச்சமும் இருந்தன. அப்படி மாவோயிஸ்டுகள் பக்கம் உதவிகள் போய்ச்சேர்ந்தால், அப்படி உதவுபவர்கள்மீது பாய்வதற்காக சத்தீஸ்கரின் பயங்கரமான சட்டம் ஒன்று காத்திருந்தது - சத்தீஸ்கரின் சிறப்புப் பொதுப் பாதுகாப்புச் சட்டம் (சிஎஸ்பிஎஸ்ஏ). பல்லாண்டுகள் சிறையில் அடைபட்டுக் கிடக்கவேண்டும் என்று இச்சட்டம் அனைவரையும் அச்சுறுத்தியது. அடிபட்டுக் கிடந்த அந்தக் கிராமவாசிகளின் அன்றைய தேவைகளுக்கு உடனிருந்து உதவிய மக்கள் மாவோயிஸ்டுகள் மட்டும்தான். இவர்களைத்தவிர ஓரிரு அயல் நாட்டு அமைப்புகள், சிறிது உதவிக் கரம் நீட்டின. ‘மெடிசின் சான்ஸ் ப்ராண்டியர்’ என்ற அமைப்பும், பன்னாட்டு சிகப்பு சிலுவை அமைப்பும் (ஐசிஆர்எல்)மனிதாபிமான உதவிகள் பலவற்றைச் செய்து கொடுத்தன.

மேலும் இப்போராட்டங்களிலும் கலவரங்கள் ஆரம்பித்த உடனேயே பல்வேறு அரசு சாரா அமைப்புகள் விரைந்து அங்கு சென்றன. அவற்றில் சில அமைப்புகள் முழுமையாகத் தொழில் முறையில் இயங்கிவந்தன. நந்தி ஃபவுண்டேஷன், ப்ரதான் போன்ற அமைப்புகள் மக்கள் தங்களுக்குத் தாங்களே உதவிக் கொள்ளும் சிற்றமைப்புகளை உருவாக்கினர். ஆனால், இவ்வகை அமைப்புகளுக்குள்ளும் சில புல்லுருவி அமைப்புகள் ஊடுருவின. பஸ்தார் பந்து என்ற குழு இக்கடினமான சூழலில் பல கிராமத்து மக்களை சல்வா ஜுடுமில் இணைப்பதற்கான கள்ளத்தனமான வேலைகளைச் செய்து கொண்டிருந்தார்கள். ஜெய் ஜோகர் சேவா சன்ஸ்தான் என்ற ஓர் அமைப்பு பவன் துபே என்பவரால் நடத்தப் பட்டுவந்தது. இவ்வமைப்பு எஸ்ஸார் குழுமத்தின் சிஎஸ்ஆர் உதவித் தொகையிலிருந்து நடத்தப்பட்டது. இது மாவோயிஸ்டு களுக்கும் பண உதவி செய்தது.

1990களின் ஆரம்பத்தில் ஹிமன்ஷு குமார், அவரது மனைவி வீணா இருவரும் இணைந்து ‘வனவாசி சேத்னா ஆஷ்ரம்’ என்ற அமைப்பை ஆரம்பித்தனர். அப்போது அங்கு ஆரம்பிக்கப்பட்ட முதல் அரசு சாரா அமைப்பு அதுதான். இவ்வமைப்பு வினோபா பாவின் சர்வோதயா தத்துவத்தின் அகத் தூண்டுதலால், உந்துதலால் எழுந்த ஓரமைப்பு. தந்தேவாடாவிலிருந்து 11 கிலோ மீட்டர் தூரத்திலுள்ள

கல்நார் என்ற இடத்தை அடித்தளமாகக் கொண்டு இது இயங்கியது. இவ்விடம் மகேந்திர சர்மாவின் ஊரான பரஸ்பார் என்பதற்கு அருகில் இருந்தது. அப்போதிருந்த அரசியல், சமூக சூழலில் அரசின் எந்தத் திட்டத்தையும் நிறைவேற்ற, அது சுகாதாரத்தோடோ, சுத்தத்தோடோ, கல்வியோடோ தொடர்புடையதாக இருந்தாலும் அவற்றைநிறைவேற்ற விசிஏவின் இருப்பும், நீட்சியும் மிகவும் உதவின. அவர்களது முகாம்களில் பல பயிற்சி மையங்கள் இடம் பெற்றிருந்தன. மக்களுக்கான தூங்கும் இடங்கள் இருந்தன. பல வாகன வசதிகளையும் அவை பெற்றிருந்தன.

சர்மா மரணமடைந்து, அவரைப் பற்றிய ஹிமான்ஷு குமார் எழுதிய மரணக் குறிப்பில், 'சத்தீஸ்கர் ஒரு தனி மாநிலமாக 2000 நவம்பர் மாதத்தில் ஆன பிறகு, மகேந்திர குமார் தொழிலமைச்சராகப் பதவியேற்றார். அவரோடுள்ள என் நட்பு மிகவும் ஆழமானதாக இருந்தது. அரசு மாவட்ட செயற்குழுக்கள் அமைக்கும்போது, கட்டாயம் என்னை அதில் ஓர் உறுப்பினராக நியமித்தார். இதனாலேயே பாஜக தலைவர்கள் என்னை ஒரு காங்கிரஸ் உறுப்பினராகவே எடுத்துக்கொண்டனர்' என்று எழுதியுள்ளார்.

ஜுதும் ஆரம்பித்த நேரத்தில் விசிஏ அதோடு எவ்விதத் தொடர்பும் இல்லாமல் இருந்தனர். அவ்விடங்களுக்கு வருகைதரும் மனித உரிமைக் குழுக்களுக்கு வழிகாட்டிகளாகவும், மொழிபெயர்ப்பாளர் களாகவும் மட்டும் இருந்தனர். பல சமயங்களில் ஜுதும் அமைப்பினரிடம் மனித உரிமைக் கழகங்கள் குறித்த விவரங்களைக் கொடுக்கவும் செய்தனர். ஹிமான்ஷு குமாரிடம் சர்மா நெருங்கிய நட்பைப் பாவித்தார்.அதனால் ஜுதும் தலைவர்கள் அவரை எவ்வகையிலும் தொந்தரவு செய்யவில்லை. ஆனால் போர் அவரையும் மெல்ல மெல்லப் பற்றிக்கொண்டது. இனியும் நடுநிலை சாத்தியமில்லை என்பதை அவர் உணர்ந்தார். ஹிமான்ஷு ஆதிவாசிகளின் பக்கம் நின்றார், அவர்களைத் துன்புறுத்துபவர்கள் பக்கம் அவரால் இருக்கமுடியவில்லை. சமூக ஊடகங்களில் திறன் பெற்றவராகவும் பல இடங்களில் நல்ல தொடர்புகள் கொண்டிருப்ப வராகவும் சிறந்த விருந்தோம்பல் பண்பு கொண்டவராகவும் பரந்த மனம் கொண்டவராகவும் அவரை எல்லோரும் பார்த்தனர். புதிதாக இப்பகுதிகளுக்கு ஆய்வு செய்ய யார் வந்தாலும் சரி; ஊடகக்காரர்கள், சமூகப் போராளிகள்,மாணவர் குழாம் என்று யாராக இருந்தாலும் அவர்களுக்கு முழுமையாக உதவிக்கரம் நீட்டி வரவேற்பது ஹிமான்ஷுவின் விஏசி அமைப்பின் சிறப்பியல்பு.

2008-09இல் விஏசி மூலமாக அரசு வேலைகள் அனைத்தும் நிறைவேற்றப்பட்டு வந்தன. காலப் போக்கில் ஹிமான்ஷு ஒரு முழு நேர மனித உரிமைப் போராளியாக மாறிவிட்டிருந்தார். அவர் புதிதாக ஒரு கிளை அமைப்பையும் ஏற்படுத்தியிருந்தார். ஒரு சட்ட உதவி அமைப்பு கிராமத்து மக்களின் இழப்புகள் அனைத்தையும் கணக்கிட்டது. மட்வாடா முகாம்களில் பல ஆதிவாசிகள் சிஆர்பிஎஃப், ஏஸ்பிஓக்களால் கொல்லப்பட்டனர். அதோடு சிங்காவரம், கோம்ட் என்ற இரு பகுதிகளிலும் நடந்த இரு பெரும் நிகழ்வுகளிலும் பலர் கொல்லப்பட்டார்கள். கொல்லப்பட்ட மக்களின் மனைவிமார்கள் சார்பாக இவ்வமைப்பு வழக்கு ஒன்றைப் பதிவு செய்தது. ஆனால் விசிஏ2008ஆம் ஆண்டு ஜூலை மாதம் சில கிராமங்களைத் 'தத்து' எடுக்கும் முயற்சியில் தோல்வி கண்டது. ஏனெனில், 2009 ஜூன் மாதத்தில் மாவோயிஸ்டுகள் புனேம் ஹங்கா என்ற கிராமத்துத் தலைவரைக் கடத்திச் சென்று கொலை செய்து விட்டனர். அவர் ஜுதும் அமைப்பிற்கு உதவியதால் நடந்த கொலை இது. ஹங்கா விசிஏஉறுப்பினரான கோபா குஞ்சம் என்பவரை வழிமறித்து, அவரது மோட்டார் சைக்கிளில் தன்னை அழைத்துச் செல்லும்படி வற்புறுத்தியுள்ளார். அப்பயணத்தின் போதுதான் அவர் மாவோயிஸ்டுகளால்கடத்தப்பட்டார். கோபா கடத்தலுக்குத் துணையாக இருந்திருக்கிறார் என்ற குற்றச்சாட்டில் ஈராண்டுகள் சிறைத் தண்டனை பெற்று சிறை சென்றார்.

ஹிமான்ஷுவின் புதிய அவதாரம் அரசுக்குப் பெரும் தடைக்கல்லாக இருந்தது. அதன் வலிய கரம் அவரையும், அவரது அமைப்பையும் நோக்கி நீண்டது. 2009 மே மாதம் விசிஏ முகாம் ஒன்றினை அம்மாவட்ட அரசு அழித்தது. அரசு நிலம் என்று காரணம் சொல்லி அரசு அந்த அழிப்பை மேற்கொண்டது. ஆனால், அந்த நிலமும் ஆதிவாசிகளால் நன்கொடையாக அளிக்கப்பட்டது என்பதற்குச் சான்றாக பத்திரங்களை விசிஏ வைத்திருந்தும் இப்படி மேலதிகாரத் தோடு முகாமை அரசு அழித்தது. இந்த அழிப்பின்போது பக்கத்தி லிருந்து அனைத்தையும் நேரடியாகப் பார்த்த ஒரு தொண்டூழியர் கொடுத்த விளக்கங்கள் தொடர்புள்ள பலருக்கும் சுற்றறிக்கை களாகச் சென்றன. அதில், 'ஒரு நாள் அதிகாலை ஐந்து மணியளவில் 500 பேர் அடங்கிய சிஆர்பிஎஃப், எஸ்டிபி சத்தீஸ்கர் மாநில காவல் துறையினர், எஸ்பிஓக்கள் ஆகியோர் இந்த முகாமை வந்தடைந்தனர். இப்படையினரில் ஏறத்தாழ 100 பேர் பெண் காவல் துறையினர். முகாம் கன்வல்நார் என்ற பகுதியில் உள்ள விசிஏவின் அமைப்பு. முகாமைக் காவல் படை அணிவகுத்து சுற்றி வளைத்தது.

'அன்கித் அனந்த் என்ற உதவித் துணை மாஜிஸ்டிரேட் (எஸ்டிஎம்) ஏழு மணியளவில் ஹிமான்ஷுஜியிடம் அவரும் அவர் குடும்பத்தினரும் வேலையாட்களும் முகாமைவிட்டு வெளியேற வேண்டும் என்ற உத்தரவைப் பிறப்பித்தார். தங்கள் வீட்டுச் சாமான்கள், தாக்கீதுகள் அனைத்தையும் அவர்கள் எடுத்துச்செல்ல வேண்டும். எட்டு மணிக்கு நாலைந்து புல்டோசர்கள் முகாமுக்குள் நுழைந்தன. முகாம் முழுவதையும் முற்றாக உடைத்து, நொறுக்கப் பட்டன. பயிற்சி வகுப்புகள், முக்கியத் தலைமைக் கட்டடம், மக்கள் வாழும் பகுதி என்று அத்தனையும் எவ்விதக் குற்ற உணர்வுமின்றி அழிக்கப்பட்டன. அனைத்தும் தரையோடு தரையாக்கப்பட்டன. அவ்வளவு ஏன். ஆஷ்ரமிற்குள் இருந்த நீர்க் குழாய்கள், கிணறுகள் என்று எவையும் அழிவிற்குப் பிறகு இல்லாது போயின. அரசு தோண்டிக் கொடுத்த கிணறும் குழிக் கிடங்காக மாறி ஆஷ்ரமும், முகாமும் மட்டுமல்ல. சாலையில் இருந்த பெரிய போர்டுகள், பெயர் பதித்த அமைப்புகள், சாலைகள் என்று எல்லாமே அடையாளம் இல்லாமல் மாறின. தொடர்ந்து இந்த அழிவு நான்கு மணி நேரம் நடந்து புழுதியாக முடிந்தது.'

ஆஷ்ரமும் முகாமும் அழிக்கப்பட்டன. இருந்தும் ஹிமான்ஷு தந்தேவாடாவிலேயே 2010 ஜனவரி வரை தங்கியிருந்தார். பேரழிவுகள் ஹிமான்ஷுவின் உரிமைக் குரலை உரத்து ஒலிக்கச் செய்தன. உள்துறை அமைச்சர் ப. சிதம்பரத்தைக் குறை கேட்கும் நாள் ஒன்றிற்கு அழைத்தார். அக்கூட்டங்கள் 2009-10இல் டிசம்பர் - ஜனவரி மாதங்களில் நடக்க ஏற்பாடுகள் செய்தார். ஆனால், ப. சிதம்பரம் வரவேயில்லை.

திட்டம் முழுவதும் தோல்வியடைந்தது. அரசுக்கு முழுத் தோல்வி. ஹிமான்ஷு ஒரு முழு மாவோயிஸ்ட் ஆதரவாளராகி விட்டார். மாவோயிஸ்டுகளுக்கோ அரசு சாரா அமைப்புகள் மீது எவ்வித நம்பிக்கையும் கிடையாது.எப்போது வேண்டுமானாலும் கைது செய்யப்படும் நிலையில் இருந்தார் ஹிமான்ஷு. அதற்காகவே தந்தேவாடாவிலிருந்து புறப்பட்டு வெளியேறினார்.

'வளர்ச்சி' என்பது ஆதிவாசிகள் மத்தியில் ஒரு மருந்தாகவும், ஆதிவாசி மக்களை மாவோயிஸ்டுகளிடமிருந்து தனியே பிரித்து வைக்க உதவும் விஷயமாகவும் கருதப்பட்டது. சத்தீஸ்கர் அரசு இவ்வழி.

கம்மம் என்ற ஆதிவாசிகளின் பகுதியில் மக்களை மாவோயிஸ்டு களிடமிருந்து விலக்கி வைக்கவேண்டும் என்பதற்காகவே 'வளர்ச்சி'யை மும்முரமாக சத்தீஸ்கர் அரசு செயல்படுத்தியது.

ஆயினும் சத்தீஸ்கர் அரசின் முனைப்பை விடவும் ஆந்திரப் பிரதேச அரசு தனது ஒருங்கிணைந்த பழங்குடி வளர்ச்சி முகமையகம் (இண்டக்ரேட்டட் ட்ரைபல்ஸ் டெவலப்மெண்ட் ஏஜென்சி எனப்படும் ஐடிடிஏ) மூலம் மேலும் சிறப்பாகச் செயல்படுத்தியது. மாறகுடம் என்ற கிராமத்தின் பாதி பகுதி ஆந்திரப் பிரதேச எல்லைக்குள்ளும், மீதிப் பகுதி சத்தீஸ்கர் மாநில எல்லைக்குள்ளும் இருந்தது. ஆந்திர அரசின் முனைப்பு சிறப்பாக இருந்தது என்பதை அதன் பகுதியில் நடந்த வளர்ச்சி மாற்றங்களை வைத்தே சொல்லி விடலாம். ஆந்திரப் பிரதேசப் பகுதி மினுமினுக்கும் ஒளி விளக்குகள், பரபரப்பான கடை கண்ணிகள், சீரான சாலைகள் என்று விரிந்து கிடக்கும். ஆனால், சத்தீஸ்கர் பகுதியில் இருளடைந்த குண்டும் குழியுமான சாலைகளும் அச்சத்தை மூட்டும் சூழலும்தான் இருக்கும். கோண்டா, கம்மம் என்ற பகுதிகளில் உள்ள சாலைகளே ஒன்றுக்கொன்று எதிராக இருக்கும்.

வரலாற்றுக் கோணத்தில் பார்த்தாலும் ஆந்திரப் பிரதேச மாநிலத்தின் சமூக வளர்ச்சி மாற்றங்கள் நிச்சயமாக சத்தீஸ்கர் மாநிலத்தைவிட அதிகம்தான். அதுவும் ஆந்திரப் பிரதேசத்தில் உள்ள ‘சுதந்தரப் பிரதேச குடிமை உரிமைகள் குழு’ (ஏபிசிஎல்சி)என்ற அமைப்பும், மனித உரிமை அமைப்பும் இது போன்ற வளர்ச்சிகளுக்கு உறுதுணை யாக இருந்தன. எஸ்.ஆர்.சங்கரன், ஈ.ஏ.எஸ்.சர்மா போன்ற ஓய்வுபெற்ற அரசு அதிகாரிகள் பன்முனை முயற்சிகளை எடுத்துக் கொண்டனர். இப்படிப்பட்ட உயர்ந்த மனிதர்களுக்கு ஈடானவர்கள் சத்தீஸ்கரிலும், அதற்குமுன்பு இணைந்திருந்த மத்தியப் பிரதேசத்திலும் யாருமே இல்லை.

2007ஆம் ஆண்டில் சமூக ஆர்வலரும், ஆதிவாசிகளின் உரிமை களுக்கான ஆர்வலருமான ஜே.பி.ராவ் என்பவரும் நானும் இணைந்து ஐடிடிஏவின் தலைவரோடு பேசினோம். அவர் தன் அமைப்பிற்கு இரு பிரச்னைகள் உள்ளன என்றார். ஒரு பக்கம் மக்களுக்கான சரியான நிவாரணங்களை அளிக்கவேண்டும். அதே சமயம்ஆந்திரப் பிரதேசத்தில் இருக்கும் ஐடிபிக்கள் இருப்பைச் சட்டபூர்வமாக மறுக்கவும் வேண்டும். ஜே.பி.ராவ் சென்னையில் உள்ள அரசு சாரா அமைப்பான கூஞ்ச் தந்துதவிய துணிகளை இங்குள்ள என்ஜிஓக்கள் மூலமாகப் பகிர்ந்தளித்தார். இன்னொரு என்ஜிஓவான சித்தாரா என்ற அமைப்பு 2006-07லிருந்தே ஐடிபிக்களுக்குத் தேவையான மருத்துவ உதவிகளைச் செய்து வந்தது. ஆனாலும், சித்தாரா அமைப்பு தன் பணியைப் பற்றி மிக உயர்வாகப் பேசிக்கொண்டது. அது அவ்வளவு உண்மை அல்ல.

இன்னொரு என்ஜிஓ (ஏஎஸ்டிஎஸ்)ஜே.பி. ராவால் நடத்தப்பட்டு வந்தது. அங்குள்ள அகதிகளுக்குப் பெருமளவில் உதவி செய்தவர்கள் ஆக்ஷன் எயிட். அமெரிக்காவின் இந்திய வளர்ச்சிக் கான அமைப்பும் (ஏஐடி),காந்தி பாபு என்பவரின் தலைமையில் நடந்த ஏஎஸ்டிஎஸ் அமைப்பும் மிகத் தீவிரமான உதவிகளைத் திறம்படச் செய்துவந்தன. அம்மக்களுக்கான உடனடித் தேவை களை நிறைவேற்றுவது, குடியுரிமைப் பொருள்களைப் பெறுவதற் கான உதவிகள், வயது முதிர்ந்தவர்களுக்குத் தேவையான உதவிகள், வனப் பகுதிகளில் உள்ள குழந்தைகளுக்கான பள்ளிகளை நிறுவி நடத்துதல் போன்றவற்றைச் செய்துவந்தனர்.

மேலும் படிப்பை நடுவில் விட்டுவிட்டு பள்ளிக் குழந்தைகளுக்கு உறைவிடம் கொடுத்து அவர்கள் தெலுங்கு அரசுப் பள்ளிகளில் சேர்ந்து பயிலவும் உதவினர். என் கண் முன்னே இக்குழந்தைகள் பலன் பெறுவதைக் கண்டேன். சோகம் அப்பிய கண்களோடும் ஊதிய வயிறுகளோடும் மிரட்சியோடும் இருந்த பிள்ளைகள் இத்தகைய உதவிகளால் மலர்ந்து, சிரித்து, ஓடி விளையாடினர். ஒரு வேடிக்கையான நிகழ்வும் அப்போது நடந்தது. அருகில் இருந்த நகரங்களில் உள்ள ரோட்டரி க்ளப் உறுப்பினர்களான இரண்டு பெண்மணிகள் தங்கத்தால் முழு அலங்காரம் செய்துகொண்டு சேவை செய்ய அப்பகுதிக்கு வந்தனர்.

ஏஎஸ்டிஎஸ் அமைப்பில் பல ஐடிபிக்களே பணி செய்தனர். அவர்களில் ஒருவர் தோடா. அவர் கிஸ்தாராம் பகுதியிலுள்ள ஒரு கிராமத்தின் பெரிய மனிதர். தன் கிராமத்து மக்களை ஜுடும் முகாமிற்கு அழைத்துப் போகாமல் ஆந்திராவிற்கு அழைத்துவந்து விட்டார். அங்கே அவர் முதலில் சாலை அமைப்புவேலைகளில் இருந்தார். பின்பு ஓர் ஆசிரியராக வேலைக்கு அமர்த்தப்பட்டார். அடுத்து ஏஎஸ்டிஎஸ் அமைப்பில் ஓர் ஒருங்கிணைப்பாளர். ஆனால், மிகுந்த சிறப்பாக இயங்கி வந்த ஏஎஸ்டிஎஸ் பணப்பற்றாக் குறையால் 2015இல் மிகவும் சுருங்கி விட்டது.

நல்லதொரு மருத்துவர்

உண்மையைத் தேடிச் சேர்ப்பதே பெரும் கடினமான வேலையாக இருந்தது. துளித்துளியாக உண்மைகளைத் தேடவேண்டிய சூழல். அதிலும் 2007இல்தான் உச்ச நீதிமன்றம் சல்வா ஜுடும் பற்றிய முதல் விசாரணையை ஆரம்பித்திருந்தது. சத்தீஸ்கரின் சமூகச்சூழலில் அப்போது ஒரே ஒரு பெரும் போராட்டம். தனி மனிதர் ஒருவரையும், அவரை மீட்க வேண்டும் என்ற தவிப்போடும்

நடந்தது. அவர் ஒரு மருத்துவர். டாக்டர் பினாயக் சென். குழந்தை மருத்துவர். சத்தீஸ்கரில் உள்ள பியூசிஎல்லின் துணைத் தலைவர். அவரை விடுவிக்கவேண்டும் என்ற தர்ம யுத்தமே பெரிதாக அப்போது நடந்தது.

பினாயக் சென் 1980களில் முதன் முதன்முறையாக சத்தீஸ்கருக்கு வந்துசேர்ந்தார். தொலைநோக்குப் பார்வையும், தொழிற்சங்க ஈடுபாடும் கொண்ட சங்கர் குகா நியோகி என்பவரோடு இணைந்து ஷகீது மருத்துவமனை ஒன்றை நிறுவினார். டெல்லி ராஜ்ஹரா என்ற இடத்தில் உள்ள இரும்புச் சுரங்க உழைப்பாளிகளுக்காக இது ஆரம்பிக்கப்பட்டது. இம்மருத்துவரோடு அவரது மனைவி இலினா எப்போதும் மக்களோடு இணைந்து செயல்பட்டார். அவர் ஒரு பெண்ணியவாதி. ரூபன்தார்என்ற பெயரில் என்ஜிஓ ஒன்றை நடத்திவந்தார். அம்மாநிலத்தின் அப்போதைய பல வேலை களுக்கான பணிகளில் அவர் பங்கெடுத்தார். விதைகளைக் காப்பது, அணு ஆயுதத் தடை, பெண்களின் உரிமைகளுக்குப் போராடுவது என்று பல போராட்டங்களை நடத்திக் கொண்டிருந்தார். மருத்துவர் சென் வாரம் ஒரு முறை தம்தாரிக்கு அருகில் உள்ள பக்ரம்நாளா என்ற இடத்தில் இருந்த மருந்தகத்திற்கு வருகை தந்து அந்தப் பகுதி மக்களுக்கு உதவினார். மருத்துவ நண்பர்கள் வட்டம் என்ற அமைப்பின் மூலம் பொது சுகாதாரம், மருத்துவம் போன்ற பணிகளில் முழுமையாக ஈடுபட்டார்.

பொதுப் பணிகளில் இத்தனை தீவிரமாக மூழ்கியிருந்த பினாயக் சென் 2007 மே மாதம் 14ஆம் தேதி கைது செய்யப்பட்டார். இரண்டாண்டு சிறைத் தண்டனை பெற்று சிறையில் அடைக்கப் பட்டார். இவர் மேல் காவல்துறை சாட்டிய குற்றம் அவர் மாவோயிஸ்ட் தலைவரும் ராஜ்பூர் சிறையில் அடைக்கப்பட்டிருந்த நாராயண் சன்யால் என்பவருக்கும், பீடி இலை வியாபாரியும் மாவோயிஸ்ட் ஆதரவாளருமான பியூஷ் குகா என்பவருக்கும் நடுவில் பணியாற்றினார் என்பதாகும். மருத்துவரின் தரப்பின்படி, பினாயக் சென் ஒரு மருத்துவர் என்னும் அளவிலேயே நாராயண் சன்யாலுடன் தொடர்பு வைத்திருந்தார். மருத்துவரும் அவர் சார்ந்திருந்த பியூசிஎல் அமைப்பும் சிறைக் கைதிகளுக்குத் தொடர்ச்சியாக மருத்துவ உதவி செய்து வந்துள்ளனர். இப்பணியின் மூலம் சிறைக் கைதியாக இருந்த நாராயண் சன்யாலுடன் மருத்துவர் -பயனாளர் என்ற உறவு மட்டுமே இருந்தது.

ஆனால், சத்தீஸ்கர் அரசு ஊடகங்களின் துணையுடன் மருத்துவரை மிகவும் மட்டமான முறையில் தாக்கியது. அவரது புகழை மங்கச்

செய்ய அனைத்து முயற்சிகளையும் எடுத்தது. அவர் உண்மையிலேயே ஒரு படித்த மருத்துவர் இல்லை என்றது. அதற்குரிய காரணமாக அது ஒரு வேடிக்கையான தகவலைச் சொன்னது. அவர் வீட்டைச் சோதனையிட்டபோது அங்கு ஸ்டெதஸ்கோப் ஏதும் அகப்படவில்லை என்றது. அரசுக்கு எதிராகக் கலகம் செய்தார் என்ற குற்றச்சாட்டுடன் 2011ஆம் ஆண்டு டிசம்பர் மாதம் அவருக்கு ஆயுள் தண்டனை விதிக்கப்பட்டது. அரசு சார்பாக இருந்ததாலோ என்னவோ, உயர் நீதிமன்றம் இவருக்குப் பிணை தர மறுத்து விட்டது. பின் 2011இல் உச்ச நீதிமன்றத்தின் மூலம் அவருக்குப் பிணை கிடைத்தது.

அவர்மீது சாட்டப்பட்ட குற்றச்சாட்டின்படி சட்டப் பகுதி 121 அ(கோள் மூட்டுதல்), 124 (ராஜ துரோகம்) போன்றபிரிவுகள் தேவையற்றவை. கலகமூட்டுதல், ராஜ துரோகம் போன்ற குற்றச்சாட்டுகளை ஒரு செயற்பாட்டாளர்மீது சுமத்துவது சரியல்ல. தங்களுடைய வசதியான சமூக வாழ்க்கையை விட்டுவிட்டு அரசின் தவறுகளைச் சுட்டிக்காட்டும் மிகக் கடினமான வாழ்க்கையை அவர்கள் தேர்ந்தெடுக்கிறார்கள். சத்தீஸ்கரின் சிறப்பு பொதுப் பாதுகாப்பு சட்டம் (சிஎஸ்பிஎஸ்ஏ)2005இல் ஆரம்பிக்கப்பட்டது. இச்சட்டத்தின்மூலம்தான் சென்மீது அரசு பாய்ந்தது. இச்சட்டம் 'குற்றம்' என்பதற்காக அச்சட்டத்தில் கொடுக்கப்பட்ட விளக்கங்கள் மூலம் அரசு தாங்கள் விரும்பியவர்கள் மேல் மீள முடியாத பொறி வைத்துப் பிடிக்கமுடியும். 'யாரெல்லாம் தவறு செய்கிறார்களோ அல்லது குற்றத்திற்குத் துணை போகிறார்களோ அல்லது குற்றம் செய்ய நினைக்கிறார்களோ அல்லது குற்றம் செய்யத் திட்டமிடுகிறார்களோ, அவர் எப்பகுதியில் இருந்தாலும் அவர்களுக்கான ஏழு ஆண்டுகளும், பணத் தண்டமும் உண்டு' என்கிறது பிரிவு 8.5.(தடித்த எழுத்துகள் ஆசிரியர் கொடுத்தது.)

இச்சட்டத்தின்கீழ் இரண்டு சிந்தி வியாபாரிகளும் ஒப்பந்தக்காரரும் கைது செய்யப்பட்டனர். வியாபாரிகள் தங்களிடமிருந்த ராணுவ பாணி ஆடையை ஏதோ பாதுகாப்பு அமைப்பு என்று கருதி யாருக்கோ விற்றிருக்கிறார்கள். அதை ஒரு பாவப்பட்ட தையல்காரர் தைத்துக் கொடுத்திருக்கிறார். மாவோயிஸ்டுகளுக்கு ஆடை கொடுத்ததற்காகவும் அதைத் தைத்துக் கொடுத்தற்காகவும் அவர்கள் சிறைக்குச் சென்றனர். இப்படிப்பட்ட ஓர் அரக்கத்தனமான சட்டத்திற்கு எதிராக பியூசிஎல்2006ஆம் ஆண்டு சத்தீஸ்கர் உயர் நீதிமன்றத்தில் வழக்கு ஒன்றைத் தொடுத்தது. 2014ஆம் ஆண்டு பியூசிஎல்லின் வேண்டுகோள் நீதிமன்றத்தால் நிராகரிக்கப்பட்டது.

பியூசிஎல்லின் உறுப்பினர்களான மருத்துவர் பினாயக் சென், டி.ஜி.அஜய் என்பவர்களோடு மூன்றாவது உறுப்பினரான பிரஃபுல் ஜா என்பவர் அவரது மகன் பிரத்ரிக் என்பவருடன் கைது செய்யப் பட்டார். பிரஃபுல் தனித்து இயங்கும் செய்தியாளராகப் பணிபுரிந்து கொண்டிருந்தார். அவர் மகன் போக்குவரத்து அமைப்பை நடத்தி வந்தார். 2008இல் மீண்டும் சில கைதுகள். பிரஃபுலின் நண்பரும், பயண முகவருமான சித்தார்த் ஷர்மா கைது செய்யப்பட்டார். அவரோடு மால்தி, மீனா சௌத்ரி என்ற இரு பெண்களும் கைது செய்யப்பட்டனர். இவர்கள் நகர்ப்புற மாவோயிஸ்டுகளில் முக்கிய மானவர்கள் என்று காவல்துறை அறிவித்தது. இந்தியன் எக்ஸ்பிரஸ் செய்தித்தாளின் அஷுதோஷ் பரத்வாஜ் மட்டுமே இந்த வழக்கைத் தொடர்ந்து கண்காணித்து எழுதியவர். இவர் காவல் துறையே பிரஃபுல் ஜா எந்தக் குற்றமும் செய்யாதவர்தான். ஆனால், அது மற்றவர்களுக்கு ஒரு பாடமாக இருக்க வேண்டும் என்பதற்காகக் கைது செய்யப்பட்டார் என்று சொன்னதாகக் குறிப்பிட்டுள்ளார். இந்த ஐவரும் ஏழு ஆண்டுகள் சிறைத் தண்டனை பெற்று 2014 செப்டம்பர் மாதமே விடுதலையானார்கள்.

பினாயக் சென் கைது செய்யப்பட்டபின் பெரும் தொடர் போராட்டங்கள் இந்தியாவின் பல பகுதிகளில் நடந்தன. அப்படிப் பட்ட ஒரு கடுமையான போராட்டத்தை இந்திய நாடு அது வரை நடத்தியதே இல்லை. பினாயக் சென் சிறையில் இருப்பது போன்ற ஒரு புகைப்படம்; தாடி வைத்த முகம், தடித்துப் பருத்த கண்கள், காதிகுர்த்தா, தோளில் ஒரு ஜோல்னா பை. இந்தப் படமே அநீதிக்கு எதிராகத் திரண்ட மக்களின் மத்தியில் இருந்த படம். அப்படமே நீதிக்கான போராட்டத்தின் அடையாளச் சின்னமாக மாறியது. மின்னி வைட் என்பவர் எழுதிய 'ஏ டாக்டர் டு டிபண்ட்'என்ற நூலுக்கு இலியா சென் முகவுரை ஒன்று எழுதியிருந்தார். அந்த நூலில் பினாயக் சென் அவர்களின் விடுதலைக்காகப் போராடிய நபர்கள், அமைப்புகள் பற்றிய ஒரு பெரிய பட்டியல் இடம் பெற்றிருந்தது. இந்தியா முழுவதிலும் முக்கிய நகரங்களில் நடத்தப் பட்ட போராட்டங்கள் பற்றியும், பியூசிஎல் ஜனநாயக உரிமை களுக்கான மக்கள் ஒன்றிணைப்பு (பியூடிஆர்), ஜனநாயக உரிமைகள் பாதுகாப்பு இயக்கம் (ஏபிடிஆர்) போன்ற அமைப்புகள் மும்பையிலும் தில்லியிலும் நடத்திய போராட்டங்கள் பற்றிய குறிப்புகள் அதில் இருந்தன. மேலும் பன்னாட்டு அமைப்புகளான ஆம்னெஸ்டி, மனித உரிமைகள் கண்காணிப்பகம் 'ரெய்ப்பூர் சத்தியாக்கிரகம்' என்னும்பேரணியை 2009 மார்ச் முதல் மே முடிவு வரை ஒவ்வொரு திங்களும் சென் விடுதலை பெறவேண்டும் என்ற குறிக்கோளோடு நடத்தின.

நாராயண் சன்யால் கைது செய்யப்பட்டபின், பறிக்கப்பட்ட அவரது தனி மனித உரிமைகளுக்காகப் போராடிய பினாயக் சென் கைது செய்யப்பட்டார். இந்த நிகழ்வில் மக்களின் மனதில் பதிந்த முக்கிய விஷயம் சென் ஒரு மருத்துவர் என்பதுதான்.அதுவும் நகர்ப்புற வசதியான வாழ்வைத் துறந்து வனப் பகுதிக்குள் வசித்து ஏழை ஆதிவாசிகளுக்கு உதவும் அந்தப் பெருங்குணம் மக்களை வசீகரித்தது. பினாயக் சென் தன் மருத்துவப் படிப்பைத் தமிழ்நாட்டின் வேலூரில் உள்ள கிறிஸ்டியன் மருத்துவக் கல்லூரியில் பயின்றவர். அக்கல்லூரியின் பழைய மாணவர்கள் தொடர்ந்து கடிதங்களும் விண்ணப்பங்களும் எழுதி, மக்களின் ஆர்வத்தையும் தூண்டிவிட்டுக் கொண்டிருந்தனர். தலைவர்கள் பலரையும் சந்தித்துத் தங்கள் கோரிக்கைகளை வலியுறுத்திக் கொண்டிருந்தனர். அவர்களும், 'பினாயக் சென்னின் பாதுகாப்பிற் கான மருத்துவர்கள் அமைப்பு' என்ற அமைப்பை ஏற்படுத்திப் போராடினார். இந்திய சமூக அறிவியல் கழகம், உலக சுகாதாரக் குழுமம் ஆகிய அமைப்புகள் மருத்துவர் சென்னுக்கு இரு பரிசுகளைக்கொடுத்துப் பெருமைப்படுத்தினர். ஆர்.ஆர்.கெய்த்தான், ஜோனாதன் மன் பரிசுகளை 2007-08 ஆண்டுகளுக்காகக் கொடுத்தனர். நோபல் பரிசு பெற்ற விஞ்ஞானிகள் சிலர் இந்திய அரசாண்மையில் இருந்தவர்களுக்குக் கடிதம் எழுதினர். அவரைச் சிறையிலிருந்து விடுவித்து அவர் நேரடியாக வந்து ஜோனாதன் மன் பரிசைப் பெறவேண்டும் என்று வேண்டுகோள் விடுத்தனர்.

சென்னின் விடுதலைக்காக பியூசிஎல் மிகச் சிரமமெடுத்துப் போராடியது. ஏனெனில், அவருடைய விடுதலை மிக மிக முக்கியமானது. அவரது சிறைத் தண்டனை பல போராளிகளுக்கு ஓர் அச்சுறுத்தலாகப் போய்விட்டது. பல போராளிகளை அது முடக்கியது. மௌனமாக்கியது. அவர்மீது போடப்பட்ட குற்றச்சாட்டு கள் பியூசிஎல் அமைப்பையும் அது போன்ற ஏனைய அமைப்பு களையும் இறுக்கமாக்கிவிட்டன. ஆயினும் சுற்றிலும் நடந்துவரும் கொலைகளும், அதனைப் பற்றி வெளிவரும் விளக்கங்களும், ஐடிபிக்களுக்குக் கிடைக்கும் உதவிகளும், உச்சநீதிமன்றத்தில் வரும் சில வழக்குகளும், சிபிஐ நடத்தும் போராட்டங்களும் வெளிச்சத்திற்கு வருவதும் நடந்து வந்தது. சென் போராட்டத்தை ஒட்டி இப்போராட்டங்களும் நடந்தன. சென் போராட்டமும் இணைந்து நடந்த பல போராட்டங்களும், நிச்சயமாக இன்னொரு நல்ல விளைவைக் கொடுத்தது. சல்வா ஜுடும் மக்களின் பார்வைக்கு முழுமையாகக் கொண்டு வரப்பட்டது.

எதிர்பார்த்தது போலவே பாஜக அரசும் சத்தீஸ்கரின் ஊடகங்களும் சென் விடுதலைக்காக நடக்கும் போராட்டத்தின்மீது வேறொரு வெளிச்சத்தைப் பாய்ச்சின. மாநிலத்திற்கு வெளியில் உள்ள போராளிகள் ஒரு மாநிலத்தின் உள் விஷயங்களில் தேவையில்லாமல் தலையிடுகின்றனர் என்ற குற்றச்சாட்டுதான் அது. 'ஒருங்கிணைந்த நாட்டுப் பாதுகாப்புக் குழு' (எஃப்ஜஎன்எஸ்)என்ற அமைப்பு2010 தில்லியில் நடத்திய கூட்டத்தில் ரமண் சிங் பேசிய வார்த்தைகள் மிகுந்த கைத்தட்டல்களைச் சம்பாதித்தன. அவர், 'இப்போது மனித உரிமை மீறல்கள் என்றும், மக்கள் பாதிக்கப்பட்டார்கள் என்றும் சொல்லிக்கொண்டு மெழுகுவர்த்தி ஏற்றிப் போராடும் போராளிகள், சாதாரண மக்கள் தாக்கப்படும்போது எங்கே போயிருந்தனர்? கணக்கற்ற சிஆர்பிஎஃப் வீரர்கள் கொல்லப்படும்போது இந்தப் போராளிகளும், அவர்களது மெழுகுவர்த்திகளும் எங்கே போயிருந்தன?' என்று கர்ஜித்தார்.

2009இல் சென் பிணையில் சிறையிலிருந்து வெளியே வந்தார். இதனால் புதிய வேகம் பெற்று வேறு சில திசைகளில் போராட்டம் தொடர்ந்தது. பசுமை வேட்டைத் திட்டம் புது ஆய்விற்கும் வந்தது. புது அமைதிப் பேச்சு வார்த்தைகளுக்கான முயற்சிகள் எடுக்கப்பட்டன. இதற்கும் மேல் 2011இல் 'சோனி சோரி விடுதலை' என்ற ஒரு புதிய முயற்சி கையில் எடுக்கப்பட்டது. இரு பிரபல செயற்பாட்டாளர்களுக்காக அடுத்தடுத்து மக்களிடையே பெரும் கிளர்ச்சிகள் ஏற்படுவது இந்திய வரலாற்றிலேயே, இந்திய சமூகப் போராளிகளின் நடைமுறைகளிலேயே இதுவே முதல் முறை. முதலாவதே இரண்டாவதுக்கு வழிகோலியது.

போராளி எடுத்த பெரும் அவதாரம்

2009இல் சத்தீஸ்கரின் காவல் துறை லிங்காராம் கொடோப்பி என்ற கோண்டு இனத்தவரை எஸ்பிஓவாக மாற்ற முனைந்தனர். ஏனெனில், லிங்கா அப்பகுதியிலுள்ள காங்கிரஸ் கட்சிக்கு ஆதரவளிக்கும் பெரிய குடும்பத்தைச் சேர்ந்தவர். லிங்கா நல்ல உயரமான மனிதர். அடர்ந்த சுருட்டை முடியும் வசீகரிக்கும் குணமும் படைத்தவர். ஒரு ஜீப்பை வாடகைக்குவிட்டு சம்பாதிப்பதாக என்னிடம் சொல்லியுள்ளார். அவரது கிராமமான பல்நாரிலிருந்து பாச்செலி என்ற இடத்துக்குப் போக்குவரத்தை நடத்திக் கொண்டிருந்தவர். இதனால் அவருக்கு ஒரு புறம் மாவோயிஸ்டுகளும், மறுபுறம் பாதுகாப்புப் படையினரும் பரிச்சயமானார்கள். இந்நிலையில் அவரது கிராமத்திலேயே குளியலறை கட்டும் ஒப்பந்தம் அவருக்குக் கிடைத்தது. அங்கிருந்த பல வியாபாரிகளும் மற்றவர்களும்

அவர்மீது பொறாமை கொண்டனர். அவர்கள் காவல் துறையிடம் சென்று லிங்கா ஒரு நக்சல் ஆதரவாளர் என்று வத்திவைத்து விட்டார்கள்.

காவல் துறை லிங்காவை உடனே கைது செய்தது. அவரிடம் சங்கம் உறுப்பினர்கள் யாரென்று கேட்டது. இந்த இக்கட்டிலிருந்து அவரை மீட்க அவரது குடும்பத்தினர் ஹிமான்ஷு குமாரின் உதவியையும் பெற்று, சத்தீஸ்கர் உயர் நீதிமன்றத்தில் ஆள் கொணரும் வழக்குஒன்றைப் போட்டனர். வெற்றிகரமாக சிறைச்சாலையை விட்டு வெளியே வந்த லிங்கா தில்லிக்குச் சென்று, அங்கு இதழியல் பயின்றார். சத்தீஸ்கரில் இதழியலில் பயின்றவர்களின் தேவையை அறிந்து அங்குள்ள சுப்ரான்ஹு சௌத்ரி என்ற ஒருவர் கொடுத்த ஆதரவும் உதவியும் லிங்காவிற்குப் பெரிய உதவியாக இருந்தது. கல்வி கற்கும் வேளையிலும் தில்லியில் பசுமை வேட்டைத் திட்டத்திற்கு எதிரான போராட்டங்களில் லிங்கா பங்கெடுத்துக்கொண்டார்.

2010ல் மாவோயிஸ்ட் தலைவர் ஆசாத் காவல் துறையால் கொல்லப்பட்டார். உடனே தந்தேவாடாவின் எஸ்பிஒவாக இருந்த எஸ்.ஆர்.பி. கலூரி வெளிப்படையாக ஓர் அறிவிப்பை வெளியிட்டார். லிங்காதான் அப்போது மாவோயிஸ்டுகளுக்கு ஆசாத்திற்கு அடுத்த தலைவர் என்றார் அவர். அப்போது லிங்காவின் வயது வெறும் 19. ஆசாத் போன்ற பெரும் தலைவர்களுக்கு இணையாக லிங்காவைத் தூக்கி நிறுத்தியது கலூரியின் அறிவிப்பு. ஆனால், மாவோயிஸ்டுகள் லிங்காவை 'வெட்டியாகச் சுற்றித் திரியும் பையன்' என்றே நினைத்திருந்தனர். கலூரியின் கற்பனைகள் இதோடு நிற்கவில்லை. லிங்காவுடன் நான், மேதா பட்கர், அருந்ததிராய், இதழியலாளர் ஜாவேத் இக்பால் ஒன்றாக இணைந்து தில்லியிலிருந்து பெரும் திட்டம் தீட்டிக் கொண்டிருப்பதாகத் தன் கற்பனைக் குதிரையைத் தட்டிவிட்டிருந்தார். இதற்கும் மேலான கற்பனை வளம் அவருக்கு இருந்திருக்கும் போலும். ஏனெனில், நாங்கள் அனைவரும் இணைந்து காங்கிரஸ்காரரான அவ்தேஷ் கௌதம் என்பவரின் வீட்டைத் தாக்க மாவோயிஸ்டுகளோடு திட்டம் தீட்டுவதாகவும் சொன்னார்.

அவ்தேஷ் கௌதம் மிகவும் வசதியான ஆளாக காவல் துறைக்கு ஆகிப் போனார். யாரையெல்லாம் காவல் துறையினர் கைது செய்யத் திட்டமிட்டிருக்கிறதோ அவர்கள் எல்லோரும் கௌதமைத் தாக்க நினைப்பதாகச் சொல்லமுடியும். அப்படிப்பட்ட பட்டியலில் இருப்பவர்கள் சிபிஐ ஆர்வலர் கர்தம் ஜோகா, லிங்காராம்

கோடோப்பி, ஜாபெலி ஆஷ்ரம் பள்ளியின் ஆசிரியரும், மாணவர் விடுதியின் காப்பாளராகவும் இருந்த லிங்காவின் சித்தி சோனிசோரி, அவரது கணவர் அனில் புட்டேன் ஆகியோர். இதில் சோனிசோரி என்னோடு பேசும்போது புதிய பள்ளிகளைக் கட்டுவதற்கான ஒப்பந்தங்களை நானும் என் கணவரும் பெற்றதால் அவ்தேஷ் கௌதமிற்கு உண்டான பொறாமையின் காரணத்தில் மட்டுமே நாங்கள் இந்தப் பட்டியலில் சேர்க்கப்பட்டோம் என்றார். இப்பட்டியலில் உள்ளோர் கைது செய்யப்பட்டு சிறையில் அடைக்கப்பட்டனர். ஆனால், இவர்கள் நிரபராதிகள் என்று நிரூபித்துவிட்டு வெளிவர இரண்டு நீண்ட ஆண்டுகள் ஆயின. கௌதம் நீதிமன்றம் வந்து எங்களுக்கு எதிராகச் சாட்சியம் கொடுக்கவும், காவல் துறைக்கு ஆதரவாகப் பேசவும் வருவதே இல்லை. அவருக்கென்ன அவசரம்! மற்றவர்கள்தான் சிறையில் வாடினர்.

2011 செப்டெம்பர் மாதம் சத்தீஸ்கர் காவல் துறை லிங்காவைக் கைது செய்திருந்தது. சோனிசோரி எஸ்ஸார் குழுமத்திற்கும் மாவோயிஸ்டு களுக்கும் நடுவில் தொடர்பாளராக உள்ளார் என்ற குற்றச்சாட்டில் கைது செய்ய முயன்றனர். ஆனால் சோனி தப்பித்து தில்லி சென்று விட்டார். தன்னை நிரபராதி என்பதை நிரூபிக்க ஹிமான்ஷு குமாரின் ஆலோசனையை நாடினார். தெஹல்கா செய்தித் தாளின் துணையோடு ஒரு காவல் துறை பணியாளரிடம் 'ஸ்டிங் ஆபரேஷன்' செய்யத் திட்டமிட்டார். இதை அறிந்த சத்தீஸ்கர் காவல் துறை தங்கள் புகாருக்குப் பங்கம் வருவதை அறிந்து வஞ்சினம் கொண்டது. ஏற்கெனவே மிகத் தரக்குறைவாக நடக்கும் கலூரியின் தலைமையில் இயங்கும் சத்தீஸ்கர் காவல்துறை மிக மிக மோசமாக நடந்துகொண்டது என்பது சோனியின் கூற்றிலிருந்து தெரிகிறது. காவல் துறையின் பிடியில் இருந்தபோது அவரை நிர்வாணப் படுத்தித் துன்புறுத்தி உள்ளார்கள். பிறப்புறுப்பினுள் கற்களைச் செலுத்தியுள்ளார்கள். இந்தத் தீய செயல்களுக்குத் தலைவராக இருந்தது அப்போதைய தந்தேவாடாவின் எஸ்பி, அங்கிட் கார்க். இந்த வன்செயல்களுக்குப் பிறகு இரண்டு ஆண்டுகள் சிறையில் இருந்துவிட்டு லிங்காவுடன் பிணை பெற்று வெளிவந்தார்.

பெண்கள் அமைப்புகள், மனித உரிமை செயற்பாட்டாளர்கள் ஆகியோர் மத்தியில் சோனி பிரபலமடைந்தார். பினாயக் சென்னைப் போலவே சோனி சோரியும் மனசாட்சியின் கைதியாக மாறிவிட்டார் என்றது ஆம்னெஸ்டி. மேலும், மனித உரிமைகள் குறித்துப் பேசியதாலேயே சானியும் லிங்கா கொடோபியும் கைது செய்யப் பட்டுள்ளனர் என்றும் ஆம்செனஸ்டி குறிப்பிட்டது. பெண்களுக்கு

எதிரான வன்முறையைக் கண்டிக்கும் ஒன் பில்லியன் ரைசிங் என்னும் சர்வதேச எழுச்சி சோனி சோரியையும் இணைத்துக் கொண்டது. தெஹல்காவில் ஷோமா சவுத்ரி இதற்கெல்லாம் அச்சாரம் அமைத்துக்கொடுத்தார். தந்தேவாடாவில் ஆதிவாசிகளுக் காக எஞ்சியிருக்கும் இறுதிக் குரல் சோனி மற்றும் லிங்காராம் கொடோபியினுடையது என்று அவர் எழுதினார். அதனால்தான் காவல் துறை அவர்களைக் குறிவைத்திருக்கிறது என்றார்.

ஆதிவாசிகள் ரூ.60ல் இருந்து ரூ.120 குறைந்தபட்சக் கூலியாகப் பெறவேண்டும் என்று அவர்கள் போராடினர். சுரங்கத் தொழிலாளர் களின் உரிமைகளுக்காகப் போராடினர். மாவோயிஸ்டுகளுக்கு எதிராக நடவடிக்கை எடுக்கிறோம் என்னும் பெயரில் சட்டவிரோத தேக்குமர விற்பனைமூலம் காவல் துறை மேலதிகாரிகள் அதிகளவில் லஞ்சம் பெறுவதையும் இவர்கள் எதிர்த்தனர். உண்மையில் சோனி சோரி கைது செய்யப்படுவதற்கு முன்புவரை அவருடைய செயல் பாடுகளும் அரசியல் பணிகளும் வெளியில் தெரியாமல்தான் இருந்தன. சோனியின் மீதான வழக்கு மிகத் தீவிரமான, மோசமான, பெண்களுக்கு எதிரான வழக்கு என்று அறியப்பட்டது.

சோனியைப் பற்றிய போராட்டங்கள் ஆரம்பமாவதற்கு முன் எந்த அரசியல் தொடர்பும் சோனி சோரிக்கு இல்லை.ஆனால், தனக்குத் துரோகம் நேர்ந்தபிறகு மிகத் தைரியமாக தன்னைக் கொடுமைப் படுத்திய விஷயங்கள், கைது, காவல் துறையிடம் சித்திரவதை அனுபவித்தது என்று எல்லாவற்றையும் பற்றிச் சிறையிலிருந்து விலாவாரியாக நேரிலோ கடிதங்கள் வழியோ பொதுவெளிக்குக் கொண்டு வந்தார். பஸ்தாரின் உரிமைகளுக்குப் போராடும் தனி ஒரு மனுஷியாக எல்லோராலும் அறியப்பட்டார். அவரே 2015ஆம் ஆண்டில் ஒரு பத்திரிகையாளரிடம், 'நான் சிறையில் அடைக்கப் பட்டு அல்லற்பட்ட பிறகு பொது மக்கள் கொடுத்த ஆதரவு என்னை ஓர் உண்மையான போராளியாக மாற்றியது' என்று வெளிப்படை யாகக் கூறியுள்ளார். கிளிஃபோர்டு பாப் என்பவர் ரிகோபெர்ட்டா மென்ச்சு பற்றிக் கூறியது சோனிக்கு மிகப் பொருத்தமாக இருக்கும். முன்பின் தெரியாத ஒருவருக்கும்கூடத் தலைமைப்பொறுப்பு வெளியிலிருந்து திணிக்கப்படுவதுண்டு என்று அவர் கூறியிருந்தார்.

பெண்களின் உரிமைகளுக்குப் போராடி பெண்மைக்கே அலங்கார மாக மாறியதால் புதிதாக ஆரம்பிக்கப்பட்ட அரசியல் கட்சியான 'ஆம் ஆத்மி கட்சி'யின் சார்பாக 2014 தேர்தலில் சோனி சோரி ஒரு வேட்பாளராக முன்நிறுத்தப்பட்டார். வேறு பல போராளிகளும் விரைந்து வந்து அத்தேர்தலில் தங்களின் பங்களிப்பை அளித்தனர்.

சிபிஐ கட்சியை அவர் எதிர்த்துப் போட்டியிட வேண்டியிருந்ததால் பலரும் அக்கட்சியைக் குறை கூறினார்கள். சோனி எளிதில் பெறக் கூடிய வாக்குகளை சிபிஐ கட்சி பிடித்துவிடும் என்ற கவலை சோனியின் ஆதரவாளர்களுக்கு. சிபிஐ மட்டுமே பஸ்தாரில் ஆதிவாசிகளுக்கு ஆதரவாகவும், அவர்களின் உரிமைகளுக்காகவும், சுரங்கத் தொழிலாளர்களின் நலனுக்காகவும் போராடிய ஒரே கட்சி. இருந்தும் அக்கட்சியும்கூட சோனிக்கு எதிராக இருப்பது பொது மக்களுக்கும், போராளிகளுக்கு பிடிக்காது போயிற்று.

2014ஆம் ஆண்டிலிருந்து போராட்டம் ஆரம்பித்தபிறகு சோனியின் புகழ் வெகு வேகமாகப் பரவியது. ஒரு பெண் சிறைவாசியாகவும், நகரத்துச் சமூக ஆர்வலர்களோடு அவருக்கு ஏற்பட்டிருக்கும் நெருக்கம் காரணமாகவும், தனிப்பட்ட புகழாலும் சோனியாவால் பலமுனைப் போராட்டங்களை எளிதாக நடத்த முடிந்தது. என்கவுண்டர்கள், பெண்களின் மீதான தாக்குதல்கள், காவல் துறையின் வன்முறைக்கு எதிராக பெண்கள் கூட்டமாகக் காவல் நிலையத்திற்குப் போராடச் செல்லுதல் போன்ற பல விஷயங்களில் சோனி முழு ஆர்வத்துடன் கலந்துகொண்டு பொது மக்களின் நெருங்கிய, மிகவும் விரும்பப்படும் தோழியாகிவிட்டார். இப்படிப் பல போராட்டங்களில் கலந்துகொண்டதால் அவருக்கு ஜக்தல்பூர் சட்ட உதவிக் குழு (ஜக்லாக்)போன்ற அமைப்புகளோடு நெருங்கிச் செல்ல முடிந்தது. ஆதிவாசிகளுக்கு இலவச சட்ட உதவி செய்வதற்காகவே இக்குழு ஆரம்பிக்கப்பட்டது. பெரு நகரங்களில் படித்துப் பட்டம் பெற்று நுனி நாக்கில் ஆங்கிலம் பேசும் இளம் சட்டக் கல்லூரி மாணவர்களான ஷாலினி ஜெரா, ஈஷா கந்தேல்வெல்,பாரிஜாத் பரத்வாஜ் ஆகியோர்2013ஆம் ஆண்டில் இதனை ஆரம்பித்தனர். ஆதிவாசிகளுக்காகவே ஆரம்பித்திருந்தாலும் விரைவில் இக்குழுவிடம் சத்தீஸ்கரின் பல அக்கிரமச் செயல்களுக்கு எதிரான வழக்குகள் வர ஆரம்பித்தது.

இவர்களோடு இன்னும் இருவரும் இணைந்தனர். ஒருவர் மாலினி சுப்பிரமணியம். இவர் ரெட் க்ராசில் வேலை பார்த்து, பின்பு பத்திரிகையாளராக மாறியவர். இன்னொருவர் பேலா பட்டியா. இவர் ஓர் ஆய்வாளர். ஜக்தல்பூரிலேயே தங்கி, தம் ஆய்வுப் பணியைத் தொடர்ந்து கொண்டிருந்தார். இக்குழு இப்போது அப்பகுதியில் நடக்கும் பல அத்துமீறல்களுக்கு எதிரான நடவடிக்கைகளில் ஈடுபட்டது. பொய்யான சரணடைதல்கள், பாலியல் பலாத்காரங்கள், என்கவுண்டர்கள் என்று மாறிமாறி இவர்களுடைய கைகளை நிறைத்தன. இதே காலகட்டத்தில் சத்தீஸ்கர் பச்சாவோ அந்தோலான் என்ற ஓர் அமைப்பும்

உருவானது. இது மக்களுக்கான கனிம வளங்கள் மீதான உரிமை, மக்களின் சமூக உரிமைகள் ஆகியவற்றுக்காகப் பாடுபட ஆரம்பித்தன.

பஸ்தார் போர் 2014ல் தீவிரமடைந்தது. எஸ்ஆர்பி கலூரியின் எதிர்ப்புணர்வு உலகமே அறிந்ததுதான். எவ்விதக் குற்றச்சாட்டு களையும் திரித்தே புரிந்துகொள்ளும் அதிகாரி அவர். இந்த மனப்பாங்கால் அவர் எல்லா சமூக ஆர்வலர்கள்மீதும் கடுமையாக மோதினார். அவரது முதல் முயற்சி ஜக்தல்பூர், தந்தேவாடா பகுதியில் ஜக்லாக்மீதான எதிர்ப்புணர்வு தூண்டிவிடப்பட்டது. 2016இல் எதிர்ப்புகள் மேலும் தீவிரமடைந்தன. காவல் துறையின் முழு ஆதரவு பெற்ற அமைப்புகளான சமாஜிக் ஏக்தா மஞ்ச், மகிளா ஏக்தா மஞ்ச் என்பவை அனைத்து சமூக ஆர்வலர்கள்மீதும் தங்கள் எதிர்ப்பைக் காண்பித்தன. ஆர்வலர்களின் உருவ பொம்மைகள் எரிக்கப்பட்டன. அவர்கள் அனைவரையும் ஒட்டுமொத்தமாக நக்சலைட்டுகளின் ஆதரவாளர்கள் என்ற கருத்தைப் பரப்பினர். சுப்பிரமணியனின் கார் அடித்து நொறுக்கப்பட்டது. ஜக்லாக் கட்டட எல்லைக்குள் கழிவு நீர் கொட்டப்பட்டது. இதையும்விட காவல்துறை சில வீட்டு உரிமையாளர்களைத் தூண்டிவிட்டு, ஜெரா, கந்தல்வல், சுப்ரமணியம் போன்றவர்கள் வாடகைக்கு இருந்த வீடுகளிலிருந்து துரத்தியடிக்கப்பட்டு, அவர்கள் ஜக்தல்பூரைவிட்டு வெளியேறினர். பஸ்தாரில் தங்கியிருந்த பேலா பாட்டியா தன் இருப்பைத் தக்க வைத்துக்கொள்ள பெரும்பாடுபட்டார். 'பெயர் தெரியாத' பலர் சோனி சோரியைத் தாக்கினர். முகத்தில் தீக்காயங் களுடனும் எரிந்து கருத்துப்போன முகத்தோடும் இருந்தார். இந்தத் தொடர் நடவடிக்கைகளும் நான்கு பத்திரிகையாளர்களும் கைது செய்யப்பட்டதாலும் 2015-16இல் இப்போராட்டம் நாடு முழுவதற்கும் தெரிந்த பெரும் போராட்டமாக உருமாறியது.

பிரபல பிரசார யுக்திகள்

க்லிஃபோர்டு பாப் தன்னுடைய தி மார்க்கெட்டிங் ஆஃப் ரீ கலெக்ஷன் நூலில் பிரசாரம் வெற்றியடைவதற்கான காரணிகள் என்று பலவற்றை அடுக்குகிறார். படைப்பாற்றலுடன் முழுமை யான சக்தியைச் செலுத்தும்போது பிரசாரங்கள் மிகவும் பிரபல மடைகின்றன. இந்தக் காரணிகளில் முக்கியமானதாக என்ஜிஓக்கள் இருக்கின்றன என்கிறார். இந்த என்ஜிஓக்களை அவர் 'உள்ளூர் திருமணத் தரகர்' என்றழைக்கிறார். ஏனெனில், அவர்களுக்குத்தான் உள் நடப்புகள் அனைத்தும் தெளிவாகத் தெரியும். சரியான காரணங்களைக் கண்டெடுத்து அவற்றைச் சரியாகப் பயன்படுத்த முடியும். அவர்களுக்கு எந்த அளவில் அழுத்தம் தரலாம்

என்பதையும் அவர்களே சரியாகக் கணிக்கமுடியும். எந்த வகை அமைப்புகள் இதற்குப் பொருத்தமானவை என்றும் கண்டுகொள்ள ஏதுவாக இருக்கும். அந்த அமைப்புகளின் தீர்க்கமான முடிவை நிர்ணயிக்கும் காரணிகளையும் கண்டு பயன்படுத்தலாம். அதோடு பன்னாட்டு என்ஜிஓக்களின் பண்பாட்டு எதிர்பார்ப்புகளையும் அனுமானிக்கமுடியும்.

ஆகவே, உள்ளூர் காரணங்களால் பிரசாரங்கள் வெற்றி அடைகின்றன. ஆனால், பாதுகாப்புப் படையினரின் வன்முறையும், ஜுூதும் கொலை கொள்ளைகளும் எவ்வித எதிர்ப்பும் இல்லாமல் நடந்து முடிகின்றன. இந்திய அரசியல் சமூகச்சூழலில் உரிமைக்காகப் போராடும் அமைப்புகள் தன்னிச்சையாகப் போரிடுவதில்லை. அரசை எதிர்ப்பது என்பதே ஓர் அரிய, பெரிய, தீரச் செயலாகக் கருதப்படுகிறது. இதனாலேயே பஸ்தார் போன்ற இடங்களில் யாரும் கைது செய்யப்படுவதோ, வன்முறைக்குள்ளாவதோ வெளியில் வருவதில்லை.

மாவோயிஸ்டுகள் மேற்கொள்ளும் வன்முறைகள் பற்றிய தெளிவான சமூகப் பார்வை ஏதுமில்லை. இதனால் தனித் தனி வழக்குகளாகத்தான் பல நிகழ்வுகள் பார்க்கப்பட்டன. அதுவும் 1990க்குப் பிறகு இது போன்ற ‘புதிய சமூகப் போராட்டங்கள்’ தனித்தனியாகவும், ஏதாவது ஒரு குறிப்பிட்ட நபர் சார்ந்த நிகழ்வாகவும் மட்டுமே பார்க்கப்பட்டன. அவை அரசியல் கட்சிகளின் நிகழ்ச்சிகளைவிட அதிகக் கவனம் பெற்றன. பெருமளவு பண உதவிகளும் பெருகின. அதோடு இவற்றை எதிர்ப்பவர்களின் பெயரும் புகழும் முன்னால் நின்றன; பாதிக்கப்பட்டவர்களும் பாதிப்பிற்கான காரணங்களும் பொதுவாகப் பின்தள்ளப்பட்டன. இதனால் 2012 வரை நடந்த பல போராட்டங்களின் மையப் புள்ளிகளும், மையக் காரணிகளும் முக்கிய இடம் பெறவில்லை. சென், சோரி என்ற இருவர் சார்ந்த போராட்டங்களில் மட்டுமே அவர்கள் வெளியே எல்லோருக்கும் தெரிந்த மையப் புள்ளிகளாக இருந்தனர். இவை தவிர, மிக மட்டமான சிறைத் தண்டனைகள் பற்றியும், எண்ணிக்கையில் மிகுதியாக இருந்த கைதுகள் பற்றியும் அதிகம் பேசப்படவேயில்லை. அதுவும் சென் போராட்டம் வெற்றியை எட்டியதும் அதுவரை அவருக்காகப் போராடியவர்களும் மௌனமாகிவிட்டார்கள் - எல்லாமே முடிந்தது போல் ஒரு திருப்தியான நினைவுடன்.

மாவோயிஸ்டுகளும் சரி, அரசும் சரி, குறிப்பிட்ட சில மனிதர்களை வைத்துப் போராட்டங்களை நடத்துவதற்கு எதிரிகள் அல்ல.

அதிலும் மாவோயிஸ்டுகள் பொதுவாகவே இவ்வகைப் போராட்டங்களை நடத்துபவர்கள்தான். மாவோயிஸ்டுகளுக்கு சோனி சோரிமீது பெருங்குறை ஒன்று உண்டு. மக்கள் ஆலோசனைக் கூட்டங்களில் அதை வெளிப்படுத்தியும் உள்ளனர். சோனி சிஆர்பிஎஃப் உறுப்பினர்களுடன் நெருக்கமாக இருப்பதாக அவர்கள் கருதினர். மற்றவர்களுடைய நிலத்தை வளைத்துப் பிடித்ததன் காரணமாக அவர் தந்தை கால்களில் சுடப்பட்ட நிகழ்வும் சேர்ந்துகொண்டது. சோனி சோரி, பினாயக் சென் இருவரையும் அரசு ஒடுக்குமுறையின் அடையாளங்களாக உயர்த்திப் பிடிக்க மாவோயிஸ்டுகள் விரும்பவில்லை. இப்படித் தனிப்பட்ட மனிதர்களை நடுநாயகமாக வைத்து நடத்தப்படும் போராட்டங்கள் அரசுக்கும் ஒரு வகையில் திருப்தியளித்தன. ஏனெனில், இப்போராட்டங்களை முன்னிறுத்தி,திரைமறைவில் இன்னும் எண்ணிக்கையில் மிகுதியான மக்களின்மீது மேலும் பல கொடூர வன்முறைகளை அவிழ்த்துவிடமுடியும்.

பொதுவாக மிகவும் பிரபலமான போராட்டங்களின் காரணிகளையோ, அவை யாருக்காக நடத்தப்படுகின்றன என்பதையோ சட்டென்று கண்டுபிடித்துவிட இயலாது. இந்தக் கணினிமயமான உலகில் செய்திகள் மிக ஆழமாகவும் அகலமாகவும் பயணிக்கின்றன. ஒவ்வொரு கணினிக் குழுவிற்கும் ஓர் ஆதங்கம், குறிக்கோள் இருக்கலாம். பயணம் செய்யும் செய்திகள் அதன்படி பல்வேறு உருவங்களை எடுக்கும். ஒரே செய்தி பல்வேறு விரும்பப்பட்ட உருக்களில் வேகமாகப் பாயும். அது மட்டுமல்லாது பலராலும் பயன்படுத்தப்படும். காவல் துறை பஸ்தார் பக்கமே யாருமே எளிதில் போகமுடியாதபடி பார்த்துக்கொண்டது.

மற்றபடி, பிரபலங்களை மையப்படுத்தி நடத்தப்படும் பிரசாரங்கள் பயனுள்ளவை. போராட்டத்துக்கு ஒரு முகம் கிடைத்துவிடுகிறது. அதனால் பலர் ஈர்க்கப்படுகின்றனர். மறந்துபோகவோ கடந்துவிடவோ முடியாதபடி செய்திகள் மக்களைச் சென்றடைந்துவிடுகின்றன. பயங்கர வன்முறைகள் பலரின் கவனத்திற்கே தெரியாமல் போயிருந்திருக்கலாம். ஆனால், அவை சென், சோனி என்ற இருவரின் பெயர்களோடு அடையாளப்படுத்தப்பட்டன. இதனால் உலகமே அப்பயங்கரங்களை நேரடியாகத் தெரிந்துகொண்டன. இதைப் போன்ற ஒரு நிகழ்வுதான் 2012 டிசம்பர் 16ஆம் தேதி தில்லியில் நடந்த பாலியல் பலாத்காரச் சம்பவம். இது பிரபல மடைந்ததால் தானே புதிதாக ஒரு சட்டம் இயற்றவேண்டிய சூழல் நேர்கிறது. அல்லது சோனியின் வழக்கு போலவும் மாறலாம்.

அங்கே அடிபட்ட ஆள் போராளியாக, பிரச்னைகளை முன்னெடுத்துச் செல்பவராக ஆக முடிந்தது.

இது போன்ற பிரபல பிரசாரங்கள் அரசியலைக்கூட மூழ்கடித்து விடும். ஒரு புதிய வரலாற்றைக்கூட அவை எழுதி முடித்துவிடும். எளிய சான்று ஒன்று. 2015 ஏப்ரல் 11ஆம் தேதியில் கூகுளில் யாருடைய பெயர் மிக அதிகமாக இந்தியாவில் கணினியில் தேடப்பட்டது என்பதே ஒரு சான்று. அன்றைய தேதியில் சென், 1,42,000; சோனி சோரி 67,700; லிங்கராம் கோடோப்பி 11,300; மனிஷ் குஞ்சம் 4,770. நாளை ஏதேனும் ஒரு வரலாற்றாசிரியர் அந்தக் காலகட்டத்தில் தந்தேவாடாவில் நடந்தது என்னவென்று தெரிந்துகொள்ள இந்த வரலாற்றுப் பக்கங்களைப் புரட்டினால், பினாயக் சென், சோனி சோரி ஆகிய இருவரும் முன்னின்று சல்வா ஜுடும், பசுமை வேட்டைத் திட்டம், மாலிக் மக்புஜா ஊழல், சுரங்க ஊழல் போன்றவை அனைத்தையும் எதிர்த்துப் போராடினார்கள் என்றொரு தவறான தகவலைப் பெறமுடியும். மனிஷ் குஞ்சம், போடியம் பாண்டே போன்ற மாவோயிஸ்ட் கட்சியினர் சல்வா ஜுடும் வன்முறைக்குப் பின் மக்களுக்குத் துணை நின்றனர் என்ற உண்மை அப்படியே வரலாற்றிலிருந்து மறைக்கப்பட்டு விடலாம். மனிஷ் குஞ்சமின் பெயரைக் கணினி மூலம் ஆய்வு செய்யும் போது சுக்மா ஆட்சியராக இருந்த தமிழர் அலெக்ஸ் பால் மேனன் மாவோயிஸ்டுகளால் கடத்தப்பட்டிருந்தபோது அவருக்கு ரகசியமாக உதவ மருந்துகள் எடுத்துச் சென்றவர் என்ற தகவலை மட்டுமே பெறமுடியும். மனிஷ் சல்வா ஜுடும் படையினரையும், பல பன்னாட்டு நிறுவனங்களையும் நேருக்கு நேர் நின்று போராடிய பெரிய போராளி என்பது வரலாற்றாளர்களுக்குத் தெரியாத மறைக்கப்பட்ட உண்மையாகிவிடலாம்.

மேற்சொன்னவைகளுக்கு சிபிஐ கட்சியேகூட ஒரு முக்கிய காரணமாக இருக்கலாம். பாராளுமன்ற இடதுசாரிகள் பொதுவாகத் தங்களை முழுதாக வெளிப்படுத்தும் திறன் இல்லாதவர்கள். தாங்கள் செய்த நல்ல விஷயங்களைக்கூட தண்டோரா போட அவர்களுக்குத் தெரியாது. அக்கட்சியினர் ஓர் அரிதில் கடத்திகள்! மேலும், அந்தக் காலகட்டத்தில் மேற்கு வங்கத்தில் நந்திகிராம், சிங்கூர் போன்றபகுதிகளில் இடதுசாரி அரசும் சிபிஐ கட்சியும் அந்த அணியில் இணைந்திருந்தன. வலுக்கட்டாயமாக நிலப்பறிமுதல் செய்த நிகழ்வும் அப்போது நடந்தது. இதனை எதிர்த்து எல்லா ஊடகங்களும் எழுதிக்கொண்டிருந்தன. இந்த நிகழ்வின் பிரதிபலிப்பு சத்தீஸ்கரில் சிபிஐ கட்சியின்மீது எதிரொலித்தது.

பஸ்தாரில் நில ஆக்கிரமிப்பிற்கு எதிராகத்தான் சிபிஐ கட்சி கொடி பிடித்தது. ஆனால், அதனை சிபிஐ கட்சியின் 'இரட்டை வேஷம்' என்று ஊடகங்களும் எதிராளிகளும் கேலி செய்தனர்.

தந்தேவாடா சிபிஐ கட்சியினர் இதுபோல் அரிதில் கடத்திகளாக இருப்பதற்கு ஒரு நல்ல காரணமும் இருந்தது. தங்கள் கட்சியினர் கைதாவதைக்கூட அவர்கள் அதிகமாக ஊடகங்களுக்குத் தகவல் கொடுப்பதில்லை. அப்படிக் கொடுத்தால் அவர்களோடு சிறைபிடிக்கப்பட்ட கிராமத்து மக்களையும் கொல்லவேண்டிய கட்டாயம் ஏற்படும். கிராமத்து மக்களின் எண்ணிக்கையோ, பெயர்களோ நிச்சயம் அவர்களுக்கு நன்மையை விளைக்காது. தொல்லைகளும் தொடர்ந்த வன்முறைகளும் அதிகமாகலாம் (மாவோயிச கட்சிக் கொள்கைப் பிடிப்பாளரான காந்தி பிரசாத் ஊடகத்திலிருந்து விலகி இருப்பதில் இன்னும் அதிக தொலைவு சென்றார்). ஒடிசாவில் அவர் ஆட்சியில் வினீல் கிருஷ்ணா என்ற ஆட்சியரைக் கடத்தி வைத்திருந்தனர். காந்தி பிரசாத்தையும் வினீல் கிருஷ்ணாவையும் ஆள் மாற்றம் செய்து கொள்ளலாமென கட்சி முடிவு செய்தது. ஆனால், பிரசாத் தன்னோடு கைது செய்யப்பட்ட 627ஆதிவாசி மக்களுக்கும் தன்னைப் போல் பிணை கிடைத்தால் மட்டுமே வெளியே வருவேன் என்று உறுதியாகக் குறிப்பிட்டார்.

மனிஷ் குஞ்சம் போன்றவர்கள் தங்களைக் காத்துக்கொள்ளவே பெரும்முயற்சி எடுக்க வேண்டியிருந்தது. போராட்டம், தப்பித்தல் என்ற நிலையில் இருந்த அவர்களுக்கு ஊடகத்திற்குச் செய்திகள் கொடுக்க நேரமுமில்லை, நிலையுமில்லை. அந்தப் போராளி களையும் அவர்கள்பின்னால் நிற்கும் ஆதரவாளர்களான மக்களையும் தேசிய ஊடகத்தின் வெளிச்சத்திற்குக் கொண்டு வர வழியில்லாது போயிற்று. இதில் சிபிஐ கட்சியினருக்கு இன்னொரு சிரமம். அவர்கள் இரு எதிரிகளை ஒருசேர எதிர்க்க வேண்டியதிருந்தது. மாவோயிஸ்டுகள் ஒரு பக்கம், இன்னொரு பக்கம் மாநில அரசு. இந்த இரு எதிரிகளோடு சமூக நிலைமையையும் எதிர்த்துப் போரிட வேண்டியதிருந்தது. மேலும் சிபிஐ கட்சி முழுமையும் சமூக நிர்ப்பந்தங்களால் சென், சோரி போராட்டங்களிலும் முழுமையாக ஈடுபட வேண்டிய கட்டாயம் இருந்தது. அதனால் கட்சியினரும்கூட தந்தேவாடாவிலுள்ள சிபிஐ உறுப்பினர்களை விட்டு எட்டியே நிற்க வேண்டியதாகப் போய்விட்டது.

நம் நாட்டில் மட்டுமின்றி ஏனைய நாடுகளிலும் நடக்கும் 'தனி மனிதப் போராளிகளின்' பிரசாரங்களைப் பார்த்துப் பழகிய கண்களுக்கு தந்தேவாடாவில் நடக்கும் போராட்டங்கள் மிக

வித்தியாசமாவே தெரியும். அவர்களுடைய கண்களுக்கு தந்தேவாடாவின் போராளிகள் எல்லோரும் வாயில்லாப் பூச்சிகளாகக்கூடத் தெரியலாம். அல்லது அவர்களுக்குத் தெரிந்த தெல்லாம் ஆயுதங்களின் மொழிகள் மட்டும்தான் என்றும் தெரியலாம். முதலில் இருந்தே இந்தத் தந்தேவாடா மக்கள் தங்களுக்கு நேரக்கூடிய துன்பங்கள் நிறைய இருந்தாலும் தங்கள் எண்ணங்கள், செயல்களில் மிக உறுதியாக இருந்தார்கள். ஆனால், அவர்களது குரல் யாருக்கும் கேட்கும் அளவிற்கு உயரவில்லை. அவர்களது தீவிரமான செயல்கள்தான் அப்போதைக்கு அச்ச மூகத்திற்குத் தேவையானதாக இருந்தது. அதையும்விட கண்ணெதிரிலும் அவர்கள் எதிர்ப்பைச் சமாளிக்க வேண்டியதிருந்தது. அரசும், ஜுடும் தலைவர்களும் ஜுடும் பசுமை வேட்டைத் திட்டம், நில ஆக்கிரமிப்பு போன்றவைகளுக்கான எதிர்ப்புகள் நகரத்து அறிவு ஜீவிகளிடமிருந்தும், மனித உரிமைப் போராளிகளிடமிருந்தும் வருவதாகப் பறைசாற்றிக் கொண்டிருந்தனர். இவர்கள் குறி மாவோயிஸ்டுகளுக்கு மாற்றாக கற்பிக்கப்பட்டவர்களே.

ஜுடும் பரவிவிடக்கூடாதென தேர்தலில் வெற்றிபெற்ற காங்கிரஸ் சிபிஐ கட்சிக்காரர்களும், போபால் பட்டினம், சுக்மா என்ற இடங்களில் இருந்த செல்வாக்குமிக்கவர்களும் உன்னிப்பாக இருந்தனர். இவர்களோடு இன்னும் சிலரும் அதே கருத்தை வலியுறுத்தி வந்தனர். 2006 அக்டோபர் 15ஆம் தேதியன்று வெளிவந்த 'ஹைவே சானல்' என்ற பஸ்தாரிலிருந்து வெளிவரும் செய்தித்தாளில் ஒரு செய்தி வந்தது. சத்தீஸ்கரில் உள்ள பட்டியல் இனத்து மாணவர் அமைப்பு ரெய்ப்பூரில் உள்ள ஜெய்ஸ்டாம்ப் சவுக் என்ற இடத்தில் ஒன்றுகூடி, கூட்டம் நடத்தியுள்ளனர். அதில் மாநிலம் முழுவதிலும் கையெழுத்துப் பிரசாரம் ஒன்று நடத்தி, அரசு ஜுடும் என்ற அமைப்பை முற்றிலும் தடை செய்யவேண்டும் என்றும் அப்பாவி மக்களை அவ்வமைப்பு கொல்வதிலிருந்து மீட்டெடுக்க வேண்டும் என்றும் முடிவெடுத்தனர். இந்தத் தீர்மானம் எடுத்து மூன்று வாரங்கள் கழித்து, குழந்தைகள் குழு ஒன்று அன்றைய ஜனாதிபதி அப்துல் கலாமை ஜுடும் விஷயமாகப் பார்க்க நேரில் சென்றனர். அவர்களின் விண்ணப்பத்தில், 'எர்ரபோர் சல்வா ஜுடும் முகாமில் உள்ள 12 வயதான கேடயம் சந்தூரி, ஜனாதிபதி ஏ.பி.ஜே.அப்துல் கலாம் அவர்களிடம், நக்சல்பாரிகளின் வன்முறை முடிவுக்கு வர வேண்டும் என்றும், அரசினால் ஆரம்பித்து வைக்கப்பட்ட வன்முறையே தங்கள் குடும்பத்தை எங்கள் கிராமத்திலிருந்து பிரித்துப் போட்டு விட்டது' என்றும் எழுதிக் கொடுத்திருந்தனர். எதிர்பார்த்தபடியே, பாவமறியா அச்சிறு குழந்தைகள் ஜனாதிபதியைப் பார்க்கத் தடை விதிக்கப்பட்டு நிறுத்தப்பட்டுவிட்டனர்.

2006 ஆகஸ்ட் மாதம் பிரதாப் அகர்வால் என்ற மூத்த ஜக்தல்பூர் வழக்கறிஞர் பிலாஸ்பூர் உயர் நீதிமன்றத்தில் ரிட் மனு ஒன்றைத் தாக்கல் செய்தார். 2006இல் மாவோயிஸ்டுகள் எர்ரபோர் முகாமைத் தாக்கினார்கள். அரசு முகாமிலிருந்த பஸ்தார் மக்களைக் காக்கத் தவறிவிட்டது. மேலும் முகாம் முழுமையும் ஊழல்கள் மலிந்து கிடந்தன. வாழ்க்கைத் தரம் அங்கே மிகக் கேவலமாக இருந்தது. முகாம் மக்களை அங்கிருந்து விடுவித்து அவர்கள் தங்கள் தங்கள் கிராமங்களுக்குச் செல்ல வசதி செய்ய வேண்டும் என்பது அவரது தாக்கீதில் உள்ள விஷயங்கள்.இதில் எதுவுமே நடைமுறைப் படுத்தப் படவில்லை. வழக்கு முழுவதுமாக தோல்விதான்.

2009 ஜுன் மாதம் சோளவாடாவில் நடந்த எதிர்ப்பில் சிலர் கொல்லப்பட்டனர்; பலர் கைது செய்யப்பட்டனர். இதுபோன்ற வன்முறையில் நடந்த கூட்டங்களைத் தவிர்த்து வேறு பல கூட்டங்களும் நடைபெற்றன. ஜக்தல்பூரில் பஸ்தார் சம்பக் கிசான் சங்கர்ஷ் சமிதி என்ற அமைப்பு கூட்டம் ஒன்றை நடத்தியது. 20,000 பேருக்கு மேல் கூடினர். இக்கூட்டம் உருக்காலைகளுக்கும், சுரங்கங்கள் தோண்டுவதற்கும் எதிரான கூட்டம். ஆனால், இது போன்ற கூட்டம் நடத்துவதற்கு மிகுந்த முயற்சி எடுக்கவேண்டிய கட்டாயம் இருந்தது. சல்வா ஜுடும் ஒரு கூட்டம் கூட்ட நினைத்தால் மிக எளிதாகக் கூட்டிவிட முடியும். அதே போல் அரசு சார்ந்த அமைப்பான சமாஜிக் ஏக்தா மஞ்ச் மிக எளிதாக பேரணி நடத்தமுடியும். ஆனால், இம்மாதிரியான அரசுக்கு எதிராக நடத்தப்படும் பேரணிக்கு பல மாதங்களுக்கு முன்பிருந்தே பல முயற்சிகளை மேற்கொள்ளவேண்டும்.

2013 மார்ச் 8ஆம் தேதியில் நான் சர்வ்மூல் சமாஜ் என்ற அமைப்பு நடத்திய பன்னாட்டுப் பெண்கள் தினத்தில் கலந்துகொண்டேன். இந்த சமாஜ் பல ஆதிவாசி சங்கங்களின் இணைப்பாக இருந்தது. எங்கள் கூட்டத்தின் ஒவ்வொரு நடவடிக்கை மீதும் சிஆர்பிஎஃப்பின் கண்கள் பதிந்திருந்தன. அது போதாது என்பதுபோல உள்ளூர் அதிகாரி வர்க்கமும் வாகனங்களில் இந்தக் கூட்டத்திற்காக வந்து கொண்டிருந்த பெண்களை நிறுத்தி, மற்றொரு கூட்டத்திற்குக் கடத்திவிட்டார்கள். அந்தக் கூட்டத்தைப் பெரிதாகக் காட்டும் அதிகார முயற்சி அது.

இன்றைய குழப்பமான உலகில் ஊடகங்களில் வரும் செய்திகள்தான் சமூகத்தின் உணர்வுகளைத் தட்டியெழுப்பும் திறம் வாய்ந்தவை. கிராமங்களில் இருப்பவர்களுக்கு கைப்பேசிஒருவித ஊடகமாகச் செயல்படுகிறது. இனியும் தாங்கிக்கொள்ளமுடியாது என்னும்

நிலையில்தான் மனித உரிமையை மக்கள் ஒரு விவாதமாக முன்னெடுக்கிறார்கள். தனக்கு என்ன தொல்லை வந்தாலும் பரவாயில்லை என்று வீரத்தோடு தங்கள் தரப்பை மக்கள் முன்வைக்க ஆரம்பிக்கிறார்கள். உலகம் தெரிந்து கொள்வதற்கு முன்பே, உலகமே தூர நின்று வேடிக்கை பார்க்கும்போது தங்கள் உரிமைகளைப் புரிந்து கொண்ட மக்கள் அவர்கள். அவர்கள் தங்கள் கிராமங்களிலேயே இன்னும் வாழ்ந்து கொண்டிருக்கிறார்கள். தங்களிடையே உள்ள சங்க உறுப்பினர்களை அரசுக்குக் காட்டிக் கொடுக்காமல் இருக்கிறார்கள். எப்போது வேண்டுமானாலும் தாங்கள் கைது செய்யப்படலாம் என்ற அச்சத்தோடு இருக்கிறார்கள். பஸ்தார், தந்தேவாடா சிறைகளில் அடைபட்டுக் கிடக்கும் இத்தகையோர் மனச்சாட்சியின் சிறையிலும் அடைபட்டுக்கிடக்கிறார்கள்.

14

பேசுவதா பேசாதிருப்பதா?

சீரான அமைதி என்பது குழப்பம், பதற்றம், போர் போன்ற எதிர்மறை உணர்வுகள் அழுத்தங்கள் இல்லாதது மட்டுமல்ல; அதற்குப் பதிலாக, நியாயம், நல்லெண்ணம், ஒற்றுமை போன்ற நற்பண்புகள் நிறைந்ததாகவும் இருக்கவேண்டும்.

மார்ட்டின் லூதர் கிங்,
Non-Violence and Racial Justice, 1957

பல ஆண்டுகளாக முயற்சிகள் மேற்கொள்ளப்படுகின்றன என்றாலும் அமைதிப் பேச்சுவார்த்தைகள் எந்தப் பலனையும் அளிப்பதில்லை. 2006இல் ஆந்திர அமைதிப் பேச்சுவார்த்தையில் இணைந்த எஸ்.ஆர்.சங்கரனின் தலைமையிலான பொறுப்பான குடிமக்களின் அமைப்பு மற்றும் கே. பாலகோபால் போன்ற மனித உரிமைக் கழக உறுப்பினர்கள் ஆகியோர் சத்தீஸ்கருக்கு வருகை தந்தனர். ஆந்திரப் பிரதேசத்தில் இவர்கள் நடத்திய அமைதிப் பேச்சுவார்த்தையை சத்தீஸ்கரில் நடத்தினர். ஆனால், அதை வரவேற்க சத்தீஸ்கரில் யாருமில்லை. அதே 2006இல் தில்லியில் அங்குள்ள ஆர்வலர்களால் புதிய அமைப்பு ஒன்று பிறந்தது. சத்தீஸ்கரில் அமைதி, நீதி பிரசாரக் குழு (சிபிஜேசி)அவ்வப்போது கருத்தரங்குகள், விவாதங்கள், பொதுக்கூட்டங்கள் என்று பல்முனை முயற்சிகளை எடுத்தனர். இவற்றில் சல்வா ஜுடும் செய்யும் அநியாய அக்கிரமங்களை வெளிப்படுத்தலும், உண்மை கண்டறியும் குழுக்களுக்கு முழு ஆதரவு தருதலும் ஒரு சேவையாகச் செய்யப்பட்டன.

சல்வா ஜுடும் பற்றிய முதல் பெரிய விவாதம் 2007 ஜனவரி மாதம் நடந்தது. 'அமைதி காக்க, பிரச்னைகள் தீர்க்க' நெல்சன் மண்டேலா மையம் ஜாமியா மில்லியா இஸ்லாமியா பல்கலையில் ஒரு கூட்டம் கூட்டப்பட்டது. கருத்தாளர்களாக சத்தீஸ்கர் அரசியலிலிருந்தும், தில்லியிலிருந்த உள்துறை அமைச்சகத்திலிருந்தும் ஓய்வுபெற்ற அரசு அதிகாரியான எஸ்.ஆர்.சங்கரன், திட்ட ஆணையத்திலிருந்து பி.என்.யுகேந்தர், தேசிய பெண்கள் ஆணையத்தின் உறுப்பினர்கள், பன்னாட்டு நிறுவனங்களான எம்எஸ்எஃப், யுனிசெஃப் ஆகியவற்றின் உறுப்பினர்கள், எஸ்ஸார் குழுமத்தில் முகவர்கள், சிபிஜேசி, பியூஎல்சி, புரட்சி ஜனநாயக முன்னணி போன்ற சமூகக் கூட்டமைப்புகள் ஆகியவை இடம்பெற்றன. இக்கூட்டத்தின் முடிவுகள் எவ்விதத்திலும் நாட்டின் நன்மைக்கு எதிரானது இல்லை.

அந்த அறிக்கை

1. தந்தேவாடா ஓர் அமைதிப் பூங்காவாக மாறவேண்டும் அல்லது அங்கே போர் நிறுத்தம் உடனே அமல்படுத்தப்படவேண்டும்.

2. சத்தீஸ்கர் அரசும், வேறு தனிப்பட்ட பார்வையாளர்களும் தனிமனித மீறல்கள் பற்றிய பொது முடிவுகளுக்கு வரவேண்டும்.

3. மாநில காவல் துறையினர் மட்டுமே காவல் பணியைப் புரிய வேண்டும். எஸ்பிஓக்கள் வழியே காவல் பணி நடக்கக்கூடாது.

4. கிராமத்து மக்கள் தங்கள் கிராமங்களுக்குத் திரும்பிவந்து, வழக்கம்போல் விவசாயத்தைத் தொடரவேண்டும்.

5. உள்ளூர் மக்களை வெவ்வேறு இடங்களில் குடியமர்த்துவதில் உள்ள பிரச்னைகளைத் தீர்த்துவைக்கவேண்டும்.

டெலிகிராஃப் என்ற செய்தித்தாள் தீங்கற்ற இந்தத் தீர்மானங்கள்கூட உள்துறை அமைச்சகத்துக்குத் தொல்லை தருபவையாக இருந்தன என்று எழுதியது.

பெரும் தாக்குதல் ஒன்று தீவிரமாகத் திட்டமிடப்பட்டு வந்தது. ஆயினும் உயர்நிலை அதிகாரிகளின் நுழைவால் இந்த ஆண்டின் (2007) ஆரம்பத்தில் அது முழுவதுமாகத் தடை செய்யப்பட்டது. தில்லி பல்கலைக்கழக வளாகத்தினுள் ஒரு கருத்தரங்கம் ஜனவரி மாதம் நடந்தது. உள்துறை அமைச்சகத்தின் பெரிய அதிகாரிகள் பலர் அதில் கலந்துகொண்டனர்.

இதில் வெளிவந்த தீர்மான அறிக்கைகளை அடிப்படையாக வைத்து, உள்துறை அமைச்சகம் வெளிப்படையாகத் தெரியும் நக்சலைட்டுகளின் ஆதரவாளர்கள் முதலில் கடுமையாக எச்சரிக்கப் பட வேண்டும். அந்தக் கருத்தரங்கமே நக்சலைட்டுகளுக்கு சார்பான ஒன்று என்று அமைச்சக மக்கள் கருத்து தெரிவித்தனர். அதில் கலந்துகொண்ட அரசு அதிகாரிகள், கல்வியாளர்கள், மாணவர்கள் அனைவரும் அரசுக்கு எதிரான நிலைப்பாட்டைத்தான் மையக் கருத்தாகக் கொண்டிருந்தனர். இக்கருத்து, அரசின் அடக்கு முறையால் கிளர்ந்தெழும் ஆயுதம் தாங்கிய போராட்டங்களுக்கு ஆதரவாகவே அமைந்திருந்தது. இதனால் அடுத்த மாதமான பிப்ரவரியிலேயே அதிகாரிகள் நக்சலைட் ஆதரவாளர்கள்மீது கடினமான நடவடிக்கைகள் எடுக்கவேண்டிய கட்டாயத்தைப் பற்றிப் பேசினர். அதிலும் முக்கியமாக அந்த நடவடிக்கைகள் அதிகார வர்க்கத்தின் மீதே அதிகமாயிருந்தது. ஆதரவாளர்களாக இருக்கும் அதிகாரிகள் உடனே தண்ணீர் இல்லாத காட்டுக்கு மாற்றப்படவேண்டும் என்றும், அப்படிப்பட்ட அதிகாரிகளின் ஓய்வூதியத்தில் அரசு 'கை வைக்கவேண்டும்' என்று கடும் தண்டனைகள் பரிந்துரைக்கப்பட்டன.

கருத்தரங்கிற்குப் பிறகு அமைதி விரும்பிகள் மற்றுமொரு புதியஅமைப்பை ஆரம்பித்தனர். அமைதிக்கான குடிமக்களின் முனைவு (சிஐபி)என்ற இந்த அமைப்பு 2007இல் ஆரம்பிக்கப் பட்டது. இந்தப் புது முயற்சிக்கு ஆதரவாக பெரும் மனிதர்கள் பலர் கையெழுத்திட்டு கைகோர்த்தனர். பாராளுமன்றத்தின் பழைய சபாநாயகர் ரபி ரே, ஓய்வு பெற்ற நீதியரசர்கள் க.ஆ. சவாந்த், ரஜிந்தர் சச்சார், எழுத்தாளர் மகாஸ்வேதா தேவி, மூத்த பத்திரிகையாளர் குல்தீப் நய்யார் போன்றவர்கள் முனைப்பாக இணைந்தனர். அரசியல் சாசன க்ளப்பில் இவர்கள் 2009 அக்டோபர் 20ஆம் தேதி கூடினர். பல மாநிலங்களிலிருந்து வந்த பிரதிநிதிகள் சுரங்க வேலை, பொய்யான என்கவுண்டர்கள், குழப்பங்களுக்கு நடுவே சிக்குண்டு அவதிப்படும் கிராமத்து ஆதிவாசிகள் போன்ற பல பிரச்னைகள் பற்றிய கருத்துகள் பரிமாறிக்கொள்ளப்பட்டன. கோம்பாட் கிராமத்து மக்களில் இருந்த சில 'பலியாடுகளும்' கூட்டத்திற்கு வந்திருந்தனர். அதிலும் முக்கியமாக குண்டுக் காயம் பட்டு, மருத்துவ சிகிச்சை பெற்றுக் கொண்டிருந்த சோடித்தா என்பவரை வியாதியாளர் படுக்கையில் வைத்து, தூக்கிக் கொண்டு வந்திருந்தனர்.

இதே நேரத்தில்தான் அரசின் பசுமை வேட்டைத் திட்டம் வேகமாக முடுக்கி விடப்பட்டிருந்தது. அதனால் உள்துறை அமைச்சர் ரபி

ரேவுக்கு தனிப்பட்ட கடிதம் ஒன்றை எழுதியிருந்தார். அதில் மாவோயிஸ்டுகள் வன்முறையைக் கைவிடத் தயாராக இருந்தால் அமைதிப் பேச்சுக்கு நான் தயார் என்று உறுதியளித்திருந்தார். இந்த வாக்குறுதியால் இக்கடிதத்திற்கு ஊடகங்களில் முதல் மரியாதை தரப்பட்டது. அதே நேரத்தில் சிபிஐ தனது வேண்டுகோளாக மூன்று விஷயங்களை முன் வைத்தது. ஒன்று போர் நிறுத்தம் வேண்டும். இரண்டாவது விரும்பிய கண்காணிப்பாளர்கள் எப்போது வேண்டு மானாலும் தாராளமாகத் தொல்லைப் பகுதிகளுக்குச் சென்று பார்வையிடும் சுதந்தரமும் வசதியும் வேண்டும். மூன்றாவதாக, அடிப்படை உரிமைகளின் பேரில் வன வளங்கள்மீதான மக்களின் உரிமைகள் காக்கப்படவேண்டும்.

சிபிஐ ஒரு சாத்வீக அமைப்பாக ஆரம்பிக்கப்பட்டது. ஆனால், அதே சமயத்தில் வேகமான கொள்கையுடையோர் பல கூட்டங்களையும் தீவிர கருத்தரங்குகளையும் நடத்திவர ஆரம்பித்தனர். சிபிஜேசி, சிஜபி இரண்டுமே போரின் இரு பக்க அமைப்புகளும் இணைந்து போர் நிறுத்தம் செய்ய வேண்டுமென வேண்டுகோளைக் கொடுத்துக் கொண்டிருந்தது. ஆனால், இப்புதிய அமைப்பு முதலில் அரசு தனது ‘மக்கள் மீதான போரை’ நிறுத்தவேண்டும் என்று உறுதியாகத் தங்கள் கருத்தை விரைந்து உயர்மட்டத்திற்கு எடுத்துச் செல்லவேண்டும் என்பதற்காக சிபிஐ கருத்தரங்கம் முடிந்ததும் இக்கூட்டம் கூடியது. அதில் சிபிஐ யில் இருந்த பலரும் அழைக்கப் பட்டிருந்தனர். இதனால் சிபிஐ அமைப்புக்குள் சிறிது குழப்பம். அடுத்து வேறுபாடுகள். அடுத்த அமைப்பை முன்னெடுத்துச் செல்லத் தயக்கம். குழப்பத்தினால் விரைவில் கலைந்தது சிபிஐ .

தொடர்ந்து இன்னொரு முக்கிய கேள்வி பல அமைப்புகளிடமிருந்து வர ஆரம்பித்தது. சிபிஜேசி, சிஜபி என்ற இரு அமைப்புகளுமே சமாதானப் பேச்சு, மனித உரிமைகள் என்ற இரு முக்கிய விஷயங் களைப் பற்றி மட்டுமே பேசிக்கொண்டிருக்கின்றன. ஆனால், அதையும் தாண்டி, மாவோயிஸ்டுகள் கையில் எடுத்திருக்கும் சில முக்கிய பிரச்னை ஒன்றும் இருந்தது. அதுதான் மிக உண்மையான மையக் கருத்தாக இருக்கவேண்டும். அவை நில ஆக்கிரமிப்பும், சுரங்கத் தொழிலும். 2010 ஏப்ரல் மாதம், தேசிய மக்கள் போராட்டங்களின் ஒன்றியம் (என்ஏபிஎம்)என்ற அமைப்பு பெரும் வழக்கறிஞர் பிரஷாந்த் பூஷண் தலைமையில் அரசியல் சாசன க்ளப்பில் கூடியது. இக்குழுவிற்குப் புதிய நீண்ட பெயரும் கொடுக்கப்பட்டது - ‘தற்சார்பான நில ஆக்கிரமிப்பு, இயற்கை வளக் கொள்ளை, பசுமை வேட்டைத் திட்டம் பற்றிய இந்திய மக்களின் தீர்ப்பாயம்’.

இந்தக் குழுவின் கூட்டம் முடிந்தவுடன் என்ஏபிஎம் மேற்கொண்ட முயற்சிகளின் விளைவாக 50 பேர் அடங்கிய குழு ஒன்று ரெய்ப்பூர் -தந்தேவாடா - ரெய்ப்பூர் என்று ஒரு கால்நடை பயணத்தை மேற்கொண்டது. இது 2010 மே மாதம் 5-8 தேதிகளில் வெற்றிகரமாக நடந்து முடிந்தது. இப்பயணத்தில் பல காந்தியவாதிகள் இருந்தனர். ஆசாதி பச்சாவோ அந்தோலன் என்ற அமைப்பிலிருந்து பன்வாரி லால் ஷர்மா, கல்வியியலாளர் யாஷ் பால், குஜராத் வித்யாபீத் வேந்தர் நாராயண் தேசாய், மீனவர்களின் அமைப்பின் தாமஸ் கொச்சேரி, காந்தி அமைதி அமைப்பின் தலைவர் ராதாபட், கொத்தடிமைத்தனத்துக்கு எதிராகப் போராடிய ஆர்ய சமாஜின் துறவி அக்னிவேஷ் சுவாமிஜி போன்ற பலரும் இப்பயணத்தை மேற்கொண்டனர். போராட்டத்தில் ஈடுபடும் அனைத்துக் குழுக்களும் ஒன்றுகூடி பிரச்னைகளைப் பேசித் தீர்க்கவேண்டும் என்று இவர்கள் குரல் கெடுத்தனர். இவர்கள் தங்கள் கூட்டம் முடிந்தபின் பத்திரிகையாளர்களுக்குக் கொடுப்பதற்காகத் தயாரித்த அறிக்கையால், சமாதானத்திற்குப் பரிந்து பேசும் எவரையும் உடனே ஒரு நக்சலைட் கட்சிக்காரராக வர்ணிப்பதை எதிர்த்துள்ளனர். அதேபோல் இப்படிப்பட்ட மக்கள் காவல் துறையின் ஊக்குவிப்பால் கேலி செய்யப்படுவதும், தொல்லைகளுக்கு உட்படுவதும் தவிர்க்கப்படவேண்டும் என்றும் கூறியுள்ளனர்.

‘ரெய்ப்பூர், ஜக்தல்பூர், கிரீடம் போன்ற இடங்களில் மிகச் சிறிய எண்ணிக்கையில் சிலர் வந்து, ‘நக்சலைட்டுகளின் முகவர்களே! வெளியேறுங்கள்’ என்று கோஷமிட்டனர். அப்படிக் கத்தி கோஷம் போட்டவர்கள் காங்கிரஸ், பா.ஜ.க. வியாபாரிகளில் அமைப்புகளி லிருந்து வந்த கனவான்களே. இதைப் போலவே ஜக்தல்பூரிலும் ஏறத்தாழ 50 பேர் பத்திரிகையாளர் சந்திப்பு நடந்த இடத்திற்கு முன் வந்து கோஷங்களைக் கத்தினார்கள்; எங்களைத் திட்டித் தீர்த்தார்கள். இதில் குறிக்கப்படவேண்டிய காரியம் என்னவெனில் கோஷம் போடுபவர்களை வேடிக்கை பார்த்துக்கொண்டு காவல் துறை வாளாவிருந்தது. ஆனால், அப்போது ஜக்தல்பூரின் காவல் அதிகாரி எஸ்பி அங்கு வந்து கோஷமிடுபவர்களை அமைதி யாக்கினார். அதில் ஏறத்தாழ 10-12 பேரை நடைப்பயணம் செய்வோ ரோடு ஒன்றாக உட்கார வைத்து ஒரு மணி நேர அளவில் விவாதித்தார்கள். அவர்கள் கேள்விகள் அனைத்துக்கும் ஆணித்தரமான பதில்கள் கொடுக்கப்பட்டன. அமைதியாக வெளியேறினார்கள். ஆனால் வெளியேறியதும் மீண்டும் அதே கோஷங்கள் வெறியோடு கத்தப்பட்டன. மே மாதம் 7ஆம் தேதி தந்தேவாடா நோக்கி நடைப்பயணம் செல்லும்போது ஐந்தாறு

இளைஞர்கள், தங்கச் சங்கிலிகள் அலங்கரிக்க வந்திருந்து, பயணிகளின் வானகத்திற்கு முன் தங்கள் மோட்டார் சைக்கிள்களில் வந்து 'வெளியேறு... வெளியேறு' என்று கூச்சலிட்டனர்.

2007 ஜனவரியில் ஜமியாவில் நடந்த கூட்டம்;2010இல் காந்திய வழியில் நடந்த நடைப் பயணம் இரண்டுமே ஒரு முக்கியக் கருத்தை முன் வைக்கின்றன. சத்தீஸ்கர் மாநில அரசுக்கு அமைதிப் பேச்சு வார்த்தையில் ஈடுபட நேரமும் இல்லை, அதற்கான ஆர்வமு மில்லை. ஆனால், அரசு மூச்சுக்கு முன்னூறு தடவை பேசுவ தென்னவோ மாவோயிஸ்டுகளின் வன்முறை குறித்து மட்டுமே! முதலமைச்சர் ரமண் சிங் தனது வழக்கமான பாடலைத் தொடர்ந்தார். 'ஏன் இந்த அமைதிப் பயணங்களும், அமைதிப் பேச்சுகளும் பாதுகாப்புப் படையினர் கொல்லப்படும்போது நடக்கவில்லை...' இவ்வளவிற்கும் அமைதிப் பயணம் ஆரம்பிக்கும்போது இறந்த பாதுகாப்புப் படையினருக்கான மரியாதை வணக்கம் செலுத்திவிட்டுத்தான் தங்கள் பயணத்தை ஆரம்பித்தனர். இன்னொரு வழக்கமும் தொடர்ந்தது. காங்கிரஸ்-பா.ஜ.க. சார்ந்த இளைஞர்கள், சல்வா ஜுடும், எஸ்பிஓ படையினர், ஆதிவாசிகள் அல்லாத, ஊர் சுற்றித்திரியும் இளைஞர்கள் அனைவரும் ஒன்றாகக் குழுமி, 'எங்கள் குரலே பஸ்தாரின் குரல்' என்று கோஷமிட்டு எதிர்ப்பைக் காண்பித்தார்கள். அவர்களைப் பொறுத்தவரை அமைதிப் பேச்சுவார்த்தை நடத்த யார் வந்தாலும் அவர்கள் எல்லாருமே மாவோயிஸ்ட் ஆதரவாளர்கள்தான். அமைதி காக்க விரும்பும் 'வெளியாட்கள்'தான்.

பல அமைதிக் குழுக்கள், பலவிதப் போராட்ட முறைகள் இவை அனைத்திற்கும் ஒரு முற்றுப் புள்ளி 2010 ஜூலை மாதம் நடந்தது. மாவோயிஸ்ட் தலைவர் ஆசாத் (செருகுர் ராஜ்குமார்) அப்போது கோழைத்தனமாகக் கொல்லப்பட்டார். அதுவும் ஆசாத் ஒரு சமாதானக் கடிதத்தைச் சுமந்துகொண்டு, சமாதானப் புறாவாகக் காட்டிற்குள் இருக்கும் தன் கட்சியினரிடம் செல்லும்போது, காட்டிற்குள் வைத்தே ஓர் என்கவுண்டரில் கொல்லப்பட்டார். உள்துறை அமைச்சர் சிதம்பரத்தின் சார்பாக, ஸ்வரம் அக்னிவேஷ் கொடுத்த சமாதானக் கடிதம் அது. அதை எடுத்துக்கொண்டு, தன்னோடு ஹெம் சந்திர பாண்டே என்ற பத்திரிகையாளரையும் கூட்டிக்கொண்டு, தன் கட்சிக்காரர்களிடம் பேசி சமாதானம் கொண்டுவர முயலும் நேரத்தில்தான் அக்கொலை நடந்தது. காவல் துறை அதை ஒரு என்கவுண்டர் என்றது. மாவோயிஸ்டுகள் அதனைத் திறம்பட நடத்தப்பட்ட நாடகம் என்றனர்.உள்துறை அமைச்சர் சிதம்பரம் உண்மையிலேயே அமைதியை

விரும்பியிருந்தால் அவர் அனுப்பிய தூதுவர்களைப் பாதுகாத்திருக்க வேண்டும். அல்லது நடந்த என்கவுண்டரைப் பற்றிய விசாரணை ஒன்றையாவது நடத்தியிருக்கலாம். எதுவுமில்லை.

பிணையாளிகளும் மத்தியஸ்தரும்

2009லிருந்து 2012 வரை மாவோயிஸ்டுகள் பல ஆள் கடத்துதல்களைச் செய்தனர். இதே சமயத்தில் பசுமை வேட்டைத் திட்டம் வேகமாக நடைபெற்றுவந்தது. காவல் துறை ஆட்களே அனேகமாகக் கடத்தப் பட்டனர். அந்த நீண்ட பட்டியல் இது. 2009- ஜார்கண்ட்; 2010-பிகார்; 2011- சத்தீஸ்கர். பிறகு,2012இல் ஓர் ஆதிவாசி மக்கள் சபை உறுப்பினரான ஜினா ஹிகாகா என்பவரும், அவரோடு இருந்த இரு இத்தாலிய சுற்றுலாப் பயணிகளும் ஒடிசா பகுதியில் கடத்தப் பட்டனர். இன்னொரு ஆள் கடத்தலில் கடத்தப்பட்ட காவல் துறையினரில் பிரான்சிஸ் இந்துவார், லூகாஸ் தெதே இருவரும் வேறு சில காவல் துறை ஊழியர்களோடு கடத்தப்பட்டனர். ஆனால், அவர்களில் இந்த இருவர் மட்டும் ஜார்கண்டிலும், பிகாரிலும் கொல்லப்பட்டனர். ஊடகங்களில் இச்செய்தி வசதிக்கேற்றபடி மாற்றப்பட்டதோ என்னவோ... கொல்லப்பட்ட இந்த இருவர் மட்டும் ஆதிவாசிகள். மற்றவர்கள் பிழைத்துக் கொண்டனர். ஏனெனில், அவர்களைக் கடத்தியவர்களின் இனமே மற்றவர்கள்.

மல்கான்கிர் (ஒடிசா), சுக்மா என்ற இரு இடங்களின் ஆட்சியர்கள் வினீல் கிருஷ்ணா, அலெக்ஸ் பால் மேனன் இருவரும் கடத்தப் பட்டபோது நாட்டின் அனைத்து ஊடகங்களும் தங்கள் பார்வையை அதில் குவித்தனர். சுக்மாவில் காங்கிரஸ், பாஜக என்ற இரு கட்சிகளுமே உள்ளூர் மக்களை வைத்து ஊர்வலம் ஒன்று நடத்தினர். பள்ளி மாணவர்களை வைத்தும் ஓர் ஊர்வலம் நடத்தி, ஆட்சியர் மேனனை மக்கள் எவ்வளவு உயர்ந்த இடத்தில் வைத்துள்ளனர் என்பதை நிரூபித்தனர். அவரது பெற்றோரும் நண்பர்களும் ஊடகங்களால் நேர்காணல் செய்யப்பட்டனர். எல்லாவற்றையும் விட மேனன் ஒரு தலித் என்பதை ஊடகங்கள் வெளிச்சம்போட்டுக் காட்டின. அவரைக் கடத்தும்போது அவரோடு காவலர்களாக இருந்த இருவர் சுட்டுக்கொல்லப்பட்டனர். அவர்களைப் பற்றி யாரும் கவலைப்படவில்லை. ஆட்சியர்களாக இருக்கும்போது இருவரும் அதிகாரத்தில் திளைத்திருக்காமல் இறங்கிவந்து தங்கள் ஆளுகையின் கீழேயுள்ள மக்களுக்கு எத்துணை நல்லது செய்தார்கள்; தங்கள் வாழ்வில் எந்த அளவு ஆபத்துகளையும் இடையூறுகளையும் தாண்டி வெளியே வந்து கிராமத்து மக்களுக்கு உதவினர் என்றெல்லாம் தொடர்ந்து புகழாரம் சூட்டினர்.இருவரும்

நெடிது வளர்ந்த அழகான இளைஞர்கள் என்பதும் ஊடகங்களின் மூலம் அனைவருக்கும் தெரியவந்தது. டைம்ஸ் ஆஃப் இந்தியா தனது செய்தித்தாளில் அழகான தலைப்பும் கொடுத்திருந்தது. 'சே குவாராவை மனதில் இருத்திக்கொண்டு, ஆட்சியர் மேனன் கொலைகார பூமியைச் சுற்றிவந்தார்.'

ஊடகங்கள் மேனனை ஆதரித்து எழுதியபோது மேனன் ஓர் ஆஸ்துமா நோயாளி என்றும், அவரது மனைவி கருவுற்றிருக்கிறார் எனவும் மாவோயிஸ்டுகளின் கனிவை நாடி எழுதின. மனிதத் தன்மையோடு அவரை விடுதலை செய்யவேண்டும் என்றும் சிபாரிசு செய்தன. மனிஷ் குஞ்சம் ஒரு நடுநிலையாளராக, மேனனது விடுதலைக்காகப் பேசத் தயாரில்லை; ஆனால், அவருக்கான ஆஸ்துமா மருந்துகளை எடுத்துச்சென்று கொடுக்கத் தயார் என்று சொன்னதையும் ஊடகங்கள் மூலம் எல்லோருக்கும் தெரியவந்தது. குஞ்சம் முதலமைச்சரின் வேண்டுகோளையும் புறக்கணித்தார் - நேரடிப் பேச்சுவார்த்தை நடந்தது. இதனால் குஞ்சமும் ஒரு மாவோயிஸ்ட்காரர் என்று வசை பாடப்பட்டார்.

ஆனால், மேனன் பத்திரமாகத் திரும்ப வந்தபின் சில ஊடகங்கள் தங்கள் குரலைச் சிறிது மாற்றிக்கொண்டன. மேனன் தேவையற்ற முறையில் தன்னை முன்னிறுத்தி, தன்னைக் கைது செய்யத் தூண்டிவிட்டார் என்றும், அவருக்கும் மாவோயிஸ்டுகளுக்கும் ஏற்கெனவே தொடர்பு இருந்தது என்றும் வலதுசாரி ஊடகங்கள் எழுதின, பேசின.

கடத்தப்பட்ட இரு ஆட்சியர்களுக்கும் அவ்வளவு முக்கியத்துவம் கொடுத்த ஊடகங்கள் அதில் நூற்றில் ஒரு பங்கையேனும் வன்முறைகளும் கொலைகளும் நடக்கும்போதும், கிராமத்து மக்கள் ஈவிரக்கமின்றித் துன்புறுத்தப்படும்போதும் காண்பித்திருக்கலாம். அப்போதெல்லாம் சிறிதும் அக்கறையில்லாமல் இருந்தன. கர்ப்பிணிப் பெண்கள் அடைந்த துன்பங்களும் கேவலங்களும் ஊடகங்களை அசைத்துப் பார்க்கவில்லை என்பது பெரும் சோகம். அப்படியெல்லாம் உரத்து ஊடகங்கள் பேசியிருந்தால் பின்னால் வந்த கொடுமைகளும் கொலைகளும் கொஞ்சமாவது குறைந்திருக்குமே. வருமுன் காப்போனாக ஊடகங்கள் பணி செய்திருக்க முடியுமே!

ஹைதராபாத் மத்திய பல்கலையில் அரசியல் பேராசிரியராக இருந்த ஜி.ஹரகோபால் இந்த இரு ஆட்சியர்களின் கடத்தலில் நடுவராக இருந்து அவர்கள் விடுதலைக்காக எடுத்த முயற்சிகள் பற்றி

முழுமையாக எழுதியுள்ளார். ஒடிசா அரசு எடுத்துக்கொண்ட அளவு சத்தீஸ்கர் அரசு சுத்தமாக அக்கறை எடுத்துக்கொள்ளவில்லை. நடுவர்களான ஹரகோபால், பி.டி. ஷர்மா ஆகிய இருவரும் கொடுத்த அழுத்தத்தால் மட்டுமே மேனன் அவர்களின் விடுதலை கிடைத்தது. சத்தீஸ்கர் அரசின் பங்கு ஏதுமில்லை. ஆனாலும், முதலமைச்சர் ராம்சிங் தன் நிலையில் உறுதியாக நின்றார். எவ்விதப் பேச்சுவார்த்தைக்கும் அவர் சம்மதிக்கவில்லை. 2011 ஜனவரி மாதம் சத்தீஸ்கரின் நாராயண்பூர் மாவட்டத்தில் ஐந்து காவல் துறையினர் கடத்தப்பட்டனர். அப்போது மாநல அரசு கிஞ்சித்தும் கவலைப்பட வில்லை. எம்முயற்சியையும் எடுக்கவில்லை. அதேபோல் ஊடகங்களிலும் இதைப் பற்றிய செய்திகள் எதுவும் வரவில்லை. ஸ்வாமி அக்னிவேஷ் தலைமையில் மனித உரிமைகள் குழு கொடுத்த அழுத்தத்தினால் மட்டுமே அந்த ஐந்து காவல் துறையினர் விடுவிக்கப்பட்டனர்.

மாவோயிஸ்டுகள் தங்களது கடத்தல்களுக்குப் பிறகு பிடிபட்ட தலைவர்கள் சிலரை விடுவிக்கவேண்டும் என்று கோரினர். அதேபோல் பல தவறான குற்றச்சாட்டுகளோடு கைது செய்யப்பட்டு சிறையிலிருக்கும் ஆதிவாசிகளின் விடுதலையையும் வேண்டினர். அடுத்த காரணமாக, பசுமை வேட்டைத் திட்டத்தை நிறுத்த வேண்டும் என்றும், பல பன்னாட்டு நிறுவனங்களோடு போட்டுள்ள ஒப்பந்தங்களையும் சுரங்கங்களின் மேலுள்ள ஒப்பந்தங்களையும் நீக்க (நிறுத்த) வேண்டும் என்பதும் அடுத்த அவர்களது கோரிக்கை:

‘...நூக்கா-டோரா, கொண்டா ரெட்டி சமூகங்களைப் பட்டியல் இனத்தவர்களாக மாற்றவேண்டும்; பொல்லாவரம் திட்டம் உடன் நிறுத்தப்படவேண்டும்; கோராபுட், மல்கன்கிரி, நாராயணப் பட்டிணம், விசாகப்பட்டினம் பகுதிகளில் உள்ள ஆதிவாசிகளுக்கு நிலங்களுக்கான பட்டா வழங்கவேண்டும்; சிறையில் அடைபட்டு சித்திரவதையில் இறந்துபோன தடாங்கி கங்குலு, ரத்தனா சிரிக்கே ஆகியோரின் குடும்பங்களுக்கு இழப்பீடு வழங்கவேண்டும்; பாலிமெல்லா நீர்த்தேக்கம் கட்டியதால் நிலங்களை மூழ்கடித்து, தங்கள் உடைமைகளை இழந்த மக்களுக்கு இழப்பீடு நிதி உடனே வழங்கவேண்டும்; அப்படி நிலங்களை இழந்த மக்களுக்கு மாற்று வாழ்வாதாரத் திட்டங்கள் பிறப்பிக்கவேண்டும்; தமான்ஜோடி பகுதியில் புதிதாக முளைத்துள்ள நல்கோ திட்டம் பல மக்களை இடம்பெயர்த்துள்ளது. அம்மக்களுக்குரிய நீதி வேண்டும்; கோராபுட், மல்கனகிரி சிறையில் அடைக்கப்பட்டுள்ள சாஸி முலியா பணியாளர்களின்மீதும் ஆதிவாசிகளின்மீதும் பதியப்பட்ட வழக்குகள் திரும்பப் பெறப்பட வேண்டும்.

நாராயண்பூர் காவலர்கள் வழக்கு என்பதில் உச்ச நீதிமன்றத்தின் தீர்ப்பை ஏற்று, பள்ளிகளில் உள்ள பாதுகாப்புப் படைகள் வெளியேறவேண்டும் என்ற மாவோயிஸ்டுகளின் கோரிக்கையும் நிறைவேற்றப்படவேண்டும்.

மேற்சொன்ன அனைத்துக் கோரிக்கைகளில் மாவோயிஸ்டு தலைவர்களின் விடுதலையைத் தவிர, எந்தக் கோரிக்கையும் நியாயமற்றதாக இல்லை. அவை அனைத்தும் சட்டப்படியான சரியான முடிவுகள். அரசியல் சாசனங்களுக்கு உட்பட்டவை. உடனே அரசால் கேட்கப்பட்டு, ஒப்புக்கொள்ளப்படவேண்டிய கோரிக்கைகளும்கூட. ஆனால், ஊடகங்கள் இந்த நிலைப்பாட்டை இதுவரை எடுக்கவில்லை. மக்களால் தேர்ந்தெடுக்கப்பட்ட ஓர் அரசு, அரசியல் சாசனத்திற்கு உட்பட்ட விஷயங்களை ஏன் நிறை வேற்றாமல் காலந்தாழ்த்தி தங்கள் ஜனநாயகக் கடமையிலிருந்து வழுவுகிறார்கள் என்பதை ஊடகங்கள் ஒட்டுமொத்த கேள்வியாக சத்தீஸ்கர் அரசின் முன் எழுப்பவேண்டும். ஆனால், அப்படி ஏதும் நடக்கவேயில்லை. அதுபோல அரசின் உறுதிமொழிகள் நிறை வேற்றப்படுவது எப்போதுமே ஒரு கேள்விக்குறியாக இருக்கிறது.

அலெக்ஸ் பால் மேனன் விடுதலை செய்யப்பட்டதும் சத்தீஸ்கர் அரசு ஒரு குழுவை முன்னாள்அதிகாரி நிர்மலா புக் என்பவரின் தலைமையில் அமைத்தது. இதில் கைதிகளாக அடைபட்டிருக்கும் மக்களின் நிலை பற்றியும் இக்குழு முடிவெடுக்கவேண்டும். ஆனால், வெகு சிலர் மட்டுமே பிணையில் வெளியே வந்தனர். பலர் வெளியே வராதது மட்டுமல்ல,மேலும் பலர் கைதாகினர்.

கடத்தல் விவகாரங்கள், மனித உரிமை ஆர்வலர்களுக்கு முன்னால் ஒரு தர்மசங்கடமான நிலையை உருவாக்கியது. ஒருபுறம் அவர்களது நிலைப்பாட்டின் மூலம் கடத்தல்களை அவர்கள் ஒரு போராட்டமுறையாக ஒத்துக் கொள்கிறார்களோ என்ற எண்ணத்தை உருவாக்க விரும்பவில்லை. இன்னொரு பக்கம், கடத்தப்பட்ட மக்கள் தங்கள் அப்போதையசிரமங்களையும் நிலைகளையும் கூறும்போது கடத்தப்பட்ட மக்களின் துன்பம் மனித உரிமை ஆர்வலர்களை நேரடியாகத் தாக்குகின்றது. இதில் உள்ள பெரிய நகைமுரண் என்னவெனில் அரசு மனித உரிமை ஆர்வலர்கள்மீது அழுத்தம் கொடுத்து, மாவோயிஸ்டுகளோடு சமரசம் செய்ய முனைந்தது. ஆனால், அதே அரசுதான் எப்போதும் மாவோயிஸ்டு களையும் அவர்களது ஆதரவாளர்களையும் மூச்சுக்கு ஒருமுறை கண்டித்துக்கொண்டும் கைது செய்துகொண்டும் உள்ளன. சங்கடமான சூழலில், இப்படித்தான் இருக்கவேண்டும் என்று

அரசுகள் தங்களுக்குத் தாங்களே வகுத்துக்கொண்ட முறை இது. இது போன்ற வேளைகளில் மனித உரிமை ஆர்வலர்கள் தங்களை மாவோயிஸ்டுகளிடமிருந்து மிக வித்தியாசமான மக்களாகக் காண்பித்துக்கொள்கிறார்கள். அது மட்டுமின்றி தங்கள் நடவடிக்கைகள் சரியான நேர்க்கோட்டில் இருப்பதையும் காண்பிக்கிறார் கள். ஆனால், அரசு இந்த வித்தியாசத்தை நேர்மையாகப் பார்த்தால் பல விஷயங்களில் ஆர்வலர்கள் சொல்வதை அரசு கேட்டு சரியான முடிவுகள் எடுக்கமுடியும். அது சமாதானத்திற்கும் அமைதிக்குமான ஒரே நேர்வழி. ஆனால், அரசு அப்படியெல்லாம் செவிமடுப்ப தில்லை என்பதுதான் வரலாறறிந்த உண்மை.

வன்முறை குறித்து ஒரு விவாதம்

ஆயிரம்தான் சொன்னாலும், பொதுவான எண்ணம் என்னவெனில், மாவோயிஸ்ட் கட்சி மக்களுக்கு ஏதோ சிலவற்றைச் செய்து அவர்கள் வாழ்க்கை மேம்படுத்தியுள்ளது.

எஸ்.ஆர். சங்கரன், 2009.

2008-11ஆம் ஆண்டுகளில் 'காவலர் வன்முறைகளுக்கு எதிரான மக்கள் குழு' (பிசிபிஏ) சில புதிய நடைமுறைகளை மேற்கு வங்கத்தில் உள்ள லால்காரில் தொடங்கியது. சாசியா முலி ஆதிவாசி சங்கம் ஒடிசாவில் உள்ள கோராபுட் என்னும் இடத்தில் நில உரிமைகளுக்காகப் பேராடியது. இப்புதிய நடைமுறைகளைப் பல தீவிர அமைப்புகள் ஒரு புதிய மாற்று வழியாகக் கருதின.

ஆனாலும், மனித உரிமைப் போராளிகளின் குரலும், அரசின் குரலும் எதிரெதிர் பாதையில்தான் இருந்தன. அதைப் போலவே மாவோயிஸ்டுகளும் ஏனையோரும் விவாதிக்கும்போது ஒரு அடிப்படையான கேள்வி எழுகிறது. வன்முறை, வன்முறையின் தாக்கங்கள், வன்முறைக்கான நியாயங்கள் என்றுஒவ்வொன்றிலும் வேறு வேறு கருத்துகள் மட்டுமே அந்த விவாதங்களில் எழுகின்றன.

கிராமத்து மக்களுக்கு மாவோயிஸ்டுகளின் கைகளில் துப்பாக்கி இருப்பது குறித்து எதிர்க்கருத்து ஏதுமில்லை. அத்துப்பாக்கி அவர்களைக் குறிவைப்பதில்லை. ஆனால், அவர்கள்மீதும் காட்டிக் கொடுக்கும் மக்கள்மீதும் துப்பாக்கி திரும்பும்போது வேறுவித எண்ணம்வருகிறது. இதைப் போன்ற ஒரு கருத்தைத்தான் கே.பாலகோபால் சொல்கிறார்: 'வன்முறை நல்லதா கெட்டதா, தேவையானதா தேவையற்றதா ஆகியவற்றைவிட, வன்முறை என்பது எப்போதும் கொடுமையானதே.' இதற்கு இணையாக ஒன்று

சொல்லவேண்டுமெனில் அது பெரும்பான்மையான மக்கள் நரேந்திர மோடிக்கு ஓட்டளித்ததுபோல ஒன்றானது. ஏனெனில், மோடி 2002இல் இஸ்லாமியருக்கு எதிராகப் பெரும் தவறைச் செய்தார். இருந்தும் பெரும்பான்மையான, அதுவும் நடுத்தர வர்க்க மனிதர்கள், அவர் நாட்டிற்கு ஏதும் நல்லது செய்துவிடுவாரோ என்ற நம்பிக்கைக் கீற்றில் வாக்களித்தார்கள். அதே நிலைப்பாடுதான் வன்முறை பற்றிய விவாதத்துக்கும் பொருந்தும். இதேபோல் கிராமத்துவாசிகள் மாவோயிஸ்டுகள் தங்களுக்குப் புதிய பொருளாதார மேன்மை கொடுத்ததாக நம்புகிறார்கள்.

அரசாங்கங்களும் ஒட்டுமொத்தமாக வன்முறைக்கு எதிரான தங்கள் கருத்தில் உறுதியாக நிற்கிறார்கள். அதுவே பல விவாதங்களின் மையமாகவும் இருந்தது. இதனாலேயேதான் ஒரு பாதுகாப்பு ஆலோசகர் என்னிடம், ‘மாவோயிஸ்டுகள் நாட்டின் பாதுகாப்பிற்கு ஆபத்தை விளைவிப்பவர்கள்; அவர்கள் மிகவும் சக்தி வாய்ந்த எதிரிகள் என்பது அதன் பொருளல்ல; ஆனால், இக்குழு மட்டுமே கருத்தால் வேறுபட்டு அப்போதிருக்கும் நிலையைப் புரட்டிப் போடும் ஒரே குழுவாக இருக்கிறது’ என்றார். அரசுகளைப் பொறுத்தவரை அவர்களின் வன்முறை உண்மையில் வன்முறையே இல்லை என்பார்கள். அதில் ஒன்றுமறியா குழந்தைகள் சாகலாம், ஒன்றும் செய்யமுடியாத முதியோர்கள் சாகலாம். வன்முறை என்பது நாட்டைச் சமச்சீர் நிலையில் வைத்திருக்கக் கையாளப்படும் ஓர் யுக்தி. அவ்வளவே! இந்தியாவில் மட்டுமல்ல, உலகம் பூராவுமே அடிப்படை உரிமைகள் மறுக்கப்படும்போது அது நாட்டைப் பாதுகாப்புடன் வைப்பதற்கே என்றுதான் சொல்லப்படும். அரசு வன்முறை பற்றிப் பேசும்போது அது மக்களைத் துன்புறுத்தும்; உணவின்றி அலையச்செய்யும் என்ற எதிர்மறை விஷயங்கள் பேசப்படுவதில்லை. அதே போல் பன்னாட்டு நிறுவனம் மக்களைத் தங்கள் லாபத்திற்காக அலைய விடுவார்கள், தங்கள் வாழும் பகுதியிலிருந்து இடமாற்றம் செய்யப்படுவார்கள். அல்லது அரசின் வன்முறை என்பது தன் மக்களைத் தாங்களே சுட்டு மகிழ்வதிலோ, சிறைச்சாலைகளை நிரப்புவதிலோ இல்லை. ஆனால் அரசு துப்பாக்கியைக் கையில் எடுப்பது அமைதியை உருவாக்கவே!

மாவோயிஸ்டுகளின் கவனக் குவிப்பும் வன்முறைமீதுதான் இருந்தது. அவர்கள் ‘ஆயுதப் போர்’ மீது வைத்திருக்கும் ஈர்ப்பு அகிம்சாவாதத்தைவிடச் சிறந்தது. ஏனெனில், அரசு அமைப்புகளே எப்போதும் ஒரு ‘கட்டமைத்த வன்முறையைத்’ தொடர்ந்து நடத்தி வருகின்றன. எனவே, ஆயுதப் போரின் அவசியமும் முக்கியத் தன்மையும் அதிகமாகிவிடுகிறது. 2006ல் சுதந்தர மக்களின்

முன்னெடுப்பு (ஐசிஐ) என்ற அமைப்பு திறந்த மடல் ஒன்றை மாவோயிஸ்டுகளுக்கும் மாநில அரசுக்கும் அனுப்பியிருந்தனர். மாவோயிஸ்டுகள் மட்டும் ஒரு பதிலை அதற்கு அளித்தனர். அம்மடலில் அகிம்சாமுறையே வன்முறையைவிட ஆதிவாசிகளுக்கு அதிக மேன்மையை அளித்திருக்கக்கூடும் என்ற கருத்தைக் கூறியிருந்தது. மாவோயிஸ்டுகள் அதற்குப் பதிலாக, 'இந்திய வரலாற்றுப் பக்கங்களில் ஏதாவது ஒரு பக்கத்திலாவது ஆதிவாசிகளின் உரிமைகள் அகிம்சை முறையில் கிடைக்கப் பெற்றிருந்தது என்பதைக் காண்பிக்க இயலுமா? இந்த நிலை இந்திய நாட்டிற்கு மட்டுமானதில்லை. அகில உலக வரலாறுகளிலும் அப்படி ஒரு பக்கத்தை யாரும் காட்டமுடியாது என்பதுதான் வேதனை. டாடா உருக்காலைக்கு எதிராக ஆதிவாசிகள் கலிங்கா நகரில் நடத்திய அமைதியான போராட்டத்தின் விளைவுதான் என்ன?'

பஸ்தார் ஆதிவாசிகளின் நிலை பற்றியும் முழு வரலாற்றை எடுத்துப் பார்க்கலாம். ஆதிவாசிகள் தொடர்ந்து போராட்டங்கள் நடத்தி வந்தனர். அவர்களின் வன்முறைப் போராட்டங்களுக்குக் கிடைத்த பதில் என்ன? சிஆர்பிஎஃப் படைகள் நிரந்தரமாகவே அங்கு குவிக்கப்பட்டன. அதனைத் தொடர்ந்து கொள்ளைகள், கொலைகள், பாலியல் பலாத்காரங்கள், கைதுகள். ஆதிவாசிகளுக்குத் தொல்லைகள் தான் தொடர்ந்தன. ஆனால், ஒருவேளை அவர்கள் ஆயுதங்களைத் தங்கள் கைகளில் எடுக்காமல் விட்டிருந்தால் சுரங்கங்களும் உருக்காலைகளும் அணைகளும் அடுத்தடுத்து மிக வேகமாக வனப் பகுதிக்குள் வந்திருக்கும். பின் என்னதான் வித்தியாசம்? எப்படியும் இறுதியில் ஆக்கிரமிப்பு என்பது கட்டாயம் நடந்தே தீரும். ஆனால், அது நடக்கும் வேகமும், முனைப்பும் மட்டும் வித்தியாசமாக இருக்கும். அவ்வளவே! ஆகவே நமது பட்டறிவுகளை மட்டும் வைத்துப் பார்த்தால் பதில் தெரியாத ஒரு கேள்வி நம்மைப் பார்த்து முழிக்கும். எம்முறைதான் சிறந்தது? எப்படி ஆக்கிரமிப்புகளை நிறுத்துவது? எப்படி ஆதிவாசிகளைக் காப்பது? அதேபோல் வன்முறையும் வேண்டாம்; அகிம்சை முறையும் வேண்டாம். இவை இரண்டிற்கும் பதிலாக, தொடர்ந்து சிறு சிறு மாற்றங்கள்... அதன் ஒவ்வொன்றிற்கும் கிடைக்கும் சிறிய தாக்கங்களும் மாற்றங்களும். இதை ஏன் முயற்சிக்கக்கூடாது?

அரசு அமைப்பும் மாவோயிஸ்டுகளும் வன்முறைகளைப் பற்றிச் சிந்திப்பது போலவே பல சமூக உரிமைகளுக்காகப் போராடும் அமைப்புகளும் இந்த வன்முறை என்ற மையப் புள்ளியைச் சுற்றி பல வாதங்களை அடுக்கிக் கொண்டிருந்தனர். இந்தக்

கேள்விகளாலேயே பல அமைப்புகள் பிளந்தன; ஒன்றிலிருந்து ஒன்று மாறுபட்டன. சான்றாக பாலகோபால் ஆந்திரப் பிரதேச குடியுரிமைகள் குழுவிலிருந்து (ஏபிசிஎல்சி)விலகி, மனித உரிமை அமைப்பு என்றொன்றை வேறு சிலரோடு இணைந்து அமைத்தார். உரிமைக் குழுக்கள் நசுக்கப்பட்ட மக்களைச் சார்ந்து நிற்க வேண்டுமானால் அவர்கள் தாங்கள் யாருக்காகப் பாடுபடு கிறார்களோ, அந்த நிலையில் நின்றுகொண்டுதான் பிரச்னைகளைப் பார்க்கவேண்டும். அதில் குழுக்களின் தனிப்பட்ட அரசியலோடு கொள்கைகளோ, தேவைகளோ கலக்கக்கூடாது. அவர்கள் பிரச்னைக்குள் அகப்பட்டுக் கொண்டிருக்கும் மக்களின் குரலைத் தான் எதிரொலிக்கவேண்டும். அவர்களது அரசியல் கோட்பாடுகள், கட்சிக் கோட்பாடுகள் அதில் கலக்கக்கூடாது. அரசியல் கொள்கைகள், திட்டமிடல்கள் போன்றவற்றைத் தள்ளிவைத்துவிட்டு, மக்களின் தேவைகள், கருத்துகள் முன்வைக்கப்படவேண்டும்.

பேச்சு வார்த்தைகளின் நடுவே தடுமாற்றம்

‘அமைதிப் பேச்சுவார்த்தைகள் முறிந்துபோனது ஒரு சோகம்தான். ஆனால், இந்தப் பேச்சுவார்த்தைகளில் சில நல்ல விஷயங்களும் நடைபெற்றுள்ளன. நிலைமையைச் சிறிதாவது மாற்றியுள்ளன. கட்சி மேலும் ஜனநாயக முறையில் சிந்திக்கிறது; அரசு பல புதிய சிந்தனைகளை ஏற்றுக் கொண்டுள்ளது. அரசு பொதுவாக உங்களைக் கண்டுகொள்வதில்லை. தேவையற்ற பொருளாக நீங்கள் ஒதுக்கி வைக்கப்படுகிறீர்கள். ஆனால், மாவோயிஸ்ட் கட்சி உங்களுடன் கை கோர்த்துக் கொள்கிறது.

எஸ்.ஆர்.சங்கரன், 2009
ஆந்திரப் பிரதேச பேச்சு வார்த்தைகளின் போது கூறியது:

அரசுக்கு எதிர்ப்பாக எதுவும் அதிகம் வராத நிலையிலும், வரும் எதிர்ப்புகளின் வன்மையற்ற குரலும் அரசுக்கு அசாத்திய உரிமையளித்தது. வன வளங்கள் மீதான அவர்கள் போரும், கிடைத்த வளத்தைப் பங்கிடுவதிலும் அவர்கள் வேகமாக முனைந்து ஈடுபட்டனர். வன்முறை வேண்டுமா, வேண்டாமா என்ற கேள்வி களுக்குள் சிக்கிக்கிடந்த சமூக உரிமை அமைப்புகள் ஒன்றிணைந்த ஒரே குரலில் சிறப்பான, அமைதியான திட்டம் ஒன்றைஎடுத்துத்தர முடியாதவர்களாக இருந்தன.

வன்முறை பற்றி ஒவ்வொருவருக்கும் ஒவ்வொரு கருத்து. அரசு, மாவோயிஸ்டுகள், சமூக ஆர்வலர்கள் என்று ஒவ்வொருவரும் ஒரு தனிப்பட்ட நிலைப்பாடு. அரசு எப்போதுமே பேச்சு

வார்த்தைகள்மீது அதிக நடவடிக்கை எடுப்பதில்லை. அதனைத் தவிர்க்கவே முயல்வார்கள். ஆனாலும், ஒரு ஜனநாயகக் குடியமைப்பில் முற்றிலும் அதைத் தகர்க்கவும் அவர்களால் முடியாது. இதனால் வரும் ஒவ்வொரு உள்துறை அமைச்சரும், மாவோயிஸ்டுகள் தங்கள் வன்முறையை நிறுத்தினால் மட்டுமே பேச்சு வார்த்தைக்கு உடன்படுவோம் என்பார்கள். ஆனால் அடுத்த பக்கத்தில் அரசு தன் வன்முறைகளைத் தொடர்ந்து அரங்கேற்றம் செய்துகொண்டே இருக்கும். பதினாறு ஆண்டுகளாகத் தொடர்ந்து உண்ணாவிரதம் மேற்கொண்ட ஐரோம் ஷர்மிளா ஒரு தெளிந்த, எல்லோருக்கும் தெரிந்த சான்று. காவல் துறைக்கு இன்னொரு பார்வை இருந்தது.

அமைதிப் பேச்சுவார்த்தை என்பதே மாவோயிஸ்டுகள் தங்கள் அணியை வலுப்படுத்துவதற்காக ஏற்படுத்திக்கொள்ளும் இடைவேளை என்று காவல் துறை அழுத்தம் திருத்தமாக நம்பியது. அரசின் கைகளில் தாராளமான பண வசதியும் நிறைய அவகாசமும் உள்ளன. அரசியல் கட்சிகளோ அடிதடிகளில் நம்பிக்கை கொண்டவர்களாக இருந்தனர். ஆகவே அமைதியை விரைவில் கொண்டுவரவேண்டும் என்ற கட்டாயம் இந்த இரு அணிகளுக்கும் இல்லை. மக்கள் நலத் திட்டங்கள் பதவியில் இருக்கும் அரசியல் கட்சிகளுக்கு ஏதுவாக உள்ளது. சட்டப்படி அவர்கள் தங்கள் கடமைகளை இயற்றுகிறார்கள் என்ற எண்ணம் பரவும். ஆனால், அதே சமயத்தில் போராட்டங்களை அடக்கத் துணை ராணுவப் படையையும் காவல் படைகளையும் விரிவுபடுத்துவார்கள். மாநில இளைஞர்களுக்கு அப்படி விரிவுபடுத்துவது மகிழ்ச்சியைத்தான் அளிக்கும்.

மாவோயிஸ்டுகளுக்கும் இது போன்ற அமைதிப் பேச்சு வார்த்தைகளில் எவ்வித நம்பிக்கையும் கிடையாது. இதுவரை நடந்தவற்றை உன்னிப்பாகப் பார்த்தால் பேச்சுவார்த்தைகள் அவர்களுக்கு இழப்பைத்தான் ஈட்டித் தந்துள்ளன. இந்த இழப்பு ஆந்திரப் பிரதேசம், மேற்கு வங்கம் என்ற இரு மாநிலங்களில் மட்டுமல்ல, நேபாளத்தில் பாராளுமன்ற அரசியல் வழியாக இந்திய மாவோயிஸ்டுகள் சுத்தமாக அழித்தொழிக்கப்பட்டனர். முதலில் கூறிய இரு மாநிலங்களில் பேச்சுவார்த்தைகள் மூலம் பலரும் கட்சிக்குள்ளும் காவல் துறைக்குள்ளும் மறைமுகமாக ஊடுருவல் செய்து விட்டனர். அதுவும் பேரிழப்பையும் பெருந்தொல்லையையும் விளைவித்தன.

மேலும் மாவோயிஸ்டுகளைப் பொறுத்தவரையில் பேச்சு வார்த்தை என்பதே அர்த்தமில்லாத ஒன்று என்ற முடிவுக்கு வந்துவிட்டனர்.

புதிய பேச்சுவார்த்தைகளில் பேசுவதற்கென்றே 'புதிய' விஷயங்களாக முளைக்கப் போகின்றன. அரசு புதிய சுரங்கங்கள் தோண்டுவதையும், நில உரிமைகளையும் எந்தச் சமயத்திலும் எதற்காகவும் விட்டுக்கொடுக்கப் போவதேயில்லை. பின் பேச்சு வார்த்தைகள் எதற்கு? தேவையில்லாத பொதிச்சுமைதான் அது. ஆனால், அரசியல்வாதிகளுக்கு இந்தப் பேச்சுவார்த்தைகள் கொஞ்சம் தேவையாக இருந்தது. தங்கள் தொகுதியிலுள்ள மக்களின் வாக்குகள் அவர்களுக்கு முக்கியமல்லவா? அந்த 'வாக்கு வங்கிகளின்' மேல் அவர்களுக்கொரு கண் இருந்தது. இதற்காக கிராம மக்களுக்குப் பேச்சுவார்த்தை என்ற 'கண்கட்டு வித்தையை' அவர்கள் அவ்வப்போது தொடர்ந்து செய்வார்கள்.

இதேபோல் சொந்த நலன்களுக்காக சமூக அமைப்புகளும் அமைதி வேண்டி பேச்சு வார்த்தைகளில் ஆர்வம் காண்பிப்பதுண்டு. ஆனாலும், அவர்கள் இதை மிகத் தீவிரமாக எடுத்துக் கொள்ளாமல் இருப்பதற் காகவும் சில காரணங்களைக் கண்டுபிடித்து வைத்துள்ளனர்.

'அரசு புதிது புதிதாகச் சுரங்கங்கள் தோண்டுவதையும் அதற்கான நில அபகரிப்புகளையும் கிராம மக்களைக் கைது செய்வதையும் நிறுத்தப்போவதே இல்லை. அப்படியென்றால் நாங்கள் ஏன் மாவோயிஸ்டுகளின் சண்டையை நிறுத்தச் சொல்லவேண்டும்?'

'நாங்கள் கேட்பது வெறும் சமாதானம், அமைதி மட்டுமல்ல. மக்களுக்கான உரிமைகளான வனப் பாதுகாப்பு, வன, வள உரிமைகள், நிலவுடைமைப் பாதுகாப்பு, சுரங்கங்களை மட்டுப் படுத்துதல் போன்ற உரிமைகளுக்கும் போராடுவோம்.'

'கிஷன்ஜி, ஆசாத் போன்ற மாவோயிஸ்ட் தலைவர்கள் கொல்லப் பட்டனர். இதன் பிறகு பேச்சுவார்த்தைகள் எதற்கு என்றே தெரியவில்லை.'

பேச்சு வார்த்தைகள் மாவோயிஸ்ட் தலைவர்களின் உயிருக்கும் உலை வைக்கவே நடத்தப்படுகின்றன.

ஒருவர் மாவோயிஸ்ட் ஆதரவாளராகவோ அவர்கள்மீது அனுதாபம் கொண்டவராகவோ இருக்கலாம். அப்பெயரில் அவர் வன்முறையில் ஈடுபடக்கூடாது என்பது மட்டுமே சரி.

பேச்சு வார்த்தைகளில் உள்ள திருப்தியின்மையே வன்முறைக்குக் காரணமாக அமைந்துவிடுகின்றன.

உண்மையான பிரச்னை மாவோயிஸ்டுகள் அல்ல. அரசு மேற்கொள்ளும் ‘பசுமை வேட்டைத் திட்டம்’ மட்டும்தான் பிரச்னை.

இக்காரணங்கள் மட்டுமின்றி, மனித உரிமைகள் மீதும், இயற்கை வளங்கள் மீதும் மோடி அரசு மேற்கொள்ளும் அதீத ஆக்கிரமிப்பு பேச்சு வார்த்தைகளைச் சுத்தமாக அர்த்தமில்லாத ஆட்டமாக மாற்றிவிடுகிறது.

கருத்துக் கணிப்பில் யாருக்கேனும் நம்பிக்கையிருந்தால் அவர்களுக் காகச் சில குறிப்புகள்: 2010இல் ஆகஸ்ட் மாதம் தி வீக், சிஎன்என், ஐபிஎன், சிஎஸ்டிஎஸ் அமைப்புகளுக்காக நடத்தப்பட்ட கணிப்புகள் சிவப்புப் பகுதிகளில் நடத்தப்பட்டன. இதன்மூலம் ’பொது மக்களுக்கு நிபந்தனையில்லா பேச்சு வார்த்தைகளில் நம்பிக்கை இருந்தது. வளர்ச்சித் திட்டங்களே ராணுவ முயற்சிகளைவிடச் சிறந்தது. இப்போதிருக்கும் அரசியல் சூழல் மாற்றியமைக்கப்பட வேண்டும்.’

இன்னொரு கணிப்பு 2010இல் தெலங்கானாவில் டைம்ஸ் ஆஃப் இந்தியாவால் நடத்தப்பட்டது. 585 மக்கள் மாவோயிஸ்டுகள் தேவை என்றனர்; 65% மக்கள் அரசு மாவோயிஸ்டுகளைக் கொல்வதில் எந்தத் தர்ம நியாயமும் இல்லை என்றனர். 60% மக்களுக்கு அரசின் என்கவுண்டர்கள் மீது நம்பிக்கை கிடையாது.

ஆதிவாசிகள் ராணுவத்தின் தேடுதல் வன்முறைகளிலும் அடிதடிகளிலும் பலவாறாகப் பல காலம் துன்பப்பட்டுவிட்டனர். சுரங்கம் அவர்களுக்கு இன்னொரு பெரும் தலைவலி. இவற்றிலிருந்து அவர்களை விடுவிக்க பேச்சுவார்த்தைகள் ஒரு கட்டாயத் தேவை என்றும் ஒரு விவாதம் உண்டு. ஆனால், அரசு எடுக்கும் கொள்கை முடிவும் பெரும்பாலும் அந்தந்த நேரப் பிரச்னைகளைத் தீர்க்கும் வலி நிவாரணியாகத்தான் உள்ளது.

நமக்கு முன்னே இரண்டே இரண்டு தேர்வுகள் மட்டுமே உள்ளன. நம்பமுடியாத, நடக்கமுடியாத ஆயுதப் புரட்சி அல்லது ராணுவ ஒடுக்குமுறையை அமைதியாக ஏற்றுக்கொள்வது.

15

விளம்பர யுத்தங்கள்

தலைப்புச் செய்தி
120 சிப்பாய்கள் கொலை

போர் நீண்டது
எல்லோருக்கும் பழகிப் போய்விட்டது

இச்செய்திக்கு அடுத்து
கண்கள் நிறைக்கும் ஒரு படம்
அது ஒரு கொலைகாரனின் படம்

திரு. தாகிட்டோவின் பார்வை
அங்குமிங்கும் அலைகிறது
சிப்பாயின் பலிபீடம் மீது
பார்வை மகிழ்ச்சியோடு விழுகிறது
அது ஒரு சாதாரண நிகழ்வே

30 வயது விவசாயக் கூலி
மிகுந்த மன அழுத்தத்தில்
தன் மனைவியையும்
இரு குழந்தைகளையும் கொன்று போட்டான்

எப்படி அவர்களைக்
கொலை செய்தான்

சடலங்கள் எப்படிக் கிடந்தன
வேறு தடயங்கள்...

அதெல்லாம் தேடிப் பயனில்லை
120 ஆட்கள் எப்படியோ மறைந்துபோயினர்
எங்கேயோ ஒரு மூலையில்
காடு போல் மறைத்துவிட்டது

அவர்கள் நிழல்களோடு போராடினர்
எண்ணிக்கையில் அவர்கள் அதிகம்
இறுதியில் நின்ற பூஜ்யம்
மீதி எல்லாவற்றையும் ஒன்றுமில்லாமல் ஆக்கியது

மனதினுள் எட்டிப் பார்க்க
இன்னொரு கணக்கு உண்டு.

- Zbigniew Herbert, Mr. Cogito Reads the Newspaper

இன்னும் தூக்கம் வராத ஓர் இரவு. படுக்கையில் படுத்தாயிற்று. தூக்கம்தான் வரவில்லை. பொழுது போகவேண்டுமே! தொலைக் காட்சிப் பெட்டியை 'க்ளிக்' செய்தாயிற்று. ஒவ்வொரு அலை வரிசையாக மெல்லக் கடந்து சென்று கொண்டிருக்கும்போது, ஏதோ ஓர் அலைவரிசையில் படங்களுக்குக் கீழே 'முக்கிய செய்திகள்' அலை அலையாகச் சென்று கொண்டிருக்கும். அப்படிப்பட்ட செய்தி ஒன்றில், 'சுக்மாவில் மூன்று மாவோயிஸ்டுகள் சுட்டுக் கொல்லப்பட்டனர்' என்றோ, 'பிஜாபூரில் நான்கு சிஆர்பிஎஃப் வீரர்கள் சுட்டுக் கொலை' என்றோ ஓடுவதை நீங்கள் பார்க்கலாம். பெரிய தாக்குதல் என்றால் நிச்சயம்சிலர் காரசாரமாக விவாதித்துக் கொண்டோ, கத்திக்கொண்டே இருப்பார்கள். ஒருங்கிணைப்பாளர் ஒருவர் எல்லோரையும் அடுத்தடுத்துப் பார்த்துக் கத்திக் கொண்டிருப்பார்.

பஸ்தாரின் போர்க்களம் இப்போது தொலைக்காட்சிகளின் படம் பிடிக்கும் அறையில் அரங்கேற்றப்படும். அவர்கள் அனைவரும் ஒருமித்துப் போடும் கூச்சலில் உண்மையான செய்திகள் என்ன என்பதோ, அதன் தீவிரம் என்ன என்பதோ பார்ப்பவர்களுக்குத் தெரியாமலேயே போகலாம். நக்சலைட்டுகள் என்ற அறிவுக்குப் புறம்பான ஒரு கூட்டம் தீவிரவாதிகளாய், அச்சுறுத்தி பணம் பிடுங்கும் முதலைகளாய், மனிதத் தன்மையே அற்ற அரக்கர்களாய் இருந்து நாட்டின் அடிப்படை வளர்ச்சியையே தடுத்து

நிறுத்துவார்கள் என்று மேம்போக்காக நமக்கு அறிவுறுத்தப்படும். ஒருவேளை அரசின்மீது தவறு என்று சொன்னால், அந்த விவாத கும்பலில் உள்ள எதிர்க் கட்சியினர் சொல்வதுபோல், போதுமான படை பலத்தை அங்கு அனுப்பவில்லை என்றோ, அங்கு சென்ற படையினர் மிகச் சரியாகத் திட்டமிடாமல் இருந்து விட்டார்கள் என்றோதான் குற்றச்சாட்டுகள் இருக்கும். விவாதிக்கும் கூட்டத்தி லிருந்து ஒரே ஒரு குரல் மிக மிக மெல்லியதாக பஸ்தாரில் உள்ள ஆதிவாசிகளைக் குறிப்பிடும். ஆதிவாசிகளின் அடிப்படை உரிமைகள், நில உரிமை பற்றி அக்குரல் பேச முனையும். ஆனால், நடுநிலையாளரான ஒருங்கிணைப்பாளர் இந்த முனகலை யாருக்கும் கேட்க முடியாதபடி அமுக்கிவிடுவார். விவாதிப்பவர்களின் நடுவில் அந்த முனகல் 'தேசியத்திற்கு எதிரான வார்த்தைகள்' என்று முத்திரை குத்தப்படும். இந்த விவாதங்களைப் பார்ப்பவர்கள் அலுத்துப்போய் உறங்க ஆரம்பித்துவிடுவார்கள்.

இது போன்ற விவாதங்களைப் பார்க்கும்போது ஊடகங்களின் தற்போதைய நிலைதான் நினைவுக்கு வருகிறது. மக்களாட்சியில் அவை நான்காவது தூண் என்று வழக்கமாகச் சொல்லப்படுகிறது. நடுநிலையாக நின்று அனைத்தையும் தொகுத்து மக்கள் முன் நியாயமாக வைப்பதே அவர்கள் கடமை என்று சொல்லப்படுகிறது. சமூகத்தின் 'காவல் நாய்களாக' அவர்கள் இருக்கவேண்டும் என்பது நியதி. ஆனால், உண்மையில் அவர்கள் அரசின் 'செல்லக்குட்டி நாய்களாக' அதிகாரத்தின் கால்களைச் சுற்றிவந்து கொண்டிருக் கிறார்கள். அரசுக்குத் தொல்லை வந்துவிடக்கூடாது என்பதே இப்போதைய ஊடகங்களின் பெருங்கவலை. அரசின் குரலாக அவர் வெளிப்படையாகப் பேசுவதில்லை; ஆனால், கிடைக்கும் செய்திகளை அவர்கள் வேண்டிய அளவு 'ஜோடனை' செய்து, வலிமை கூட்டத்திற்குத் தீங்கு ஏதும் நேரா வண்ணம் தங்கள் செய்தித் தொகுப்புகளை வெளியே கொண்டு வருகின்றனர்.

'ஜுதும்' குறித்த அமைதி

ஜுதும் ஆரம்பித்த முதல் ஆண்டில் இந்திய அச்சு ஊடகங்களில் அதிகம் போனால் நான்கைந்து கட்டுரைகள் மட்டுமே வந்திருக்கும். உள்ளூர் செய்தித்தாள்கள் மாற்றி மாற்றி சில செய்திகளுக்குள் ஊடாடிக் கொண்டிருந்தனர். ஆனால், சத்தீஸ்கரிலிருந்து வரும் நிருபர்கள் இன்னொரு விதம்! அவர்கள் அரசு வாடகைக்கு எடுக்கும் ஹெலிகாப்டர்களில் ரெய்ப்பூரிலிருந்து புறப்பட்டு, தந்தேவாடாவில் இறங்குவார்கள். அங்கிருந்த அவர்கள் தங்கள் தலைமை அலுவலகத்திற்குச் செல்வார்களோ இல்லையோ, கட்டாயம்

கோவா அல்லது ஹாங்காங் போன்ற இடங்களுக்கு அரசின் தயவில் பயணப்படுவார்கள். சம்பளத்தோடு விடுமுறை அவர்களுக்கு. கரும்பு தின்னக் கூலி! படிப்படியாக சத்தீஸ்கர் அரசு பத்திரிகை யாளர்களை ஒன்றாக மூட்டை கட்டி 'மொத்த விலைக்கு' வெற்றிகரமாக வாங்கிவிட்டார்கள்.

மொத்தமாக ஊடகங்கள் விலைக்குப் போன பின் சத்தீஸ்கர் பற்றிய உண்மையான செய்திகளை ஒரே ஓர் இணையத்தளம் மட்டும் தொடர்ந்து கொடுத்துக் கொண்டிருந்தது. அது ஒரு கூகுள் குழு. சத்தீஸ்கர் நெட் என்றும் சிஜிநெட் என்றும் அழைக்கப்பட்ட இணையப் பக்கம் அது. ஷுப்ரான்ஷு சௌத்ரி என்ற பத்திரிகை யாளரும் அவரது துணைவியார் ஸ்மிதா சௌத்ரி என்பவரும் இணைந்து 2004லிருந்து எல்லாச் செய்திகளையும் தொகுத்துக் கொடுத்து வந்தனர். சத்தீஸ்கர் பற்றி வந்த அனைத்து ஊடகச் செய்திகளும் அதில் இடம் பெற்றன. தனி மனிதர்கள் எழுதிய கட்டுரைகளும் அதில் அடக்கம். பக்கம் ஆரம்பித்த முதல் சில வருடங்களிலாவது அதில் சத்தீஸ்கர் பிரச்னை பற்றிய ஆழமான, தீவிரமான விவாதங்கள் தொடர்ந்து நடந்துவந்தன.

முதன்முதல் செய்தித்தாள்களில் சத்தீஸ்கர் போர் பற்றிய செய்தி வந்தது 2005 ஜூன் மாதம் 22ஆம் தேதி. நக்சலைட்டுகள் தந்தேவாடா என்ற பகுதியைத் தாக்கினார்கள் என்றது அச்செய்தி. இன்னும் சில செய்திகள் அரசின் தரப்பிலிருந்து வெளியிடப்பட்டன. மாவோயிஸ்டு களுக்கு எதிரான செய்திகள் அவை. இச்செய்திகள் அளவுக்கு மீறி நம்ப முடியாதவைகளாக இருந்ததால் பின்னாளில் அரசே அச்செய்திகளின் உண்மைத்தன்மையை மறுத்தன. அச்செய்திகளில் சில கீழே:

'நாட்டின் தென் மத்திய பகுதியில் உள்ள சத்தீஸ்கரின் பஸ்தார் பகுதியைக் கடந்த 15 ஆண்டுகளாக கம்யூனிஸ்ட் கட்சியின் தீவிரவாதக் கிளையான சிபிஐ மாவோயிஸ்டுகள் தங்கள் பக்கம் வைத்திருந்தனர். இப்போது அதை மீட்டெடுக்க அரசு செய்யும் திட்டங்களுக்கு எதிராகப் போராடி, தங்கள் ஆதிக்கத்தை அப்பகுதியில் நீடித்து வைக்க கடுமையாகப் போராடி வருகிறார்கள். 1990களிலிருந்து மாவோயிஸ்டுகள் கங்கர், பஸ்தார், தந்தேவாடா பகுதிகளைத் தங்கள் பிடிக்குள் வைத்திருந்தனர். ஆனால், இப்போது அங்கு போராட்டங்கள் வலுக்கின்றன. மாவோயிஸ்டுகளின் பிடியில் அகப்பட்டிருந்த ஏழை மக்களின்மீது உள்துறை அரசின் கருணை பிட்சா, பெப்சி ரூபத்தில் மழையாகப் பெய்கின்றது. கோடிக்கணக்கான பணத்தைக் கொட்டி, பெரும் திட்டம் தீட்டிச்

செயல்படுவதைவிட இந்தக் 'கருணை மழையினால்' பெருத்த நன்மை விளைந்தது. சில அரசு அதிகாரிகள் மாவோயிஸ்டுகளை 'வயிறு புடைக்க' கவனித்தார்கள். பல 'மன மாற்றங்கள்' சுலபமாக ஏற்பட்டன என்கின்றனர்.

2005 ஜூன் 29ஆம் தேதி சகாரா டிவி முதன்முதலாக ஒரு நன்கு ஆய்வு செய்யப்பட்ட நிகழ்வை ஒளிபரப்பியது. நக்சலைட்டுகள் பற்றித் தொடர்ந்து ஆய்வு செய்து எழுதும் ருச்சிர் கார்க் என்ற செய்தியாளர் கொடுத்த தொகுப்பு அது. அதில் இரு வேறு நிகழ்வுகள் ஒப்பிடப் பட்டன. நக்சல் எதிர்ப்பும், 1990இல் ஆரம்பித்த ஜன் ஜாக்ரன் அபயான் அமைப்பும் ஒப்பிடப்பட்டன. இதில் சாலையோர கிராமத்து மக்கள் அனைவரும் அபியான் அமைப்பில் சேரும்படி வற்புறுத்தப்பட்டார்கள் என்றும் டாடா உருக்காலை உள்ளே நுழைந்த பிறகே இந்த வற்புறுத்தல் நடந்ததாகவும் குறிப்பிடப் பட்டது. அதே ஆண்டு ஆகஸ்ட் 2ஆம் தேதி நக்சலைட்டுகள் பற்றி அடிக்கடி கட்டுரை எழுதும் தி இந்துவின் கே. சீனிவாச ரெட்டி தனது கட்டுரையில் மாவோயிஸ்டுகள் ஜேஜேஏ அமைப்பை எதிர்க்கிறார்கள் என்று குறிப்பிட்டிருந்தார். அதில் ஜூடும் அமைப்பினால் எத்தனை பேர் கொல்லப்பட்டார்கள் போன்ற செய்திகள் இடம் பெறவில்லை. ஆகஸ்ட் 9ஆம் தேதி அலோக் புட்டுல் என்ற பிபிசியின் நிருபர் நக்சல்கள் மகேந்திர சர்மாவின் வீட்டைத் தாக்கியது, சல்வா ஜூடும் வலிந்து கொண்டுவந்த பொது மன்னிப்புக்கான சரணடைதல்கள், அதற்கான நக்சல்களின் எதிர்வினைகள், மக்கள் முகாம்களிலிருந்து தப்பித்து வெளியேறியது போன்றவற்றைப் பற்றி எழுதியிருந்தார். பதிவானவை என்று பார்த்தால் அவ்வளவுதான்.

2005 செப்டெம்பர் மாதம் பஸ்தாரின் பாராளுமன்ற உறுப்பினர் பாலிராம் கஷ்யாப் மாவோயிஸ்டுகளை உயர்த்திப் பேசும் பத்திரிகை யாளர்களைச் சிறையில் பிடித்துப் போடவேண்டும் என்றார். ஆனால், உண்மையில் இப்படி எந்தப் பத்திரிகையாளரும் எழுதவு மில்லை. இதிலிருந்து சில நாட்களில் செப்டம்பர் 8ம் தேதிமாநில அரசு சத்தீஸ்கர் சிறப்பு பொதுப் பாதுகாப்பு அவசர சட்டம் ஒன்றை இயற்றியது. இது 2006இல் முழுச் சட்டமாக மாற்றப்பட்டது. இதன்மூலம் பத்திரிகையாளர்கள் யாரை வேண்டுமானாலும் அரசு கைது செய்து கொள்ளலாம்.

2005 செப்டெம்பர் மாத ஆரம்பத்தில் ஷுப்ரான்ஷு சௌத்ரி தனக்கு தந்தேவாடாவிலிருந்து தொடர்ந்து தொலைபேசி அழைப்புகள் வந்ததாகவும், அதில் நாகா படைகள் தொடர்ந்து வன்முறையில்

ஈடுபடுவதாகச் செய்திகள் வந்ததாகவும் தெரிவித்தார். முதல்வர் திரு.நெப்யூ ரியோ அரசு நாகா இளைஞர்களை மலேரியா போன்ற வியாதிகள் பரவிக்கிடக்கும் சத்தீஸ்கருக்கு அனுப்பியதைத் தொடர்ந்து மக்களிடையே எதிர்ப்புகள் வலுத்துவருகின்றன என்றும் அவர் குறிப்பிட்டுள்ளார். இதையும்விட இப்படிப்பட்ட அரசால் அவிழ்த்துவிடப்பட்ட செய்திகள் தெகல்கா போன்ற அதிகார மையத்துக்கு எதிரானதாகக் கருதப்படும் இதழ்களிலும்கூட வெளிவரவே செய்தன.

பெருமளவில் பொதுமக்கள் பாதிக்கப்பட்டுவிட்டனர் என்பது முதன் முதலாக வெளியுலகிற்கு தெரிய வந்ததே அங்கே வன்முறைகள் நடந்துமுடிந்து நான்கு மாதங்களுக்குப் பிறகுதான். வன்முறை நடந்து, மக்கள் அவதிக்குள்ளாகி, பலரும் தங்கள் சொந்த நிலத்தைவிட்டு ஓடியபிறகே இச்செய்திகள் பலருக்கும் தெரிய வந்தன. சிஜி நெட் குழுவிற்கு 2005 அக்டோபர் 3ஆம் தேதியில் என்.டி.டிவியில் பணி செய்த மொஹுய்யா சௌத்ரி என்பவர் அனுப்பிய இணைய மடலே முதல் பிள்ளையார் சுழி! இந்த இதழியலாளர் கிராமத்து நிகழ்வுகளில் தனிப்பட்ட ஆர்வம் காண்பிப்பவர். நாகா படைகள் நுழைந்து செய்த வன்முறை, முகமெல்லாம் அச்சத்துடன் சோகத்தில் அல்லாடிய கிராம மக்கள், மிகவும் மட்டமான நிலையில் இருந்த முகாம்கள் என்று அவர் வகைப்படுத்தி எழுதியிருந்தார். அகில இந்திய உண்மை அறியும் குழு அங்கு சென்று விசாரணை செய்தது. அதன் அறிக்கை டிசம்பர் 5ஆம் தேதி ரெய்ப்பூரிலிருந்து வெளிவந்தது. அதில் ஜுடும் குழுவைப் பற்றிய எதிர்மறையான குறிப்புகள் இருந்தன. ஆனால் 2006 ஜனவரி - ஏப்ரல் மாதங்களில் ஊடகங்கள் மீண்டும் நக்சலைட்டு களின் வன்முறைகள் பற்றி எழுத ஆரம்பித்தன. அதோடு மாவோயிஸ்டுகளை எதிர்த்து ஜுடும், எஸ்.பி.ஓ. அணிகள் திரண்டெழுந்து நிற்கின்றன என்ற அதிகப்படி தகவல்களும் தொடர்ந்து அச்சேறின.

2006 ஏப்ரல் - மே. இம்மாதங்களில் உலக அளவில் இம்மாநில நிகழ்வுகளின் மீதான வெளிச்சம் விழுந்தது. இந்திய ஊடகங்கள் அளித்த செய்திகளைவிட இவை அதிகமானவையாகவும், திண்மை யானவையாகவும் இருந்தன. அதிலும் அச்செய்தித் தொகுப்புகளில் வழக்கமான முறையில் அது ஒரு மூன்றாம் உலக சித்திரிப்பாக மட்டுமே இருந்தன. இந்தியா வேகமாக வளரும் தேசம்; ஆனால் அங்கேயும் மாவோயிஸ்டுகளின் தீர்க்கமான வன்முறை வளர்கின்றன என்றன அவை.

உள்ளூர் செய்திகளுக்கான இடம்

சல்வா ஜுடும், பசுமை வேட்டைத் திட்டம் ஆகியவற்றால் எழும் பெரும் வன்முறைகளுக்கு உள்ளூர் ஊடகங்களில் அதிகம் இடம் கிடைப்பதில்லை. ஏதாவது சொல்லவேண்டுமே என்பதற்காக கிளிப்பிள்ளை போல் அரசு சொல்வதை ஊடகங்கள் சொல்கின்றன. இதற்குப் பல காரணங்கள் உள்ளன. முதலாவதாக, வெளிவரும் செய்திகள் பல்வேறு விதமானவை. குறிப்பாக, சட்டம் ஒழுங்குப் பிரச்னைகளோடு தொடர்புடையவை. தொலைக்காட்சி, செய்தித்தாள் போன்றவை சீரான அமைப்புகளின்கீழ் இயங்குகின்றன. இவை செய்திகளை 'முந்தித் தருவது' மட்டும் போதாது; சரியான, ஆதாரபூர்வமான செய்திகளைக் கொடுக்கவேண்டும். காவல்துறை தரும் செய்திகளை அப்படியே தருவது செய்தியாகாது.

ஊடகங்கள் செய்திகளைத் திரித்துத் தருவது உலகெங்கும் நடப்பது தான். அதிலும் நம் நாட்டில் மாவோயிஸ்டுகள் தொடர்பான செய்திகள் பல கோணங்களில் திரிக்கப்பட்டே வெளியிடப் படுகின்றன. படிப்பறிவும், அதற்கான அடிப்படை வளர்ச்சிகளும் நாடு முழுவதும் குறைவுதான். ஆனால், அரசு தந்தேவாடாவில் உள்ள கல்விக் குறைப்பாட்டுக்கு முழுவதுமான காரணம் மாவோயிஸ்டுகள்தான் என்று ஒற்றைக்காலில் நின்று சொல்லும். மாவோயிசப் பிரச்னைகள் இல்லாத இடங்களிலெல்லாம் கல்விக் கட்டமைப்புகள் உயர்ந்து, சிறந்து விளங்குவதுபோல ஒரு பொய்யான பாவிப்பு அது. மாவோயிஸ்டுகள் அச்சுறுத்திப் பணம் பறிப்பதால்தான் தண்டேவாடாவில் கல்விப் பிரச்னை என்றே வெளியில் செய்திகள் வரும். ஊடகங்கள் அரசுத் துறையில் நடக்கும் ஊழல்கள், பணப் பறிப்புகள் பற்றி எழுதினாலும் இப்போது அவைகளையெல்லாம் மிக வசதியாக மறைக்கப்பட்டுவிடும்.

மேலும் சில காரணங்களால்தான் சத்தீஸ்கர் செய்திகள் வரவேண்டிய முறையில் ஊடகங்களில் வராமல் போனது. ஏனெனில் ஜார்கண்ட், சத்தீஸ்கர் ஆகிய இரு மாநிலங்களும் 2001இல்தான் பிறந்தன. அவை பெரிய வியாபார இடங்களில்லை; பொருள்கள் உற்பத்தியும் அதிகமில்லை. ஆகவே விளம்பரங்களைப் பொறுத்தவரை பெரிய ஊடகங்களில் இம்மாநிலங்களுக்குரிய இடம் மிகச் சிறியது. விளம்பரதாரர்கள் இல்லாத இடத்தில் ஊடகங்களுக்கு என்ன வேலை? அதிலும் ஆங்கில ஊடகங்களுக்குத் தேவையான பெரிய விளம்பரதாரர்கள் அங்கு இல்லை. ஆங்கிலச் செய்தித்தாள்கள், தொலைக்காட்சிகளில் இந்த இரு மாநிலங்களில் போதுமான அளவு செய்தி சேகரிப்பவர்கள் கிடையாது. இந்தியன் எக்ஸ்பிரஸ்,

இந்துஸ்தான் டைம்ஸ் என்ற இரு ஆங்கில ஊடகங்கள் மட்டுமே ரெய்ப்பூரில் நிருபர்களை வைத்திருந்தனர். சத்தீஸ்கர் அங்கிருந்து தொலைதூரத்தில் உள்ள ஊர்.

இன்னொரு நிகழ்வு. சல்வா ஜுடும் வன்முறை சத்தீஸ்கரில் நடந்தது. அதே போல் 2002ஆம் ஆண்டு நந்திகிராம், குஜராத் படுகொலைகள் நடந்தன. ஆனால் தலைப்புச் செய்திகளாக எல்லா ஊடகங்களிலும் குஜராத்தே இடம் பிடித்தது. இதற்கான முக்கிய காரணம், இந்த இரு நிகழ்வுகளும் கொல்கத்தா, அகமதாபாத் ஆகிய இரு நகரங்களுக்கு அருகில் நடந்தவை. அங்கில்லாத ஊடக நிருபர்களா? அதோடு மத்திய தர மக்களும், சமூக ஆர்வலர்களும் உள்ள இடங்கள் அவை. இங்கு நடந்தவை உடனே பாராளுமன்றம் வரை சென்றன. ஆனால், சத்தீஸ்கர்? அங்கே மத்திய தர வகுப்பினர் அநேகமாக யாரும் இல்லை. அது போல் சமூக அமைப்புகளோ சமூக ஆர்வலர்களோ குறிப்பிட்டுச் சொல்லும் எண்ணிக்கையில் இல்லை. அதோடு அரசியல் அமைப்புகளான காங்கிரஸ், பாஜக இரண்டுமே மக்களின் கிளர்ச்சிகளுக்கு எதிரானவை.

இதில் ஒரு வியாபார நுணுக்கமும் இருக்கிறது. ஊடக முதலாளிகள் எப்போதும் அரசை எதிர்க்கமாட்டார்கள். ஊடக முதலாளிகளுக்கு தேவையான விளம்பரம் அரசிடமிருந்தே வருகிறது. ஆகவே அரசு ஆதரவிற்காக அவர்கள் காத்திருப்பார்கள். டைனிக் பாஸ்கர் மிக அதிகம்விற்பனையாகும் தினசரி. சத்தீஸ்கரிலும் இதுதான் முக்கிய செய்தித்தாள். இதன் முதலாளி பெருமளவில் சுரங்கம், வீட்டு நில விற்பனை, இன்னும் பல தொழில்களில் பணம் முதலீடு செய்தவர். ஊடக குழுமங்களுக்குப் பணம் கொடுப்பதில் எந்தத் தவறும் இருப்பதாக சத்தீஸ்கர் அரசு நினைக்கவில்லை.

சத்தீஸ்கர் முதலமைச்சருக்கான சிறப்பு அதிகாரி குமார், நக்சலைட்டுகளின் பொய் பிரசாரத்தை முறியடிக்க தொலைக்காட்சி ஊடகத்துக்குப் பணம் கொடுப்பது தேவையாக உள்ளது என்று ஒப்புக்கொண்டார். ‘நகரப் பகுதிகளில் உள்ள சிஆர்பிஎஃப் தங்கள் கொள்கைகளைப் பரப்பவும், தங்களுக்கான ஆதரவைப் பெறவும் முடியும். நக்சலைட்டுகளின் வன்முறையும் அவர்கள் மக்களைக் கொடுமைப்படுத்துவதையும் அரசுஅதிகாரிகள் எந்த அளவு எடுத்துரைத்தாலும் அவைஊடகத்தில் அதிகமாக இடம் பெறுவதில்லை. இதற்காகவே நாங்கள் இந்த வழிமுறையைக் கையில் எடுத்துக்கொண்டோம்’ என்றார் தன் பதிலில்.

சத்தீஸ்கர் அரசுக்குச் சாதகமான தகவல்கள் எப்போதும் தலைப்புச் செய்திகளாக வெளிவரும். எதிரான செய்திகள் இருக்கும் இடம்

தெரியாமல் மறைந்துவிடும். சல்வா ஜுடும்மீது என்ஹெச்ஆர்சி குழு 2008இல் கொடுத்த அறிக்கையின் ஒரு பகுதி எல்லோருக்கும் தெரிந்தது. இன்னொரு பகுதி 'சின்ன எழுத்துகளில்' பின்தள்ளப் பட்டது. என்ஹெச்ஆர்சி சல்வா ஜுடுமிற்குக் கொடுத்த 'நல்ல அறிக்கை' நாட்டின் எல்லாக் கட்டங்களிலும் தலைப்புச் செய்திகளாக வந்தன. ஆனால், சல்வா ஜுடுமினால் பாதிக்கப்பட்ட மக்களுக்கு இழப்பீடு வழங்கவேண்டும் என்பது செய்திகளில் முக்கியத்துவம் ஏதுமின்றி வெளிவந்தது.

இந்தி, ஆங்கில தினசரிகளில் செய்திகளைச் சேகரிப்பது வெவ்வேறு விதமாக நடைபெற்று வருகிறது. இந்தி மொழி பத்திரிகையாளர்கள் பொதுவாக சிரம வாழ்க்கை வாழ்பவர்கள். சம்பளப் பற்றாக்குறை. அவர்களது வருமானத்தின் பெரும் பகுதி அவர்கள் வாங்கிவரும் விளம்பரத்திற்காகக் கிடைக்கும் கமிஷன் தொகை மட்டுமே. ஒரு கிராமத் தலைவர் 20,000 ரூபாய் மதிப்புள்ள விளம்பரம் கொடுக்க வேண்டுமென்று ஓர் இதழியலாளர் தன்னை வற்புறுத்தியதாகக் கூறியுள்ளார்.

பஸ்தாரிலுள்ள சில நிருபர்கள் செய்திகளைச் சேகரிக்கத் தங்களால் இயலாது என்று கூறிவிட்டனர். வனப் பகுதியில் உள்ளே நுழைந்து செல்வதற்கோ, பல இடங்களுக்கு செய்திகளுக்காகப் பணம் செலவழித்து அலையவோ முடியாதென்றனர். ஆகவே இந்திப் பத்திரிகையாளர்கள் நகரத்தில் இருந்தாலும், பஸ்தார் போன்ற வனப் பகுதியில் இருந்தாலும் அவர்கள் செய்திகளைச் சேகரிக்க ஆங்கிலப் பத்திரிகையாளர்களை அண்டிப் பிழைக்கும் நிலையில்தான் உள்ளனர். அவர்கள் சேகரித்த செய்திகளை மொழி மாற்றி இந்தியில் கொடுப்பதுதான் பெரு வழக்கமாக உள்ளது.

பஸ்தாரில் உள்ள உண்மை நிலை இன்னும் அதிக அதிர்ச்சி தருவதாக இருக்கும். பத்திரிகையாளர் என்று யாருமே அங்கில்லை. அதைவிட செய்தி சேகரிக்க வந்தவர்கள் யாருக்கும் ஆதிவாசிகளின் மொழி கொஞ்சமும் தெரியாது. குருடர்கள் யானையைப் பார்த்த கதைதான் நினைவுக்கு வருகிறது. இதில் ஆச்சரியம் என்னவெனில், வியாபாரம் செய்யவரும் வெளியாட்கள் தங்கள் வியாபாரத்தை லாபகரமாகச் செய்ய, அப்பகுதி மொழியைப் படித்துக் கொள்கிறார்கள். ஆனால், பத்திரிகையாளர்கள் அதுபோன்ற தேவையையோ ஆர்வத்தையோ வளர்த்துக்கொள்ளக்கூட முயல்வதில்லை.

சல்வா ஜுடும் ஆரம்பிக்கப்பட்டபோது பல பத்திரிகையாளர்களுக்கு அதில் எந்த விருப்பமுமில்லை. ஆதிவாசிகளின் நிலையறிந்து

கவலைப்பட்டனர். ஆனால், பின்னால் அவர்களுக்கும் ஒரு மனக்குறை வளர்ந்தது. அக்குறை பஸ்தாரின் காவல் துறையினராலும், உள்ளூர் அரசியல்வாதிகளாலும் ஊதிப் பெரிதாக்கப்பட்டது. ஏனெனில் இப்பகுதிக்கு வரும் கருத்துகள் தில்லியிலிருந்து அப்படியே 'இறக்குமதி' செய்யப்பட்டன. அரைகுறை அறிவுடன் உள்ள நகரத்து மாவோயிஸ்ட் ஆதரவாளர்கள் கொடுத்த கருத்துகளே தலைதூக்கி நின்றன.

பஸ்தாரில், பஸ்தார் மக்களின் கருத்துகளே கோலோச்சவேண்டும் என்ற விதி பயனளிக்கவில்லை. அதேபோல் அக்கருத்தைப் பரப்பியவர்கள் அக்கருத்து பஸ்தாரிலும் இல்லாத, ஆதிவாசிகளும் இல்லாத நகரத்து மக்களின் கருத்து என்பதை எப்போதும் வெளிப்படையாகக் கூறவேயில்லை.

இது ஒரு சோகமான சூழல். வரும் செய்திகள் காசுக்காக வாங்கப் பட்டவையாக இருக்கலாம்; காசுக்காக வழங்கப்பட்டதாகவும் இருக்கலாம். பயிற்சி பெறாத பத்திரிகையாளர்கள்; ஊடகங்களின் பெருந்தனக்கார முதலாளிகள்; காவல் துறையின் கவனிப்புகள் அல்லது அடக்குமுறைகள் ஆகிய அத்தனையும் சேர்ந்து தொழில் சார்ந்த பண்புகள் இல்லாத பத்திரிகைத் தொழில் எப்படி நேர்மை யாக இயங்கமுடியும்? பத்திரிகைத் தொழிலின் அடிப்படைப் பண்புகள்தான் இதில் முதல் பலி. ஆயினும் பத்திரிகையாளர் பக்கத்தில் சில நியாயங்களும் உள்ளனவே. சிஎஸ்பிஎஸ்ஏ சட்டமும் சட்டமில்லா செயல்களைத் தடுத்தல் சட்டம் போன்றவைகளும் உள்ளூர் பத்திரிகையாளர்களின் கைகளை மிக எளிதாகக் கட்டி வைத்துவிட்டன. போதாததற்கு மாவோயிஸ்டுகளின் அலட்சியமோ அவமரியாதையோ இன்னொரு தடைக் கல்லாகவே அவர்களுக்கு இருக்கும். வெகு சில தொழில் நேர்மை கொண்ட பத்திரிகை யாளர்கள் தாங்கள் சேகரித்த செய்திகளைக் கஷ்டப்பட்டு தேசிய நாளிதழ்களுக்கு அனுப்பி, செய்திகளுக்கான சரியான இடத்தைப் பிடித்துத் தருவார்கள்.

ஓர் ஆபத்தான வேலை!

நடந்துவரும் இந்த உள்நாட்டுப் போரில் பத்திரிகையாளர்களில் முதல் பலியானவர் கம்லேஷ் பைக்ரா என்னும்27 வயது இளைஞர். சின்ன உருவம், உருண்டையான வட்ட முகம், சிரித்த முகம். செர்பால் என்ற கிராமத்து இளைஞர் ஹின்ட்சாட் என்ற ஜக்தல்பூரிலிருந்து வெளிவரும் செய்தித்தாளின் பத்திரிகையாளராக பீஜாப்பூரில் பணிபுரிந்தார். நியாய விலைக் கடை ஒன்றையும் நடத்தி

வந்தார். 2005 செப்டெம்பர் 8ஆம் தேதியில் கம்லேஷ் 50 வீடுகள் மன்கெலி கிராமத்தில் எரிக்கப்பட்ட நிகழ்வைப் பற்றி எழுதியிருந்தார். இதன் மூலம் சிபிஐ அப்பகுதிக்கு விரைந்தது.

அடுத்து கம்லேஷ் தலையில் எல்லாம் விடிந்தது. அவரது அடையாள உரிமம் ரத்து செய்யப்பட்டது. கடை மூடப்பட்டது. கமலேஷின் சகோதரர் ஓர் ஆசிரியராக செர்பால் உயர்நிலைப் பள்ளியில் வேலை பார்த்தார். அவர் வேலை பிடுங்கப்பட்டது. நக்சலைட் வெளியீடுகள் வைத்திருந்தார் என்பது அவர் மேல் ஏற்றப்பட்ட குற்றச்சாட்டு.

2005 நவம்பர் மாதம் உண்மை அறியும் குழு அப்பகுதிக்கு வந்தது. இதற்குள் கம்லேஷ் ஒரு 'முக்கிய நபர்' என்ற இடத்தைப் பெற்று விட்டார். சத்தீஸ்கர் ஷ்ரம்ஜீவி பரத்கார் சங்கம் (பத்திரிகையாளர்கள் சங்கம்), சிஜிநெட்குழு இரண்டுமே ஆட்சியர், முதல்வர், ஆளுநர் என்ற பெரும் அரசியல் அதிகாரிகளிடம் கம்லேஷின் நன்மைக்கான முறையீடு செய்தன. பயனில்லை. அவர் பீஜாப்பூரிலிருந்து தந்தேவாடா செல்லவேண்டுமென்ற உத்தரவு பிறந்தது. நல்ல வேளைஅங்கே அவருக்கு எம்எஸ்எஃப்பில் ஒரு புதிய வேலை கிடைத்தது.

தொல்லைகளுக்கு ஆளான இன்னொரு பத்திரிகையாளர் முகமது அஃப்சல். தொழிலில் நல்ல பெயரெடுத்த நல்ல மனிதர். வெள்ளை தாடி முகத்தை அலங்கரிக்க, திறம்பட தன் பணியைப் போபால் பட்டணத்தில் செய்து கொண்டிருந்தார். இவரும் ஹிண்ட்சாட் நாளிதழில்தான் பணிபுரிந்தார். ஜுடும் தன் முதல் கூட்டத்தை போபால் பட்டிணத்தில் கூட்டினார்கள். பெரிய மனிதர்கள் பலரை முறையாக அழைத்து, கூட்ட மேடையில் அமர வைத்து முன் பக்கம் திறம்பட கூட்டம் நடத்தப்பட்டது. ஆனால் பின் பக்கம் பல சங்க உறுப்பினர்கள் அடித்து நொறுக்கப்பட்டனர். அஃப்சல் இதற்குத் தன் எதிர்ப்பைத் தெரிவிக்க அவருக்கும் அடியும் உதைகளும் விழுந்தன. கை முறிந்தது. நல்ல வேளையாக ஜுடும் தன் கால்களை போபால் பட்டிணத்தில் ஊன்றமுடியாது போயிற்று. அஃப்சல் தன் பணியை அதிக தொல்லையின்றி தொடர முடிந்தது. இவரை நான் பலமுறை சந்தித்து உரையாடியிருக்கிறேன். அவர் மாவோயிஸ்டுகளும் அரசும் அவரவர் பாணியில் தவறு செய்வதாகக் கூறினார். சாதாரண ஏழை மக்களின் நலன் குறித்து ஆழ்ந்த ஆதங்கம் அவருக்கு இருந்தது.

ஆனால், மிகவும் சோகமான நிகழ்வு சாய் ரெட்டி என்ற பத்திரிகை யாளருக்கு நடந்தது. 2008இல் காவல் துறையால் மாவோயிஸ்ட் என்று குற்றம்சாட்டி அவர் கைது செய்யப்பட்டார்.2013இல் அதே மாவோயிஸ்டுகளால் கொல்லப்பட்டார். அவர் காவல் துறைக்கு

உதவி செய்கிறார் என்பதற்காக! நான் அவரை 2008இல் அவரது வீட்டில் சந்தித்தேன். 49 வயது, ஒடுங்கிய முகம். அப்போதுதான் நான்கு கோடைக்கால மாதங்களில் சிறை சென்று திரும்பி வந்திருந்தார்.

சாய் ரெட்டி பசகுடா என்ற ஊரில் பிறந்தவர். வனப் பகுதியில் விளையும் பொருள்களை விற்கும் சிறு வியாபாரியாகவும், வாரச் சந்தைகளில் கடை போடுபவராகவும் இருந்தார். அவர் வசிக்கும் பகுதியில் புதிய வளர்ச்சித் திட்டங்கள் பற்றி 'நவபாரத்' என்ற பெயரில் புத்தகம் எழுதி வெளியிட்டனர். ஏனென்றும் சொல்லவில்லை. மாவோயிஸ்டுகள் இவரையும், இவரது குடும்பத்தினைச் சார்ந்த நான்கைந்து குடும்பங்களைக் காலி செய்து வெளியேறச் சொன்னார்கள். அவரும் தன் குடும்பங்களோடு ஆந்திரப் பிரதேசம் சென்றார். ஆனால், சில மாதங்களில் அவர் பிறந்த மண்ணுக்குத் திரும்பினார். தன் குழந்தைகள் தெலுங்கு மொழியில் படிக்க மிகவும் சிரமப்பட்டதால் வீடு திரும்பினார்.

ஜுதும் ஆரம்பித்த காலத்தில் தான் நடுநிலை வகித்ததாக என்னிடம் சொன்னார். ஆனால், பின்பு மக்கள் இவரை அண்டி வந்தபோது உதவிகள்செய்தார். ஆனால் எஸ்பிஓக்களுக்கு யாரும் முகாமை விட்டு வெளியே செல்லக்கூடாது. அதனால் மாவோயிஸ்டுகளுக்கு ரெட்டி அரிசி கடத்துகிறார் என்று குற்றம்சாட்டினர். அவரது மனைவி அப்போது ஒரு நியாயவிலைக் கடை ஒன்றை நடத்தி வந்தார். அதன் மூலம் அரிசி கடத்துகிறார் என்றார்கள். அப்போது அவர் தனது வியாபாரம்தொடர்பான அத்தனை விவரங்களையும் டிஜிபி விஸ்வரஞ்சன் என்பவரிடம் முழுமையாகக் கொடுத்ததாகச் சொன்னார். ஆனாலும், அதன் பின்னரே அவர் கைது செய்யப் பட்டார். அக்காவல் மேலதிகாரி எவ்வகை உதவியும் செய்ய மறுத்து விட்டார். மற்ற பத்திரிகையாளர்கள் உதவி செய்ய முயன்றனர். அவர்களில் முக்கியமானவர் என்.ஆர்.கே.பிள்ளை. வழுக்கைத் தலையுடன் முதிர்ந்த வயதுடன் இருந்த அவர் ரெட்டிக்காக மிகவும் முயன்றார். அவர்தான் அப்போது அப்பகுதி பத்திரிகையாளர்கள் சங்கத்தின் தலைவர். ரெட்டி சிறையிருந்து இவரது உதவியால்தான் மீட்கப்பட்டார். ரெட்டியின் வழக்கு விவரங்கள் அதிகமாகப் பொதுவெளிக்கு வரக்கூடாது என்பதுதான் அதற்கான கைமாறு!

பின் ரெட்டி கொலை செய்யப்பட்டார். சமூக ஆர்வலர்களின் குழு, உள்ளூர் பத்திரிகையாளர்களின் சங்கம் பல உறுதிமொழிகளைக் கொடுத்தார்கள். இனி மாவோயிஸ்டுகளின் அறிவிப்புகளைத் தங்கள் இதழ்களில் வெளியிட மாட்டோம் என்ற உறுதிமொழி அது.

நடைப் பயணப் போராட்டங்கள் நடந்தன. இவற்றுக்குப் பிறகு மாவோயிஸ்டுகள் தலையைச் சுற்றி, மூக்கைத் தொடும் பாணியில் அறிவிப்பு ஒன்றைக் கொடுத்தனர். தங்களுக்கு மிகச் சாதகமான அறிவிப்பு அது.

'ஏறத்தாழ 20 ஆண்டுகளாகத் தொடர்ந்து ரெட்டி மக்களுக்கும் கட்சிக்கும் எதிரான நடவடிக்கைகளில் ஈடுபட்டுக் கொண்டிருந்தார். பத்திரிகையாளர் வேலை பார்த்தபோதும் அப்படியே இருந்தார். இதனால் தெற்கு பஸ்தார் பகுதியில் கட்சிக் குழு (டிவிசி) அவரைத் தண்டிக்க விரும்பியது. மக்கள் விடுதலைக்கான கெரில்லாப் படை (பிஎல்ஜிஏ) அவரது வீட்டைத் தாக்கியது. அவர் தப்பிவிட்டார். 2008இல் சத்தீஸ்கர் காவல் துறை அவரை சத்தீஸ்கர் சிறப்பு பொதுப் பாதுகாப்பு சட்டத்தின் மூலம் பொய்க் குற்றச்சாட்டுகள் சுமத்தி கைது செய்தது. மாவோயிஸ்ட் ஆதரவாளர் என்ற பெயருடன் ஓர் ஆண்டு சிறையில் இருந்தார். அவரது கைதுக்கு வேறு பல காரணங்கள் இருந்தன. ஆனால்,சிறைத் தண்டனை மூலம் அவர் அரசுக்கு எதிரானவர் என்ற பெயரைச் சம்பாதித்துக் கொண்டார். இப்பின்புலத்தில் டிவிசி அவரை மேலும் தண்டிக்க வேண்டாமென முடிவெடுத்தது. ஆனால், அம்முடிவு கீழ்மட்ட கட்சிக்காரர்களிடம் தெளிவாகப் போய்ச் சேரவில்லை. அதனால்தான் இக்கொலை நிகழ்ந்துவிட்டது.'

மேல்மட்ட குழுவிற்கும் கீழ்மட்டக் குழுவிற்கும் நடுவில் இருந்த குழப்பத்தால் ஒரு மரணம் நிகழ்ந்தது போல் இன்னொரு நிகழ்வும் அதே போல் நடந்தது என்று விவரம் தெரிந்த டோங்பால் என்ற கிராமத்து மனிதர் ஒருவர் என்னிடம் கதை போல் விவரமாகச் சொன்னார்.

கொலை செய்யப்பட்டவர் நெமிசந்த் ஜெயின். நாள் 2013 பிப்ரவரி 12. ஹரி பூமி, நயி துனியா, தைனிக் பாஸ்கர் இதழ்களுக்காகப் பணியாற்றியவர். டோங்பால் கிராமத்துக் காவல் நிலையத்தில் இருந்த சுர்ஜன் சிங் என்பவரை ஜெயின் வனப் பகுதிக்குள் அழைத்துச் சென்றுள்ளார். திட்டம் ஏதுமின்றி, மக்களின் வாழ்க்கை முறை, அவர்களது பழக்கவழக்கங்கள் பற்றி அறிவதற்கான ஆவலில் அப்பயணம் மேற்கொண்டிருப்பார்கள் போலும். ஆனால், 2013 பிப்ரவரி 8 ஆம் தேதி மாவோயிஸ்ட் அணியினர் நெமிசந்தைக் கண்டித்தனர். இது போல் காவல் துறை ஆட்களை வனப் பகுதிக்கு அழைத்து வரக்கூடாது என்றும் ஆணையிட்டிருக்கின்றனர். எந்த வனப் பகுதி கிராமங்களுக்கும் அடுத்த ஆறு மாதங்களுக்குத் தலை காட்டக் கூடாது என்றும் திட்டவட்டமாகக் கூறியுள்ளனர். நெமிசந்த்

பல ஆண்டுகளாக அப்பகுதியில் பத்திரிகையாளராக இருந்ததால் அசட்டுத் தைரியம் இருந்தது. அதனால் இந்தக் கட்டளைகளை அவர் மதிக்கவில்லை.

அடுத்த நாளே அவர் வேறு மூவரோடு இரு மோட்டார் சைக்கிள்களில் வனப் பகுதிக்குள் நுழைந்தார். கூட வந்தவர்கள் அனைவரும் சபாரி உடையில் இருந்துள்ளனர். வனப் பகுதியில் இருந்தவர்களிடம் பும்கல் திவாஸ் எங்கிருக்கிறது என்று விசாரித்திருக்கின்றனர். அது மாவோயிஸ்டுகளின் ஒருநினைவாலயம். 1910 பிப்ரவரி 10ஆம் தேதி பும்கல் பகுதியில் நடந்த தியாக நிகழ்வின் அடையாளம். அங்கு ஆண்டுதோறும் நினைவு நாள் விழாவாக நடைபெறும். நெம்மிசந்துடன் வந்துள்ள ஒருவர் சிகரெட் எடுத்துப் பற்றவைக்கும் போது, அவர் மறைத்து வைத்திருந்த கைத் துப்பாக்கியைக் கிராமத்து மனிதர் ஒருவர் பார்த்துவிட்டார். அந்த மூவரும் திரும்பிப்போய்விட்டார்கள். இரவில் குடிப்பதற்காக நெமிசந்த் கிராமத்திலேயே தங்கிவிட்டார். அதன்பின் 12ஆம் தேதி அவர் செளட் நார் என்ற சாலையோரச் சந்தைகளுக்குச் சென்றுள்ளார். அவர் அங்கிருந்து திரும்பும்போது சங்க உறுப்பினர் ஒருவரால் கொல்லப்பட்டார். துப்பாக்கி தூக்கித் திரியும் ஆட்களோடு அவர் தொடர்பில் இருப்பதால் எப்போது வேண்டுமானாலும் காவல் துறையிடம் காட்டிக் கொடுத்துவிடலாம் என்ற அச்சத்தின் அந்தக் கொலை நிகழ்ந்துள்ளது. தளம் உறுப்பினர்களுக்கு மிகவும் தாமதமாகவே அனைத்து விவரங்களும் கிடைத்தன. சங்க உறுப்பினர்களை அவர்கள் கண்டித்தனர். மற்றபடி தண்டிக்க வில்லை. ஏனெனில், கட்சி கொடுத்த கட்டளைகள் அனைத்தையும் நெமிசந்த் மீறிவிட்டார்.

இச்சம்பவம் நம்பக்கூடியதுதான். ஏனெனில், அங்குள்ள சூழலில் வழக்கமாகக் காணப்படக்கூடிய போட்டிகளும் பூசல்களும் பொறாமையும் இருந்தன.

குறிப்பாக போர்க்காலங்களில் அந்நியர்களை நம்புவது இவர்களுக்குக் கடினம். அவர்கள் எதிரிகளுக்குச் செய்தி கொடுப்பவர்களாக இருக்கலாம் என்ற இவர்களுடைய அச்சம் நியாயமானதே. இந்த அச்சங்கள் சங்க உறுப்பினர்களைச் சில சமயம் கொலைக்குத் தள்ளிவிடுகிறது. நெமிசந்த் கொலை நிகழ்ந்தது இப்படிதான். மாவோயிஸ்டுகள் மன்னிப்பு கேட்டனர். ஆனால், அதற்கு முன்பே நெமிசந்த் என்ற விளக்கு ஊதி அணைக்கப்பட்டுவிட்டது.

சோமாரு நாக், சந்தோஷ் யாதவ் என்ற இரு நிருபர்கள் தர்பா என்ற பகுதியில் இருந்தவர்கள். இவர்கள் பத்ரிகா, நவபாரத், டைனிக்

சத்தீஸ்கர் ஆகிய இதழ்களில் பணிபுரிந்தனர். இவர்கள் இருவருமே மாவோயிஸ்டுகளுக்கு உதவி செய்பவர்கள் என்ற குற்றச்சாட்டில் கைது செய்யப்பட்டனர். எப்படி இந்தக் குற்றச்சாட்டு அவர்கள் மேல் ஏற்றப்பட்டது என்பது பற்றி சித்தினகடா சௌத்ரி என்ற இன்னொரு பத்திரிகையாளரின் விளக்கம் இது. ஏற்கெனவே குற்றம் சாட்டப்பட்ட 18 கிராமவாசிகள் சிறையில் அடைக்கப்பட்டனர். அவர்களின் குற்றச்சாட்டுகளில் சந்தோஷ் யாதவின் பெயரும் சேர்க்கப்பட்டது. ஆகஸ்ட் 21ஆம் தேதி நடந்த புதிய சாலை ஒன்றைத் திறக்கும் விழாவைக் காவல் துறை நடத்தும்போது ஒரு சிறப்பு காவல் அதிகாரி சுட்டுக் கொல்லப்பட்டார். இந்த நிகழ்ச்சியின் போது சோமாரு நாக் காவல் துறையினர் போகும் வழிகளைக் கவனித்துக் கொண்டிருந்தார். அதே சமயத்தில் கிராமத்து மக்கள் ஒரு மண் அள்ளும் இயந்திரத்தை நெருப்பு வைத்து எரித்துவிட்டனர். இந்த இயந்திரம் சோட்டி கட்மா என்ற இடத்தில் சாலை அமைக்கும் பணியில் ஜூன் 26ஆம் தேதி ஈடுபட்டிருந்தது. சத்தீஸ்கர் பத்திரிகையாளர்கள் ஒன்றிணைந்து இவ்விருவரின் விடுதலைக்காகப் போராட ஆரம்பித்தனர். அதோடு பத்திரிகையாளர் களைப் பாதுகாக்கத் தேவையான ஒரு புதிய சட்டத்தை உருவாக்க வேண்டும் என்றும் தீவிரமாகக் கோரினர்.

2015 செப்டெம்பர் 21ஆம் தேதி பத்திரிகையாளர்கள் 'சிறை நிரப்புப் போராட்டம்' ஒன்றை நிகழ்த்தத் திட்டமிருந்தனர். ஆனால், அதற்கு முந்திய நாளில் காவல் துறையினர் தங்கள் திட்டத்தின் மூலம் பத்திரிகையாளர்களின் ஒற்றுமையை இரண்டாகப் பிளந்தனர். எல்லாம் ஐஜி கலூரியின் புத்திசாலித்தனமான திட்டம்தான். போராட்டத்திற்கு முந்தைய நாள் பத்திரிகையாளர்களின் வாட்ஸ் அப் குழு ஒன்றை ஆரம்பித்தனர் காவல் துறையினர். அதில் அடுத்த நாள் நடக்கும் பேரணியில் பெரும்பாலான பத்திரிகையாளர்கள் பங்கெடுப்பதில்லை என்று முடிவெடுத்துள்ளனர் என்ற பொய்ச் செய்தி விரைவாகப் பரப்பப்பட்டது.

இதில் காவல் துறை ஒரே கல்லில் இரண்டு மாங்காய்களை வீழ்த்தியது. கிராமத்து 'மக்களின் அமைப்பு' என்ற பெயரில் இயங்கியதும், ஆனால், அதனை இயக்கியதும் காவல் துறைதான். அதே போல் பத்திரிகையாளர்கள் சங்கம் அவர்கள் கையில் இருப்பது போல் தோன்றும். ஆனால், இதன் இயக்கமும் காவல் துறையின் கைகளில்தான் இருந்தது.

2016 மார்ச் மாதம் பிரபாத் சிங், தீபக் ஜைஸ்வால் என்ற இரு இதழியலாளர்கள் கைது செய்யப்பட்டனர். பிரபாத் வாட்ஸ் அப்

குழுவில் பல இதழியலாளர்கள் கலூரிக்கு மிகவும் அண்மையாக உள்ளார்கள் என்று குற்றம் சாட்டியிருந்தார். இந்த உண்மைக்குக் கிடைத்த பரிசுதான் கைது. இப்படிப் பலர் கைது செய்யப்பட்டனர். மாலினி சுப்ரமணியம் ஸ்க்ரால் என்ற தேசிய செய்தியமைப்பின் கீழ் பணிபுரிந்து கொண்டிருந்தவர். அவரும் அவர் இருப்பிடத்திலிருந்து விரட்டியடிக்கப்பட்டார். இதனால் பத்திரிகையாளர்கள் இணைந்த எடிட்டர்ஸ் கில்ட் முன் தங்கள் கோரிக்கைகளை வைத்தனர். அங்கிருந்து உண்மை அறியும் குழு பஸ்தாருக்கு வருகை தந்தது. அவர்களது அறிக்கையில் பத்திரிகையாளர்கள் அனைவரும் அடிமட்ட பயத்தில் உள்ளனர். மத்தளம் இரு புறமும் அடி வாங்குவது போல் இவர்கள் ஒரு பக்கம் மாவோயிஸ்டுகள் கொடுக்கும் அழுத்தம், மற்றொரு பக்கம் காவல் துறையின் அழுத்தம் என்ற கவலைக் கிடமான நிலையில் உள்ளனர். அதோடு அவர்கள் ஒவ்வொருவரும் காவல் துறையால் கண்காணிக்கப்படும்அச்சத்தோடு இருக்கின்றனர்.

தேசிய ஊடகங்கள் விடும் செய்திகளின் அணிவகுப்பு

ஊடகச் சூழலுக்கு வெளியே இருக்கக்கூடிய ஒன்றே ஒன்று அரசியல் நிலைப்பாடு மட்டுமே

மானுவல் காஸ்டெல்ஸ், Power of Identity

முன்பே பல முறை கூறியதுபோல் தேசிய ஊடகங்கள் பஸ்தார் குழப்பங்களைக் கண்ணெடுத்தும் பார்ப்பதில்லை. 2006ஆம் ஆண்டின் தில்லி கோடையில் நானே பல பதிப்பு, தொலைக்காட்சி பதிப்பாளர்களை நேரில் சந்தித்து ஜுடும் நடத்தும் வன்முறை களையும் ஊழல்களையும் பற்றிப் பேசினேன். கொல்லப்பட்டவர் களின் பட்டியலைக் கொடுத்தேன். மேற்கொண்டு அவர்களே முயற்சியெடுத்து உண்மைகளை வெளிக்கொணர வேண்டினேன். ஆனால், யாருக்கும் அதில் ஆர்வமில்லை. ஆனாலும் அதற்காக யாருமே முயற்சியெடுக்கவில்லை என்று அறவே கூறமுடியாது. சுதந்தர மக்கள் முன்னெடுப்பு (ஐசிஐ) பலர் எழுதிய கட்டுரை களையும், தாங்களே தயாரித்த அறிக்கைகளையும் வெளியிட்டனர். 2007 மே மாதமும் 2008 மார்ச் மாதமும் உச்ச நீதிமன்றத்தில் எழுந்த விவாதங்களுக்குப் பிறகு பல ஆங்கில இதழ்களில் இதைப் பற்றிய கட்டுரைகளும் உறுதியான தலையங்கங்களிலும் வெளிவந்தன. பொது மக்களையும் அரசே ஆயுதபாணிகளாக மாற்றுவது தவறு என்று அவை பறையடித்து முழக்கின. ஆனால் இவை எல்லாம் தாள்களில் எழுதப்பட்டவைகள்தானே! வெறும் கருத்துகள் மட்டும் தானே! அரசு திருப்பித் திருப்பி சொல்லும் வார்த்தைகள் - சல்வா

ஜுதும் ஒரு 'மக்கள் அமைப்பு' என்பதுதான். அவர்கள் நடத்துவது 'அமைதியான போராட்டம்' என்பது மட்டும்தான். கொல்லப்படும் உயிர்களின் எண்ணிக்கை எல்லாவற்றையும் மூடி போட்டு மறைத்துவிடுகிறார்கள்.

அதிகமாகப் பேசப்படுவது மாவோயிஸ்டுகள் குறித்துதான். எஸ்பிஓக்கள் மீதும் பாதுகாப்புப் படைகள் மீதும் முகாம்கள் மீதும் நடத்தப்படும் கொடூரத் தாக்குதல்கள் மட்டுமே பேசப்படும். இந்தத் தாக்குதல்கள் மட்டுமே மக்களின் மனதில் ஆழமாகப் பதிய வைக்கப்படும். காவல் துறை, பாதுகாப்புப் படைகளின் அழிப்பு வேலைகள், என்கவுண்டர்கள் ஆகியவற்றை அரசு மக்களின் கண்களில் அதிகம் காட்டாமல் மறைத்துவிடும். இரு பத்திரிகை யாளர்கள் மட்டுமே இந்தப் போராட்டங்களை ஆழமான அறிக்கையில் பதிவு செய்தவர்கள். அவர்களின் அறிக்கைகள் வந்த ஆகஸ்டு 2006இல் வெளி வந்தன. அவர்கள் அவுட் லுக்கின் ஸ்மித்தா குப்தா, டவுன் டு எர்த்தின் மௌரின் மித்ரா.

பதிப்பு ஊடகங்களில் செய்திகள் வருவதுண்டு. ஆனால் அவை எப்படி, எந்தக் குரலில் எழுதப்படுகின்றன என்பது முக்கியம். ஏனென்றால் அதற்கேற்பதான் அவை மக்களின் மனதில் போய்ச் சேர்கின்றன. செய்திகளை அப்படியே தருவதற்கும் பின்புலத்தில் தீவிரமாக இயங்கிவரும் நக்சல்கள் எப்படி இந்தப் போராட்டச் சிக்கல்களுக்குள் நுழைந்தார்கள் என்று தெரியாமல் வாசிப்பதற்கும் நிறைய வித்தியாசங்கள் உள்ளன. போராட்டத்தில் ஈடுபடும் மக்களின் ஏழைமையைச் சித்தரிப்பதிலும் பல வேறுபாடுகள் வந்துவிடும். ஓர் ஏழைக் கிராமவாசியின் துன்பம் என்று எழுதப் பட்டால் அது கழிவிரக்கத்தை வாசிப்பவர்களின் மனதில் தோற்றுவிக்கும். ஆனால், ஓர் ஏழைக் கிராமவாசி போராட்டத்தில் இறங்கினார் என்பது வேறு வித உணர்ச்சிகளைக் கொண்டுவரும். அவன் தனது உரிமைகளுக்காக, அதுவும் இழந்துவிட்ட தன் உரிமை களுக்காகவே போராடலாம். இருந்தும் அது எதிர்மறை கருத்து களைத் தானே உருவாக்கும்? இப்போராட்டங்களின் முடிவாக இந்தியாவில் 'சிகப்புப் பகுதிகள்' என்று ஆபத்தான பகுதிகள் உருவெடுக்கின்றன என்ற அச்சம்தான் கனியும்.

மாவோயிஸ்டுகளே பத்திரிகையாளர்களைத் தங்கள் ஆக்கிரமிப்பில் உள்ள இடங்களுக்கு அழைத்துச் செல்வதுண்டு. அதைப் பற்றி விவரிக்கும் எழுத்தாளர்கள் தாங்கள் கடந்துசென்ற கரடு முரடான பாதைகள், தாண்டிச் சென்ற நதிகள், நீண்ட கடுமையான பாதைகள் என்று அடுக்கு மொழிகளில் அழகாக எழுதலாம். அப்போதும்,

நக்சலைட்டுகளின் திருமணம் அல்லது காதல் வாழ்க்கையைப் பற்றி எழுதுவதையே அவர்கள் விரும்பினர். எத்தகைய மோசமான சூழலால் அவர்கள் தங்கள் உயிரையும் மதிக்காமல், சுக துக்கங்களை உதறிவிட்டு ஒரு புரட்சியாளனாக ஒரு நக்சலைட் உருவாகிறான் என்பது பற்றி யாருக்கும் கவலையில்லை. கிராமவாசிகளின் அவதிகளும்கூட சரியாகப் பதிவு செய்யப்படுவதில்லை.

ஒரு லட்சம் பேர். 200 கிலோ மீட்டர் தூரம். பல நாட்கள் தொடர்ந்து நடைப் பயணம். கோரிக்கைகள் இரண்டு. சல்வா ஜுடுமின் கொடுமைகளை முடிவுக்குக் கொண்டு வாருங்கள்; மாவோயிஸ்டுகளோடு இணைந்து அமைதிப்பேச்சு வார்த்தை நடத்துங்கள். மிக அமைதியாக நடந்த போராட்டம் அது. அதனால்தான் அது ஒரு பெரிய செய்தியாகச் சென்று சேரவில்லை. நக்சலைட்டுகள் பற்றிய செய்தி என்றால் அதில் கட்டாயம் துப்பாக்கி வெடித்தாகவேண்டும். தொலைக்காட்சிகளைப் பொறுத்தவரை, சரியான நேரத்தில், சரியான காட்சியமைப்பில் காட்டப்பட்டால்தான் அது பலரைச் சென்றடையும். ஆனால் என்ன நடக்கிறது? பெரிய ஆயுதப் படை ஒன்று (இது காவல் துறையின் படையாக இருக்கலாம் அல்லது மாவோயிஸ்டுகளின் படையாகவும் இருக்கலாம்) செய்யும் வன்முறைகள் தொலைக்காட்சிக்கு ஏற்றதாக இருக்கிறது. மாவோஸ்டுகளை வில்லன்களாகவும் காவல் துறையினரைத் தியாகச் செம்மல்களாகவும் காட்டினால் பார்வையாளர்களின் எண்ணிக்கை நிச்சயமாக உயரும். இந்த அனுமானங்கள் மிகச் சரியானவை என்பது மாவோயிஸ்டுகளின் இரண்டு பெரிய தாக்குதல்களைப் படமாக்கி ஒளிபரப்பும்போது தெரிந்தது. மாவோயிஸ்டுகளின் தீவிரவாதத்தை மட்டும் காட்டுவதிலும் ஒரு தீமை உண்டு. மாவோயிஸ்டுகளின் எண்ணிக்கை வெளியில் வந்துவிடும். அது அரசுக்கும் அரசு அறிக்கைகளுக்கும் எதிரானவை. இதனால் 2011க்குப் பிறகு மாவோயிஸ்டுகளின் எண்ணிக்கை குறைவாகக் காண்பிக்கப் பட்டது. மக்களின் ஆதரவு மாவோயிஸ்டுகளின் பக்கம் சாய்ந்து விடக்கூடாது என்பதால் இந்த ஏற்பாடு.

மேலும் ஓர் ஆய்வு அரசின் இந்த அச்சத்தை நன்கு நிரூபிக்கிறது. நவீன் மிஷ்ரா, ப்ரதீப் நினான் தாமஸ் இருவரும் 2009, 2012 ஆண்டுகளில் வந்த செய்தித் தொகுப்புகளின் விகிதாச்சாரத்தை ஆய்வுசெய்து வெளியிட்டனர். மாவோயிஸ்ட் தொடர்புள்ள கட்டுரைகள் பெரும்பாலும் அரசினால் கொடுக்கப்பட்ட அறிவிப்புகள் என்றே இருந்தன. நவீன் மிஷ்ரா 91% செய்திகள் அரசிடமிருந்து அல்லது காவல் துறையிடமிருந்து கிடைக்கப்பட்ட

செய்திகள் என்று தன் ஆய்வில் கண்டறிந்தார். வனம், வன வளங்கள் பற்றிய மக்களின் கிளர்ச்சி/போராட்டங்களின் செய்திகள் மிக மிகக் குறைவு.

இது போன்ற செய்திப் பரிமாற்றங்களில் ஒரு பக்கச் சார்பு இருப்பது பற்றி ஒரு விவாதம் 2009-11இல் நடந்தது. மேற்சொன்ன ஆய்வாளர்களின் கருத்து போலவே முழுமையாக அரசு சார்பான செய்திகளே வந்தன என்பதைவிட, பல கட்டுரைகள் அரசின் விருப்பப்படி மீண்டும் மீண்டும் வெளிவந்தது என்பது முக்கிய மானது. இதற்குப் பல காரணங்கள் இருந்தன. ஆயினும் மிகச் சிறப்பான ஒரு காரணம் இருந்தது. 2009இல் பசுமை வேட்டைத் திட்டம் பிறந்தது. இதன்பின் அரசு மிகவும் ஆச்சரியப்படக்கூடிய, பெருமிதப்படக்கூடிய செய்தி ஒன்றை நாட்டுக்கு அளித்தது. மாவோயிஸ்டுகளை எதிர்க்கவே இந்தப் பசுமை வேட்டைத் திட்டம் கொண்டு வரப்பட்டது என்பதுதான் அந்தச் செய்தி.

மாவோயிஸ்டுகள் பல புரட்சிப் போராட்டங்களில் வெற்றியடைந் திருக்கிறார்கள். அத்தகைய செய்திகள் ஊடகங்கள் விரும்பினாலும் விரும்பாவிட்டாலும் தவிர்க்க முடியாதவையாகிவிடும். சான்றாக 2010இல் நடந்த தாட்மெல்ட்டா தாக்குதலின் வெற்றி ஊடகங்களில் கட்டாயமாக இடம்பெறவேண்டியிருந்தது. மேற்கு வங்கத்தில் உள்ள லால்கர் பகுதியின் மாவோயிஸ்டு தலைவர் கிஷன்ஜி ஊடகங்களில் அடிக்கடி தோன்றுபவர்.

அவர் தொலைக்காட்சியில் வரும்போதெல்லாம் ஒரு கட்டம் போட்ட சிகப்புத் துண்டு அவர் பின்னாலிருந்து தொலைக்காட்சிக் காமிராவை உற்றுப் பார்த்துக் கொண்டிருக்கும். அவர் கொல்லப் பட்டது தவறவிடக் கூடாத நிகழ்வாக மாறியது. இதே சமயத்தில் பினாயக் சென் தொடர்புடைய செய்திகளும் உச்சத்துக்கு வந்துவிட்டன.

சில ஊடகச் செய்திகள் உலகத்தின் கவனத்தைக்கூட தன் பக்கம் திரும்ப வைக்கும் ஆற்றலும் உண்மையும் உடையவை. அருந்ததி ராய் எழுதிய, தோழர்களுடன் ஒரு பயணம் என்ற கட்டுரையும் அதைத் தொடர்ந்து அவர் கொடுத்த பல நேர்காணல்களும் உலகத்தின் பார்வையை பஸ்தார் பக்கம் திருப்பியது. அங்கிருந்த சல்வா ஜுடும், மாவோயிஸ்டுகள் அனைவரும் முழு உலகுக்குத் தெரிந்தவர்களாகிப் போனார்கள்.

2009ஆம் ஆண்டும், அதற்குச் சிறிது முன்னும் பின்னும் பல செய்தித்தாள் நிறுவனங்களில் புதிய நிருபர்கள் இப்பகுதியில் அமர்த்தப்பட்டனர். பல தலைப்புச் செய்திகள் வெளிவரும்

சாத்தியங்கள் அதிகமாயின. இப்படி வந்தவர்களில் பெரும்பான்மை யானோர் இளைஞர்கள், ஆர்வத் துடிப்புள்ளவர்கள், திறமை சாலிகள். புகைப்படங்களில் நிஜங்களை உரித்து வைத்தனர். வார்த்தைகளில் உண்மையான வேதனைகளைப் பொதித்து தந்தனர். நடந்தும் இரு சக்கர வாகனங்களிலும் சென்று உண்மையை அவர்கள் தரிசித்தனர். சாவுகளும் பாலியல் பலாத்காரங்களும் அவர்களது கழிவிரக்கத்தினால் ஆழமான கட்டுரைகளில் வெளிவந்தன. போராட்டத்தின் நிஜங்கள் எல்லோருக்கும் தெரியவந்தன. நடப்பது ஒரு போர்; நமது வாழ்நாளின் போர் என்பதைப் பலர் உணர்வதற்கு இந்த இளம் இதழியலாளர்கள் காரணமாக இருந்தனர். பின்னாளில் அவர்களில் பலர் தங்கள் கட்டுரைகளுக்காகப் பல பரிசுகளும் பாராட்டுகளும் பெற்றார்கள்.

இப்படிப் பலரும் ஓரிடத்தில் குவியும்போது தொழில் போட்டிகள் ஏற்படுவது இயற்கைதான். முதலில் நான்தான் என் கட்டுரையை எழுதிப் பதிப்பிக்கவேண்டும் என்ற ஆர்வம் அனைவருக்கும் இருக்கும். சில சமயங்களில் இப்போட்டி பல எதிர்வினைகளையும் ஏற்படுத்திவிடும். அலுவல் அவசரத்தில் பலவற்றை நிருபர்கள் மறக்கலாம் அல்லது எல்லை தாண்டலாம். உதாரணமாக தெஹல்காவின் பத்திரிகையாளர் தருண் ஷெராவத் என்ற புகைப்பட - எழுத்தாளர் மார் என்ற இடத்துக்குச் சென்று மலேரியாவால் தாக்கப்பட்டு இயற்கை எய்தினார். இருந்தும் தெகல்காவின் பதிப்பில் சில தவறுகள் நடந்துவிட்டன. பாலியல் பலாத்காரம் பற்றிப் படங்களோடு ஒரு கட்டுரையை அவர்கள் வெளியிட்டனர். பாதிக்கப்பட்டவரின் முகத்தை முழுமையாக மறைத்துவிடுவது பதிப்பாளர்களின் கடமை. இதனை முழுவதுமாக ஒழுங்காகச் செய்யாததால் பல முகங்கள் தெளிவாகத் தெரிந்தன. அவர்களை எளிதில் கண்டுபிடித்து எஸ்பிஓக்கள் மிரட்டினர்.போராட்டங்கள் எல்லா இடங்களிலும் தொடர்ந்து நடந்துகொண்டிருந்தன. சாலைகள், பள்ளிகள், வாக்குச் சாவடிகள், மரங்கள், மலைகள் என்று எல்லா நிலப் பரப்புகளிலும் அவை நடந்தன. அது போலவே ஊடகங்களின் செய்தித்தொகுப்புகளும் மேலும் கீழுமாக இறங்கி ஏறிக் கொண்டிருக்கும். சில நாள்கள் எந்தச் செய்தியும் இருக்காது. பிறகு செய்திகள் குவிய ஆரம்பித்துவிடும். பிரசாரங்களும் விளம்பரங்களும் இன்னொரு பக்கம் குவியும். ஆனால், 'உண்மை' என்னவோ அந்தப் போர்ச் செய்திகளுக்குள் அடங்கி ஒளிந்திருக்கும்.

வழக்கமாக நக்சலைட்டுகள் கொல்லப்படும்போது காவல் துறையினர் இறந்தவர்களின் எண்ணிக்கையைக் கூட்டியே சொல்வார்கள். நக்சலைட்டுகளின் மன உறுதியை உடைப்பதற்கான

யுக்தி இது. 2006 மே மாதம் அவர்களோடு நடந்த போராட்டத்தில் ஒரே ஒரு பெண் நக்சலைட் மட்டும் கொல்லப்பட்டதாக சிஆர்பிஎஃப் சுதந்தர மக்கள் முன்னெடுப்பு அமைப்பு (ஐசி) சொன்னது. மற்றவர்கள் தப்பித்து ஓடிவிட்டார்கள் என்றது. நாங்களும் டோர்னபால் முகாமிற்குச் சென்று இறந்த பெண்ணின் சடலத்தைப் பார்வையிட்டோம். ஆனால், அடுத்து வந்த ஐசியின் ஊடகக் கூட்டத்தில் மூன்று நக்சலைட்டுகள் (ஒரு பெண், இரண்டு ஆண்கள்) கொல்லப்பட்டதாகவும் இரு சடலங்களை அவர்கள் எடுத்துச் சென்றுவிட்டதாகவும் காவல் உயரதிகாரி சொன்னார். எது உண்மையோ?

சரணடைபவர்களின் எண்ணிக்கையும் இப்படிதான். நக்சலைட்டு களின் மன உறுதியின்மீது தொடுக்கும் ஓர் அம்பு இது. உள்ளூர் பத்திரிகையாளர்களுக்கு நிச்சயமாகத் தெரிந்த செய்திகளைக்கூடத் திரித்துக்கூறுவது காவல் துறையின் வழக்கம். பெரும்பான்மை மக்கள் வற்புறுத்தலின் பேரிலேயே சரணடைந்திருப்பார்கள். ஆனால், செய்தியாளர்கள் அரசு தரும் தகவல்களை மட்டுமே ஊடகங் களுக்குத் தருமாறு வற்புறுத்தப்படுவர். தேசிய ஊடகங்களுக்கும் சரணடைதல் நிகழ்ச்சிகள்மீது நம்பிக்கை ஏதுமில்லை. ஆனாலும், அவர்களும் ஊரோடு சேர்ந்து தேர் இழுக்கத்தானே வேண்டும்!

2012-15களில் அவ்வப்போது ஊடகங்களில் பல செய்திகள் வெடித்துக் கிளம்பும். மாவோயிஸ்டுகளின் தாக்குதல்களுக்குச் சிறப்பிடம் கிடைக்கும். 2012ம் ஆண்டு ஆட்சியர் அலெக்ஸ் மேனன் கடத்தப்பட்டு, நாடு முழுவதும் பரவிய செய்தி ஒரு சான்று. அதேபோல் மகேந்திர சர்மாவின் கொலை. 2013இல் பல காங்கிரஸ் தலைவர்கள் கொல்லப்பட்ட செய்திகளும் அப்படி வெடித்துக் கிளம்பியவைதான். ஆனால், விட்டில் பூச்சிகள் மாதிரிதான் அவை வெளிக் கிளம்பும். ஓரிரு நாளில் எல்லாம் மறந்துவிடும். எல்லோருக்குமே ஒரு விஷயம் மிகத் தெளிவாகப் புரிந்துவிட்டது. இப்பிரச்னை தீர நெடுங்காலம் எடுக்கும். நீண்ட நெடிய போர் அது. இதனால் அவதிப்படுபவர்களும் அதிகம். போரின் நீட்சி பல வகையில் பலரைச் சோதிக்கும். இதனால் மிகவும் உன்னிப்பாக இப்போரைக் கவனித்துவரும் மக்கள்கூட காலவோட்டத்தில் படிப்படியாக ஆர்வத்தைக் குறைத்துக்கொள்வர். முதல் பக்கத்திலேயே பெரிய தலைப்புச் செய்தியாக,அரசு பாதுகாப்புப் படையினர் அரங்கேற்றிய வன்முறைகளும் பாலியல் பலாத்காரங்களும் இடம்பெறும். ஆனால், அரசின்மீது அச்செய்திகள் எவ்வகைத் தாக்கத்தையும் ஏற்படுத்தாது. இதே காலகட்டத்தில் இன்னொரு

முக்கிய மாற்றமும் நடந்தது. பல அச்சு ஊடகங்களும் தொலைக்காட்சி ஊடகங்களும் பெரும் முதலாளிகளின் தனிச் சொத்தாக மாறிவிட்டன. முதலில் பாஜகவுக்கு நெருங்கிய முதலாளித்துவ அமைப்புகளிடம்தான் ஊடகங்கள் அதிகம்சேர்ந்தன.

2003லிருந்து 2007 வரை ஈராக் - அமெரிக்கா போர் நடந்து கொண்டிருந்தது. அதன் 'புதுமை' மறையத் தொடங்கியதும் ஊடகங்களில் அழிவுச் செய்திகள் அதிகமாகச் சொல்லப்பட வில்லை. தொடர்பின்றி, சின்னச் சின்ன செய்திகள் மட்டும் அவ்வப் போது வெளியிடப்படும். இறுதி வெற்றி அமெரிக்காவிற்குத்தான் என்ற நம்பகமான செய்தி இல்லாதபோது, இன்னும் சிறிது தொலைவில், சிறிது காலத்தில் வெற்றி சாத்தியம் என்ற நம்பிக்கை மட்டுமே ஊடகங்களில் விதைக்கப்படும். செய்திகளில் அவற்றுக்கு மட்டுமே முக்கியத்துவம் கொடுப்பார்கள். அமெரிக்காவின் தவறான கொள்கை என்று சொல்வதற்குப் பதில் இந்தக் கொள்கை பின்பற்றப்படாமல் போயிருந்தால் நேரும் அவதிகள் சொல்லப்படும். இதனால் ஒரு 'பொறுப்பு இடைவெளி' உருவாகிவிட்டது. ஏதாவது செய்தே ஆகவேண்டிய நிலை என்பது இதுதான். அது போன்ற ஓர் இடைவெளியே மாவோயிஸ்டுகளின் போராட்டத்திலும் வந்து விட்டது. ஊடகங்கள் அரசின் ஒட்டுமொத்த கொள்கை வேறு பாடுகளை முறையாக விமர்சிப்பதில்லை. உள்துறை அமைச்சர் ப. சிதம்பரம், ராஜ்நாத் சிங் இருவரும் ஆளாளுக்கு நான்கு ஆண்டுகளாக ஒரு முறை 'இன்னும் இரண்டு மூன்று ஆண்டுகளில் மாவோயிஸ்டுகள் சுத்தமாக அழித்து ஒழிக்கப்படுவார்கள்' என்பார்கள். எந்த மாற்றமும் இல்லாமல் போர் தொடரும். ஊடகங்கள் கேள்வி எழுப்பமாட்டார்கள். ஊடகங்களின் மூலமாக எதிர் கருத்துகள் இடம் பெறும். உதாரணமாக, ஜி.கே. பிள்ளை என்ற முன்னாள் உள்துறை செயலர் 2050ல் இந்தியா முழுமையும் மாவோயிஸ்டுகளின் கையில்தான் இருக்கும் என்றார்.

அமெரிக்கா-ஈராக் போர் போலன்றி இங்கே நடக்கும் போரில் யார் அடிபட்டாலும், இறந்தாலும் அவர் ஓர் இந்தியர்தான்.இந்திய அரசு ஒவ்வொரு இந்தியனையும் பேணிப் பாதுகாக்கவேண்டும். ஆனால், குறிவைத்து பாமர மக்களைக் கொல்வதும், அப்பாவி ஆதிவாசிப் பெண்களை வல்லுறவுக்கு உள்ளாக்குவதும் சுட்டிக்காட்டப் பட்டாலும் உள்துறை அமைச்சகம் அதைக் கண்டுகொள்வது மில்லை. குற்றமிழைத்தவர்களைத் தண்டிப்பதும் இல்லை. பாதிக்கப்பட்டவர்களுக்கு இழப்பீடு எதுவும் கொடுப்பதுமில்லை. தொலைக்காட்சி ஊடகங்களில் இதற்கு நேர் மாறான ஒரு

நடவடிக்கை வழக்கமாக நடைபெறும். மனித உரிமை ஆர்வலர்கள் நடக்கும் அநியாயங்களுக்குப் பதில் கேட்கும்போதெல்லாம் தொலைக்காட்சியில் நிகழ்ச்சி நடத்தினார்கள். மாவோயிஸ்டுகளின் ஒவ்வொரு நடவடிக்கையும் பற்றி மட்டும் தொடர் கேள்விக் கணைகளைத் தொடுப்பார்கள். இந்த நடவடிக்கை ஹெர்மன், சோம்ஸ்கி இருவரும் கூறியதை நினைவுபடுத்துகிறது. பலிகடாக்களில் கூட தகுதிவாய்ந்தவர்கள், தகுதியற்றவர்கள் என்னும் பிரிவு இருக்கிறது. ஒரு தகுதியான பலிகடா என்றால் சீற்றமும் அதிர்ச்சியும் அடுக்கடுக்காக வந்துவிடுகின்றன. அதற்காகப் பதில் சொல்லவேண்டும் என்று மனத்தில் ஆவேசம் எழுகிறது. ஆனால், தகுதியில்லாத பலிகடா பற்றிய செய்தியென்றால் அதற்குக் கிடைக்கும் ஊடக இடம் குறைவு. தண்டிக்கப்பட வேண்டியவர் களைப் பற்றி எந்தக் கேள்வியும் இல்லை. யாருடைய பொறுப்பு மீதும் கேள்வியோ தண்டனையோ கிடையாது. பெரும் பொறுப்புகளில் இருப்போர் மீது எந்தக் குற்றச்சாட்டும் வராது.

2016இல் சமூக மாற்றங்கள் சில நடந்தன. பல பத்திரிகையாளர்கள் அரசால் கைது செய்யப்பட்டார்கள். நடுத்தர வர்க்கப் போராளிகளும் ஆர்வலர்களும் தாக்கப்பட்டனர். பஸ்தார்மீதான கவனம் அதிகரிக்க ஆரம்பித்தது. அதிலும் புதிதாக செய்தித் துறைக்குள் நுழைந்த இளைஞர்கள் அதிக ஆர்வம் காண்பிக்க ஆரம்பித்தனர். இணையத் தொடர்புகள் இதற்கான வலு சேர்க்கும் கருவிகளாக மாறின. தி வயர், ஸ்க்ரோல் போன்ற இணையத்தளங்கள் மூலமாகச் செய்திகள் விரைவாகப் பரிமாறப் பட்டன. சமூக இணையத்தளங்கள் விரிவடைந்தன; மனித உரிமை மீறல்கள் சமூகத்தில் பார்வைக்குக் கொண்டு வரப்பட்டன. இதே நேரத்தில் பாஜக, ஆர்எஸ்எஸ், பாதுகாப்புப் படையினர் அனைவரும் எதிரணி அளவிற்குப் புதிய வழிகளில் தங்கள் நிலைப் பாட்டைக் கொண்டு வந்தனர். அரசுக்கு எதிராகச் சொல்லப்படும் அனைத்திற்கும் பதில் கொடுக்கவும் எதிரணியின் கருத்துகள் தீயவை என்று கூறிப் புறக்கணிக்கவும் செய்தனர். கிளர்ச்சிகளுக்கு எதிரான கருத்துகள் வெளியிடப்பட்டன.

2014ஆம் ஆண்டிலிருந்து நானும் பஸ்தார் வாட்ஸ் அப்பில் ஓர் உறுப்பினராக உள்ளேன். இக்குழுமத்தில் காவல் துறையும் பத்திரிகையாளர்களும் உறுப்பினர்கள். காவல் துறை அவர்களது என்கவுண்டர் பற்றிய செய்திகளையும் புகைப்படங்களையும் போடுவார்கள். அதில் சில பத்திரிகையாளர்கள் வெற்றி அடையாள சிரிப்பானைப் போடுவார்கள். ஆனால், அதே பத்திரிகையாளர்கள்

2016இல் காவல் துறை தந்த செய்திகளைப் பொய் எனத் தெரிந்திருந்தும் தங்கள் இதழ்களிலும் தொலைபேசிகளிலும் இடம் கொடுத்தார்கள். இந்தச் செய்திகள் தர்பா பகுதியைச் சுற்றி நடந்தவை. அங்கு ஓர் ஆய்வுக் குழுமம் இருந்தது. நானும் அதில் ஓர் உறுப்பினர். நாங்கள் அனைவரும் கிராமவாசிகளைப் பயமுறுத்தினோம். காவல் துறைக்கு ஆதரவளித்தால் மாவோயிஸ்டு களின் தாக்குதல் நடக்கும் என்று அச்சுறுத்தினோம் என்றும் செய்திகள் எழுதினர். இப்பகுதி ஒரு முக்கிய செய்தியாக ஜீ டிவியில் ஒளிபரப்பப்பட்டு நாடு முழுவதற்கும் தெரியப்படுத்தப்பட்டது. இத்தொலைக்காட்சி பாஜகவின் பாராளுமன்ற உறுப்பினரான சுபாஷ் சந்திரா என்பவரால் நடத்தப்பட்டு வருகிறது.

சுவரொட்டிப் போட்டி

அரசு ஊடகங்களை வளைத்துப் போட்டது போதாதென்று விளம்பர ஊடகங்களிலும் தங்கள் கருத்தைப் பரப்ப விரைந்தனர். ஒரு தசரா திருவிழா நடந்து அதில் ஒரு பொருள்காட்சி இடம்பெற்றது. அரசின் ஒவ்வொரு துறையும் தங்களை விளம்பரப்படுத்திக் கொண்டன. இதில் காவல் துறை ஒரு பெரிய விளம்பர அட்டையைக் கொண்டு வந்தது. அதில் ஆயுதமேந்திய சீருடையில் உள்ள மாவோயிஸ்டுகள் ஒரு புறம் சாலைகளை அடைத்துக்கொண்டும், வளர்ச்சியைத் தடுத்துக்கொண்டும் நிற்கிறார்கள். இன்னொரு பக்கம் சீருடைக் காவல் துறையின் கிராம மக்களுக்கு உதவி செய்கின்றனர். மிக மிக வேடிக்கையான ஒரு விளம்பரம்! 2014-15இல் மத்திய அரசு ஐந்து கோடி ரூபாயை ரேடியோவில் வரும் விளம்பரப் பாடல் களுக்காகவும், விளம்பரக் குறும் படங்கள் எடுப்பதற்காகவும் ஒதுக்கினார்கள். இதோடு ஆதிவாசி இளைஞர்களுக்குப் பரிமாற்றுத் திட்டத்திற்கும் செலவழித்தனர். இதன் மூலம் அரசின் வளர்ச்சித் திட்டங்களுக்கு நக்சலைட்டுகள் முட்டுக்கட்டைப் போடுகின்றனர் என்ற நடவடிக்கையை அனைவர் கவனத்திலும் விதைப்பதற்கான முயற்சி இது.

2015இல் ஜக்தல்பூருக்கு வெளியே ஒரு பெரிய விளம்பர அட்டை இருந்தது. அதில் ஒரு ஜோடியின் படம் போடப்பட்டிருந்தது. ஆண் ஆந்திராக்காரர்; பெண் ஓர் ஆதிவாசி. படத்தின் கீழே காவல் துறையின் ‘விளக்கம்’ கொடுக்கப்பட்டிருந்தது.

‘வெளியூரிலிருந்து வரும் நக்சலைட்டுகள் ஆதிவாசிகளைச் சரணடையவோ திருமணம் செய்யவோ அனுமதிப்பதில்லை. பதிலாக அவர்களே சரணடைந்து அதன் பயன்கள் அனைத்தையும்

எடுத்துக் கொள்கின்றனர். நற்பண்புகள் ஏதுமில்லாத சந்தர்ப்பவாத நக்சலைட்டுகள் மகிழ்ச்சியாக வாழ்ந்துகொண்டு, ஆதிவாசிகளைக் கட்டாயப்படுத்தி சமூக விரோதச் செயல்களைச் செய்ய வைக்கிறார்கள். அந்தப் பாவப்பட்ட மக்கள் இதனால் சிறைக்குள் அவதிப்படுகின்றனர்.'

தங்கள் மனச் சாட்சியோடு மிகக் கடுமையாகப் போராடி, சில நக்சலைட் தலைவர்கள் சரணடைய முன் வருகிறார்கள். அந்தச் சரணடைவை கேவலப்படுத்தும் விளம்பரங்கள் கொடுத்து, சரணடைய மற்றவர்களைத் தயங்க வைக்கும் வார்த்தைகளைப் பயன்படுத்தியுள்ளனர். சரணடைபவர்களைக் கூச வைக்கும் வசனங்கள் அங்கு தேவையா? சத்தீஸ்கரிலும் ஒடிசாவிலும் காவல் துறை மக்களிடையே தெலுங்கு தலைமை பற்றிய ஐயங்களைக் கிளப்புகின்றனர். அதன்மூலம் பிளவு ஏற்படுத்த முயல்கின்றனர்.

காவல் துறை சரணடைபவர்களின் ஆயுதங்களுக்குப் பரிசாகப் பணம் கொடுப்பதாகக் கூறியிருந்தனர். லைட் மெஷின் துப்பாக்கிநாலரை லட்சம் ரூபாய்; ஏகே 47 துப்பாக்கிக்கு மூன்று லட்சம் ரூபாய், வெடிகுண்டு மருந்துகள் பற்றிய சிறு விளம்பரத் தட்டிகள் மரங்களில் கட்டப்பட்டன. ஒரு கிலோ மருந்துக்கு இவ்வளவு என்று அவை கட்டியம் கூறின. மேலும், காவல் மேலதிகாரி கலூரி வாட்ஸ் அப் மூலம் தனது விளம்பரத்தைத்தொடர்ந்தார். இறந்த மாவோயிஸ்ட் சடலங்களின் புகைப்படம், நக்சலைட்டுகளின் சரணடைதல் புகைப்படம், சமூக ஆர்வலர்களுக்கு எதிரான செய்திகள் போன்றவற்றை வாட்ஸ் அப் மூலம் பகிர்ந்து கொண்டார்.

மாவோயிஸ்டுகளும் தங்கள் பங்குக்கு விளம்பரங்களை முன்னெடுத்துவந்தனர். பள்ளியிலும் சாலைகளிலும் 'சல்வா ஜுடும் ஒழிக', 'தேர்தலைப் புறக்கணியுங்கள்' என்று எழுதப்பட்ட பல தட்டிகளை வைத்தனர். அவர்கள் வைக்கும் விளம்பரங்கள் எல்லாமே பாதுகாப்புப் படையினருக்காகத்தான். ஆதிவாசிகளில் சிலருக்கு வாசிக்கத் தெரியும். ஆளரவமற்ற சாலைகளில் நெடுகிலும் மரங்களில் விளம்பரங்களை ஆணி அடித்து மாட்டியிருப்பார்கள். சில சமயங்களில் அவை அச்சிடப்பட்டிருக்கலாம். பல நேரங்களில் அவை சிரமப்பட்டு கைகளால் எழுதியவையாக இருக்கும். உள்ளூர் செய்திகளிலிருந்து இவை ஆரம்பிக்கும். காவல் துறைக்குச் செய்திகள் அளிப்பவர், சரணடையத் தயாராகும் ஒருவர், காசை எடுத்துக்கொண்டு தப்பித்து ஓடியவர் என்று அனைத்து உள்ளூர் ஆட்களின் பெயர்களோடு தட்டிகள் இருக்கும். சிறையில் இருப்பவர்களை விடுதலை செய்யவேண்டும் என்றும், பாதுகாப்புப் படைகள் நீங்கவேண்டும் என்றும் விளம்பரங்கள் பேசும்.

மாவோயிஸ்டுகள் பல செய்தி இதழ்களை வெளியிட்டு வந்தனர். வேறு வேறுசமூக நிலையில் இருப்பவர்களுக்கு ஏதுவாக இவை எழுதப்பட்டன. பிட்யூரி, பும்கால், போர்து, ப்ரபாத் என்ற பெயர்களில் அவை வெளிவந்தன. இப்பெயர்கள் எல்லாம் எழுச்சி/கிளர்ச்சி என்ற பொருளிலோ, புதிய தினம் என்ற பொருளிலோ பெயரிடப்பட்டிருந்தன. லச்சண்ணா என்னிடம் இந்த இதழ்கள் நடத்துவதைப் பற்றிப் பேசியிருந்தார். ஒவ்வொரு பகுதிக்கும் ஓர் இதழ். மாநிலக் கழக உறுப்பினர்கள் ஒவ்வொரு பகுதியிலும் நடக்கும் போராட்டங்கள் தொடர்பான கட்டுரைகளைத் தொடர்ந்து எழுதவேண்டும் என்று கேட்டுக் கொள்ளப்பட்டது. ஆனால், கட்டுரைகள் வருவது மிகக் கொஞ்சமே. அதனால் புதிதாகப் பணியில் இருக்கும் இளைஞர் கூட்டத்திற்கு அந்த வேலைகளும் பகிர்ந்தளிக்கப்படவேண்டும். வாசிப்பவர்களோ குறைவுதான். ஆரம்பப் பள்ளி வரை படித்த சில கிராமவாசிகள், பள்ளியில் பணிபுரியும் ஆசிரியர்கள்தான் இதன் வாசகர் வட்டம்.

1996க்கு முன்பு எழுதியவை சைக்ளோஸ்டைல் முறையில் பல நகல்கள் எடுக்கப்பட்டு விநியோகிக்கப்பட்டன. 1996க்குப் பிறகு கணினி ஆதிக்கம் ஆரம்பித்துவிட்டது. மண்ணெண்ணெயில் ஓடும் மோட்டார் மூலமோ, சூரிய ஒளியில் இயங்கும் மின் உற்பத்தி மூலமாகவோ கம்யூட்டர்கள் இயக்கப்பட்டன. ஒவ்வொரு அச்சடிக்கும் இடத்திலும் 15 பேராவது வேலை செய்வார்கள். குதிரைகளை மட்டும்தான் மோட்டார்கள் மற்றும் மின் உற்பத்தி செய்யும் ஜெனரேட்டர்களைத் தூக்கிச் செல்லப் பயன்படுத்துவார்கள். 2008ஆம் ஆண்டின் நடுவில் இது போன்ற ஓர் அச்சக அலுவலகத்தை சல்வா ஜுடும், சிஆர்பிஎஃப் இருவரும் தாக்குதல் நடத்தி ஜெனரேட்டர்களைத் தூக்கிக்கொண்டு போய் விட்டனர். குதிரைகளையும் ஓட்டிக்கொண்டு போய்விட்டனர். விளம்பரங்கள், இதழ்கள் என்று நிற்காமல், நக்சலைட்டுகள் கோண்டு மொழி பாடல்கள்மூலம் விளம்பரம் செய்தனர். இதற்குப் பயன் அதிகமாக இருந்தது. இசைக்கு ஏது எல்லை? பல குறிப்பிட்ட இடங்களையும் தாண்டி அந்தப் பாடல்கள் பயணம் செய்தன.

அதே நேரத்தில் நாடு முழுவதும் உள்ள மக்கள் பற்றியும் மாவோயிஸ்டுகள் நினைத்தார்கள். அடுத்தடுத்து வந்த மாவோயிஸ்டுகளின் வெளித் தொடர்பு அதிகாரிகளாக இருந்தவர்கள் குட்ஸா உசண்டி என்ற பெயரால் அழைக்கப்பட்டனர். ஏறத்தாழ ஒரு நிழல் உருவம் அது. தண்டகாரண்யாவிற்குச் செய்தி சேகரிக்க வந்தோர் அனைவருக்கும் இந்தப் பெயர் தெரிந்திருக்கும். மெக்ஸிகோவில்

நடந்த சிப்பாய் போராட்டத்தின் உதவித் தலைவராக இருந்தவரின் பெயரோடு இப்பெயர் ஒத்துப்போகும். குட்ஸா உசண்டி, தொலைபேசி வழியாகவோ இணைய மடல் வழியாகவோ பத்திரிகையாளரிடம் தங்கள் தாக்குதல்களுக்குப் பொறுப் பேற்பதாகக் கூறுவார். அல்லது பாதுகாப்புப் படையின் தாக்குதல் களால் எத்தனை சாதாரண மக்கள் துன்பமடைந்தார்கள் என்பதைத் தெரிவிப்பார். மாவோயிஸ்டுகள் செய்தி இதழ்களுக்காகக் கொடுக்கும் செய்திகளும், நேர்காணல் காணொளிகளும் இணையப் பக்கங்களில் இடம் பெறும். குறிப்பாக, bannedthought.net என்ற முகவரியின் வழியாகவே இணையத் தகவல்கள் வெளிவந்தன. ஆயினும் உள்துறை அமைச்சரின் தொடர் முயற்சிகளால் இந்த இணைப்பு அடிக்கடி அறுபடும். இதையும் தாண்டி மாவோயிஸ்டுகள் தங்கள் கருத்தை வெளியிட வேறு வழிமுறைகளையும் கையாண்டார்கள். அவர்கள் செய்திகளை ஆவலுடன் கேட்பதற்கு எண்ணிக்கையில் மிகக் குறைவானவர்களே இருந்தாலும் அவர்கள் தங்கள் முயற்சிகளைக் கைவிடாத விக்கிரமாதித்தன் போல் இருந்தனர்.

2005 சல்வா ஜுடும் மிகுந்த தீவிரத்துடன் இருந்த ஆண்டு. அப்போதே மாவோயிஸ்டுகள் தங்களால் தயாரிக்கப்பட்ட சிடிக்களில் கிராமங்கள் பற்றி எரியும் காட்சிகளைப் படமெடுத்துப் பதிவு செய்து பல மக்கள் சபை உறுப்பினர்களின் வீடுகளுக்குப் போய்ச் சேரும் படியான ஏற்பாட்டைச் செய்தனர். ஆனால் இதிலிருந்து மெய் நடுங்க வைக்கும் கொடூரக் காட்சிகள் பற்றியும்கூட பலருக்குக் கவலையில்லை. 'இவ்வளவு அருகில், சத்தீஸ்கரின் தலைநகரிலேயே உள்ள எம்எல்ஏக்களுக்கு சிடி கொடுக்கும் அளவிற்கு அஞ்சாமல் நெருங்கி வந்து விட்டார்களே' என்ற அச்சம்தான் சத்தீஸ்கரின் மக்கள் சபைக்கு இருந்தது.

16

நீதிக்காக பிரார்த்தனை

இன்று ஒரு சாதாரண, புத்திசாலி இந்தியக் குடிமகன் ஒவ்வொரு வரும் பொதுநல வழக்கு என்பதும் அன்று மனுநீதிச் சோழன் தன் அரண்மனை வாசலில் கட்டிய ஆராய்ச்சி மணி போன்று வெகு நியாயமான ஒன்று என்று நினைக்கின்றார். அந்தச் சாதாரண, புத்திசாலி இந்தியக் குடிமகன் வெறும் கற்பனையில் வாழ்கிறான். பொதுநல வழக்கு ஒன்றை நீதிமன்றம் எடுத்துக்கொள்ளும்போது எல்லாத் தவறுகளும் சரி செய்யப்பட்டுவிடும் என்றும் சரியான தீர்ப்பு அளிக்கப்படும் என்றும் நம்பிக்கையுடன் இருப்பார். காலம் கடந்துபோய் நம்பிக்கையற்ற மன நிலையில் அவனுக்குள் எழும் ஒரு மாயத் தோற்றம்தான் அது.

கே. பாலகோபால்,
Beyond Violence and Non-violence

முந்தைய வரியில் சொன்ன 'நம்பிக்கையற்ற மனநிலை' என்பதோடு தான் இந்நூலின் இப்பகுதியை எழுதுகிறேன்.சல்வா ஜுதுமை எதிர்த்து நாங்கள் உச்ச நீதிமன்றத்தில் போட்ட வழக்கு ஒவ்வொரு முறை விவாதத்திற்கு வரும்போதும் காலையில் நான் நடுக்கத் தோடுதான் எழுந்துகொள்வேன். எழுந்ததும் டெல்லியில் நான் வசிக்கும் பகுதிக்கு அருகிலுள்ள வனப்பகுதியில் அமைந்துள்ள கல்லறையிலுள்ள மத்தியகால நீதியரசரின் கல்லறையில் தொழுவேன். இன்றுநடக்கும் வழக்கில் வாதாடும் வழக்கறிஞருக்கு தைரியத்தையும் நீதி வழங்கப் போகும் நீதியரசருக்குத் தேவையான புத்தியையும் கொடுக்குமாறு இறைஞ்சுவேன்.

நீதிமன்ற விவாதங்கள் ஆரம்பமாகும்போது மீண்டும் கைகூப்பி எனக்குத் தெரிந்த, தெரியாத தெய்வங்களின் வரம் வேண்டிக் கும்பிடுவேன். இந்த நேரங்களில் சமயங்களைப் பற்றிய எனது பிடிவாதக் கொள்கையிலிருந்தும், சமூகவியல் கற்றுத்தந்த நம்பிக்கையின்மையிலிருந்தும் முழுவதுமாக விலகி, நம்பிக்கை என்ற இடைவெளி வழியே அந்த வழக்கை உற்று நோக்கிக் கொண்டிருப்பேன். ஆனால், அந்த வழக்கு நீர்த்துப்போய் நீண்டு கொண்டிருக்கும்போது எனக்கு சமூகவியலின் சமாதானம் மட்டுமே கைகொடுக்கும். அடங்கிப் போகும் தன்மை எந்த வசதியையும் துணையையும் அளிக்காது. ஜெரால்ட் ரோஸன்பெர்க் எழுதிய 'தி ஹாலோ ஹோப்' என்ற நூலை வாசித்த பிறகே புதிய பாடம் ஒன்றைக் கற்றுக் கொண்டேன். சமூகப் பிரச்னைகளில் நீதிமன்றம் ஓரெல்லை தாண்டி தலையிடமுடியாதுஎன்று அந்நூலில் கூறியுள்ளார்.

இங்கே நான் தரும் பட்டியல் எல்லாம், கால ஓட்டத்தில் எப்படி என் நம்பிக்கைகள் தேய்ந்து மறையக் காரணமாக இருந்தன என்பதையும், மெல்ல நான் சமூகவியலுக்குள் நுழைந்தேன் என்பதையும் காட்டுகிறது.

இந்திய உச்ச நீதிமன்றம் 1970இல் ஓர் அழகிய புதிய கண்டுபிடிப்பைச் செய்தது. மக்கள் பொதுநல வழக்கு என்பது சாதாரண அடித்தட்டு மனிதனுக்கும் நீதி போய்ச் சேரவேண்டும் என்ற உந்துதலில் உருவாக்கப்பட்ட புதியசட்டம். யார் வேண்டுமானாலும் எந்தத் தடையுமின்றி இந்த வழக்கைப் போடலாம். தனிப்பட்ட நல்லது, கெட்டது பார்க்கத் தேவையில்லை. மனித அடிப்படை உரிமைகளுக்கு மாறான எதற்கும் வழக்கிடலாம். வழக்கையிட்டவர்கள் சான்றுகள் தரத் தேவையில்லை. வழக்கு மன்றங்களே தேவையான தேடுதல்களைத் தொடரலாம். விசாரணைகளை முடித்து, தீர்ப்புகளைச் சொல்லி, அவை நடைமுறைப்படுத்தப் படுகின்றனவா என்றும் நீதிமன்றமே முன்னெடுத்துச் செல்லும்.

ஏழை மக்கள் பயனுக்காகக் கொண்டு வரப்படும் எந்தவொரு சட்டத்திலும் ஏதாவது ஓர் ஓட்டையைக் கண்டுபிடிப்பது இயல்பு தானே. நீதிமன்றத்தின் பொன்னான நேரம் தேவையற்ற வழக்குகளால் வீணடிக்கப்படுகிறது என்றார்கள் சிலர். இக்குற்றச்சாட்டில் உண்மை இல்லை என்று கூறமுடியாது. வெட்டித்தனமான வேலை மேல் ஆர்வம் கொண்டு செய்யும் அரை வேக்காடுகளுக்கு இந்திய மண்ணில் எண்ணிக்கை குறைவா என்ன? இதேபோல் எதிரணியில் போட்டியைக் குறைக்க பல பெரும் நிறுவனங்களும் இது போன்ற வழக்குகளை ஆயுதம் போல் கையில் எடுக்கமுடியும். ஆனால், இது

போன்ற வழக்குகள், பலர் அஞ்சியது போல் அதிகம் ஒன்றுமில்லை. 2007லிருந்து 2011 வரை பதிவான மொத்த பொதுநல வழக்குகளில் இத்தகையவை 1.3% மட்டுமே.

இருந்தும் இலவச சட்ட உதவிகள் பொதுநல வழக்குக்கு உண்டு என்பதே மகிழ்சிக்குரிய ஒன்றுதான். இருந்தும் வழக்கறிஞர்களிடம் வழக்கின் விவரங்களை எடுத்து வைத்தல், தேவையான ஆவணங் களை ஆங்கில மொழியில் தயாரித்துத் தருதல், விவாத நாட்களில் தில்லி நீதிமன்றத்திற்கு வந்து (வழக்கு அன்று வரலாம்,வராமலும் போகலாம்) ஆகிய தடைகள் இருக்கும்போது ஓர் ஆதிவாசி எப்படி இதை எதிர்கொள்ளப்போகிறார்? அப்படியே தடைகளை மீறி மாநில உயர் நீதிமன்றத்துக்கு வரும் பல வழக்குகள் தனி மனிதர்களால் அல்லாமல், ஏதாவது ஒரு என்ஜிஓ மூலமே வந்துசேர்கின்றன. அந்த என்ஜிஓவுக்கு ஆர்வமும், சரியான ஆர்வலர்களும் இருந்தாகவேண்டும். பல சட்ட உதவிகளைத் தொடர்ந்து செய்துவரும் ஒரு வழக்கறிஞர் இது போன்ற வழக்குகளைப் பெரும் முதலாளிகள் கையில் எடுத்துக்கொண்டு 'ஊடு பாய்கிறார்கள்' என்பதை விளக்கினார். அது போன்ற பெரும் முதலாளிகள் பெருமளவு நிலங்களைக் குறைந்த விலைக்கு வாங்கிவிட்டு பெரும் பணம் கொடுத்து பெரிய வழக்குரைஞர்களை வைத்து பாவப்பட்ட ஏழை வழக்காடிகளை அடியோடு நீதிமன்றத்தில் தோற்கடிக்க முடியும்.

2007இல் நாங்கள் இரு பொதுநல வழக்குகள் அல்லது ரிட் விண்ணப்பங்களை சல்வா ஜுதுமிற்கு எதிராகக் கொண்டு வந்தோம். அதில் முதல் வழக்கு டபிள்யூபி (சிவில்) 250/2007 நந்தினி சுந்தர், ராமச்சந்திர குஹா, ஈ.ஏ.எஸ். சர்மா எதிர் சத்தீஸ்கர் மாநிலம், கேட்கப்பட்டது. மே மாதம் வந்த தீர்ப்பினால் சுதந்தர மக்கள் முன்னெடுப்பு உருவானது.

இரண்டாம் வழக்கு டபிள்யூபி(கிரிமினல்) 119/2007, கர்தம் ஜோகா,தூதி ஜோகா, மனிஷ் குஞ்சம் எதிர் சத்தீஸ்கர் மாநிலம், இந்திய யூனியன். இந்த வழக்கு அக்டோபர் மாதம் கேட்கப்பட்டது. அவ்வழக்கில் மத்திய அரசு எஸ்பிஓக்களுக்குப் பண உதவி அளிப்பதற்காகவும், சல்வா ஜுதும் விஷயத்தில் சத்தீஸ்கரின் கொள்கைகளோடு ஒத்துப் போவதற்கும் மாநில அரசோடு ஒத்துப் போவதற்காகவும் கண்டிக்கப்பட்டது.

சட்ட நடவடிக்கைகள் தேவையா, இல்லையா?

சட்ட நடவடிக்கைகள் எடுக்கப்படவேண்டுமா? எடுப்பதா யிருந்தால் எப்போது, எங்கே எடுப்பது போன்றகேள்விகள்

எழுந்தன. சமூக சுதந்தரத்திற்காகப் பாடுபடும் (ஜனநாயக உரிமைகளுக்கான மக்கள் ஒன்றிணைப்பு) பியூடிஆர், பியூசிஆர் போன்ற அமைப்புகள் சல்வா ஜுடுமிற்கு எதிராக நீதிமன்ற வாசல்களை மிதிக்கத் தயங்கின. நான் எந்த வழியையும் தவறவிட விரும்பவில்லை. எப்படியும் இப்போதிருக்கும் நிலையை நீதிமன்றத்தால் மேலும் மோசமாக்கிவிடமுடியாது. நல்ல வேளையாக, ஐசிஐயைச் சேர்ந்த மற்ற உறுப்பினர்களும் என்னைப் போலவே நிலைமையைக் கண்டு வேதனையடைந்ததால் நீதிமன்றத்தை நாட ஒப்புக்கொண்டனர். அவர்களுடைய பின்னணி, நாங்கள் அனைவரும் மாவோயிஸ்டுகளோ என்னும் சந்தேகத்தைப் போக்குவதாக இருந்தது. ராமச்சந்திர குஹா, ' இந்தியா: காந்திக்குப் பிறகு' உள்ளிட்ட பல நூல்களை எழுதிய நன்கு அறியப்பட்ட வரலாற்றாசிரியர், பத்தி எழுத்தாளர். ஈ.ஏ.எஸ். சர்மா சிவில் பணியாளராக இருந்தவர். மின்சாரம், நிதி ஆகிய துறைகளில் பொறுப்பு வகித்தவர். இயன்றபோதெல்லாம் வழக்குக்காக இவர்கள் உதவி புரிந்தனர். பாதுகாப்பு வீரர்கள், சிவிலியன்கள், மாவோயிஸ்டுகள் என்று யார் தாக்கப்பட்டாலும் நாங்கள் மூவரும் இணைந்து அறிக்கை வெளியிடுவோம்.

பிலாஸ்பூர் உயர் நீதிமன்ற வழக்கறிஞர் கணக் திவாரியுடன் ஆறு மாதங்கள் விவாதித்த பிறகு நாங்கள் உச்ச நீதிமன்றத்தை நாட முடிவு செய்தோம். நண்பர்களின் உதவியால் டி.ஆர். அந்தியார்ஜுனா என்னும் சொலிசிட்டர் ஜெனரலின் அறிமுகம் கிடைத்தது. எங்கள் வழக்கை எடுத்துக்கொள்ள அவர் சம்மதித்தார். அதற்கு அவருடைய ஜுனியரான ஆஷிஷ் சுக் என்பவரின் சிபாரிசும் காரணம். உண்மை அறியும் குழுக்களின் அறிக்கைகளை வைத்து முதல் மனுவை வடிவமைத்தவர் அவரே. கார்ப்பரேட் சட்ட நிறுவனமான கரஞ்சவாலா அண்ட் கோவில் பணியாற்றிய அவருடைய நண்பரான பிரக்யா சிங் என்பவரின் உதவியுடன் அந்த மனு அட்வகேட் ஆன் ரிகார்ட்டாக (ஏஓஆர்) சமர்ப்பிக்கப்பட்டது.

நீதிமன்றத்தைப் பொருத்தவரை ஏஓஆர் என்பது ஒருவருடைய அலுவலக முகவரி. எல்லாமே இதன் வாயிலாகத்தான் சமர்ப்பிக்கப் படவேண்டும். ஏஓஆராக மாறுவதற்கு ஒருவர் அதற்கான சிறப்புத் தேர்வில் தேர்ச்சி பெற்றிருக்கவேண்டும். அந்தியார்ஜுனா, புகழ் பெற்ற அரசியலமைப்பு வழக்கறிஞரான ஹெச்.எம். சீர்வாயிடம் ஜுனியராக இருந்தவர். அவருடைய அலுவலகத்தில் இப்படிப் பலருடன் அவரிருந்த புகைப்படங்கள் மாட்டப்பட்டிருந்தன. இருந்தும், என்ன நடக்கிறது என்பதன் கன பரிமாணத்தை அவர் உணர்ந்திருக்கிறாரா என்று ஒவ்வொருமுறை அவரைச்

சந்தித்துவிட்டுத் திரும்பும்போதும் தோன்றும். ஆனால் கவலைப் படவேண்டாம், எனக்குத் தெரியும் என்பார் அவர். நீதிமன்றத்தில் அவர் பேசுவதைக் கேட்கும் ஒவ்வொருமுறையும், அவர் எத்தனை அழகாக அனைத்தையும் புரிந்துவைத்திருக்கிறார் என்னும் வியப்பே ஏற்படும். ஒரு விஷயம் புரிந்தது. மானுடவியலாளர்களுக்கும் வழக்கறிஞர்களுக்கும் வேறுபாடு இருக்கிறது.

ஏப்ரல் 2007 இறுதியில் வழக்கு பதிவு செய்யப்பட்டது. இரு வாரங்கள் கழித்து, 17 மே அன்று விடுமுறைக்காக மூடப்படுவதற்கு முன்பு நீதிமன்றத்திடமிருந்து அழைப்பு வந்தது. அப்போது நான் எஸ்.ஆர். சங்கரன் என்பவரின் தலைமையில் 2006 வனச்சட்ட வடிவமைப்பு குறித்து நடைபெற்றுவந்த அமர்வில் பங்கேற்றுக் கொண்டிருந்தேன். அப்போதுதான் பிரக்யாவிடமிருந்து செய்தி கிடைத்தது. நீதிமன்றம் எங்கள் வழக்கைப் பார்வையிட்டுள்ளது என்பதுதான் அந்தச் செய்தி. அன்று மாலை வானொலியிலும் அதே செய்தியைக் கேட்கமுடிந்தது. சில ஆண்டுகளாகவே உச்ச நீதிமன்றம் செய்திகளில் இடம்பெற்றுக்கொண்டிருக்கிறது. பகவான் தாஸ் சாலையில் மீடியா வாகனங்கள் குவிந்துகிடக்கின்றன. குறிப்பாய்க, முக்கியத் தீர்ப்புகள் வெளிவரும்போது எதிர்பார்ப்புகள் அதிகரித்து விடுகின்றன. எங்களுக்கு நேர்ந்ததும் அதுதான். கடந்த இரண்டாண்டு களாக அரசியல் செயற்பாட்டாளர்களாக நாங்கள் இயங்கிவந்ததைக் காட்டிலும் திறமையாக எங்கள் வழக்கின்மீது வெளிச்சம் பாய்ச்சி விட்டது நீதிமன்றத்திலிருந்த வந்த இந்த ஓர் அறிவிப்பு.

இது நடந்தபின் நான் மீண்டும் சுக்மாவிற்குப் புறப்பட்டேன். சிபிஐ கட்சிக்காரரான ராமா சோதி, செர்லா பேரணியில் மக்கள் சல்வா ஜுடுமிற்கு எதிராக அளித்த சாட்சியங்களைத் தொகுத்தளித்தார் (அத்தியாயம் 6). இவற்றை நீதிமன்றத்தில் தாக்கல் செய்ய வேண்டும் என்றும் அறிவுறுத்தினார். தில்லியில் சிபிஐ யின் செயலர் ஏ.பி.பரதன் அது மிக நல்ல கருத்தென்றார். கட்சியின் மாவட்டக் குழு வன்முறையில் பாதிக்கப்பட்டவர்களைக் கொண்டது. அப்போது அங்கே தேர்தலில் வெற்றி பெற்று மக்களின் சார்பில் நின்றவர்கள் என்று அனைவருடைய பெயர்ப் பட்டியலையும் தயாரித்தது. இதற்குப் பெயர் கொடுக்கவே மிக மிக மன தைரியம் கொண்ட மக்கள்தான் வேண்டியிருந்தது. ஏனெனில், இன்னும் தினந்தோறும் கிராமங்கள் பற்றி எரிந்துகொண்டிருந்தன. நூற்றுக் கணக்கானவர்கள் கொத்துக் கொத்தாகக் கொல்லப்பட்டனர் அல்லது கைது செய்யப்பட்டனர்.

இந்த அராஜகச் சூழலில் இப்படிச் சாட்சியம் சொல்ல மிக வலிய மனம் கொண்டவர்கள் தேவை; கிடைப்பதோ சிரமம். அப்படித் தைரியமாக வந்தவர்கள் சிலர் மட்டுமே. கர்தம் ஜோகா ஒரு பஞ்சாயத்து உறுப்பினர். இருந்தும் சல்வா ஜுடும், காவல் துறை இரண்டும் அவரை மிகக் கடுமையாக அடித்துத் துன்புறுத்தி யுள்ளனர். துகி ஜோகா,இரண்டாவது சாட்சி. ஆர்லாம்பள்ளி கிராமத்து மனிதர். மகேந்திர சர்மாவின் தலைமையில் அவர்களது இவரது வீட்டையும் சேர்த்து முழு கிராமமும் சல்வா ஜுடுமால் எரித்து நிர்மூலமாக்கப்பட்டிருந்தது. இந்த விண்ணப்பம் தயாராகும் போது துரி ஜோகா வேறொரு கிராமத்தில் தஞ்சம் பெற்று வசித்து வந்தார். இவரும் ஒரு ஜன்பத் பஞ்சாயத்து உறுப்பினர். மூன்றாவது விண்ணப்பதாரர் மனிஷ் குஞ்சம். அகில இந்திய ஆதிவாசிகள் மகாசபையின் தலைவர். கோண்டா பகுதியின் மக்கள் சபை உறுப்பினர். எப்படியோ சல்வா ஜுடும் வன்முறையிலிருந்து தப்பித்தவர். பல வன்முறைச் செயல்களைப் பற்றி விவரங்கள் அறிந்தவர்.

மிகக் கடுமையான, பதட்டமான கோடைக் காலம் வந்தது. இரு மாணவர்களின் உதவியுடன் சாட்சியங்கள் எல்லாம் ஆங்கிலத்தில் மொழிமாற்றம் பெற்றன. அதில் சொல்லப்பட்ட, பாலியல் வன்முறைகளுக்கு உள்ளானவர்களின் பெயர்கள் எல்லாம் முற்றாக நீக்கப்பட்டன. கர்தம் ஜோகாவும் மற்றவர்களும் என்ற பெயரில் வழக்கு ஆகஸ்ட் மாதம் பதியப்பட்டது. ஆனால் மூன்று நாட்கள் கழித்து, முதல் நாளாக 2007 அக்டோபர் 12ஆம் தேதிதான் நீதிமன்றத்தில் வாதங்கள் ஆரம்பமாயின. 'நோட்டீஸ்' விரைவாகக் கொடுத்தது மட்டுமின்றி வேகமாக விவாதங்கள் நடத்த நீதிமன்றம் முடிவெடுத்திருந்தது. இரண்டு வழக்குகளும் ஒன்றாகச் சேர்க்கப் பட்டன. சேர்க்கப்பட்டதால் விவாதங்களும் இரு வழக்குகளையும் கொண்டதாக இருந்தது. இந்த வழக்கிற்கு ஏஓஆர் சுமித்தா ஹசாரிகா என்பவர். கடந்த பத்து ஆண்டுகளாகத் தொடர்ந்து அவர் அதே ஆர்வத்துடன் தொடர்ந்து ஆவணங்களைத் தாக்கீது செய்து கொண்டிருக்கிறார்.

இந்த 2007ஆம் ஆண்டின் கோடை காலத்தில் இருந்த இரு அலுவலகங்கள் எனக்கு மிகவும் பழகிப் போக ஆரம்பித்தன. ஒன்று, மத்திய தில்லியில் அமைந்துள்ள நித்யா ராமகிருஷ்ணனின் அலுவலகம்; அபிஷேக் தேசாய் தன் வீட்டின் கீழ்த்தளத்தில் வைத்திருந்த அலுவலகம். இரண்டாவது, நித்யாவின் அலுவலகம். சின்னச் சின்ன அறைகளாக, ஒன்றோடு ஒன்றாகஇணைந்திருக்கும். எப்போது அங்கு சென்றாலும் யாராவது ஒருவர் அமர்ந்து வேலை செய்து கொண்டிருப்பார். நண்பர்களோ, புது வழக்குரைஞர்களோ,

வாடிக்கையாளர்களோ வந்து போய்க் கொண்டிருப்பார்கள். எல்லோரும் நித்யாவிடம் பேச ஏதாவது வைத்திருப்பார்கள். நாட்டின் மிகப் பெரும் கிரிமினல் வழக்கறிஞர். விடுதலைபெற்ற பலரும் சாவின் விளிம்பிலிருந்து காப்பாற்றப்பட்ட பலரும் அவரது திறமைக்கான சாட்சியங்கள். அவரது அலுவலகம் மிகவும் நேசத் தன்மையோடு ஒரு வீடுபோல இருக்கும். நித்யா நல்ல உயரத்தோடு, பார்ப்போரைத் திரும்பப் பார்க்க வைக்கும் வசீகரம் கொண்டவர். அவருக்கு கணக்கு, கிரிக்கெட், குறுக்கெழுத்து மூன்றிலும் பெரும் பித்து உண்டு.

அஷோக் தேசாயின் அலுவலகம் வேறு மாதிரி. பார்ப்பவர்கள் யாரையும் வசப்படுத்தும். எழுத்தர்கள், வழக்குரைஞர்கள், வாடிக்கை யாளர்கள் என்று ஒவ்வொருவருடைய தேவைக்கும் தனித்தனி அறைகள். ஆவணங்கள் வைப்பதற்கும் தனி அறை. முன்பு அட்டர்னி ஜெனரலாக இருந்தவர். அதோடு மிக மூத்தவரும் மரியாதைக்குரியவராகவும் உச்ச நீதிமன்றத்தில் இருந்தார். 2017ஆம் ஆண்டில் வழக்கறிஞர் வாழ்க்கையில் 60 ஆண்டுகளைத் தொட்டு விடுவார். ஆனாலும் இன்னும் இளமையுடன் இருப்பார். வண்டி வண்டியாகச் சொல்வதற்குப் பல கதைகள், பழைய நிகழ்வுகள் வைத்திருப்பார். நல்ல வாசகர். தன்னைச் சுற்றியுள்ளவை அனைத்திலும் ஆர்வமும் விருப்பமும் கொண்டவர். நான், நித்யா, அவரது ஜுனியர்கள் அனைவரும் அவரைப் பார்க்கப்போகும் போதெல்லாம் என்ன வேலை செய்து கொண்டிருந்தாலும் நிமிர்ந்து சிரிப்புடன், 'வாருங்கள்... வாருங்கள்' என்று வரவேற்பார். சிறிது நேரம் ஏதாவது பேசிவிட்டு விவாதத்திற்குள் இறங்குவோம், ஆவணங்களை அலசுவோம்.

எல்லா வழக்கறிஞர்களும் இந்த வழக்கில் பணம் பெறாமல் சேவையாக பல ஆண்டுகள், வயது வேற்றுமை ஏதும் பார்க்காது, ஜுனியர் சீனியர் என்ற வேற்றுமையையும் பாராது உழைத்து வருகின்றனர். பணம் வரும் வழக்குகளைக்கூடத் தள்ளி வைத்து விட்டு பல இரவுகள் நெடுநேரம் விழித்திருந்து புதுப்புது குறிப்புகள் எடுத்து அடுத்தடுத்த உறுதிப் பத்திரங்களைத் தயாரிப்பார்கள். அவர்களது ஆழமான அர்ப்பணிப்பு என்னைப் பரவசப்படுத்தும், ஆச்சரியத்திற்குள் ஆழ்த்தும். அவர்கள் யாருக்கும் பஸ்தாரோடு எவ்விதத் தொடர்புமில்லை. வழக்கமாகச் சொல்லப்படும் சமூக ஆர்வலர்கள் இல்லை அவர்கள். அப்படியிருந்தும் இத்தனைப் பிடிப்போடு உழைத்தனர். தெரியாத இடம்; பார்த்திராத மக்கள். ஆனாலும், சட்ட வல்லுனர்களாகவும், அதற்கும் மேலாக நாட்டின் குடிமக்களாகவும் அவர்கள் கடமையாற்றினார்கள்.

நீதிமன்றத்தின் அமைப்பு

17 ஏக்கர் நிலப் பரப்பில் தில்லியின் லுட்யன்ஸ் என்ற இடத்தில் 1958இல் ஆரம்பிக்கப்பட்டது நமது உச்ச நீதிமன்றம். அதனுடைய அமைப்பு ஒரு தராசு போல் இரு பக்கத் தட்டுகளோடு கட்டப் பட்டுள்ளது. முதலாம் கோர்ட்/கோர்ட் 1, இதில்தான் தலைமை நீதிபதி இன்னும் இருவரோடு அமர்ந்து வழக்கைக் கேட்பார். இந்த நீதிமன்றம் தராசின் நடுவில் உள்ள பட்டையின் நடுப்பகுதி. இதன் எதிரே அழகிய புல்வெளி. இதன் இரு பக்கக் கதவுகளும் பார்வையாளர்கள் பகுதிக்குள் திறக்கும். வழக்கறிஞர்கள் நடுவில் உள்வாயில் வழியே நுழைவர். உயரமான சுவர்கள். அனைத்தும் மரப் பட்டைகளால் போர்த்தப்பட்டிருக்கும். மிக உயரமான கூரை. உயரத்திலிருந்து நீண்ட கம்பிகளின் வழியே தொங்கும் மின்சார விசிறிகள். குளிர்விக்கப்பட்ட அறைதான். விசிறிகளும் உண்டு. நீதிபதிகள் அறையின் பின்பக்க வாயில் வழியே வந்து உயர்ந்த பீடத்தில் உள்ள நாற்காலிகளில் அமர்வர். சிகப்பும் வெள்ளையும் கலந்த சீருடையில் உடன் செல்லும் அலுவலர்கள் தலையில் பெரிய தலைப் பாகையுடன் ஒவ்வொரு நீதிபதிக்கும் பின்னால் நிற்பார்கள். நீதிபதிகள் வெளியேறும்போது அவர்களும் பின்னால் செல்வார்கள்.

மூன்று நீதிபதிகளும் உயரமான ஒரு மேசைக்குப் பின்னால் போடப் பட்டுள்ள அலங்காரமான அசோகச் சின்னம் பொருத்தப்பட்ட சிகப்பு நாற்காலிகளில் அமர்வார்கள். அசோகச் சக்கரம் உண்மை என்பதற்கான குறியீடு. நீதிபதிகளுக்குப் பின்னால் சுவற்றில் மேலும் ஓர் அசோகச் சக்கரம் இருக்கும். அவர்களுக்கு எதிர் சுவரில் பெரிய கடிகாரம் இருக்கும். அக்கடிகாரத்தின் இரு புறமும் முன்பிருந்த தலைமை நீதிபதிகளின் ஆளுயர வண்ண ஓவியங்கள் இருக்கும்.

எழுத்தர்களுக்கு நீதிமன்றத்தில் வேறு பெயர், கோர்ட் மாஸ்டர்கள். அவர்கள் நீதிபதியின் மேசைக்குக் கீழே நீதிபதிகளைப் பார்ப்பது போல் அமர்ந்திருப்பார்கள். அறையில் ஒலி பெருக்கியும், ஒலிப் பேழைகளும் உண்டு. ஆனால், நீதிபதிகள் வழக்கமாக இவற்றைப் பயன்படுத்துவதில்லை. இதனால் அவர்கள் தீர்ப்பினை வாசிக்கும் போது மிகக் கவனமாகக் கேட்க வேண்டும். நீதிபதிகள் தீர்ப்பை வாசிக்கும்போது 'கோர்ட் மாஸ்டர்கள்' எழுந்து நின்று குறிப்பெடுக்க வேண்டும். நீதிபதிகள் அறைக்குள் வருவதற்கு முன்பே நீல, சாம்பல் நிறச் சீருடையில் அங்குமிங்கும் அலைந்து அலைந்து கோப்புகள் தயார் நிலையில் இருக்கின்றனவா என்று பார்ப்பார்கள். ஒரு வழக்கு முடிந்தால் அதன் கோப்புகளை எதிரிலிருக்கும் மேசை மீது தூக்கி எறிவார்கள். அதை உடனே

எடுத்து நீதிமன்றத்தின் ரெஜிஸ்ட்ரரி அலுவலகத்திற்குக் கொண்டு செல்வார்கள்.

1 முதல் 5 எண் கொண்ட நீதி அறைகள் முன்னால் இருக்கும். மீதி அறைகள் வலது பக்கம் ஒரு குறுகிய தாழ்வாரத்தில் இருக்கும். ஏழாவது நீதி அறையைத் தவிர மற்ற அறைகள் சிறியதாக இருக்கும். அதில் பார்வையாளர் இடம் கிடையாது. 2007லிருந்து 2010 ஜூலை வரை நாங்கள் முதல் நீதியறையில்தான் இருந்தோம். அதன் பின்பக்கத்திலிருக்கும் சிறு நீதியறைகளுக்கு வழக்குகள் மாறி வந்தன. எனக்கு இந்த அறைதான் பிடித்தது. ஏனெனில், இங்குதான் கட்சிக்காரர்களாகிய நாம் வழக்கறிஞருக்குப் பக்கத்திலேயே அமர்ந்துகொள்ளலாம். விவாதங்களைப் பக்கத்திலிருந்து தெளிவாகப் புரிந்துகொள்ளலாம். பொதுவாக வழக்கைத் தொடுப்பவர்கள் இடது பக்கமும், எதிர்கொள்பவர்கள் வலது பக்கமும் அமர்ந்திருப் பார்கள். புத்தக அலமாரிகள் வரிசையாகச் சுவரை ஒட்டி நிற்கும். அதனோடு சில சிறிய அலமாரிகளும் இருக்கும். நமது கோப்புகளை வேண்டுமானால் அவற்றில் வைக்கமுடியும்.

நீதிபதிகளின் மேசைகளில் ஒரு பக்கத்தில் தொலைக்காட்சித் திரை இருக்கும். அதில் எல்லா நீதியறைகளிலும் நடக்கும் வழக்கு விவரங்கள் தெரியும். ஆகவே ஒவ்வொரு வழக்குரைஞரும் தங்கள் வழக்கு எந்த அறையில் எந்த அளவு நடக்கிறது என்பதைப் பார்க்கலாம். இதோடு ஒவ்வொரு நீதியறைக்கு முன்னாலும் ஒரு தொலைக்காட்சித் திரை இருக்கும். இதில் உச்ச நீதிமன்றத்தின் இணையப் பக்கத்தில் உள்ள ஒவ்வொரு வழக்கு எண்ணும் தெரியும். எல்லாம் கம்ப்யூட்டரின் தயவு! வழக்கறிஞர்கள் தங்கள் அலுவலகத்திலிருந்து கொண்டே இணைய வழியே அனைத்தையும் தெரிந்து கொள்ளலாம். ஆனாலும் இந்த வழக்கு எண்கள் மாறி மாறி வருவதுமுண்டு. இதனால் ஒரு ஜூனியர் வழக்குரைஞர் இந்தத் திரைகளின் முன் தயாராகக் காத்திருப்பார். அவ்வப்போது தாங்கள் வேலை பார்க்கும் சட்ட அலுவலகத்தின் சீனியர் மக்களுக்கு இவர் வழக்குகளைப் பற்றிய செய்திகளைக் குறுஞ்செய்தி மூலம் தெரிவித்துக் கொண்டிருப்பார். அப்படியே வழக்கின் எண் வந்து விட்டால் வழக்கை நடத்த வழக்குரைஞர்கள் தயாராகலாம். அல்லது வாய்தா கேட்க முடியுமல்லவா?

ஒவ்வொரு நீதிமன்றத்திற்கும் வெளியே, பழைய காலத்து முறைப்படி ஒரு கம்பி வலையில் பல தாள்கள் ஒட்டப்பட்டிருக்கும். இரண்டு காவலர்கள் தயாராக இருப்பார்கள். உள்ளே வருபவர் களைச் சோதித்து அதன் பின் நமது உரிமைச் சீட்டுகளையும்

சோதித்துவிட்டு உள்ளே அனுப்புவார்கள். இந்தக் கூண்டுக்குப் பெயர் பாஸ் அலுவலகம். இது ஒவ்வொரு நீதிமன்றத்தின் முன்னாலும் உள்ளதுதான். இதில் வயிற்றைப் புரட்டிப் போடும் நிகழ்வு ஒன்று உண்டு.எப்போது நமது வழக்கு வருமோ, நமது சீனியர் வழக்கறிஞர் வழக்கை நடத்தத் தயாராக இருப்பாரா போன்ற கேள்விகள் மண்டையைக் குடையும். ஏனெனில், சில வழக்குகள் தங்களுக்குக் கொடுக்கப்பட்ட நேரத்தில் முடிக்கப்படாமல் அடுத்த நாளைக்கும் இழுத்தடிக்கப்படலாம். அல்லது யாராவது ஒரு வழக்கிற்கு வாய்தா கேட்கலாம். இவையெல்லாம் வழக்கமான முட்டுக்கட்டைகள். இதனால் வழக்குகளுக்கு நடுவில் குழப்பம் வரலாம். வழக்கு மறுநாள்தான் என்பது முந்தைய நாள் மாலை ஆறு மணிக்குத்தான் தெரிய வரும். அடுத்த நாள் வழக்குரைஞர் நீண்ட நேரம் காத்திருக்கலாம். வழக்கு வரும் அல்லது கால தாமதமாகலாம். இதிலும் நடந்த வழக்கில் தொடர்ந்து நாம் முன்னேற்பாடுகள் செய்துவிட்டு உள்ளிறங்குவோம். நமது எதிராளியான சத்தீஸ்கரின் வழக்குரைஞர்கள் வேண்டுமென்றே வாய்தா கேட்டால் அதேபோல் சத்தீஸ்கர் வழக்குரைஞர்களில் நமது அணிக்கு ஒரு தொல்லை தருவார்கள். அதாவது வழக்கு நடப்பதற்கு முந்தைய நாள் மாலை ஐந்து மணி வாக்கில் அதன் விவரங்களைத் தருவார்கள். நடுவில் குறைந்த காலமே இருப்பதால் புதிதாக நாமும் வாய்தா கேட்க மாட்டோமா என்ற நினைப்பு அவருக்கு. ஆனால், அப்படிப்பட்ட இக்கட்டான நேரங்களிலும் நாம் என்றும் இதுவரை வாய்தா கேட்டதே இல்லை.

நீதிமன்றங்கள் பயன்படுத்தும் வார்த்தைகளுக்கு வித்தியாசமான பொருள் உண்டு. உதாரணமாக, கிவிங் அப்பியரன்ஸ் என்றால் வழக்குரைஞர் வருகைப் பதிவேட்டில் கையெழுத்திட்டு விட்டார் என்று பொருள். செட்லிங் கேசஸ் என்றால் சீனியர் வழக்குரைஞர்கள் தங்கள் ஜூனியர் தயாரித்த ஆவணங்களில் கையெழுத்திடுவது. நான் அப்படியே பின் பக்கமாக நடக்கப் பழகிக் கொண்டேன். நீதிபதிகளுக்குப் பின்புறத்தைக் காட்டாமல் மறுபுறம் பின் பக்கமாகத் திரும்பி நடக்கவேண்டும். கஷ்டம்தான். ஆனால், பழகிக்கொண்டேன். அதுவும் கை நிறைய கோப்புகளை வைத்துக்கொண்டு, பின்புறம் நடப்பதென்றால்... எப்படியோ சமாளித்துவிட்டேன்.

பல அதிர்ச்சிகளையும் நீதிமன்றங்கள் கொடுத்தன. ஒரு வழக்கில் வழக்குரைஞர் திடீரென்று எழுந்து, 'நான் என் மனைவியைக் கொலை செய்துவிட்டேன்' என்றார். எனக்குக் குலை நடுங்கி விட்டது. இன்னொருவர், 'நான் கொலைக்குற்றம் செய்துவிட்டு

சிறையில் இருக்கிறேன்' என்றார். கட்சிக்காரர்கள் சொல்வதை தன்மை நிலையில் நின்று சொல்கிறார்கள். அவர்கள் தங்கள் கட்சிக்காரர்கள்மீது அத்தனை ஒட்டுதலாக இருப்பதாகக் காண்பிக்கிறார்களோ! அதிலும் நீதிபதிகள்மீது எனக்கே வருத்தம் வந்தது. எத்தனை வழக்குகள்! எதற்கு இத்தனை விதம்! அனைத்தையும் மாறி மாறிக் கேட்டுக்கொண்டே இருக்கவேண்டும்.

பெரிய வழக்கறிஞர்களுக்குத் தங்கள் வழக்கை, விவாதத்தை எப்படி நடத்தவேண்டும் என்பது நன்கு தெரிந்திருக்கிறது. விவாதத்தை நிறுத்தவேண்டும் என்றும். எப்போது ஒரு நீதிபதி அடுத்த நீதிபதியின் காதைக் கடிக்கிறாரோ அப்போது கவனிக்க முடியாதல்லவா! அதே போல் எப்போது போகவேண்டும்; எப்போது நீதிபதி கொடுக்கும் ஒன்றைப் பற்றிப் பிடித்து அழுத்தமாகப் பேச வேண்டும் என்பதும் தெரிந்திருந்தது நமது கோப்புகளில் ஆரம்ப விஷயங்கள் இருக்கலாம். அவை முக்கியமல்ல. வழக்கு மன்றத்தில் என்ன நடக்கிறது, எப்படி நடக்கிறது என்பதே மிக முக்கியம். 'நேரம்' என்பதும் மிக முக்கியம். கொஞ்சம் தடுமாறினாலும், கோப்பில் உள்ளதைத் தவறுதலாகக் குறிப்பிடுவதுடன், கோப்பின் எண், பக்கங்களின் எண் போன்ற வற்றைக்குழப்பினாலும் மிகச் சரியான ஒரு வழக்குகூட திசைமாறிப் போய்விடும். பொதுவாக வழக்கறிஞர்கள் தாங்கள் கடைசியாகக் கொடுத்த கோப்பிலிருந்துதான் விவாதங்களைத் தொடர்வது வழக்கம். ஆனால், எதிராளி வழக்கறிஞர் தன் பழைய கோப்பி லிருந்து ஏதும் வாசிக்க ஆரம்பித்தால் நமது பக்கமும் அந்தப் பழைய கோப்பு இருந்திருக்கவேண்டும். இல்லையேல் வழுக்குமரம்தான்! அதனால் ஒவ்வொரு விவாதத்திற்கும் அனைத்துக் கோப்புகளையும் அள்ளிக்கொண்டு போகவேண்டும். நாளாக நாளாக இந்தக் கோப்புகளின் எண்ணிக்கை மட்டுமல்ல, எடையும் கூடிவிடுகிறது. சாக்குப் பைகளில் அள்ளிக்கொண்டுதான் போக வேண்டியதிருக்கும். நண்பர்கள், இளம் வழக்குரைஞர்கள் இதற்கு உதவி செய்வார்கள். இருந்தும் எனக்கு இது எப்போதும் பெரும் துன்பம்தான்.

நீதிமன்றத்தில் ஒரு நாள் ... மென்ஷனிங். நீதியரசர்களுக்கு முன்னால் வழக்கறிஞர்கள் சீக்கிரம் கேட்கப்பட வேண்டிய வழக்குகளைக் குறிப்பிடுவார்கள். அல்லது சில வழக்குகளுக்கு வாய்தா கேட்பார்கள். திங்கள் கிழமையும் வெள்ளிக் கிழமையும் உதிரி நாட்கள் என்று அழைக்கப்படும். அன்று சந்தைக் கடை போன்ற இரைச்சல்கள்தான் கேட்கும். நீதிபதிகளின் முன்னே பல வழக்குகள் முன்வைக்கப்படும். அவற்றில் இந்த வாரத்திற்கான வழக்குகள் எவையென்று அன்று உறுதி செய்யப்படவேண்டும். பல

சமயங்களில் சில வழக்குகள் ஆண்டுகள் பலவாக கேட்கப் படாமலே போய்விடலாம். ஆனால், வழக்கமான வழக்குகள் உதிரி நாட்கள் அல்லாத நாட்களில் எடுக்கப்படலாம். அன்று மட்டுமோ அந்த வாரம் முழுவதுமோ அந்த வழக்குகள் விவாதிக்கப்படலாம். அப்போது மற்ற வழக்கறிஞர்கள் காத்திருக்கவேண்டும். 2009 நவம்பர் மாதம். பல வழக்குகளோடு நமது வழக்கும் இருந்தது. பல வாரங்கள் காத்திருக்க வேண்டியிருந்தது. ஏனெனில், அப்போது தான் அம்பானி சகோதரர்களின் வழக்குகள் நடைபெற்று வந்தன. பெரிய வழக்குகளில் புகழ்பெற்ற வழக்கறிஞர்கள் விவாதிக்கப்படும் போது இளம் வழக்குரைஞர்கள் திரண்டு அதனைப் பார்க்கப் போவார்கள். ஒரு பக்கம் கருப்புக் கோட்டு வழக்கறிஞர்கள், இன்னொரு பக்கம் செய்தியாளர்களின் கூட்டம். இத்தனைக்கும் நடுவில் நமது வழக்கு எப்போது வரும் என்று ஆடி, ஒடி தெரிந்து கொள்ள வேண்டும்.

ஆழமே தெரியாத விஷயம் ஒன்று உண்டு. நீதிமன்றங்களில் பட்டியல் பற்றியது அது. வழக்குகள் எப்போது வரும் என்பதை உச்ச நீதிமன்றத்தின் இணையப் பக்கங்களில் பார்க்கலாம். ஆனால், இணையத்தில் வருவது ஒரு நாள் இருக்கும். அடுத்த நாள் இல்லாமல் போய்விடும். நமது வழக்கை 2009லிருந்து சரியாகக் குறிப்பெடுத்து வைத்திருக்கிறேன். பட்டியல் நாட்களுக்கு நடுவில், உதிரி நாட்கள் அல்லாத நாட்களில் வழக்கை நடத்த முயற்சி யெடுக்கவேண்டும். அப்போதுதான் வழக்கை நடத்தத் தாராளமான கால அவகாசம் கிடைக்கும். வாய்தாக்களும் பெறமுடியும். ஆனால், இதெல்லாம் நடந்து முடிக்க ஓராண்டும் ஆகலாம். நமது வழக்கில் 2008 டிசம்பர் 16ஆம் தேதி ஒரு விவாதம். அடுத்த விவாதம் நடந்தது 2010 பிப்ரவரி 18ஆம் தேதி.

ரெஜிஸ்ட்ரியில்தான் வழக்குகளின் கோப்புகள் இருக்கும். ஆனால், அவை அறைக்குள் குவிந்த இடம் காணாமல் தரையில், அறைக்கு வெளியே தாழ்வாரத்தில் கிடக்கும். எப்படியோ எங்கள் அனுபவத்தை வைத்து சரியான கோப்பை, சரியான நாளில், சரியான நேரத்தில் தேடி எடுத்துவிடுவோம் என்று அங்குள்ள பணியாளர்கள் ஒரு வெற்றிச் சிரிப்போடு கூறினார்கள். அதுவும் ஒரு நீதிபதியிட மிருந்து அடுத்தவருக்குச் செல்லும் வழியிலேயே கோப்புகள் ‘காணாமல்’ போவதும் உண்டு. ஏஓஆர்தான் கோப்புகளின் பாதுகாப்புக்குப் பொறுப்பு. ஒவ்வொரு விண்ணப்பத்திற்கும் ஐந்து நகல்கள் எடுத்துத் தரவேண்டும். சரியான நேரத்தில் ஒழுங்கான எழுத்து வடிவத்தில் ஒழுங்காகக் கொடுக்கவேண்டும். வழக்கு

மன்றங்களில் உள்ள நகலெடுக்கும் இடங்கள் குறுகிய நேரத்தில் நகலெடுத்து, தட்டி, நேராக்கி, ஒன்று சேர்த்து, கட்டி சில நிமிடங்களில் புத்தகமாக உருவாக்கிவிடுகின்றன. திறமைசாலிகள் தான் அவர்கள்!

வழக்கின் பிறப்பும் வளர்ச்சியும்

இதுவரை எங்களது விண்ணப்பங்கள் ஐந்து நிலைகளை, கட்டங்களைத் தாண்டிச் சென்றுள்ளது. முதல் கட்டம் 2007 ஏப்ரலில். தலைமை நீதியரசர் முன் ஆரம்பித்தது. வழக்குகளைப் பதிவு செய்தல், விவாதங்கள் போன்றவற்றில் முடிவில் கிடைத்த தீர்ப்பில் என்ஹெச்ஆர்சி தன் புலன் விசாரணையை ஆரம்பிக்கவேண்டும் என்ற உத்தரவு 2005 ஏப்ரல் 15ஆம் தேதி கிடைத்தது. இரண்டாம் கட்டத்தில் இரு தரப்பினரும் என்ஹெச்ஆர்சியின் அறிக்கைக்குப் பதிலறிக்கைகள் 2008 ஆகஸ்ட் மாதத்திலிருந்து 2010ஆம் ஆண்டுக்குள் மறுமொழி அளித்தனர். மூன்றாம் கட்டம் 2010 ஜூலை மாதத்திலிருந்து 2011 ஜூலை மாதம் வரையுள்ள கால வரையறைக்குள் நடந்ததைப் பற்றியது. இந்த வழக்கு நீதியரசர்கள் ரெட்டி, நிஜார் என்ற இருவரின் முன் வந்தது. அப்போது பிந்தைய பகுதிக்கே முக்கியத்துவம் கொடுக்கப்பட்டது. அதில் எஸ்பிஓக் களின் நடவடிக்கைகள்மீது கவனம் குவிக்கப்பட்டது. நான்காம் நிலையில் 2011 ஜூலை மாதத் தீர்ப்பின்மீது 'மறு ஆய்வு விண்ணப்பம்' மத்திய அரசிடம் இருந்தும், எங்களது அவமதிப்பு வழக்கு 2012 மார்ச் மாதத் தீர்ப்பிற்கான விரோத நடவடிக்கை களுக்காகவும் கொடுக்கப்பட்டது. ஐந்தாம் நிலையில்2014ல் நீதியரசர் நிஜார் ஓய்வு பெற்றுச் சென்றுவிட்டார். இதனால் இப்போது நமது அவமதிப்பு வழக்கு 'கேட்கப்படாத வழக்காக' - நேரடிப் பொருளிலும் மறைமுகப் பொருளிலும் - மாறிப் போனது.

ஒரு வழக்கின் ஆரம்பத்தில் கொடுக்கப்படும் வழக்கின் சுருக்கமும், வழக்கில் வருபவற்றின் தேதிப் பட்டியலும் அது எந்த விஷயத்திற் கான வழக்கு என்பதைத் தெளிவாகக் காட்டிக் கொடுத்துவிடும். இந்த வழக்கில் நாம் கேட்பதெல்லாம் 'சல்வா ஜுடும் மனித உரிமைகளை மீறி மனிதத் தன்மைகளையே உடைத்தெறிந்து, மாநிலத்தின் அரசமைப்புகளின் துணையோடும், காவல் துறை பாதுகாப்புப் படைகளின் உதவிகளோடும் நடத்தி வரும் வன்முறையை நிறுத்தி முறையான நீதி தர வேண்டும்'என்பதுதான்.

கர்தம் ஜோகா கொடுத்த விண்ணப்பத்தில் கொல்லப்பட்டவர்களின் எண்ணிக்கை, எரிந்து அழிந்து போன வீடுகளின் எண்ணிக்கை

போன்ற தகவல்களைச் சாட்சியங்களிலிருந்து எடுத்துக் கொடுக்கப் பட்டிருந்தன. '2005-07இல் குறைந்தபட்சம் 35 குழந்தைகள், 45 பெண்கள், 416 ஆண்கள், 43 பெயர் தெரியாத ஆட்கள் சல்வா ஜுடுமினால் 2005 ஜூன் மாதத்திலிருந்து இன்றுவரை கொல்லப் பட்டிருக்கின்றனர். மொத்தக் கணக்கின்படி 537 இறப்புகள் நடந்துள்ளன. ஆனாலும் இவை உண்மைக் கொலைகளின் ஒரு பகுதி மட்டும்தான். ஏனெனில், பல கொலைகள் எவ்விதக் கணக்கிலும் வருவதேயில்லை. 2005 ஜூன் மாதத்திலிருந்து 2007 வரை 2525 வீடுகள் தெற்குப் பஸ்தாரில் உள்ள தந்தேவாடா பகுதிகளில் எரிக்கப்பட்டன. இவற்றில் 1733 வீடுகள் பிஜாபூர் மாவட்டத்திலும் 1072 வீடுகள் தந்தேவாடா மாவட்டத்தின் கோண்டா தாக்குதலிலும் எரிக்கப்பட்டன.

இரு விண்ணப்பங்களிலும் எங்களது 'வேண்டுகோள்' எல்லாம் ஒரு தடை உத்தரவு மட்டும்தான். சல்வா ஜுடும், சாதாரண மக்களை ஆயுதம் தாங்கிய வீரர்களாக மாற்றுவதையும், சிறு வயதினரை எஸ்பிஓக்களாக மாற்றுவதையும் தடை செய்ய வேண்டுமென்று கேட்டிருந்தோம்.

இதுவரை தொடர்ந்து நடைபெறும் கொள்ளைகள், கொலைகள், பாலியல் பலாத்காரங்கள் பற்றியும் ஒரு தனிப்பட்ட விசாரணை நடத்த வேண்டும்.அவற்றை நடத்தியவர்கள் யாராக இருந்தாலும் சரி. ஆகவே சல்வா ஜுடும், எஸ்பிஓக்கள், பாதுகாப்புப் படையினர், சிஆர்பிஎஃப் மட்டுமில்லாமல் நக்சலைட்டுகளையும் சேர்த்து விசாரிக்கவேண்டும். அதோடு நடந்துமுடிந்த அக்கிரமங்களில் அகப்பட்ட துன்பப்பட்ட மக்களுக்கு இழப்பீடு கொடுக்க ஆணையிடவேண்டும். முகாம்கள் கலைக்கப்படவேண்டும். ஆந்திரப் பிரதேசத்திற்கு ஓடிப்போன ஆதிவாசிகளைத் திரும்ப மாநிலத்திற்குள் அழைக்கவேண்டும்.இவையெல்லாம் மற்ற கோரிக்கைகள். அதோடு முதல் தகவல் அறிக்கைகள் முறையாக எழுதப்பட்டு, பட்டியலிடப்பட வேண்டும் என்றும், மனித உரிமை மீறல்களுக்கு உள்ளானவர்கள் தண்டிக்கப்பட வேண்டும் என்றும் கேட்டிருந்தோம்.

முதல் விண்ணப்பம் கொடுக்கும் போது கிடைத்த தகவல்களையும் தொகுத்து அளித்திருந்தோம். அதில் உண்மை அறியும் குழு தந்த அறிக்கைகள், மனித உரிமைக் குழு அளித்த அறிக்கைகள், நாளிதழ்களில் வந்த செய்தித் தொகுப்புகள், சல்வா ஜுடுமிற்கு அரசு ஆதரவளித்துள்ளதை நிரூபிக்கும் அரசு ஆவணங்கள் ஆகியவற்றைக் கொடுத்திருந்தோம். இதற்கான பதிலாக மாநில அரசு தன் அரசியல்

ரகசியங்களை வெளியே சொல்லத் தேவையில்லை என்றது. ஆனால், இந்த உண்மைகள் எல்லாம் கணினியில் பொதுப் பார்வைக்கு வெளியிட்டிருந்தது. இப்படிச் சொன்னாலும் கணினியில் உள்ள அனைத்து விவரங்களும் தானாகவே உடனே இறக்கை கட்டிப் பறந்துவிடுமே!

இரண்டாவது விண்ணப்பம் 2007 ஜூன் மாதத்தில் நடந்த செர்லா பேரணியில் கொடுக்கப்பட்ட 110 கிராமங்களைச் சேர்ந்த சாட்சிகளின் இரு பாகங்களின் தொகுப்பு. அவ்வப்போது கைகளுக்குக் கிடைக்கும் அனைத்துச் சாட்சியங்களையும், இணைத்துக்கொண்டே வந்தோம். எப்போதாவது அரசின் சில அறிக்கைகள் சல்வா ஜுடுமிற்கு எதிராக வந்திருக்கும். அவற்றையும் இணைத்தோம். வேறு சில சான்றுகளும் இருந்தன. உதாரணத்துக்கு, இறந்துபோன எஸ்பிஓக் களுக்கு காவல் துறை கட்டியெழுப்பிய நினைவுச் சின்னங்களின் புகைப்படங்கள். இந்த எஸ்பிஓக்கள் மாவோயிஸ்டுகளால் ராணி போட்லி முகாமில் கொல்லப்பட்டவர்கள். இறந்த எஸ்பிஓக்கள் எல்லோரும் வயதிற்கு வந்த ஆண்கள் என்று காவல் துறை பறைசாற்றிக் கொண்டிருந்தாலும் புகைப்படத்தின் மூலம் அவர்களுடைய உண்மையான சிறு வயது நிரூபணமானது.

எங்கள் திட்டத்தின் படி நாங்கள் பல சான்றுகளைத் தொடர்ந்து கொடுத்துக் கொண்டிருந்தாலும் அந்த வழக்கை அரசியல்மயமாக்க முயற்சியெடுத்தோம். பல சட்டக் கோட்பாடுகளை விண்ணப்பங் களில் வைத்தோம். அமெரிக்க நீதிமன்றங்களின் பன்னாட்டுச் சட்டங்களைப் பார்வைக்குக் கொண்டு வந்தோம். அதோடு மனிதத் தன்மையையும் இணைத்துக்கொண்டோம். அஷோக் தேசாய் தனது விவாதத்தில் நாங்கள் இந்த வழக்கை எதிர்மறைக்கோணத்தில் கொண்டுவரவில்லை என்றும், விண்ணப்பதாரரான நாங்கள் விழைவதைப் போல், அரசும் மக்களின் தீரா வலிகளுக்குரிய நிவாரணத்தைக் கொண்டுவர முயலவேண்டும் அல்லவா என்றும், ஆதிவாசிகளின் நலன்களைப் பாதுகாப்பது அரசின் கடமைதானே என்றும் விவாதித்தார்.

எதிர்ப் பக்கத்தில், சத்தீஸ்கர் அரசின் திட்டம் வேறுவிதமாக இருந்தது. அவர்கள் இந்த வழக்கை முழுமையாக அரசியலாக்க முயன்றனர். சட்டக் கோட்பாடுகளைப் பற்றி அவர்கள் கவலைப் படவேயில்லை. அவர்களின் முக்கிய முனைப்பே வழக்கின் விண்ணப்பதாரர்கள் மாவோயிஸ்டுகளின் ஆதரவாளர்கள் - வெளியே தெரியும் மாவோயிஸ்ட் முகங்கள் - என்று நிரூபிப்பது தான். தங்களைத் தாக்குவதற்காக, 'போடப்பட்டிருக்கும் ரிட்

விண்ணப்பம் சுற்றி வளைத்து நக்சலைட்டுகளின் கோட்பாடுகளை உயர்த்திப் பிடிக்கிறது' (ஜனவரி 2008); மேலும் 2010 ஜூலை மாதம் 'விண்ணப்பதாரர்கள் நக்சலைட்டுகளைத் தூக்கிப் பிடிப்பதோடு, நக்சலைட்டுகளை எதிர்ப்பதாகவும், துயருறும் மக்களின் துயர் துடைப்பதை எதிர்த்தும் வழக்கு தொடுத்துள்ளனர்' என்றனர்.

சத்தீஸ்கர் அரசிற்காக வாதாடிய முகுல் ரோஹாட்கி எங்கள் வழக்கறிஞர் அஜோக் தேசாயை நேரடியாக மாவோயிஸ்ட் என்று அழைத்தார். மற்றொரு வேடிக்கை,2008இல் ராகுல் ஷர்மா என்ற தந்தேவாடா காவலதிகாரியும் (எஸ்பி), விஸ்வரஞ்சன் (டிஎஸ்பி) என்பவரும் ஒரு புகைப்படத்தைப் பத்திரிகையாளர்களிடம் கொடுத்தனர். அதில் ஆயுதம் தாங்கிய பெண் போராளிகளுடன் நான் நின்றுகொண்டிருக்கும் படம் உருவாக்கப்பட்டிருந்தது. இதன் மூலம் நான் மாவோயிஸ்ட் ஆதரவாளர் என்று சொன்னார்கள். நான் இதனை எதிர்த்து அவர்களுக்கு ஓர் அவதூறு வழக்கிற்கான வக்கீல் நோட்டீஸ் அனுப்பினோம்.

ராகுல் ஷர்மா புதுக் கதை ஒன்றைச்சொல்லி, காவல் அதிகாரிகளைத் தப்ப வைத்தார். போட்டோவில் இருப்பது ஒரு பெண் அறிவுஜீவி என்றும், காவல் துறையின் விசாரணையில் அவர் பெயர் ஜீட் என்பது தெரியவந்துள்ளது என்றும் பொய்யுரைத்தார். இந்த உண்மையைச் சொன்னதற்கு நான் காவல் துறைக்கு நன்றி சொல்லவேண்டு மென்றார். அதன் பிறகு யார் உதடுகளிலிருந்தும் ஜீட் என்ற பெயரே உச்சரிக்கப்படவில்லை. அப்படி ஒரு ஜென்மம் இல்லவே இல்லை. இதே சமயத்தில் எனக்கு இரவுகள் பொல்லாத நேரங்களாகி விட்டன. தூக்கமில்லா இரவுகள் அவை. ஏனெனில், நீதியரசர்களுக்கு போட்டோஷாப் மூலம் நடக்கும் விந்தைகள் பற்றிய விளக்கங்கள் தெரியுமா என்பதே பெருங்கவலையாக இருந்தது. எதற்கும் இருக்கட்டும் என்று ஒசாமாவும் புஷ்ஷும் ஒன்றாக இருப்பது போன்று போட்டோ ஷாப்பில் ஜோடித்த படம் ஒன்றைத் தயார்படுத்தி வைத்திருந்தேன். எல்லாம் ஒரு தற்காப்பு நடவடிக்கைதான்.

நாங்கள் தொடர்ந்து பல சான்றுகளைச் சமர்ப்பித்துக்கொண்டிருந் தோம். ஆனால், சத்தீஸ்கர் அவ்வித முயற்சிகள் எதுவும் எடுக்கவே யில்லை. அவர்கள் ஒரே ஒரு ஆவணத்தை மட்டும் கொடுத்துக் கொண்டிருந்தனர். முதல்தகவல் அறிக்கைகளின் எண்ணிக்கை, முகாம்களின் நிலை இரண்டையும் பற்றிய ஆவணம்தான் அது. ஆனால், அவ்வப்போது தேதிகளை மட்டும் மாற்றி மாற்றிப் போட்டு, ஏதோ புதுப் புது ஆவணங்கள் கொடுப்பது போலவும் நீதிமன்றக் கட்டளைகளை நிறைவேற்றுவதைப் போலவும் செய்து

கொண்டிருந்தனர். அதே போல் சத்தீஸ்கர் அரசு எல்லாம் தனது கட்டுப்பாட்டிற்குள் இருப்பது போன்ற தோற்றத்தைக் கொடுத்துக் கொண்டிருந்தன. அதனால் எந்தப் புதிய விசாரணைக் கமிஷனும் தேவையில்லை என்று கூறிவந்தனர். ஆனால், நக்சலைட்டுகளின் வன்முறைகளுக்கு எதிராக முதல்தகவல் அறிக்கை போடுமளவிற்கு முடியவில்லை. அதோடு நக்சலைட்டுகளின் வன்முறையில் புதிய வளர்ச்சித் திட்டங்களையும் நிறைவேற்றமுடியவில்லை என்று சோக வேடம் தரித்தனர்.

மாநில அரசும் பத்தாண்டுகளாக ஒரே பல்லவியை மீண்டும் மீண்டும் வாசித்தன. நீதிமன்றத்தின் உள்ளேயும் வெளியேயும் அதே பல்லவி தான். 'சல்வா ஜுடும் அரசு சார்ந்த அமைப்பல்ல; அது அமைதியை விரும்புபவர்கள் ஆரம்பித்த குழு என்ற பொய்த் தகவல் அளிக்கப் பட்டது. அதே மூச்சில், 'மாநில அரசு நக்சலைட் பிரச்னையை முடித்துவைக்க ஆர்வமாக முயல்கிறது. ஒரே சமயத்தில் அமைதியை விரும்பியும் வன்முறையை எதிர்த்தும் போரிடும் எந்தக் குழுவையும் மாநில அரசு ஆதரிக்கும் என்ற வேடிக்கையான உறுதிமொழிகளைக் கொடுத்தது (2008 ஜனவரி).

மத்திய அரசும் அதே சமயத்தில் இரட்டை நாடகத்தை அரங்கேற்றிக் கொண்டிருந்தது. ஏனெனில் சட்டம் ஒழுங்குப் பிரச்னைகள் மாநிலத்தின் கையில் உள்ளன. ஆகவே, அதில் மத்திய அரச தலையிடமுடியாது என்றது. மாநில அரசுக்கு இதற்காகப் பண உதவியும் சிறிதே செய்யமுடியும் என்றது. ஆனால் உண்மையில் வழக்கு மன்றத்திற்கு வெளியே, மத்திய அரசு சத்தீஸ்கருக்குச் செய்யும் உதவிகள் எல்லோருக்கும் தெரிந்ததே. 2008 ஏப்ரல் மாதம் அடிஷனல் சொலிசிட்டர் ஜெனரல் கோபால் சுப்ரமணியம் வழக்காடு மன்றத்தில் மாநில அரசுப் பொது மக்களின் கைகளில் ஆயுதங்களைக் கொடுத்து நக்சலைட் பிரச்னையை அடக்க வேண்டியுள்ளது என்றார். இதற்குக் காரணமாக, காவல் துறை நக்சலைட்டுகளைஎதிர்த்துப் போரிட விரும்பவில்லை என்றும் காவல் துறையில் 17,000 காலியிடங்கள் உள்ளன என்றும் விவாதித்தார்.

நீதிமன்றங்களுக்கு வெளியே ஐமுகூ அரசின் கீழிருந்த உள்துறை அமைச்சகம் சத்தீஸ்கரில் இருந்த பாஜக ஆட்சியின் கீழிருந்த அரசுக்கு முழு ஆதரவும் கொடுத்துவந்தது. ஆனால் உண்மையில் மத்திய உள்துறை அமைச்சகம்தான் ஓர் 'உள்ளூர் எதிர்ப்புக் குழு' (சல்வா ஜுடும்) ஒன்றை மாநில அரசு உருவாக்கவும், பசுமை வேட்டைத் திட்டம் பற்றிய உருவாக்கத்தையும் கொடுத்தது.

2006இல் ஐசிஜ ஷிவ்ராஜ் படேலைச் சந்தித்தது. நானும் அக்குழுவில் இருந்தேன். பொறுமையாக நாங்கள் சொல்வதைக் கேட்ட அவர் இறுதியில் பெரிய குண்டைப் போட்டார். ‘அது ஒரு மாநில அரசின் பிரச்னை. ஆகவே நாங்கள் தலையிட முடியாது’ என்றார். தாக்கப் பட்ட குடும்பங்கள் முன்வந்து முதல் தகவல் அறிக்கை பதிவுசெய்ய வேண்டும் என்றார். ஆனால், நாங்கள் அங்கே நிரூபிக்க முயன்றதே, மக்கள் அதற்கு முன்வர மாட்டார்கள் என்பதைத்தான். ஏனெனில், முதல் தகவல் அறிக்கை போட காவல் துறையிடம்தான் போக வேண்டும். அவர்கள்தான் எங்களுடைய கொலையாளிகள். அப்படி யானால் அவர்கள்மீது முதல் தகவல் அறிக்கை பதிவுசெய்வதன் மூலம் தொல்லை அதிகமாகுமே தவிர, குறையாது என்கிறார்கள் பொது மக்கள். ஆனால், எங்களது இந்த விவாதத்தைச் சுத்தமாக அமைச்சரால் ஏற்றுக்கொள்ள முடியவில்லை.

இந்திய சாசனத்தின் ஐந்தாவது பிரிவில் ஆளுநர் ஆதிவாசிகளின் நலனுக்காக பஸ்தாரில் உதவியிருக்க வேண்டுமென்று இருக்கிறது. ஆனால், அப்படி ஒரு சட்டம் இல்லவே இல்லை என்பது போல் மத்திய, மாநில அரசுகள் பேசாமல் இருந்துவிட்டன. மத்திய அரசு 2008 ஏப்ரல் மாதத்தில் நீதிமன்றத்திலேயே, ‘ஐந்தாம் பிரிவைக் கையில் எடுக்க வேண்டிய தேவையே இந்தப் பிரச்னையில் இல்லை’ என்றது.

2008 மார்ச் 31ஆம் தேதி தலைமை நீதிபதி பாலகிருஷ்ணன் பொது மக்களை ஆயுதம் தாங்கிகளாக மாற்றி அவர்களைக் கொலை செய்ய வைத்தால், மாநில அரசே அந்தக் கொலைகளைச் செய்வதாகத்தான் எடுத்துக்கொள்ளமுடியும் என்றார். அந்த வார்த்தைகளில் இருந்த சூடு பத்திரிகை உலகத்தையும் சுட்டிருக்கும் போலும். இந்தியாவின் ஆங்கிலப் பதிப்பகங்கள் அனைத்தும் தலையங்கங்களில் இப்பிரச்னை பற்றி எழுத ஆரம்பித்தன. எல்லோருடைய குறியும் சல்வா ஜுடும்மீதுதான் இருந்தது. ஆனால், சத்தீஸ்கர் தினசரிகள் சுத்தமாக மௌனம் காத்தன.

நீதிமன்றம் ஒரு தனிப்பட்ட புலன் விசாரணையை அமைக்க வேண்டும் என்ற வேண்டுகோளை நீதிமன்றத்தில் வைக்க அனுமதிக்கிறது. நாங்கள் அப்படி ஒரு வேண்டுகோளை வைத்து அந்த அமைப்பில் யார் யாரெல்லாம் இருக்கலாம் என்று ஒரு பெயர்ப் பட்டியலையும் கொடுத்தோம். அதில் ஓய்வுபெற்ற நீதிபதிகள், ஆதிவாசிகளின் பிரச்னை பற்றி விவரம் தெரிந்த மூத்த அரசியல் அதிகாரிகள், கலவரங்களைப் பற்றித் தெரிந்துவைத்திருந்த பெண்ணியவாதிகள் என்பவர்களின் பெயர்களைக் கொடுத்திருந் தோம். அவர்களும் தங்கள் விருப்பத்தை எங்களிடம்

தெரிவித்திருந்தனர். ஆனால், ஏப்ரல் 15ஆம் தேதி நீதிமன்றம் அப்படி ஒரு விசாரணையை அமைப்பதை என்ஹெச்ஆர்சி பொறுப்பில் விட்டுவிட்டது. 'சரியான உண்மை அறியும் குழுவைப் பொருத்த மான மக்களை வைத்து அமைத்து, எட்டு வாரத்திற்குள் அந்தக் குழு தன் அறிக்கையை இந்த நீதிமன்றத்தில் அளிக்கவேண்டும்' என்ற உத்தரவை நீதிமன்றம் அளித்தது.

இதுவரை தனியாக ஒரு விசாரணைக் கமிஷனுக்கு எதிர்ப்புத் தெரிவித்த மத்திய, மாநில அரசுகள் இரண்டும் இப்போது நீதிமன்றத்தில் இதற்கு உடனே சம்மதித்தன. பின்னால்தான் அதற்கான காரணம் புரிந்தது. அன்று மாலை முழுவதும் நான் அழுதுகொண்டே இருந்தேன். என்ஹெச்ஆர்சிக்கு இதுவரை பலமுறை முறையிட்டுவிட்டேன்; கெஞ்சியும் பார்த்துவிட்டேன்; பலனில்லை. அதன் பின்னும் என்ஹெச்ஆர்சி அலுவலகத்திற்குச் சென்றுவந்து கொண்டிருந்தேன். 2008ஆம் ஆண்டு கோடை சமயத்தில்தான் எனக்கு ஓர் உண்மை தெரியவந்தது. 2006இல் ஐசிஐ கொடுத்த புகார்கள் அனைத்தும் முடித்து வைக்கப்பட்டுள்ளன. எங்களுக்கு எந்தத் தகவலும் கொடுக்கப்படவில்லை. நாங்கள் கொடுத்த குற்றச்சாட்டுகள் அனைத்தையும் தந்தேவாடாவின் எஸ்பியும் டிஜிபி விஸ்வரஞ்சனும் முற்றாக மறுத்திருக்கிறார்கள். அவ்வளவே!

என்ஹெச்ஆர்சி துரோகத்தின் உச்சம்

ஒரு பொருத்தமான உண்மை அறியும் குழு என்றால் அது வெற்று காவல் அதிகாரிகள் இணைந்த குழுதான் என்ற மிகப் பெரிய 'உண்மை'யை என்ஹெச்ஆர்சி கைப்பற்றிக்கொண்டது போலும். விண்ணப்பதாரர்களாகிய நாங்கள், உண்மையறிய விரும்பிய என்ஜிஓக்கள் இருவரும் முன்வைத்த ஒரு முக்கியமான விண்ணப்பத்தை என்ஹெச்ஆர்சி 'மனமுவந்து' ஏற்றுக்கொண்டது. ஒரு பெண் உறுப்பினராவது உண்மை அறியும் குழுவில் இருக்க வேண்டும் என்பதுதான் அந்த முக்கியமான வேண்டுகோள். என்ஹெச்ஆர்சி, எஸ்எஸ்பி மம்தா சிங் என்பவரை உறுப்பினராக்கியது. இந்தப் பெண் அதிகாரி முன்பே ஒரு பாலியல் பலாத்கார வழக்கில் சில சின்ன வித்தியாசங்களை வைத்து, குற்றத்தை நிரூபிக்கமுடியவில்லை என்று உத்தரவிட்டு குற்றவாளி களைத் தப்பிக்க வைத்தவர். அதே போல் என்ஹெச்ஆர்சியின் தலைவராக இருந்த நீதிபதி ராஜேந்திர பாபு பெண்கள் அமைப்பு களுக்கு ஒரு வாக்கு கொடுத்திருந்தார். பாலியல் பலாத்காரங் களுக்குத் தனியாக ஒரு குழு அமைத்து விசாரிப்பேன் என்ற தனது வாக்குறுதியை அவர் நிறைவேற்றவே இல்லை.

எனக்கும் நீதிபதி பாபுவுக்கும் நடந்த ஒரு சந்திப்பு எனக்கு மிகுந்த மன வேதனையில் முடிந்தது. நண்டுவயா என்ற இடத்தில் முச்சாக்கி முட்டி என்ற பெண்ணை நானெடுத்த புகைப்படத்தை அவரிடம் காட்டினேன். அந்தப் பெண் சத்தீஸ்கர் மாநிலத்திலிருந்து தப்பியோடி ஆந்திரப் பிரதேசத்திற்குள் ஒளிந்துகொண்டவர். அவர் தலையில் ஒரு மூட்டை இருந்தது. அவளது கணவர், மகன் இருவரின் எலும்புத் துண்டுகள் பொதிந்த சிறு மூட்டை அது. அவர்கள் இருவரும் மாவோயிஸ்டுகளுக்குத் த்கவல்கள் பரிமாற உதவினார்கள் என்று சொல்லப்பட்டு கொல்லப்பட்டவர்கள். இக்கொலைகள் எர்ரபார் ஜுதும் முகாமில் நடந்தது. அவர்கள் புதைக்கப்பட்ட இடத்திலிருந்து எடுத்த எலும்புகள் அவை. அந்தப் படத்தைப் பார்த்த அப்பெரும் நீதிபதி என்னிடம், 'அந்த எலும்புகள் முட்டியின் கணவன், மகன் என்பதை உறுதியாகச் சொல்ல முடியுமா? அந்தப் பெண் பொய் சொல்லலாமே?' என்ற திரு வார்த்தைகளை உதிர்த்தார். ஒரு வேளை பாபு அவர்கள் இந்தியப் பெண்கள் பொதுவாகவே தங்கள் உறவினர்களின் எலும்புகளை மூட்டையாகக் கட்டி வைத்துக் கொண்டு, கடை கண்ணிக்குப் போகும்போது காய்கறிப் பையை கையில் தூக்கிக்கொண்டு போவதுபோல தலைமேல் தூக்கிக் கொண்டு அலைகிறார்கள் என்று நினைத்தாரோ என்னவோ?

என்ஹெச்ஆர்சியின் விசாரணை ஆரம்பிப்பதற்கு முன்பே நாங்கள் பலரும் கடும் முயற்சி எடுத்தோம். எங்கள் முழு உதவியை என்ஹெச்ஆர்சிக்கு இந்த விசாரணையில் கொடுக்க முயற்சித்தோம். அப்படிப்பட்ட முக்கியமான என்ஜிஓ அமைப்புகள், மக்கள் கண்காணிப்பகம், காமன்வெல்த் மனித உரிமை முன்னணி, ஜன் ஷ்வஸ்தியா அபியான் ஆகியவை. இதற்கும் மேலாக ஐஏஎஸ் அதிகாரியாக இருந்து சமூகப் போராளியாக மாறிய ஹர்ஷ் மந்தர், தகவல் பெறும் சட்டத்தின் ஆர்வலர் அர்விந்த்கெஜ்ரிவால் போன்றவர்களும் விசாரணைக்கு உதவிசெய்யத் தயாராக இருந்தனர். நேரடி விண்ணப்பதாரர்கள் என்ற முறையில் நான், மனிஷ் குஞ்சம் இருவரும் அடிக்கடி கடிதங்கள் எழுதினோம்; நேரடியாகவும் என்ஹெச்ஆர்சி அலுவலகத்திற்குச் சென்று வந்தோம். உதவி செய்வதாகச் சொன்னோம். சாட்சிகள் சொல்லத் தயாராக இருந்தோம். விசாரணைகள் நடக்கும்போது பலரும் தேவை யில்லாமல் சீண்டி விடப்படுகிறார்கள் என்ற தகவல்களும் வந்தன.

இன்னும் எத்தனை பேர் வந்தாலும், சத்தீஸ்கர் மாநில அரசுக்கும் மத்திய அரசுக்கும் நாங்கள் ஈடாகிவிடுவோமா என்ன! ஏப்ரல் 21ஆம் தேதி அன்று நடந்த கூட்டத்தில் சொல்லப்படும் எல்லா

விஷயங்களும் எனக்கு ஏற்கெனவே தெரியும். ஏனெனில் இரண்டு மணி நேரம் நான் முதல்வர் ரமண் சிங் அவர்களுடன் இதைப் பற்றிப் பேசிக் கொண்டிருந்தேன் என்றார் நீதிபதி ராஜேந்திர பாபு. தேவ வாக்கல்லவா அவர் கேட்டது!

டிஐஜிசுதிர் சௌத்ரி என்ற காவலதிகாரிதான் என்ஹெச்ஆர்சியின் குழுவிற்குத் தலைவராக இருந்தவர். மே 6ஆம் தேதி நடந்த கூட்டத்தில் அவர் ஒரு தடவை அல்லது இரண்டு தடவை மிக அழுத்தி ஒரு கேள்வியை முன்வைத்தார். 'சல்வா ஜுடும் என்பது ஆரம்பத்திலிருந்தே மிக நல்ல திட்டம் என்பதை ஒத்துக்கொள் கிறீர்களா?' என்று கேட்டார். என்ஹெச்ஆர்சியில் அவருக்கு மேலே இருந்த இன்னொரு பெரிய காவல் அதிகாரி சுனில் கிருஷ்ணா. இவரும் தன் மனதில் பல முன்முடிவுகளோடு இருந்தார். அவரது திருவாக்கு: 'நாங்கள் காவல் துறையின் லத்தியை காவல் துறைக்கு எதிராக திருப்பமாட்டோம்' என்றவர் சில வினாடிகளில் இப்படி முடித்துக்கொண்டார். 'உங்களுக்கு எதிராகவும் அது திரும்பாது.' அவர் திட்ட ஆணையத்தின் அறிக்கையைப் பார்க்க அறிவுறுத்தினார். அதைப் பற்றிய அவரது கருத்தும் அவர் மனதைப் படம்பிடித்துக் காட்டியது. 'மிக நல்ல குழுதான் அது! காவல் துறை ஆள்கள்கூட அதில் இருக்கிறார்களே!' ஆக, அது என்ஹெச்ஆர்சி அமைப்பின் முடிவல்ல; என்ஹெச்ஆர்சி என்ற தோலைப் போர்த்திக்கொண்ட காவல் துறையின் முடிவுதான். அவர்களது விசுவாசம் எங்கே கொட்டிக்கிடக்கிறது என்பது தெரிந்த சங்கதிதானே.

தந்தேவாடாவில் என்ஹெச்ஆர்சி ஒரு காவல் துறையின் விடுதியில் தங்கியிருந்தது. சல்வா ஜுடும் தலைவர்களான ராம்புவன் குஸ்வாஹா (இவர் பெயர் ஏற்கெனவே பல குற்றச்சாட்டுகளில் இடம் பெற்றுள்ளது)மற்றும் பல மோசமான எஸ்பிஓக்களை மொழி பெயர்ப்பாளர்களாக அமர்த்தியிருந்தனர். பாலுக்குக் காவல் பூனை! தந்தேவாடா எஸ்பியும் அவர்களோடு இணைந்து பணிபுரிந்தார். என்ஹெச்ஆர்சி குழு தனக்கு நான்கு விரைவுச் சக்கர வண்டிகளிலும் வெடி எதிர்ப்பு வண்டியிலும் சுற்றி வந்தனர். இவர்கள் வருவதற்கு முந்தைய நாள் எஸ்பி சாலைகளைச் சுத்தம் செய்யும் வேலையைக் கொடுத்தார். இது நக்சலைட்டுகளின் தாக்குதலில் முடிந்தது. ஆனால், பின்னால் கிடைத்த ஒரு நம்பகச் செய்திமூலம் நடந்த தாக்குதல் காவல் துறையினால் மேடையேற்றப்பட்ட ஒரு நாடகம் தான் என்பது தெரிந்தது. என்ஹெச்ஆர்சி குழுவில் பெரும் காவல் அதிகாரிகள் இருப்பதாலும் பாதுகாப்புப் பிரச்னை ஏற்படுவதாலும் இத்தனை முன்னேற்பாடு தேவை என்றது என்ஹெச்ஆர்சி. ஆனால், இப்படிப்பட்ட பிரச்னைகள் வராமலேயே நாங்கள் என்ஹெச்ஆர்சி

நடுநிலைவாதிகளை வைத்து ஆய்வுகளைச் செய்ய வேண்டும் என்று ஆரம்பத்திலிருந்து வற்புறுத்தி வந்தோம்.

என்ஹெச்ஆர்சி தங்கள் விசாரணையை உள்ளூர் புகைப்படக்காரர் ஒருவரை வைத்துப் படமெடுத்துள்ளனர். ஒரு படத்தில் எஸ்எஸ்பி மப்தா சிங் குறிப்பெடுப்பது போன்ற தோற்றம். அவர் இன்னொரு சீருடையில் உள்ள எஸ்பிஓ கத்திப் பேசுவதை குறிப்பெடுக்கிறார். இன்னொருவர் இதைக் காணொளியாகவும் பதிவு செய்துள்ளார். அதில் எஸ்எஸ்பி குறிப்பெடுக்க, எஸ்பிஓ மடை திறந்தது போல் கத்திப் பேச, இருவருக்கும் நடுவில் பாவப்பட்ட, எலும்பும் தோலுமாக இருக்கும் ஓர் ஆதிவாசி பயந்து நடுங்கிக்கொண்டு நிற்கிறார். அந்த மனிதரைச் சுற்றிலும் ஆயுதம் தாங்கிய காவல் படை வீரர்கள். இவர்கள் விசாரணை இதுபோலவே நடந்தது. ஆனால், உள்ளூர் செய்தித்தாள்கள் இது நடந்து முடிந்த அடுத்த நாளிலிருந்து மக்களுக்குக் கிடைத்துக்கொண்டிருந்த குடியுரிமைப் பொருள்களின் வினியோகம் முற்றாக நிறுத்தப்பட்டது. இது நடந்த இடம் சிந்தல்நார் என்ற கிராமம். உணவுப் பொருளை நிறுத்தியவர்கள் எஸ்பிஓவின் அதிகார மையங்கள். அந்தக் கிராமத்துச் சாலை களையும் கிராமத்து மக்கள் பயன்படுத்தத் தடை போடப்பட்டது. இதெல்லாம் எதற்காக? உணவும் சாலை வசதிகளும் கிராமத்து மக்கள் கொடுத்த எதிர்மறை சாட்சியங்களுக்காக. ஆனால், இந்தப் பின்புலச் செய்திகள் பற்றி என்ஹெச்ஆர்சிக்கு எவ்விதக் கவலையுமில்லை.

நாங்கள் தொடர்ந்து டிஐஜி சுதிர் சௌத்ரி அவர்களிடம் பொது விசாரணை நடப்பதற்குச் சில நாட்கள் முன்பே தேதிகளை எங்களிடம் சொல்லிவிடுங்கள் என்று மன்றாடிக் கேட்டுக் கொண்டிருந்தோம். ஏனெனில் பல கிராமங்களுக்கு இச்செய்தியை எடுத்துச் செல்லவே சில நாட்கள் பிடிக்கும். ஆனால், நம் வேண்டுதல்கள் எப்படி அவர்கள் காதில் விழும்! மே 19ஆம் தேதி அன்று எங்களுக்கு ஒரு செய்தி. அடுத்த நாளே சுக்மாவில் பொது விசாரணை, அதற்கு அடுத்த நாள் ஆந்திரப் பிரதேசத்து செர்லாவில் விசாரணை. பல பன்னாட்டு அமைப்புகள் மொழிபெயர்க்க எஸ்பிஓக்களையே உதவிக்கு அழைப்பதை எதிர்த்ததால், போனால் போகட்டுமென்று என்ஹெச்ஆர்சி பெரிய மனது பண்ணி, தந்தேவாடாவின் ஜூன் 10ஆம் தேதி விசாரணை தேதியை அறிவித்தது. ஆனால், பெரிய சோகம் அப்படி ஒரு விசாரணையை நடத்த முடியாதபடி மாவோயிஸ்டுகள் அங்கிருந்த மின் பெருக்கி களை உடைத்து நொறுக்கும் தவறை இழைத்தனர். தந்தேவாடாவே பத்து நாட்கள் மின்சாரமில்லாமல் இருந்தது. ஆனாலும்,

என்ஹெச்ஆர்சி விடவில்லையே. அதே ஜுன் 10ஆம் தேதி விசாரணை நடந்தது. வெறும் மெழுகுவர்த்தி ஒளியில்!

தில்லி பல்கலையின் டாடா சமூகவியல் கல்வியமைப்பு மாணவர்களும், ஹைதராபாத்தில் உள்ள என்ஏஎல்எஸ்ஏஆர் சட்டக் கல்லூரி மாணவர்களும் இந்தப் பொது விசாரணை நடப்பதற்கு உதவியாக, பொது மக்களிடம் செய்திசொல்லி ஒன்றுசேர்க்க உதவினர். அதோடு மக்களது சாட்சியங்களை வனவாசி சேத்னா ஆஷ்ரம் துணையோடு பதிவு செய்தனர். சிபிஐ அதிக எண்ணிக்கையில் சாட்சி சொல்ல கோண்டாவிலிருந்தும், ஆந்திர அமைப்புகள் அவர்கள் பகுதியிலிருந்தும் சாட்சிகளைக் கொண்டுவந்தனர். அங்கு திரண்டு வந்திருந்த மக்களில் ஒவ்வொரு மனிதரும் தன் உயிரையே காவு வைப்பதுபோல மிகுந்த மன தைரியத்துடன் தான் வரமுடியும். சூழல் அப்படித்தான் இருந்தது. என்ஹெச்ஆர்சி முதுகில் குத்தியது கோரச்செயல். கொடுமையின் உச்சம் அது.

சாட்சியங்கள் கூறிய பின் ஒரு குழு நண்டுவாயாவில் இருந்து வந்த மக்கள் சில என்ஜிஓக்களோடு ஆந்திராவிற்குத் திரும்பிக் கொண்டிருந்தார் கள். அவர்கள் தங்கள் வழியில், கோண்டா என்னுமிடத்தில் காவல் துறையினராலும், சல்வா ஜுடும் தலைவர்களான பி. விஜய், சோயம் மூக்கா என்பவர்களாலும் நிறுத்தப்பட்டனர். கிராமத்து மக்கள் அடித்துத் துன்புறுத்தப்பட்டனர். என்ஹெச்ஆர்சிக்கு அவர்கள் கொடுத்த சாட்சியங்களின் நகல்கள் அவர்களிடம் இருந்தன. இப்போது அவர்கள் பதிவுத் தாள்களில் புதிய சாட்சியங்களை எழுதி அவர்களைக் கையெழுத்திட வைத்துள்ளனர்.

எஸ்எஸ்பி, எஸ்.பி. சிங்கிடம் பாதுகாப்பு வேண்டி வேண்டுகோள் விடுத்தோம். அவர் அதற்கான நல்ல பதில் ஒன்றைக் கொடுத்தார். 'சாட்சிகளுக்குப் பாதுகாப்பு கொடுப்பது எங்கள் வேலையில்லை.' பின்பு, என்ஹெச்ஆர்சி நீதிமன்றத்திற்குக் கொடுத்த அறிக்கைகளில் புதிதாகச் சேர்க்கப்பட்ட பகுதிகளாக சிலவற்றைச் சேர்த்தனர். அதில் சாட்சிகள் அடித்துத் துன்புறுத்தப்பட்டனர் என்பதை மறுத்து, சோயம் மூக்கா மிகுந்த 'நட்புறவோடு' அவர்களுக்கு தேநீர் வழங்கி பேசிக்கொண்டிருந்தார் என்றொரு செய்தியைச் சேர்த்துள்ளார். அதே 'அழகான நட்புறவுடன்' அவர்கள் நண்டுவாயா கிராமத்திற்கு 2008 ஜுன் மாதம் 15ஆம் தேதி ஒரு 'நட்பு விஜயம்' செய்து வீடுகளை எரித்து, கிராமத்து மக்களை அடித்து உதைத்துத் துன்புறுத்தியுள்ளனர்.

என்ஹெச்ஆர்சி தன் அறிக்கையை முத்திரையிட்ட ஓர் உறையில் இட்டு உச்ச நீதிமன்றத்தில் சமர்ப்பித்தது. 2008ஆகஸ்ட் 26ஆம் தேதி

அது ஒப்படைக்கப்பட்டது. அதை எங்களோடு பங்கிட்டுக் கொள்ளமுடியாது என்று மறுத்துவிட்டனர். அது ஆச்சரியமில்லை தான். ஆனால், 26ஆம் தேதி காலை நீதிமன்றம் திறந்து படிப்பதற்கு முன்பே அந்த அறிக்கை, எகனாமிக் டைம்ஸில் தேவேஷ் குமார் என்ற பெயரில் வெளிவந்தது. அழகான தலைப்போடு செய்தி வந்தது. 'என்ஹெச்ஆர்சி,சல்வா ஜுடுமிற்கு வெற்றிக் கனியைக் கொடுத்துள்ளது.' சத்தீஸ்கர் செய்தித்தாள்கள் உடனே இந்தச் செய்தியைத் தங்கள் நாளிதழ்களில் பதிப்பித்தன. தலைப்பு: என்ஹெச்ஆர்சி சல்வா ஜுடுமிற்கு முழு ஆதரவு அளித்துள்ளது. தேவேஷ் குமார், அந்தச் செய்தியை என்ஹெச்ஆர்ரிடமிருந்து வாங்கவில்லை என்றார். அப்படியானால் அனேகமாக அவர் மத்திய உள்துறை அமைச்சகத்திலிருந்து அதனைப் பெற்றிருக்கவேண்டும். ஏனெனில், என்ஹெச்ஆர்சி இந்த அமைச்சகத்தின் ஒரு பகுதிதானே.

இது போன்று அரசுக்கு எதிரான வழக்குகளில் வழக்காடும் இருவருக்கும் நடுவில் சமநிலை என்பதே கிடையாது. அரசு கர்தம் ஜோகாவை 2010இல் கைது செய்ததுபோல் பணியில் யாரையும் கைது செய்யலாம்; தொலைபேசியை ஒட்டுக்கேட்க முடியும்; பல அமைப்புகளைத் தங்கள் விருப்பத்திற்கு ஏற்றாற்போல் வளைக்க முடியும். ஓர் ஆஸ்திரேலிய செய்தித் திரைப்படம் எடுப்பவர் தற்செயலாக பஸ்தாரில் என்ஹெச்ஆர்சி குழு வரும்போது இருந்திருக்கிறார். அவர் என்ஹெச்ஆர்சி வருவதையும், அவர்களின் வாகன அணிவகுப்பையும் படம் எடுத்திருக்கிறார். அதனால் அவர் அடுத்தமுறை இந்தியா வருவதற்கான அனுமதிச் சீட்டு மறுக்கப் பட்டுவிட்டது.

என்ஹெச்ஆர்சியின் கண்டுபிடிப்புகள்

என்ஹெச்ஆர்சி ஆய்வுகளை நடத்திய விதத்திலேயே அதன் அறிக்கை எப்படியிருக்கும் என்பதை எங்களால் ஊகிக்கமுடிந்தது. இருந்தும், எங்கள் நோக்கம் இந்த அளவுக்கு நச்சுத்தன்மை உள்ளதாகத் திரிக்கப்படும் என்று நாங்கள் எதிர்பார்க்கவில்லை.

- அவர்களது அறிக்கையில் நாங்கள் கொடுத்த குற்றச்சாட்டுகள் அனைத்தும் வெறும் செவிவழிச் செய்திகள் மட்டுமே என்று குறிக்கப்பட்டுள்ளது. (என்ஹெச்ஆர்சி அறிக்கை: பத்தி 6:233).

- நாங்கள் எங்கள் சாட்சிகளுக்குப் பொதுவான பயிற்சி அளிக்க வில்லை (பாலியல் பலாத்காரம் செய்யப்பட்டவர்கள் கொடுத்த விவரங்களில் இருந்த சில மாற்றங்கள்).

- துதி ஜோகா நம்பிக்கைக்கு உகந்தவர் அல்லர். எங்கள் முதல் விண்ணப்பத்தில் கூறியது போல் அவர் முகாமில் உள்ள அகதியல்ல; அவர் தன் கிராமத்தில்தான் வசித்து வருகிறார். (விண்ணப்பம் கொடுத்து ஓராண்டு கழிந்தபின் கிராமத்தில் இருந்தார் என்பதை வைத்து இம்முடிவு).

- ஒரு வேடிக்கையான குற்றச்சாட்டு. ஒவ்வொரு ஆண்டு கோடையிலும் நடக்கும் ஜத்ரா என்ற திருவிழா சமயத்தில் கிராமத்து மக்கள் வருபவர்கள், போகிறவர்கள் என்று எல்லோரிடமிருந்தும் அவர்களது விதை தூவும் திருவிழா விற்காக நன்கொடை வாங்குவார்கள். விண்ணப்பதாரரான நாங்கள் இதை எஸ்பிஓக்களின் ஊடுருவல் என்ற தப்பாக நினைத்து விட்டோமாம்!

- பரம்பரையாக இருந்துவரும் மூன்று ஆதிவாசிகளின் அறிவும், 20 ஆண்டுகளாக மனிதவியல் ஆய்வாளர் ஒருவரின் அறிவும், முதன்முறையாக அப்பகுதிக்கு வரும் காவல் துறையினரின் இனவியல் அறிவுத் திறனைவிடக் குறைவாகவே இருக்கும் என்பது அறிக்கையில் இருந்த இன்னொரு புனைவு.

- என்ஹெச்ஆர்சி விண்ணப்பதாரர்களான எங்களையே குற்றவாளிக் கூண்டில் நிறுத்த முனைந்துள்ளது.

- ஆனால், நாங்கள் குற்றம் சாட்டிய மகேந்திர குமார் போன்ற சல்வா ஜுடும் தலைவர்களை என்ஹெச்ஆர்சி கேள்வி கேட்கக் கூடத் தயாராக இல்லை.

படிநிலைகளில் பொதிந்து நின்ற பேருண்மைகள்

என்ஹெச்ஆர்சி அறிக்கைகள் வெளிவந்தன. அதில் பல பேருண்மைகள் இருந்தன! அவை ஒரு வகை படி நிலைகளில் படர்ந்து கிடந்தன.

- முதல் வகை பேருண்மை: காவல் துறையும் அதன் அழகான ஆவணங்களும். (இதில் பல நகைச்சுவைப் பகுதிகளும் உண்டு. சாதாரணமாக காவல் துறையின் ஆவணங்களில் 'நக்சலைட்டுகளே நக்சலைட்டுகளைக் கொல்லும் படலம்' இருக்கும். ஏதோ நக்சலைட்டுகள் எல்லோரும் தங்களை ஒருவருக்கொருவர் கொன்று சாப்பிட்ட அசுரர்கள் மாதிரி காண்பிக்கப் பட்டிருந்தனர்.)

- காவல்துறைக்கு அடுத்து நம்பிக்கைக்குரியவர்கள் எஸ்பிஓக்கள். அதற்கு அடுத்து வருவது சல்வா ஜுடும் ஆட்கள். அதற்கு

அடுத்த படிநிலை முகாமை ஆராதிப்பவர்கள். கடைநிலைப் படியில் நிற்பது தங்கள் கிராமங்களிலேயே (உயிரைக் கையில் பிடித்துக்கொண்டு) தங்கியிருக்கும் கிராமவாசிகள்).

- ஆந்திரப் பிரதேசத்தில் குடியேறிய ஐடிபிக்களின் சாட்சியங்கள் எடுத்துக்கொள்ளப்படவே இல்லை. அப்படியே அவை புறக்கணிக்கப்பட்டன. (ஒரு வேளை என்ஹெச்ஆர்சி குழு ஜுதும் முகாம்களில் தங்காதவர்கள் அனைவருமே நக்சலைட்டுகள் என்ற முடிவுக்கு வந்திருக்கலாம்).

என்ஹெச்ஆர்சியின் ஆய்வுக் குழுவின் திறமையை விளக்க, மேலும் இரு வலுவான சான்றுகள் தரமுடியும். எவ்வளவு இழிவாக, கேவலமாக புலனாய்வுகளை என்ஹெச்ஆர்சி நடத்தியது என்பதை விளக்கும் சான்று இது. என்ஹெச்ஆர்சி தன் கண்களால் நேரடியாகப் பார்த்த நிகழ்வுகளைக்கூட ஆய்வுக் குழு எடுக்காமல் புறந்தள்ளிய அகோர வரலாறு அது. அந்த நிகழ்வு சந்தோஷ்பூர், லிங்ககிரி என்ற இரு கிராமங்களில் நடந்தது.

2007 மார்ச் மாதம் 31ஆம் தேதி பிஜாபூர் மாவட்டத்தில் சந்தோஷ்பூர் என்னுமிடத்தில் ஏழு பேர் கொல்லப்பட்டனர். சந்தோஷ்பூர் மக்கள் ஒட்டுமொத்தமாகப் பத்திரிகையாளர்களிடம் தாங்கள் முந்தைய நாள் நடந்த ஒரு திருமண விழாவில் ஆடிப் பாடி மகிழ்ந்து படுக்கச் சென்று... காலையில் எழுந்தபோது கிராமம் சுற்றுச்சூழல் காவல் துறையினராலும் எஸ்பிஓக்களாலும் வளைக்கப்பட்டிருந்தது.7 சிறிது நேரத்தில் இன்னொரு காவல் படை பக்கத்திலிருக்கும் போஞ்சர் என்ற கிராமத்திலிருந்த ஆறு பேரைக் கைது செய்து இழுத்து வந்திருந்தனர். இதனைப் போஞ்சர் கிராமத்து மக்கள் வழிமொழிந்தனர். அவர்களும் காலையில் விழித்ததே காவல் துறையினரின் முகங்களில்தான். ஆறு பேர் அங்கிருந்து இழுத்துச் செல்லப்பட்டதாக கிராமத்து மக்களும் சொன்னார்கள்.

சில மணி நேரங்கள் கழித்து சந்தோஷ்பூர் கிராமத்து மக்கள் ஏழு சடலங்களைப் பக்கத்திலிருக்கும் வனப் பகுதியில் பார்த்தனர். அனைவரும் கோடரியால் வெட்டிக் கொல்லப்பட்டிருந்தனர். கொல்லப்பட்டவர்களில் குடியம்போஜா என்ற ஒரு கிராமவாசி மட்டும் மாவோயிஸ்டுகளோடு தொடர்புள்ளவர். அந்தப் போஜாவும் அவரது சகோதரனால் காட்டிக் கொடுக்கப்பட்டிருக்கிறார். அந்தச் சகோதரர், குடியம் சன்னு எஸ்பிஓவின் உறுப்பினராகிவிட்டார். முதலில் காவல் துறை எந்தவிதக் குளறுபடியும் நடக்கவில்லை என்று மூடிவிடப் பார்த்துள்ளனர். ஆனால், அதன் பின் சில

மாவோயிஸ்டுகள் என்கவுண்டரால் கொல்லப்பட்டனர் என்று அரைகுறையாக ஒப்புக் கொண்டுள்ளார்கள். ஆனால், மே மாதம் ஊடகங்களில் வந்த செய்திகளின் அழுத்தம் காரணமாக காவல் துறை பிணப் பரிசோதனைக்கு ஏற்பாடு செய்தது. முதல் தகவல் அறிக்கை போட வேண்டிய கட்டாயம். மாஜிஸ்டிரேட் விசாரணை ஒன்றும் நடந்தது. வழக்கம் போல் காவல் துறை 28-30 பேர் 'பெயர் தெரியாத ஆட்களின்' பட்டியலைக் கொடுத்தனர். இது எல்லா வற்றையும் குழப்புவதற்கான ஒரு யுக்தி. ஏதோ மாவோயிஸ்டுகள் நடத்திய கொலைகள் போன்ற தோற்றத்தை இது தரும்.

பிஈடீஏ என்னும் கூட்டமைப்பைச் சேர்ந்த சுபாஷ் மொஹபத்ரா என்பவர் கொடுத்த அழுத்தத்தினால் மாநில மனித உரிமை ஆணையம் (எஸ்ஹெச்ஆர்சி) ஒரு புதிய விசாரணையைத் தொடங்கியது. ஆனால் என்ஹெச்ஆர்சி இதைப் பற்றி ஏதும் கவலைப்படவே யில்லை. ஊடகங்களில் பல காணொளிகள் வெளிவந்தன. அவற்றில் கிராமத்து மக்கள் போஜாவை எஸ்பிஓக்கள் கொன்றுவிட்டதாக வெளிப்படையாகக் கூறியுள்ளார்கள். ஆனால், என்ஹெச்ஆர்சி அறிக்கையில், 'கிராமத்து மக்கள் கரியம்/கொடியா பேஜ்ஜா என்பவர் சில அடையாளம் தெரியாத நபர்களால், 2006 மார்ச் மாதத்தில் கொல்லப்பட்டுவிட்டார் என்று உறுதிபடக் கூறியுள்ளனர். ஆனால், காவல் துறையின் ஆவணங்களின்படி அவர் நக்சலைட்டு களால் கொல்லப்பட்டுள்ளார். குற்றப்பத்திரிகை எண் 50/07பிஎஸ் பிஜாப்பூர் என்பதில் இது ஆவணப்படுத்தப்பட்டுள்ளது. அவரது உறவினர்கள் அரசின் இழப்பீட்டைப் பெற்றனர். (6.374).' மேலும் இந்த வழக்கின் வீரியத்தைக் குறைப்பதற்காக கொல்லப்பட்ட மீதி ஆறு பேர் பற்றியும் மேல் நடவடிக்கை எடுக்கப் பரிந்துரைக்கப் பட்டது.

உச்ச நீதிமன்றம் கொல்லப்பட்டவர்கள் அனைவருக்கும் இழப்பீடு கொடுக்கவேண்டும் என்று தீர்ப்பே அளித்துள்ளது. ஆனால், மாநில அரசு நக்சலைட்டுகளால் கொல்லப்பட்டால் மட்டுமே அவர்களுக்காக இழப்பீட்டைக் கொடுப்பது வழக்கம். அதைத் தவிர வேறு எந்தவித மரண நிகழ்வுகளுக்கும் அழுத்தம் வந்தால் அவர்களது குடும்பத்தைக் காவல் நிலையத்திற்கு வரச்செய்து, மரணமடைந்தவர்கள் நக்சலைட்டுகளால் கொல்லப்பட்டனர் என்று எழுதி வாங்கிக் கொண்டு, இழப்பீட்டை அவர்களிடம் தருவதை வழக்கமாக வைத்திருந்தனர். இதில் பெரிய லாபம் என்னவெனில் சிஆர்பிஎஃப் களால் கொல்லப்பட்டவர்களின் எண்ணிக்கை தானாகவே கூடிக்கொண்டுபோகும் என்பதுதான்! அந்தக் கணக்கைக் கண்காணித்து பாதுகாப்பிற்காகச் செலவிடப்படும் பணத்தை

அதற்காகப் பெறமுடியுமா? அந்தத் தவறுகளையெல்லாம் என்ஹெச்ஆர்சிக்கு எடுத்துக் காட்டிய பின்னும் ஒன்றுக்கு அடுத்து ஒன்று என்று எல்லா காவல் நிலையங்களின் தவறான, பொய்யான ஆவணங்களின் அளவும் அதிகரித்துக் கொண்டேதான் போனது.

அடுத்ததாக, பிஜாபூர் மாவட்டத்தின் லிங்காகிரி கிராமத்தில் நடந்த நிகழ்ச்சிக்கு என்ஹெச்ஆர்சி நடத்திய விட்டேத்தியான புலனாய்வுகள் மிகவும் அதிர்ச்சி தரக்கூடியதாக அமைந்தன.

லிங்காகிரியில் உள்ள ஆதிவாசிகள் சிலர் விண்ணப்பம் ஒன்றினைக் கம்மம் மாவட்டத்தில் செர்லா என்ற ஊரில் நடந்த பொது விசாரணைக் குழுவிடம் கொடுத்தனர்.

- பசகுடா முகாமில் நடந்த கூட்டத்திற்கு வராத மக்களை சல்வா ஜுடும் உறுப்பினர்களும் காவல் துறையும் அடிக்கடி துன்புறுத்தி வந்தனர்.

- காவல் துறையினர் எங்கள் கிராமங்களுக்கு வரும்போதெல்லாம் நாங்கள் காட்டுக்குள் ஓடிஒளிந்துகொள்வது எங்கள் வழக்கம்.

- ஒரு முறை சல்வா ஜுடும் ஆட்களும் காவல் துறையும் சில இளைஞர்களை பசகுடா காவல் நிலையத்திற்கு அழைத்துச் சென்று, துன்புறுத்தினர். அவர்களை மீட்க 30 பெண்கள் காவல் நிலையத்திற்குச் சென்றனர். அவர்களும் துன்புறுத்தப்பட்டனர்.

- 2006 டிசம்பர் மாதம் சல்வா ஜுடும், எஸ்பிஓ, காவல் துறை ஆட்கள் போருகுடா, கோட்டூர் போன்ற ஊர்களுக்குச் சென்று அங்கிருந்த வீடுகளை எரித்தனர். அதன்பின் லிங்ககிரி என்ற பகுதிக்கு வந்து அங்கிருந்த 15 வீடுகளை எரித்தனர். அந்த ஊரில் பூஜாரி ராமைய்யா, பூஜாரி மோட்டிராம், சோயம் ராமுலு, கண்டல் கன்னையா ஆகியோர் கொல்லப்பட்டனர். கண்டல் ஸ்ரீதேவி என்ற பெண் பலாத்காரம் செய்யப்பட்டுக் கொல்லப் பட்டாள்.

விசாரணைக் குழு லிங்ககிரி கிராமத்திற்கு வந்தது. வழியில் உள்ள பசகுடா கிராம், கம்மாகுடா கிராமம், தர்மாபுரம் கிராமம் ஆகிய ஊர்களைப் பார்த்தனர். பல வீடுகள் சேதமடைந்திருந்தன. பல வீடுகளில் ஆட்களே இல்லை. லிங்ககிரி மிகவும் பெரிய, செழுமை யான கிராமம். அக்கிராமத்தில் மட்டுமே 12 போர் கிணறுகள் இருந்தன. ஆனால் அங்கிருந்த வீடுகள் அனைத்துமே எரிக்கப் பட்டிருந்தன அல்லது கடுமையாகச் சேதப்படுத்தப்பட்டிருந்தன.

கிராமத்தில் ஆள் அரவமே கிடையாது. சில வீடுகளில் படிக்கும் குழந்தைகளின் புத்தகங்கள் சிதறிக் கிடந்தன. சில வீடுகளில் மக்கள் நுழைந்து சூறையாடியிருந்தனர். (6.6.2).

நக்சலைட்டுக்களின் ஈடுபாடு இந்தக் கிராமத்தில் மிகத் தெளிவாகத் தென்பட்டது. ஆங்காங்கு பல வாசகங்கள் அக்கிராமத்தில் கொல்லப்பட்டவர்களின் பெயர்களோடு எழுதப்பட்டிருந்தன. 'சல்வா ஜுடும் ஒழிக', 'நக்சல்பாரிகள் வாழ்க', 'சிகப்பு வணக்கம்' போன்ற வாசகங்கள் அவை (6.62.3).

கண் முன்னே கிராமம் கிராமமாக வீடுகள் எரிந்து அழிந்துபோய் கிடக்கின்றன, சூறையாடப்பட்டுள்ளன. ஆனால், அங்கே நர்த்தனமாடிய கொடியவர்கள் யார் என்பதை யாரும் உறுதி செய்ய முடியவில்லையாம். கொலைகளை நடத்தியதற்குச் சாட்சிகள் இல்லை. ஏனெனில், அங்கே ஆட்களே இல்லை. ஆனால், ராமையா, மோட்டிராம், ராமுலு, கண்ணையா போன்றவர்கள் லிங்காகிரி கிராமத்தில் கொல்லப்பட்டனர் என்பது உறுதியாக்கப்பட்டது. ஏனெனில், அவர்கள் பெயர் குழுவினரோடு இருந்த வாக்காளர்கள் பட்டியலில் இருந்தது. (6.62.4).

இங்கே ஒரு வழக்கு. எல்லா வீடுகளும் லிங்காகிரியில் எரிக்கப் பட்டுக் கிடந்தன. வீட்டில் மனிதர்கள் எவரையும் காணோம். என்ஹெச்ஆர்சி நமது சீர்தூக்கும் துலாக்கோல். எல்லாவற்றையும் கண்கூடாகப் பார்க்கின்றது. கிராமத்து மக்களின் உறவினர்கள் கொல்லப்பட்ட தங்கள் மக்களின் பட்டியலைத் தருகிறார்கள். ஆனால், என்ஹெச்ஆர்சி அந்தப் பட்டியலின் உண்மைத் தன்மையைக் கண்டுபிடிக்க 'உரைகல்' ஏதுமில்லாமல் வெறுமனே அக்கொடுமைகளை மிக எளிதாகப் புறந்தள்ளுகிறது. அனைத்தையும் ஒன்றுமில்லாமல் ஆக்கிவிடுகிறார்கள்.

சல்வா ஜுடும் ஓர் அத்தியாவசிய அமைப்பு; தற்காப்புக்காகப் பாடுபடும் அமைப்பு. எஸ்பிஓக்கள் பாராட்டுதலுக்குரியவர்கள். இப்படியெல்லாம் பல படிமானங்களை உருவாக்கி அந்த அமைப்புகளைப் புனிதமாக்கி முன்னிறுத்தினாலும் உண்மைகள் வெளிச்சத்திற்கு வந்துவிட்டன.என்ஹெச்ஆர்சியின் அறிக்கைகள் நடந்த பயங்கரங்களை மூடி மறைக்க நினைத்தாலும் அது வெளியே வெடித்துக் கிளம்பின. என்ஹெச்ஆர்சி விஜயம் செய்த அனைத்துக் கிராமங்களும் அழித்து முடிக்கப்பட்டு வெறிச்சோடிக் கிடந்தன. அவற்றின் பல புகைப்படங்கள் வெளியே வந்தன. சங்கம் உறுப்பினர் ஒருவரின் விளக்கமும் இதுபோல் வெளிவந்தது.

‘சல்வா ஜுடும் மேலெழும்பி வரும்போது இக்கிராமத்து மக்கள் குறி வைக்கப்பட்டனர். விசாரணை அமைப்புகள் இங்கு வந்து சென்றன. பல உயிர்கள் பறிக்கப்பட்டன. ஆனால், எந்தக் கொலை வழக்கும் இங்கு ஆவணப்படுத்தப்படவில்லை. முதல் தகவலறிக்கையும் எழுதப்படவில்லை. மாநில அரசு எஸ்பிஓக்கள்மீது அங்குமிங்கும் ஏதாவது நடவடிக்கை எடுத்திருக்கலாம். ஆனால், இக்கிராமத்து மக்கள்மீது ஏவிவிடப்பட்ட கடும் வன்மம், எவ்வித எதிர் உணர்வு களையும் அரசிடமோ, காவல் துறையிடமோ, என்ஹெச்ஆர்சி அமைப்புகளிடமோ உருவாக்கவில்லை *(5.04)*.

என்ஹெச்ஆர்சி சார்புள்ள அறிக்கை கொடுத்திருந்தாலும் சில நல்ல திருத்தங்களைக் கொண்டுவர முயற்சித்திருந்தது. முகாம்களில் உள்ள கிராமத்து மக்களையும் ஆந்திரப் பிரதேசத்திற்குள் ஒளிந்து கொண்ட சத்தீஸ்கர் மக்களையும் மீண்டும் அவரவர் கிராமங்களில் குடியமர்த்துவதற்கான வசதிகள் அனைத்தையும் செய்து கொடுக்க வேண்டும். அவர்கள் இழந்த வீடுகள், வசதிகள், உரிமைகள், உடைமைகள் எல்லாவற்றிற்கும் அரசு மாற்று செய்து தர வேண்டும். காணாமல் போனவர்களின் பட்டியல் தயாரிக்கவேண்டும். பள்ளிகளிலிருந்து பாதுகாப்புப் படையினர் உடனே வெளியேற வேண்டும். முதல் தகவலறிக்கை முறையாக எழுதப்படவேண்டும். குற்றம் செய்தவர்கள் யாராக இருந்தாலும் குற்றப் பதிவுகள் எழுதப்பட வேண்டும். இழப்பீடுகள் கொடுக்கப்பட வேண்டும்.

எங்களது வழக்கறிஞர்கள் என்ஹெச்ஆர்சி கொடுத்த அறிக்கைகளை வைத்து நிலைமையை மேம்படுத்த முயற்சித்தனர். அதிர்ஷ்டவச மாக தலைமை நீதியரசர் பாலகிருஷ்ணன் அந்த அறிக்கையைக் கனிவோடு வாசித்திருப்பார் போலும். நடைபெற்றுவரும் வன்முறை அவருக்கு ஆச்சரியத்தையும், அச்சத்தையும் விளைவித்தது. 2008 டிசம்பர் 16ஆம் தேதி அவர் சத்தீஸ்கர் அரசை அவர்களது ‘செயற்பாடு திட்ட அறிக்கை’ ஒன்றை என்ஹெச்ஆர்சி அறிக்கை களின்படி தயாரித்து 2009 ஜனவரி 30ஆம் தேதிக்குள் சமர்ப்பிக்க வேண்டும் என்றொரு உத்தரவைப் பிறப்பித்தார்.

மறு வாழ்வுத் திட்டம், 2010

2009ஆம் ஆண்டு எவ்வித முறையான விவாதங்களும் நடக்க வில்லை. சத்தீஸ்கர் அரசு, தான் நிறைவேற்றிய செயல்பாடுகள் என்ற அறிக்கைகளைத் தொடர்ந்து கொடுத்து வந்தன. அதற்குப் பதிலாக நாங்களும் எதிர்பிரமாண பத்திரங்களைச் சமர்ப்பித்தோம். அவர்களது அறிக்கைகள் எவ்வாறு குறிப்பற்று உள்ளன என்றும்,

அதில் கூறப்பட்டவை நடைமுறைப்படுத்தப்படவில்லை என்பதையும் எடுத்துரைத்தோம். உதாரணமாக 103 கிராமங்கள் எரிக்கப் பட்டுள்ளன என நாங்கள் எங்கள் கணக்கைக் காட்டியிருந்தோம். அதில் 16 கிராமங்களை மட்டும் என்ஹெச்ஆர்சி நேரில் சென்று பார்த்தது. பார்த்த கிராமங்கள் அனைத்துமே எரிக்கப்பட்டன என்று என்ஹெச்ஆர்சி மனமுவந்து சொல்லிவிட்டது. ஆனால், மாநில அரசு வெறும் ஆறே ஆறு கிராமங்களைப் பற்றி மட்டும்தான் முதல் தகவலறிக்கை பதிந்துள்ளது.

2016 பிப்ரவரி 18ஆம் தேதி சத்தீஸ்கர் மாநில அரசு மிக மகிழ்ச்சியாக நீதிமன்றத்தில் அனைத்துப் பள்ளிகளிலிருந்தும் பாதுகாப்புப் படைகள் விலக்கப்படும் என்று அறிவித்தது. அது வெறும் அறிவிப்பு மட்டுமே. இந்த நாள் வரை பல பள்ளிகளில் சிஆர்பிஎஃப்பின் ஆக்கிரமிப்பு தொடர்கிறது. அதே பிப்ரவரி மாதத்தில் நடந்த வழக்கு விசாரணைகளில் மாநில அரசு ஏதும் உருப்படியாகச் செய்யாது என்ற நம்பிக்கையில் மக்களின் மறு வாழ்வுக்கு செயல்முறைத் திட்டம் ஒன்றை நாங்கள் தயாரித்துத் தர வேண்டுமென்று உத்தர விடப்பட்டது.

2010 மார்ச் மாத இறுதியில் நாங்கள் மறு வாழ்வுத் திட்டம் ஒன்றைச் சமர்ப்பித்தோம். இதை எழுத நாங்கள்தேசிய, பன்னாட்டுக் கருத்துகள், கோட்பாடுகள் போன்றவற்றை அடிப்படையாக வைத்துக் கொண்டோம். இன்னும் பலரைச் சந்தித்து, ஆலோசனைகள் பல பெற்றோம். மூத்த அரசியல் அதிகாரிகள், குழந்தைகள் உரிமை ஆணையப் பொறுப்பாளர்கள், அகில உலக மனித நேய ஆணையங்கள் என்று பலரும் உதவி செய்தனர். இது போன்ற நிகழ்வுகளில் நடந்த மறுமலர்ச்சி, வளர்ச்சி முறைகளைக் கேட்டுத் தெரிந்துகொண்டோம். இவற்றின் அடிப்படையில் எழுதப்பட்ட எங்கள் திட்டத்தின் நோக்கம் தொல்லைகளைக் களைந்து மனித மறுவாழ்வை உறுதி செய்வதாகும். குற்றம் பற்றிய புலன் விசாரணைகள், தண்டனைகள், கட்டாயமான ஒரு நடுநிலையான ‘உயர் மட்ட கவனிப்புக் குழு’ ஆகியவற்றை உறுதிசெய்யவேண்டும் என்று கூறியிருந்தோம்.

மறுவாழ்வுத் திட்டத்தின் கீழ் ஒவ்வொரு கிராமத்திலும் கொல்லப் பட்டவர்கள், பாலியல் பலாத்காரம் செய்யப்பட்டவர்கள், கைது செய்யப்பட்டவர்கள் ஆகியோரைக் கொண்ட பட்டியலைக் கொடுத் திருந்தோம். ஆனாலும், எங்கள் பட்டியலைச் சரி பார்க்கவோ முழுமையாக்கவோ எங்களால் முடியவில்லை. ஏனெனில், ஜுடும் அமைப்புகளும், ஏனைய பாதுகாப்புக் குழுக்களும் எங்களை

எங்கும் தாராளமாகச் செல்லமுடியாதபடி சூழலையும் அச்சத்தையும் உருவாக்கி வைத்திருந்தன. இதை நாங்கள் வழக்கு மன்றத்தில் எங்கள் இயலாமை என்று குறிப்பிட்டுச் சொல்லியிருந்தோம். எப்போது முடியுமோ அப்போது ஒரு முழுமையான பட்டியலைத் தருவோம் என்ற உறுதிமொழியையும் கொடுத்திருந்தோம். இதைப் போலவே மாவோயிஸ்டுகளால் கொல்லப்படும் மக்களின் பட்டியல் என்று ஒன்றே இல்லாமல் இருந்தது. அத்தகைய மக்களுக்கு இழப்பீடுகள் எதுவும் தரப்படவில்லை. ஒருவேளை நாங்கள் கொடுத்த திட்டம் செயல்பட்டிருந்தால் இன்று பஸ்தார் ஒரு புது முகத்துடன் இருந்திருக்கும்.

வழக்கம் போல் இம்முறையும் முன்னேற்றத் திட்டங்களைத் தடுத்து நிறுத்துவது போல் மாவோயிஸ்டுகள் தாக்குதல் ஒன்று நடந்தது. 2010 ஏப்ரல் மாதம் தாட்மெல்ட்டா திடீர் தாக்குதலுக்குப் பிறகு நீதியரசர் பாலகிருஷ்ணன் வெளிப்படையாகவே தனி மனிதர்களை ஆய்விற்காக இப்பகுதிகளுக்கு அனுப்புவதே அச்சமாக உள்ளது என்றும் தெரிவித்தார். ஆயினும் 2010 மே மாதம் 6ஆம் தேதி நானும் நீதியரசர் ராஜிந்தர் சப்சார் அவர்களும் நேர்மையாக விவாதித்தோம். ஏனெனில், அன்று எங்கள் வழக்கை நடத்தும் வழக்குரைஞர்கள் யாரும் இல்லை. நீதிபதி இது போன்ற ஆய்விற்காக பஸ்தார் பகுதிகளுக்கு வரத் துணிபவர்களின் பெயர்ப் பட்டியல் ஒன்றை தரும்படிக் கேட்டுக்கொண்டார். நாங்கள் மீண்டும் சேவை மனப்பான்மை கொண்ட பலரைச் சந்தித்துப் பேசினோம். ஓய்வுபெற்ற நீதியரசர்கள், மூத்த ஓய்வு பெற்ற அதிகாரிகள் போன்ற பலர் சம்மதிக்க, அவர்களின் பெயர்ப் பட்டியலைக் கொடுத்தோம். அந்த நேரத்தில் நீதியரசர் பாலகிருஷ்ணன் ஓய்வு பெற்றார். அதனோடு எங்கள் வழக்கின் இரண்டாம் பாகம் முடிவடைந்தது.

2010இல் மீண்டும் அடுத்த மாற்றம் என்ன வரும் என்று எதிர்பார்த்துக் காத்திருந்தோம்.

17

சல்வா ஜுதும் (சட்டத்தால்) மரணமடைந்து (மறு பிறப்பால்) மீண்டெழுந்த பீனிக்ஸ்

வரியில்லை என்று பண முதலைகளிடமும், பிடியுங்கள் துப்பாக்கி என்று ஏழை இளைஞர்களிடமும் சொன்னால் நிச்சயம் அவர்களுக்குள் போர் மூளும். இதுவே பாதுகாப்பிற்கும், உயர் பொருளாதாரக் கொள்கைக்கும் ஏதுவான ஒரு புது மந்திரமாக மாநிலங்களுக்கு இருக்கும்.

நீதியரசர்கள் ரெட்டி, நிஜ்ஜர்
அவர்களின் தீர்ப்பிலிருந்து, வழக்கு:
டபிள்யூபி (சிவில்) 250/2007, 5 ஜூலை 2011

2010 ஜூலை மாதம் எங்கள் வழக்கு வேறொரு நீதிமன்றத்திற்கு (நீதியரசர்கள் பி.சுதர்சன் ரெட்டி, எஸ்.பி.நிஜ்ஜர்) மாற்றப்பட்டது. அவர்கள் ஏற்கெனவே தந்தேவாடா வழக்கு ஒன்றினை விசாரித்து வந்தனர். அவ்வழக்கில் தந்தேவாடாவில் உள்ள கோம்பால் தாக்குதல் ஒன்றில் ஒன்பது பேர் கொல்லப்பட்டனர். 2011இல் இதற்கான தீர்ப்பு வெளிவந்தது. இதில் அரசின் பக்கம் இருந்த வழக்காடிகளான மகேந்திர சர்மாவும் மற்றவர்களும் தங்கள் வழக்கு சரியான வழக்கறிஞர்களோடு, முழுமையாக வாதாடப்படவில்லை என்று கூறிக்கொண்டிருந்தனர். ஆனால், மிகுந்த பணம் கொடுத்து,

உயர் மட்ட வழக்கறிஞர்களான முகுல் ரொஹாத்கி, ஹரிஷ் சால்வே, ரஞ்சித் குமார் என்பவர்களைச் சத்தீஸ்கர் மாநில அரசு அமர்த்தியிருந்தது. பட்டினியில் தன் குடிமக்கள் வாடும்போது அவர்களுக்குச் செலவழிக்கவேண்டிய பணம் வழக்கறிஞர்களுக்கு அள்ளி இறைக்கப்பட்டது.

சத்தீஸ்கர் மாநில அரசும் ஓர் இக்கட்டிலிருந்து வெளிவந்தது. அதன் காரணகர்த்தா சொலிசிட்டர் ஜெனரலாக இருந்த கோபால் சுப்ரமணியன். இவர் தனி மனிதராகவோ குழுவாகவோ சென்று நிலையத் தகவலைச் சேகரிப்பதற்குப் பதில் மத்திய அரசின் 'ஒன்றிணைந்த செயல் திட்ட ஆணையம்' அனுப்பப்படலாம் என்று வாதிட்டு வென்றார். நன்மை பயக்கும் அமைப்பை அனுமதிப்பது மாநில அரசுக்கு மிகவும் நல்லதுதான். ஆனால், அப்படிப்பட்ட ஒரு புனரமைப்பைக் கொண்டு வருவதால், கொலை கொள்ளைகளுக்கு எதிராக வாதிடுவதும் கொள்ளைகளுக்கு ஈடு கேட்பதும் தவறானதாகி விடுமா? மாநில அரசு பதவியேற்ற நிலையில் ஒரு புதிய கண்காணிப்பு அமைப்பைத் தொடங்கியது. இதன் தலைவராக யாரை நியமித்தது தெரியுமா? ஏற்கெனவே குற்றம் சாட்டப்பட்டு வழக்குகளில் சிக்கித் தவிக்கும் மகேந்திர சர்மாதான் தலைவராம். இதைவிடப் பெரிய நீதிமன்றஅவமதிப்பு ஏதும் கிடையாது.

வழக்காடும்போது ஒருமுறை கோபால் சுப்ரமணியம் விண்ணப் பதாரர்களான எங்களைச் சுதந்தரமாக தந்தேவாடாவைச் சுற்றிப் பார்த்துவர கேட்டுக் கொண்டார். அதன் ஆட்சியர் பல ஐஏபி உறுப்பினர்களை இணைத்து நற்பணிகளை மேற்கொண்டுள்ளதாகக் கூறினார். சத்தீஸ்கர் அரசு நாங்கள் சுதந்தரமாகப் பயணிக்க உதவியாக இருக்கும் என்ற உறுதியையும் அவர் கொடுத்தார். இந்த உறுதி மொழிகளை நம்பி நானும், பத்திரிகையாளர் சித்ரா பத்மநாபன் அவர்களும் தந்தேவாடா சென்றோம். நாங்கள் அங்கே போய் இறங்கியதுதான் தாமதம். 50 எஸ்பிஓக்கள், ஒரு சப் டிவிஷனர் காவல் அதிகாரி ஆகியோரால் சூழப்பட்டோம். நாங்கள் தங்கியிருந்த அடுத்த ஐந்து நாட்களில் அவர்கள் பார்வையைத் தாண்டி நாங்கள் எங்கும் போகமுடியவில்லை. அவர்களின் அதிபயங்கர 'கவனிப்பு' எஸ்ஆர்பி கலூரி அவர்களின் உத்தரவின்படி நடந்தது. அவர் வழியே தனி வழிதான்! அவர் இப்படி நடந்து கொள்வதும் புதிதல்லவே! 2010இல் நான், உடன் பணியாற்றும் உஜ்வல் சிங் இருவரும் எங்கு சென்றாலும் இரண்டு ஜீப்களில் எஸ்பிஓக்கள் எங்களைக் கண்காணித்துக்கொண்டே இருந்தனர். அவருடைய உத்தரவின் பேரில் ஊரிலிருந்த அத்தனை தங்கும் விடுதிகளிலும் எங்களுக்கு இடமில்லை என்று சொல்லிவிட்டனர்.

வேறு வழியின்றி ஒரு கலூரி விடுதியில் தங்க வேண்டியதாகப் போனது. கலூரி அவர்களால் அன்று நாங்கள் ஒரு கல்லூரிக்குப் புகலிடம் தேடிப் போனோம்! அந்தக் கல்லூரியையும் சுற்றிச் சுற்றி கலூரியின் எஸ்பிஓக்கள் நடமாடினர்.

நானும் சித்ராவும் எங்களுக்குக் கிடைத்த காவல் துறை பாதுகாப்பை முழுமையாகப் பயன்படுத்தத் தீர்மானித்தோம். பல சல்வா ஜுதும் முகாம்களைக் கண்காணிப்பிற்காகப் போய்ப் பார்த்தோம். இதுவரை ஜுதும் தலைவர்களால் ஒரு முகாமுக்குள் சென்று திரும்புவது இயலாத ஒன்றாக இருந்தது. அதுவும் மனித உரிமை ஆர்வலர் என்றால் சுத்தமாக அதற்கு வழியே இதுவரை கிடையாது. எங்களுக்கே ஆச்சரியம் தரும் காரியமும் அங்கு நடந்தது. பல ஜுதும் உறுப்பினர்களே எங்களை நாடி வந்து பேசினர். அவர்கள் நாங்கள் அமைதியைக் கொண்டுவரும் நடுவர்களாக இருக்க விரும்பினார்கள். தவிரவும், உச்ச நீதிமன்றத்திற்கு விண்ணப்பக் கடிதம் எழுதித் தந்தனர். முகாம்களின் நிலை மிக மோசமாக இருப்பதாகவும், தாங்கள் சல்வா ஜுதுமில் தவறாக இணைந்து விட்டோம் என்றும் வருத்தம் தெரிவித்து எழுதியிருந்தார்கள்.

ஜக்தல்பூரில் எஸ்.பி.சுந்தரராஜ் நாங்கள் பஸ்தார் வியாபாரக் கழகத்தைச் சந்திக்க ஏற்பாடு செய்து கொடுத்தார். டாடா உருக்காலையில் வெளியாட்களால் தடுக்கப்படுவதை எதிர்த்த அதே சமயம், அப்பகுதியில் சமாதானம் கொண்டுவர நாங்கள் உதவ வேண்டும் என்றும் கேட்டுக்கொண்டனர்.ஒரு புதிய சூழலை நாங்கள் அங்கு கண்டோம். ஆச்சரியமாக இருந்தது. ஆனால், அந்த ஆச்சரியத்தை மாநிலத்தைவிட்டு அகல்வதுவரை பத்திரமாக வைத்திருந்தோம். எஸ்பி காவல் துறையின் கீழ் மட்டத்தில் உள்ள ஒருவரை எங்கள் பாதுகாப்பிற்காக அனுப்பியிருந்தார். அவர் சீருடையிலும் வரவில்லை. இருந்தாலும் எளிதில் அவரை யாரென்று கண்டுபிடித்துக் கொள்ளலாம். நாங்கள் பேருந்தில் செல்லும்போது உடன் வந்தார். எங்கள் பஸ் பாஸ் எண்ணை வாங்கித் தரும் அளவு நட்போடு இருந்தார். கடைசிப் பேருந்து நிறுத்தத்தில் அவருக்கு நட்புடன், கைகொடுத்து விடை கொடுத்தோம். பேருந்திலிருந்து இறங்கி ஆட்டோ ஒன்றைப் பிடித்து விமான நிலையம் செல்ல ஆரம்பித்தோம். எங்களிடம் விடைபெற்ற 'ஒற்றர்' உடனே தானும் பேருந்திலிருந்து இறங்கி, அவ்வழியாக வந்த ரெய்ப்பூர் காவல் துறை வண்டியில் ஏறி எங்கள் ஆட்டோவைத் தொடர்ந்தார். எங்கள் ஆட்டோ விமான நிலையத்திற்குள் நுழையும் தருணத்தில் அவரது வண்டி எங்களை நெருங்கி வந்து நின்றது.

ரெய்ப்பூர் காவலர் குதித்து இறங்க, எங்களைப் பார்த்து 'ரெய்ப்பூர் காவல் துறையின் குற்றவியல் பிரிவு உங்களைத் தேடுகிறது' என்றார் அதிகாரக் குரலில். எங்கள் இதயம் இதைக் கேட்டு சில துடிப்புகளை இழந்தன. ஆனால், எங்கள் ஒற்றர் முன்வந்து எங்களை அனுப்பி வைத்தார். அது ஏதோ ஓர் இரண்டாந்தர சினிமா காட்சி போல் இருந்தது.

இந்த நிகழ்வுக்குப் பின் செப்டெம்பர் 10ஆம் தேதி சத்தீஸ்கரின் தலைமைச் செயலர் பி.ஜாய் ஓமன் என்பவரிடமிருந்து ஈ.ஏ.எஸ்.சர்மா என்பவருக்கு ஒரு கடிதம் வந்தது. அதில் மாநில அரசு அதன் வழக்குரைஞர்கள் வழக்கு மன்றத்தில் சொல்லும் வார்த்தைகளைக் காப்பாற்றுவது என்பது தேவையற்றது என்று கூறியிருந்தார். மக்களின் மறு வாழ்க்கை புனரமைப்பு போன்ற வற்றைப் பற்றியும், மாநில அரசு தேவையானவற்றைச் செய்துகொண்டிருப்பதாகவும் அம்மடலில் எழுதியிருந்தார்.

மேலும் ஓமன், 'எதற்காக இவ்வளவு விரிவான விவரங்கள் தேவை என்பது எங்களுக்குப் புரியவே இல்லை. அதிலும், மக்களுக்கு மாற்று நிலம் அல்லது மறு வாழ்வு என்பதெல்லாம் என்ன என்றும் புரியவில்லை. சல்வா ஜுடும் உறுப்பினர் பட்டியல் என்று ஏதும் எங்களிடமில்லை. நீங்கள் கேட்ட பல கேள்விகளைப் பார்க்கும் போது நீங்கள் எங்கள் அதிகாரிகளை விசாரணை செய்வதுபோல் உள்ளது' என்று எழுதியிருந்தார். அதோடு கவித்துவமாக எழுதுவதாக நினைத்துக்கொண்டு அக்காலத்துக் காலனிய அரசில் ஆங்கில அதிகாரிகள் எழுதிய தோரணையில் இப்படி எழுதினார்.

'உங்களின் கடும் முனைப்பு பஸ்தாரையம், அதன் குடிமக்களையும் உய்வித்து, வளர்ச்சியில் உதவும் என்று நம்புகிறேன். பின்பு ஒரு நாள் நாம் சந்திப்போம். அப்போது நாம் இணைந்து பல நல்ல திட்டங்களை உருவாக்கி ஆதிவாசி மக்கள் எதிர்கொள்ளும் சிரமங்களை நீக்குவோம். இருண்ட காடுகளின் நடுவேயும், வழக்கு மன்றங்களின் நடுவேயும் நாம் சண்டையிட்டுக் கொண்டிருப்பதைத் தவிர்த்து அந்த மக்களை உயர்த்தும் பணியில் ஒன்றாக ஈடுபடுவோம்.'

2011 மார்ச் மத்திய பகுதிவரை நாங்கள் வழக்கு விசாரணைக்கு அங்குமிங்கும் ஓடிக் கொண்டேயிருந்தோம். அசோக் தேசாய் ஒரு கண்காணிப்புக் குழுவைக் கேட்டு வற்புறுத்திக் கொண்டிருந்தார். ஆனால், நீதிமன்றமோ சத்தீஸ்கர் அரசிடம் அவர்கள் மக்களுக்காக, முகாம்களுக்காக, கிராமத்துவாசிகளுக்காக என்னென்ன வளர்ச்சித் திட்டங்களை நிறைவேற்றுகிறீர்கள் என்று கேள்விக்கு மேல்

கேள்விகளாகக் கேட்டுக் கொண்டிருந்தனர். எனக்கென்னவோ நீதியரசர்கள் எல்லோரும் ஒத்துக் கொள்ளக்கூடிய நடுநிலைத் திட்டம் ஒன்றைக் கொண்டுவரவே நினைக்கிறார்கள். ஒரு நேரான தீர்ப்பைத் தர அவர்களுக்கு மனதில்லை என்றுதான் தோன்றியது.

2011 மார்ச் வரை, எஸ்பிஓக்களும் காவல் துறை உறுப்பினர்களும் தாட்மெல்ட்டா, திம்மாபுரம், மொர்பள்ளி ஆகிய இடங்களில் நடந்த பாலியல் பலாத்காரங்கள், கொலைகள் போன்ற வன் செயல் களுக்குப் பிறகும், ஜுடும் ஸ்வாமி அக்னிவேஷ் அவர்களை விரட்டி அடித்ததும், இச்செய்திகள் தேசிய அளவில் மட்டுமல்லாது உலக அளவிலும் பரவின. அதற்குப் பிறகு மாற்றம் நிகழ்ந்தது. 2011 மே மாதம் வரை எஸ்பிஓக்களுக்குப் பயிற்சியளிப்பது, வேலைக்கு அமர்த்துவது என்பது பற்றியே நீதிமன்றங்கள் பேசிக் கொண்டிருந்தன. கண்காணிப்புக் குழு பற்றிய பேச்செல்லாம் நின்று போனது. புது உத்தரவுகளும் கோடை காலத்திற்குப் பிறகு திசை மாறி வீசின.

மாநில அரசு நீதிமன்றங்களில் ஓர் உறுதிமொழியைக் கொடுத்தது. இரு மாதங்கள் எஸ்பிஓக்களுக்கு முழுப் பயிற்சி அளிக்கப்படும். பயிற்சிக்கான பட்டியல் ஒன்றும் தயாரிக்கப்பட்டது. 24 மணி நேரத்தில் சட்டம் பற்றிய கல்வி-தண்டனைச் சட்டம், குற்றவியல் வழக்கு மறை, சாட்சி சட்டம், அடுத்த 12 மணி நேரத்தில் மனித உரிமைகள், அரசியல் சாசனத்தின் ஏனைய சட்ட திட்டங்கள்; அடுத்த ஆறு மணி நேரத்தில், விஞ்ஞானம், தடயவியல், பாதுகாப்பு ஆகிய துறைகள்; அடுத்த ஒன்பது மணி நேரத்தில் சத்தீஸ்கர் நாகரிகம், பழக்கவழக்கங்கள் ஆகியவை கற்றுத் தரப்படும். ஆனால், பல எஸ்பிஓக்கள் ஆரம்பப்பள்ளிப் படிப்பைக்கூட முடிக்காதவர்கள். அவர்களுக்கு இத்தனை சுமையான பாடத் திட்டங்களா என்ற கேள்வியும் எழுந்தது. பாடத் திட்டமும் அரசின் நோக்கமும் உறுதியும் பற்றிய நம்பிக்கையின்மீதும் கேள்வி எழுந்தது. பின்பு படிப்பறிவில்லாத எஸ்பிஓக்களைப் பிழிந்துயெடுத்து ஆயுத வீரர்களாக மாற்றவேண்டுமே! அதற்காக எல்லா எஸ்பிஓக்களும் ஐந்தாம் வகுப்பு படித்து முடித்துவிட்டதாக போலிச் சான்றிதழ்கள் வழங்கவேண்டும் என்று முடிவானது.

தாட்மெல்ட்டா கலகமும் ஸ்வாமி அக்னிவேஷ்மீதான தாக்குதல்கள் பற்றிப் பேசும்போது சத்தீஸ்கர் அரசு அக்னிவேஷ் மீதான தாக்குதல்களை அவரே தேடிப் பெற்றுக்கொண்டார் என்றது. டோர்னாபாலில் அவர்மீது நடந்த தாக்குதலுக்குக் காரணம் அவர் பல மாவோயிஸ்ட் கோஷங்களை எழுப்பியதுதான் என்றனர்.

மாவோயிஸ்டுகளால் கடத்தப்பட்ட ஐந்து காவல் துறை ஆட்களைப் பேச்சுவார்த்தைகள்மூலம் விடுதலை செய்து கூட்டி வரும்போது அந்த மக்கள் கூட்டத்தில் அவர் அப்படிக் கோஷம் எழுப்பியதாக அரசு குற்றம் சாட்டியது. உண்மையாக நடந்தது என்னவெனில் காவல் துறை ஆட்கள் விடுதலை ஆன பின்பு மாவோயிஸ்டுகள் 'சிகப்பு சல்யூட்' செய்துள்ளனர். அதற்குப் பதிலாக அக்னிவேஷ் அவர்களும் மரியாதை நிமித்தமாக 'சிகப்பு சல்யூட்' என்று கூறியுள்ளார். ஆயினும் ஹரிஷ் சால்வே மாநில அரசைக் காப்பாற்றும் எண்ணத்தில் விரைவில் மாநில முதல்வர் இந்தத் தாக்குதல் பற்றிய விசாரணைஒன்றைப் பதவியில் உள்ள நீதிபதி ஒருவரை வைத்து நடத்துவார் என்ற உறுதிமொழியை அளித்தார். அந்தத் தாக்குதல் 2011 மார்ச் மாதம் நடந்தது. மே 12ஆம் தேதி சால்வே சொன்னது போல் நீதிபதி டி.பி.ஷர்மா (இவர் முன்பு சட்டச் செயலராக இருந்து நீதிபதியானவர்) தாட்மெல்ட்டா தாக்குதல் விசாரணைக் குழுவின் தலைவரானார்.

ஓர் இதயத்தின் பயணம் - இருளிலிருந்து ஒளியை நோக்கி...

2011 ஜூலை 5ஆம் தேதி தீர்ப்பு வெளியானது. திடுக்கிடும் அதிர்ச்சி தந்த தீர்ப்பு பற்றிய என் குறிப்பேடுகளிலிருந்து:

அன்று காலையில் நான் என் துறைக்குச் செல்லவேண்டிய கட்டாயம் இருந்தது. ஒரு நுழைவுத் தேர்வை நடத்த வேண்டியிருந்தது. எனக்கென்று ஏன் இப்படி முக்கிய தேதிகளில் குளறுபடி வருகிறது? செல்லும் வழியில் பிரகதி மைதானத்தில் போக்குவரத்துப் பிரச்னை. நான் நீதிமன்றம் செல்லும் முன்பே நீதியரசர் ரெட்டி தன் தீர்ப்பை வாசிக்கத் தொடங்கியிருந்தார். ஓடி வந்ததில் உண்டான மூச்சிரைச்சலால் வார்த்தைகள் சரியாக என் காதில் விழவில்லை. ஆனால், 'கொடூரம்... கொடூரம்' என்ற வார்த்தைகள் மட்டும் என் காதில் மாறி மாறி விழுந்தன. சரியாகத்தான் கேட்கிறேனா என்ற ஐயம் எழுந்தது. வந்து நின்ற வேகத்திலும் அவசரத்திலும் ஓர் ஆண் வழக்கறிஞரின் மடியில் கிட்டத்தட்ட உட்கார்ந்தே விட்டேன். என்ன நடந்தது என்பதே புரியவில்லை. குழப்பம் நீங்கவில்லை. தீர்ப்பு முழுவதுமாக அறிவிக்கப்பட்டுவிட்டது. குழப்பம் நீங்கவில்லை என்றாலும் வெளியில் வந்த வழக்கறிஞர்களை எனக்குத் தெரியும் என்பதால் ஒருவருக்கொருவர் அணைத்துக்கொண்டு, வெற்றியைக் கொண்டாடினோம்.

திரும்பிய திசையெல்லாம் ஊடகப் புகைப்படக்காரர்கள் படமெடுத்துத் தள்ளினார்கள். நானும் என்னிடம் கேட்ட கேள்விக்கு

ஏதோ ஒரு பதில் சொன்னேன்.. அரசியல் சாசனத்திற்குக் கிடைத்த வெற்றி இதுஎன்று சொன்னதாக நினைவு. சிந்தனைக் குழப்பத்திலும் ஒரு செய்தி மனதில் நன்கு இறங்கியது. கர்தம் ஜோகாவிற்குச் சிறைத் தண்டனை. எங்கள் வெற்றி ஆர்ப்பாட்டங்களை விரைவில் முடித்துக்கொண்டு, நுழைவுத் தேர்வு நடத்துவதற்காகச் சென்றேன். எதிரில் வந்த ஒருவரிடம் மிகப் பெரிய வெற்றியாக நல்ல தீர்ப்பு வந்துள்ளது என்று கத்திச் சொன்னேன். கேட்பவர் ஏதும் புரியாமல் கொட்டக் கொட்ட விழித்தார்!

நீதியரசர்கள் ரெட்டி, நிஜ்ஜர் கொடுத்த தீர்ப்புகள் அரசியல் அமைப்பு சாசனத்தின் 14, 21ஆம் ஷரத்துகள் மீறப்பட்டுள்ளதைச் சுட்டிக்காட்டியது. பயிற்சி ஏதுமில்லாது, குறைந்த கூலியில் எஸ்பிஓக்களை நியமித்து எதிர்த் தாக்குதல் நடத்தியது சமத்துவத்தை வலியுறுத்தும்14ம் ஷரத்துக்கு எதிரானது. 3000 எஸ்பிஓக்களில் 173 பேர் கொல்லப்பட்டனர் என்றால் 45,000 பேர் கொண்ட பாதுகாப்புப் படையில் மரண எண்ணிக்கை 538 மட்டுமே. இதனால் பலரது வாழும் உரிமை பறிக்கப்பட்டதோடு அல்லாமல், வேறு பலரின் சாவிற்கும் அது காரணமாயிருந்தது (21ஆம் ஷரத்து).பல எஸ்பிஓக்கள் தேர்ந்தெடுக்கப்பட்டதற்குஅவர்களுக்கு மாவோயிஸ்டு கள் மீதிருந்த வன்மமே காரணமாயிருந்தது. இது ஒரு சரியான மரபல்ல. எனவே எஸ்பிஓ அமைப்புகள் தடை செய்யப்பட்டுள்ளது என்றது நீதிமன்றம். அவர்களிடமிருந்து ஆயுதங்கள் திரும்பப் பெறவேண்டும் என்றும் உத்தரவிட்டது. மாவோயிஸ்டுகளுக்கு எதிராக இனி எஸ்பிஓக்களைப் பயன்படுத்தக்கூடாது. எஸ்பிஓக் களாக உள்ளவர்களில் குற்றம்சாட்டப்படாதவர்கள் இடர்காலப் பணிகள் மேற்கொள்வதற்கோ போக்குவரத்து ஒழுங்குபடுத்தும் பணிகளுக்கோ பயன்படுத்திக்கொள்ளலாம். மத்திய அரசு எஸ்பிஓக் களுக்காகக் கொடுக்கும் நிதியுதவியை உடனே நிறுத்தவேண்டும் என்றும் ஆணையிட்டது.

தீர்ப்பில் சத்தீஸ்கர் மாநில அரசுக்கும் சில கட்டளைகள் இருந்தன. சல்வா ஜுடும், கோயா கமாண்டோக்கள் உள்ளிட்ட எந்தவொரு வெளி அமைப்பும் சட்டத்தைத் தங்கள் கைகளில் எடுத்துக்கொள்ள அனுமதிக்கக்கூடாது. அவை சட்ட விரோதமானது மட்டுமல்ல, மனிதத் தன்மைக்கு எதிரானது. இத்துடன் மனித உரிமைகளுக்கு எதிரான நடவடிக்கைகளை ஆராய்ந்து, தவறு செய்தவர்களைத் தண்டிக்கவேண்டும் என்றும் உத்தரவிட்டது. தாட்மெல்ட்டா நிகழ்வுகளின்மீது சிபிஐ விசாரணை வைக்கவேண்டும் என்றது அடுத்த உத்தரவு. அதனோடு சத்தீஸ்கர் அமைத்த விசாரணை

அமைப்புகள்மீது எந்த நம்பிக்கையுமில்லை என்றும் நீதிமன்றம் சொல்லியது. வெளியாட்களில் கைகளில் பாதுகாப்பை ஒப்படைப்பதும் அதை மாநில அரசு அனுமதிப்பதும் அரசியல் சாசனத்திற்கு எதிரான செயல் என்ற எங்கள் வாதத்தை ஏற்று அதற்கேற்ற ஆணைகளை நீதியரசர்கள் கட்டளையிட்டிருக் கிறார்கள். நீதியரசர்கள் ஏதாவது ஒரு விதத்தில் சமரசம் செய்து கொண்டுவிடுவார்களோ என்ற எனது அச்சத்திற்கு நேரெதிராக தீர்ப்பில் நியாயம் முழுமையாகக் கிடைத்து விட்டது. அரசியல் சாசனத்திற்கான தன் முழு ஆதரவையும் உறுதியாக தீர்ப்பு வெளிப்படுத்தியது.

தீர்ப்பு வெளியானவுடன் சமூகத்தின் முற்போக்காளர்கள் அனைவரும் மிகுந்த ஆர்வத்தோடு தீர்ப்பைப் பாராட்டினார்கள். பல சமூக ஆர்வலர்கள் இதனைப் பாராட்டி எழுதிக் குவித்தனர். மக்களின் மனதில் நீதிமன்றம், நீதியரசர்கள் மீதெல்லாம் மரியாதை கூடியதையும் நன்கு உணர முடிந்தது. அந்த ஆண்டில் வெளிவந்த மிகப் பெரிய, பாராட்டப்படக்கூடிய தீர்ப்பாக அது உலா வந்தது. அந்த ஆண்டு நடந்த அனைத்திந்திய தேர்வுகளில்கூட இத்தீர்ப்பைப் பற்றிய கேள்வி வருமளவு இந்த நீதி சமூகத்தில் அலசப்பட்டது, பேசப்பட்டது, மரியாதை பெற்றது. பல சட்ட வல்லுனர்களும் பாராட்டுகளைத் தெரிவித்தனர். மேலும் இலக்கியப் புகழ்பெற்ற புதின ஆசிரியரான ஜோசப் கான்ராடின் இலக்கியத்தோடு இத்தீர்ப்பு தொடர்பு படுத்தப்பட்டது.

'நம் முன்னால் நடப்பதைப் பார்க்கும் போது நமக்கு நிச்சயமாக ஜோசப் கான்ராட் எழுதிய 'Heart of Darkness' என்ற நவீனம் நினைவுக்கு வந்துவிடும்.

.... நவீன அரசியலமைப்பு தத்துவம் என்ன சொல்கிறது? அதிகாரத்தை வைத்திருக்கும் அரசு ஒருபோதும் மற்றவர்கள்மீது, குறிப்பாகத் தங்கள் குடிமக்கள்மீது வன்முறையைப் பிரயோகிப் பதை அனுமதிக்கக்கூடாது. சட்டமும், மனித மாண்பும் மதிக்கப்பட வேண்டும். ஒவ்வொரு மனிதரின் உரிமைகளும் மதிக்கப்பட வேண்டும்.

.... மனித உயிரினங்கள் ஒன்றும் காய்ந்துபோன புல்லின் சருகுகள்அல்ல. உணர்வுகள் நிறைந்து, முழு மனச் சுதந்தரத்தோடு வாழும் உயிரினங்கள். ஆனால், கைகளில் ஆயுதமெடுத்தால் அவர்கள் தங்கள் இனத்தையே அழிக்க முற்படலாம்; தங்களை ஆண்டு கொண்டிருக்கும் நாட்டையும் சூறையாட முடியும். அது

போன்ற பல நிகழ்வுகள் வரலாற்று ஏடுகளில் பதிவு செய்யப் பட்டுள்ளன. சமீபத்திய வரலாற்று ஏடுகளில் இது போன்ற எழுச்சி பெறும் கிளர்ச்சி அமைப்புகள் தாங்களாகவோ, ஆள்வோரின் அனுமதியோடோ பொங்கி எழும் ஆபத்தான நிகழ்வுகளைக் காணமுடியும்.

நமது அரசியல் சாசனம் நிச்சயமாக ஒரு 'தேசியத் தற்கொலைகளின் தொகுப்பு' அல்ல. மிகக் குறைந்த அளவில்கூட அது ஒரு ஆளுமை யோடு நம்மைக் கட்டி வைத்திருக்கிறது. அரசியல் கட்டமைப்பின் மூலம் நம்மை உணரவும், தடுக்கவும், நாம் எழுவதற்கும், நம்மைக் காத்து நிற்கவும், ஒரு கட்டமைப்புக்குள் நம்மை வைத்திருக்கவும் அது தேவையாக உள்ளது. இதன் இறுதிப் புள்ளியியல் நாடு முழுவதுமே தவிப்போடு, 'கொடூரம்... கொடூரம்' என்று கூக்குரலிட்டுத் தவித்துக் கொண்டிருக்கலாம்.'

இந்தத் தீர்ப்புக்குக் கிடைத்த ஆதரவுக்குக் காரணம் நில ஆக்கிரமிப்புக்கும் அதற்கு எதிராக மக்களின் போராட்டத்துக்கும் நியோ லிபரலிசக் கொள்கைகளே காரணம் என்பதை ஏற்றுக் கொண்டதுதான்.

'தனியாருக்கு நமது வளங்களைத் தாரை வார்த்துக் கொடுப்பது, வளங்களை முடிந்த அளவு எல்லோருக்கும் பிரித்துக் கொடுக்கும் பொறுப்பு இல்லாமை, சூழலின் நலத்தை சம நிலையில் வைக்க முடியாமை... இவையெல்லாம் நாட்டின் அடிப்படையைப் பாதுகாக்கும் நல்லெண்ணத்திற்கு எதிரானவை. இப்படிப்பட்ட நியாய மறுப்புகள் பெருமளவில் நடக்கும்போது 'எல்லோரும் சட்டத்திற்கு முன் சமம்', 'மக்கள் எல்லோருக்கும் ஒரே நீதி' என்ற தத்துவங்கள் எல்லாம் - அரசியல் சாசனத்தின் 14ஆம் ஷரத்தின்படி சொல்லப்பட்டவையும் 21ம் ஷரத்தின்படி சொல்லப்பட்ட வாழ்வின் மேன்மையும் கைக்குக் கிடைக்காத பொருள்களாக மாறிவிடும் அவலமே நடக்கும்.'

பாதுகாப்புத் துறை வல்லுனர்களும், வலது சாரி எழுத்தாளர்களும் இந்தத் தீர்ப்பின்மீதுள்ள தங்கள் காழ்ப்பை உமிழ்ந்தார்கள். இது ஒரு தவறான போக்கு என்றும், கிளர்ச்சிகளை அடக்குவது பற்றிய அடிப்படை அறிவுகூட இல்லாதவர்கள் எடுக்கும் அவசர முடிவும் என்றும் கூறினர். இந்த விவாதங்கள் சிறு தீப்பொறியாக அப்படியே மெல்ல மாறி, மத்திய மாநில அரசுகளின் அடிவருடிகள் எஸ்பிஓக்களின் எதிர்காலம் பற்றி கண்ணீர்விட ஆரம்பித்தனர். அவர்களிடமுள்ள ஆயுதங்களைப் பிடுங்கிவிட்டால் அவர்கள் மிக

எளிதாக மாவோயிஸ்டுகளின் கைப்பொம்மைகளாக மாறி விடுவார்கள். இது நக்சல்களுக்கு எதிரான போராட்டத்தை சிதைத்துவிடும் என்றனர்.

ஆனால், இத்தனை விதவிதமான கருத்தோட்டங்களுக்கு நடுவே சில கசப்புச் சுவைகளும் வெளிவந்தன. யாரும் கர்தம் ஜோகாவின் குடும்பத்தைப் பேட்டி காணவில்லை. அவருக்குக் கிடைத்த சிறைத் தண்டனை பற்றி எந்த முணுமுணுப்பும் இல்லை. அந்த உத்தரவு பற்றி மக்கள் என்ன நினைக்கிறார்கள் என்பதே தெரியாமல் போனது. எஸ்பிஓக்களின் கொடூரச் செயல்களில் அகப்பட்டுத் துன்பப்பட்ட மக்களைப் பற்றியும் பேச மக்கள் மறந்துபோனார்கள். அதிலும் ஊடகங்கள் வேடிக்கையான மற்றொரு வேலையைச் செய்தனர். குற்றவாளிக் கூண்டில் நிறுத்தப்பட்ட மக்களைப் பேட்டி எடுத்தனர். பாலியல் பலாத்காரக் குற்றங்களுக்காகக் கைது செய்ய உத்தரவு பிறப்பிக்கப்பட்ட மக்களைத் தேடிப் போய் அவர்களின் கருத்துகளை அதீத அக்கறையோடு விசாரித்து அறிந்தார்கள். கர்தம் சூர்யா அப்படிப்பட்ட குற்றவாளிகளில் ஒருவன். இது போன்ற குற்றவாளிகள் என்னதான் ஊடகத்திடம் சொல்வார்கள்? உச்ச நீதிமன்றம் தவறான தீர்ப்பைத் தந்துவிட்டது என்று தானே உளறுவார்கள்?

தீர்ப்பைப் பற்றிய இன்னொரு பார்வையில், பாதுகாப்புப் படையினரின் செயல்பாடுகள் பற்றி நீதிபதிகள் ஏதும் கண்டுகொள்ளவில்லை என்றனர். எங்கள் விண்ணப்பங்களில் அது பற்றியும் பேசியிருந்தோம். தீர்ப்பிலும் அவை இடம் பெற்றிருந்தன. ஊடகங்களும் சமூக ஆர்வலர்களும் தீர்ப்பின் அப்பகுதியைத் திறம்பட படித்து வெளிக்கொணரத் தவறிவிட்டார்கள். பாதுகாப்புப் படையினரின் செயல்களை ஆராய்ந்து, அவர்களின் கொடுஞ் செயல்களை விசாரணைக்கு உட்படுத்த வேண்டும் என்பதையோ, அச்செயல்களில் துன்பத்திற்கு உள்ளானவர்களுக்கு இழப்பீடு கொடுக்கவேண்டும் என்பதையோ எடுத்துக்காட்ட மறந்து விட்டனர். நீதியரசர்கள் அரசியல் சாசனத்தின் முக்கிய கோட் பாட்டை உறுதியாக நிறுவ முயன்றனர். கிளர்ச்சிகளை அடக்குவதற்கு வேறெந்த வெளிச் சக்திகளோ, ஆயுதம் தாங்கிய அதே இனத்து சாதாரண மக்களோ பயன்படுத்தக் கூடாது என்றும், முறையான பயிற்சிபெற்ற பாதுகாப்புப் படையினர் மட்டுமே பயன்படுத்த வேண்டும் என்றும் நீதிமன்றம் தீர்ப்பளித்தது. அதையும்விட இப்பிரச்னையை வெறும் போராட்டம், அடக்குமுறை என்ற கோணத்தில் மட்டும் பார்ப்பதையும் நீதிமன்றம் கண்டித்தது.

உத்தரவை உதறித் தள்ளிய சத்தீஸ்கர் மாநிலம்

தீர்ப்பு வந்ததும் தாங்கள் இழந்த மதிப்பைத் திரும்பி விரைவாகப் பெறவேண்டும் என்பதற்காகவோ என்னவோ, மத்திய, மாநில அரசுகள் பல புதிய திட்டங்களையும் மாற்றங்களையும் கொண்டுவந்தன. ஒரே மாதத்தில் மாநில அரசு 2011 ஜூலை 28ஆம் தேதி புதிய அமைப்பு ஒன்றை ஆரம்பித்தது. சத்தீஸ்கர் துணை ஆயுத காவல் படை அவசரச் சட்டம் ஒன்றைக் கொண்டுவந்தது. தீர்ப்பு வந்த 2011 ஜூலை மாதம் 5ஆம் தேதியிலிருந்து அனைத்து எஸ்பிஓக்களும் இந்தப் புதிய அமைப்பில் ரூ. 7,000 அதிகரிக்கப்பட்ட சம்பளத்துடன் இணைக்கப்பட்டனர். முதல்வர் ரமண் சிங் நீதியரசர்கள் எஸ்பிஓக்களுக்கு முறையான பயிற்சி இல்லை; குறைந்த சம்பளம் என்று கூறியிருந்தார் அல்லவா? அவற்றை இப்போது சரி செய்தாகிவிட்டது என்றார். இந்த அவசரச் சட்டம் முறையான சட்டமாகவும் திருத்தப்பட்டது. இந்தச் சட்டம் மிகவும் வெளிப் படையாகவே புதிதாக அமைக்கப்பட்ட காவல் படை முழுவதுமாக மாவோயிஸ்ட் எதிர்ப்புகளுக்காகப் பயன்படுத்தப்படும் என்ற முரசொலித்து அறிவித்தார் அவர். இந்தக் கோட்பாட்டைத்தான் நீதியரசர்கள் அரசியல் சாசனத்திற்கு எதிர்ப்பானது என மிகவும் கண்டித்திருந்தனர். ஆனால், புதிய மொந்தையில் பழைய கள் என்ற நிலைக்கே கொண்டு வரப்பட்டுவிட்டது. ஆக மொத்தத்தில் இந்தத் தீர்ப்பின் அடிப்படையில் மிகவும் பலனடைந்தவர்கள் எஸ்பிஓக்களே. புதிய வேலை, நல்ல துப்பாக்கிகள், அதிகரித்த சம்பளம், முழு வேலைப் பாதுகாப்பு.

மத்திய அரசும் வேகமாக தன் எதிர்ப்பு வேலையை ஆரம்பித்தது. இந்தத் தீர்ப்பு அரசின் நக்சலைட் அடக்குமுறைகளுக்கு எதிராக இருப்பதாக மத்திய அரசு கருதியது. தீர்ப்பு வந்த சில நாட்களில் ஆகஸ்ட் 12ம் தேதி நடந்து முடிந்த வழக்கின் 'மாற்று விசாரணை' வேண்டும் எனப் புது வழக்கை ஆரம்பித்தனர். இவ்வழக்கில் மிக முக்கியமானவர்கள் எஸ்பிஓக்களும் அவர்களது உரிமைகளும்! 28,566 எஸ்பிஓக்கள் இடதுசாரி அபாயம் உள்ள ஏழு மாநிலங்களில் உள்ளனர். அதோடு மத்திய அரசு பாதுகாப்பிற்காக மக்கள் ஆயுதம் தாங்கிப் போரிடுவது ஒவ்வொரு குடிமகனின் அடிப்படை உரிமை என்றது. இந்த 'உரிமையை' எஸ்பிஓக்களிடமிருந்து தட்டிப் பறிப்பது தவறானது என்றது மத்திய அரசு. இதில் ஆச்சரிய மென்னவெனில், இதுபோன்ற ஒரு ஆயுதம் தாங்கிய மக்கள் படை தங்களைத் துன்புறுத்தும் மாநில அரசை, காவல் துறையின் வன்மம் மிகுந்த கொடூரங்களுக்கு எதிராகப் போராட எவ்வித அதிகாரமு மில்லை என்றது.

இது ஒரு நல்ல வேடிக்கையான நகைமுரண். இதில் மத்திய அரசு ஆதிவாசிகளின் உரிமை பற்றியும் தன் கருத்துகளை வெளியிட்டுள்ளது. ‘ஆதிவாசிகள் தங்களுக்குள்ளேயே தங்கள் நலனைக் காத்துக் கொள்ளப் போராடுவது தவறு. ஏனெனில், அவர்கள் படிப்பறி வில்லா மக்கள் என்று அதற்கான காரணம் சொல்வது படித்த அறிவு ஜீவிகளின் கருத்து.’

நீதியரசர் ரெட்டி ஓய்வு பெற்றுவிட்டார். இப்போது நீதியரசர் நிஜ்ஜர், தலைமை நீதிபதி அல்டாமஸ் கபீர் என்ற இருவரும் வழக்கை நடத்தினர். 2011 நவம்பர்18ம் தேதி அப்போதைய துணை சொலிசிட்டர் ஜெனரலாக இருந்த ரோஹின்டன் நாரிமன் என்ற வழக்கறிஞரும், இன்னொரு வழக்கறிஞர் அஷோக் தேசாயும் மத்திய அரசின் சார்பாக வாதாடியவர்கள். அவர்கள் நீதிமன்றத்தி லேயே சல்வா ஜுடும் பற்றிய உத்தரவு சத்தீஸ்கர் மாநிலத்திற்கு மட்டும் உரியது என்றனர். தேசாய் அவர்களின் திட்டம் என்ன வெனில், எஸ்பிஓக்கள் மீதான தடையை எல்லா மாநிலங்களுக்கும் உரித்தானது என்று வாதாடுவது. ஏனெனில், நாங்கள் எஸ்பிஓக்களை சத்தீஸ்கரில் தடை செய்யவேண்டும் என்றுதான் வாதாடினோம். இதனால் வழக்கு மேலும் குழம்பி, வாதங்கள், பிரதிவாதங்கள் என்று இழுத்துக் கொண்டே சென்று காலம் தாழ்த்தலாம் என்பது அவரின் திட்டமாக இருந்திருக்கலாம். இதை ஊடகங்கள் மத்திய மாநில அரசுகளின் மாபெரும் வெற்றி என்று உரத்து ஒலியெழுப்பின.

2012 பிப்ரவரி. சிபிஐ குழு 2011 மார்ச் தாட்மெட்லா கலவரம் பற்றி ஆய்வு நடத்தச் சென்றுள்ளது. ஆனால், இக்குழுவின்மீது எஸ்பிஓக்கள் தாக்குதல் நடத்தியுள்ளனர். எஸ்பிஓக்களை அடக்கி வைக்கவேண்டும் என்ற உச்ச நீதிமன்றத்தின் தீர்ப்புக்கு இம்மாநில அரசு என்ன மரியாதை செய்துள்ளது என்பது இந்த நிகழ்வின் மூலம் எளிதாகத் தெரிந்துவிடும். அடுத்த மாதம், 2012 மார்ச், நாங்கள் ஒரு ‘நீதிமன்ற அவமதிப்பு’ வழக்கைத் தொடுத்தோம். வழக்கமான, காலந்தாழ்த்தும் முயற்சியாக தொடர்ந்து வாய்தாக்கள் பெற்று, அதனோடு நீதிமன்ற கால தாமதங்களும் சேர்ந்து வழக்கு இழுத்துக் கொண்டே சென்றது. இதை நிறுத்த நீதிபதி நிஜ்ஜர் சத்தீஸ்கர் மாநிலத்தை விரைவில் பதில் சொல்ல ஆணையிட்டார். ஆனால், 2014ஆம் ஆண்டில் அவர் ஓய்வு பெற்றார். அதன்பின் இதுவரை அவமதிப்பு வழக்கு விவாதத்திற்கு வரவேயில்லை. 2016இல் நிலைமை மேலும் மோசமடைய, இன்னொரு வழக்கும் தொடர்ந்தோம். அதுவும் இன்னும் நிலுவையில்.

சிபிஐ யின் புலன் விசாரணை

சிபிஐ தங்கள் முதல் அறிக்கையை ஆறு வாரத்தில் கொடுக்க வேண்டியிருந்தாலும் அவர்கள் கிராமத்தை ஆறு மாதங்களுக்குப் பிறகே (2012 ஜனவரி மாதம்) சென்றடைந்தனர். தங்களது ஆய்வுகளை காவல் துறை பதிந்து வைத்திருந்த முதல் தகவல் அறிக்கைகளின் அடிப்படையில்தான் வைத்திருந்தனர். அதில் நடந்த கொள்ளைகளுக்கெல்லாம் மாவோயிஸ்டுகள் மட்டுமே காரணம் என்றிருந்தது. பாலியல் பலாத்காரங்களும் கொலைகளும் அவற்றில் இடம் பெறவேயில்லை. தாக்கப்பட்ட கிராமங்களுக்குப் பக்கத்தில் செல்வதை எஸ்பிஓக்களும் காவல் துறையும் அத்தனை தூரம் தடுப்பதை வைத்தே முழு உண்மை சிபிஐக்குத் தெரிந்திருக்க வேண்டும். முதல் தகவலறிக்கை எந்த அளவு உண்மையானது என்பதையும் புரிந்துகொள்ள முடியும்.

சிபிஐயின் இந்த முதல் வருகையில் அவர்கள் ஹெலிகாப்டர் மூலமாக சிந்தல்நார் என்ற இடத்திற்கு அழைத்துச் செல்லப் பட்டனர். அங்கே அவர்கள் சிஆர்பிஎஃப் முகாம்களில் தங்கினர். அதற்கு அடுத்த நாள் நான் பல பத்திரிகையாளர்களோடு அக்கிராமத்திற்குச் சென்றபோது அதன் அருகில் உள்ள திம்மாபுரம், புலன்பாடு போன்ற கிராமங்களிலிருந்து மக்கள் திரண்டு சாட்சி சொல்ல வந்திருந்தனர். சந்திப்பு நடந்த பஞ்சாயத்து பவன், சிஆர்பிஎஃப் முகாமிலிருந்து 500 மீட்டர்கள் தள்ளியிருந்தது. பெண்கள் சாட்சி சொல்லும்போது எஸ்பிஓக்கள் அச்சுறுத்துவது போல் மேலும் கீழும் நடப்பார்கள். அருகில் இருக்கும் மரங்களில் அமர்ந்துகொண்டு அவர்களைப் பார்த்து முறைப்பார்கள். அச்சுறுத்தும் எஸ்பிஓக்களில் பலர் ஏற்கெனவே இந்தக் கிராமங் களைத் தாக்கிய அணியில் இருந்தவர்கள். ஆனால், சாட்சி சொல்ல குழந்தை குட்டிகளோடு வந்திருந்த பெண்கள் இந்த மிரட்டல் களுக்கு மசிந்தவர்களாகத் தெரியவில்லை. இந்த வருகையை அடுத்து சிபிஐ மொர்பள்ளி, தாட்லமெட்லா என்ற கிராமங்களுக்கும் சென்று வந்தனர்.

சிபிஐ தங்கள் விசாரணையை முடித்துவிட்டு, மீண்டும் வந்து விசாரணையைத் தொடர்வோம், மக்களைச் சந்தித்து சாட்சியங்கள் சேகரிப்போம் என்று சொல்லிவிட்டுப் புறப்பட்டனர். ஆனால், நடந்ததென்னவோ நம்பமுடியாத ஒன்றுதான். 2012 பிப்ரவரி மாதம் சிபிஐ குழு டோர்னாபாலில் இருக்கும்போது அவர்களே எஸ்பிஓக்களின் தாக்குதல்களுக்கு உள்ளானார்கள். எஸ்பிஓக்களுக்கு இப்போது புதிய மமதை வேறு இருந்தது. வெறுமனே

திமிறிக்கொண்டிருந்த அவர்கள் இப்போது புதிய ஆயுத துணைப் படையினராகி விட்டார்கள். புதுப் புது துப்பாக்கிகளும் அவர்கள் கைவசம் இருந்தன. அவர்களைவிட மேல் மட்டத்தில் இருந்தாலும் சிபிஐ மீது அவர்களுக்கு மரியாதையோ அச்சமோ சுத்தமாகக் கிடையாது. அதோடு அவர்களது தலைவர் கர்தம் சூர்யா மாவோயிஸ்ட் தாக்குதலில் கொல்லப்பட்டார். கிடைத்த உள்ளூர் தகவல்களின்படி சூர்யாவும், டி.எஸ்.மராவி என்பவரும் (இவர் தாட்மெட்லாவில் நடந்த தாக்குதலில் காவல் துறையின் தலைவராக இருந்து வழி நடத்தியவர்) அடுத்த கிராமத்திற்குச் சென்று அங்கு சாட்சியம் சொல்ல வருபவர்களைப் பயமுறுத்திச் சென்றுள்ளார்கள். சூர்யா இப்போது வேறோர் இடத்தில் பணியில் அமர்த்தப்பட்ட காவல் துறையின் கான்ஸ்டபிளாக இருந்தார். சூர்யாவும் இன்னொரு எஸ்பிஓ கிச்சி நந்தா என்பவரும் டோர்னாபாலிற்கு வந்தனர். அவர்களது 'பையன்கள்' சிபிஐ மூலம் தொல்லை பெறக்கூடாது என்பதைக் கண்காணிக்க வந்துள்ளனர்.

சிபிஐயின் ரகசியப் பரிமாணத்தில் உள்ள குறிப்புகள்...

'...சிறிது நேரம் கழித்து 'முந்தைய' பழைய எஸ்பிஓக்கள் (இப்போது அவர்கள் மாவட்ட துணை ஆயுதக் குழுவின் கான்ஸ்டபிள்கள் அல்லவா?)முழு ஆயுதபாணிகளாக, தானியங்கி ஆயுதங்கள், கை வெடிகுண்டுகளுடன் சிபிஐ குழுவை நோக்கி விரைந்தனர். அந்தப் பழைய எஸ்பிஓக்களின் மனநிலையைப் புரிந்துகொண்ட காவல் துறை அதிகாரிகள் அவசரமாக சிபிஐ குழுவை அவர்கள் தங்கியிருந்த அறைக்குள் தள்ளிக்கொண்டுபோய் உள்ளே வைத்துக் கதவைப் பூட்டிவிட்டனர். எஸ்பிஓக்கள் அந்த அறையைச் சுற்றி வந்து கதவை ஓங்கி அறைந்து கொண்டிருந்தனர். கதவை உடைத்துத் திறக்கவும் முயற்சித்தனர். உள்ளிருந்த சிபிஐ அதிகாரிகள் உட்பக்கம் கட்டில், படுக்கை, அலமாரி போன்றவற்றைக் கதவுக்குப் பின்னால் முட்டுக்கொடுத்து நிற்க வைத்துத் தங்களைப் பாதுகாத்துக் கொண்டனர்.'

சிபிஐ அதிகாரிகள் உடனே தங்களது மூத்த அதிகாரிகளுக்குத் தகவல் கொடுத்துள்ளனர். அதற்கு காவலதிகாரி,எஸ்பி சுக்மா பாதுகாப்பு தருவார் என்று செய்தியனுப்பினார். ஆனால், விரைந்துவந்த சுக்மாவும் சிரமப்பட்டிருக்கிறார். அவர்மீது 'அடிதடி' விழுந்தது என்று சொல்லப்பட்டது. கேலிக் குரல்கள் அவரைச் சுற்றி எழுப்பப் பட்டன. மற்ற காவல் அதிகாரிகளோடு எஸ்பிஓவைச் சாந்தப்படுத்த முயன்றிருக்கிறார். ஒரு வழியாக சிபிஐ குழு காப்பாற்றப்பட்டு சிஆர்பிஎஃப் முகாமிற்கு அழைத்துச் செல்லப்பட்டனர். ஆனால்,

அடுத்த இரண்டு மணி நேரத்திற்கு அந்த முகாம்மீது எஸ்பிஓக்களின் குண்டு மழை தொடர்ந்து 'பெய்திருக்கிறது'. இதனால் சிஆர்பிஎஃப்பும் திருப்பித் தாக்கியுள்ளனர்.

இந்த எஸ்பிஓக்களின் 'திருவிளையாடல்களுக்குப் பிறகு' சிபிஐ தன் அதிகாரிகளுக்கு ஆபத்து இருப்பதை அறிந்ததால் புதிய பகுதிகளுக்குச் செல்வதை நிறுத்திவிட்டனர். உள்ளூர் அரசு அதிகாரிகள் மூலமாக செய்திகள் அனுப்பி கிராமத்து மக்கள் ஜக்தல்பூர் என்ற இடத்திற்கு வரும்படி செய்ய உத்தரவிட்டனர். ஆனால், அரசு அதிகாரிகள் முழுமையாக மக்களிடம் செய்திகளைக் கொண்டு சேர்க்கவில்லை. அவர்களது கடமையுணர்வு அவ்வளவு தான். ஆனால், அந்த அதிகாரிகள் நீதிபதி டி.பி. ஷர்மா குழுவிற்கு முழு ஆதரவு அளித்தார்கள். வேண்டுமென்றே சீண்டும் பல கேள்வி களை மக்களிடம் கேட்டிருக்கிறார்கள். போதாததற்கு ஊடகத் துணையும் அவர்களுக்கே துணை போனது. ஏற்கெனவே நான்தான் மக்களுக்குச் சொல்லிக்கொடுத்துக் கூட்டி வந்துள்ளேன் என்ற செய்தியைப் பரப்பினார்கள். இப்போது ஒட்டுமொத்தமாக தாக்குதல்கள், கொள்ளைகள், அனைத்தையும் மறைத்து ஒன்றுமே நடக்காதது போல் காண்பிக்க முயற்சித்தனர்.

ஆனால், இரண்டு முறை சிபிஐ எங்களிடம் சாட்சிகளைக் கொண்டு வருவதற்காக உதவி கேட்டது. நாங்கள் கேட்டுக்கொண்டதை அடுத்து, அந்த மக்கள் ஒரு வாரக்கூலியைத் தியாகம் செய்துவிட்டு வந்தனர். 187 கிலோ மீட்டர் உள்ள ஊரிலிருந்து, ஆடு மாடுகள்போல் நின்றுகொண்டே ஒரு பழைய டிரக் வண்டியில் வந்து போனார்கள். அவர்கள் டோர்னாபாலிலிருந்து சிந்தல்னார் பகுதிக்கு வந்தார்கள். வழியில் எட்டு சிஆர்பிஎஃப் முகாம்கள் உள்ளன. ஒவ்வொரு இடத்திலும் அவர்களை நிறுத்தி பெயர்ப் பட்டியலை வைத்து சோதித்து அனுப்பினார்கள். பால் குடிக்கும் பச்சிளங்குழந்தை களைத் தூக்கிக் கொண்டு தாய்மார்கள் அந்த இக்கட்டிலும் கடும் பயணம் செய்யத் தயாராக இருந்துள்ளனர். வழியெங்கும் வெப்பம். இரவிலே கொசுக்கடி. வரும் வழியில் உள்ள அரசு அதிகாரிகள்தான் அவர்கள் சாப்பிடுவதற்கான வழிகளைச் செய்யவேண்டும். எப்படிச் செய்திருப்பார்கள் என்று தெரியாதா? அரை வயிறோ, வெற்று வயிறோ! உண்மையைச் சாட்சியாகச் சொல்வோம். நீதி கிடைக்காதா என்ற ஆதங்கம்தான் அவர்களை அழைத்து வந்திருந்தது.

இதிலும் ஒரு நிகழ்வு. ஆச்சரியப்படுவதா, அனுதாபப்படுதா? பத்து மணி நேரம் ஒரு சாட்சிக்காக பயணம் செய்து போனோம். நாங்கள் தேடி வந்த சாட்சி ஒரு கல்யாண வீட்டு விழாவில் பங்கேற்று (முழு

மிதப்பில்) இருந்தார். அவரைக் கூட்டிவரும் வழியில் சோதனைக்காக சிஆர்பிஎஃப் முகாமில் ஒரு மணி நேரம் காத்திருந்து களைப்புடன் வந்து சேர்ந்தோம். மிதப்பில் இருந்தவருக்கு ஜலக்ரீடை செய்து உணர்வுக்குக் கொண்டுவரமுயன்று சிபிஐயிடம் கொண்டுபோனோம். அதிலும் தோல்வி. சிபிஐ என்ன சொன்னதோ, அவருக்கு என்ன சேதி கிடைத்ததோ தெரியவில்லை. சாட்சி சொல்வதற்கு முந்தைய நாளே அவர் ஊருக்குப் புறப்பட்டுச் சென்று விட்டார். அத்தனை கஷ்டப்பட்டும் ஏதும் நடக்கவில்லை.

2015 நவம்பர். சாட்சிகளை நெடுந்தொலைவு ஜக்தல்பூர்வரை கஷ்டப் பட்டு கூப்பிட்டுவந்தோம். ஆனால் அவர்கள் சிரமப்படுவதைக் காணப் பிடிக்காமல் அந்த வழிமுறை வேண்டாம் என்று சிபிஐ குழுவிடம் சொல்லிவிட்டோம். அவர்களும் தங்களது இரண்டாவது முயற்சியாக சிந்தல்னார் பகுதிக்குத் தாங்களே வந்து சாட்சியம் கேட்பதாகச் சொல்லி அங்கு வந்தனர். இம்முறையும் சத்தீஸ்கர் காவல் துறை தேவையான தொல்லைகளை சிபிஐக்குக் கொடுத்தது. வேண்டுமென்றே முழுக் குடி வெறியில் இருந்த ஒருவனை வழித் துணையாக அனுப்பி வைத்தனர். மாவோயிஸ்டுகள் உங்களைத் தாக்கத் திட்டமிட்டிருக்கிறார்கள் என்ற அச்சுறுத்தல் வேறு. இரவில் சிபிஐ குழு தூங்கிக் கொண்டிருக்கும் போது கதவைத் தட்டி தகராறு செய்திருக்கிறார்கள். தொடர்ந்து பல தொல்லைகள். ஆனால், நடப்பது பாஜக ஆட்சி. வந்தவர்களும் புதிய பாஜக அரசைச் சேர்ந்தவர்கள்தாம். ஆக ஒருவ'ருக்கு ஒருவர் உதவிக்கொள்ள வேண்டாமா! சிபிஐ வேறெந்த தகராறும் செய்யாமல் வந்த வேலையைச் செய்து முடிக்கச் சித்தமானார்கள்.

ஐந்து ஆண்டுகள் உருண்டாடிவிட்டன. சிபிஐ , நீதிபதி ஷர்மா இருவருமே 2011ஆம் ஆண்டு நடந்த தாக்குதல் பற்றிய தங்கள் ஆய்வு அறிக்கைகளைக் கொடுக்கவே இல்லை. சிபிஐ க்கு எந்தக் காவல் அதிகாரியையும் கை நீட்டி, ‘இவர் ஒரு குற்றவாளி’ என்று சொல்வதற்குப் பெரும் தயக்கம். தாக்குதல்கள், கொள்ளைகள், கொலைகள் நடைபெற்றன; ஆனால், யார் இதற்குப் பொறுப்பு? இன்னோர் சங்கடம். இப்போதுள்ள உச்சநீதிமன்றக் குழுவிற்கு இந்த வழக்கு புதிது. தாட்மெட்லா, மொர்பள்ளி, திம்மாபுரம் கிராமங்கள் தாக்குதல்களுக்குப் பயந்து காத்துக் கிடக்கின்றன. எப்போது தாக்குதலோ? எத்தனை கொலையோ? எத்தனை பாலியல் பலாத்காரங்களோ? நீதி இன்னும் தூங்கிக்கொண்டுதான் இருக்கிறது.

2016 ஜனவரி மாதம். நான் மொர்பள்ளி சென்றிருந்தேன். அக்கிராமத்து தலைவர் தந்தேவாடா சென்று அப்போதுதான்

ஊருக்குத் திரும்பியிருந்தார். தனது கிராமத்திலிருந்த எட்டு ஆண்கள் ஏனோ, எதற்கோ கைது செய்யப்பட்டு அடைபட்டிருக்கிறார்கள். அவர்களுக்காக அவர் சென்று வந்திருக்கிறார்.எது எதற்கோ பல உத்தரவுகள் நீதிமன்றத்திலிருந்து வாங்கியாகிவிட்டது. ஆனால், ஒரு குழு அமைத்துக் கண்காணிக்கக் கேட்டோம். கிடைக்கவில்லை.

ஆயிரக்கணக்கான கிராமத்து மக்கள் தங்கள் வீடுகளை அக்னி பகவானுக்கு அர்ப்பணித்துவிட்டு கட்டாந்தரையில் உழலுகிறார்கள். அவர்களுக்கான இழப்பு ஏதும் கொடுக்கப்படவில்லை. சத்தீஸ்கர் அரசு 'அழகான' பதில் ஒன்றை இதற்காக வைத்திருக்கிறது. அது என்னவெனில், உச்ச நீதிமன்றம் உயிரிழப்பிற்கு உடனே இழப்பீடு கொடுக்கச் சொல்லியது. 'வன்முறை பலி'களுக்கு முதலில் இழப்பீடு என்று நீதிபதிகள் சொல்லிவிட்டார்களல்லவா? அதனால் சத்தீஸ்கர் அரசு காங்கிரஸ் அரசியல்வாதிகளை மகேந்திர சர்மா, வி.சி.ஷுக்ளா ஆகிய இருவர் குடும்பங்களுக்கும் தலைக்கு ஐந்து லட்ச ரூபாய் கொடுத்தது. 2013இல் மாவோயிஸ்டுகள் இவர்களைக் கொலை செய்ததால் கொடுக்கப்பட்ட இழப்பீடு. இப்பணம் தேவையில்லை என்று சொல்லுமளவிற்கு அவர்கள் செல்வந்தர்கள் என்பது வேறு விஷயம்.

தூதி ஜோகா என்ற ஆதிவாசிக்கு ரூபாய் பத்தாயிரம்.ஆனால் அது வெறும் தாளில்தான்! இவருடைய வீடு எரிந்துவிட்டது. வீட்டுப் பொருள்களை இழந்தாயிற்று. ஆனால், இந்தக் குறைந்த அளவு பணம்கூட அந்த ஏழையின் கைகளுக்குப் போய்ச் சேரவில்லை. ஆந்திரா சென்று ஒதுங்கிய சத்தீஸ்கர் மக்கள் தாங்களாகவே தங்கள் ஊருக்குத் திரும்பினர். அதே போல் முகாம்களிலிருந்தும் பலர் தங்கள் கிராமங்களுக்குத் தானாகவே கிளம்பிச் சென்றனர். ஆனால் அங்கே என்ன காத்திருக்கும்? எரிந்த பாழடைந்த கட்டாந்தரைதான். மாநில அரசு எவ்வித உதவியும் அளிக்கத் தயாராக இல்லை.

நூற்றுக்கணக்கில் கொலை, கொள்ளை, பாலியல் பலாத்காரம். ஆனால், துன்பத்தில் வீழ்ந்த பாவப்பட்ட மக்களுக்கு உதவி என்று ஏதும் கிடையாது. போர் தொடர்ந்து நடந்துகொண்டிருக்கிறது. கொலை, கொள்ளை, பாலியல் பலாத்காரம் எதற்கும் முடிவில்லை. ஆய்வாளர் வாணி சாக்ஸா என்னிடம் பேசிக்கொண்டிருக்கும் போது, 'பஸ்தார் முழுமையாகச் சுதந்தரம் பெற்றுவிட்டது' என்றார். அதாவது அரசின் சாசனம் அளிக்கும் அனைத்திலிருந்தும் இப்பகுதிக்கு முழுச் சுதந்தரம் கிடைத்துவிட்டது! வெறும் கைகள்தான் அம்மக்களின் சொத்து. வேடிக்கையா? இது வேதனையா?

அரசியல் விவாதங்களில், அதுவும் நாட்டின் பாதுகாப்பு பற்றிய விவாதங்களில் நீதிமன்றம் மற்ற வழக்குகளுக்குக் கொடுப்பதை விடப் பாதுகாப்பு விஷயங்களில் அதிக ஈடுபாட்டோடு இருக்கும் என்று நினைப்பார்கள். ஆனால், எல்லாம் அவர்களுக்கு ஒன்றுதான் என்பதுபோல் மற்ற வழக்குகள் போல் இதிலும் அதே தடைகள் பொங்கி வழிகின்றன. பெரிய, பெரிய ‘வக்கீல் கட்டுகள்’ பொறுமைக்குமீறி காலம் தாழ்த்துவது, நடைமுறைகளில் காட்டப்படும் வேற்றுமைகள், அரசுக்குச் சாதகமாகவே நடக்கும் நடைமுறைகள் என்று அனைத்துப் பிரச்னைகளும் ஒன்றுபோல் குவிந்து கிடக்கின்றன.13 எண்ணிக்கையில் அதிகமான வழக்குகள், காலம் தாழ்ந்து நெடுநாள் கிடக்கும் வழக்குகள் ஆகியவை பற்றி நமக்குத் தெரிந்ததைவிட அதிகமாகத் தெரிந்துவைத்திருப்பவர்கள் நீதியரசர்கள்.

பொதுநல வழக்கு என்பது நீதிக்காக மன்றாடும் ஏழை மக்களின் கைகளில் உள்ள வன்மையான ஆயுதம். ஆனால், நீதிமன்றத்தில் ஏற்படும் தாமதம் அந்த ஆயுதத்தை மழுங்கடித்துவிடுகிறது. நீதிபதி பகவதி எதிர்பார்த்தது போலன்றி இதில் இன்னொரு பிரச்னையும் இருந்தது. வழக்காடுபவர்களே அனைத்துச் சான்றுகளையும் சமர்ப்பித்து தாங்கள் சொல்லும் குற்றச்சாட்டுகளை நிறுவியாக வேண்டும் என்ற கடுமையான நிலைஇருந்தது. பெண்கள் எஸ்பிஓக் களாலோ, பாதுகாப்புப் படையினராலோ கூட்டுப் பாலியல் பலாத்காரம் செய்யப்படும்போதும்கூட, குற்றத்தில் ஈடுபட்டவர் களின் பெயர்களைக் குறிப்பிட்டாகவேண்டும் என்பது எவ்வளவு பொருளற்ற, கடுமையான நிலைப்பாடு.குற்றம் செய்தவர்கள் எளிதாகத் தப்பிப்பதற்கான மலர் தூவிய வழிதான் இது!

மனித உரிமையும் பழைய வழக்குகளும் அப்படியே இங்கு தூங்குகின்றன. ஆனால், புதிய புதிய வழக்குகள் நித்தமும் உருவெடுக்கின்றன. நீதிமன்றங்கள் இன்னும் புதிய வீரியமான வழிமுறைகளை உருவாக்கவேண்டும். அதை விட்டுவிட்டு காவல் துறையினரின் குற்றங்களை அவர்களே நிரூபிக்கவேண்டும் என்பது பாலுக்குக் காவலாக பூனையை வைப்பது போல்தான். தன்னிச்சை யாகச் செயல்படும் ஒரு கண்காணிப்புக் குழு அமைக்கும் வழி நீதிமன்றங்களின் கண்களுக்கு இன்னும் எட்டாதது ஆச்சரியம்தான்.

வழக்குகளில் காலக்கெடுக்கள் தள்ளிக்கொண்டே போகிறது என்றால் வழக்கின் தீர்ப்பும் வெகு வேகமாகப் பின்தள்ளும் நிலைவரும். சத்தீஸ்கர் இதே நிலைமையை நன்கு புரிந்துகொண்ட மாநிலம் போலும். வழக்கைத் தள்ளிப் போட்டு விடுகின்றனர்.

அதுவும் 'காலம்' என்ற நேரம் அளக்கும் முறை வேறுபடுவதே வேதனைதான். உண்மையான நாள்காட்டிகள் காண்பிக்கும் காலமும், வழக்குகளில் நீதிமன்றங்கள் கொடுக்கும் காலக்கெடுக்களும் பெரும் வேறுபாடுகளைக் கொண்டவை. வழக்காடுபவர்களை இது வேதனைப்படுத்துகிறது. பல சமயங்களில் 'காலம்' உறைந்து நின்று போனது போலவே தோன்றும். நாட்களும், மாதங்களும் (ஆண்டுகளும் கூட) ஓடும். வழக்கு நின்ற இடத்திலேயே நிற்கும். 2011 ஜனவரி மாதம் நீதிமன்றம் சத்தீஸ்கர் அரசுக்கு ஒரு கட்டளை இட்டது. வேகமாக முகாம்கள் காலி செய்யப்பட்டு மக்கள் கிராமங்களுக்கு அனுப்பப்படவேண்டும் என்பதுதான் கட்டளை. ஆனால், அது வார்த்தையளவில் நின்றுவிட்டது. மக்கள் தாங்களாகவே வீடு நோக்கிச் செல்ல ஆரம்பித்துவிட்டனர்.

மாவோயிஸ்டுகளும் வனப் பகுதிகளில் தங்களுடைய நீதி விசாரணையை நடத்துவார்கள். காவல் துறையினர் இதனை 'கங்காரு நீதிமன்றங்கள்' என்றழைப்பார்கள். இந்த நீதிமன்றங்களில் மிக மிகக்கடுமையான தண்டனைகள் கொடுக்கப்படும். மக்களை ஆயுதம் தாங்கிய மாவோயிஸ்டுகள் சூழ்ந்துகொண்டு தண்டனை களைச் சொல்லும்போது, குற்றவாளியின் உறவினரோ, நண்பரோ யாராக இருந்தாலும் தண்டனையை நிறைவேற்றாமல் எப்படி யிருக்கமுடியும்? மாவோயிஸ்டுகள் ஏதும் பேசாமல், அவர்கள் ஆயுதங்கள் பேசினால் என்ன செய்யமுடியும்? ஆனால், மாவோயிஸ்டுகள் இதில் மாறுபடுகின்றனர். அவர்கள் கொடுக்கும் தண்டனைகள் யாவும் பொது மக்களிடமிருந்து வருவதே என்கிறார்கள். இந்த நீதிமன்றங்களை மாவோயிஸ்டுகள் 'மக்கள் கூட்டமைப்பு' என்று அழைக்கின்றனர்.

நான் இப்படிப்பட்ட ஓர் அமைப்பை நேரில் எப்போதும் பார்த்ததில்லை. அதனால் எது உண்மை என அறுதியிட்டு என்னால் சொல்லமுடியாது. ஒருவேளை உண்மை மேலே சொன்ன இரண்டிற்கும் நடுவில் இருக்கக்கூடும். அதே சமயம், நம்முடைய நீதிமன்றங்களில் நடக்கும் இழுத்தடிப்புகளும் வாய்தாக்களும் விவாதங்களும் இதில் இல்லை. 2007 மே மாதம் முதல் 2016 மே மாதம் வரை 88முறை எண் இடப்பட்டு, ஏறத்தாழ 50முறை மட்டும் விவாதங்கள் நடந்தன. இந்த இழுத்தடிப்பால் அரசும், அரசு சார்பாளர்களும் எளிதில் சலிப்படைவதில்லை. ஆனால், வழக்கை ஆரம்பித்து முன்னெடுத்துப் போனவர்களுக்கு எளிதில் சலிப்பு வந்து அலுத்துவிடுகிறார்கள். நீதிமன்ற நடவடிக்கைகளின் நோக்கமே இப்படி வழக்காடுபவர்கள்மீது அந்தச் சலிப்பை வரவழைப்பது தானா?

பாலியல் பலாத்கார வழக்குகளில் பலமுறை 'பலாத்காரம்' நீதிமன்ற விவாதங்களில்தான் நடந்தேறுகிறது. இந்த வழக்குகளில் உள்ள மிகப் பெரிய பரிதாபம், குற்றம் செய்தவர்கள் கவலையின்றி சுற்றித்திரிய, பலியானவர்கள்மீது அத்தனை அம்புகளும் பாய்வது தான். அரசும், இது போன்ற வழக்குகளில் வருத்தப்படுவோருக்கு ஆதரவாக இருக்கவேண்டிய என்ஜிஓக்களும் குற்றம் சாட்டியவர்களின்மீது காட்டவேண்டிய பரிதாபத்தைக் குற்றம் செய்தவர்கள்மீது காண்பிப்பதை வழக்கமாக்கிக்கொண்டுள்ளன. அதிலும் துன்பத்திற்குள்ளான கிராமத்து மக்கள் துணிந்து வழக்காடும் அளவிற்கு வரும்போது மேலும் பல துன்பங்களுக்கு ஆளாகின்றனர். அதுவே எனக்கு மிகுந்த வருத்தத்தை அளித்தது.

இந்திய சட்டத்தில் இன்னொரு பெரிய ஓட்டை.சல்வா ஜுடும் போன்ற அமைப்புகளை ஆரம்பித்து நடத்திவரும் மத்திய, மாநில சூத்திரதாரிகள் அதற்கான பொறுப்பாளர்களாகக் கருதி தண்டனை பெறுவது சாத்தியமில்லை. சகோதரச் சண்டை என்றோ பிளவுண்ட கிராமங்கள் என்றோதான் இத்தகைய பகுதிகள் நாடு முழுவதும் அறியப்பட்டுள்ளன. இந்தப் பிளவுகள் எப்படி உருவாயின, எவ்வாறு தூண்டிவிடப்பட்டன, எத்தகைய அடக்குமுறைகள் மேற்கொள்ளப்படுகின்றன என்பது முக்கியமில்லை. மகேந்திர சர்மா முன்னின்று பல இழிச்செயல்களை நடத்தியிருக்கிறார். ஆகவே சட்டம் அவர்மீது பாயக்கூடும். ஆனால், சல்வா ஜுடும் போன்ற அமைப்புகள் அமைதியைக் கெடுத்து அழிவுச்செயலில் ஈடுபடும்போது வேடிக்கை மட்டுமே பார்த்த முதலமைச்சர் ரமண் சிங் அல்லது பிரதமர் மன்மோகன் சிங் ஆகியோரைச் சட்டம் எவ்விதத்திலும் தீண்டாது.

அரசு பங்கேற்புள்ள1984, 2002 வன்முறைகளில் இழப்பீடு தருமாறு சொல்வது நீதிமன்றத்துக்கும் மனித உரிமை அமைப்புகளுக்கும் எளிதாக இருக்கிறது. பாதிக்கப்பட்டவர்களுக்கு இழப்பீடு அளிப்பது நிச்சயம் முக்கியமானதுதான். அதே சமயம் குற்றத்தை ஒருவரும் ஒப்புக்கொள்ளாத நிலையும் ஏற்படுகிறது. அதுவும் முக்கியம்தானே? மனித உரிமைப் போராளிகள்மீதும் ஒரு குற்றச்சாட்டு வைக்கப்படும். இழப்பீடு கிளர்ச்சிக்கான காரணங் களை மறைத்துவிடுகிறது. மக்களைத் தனித்தனி மனிதர்களாக மாற்றி, அவர்கள் அனைவரும் எந்தப் பிரச்னைக்காக ஒன்றுகூடிப் போராடினார்களோ, அந்த மையக் கருத்தைக் காணாமல் ஆக்கிவிடுகிறது. மையக் கருத்து மிக நல்ல குறிக்கோளாக இருந்தும் அது அடித்துத் தள்ளப்படுகிறது.

குற்றத்துக்குரியவர்கள் குறித்து சமூகவியல் சார்ந்தும் அறம் சார்ந்தும் சட்டம் ஏதும் அதிகமாகச் செய்வதில்லை. அதிலும் நியாயங்களைப் பற்றிய பல விவாதங்கள் நீதிமன்றங்களுக்கு வெளியேதான் நடந்துகொண்டிருந்தன. அரசுமீது ஆதிக்கம் செலுத்தும் நோக்கில் போராடும் மாவோயிஸ்டுகள் பாவப்பட்ட ஆதிவாசிகளைத் தூசுபோல் பாவித்து அவர்களைப் பலிகொடுத்துத் தங்கள் வெற்றிக்காகப் போராட்டங்களை நடத்துகிறார்களா? ஆதிவாசிகள் உண்மையிலேயே வன வளங்களைப் பாதுகாக்கத் தாங்களாகவே போராடுகிறார்களா? அரசு மக்களுக்கான அடிப்படை உதவிகள் எதையும் செய்யாமல், முழுவதுமாக கனிம வளங்களின் மீது தங்கள் கண்களைப் பதித்து மக்களிடமிருந்து மிகவும் விலகிப் போகிறார்களா? மக்கள் இதற்கு எதிராக ஆயுதப் போராட்டம் ஆரம்பித்ததும் மக்களின் அரசியல் அமைதிக் கேட்டுக்குக் காரணமாக இருக்கிறார்கள் என்று பழிபோடுவது நடக்கிறதா? நீதியரசர்கள் ரெட்டி, நிஜ்ஜர் இருவரும் இப்பிரச்சனைகளை முன்னெடுத்து ஆய்வு செய்தனர். ஆனால், அவை அவர்களது சட்டங்களில் இடம் பெயரவில்லை.

சட்டத்துக்குமுன் கொலைகள் அனைத்தும் ஒன்றே. எல்லாமே தண்டிக்கப்பட வேண்டியவை. நல்ல கொள்கை, கெட்ட கொள்கை என்று பாகுபாடுகளை அமைத்து, யார் அதில் பலியானார்கள் என்பதை வைத்து மாநில அரசு நல்ல கொலை, கெட்ட கொலை என்று நாமகரணம் சூட்டியது. மகேந்திர சர்மாவின் தலைமையில் பல்லாயிரக்கணக்கான வீடுகள் எரிக்கப்பட்டன. பல மக்கள் பலியானார்கள். ஆயிரக்கணக்கில் மக்கள் வீடில்லாத அகதிகளாக மாறினார்கள். பெண்கள் கொத்துக் கொத்தாகப் பாலியல் பலாத்காரம் செய்யப்பட்டனர். தேசியப் புலன் விசாரணை ஆணையம் இவற்றையெல்லாம் விசாரித்தது. மகேந்திர சர்மாவின் உத்தரவின் பேரில்தான் கொலைகளும் பலாத்காரங்களும் நடைபெற்றன என்றாலும் முதல்வர் இவற்றையெல்லாம் அறியாதவரில்லை என்றாலும் சட்டம் எதுவும் செய்யவில்லை.

அரசு இப்படியென்றால் காவல் துறைக்கு ‘நக்சலைட்’, ‘என்கவுண்டர்’ என்ற இரு வார்த்தைகள் போதும். அந்தப் பெயர்களைப் பயன்படுத்தினால் போதும்,எந்தக் கொலையும் சட்டத்திற்கு முன்னால் நியாயமாகிவிடும். காவல் துறை யாரையாவது நக்சலைட் என்று சொல்லிவிட்டாலே அவர்கள் நக்சலைடாக மாறிவிடமாட்டார்கள்; அதோடு நக்சலைட்டுகள் என்றால் அவர் கொல்லப்பட வேண்டியவர் என்று காவல் துறை

எப்படி முடிவெடுக்கலாம் என்று மனித உரிமைக் குழுக்கள் கேள்வி எழுப்பின.ஒவ்வொரு நக்சலைட்டுக்கும் வாழும் உரிமை உள்ளது என்றார்கள். அவர்களைக் கைது செய்ய முடியவில்லை என்பதையும் தற்காப்புக்காக மட்டுமே சுட நேர்ந்தது என்பதையும் நிரூபிக்க வேண்டிய பொறுப்பு காவல் துறைக்கு உள்ளது. இதைப்போலவே மாவோயிஸ்டுகள் இன்னொருவகை கொலைகளைச் செய்து கொண்டிருந்தனர். கொல்லப்பட்டவர்களுக்கு மாவோயிஸ்டுகள் வைத்த நாமகரணம் 'உளவு கொடுப்பவர்'. இந்த ஒரு வார்த்தை போதும் ஒருவரைக் கொல்வதற்கு. அரசும் சரி, மாவோயிஸ்டுகளும் சரி; தங்களுக்குப் பலியாகிறவர்களை நல்லவர்கள், கெட்டவர்கள் என்று இரண்டாகப் பிரித்து வைத்திருந்தனர். இருவருமே சிலருக்குத் தியாகி பட்டம் சூட்டினார்கள். எதிர்அணியில் யார் எப்படிக் கொல்லப்பட்டிருந்தாலும், தங்களுடைய அணியிலிருந்து இறந்தவர்களின் பெயரை வெளியிடமாட்டார்கள். அரசு, மாவோயிஸ்டுகள், இந்த இரண்டோடு சட்டத்தையும் சேர்த்துக் கொள்ளலாம். இந்த மூன்று குழுக்களிலும் 'இரட்டை உளவாளி' என்ற பெயருக்கே இடமில்லை. ஆனால், எந்த உள்நாட்டுப் போரிலும் இது போன்ற இரட்டை உளவாளிகள் அதிகமாக இருப்பார்கள்.

அமெரிக்காவின் சட்ட வரலாற்றை விவரிக்கும் தி ஹாலோ ஹோப் என்னும் நூலில் ரோஸன்பெர்க், 'டைனமிக் கோர்ட் லா' என்னும் விஷயத்தை எதிர்க்கிறார். சில முக்கியமான வழக்குகளுக்கு அளிக்கப்படும் தீர்ப்புகள் சில சமயம் மிக முக்கியமான சமூக மாற்றங்களுக்கு அடிகோலிட்டுவிடும். வரலாற்றுப் பக்கங்களில் 'பளிச்'சென்று தெரியும் தீர்ப்புகளாகிவிடும். பிரவுன் எதிர் போர்ட் ஆப் எடுகேஷன் அல்லது ரோ எதிர் வேட் என்ற இரு தீர்ப்புகளை அவர் எடுத்துக்காட்டாகக் கொடுக்கிறார். எந்த நீதிமன்றத்திற்கும் எல்லைக் கோடுகள் உள்ளன. எழுதப்பட்ட சட்டத் திட்டங்கள், உரிமைகள் என்ற இந்த எல்லைக்குள் நின்றுதான் செயல்பட வேண்டும்; இந்த எல்லைகளைத் தாண்டி சட்ட சுதந்தரத்தையும், தேர்தலில் வென்றஓர் அரசைக் கவிழ்ப்பதிலும் ஈடுபடக்கூடாது. இவை எல்லாவற்றையும்விட அவர்கள் தங்களுடைய நீதியை நிறைவேற்றுவதற்கு அவர்களுக்கு எந்த உரிமையும் கிடையாது. சமூக மாற்றங்களைக் கொண்டு வருவதற்குச் சில வழிகள்தான் சாத்தியம். உதாரணமாக, ஒரு மாநிலம் ஏதோ ஒரு காரணத்தோடு ஒரு தீர்ப்பைத் தள்ளி வைக்க நினைத்தாலோ, சமூகமே மொத்தமாக ஒன்றிணைந்து சில தீர்மானங்களைத் தாங்கிப்பிடிக்கும்போதோ மட்டும் அந்த வழிகள் திறக்கலாம். அதிலும் மிகவும் முற்போக்கான

ஒரு தீர்ப்பு பெரும் தாக்குதல்களுக்கு உள்ளாகலாம். அந்த முற்போக்கான காரணம் அப்போதெல்லாம் பின்தள்ளப்படும்.

இது போன்ற சமயங்களில் நீதிமன்றங்கள் முக்கியமான செயலை மேற்கொள்ளும். மார்க் காலந்தர் சொல்வதுபோல, 'அவை வெறும் தீர்ப்புகளாக மட்டுமல்லாமல், பெரும் நற்செய்திகளாகவும் இருக்கும்.' 2011இல் வந்த தீர்ப்பு மிகவும் முக்கியமான, அழுத்த மான குறியீடாக கிளர்ச்சிகளுக்கு எதிரானதாக இருந்தது. ரெட்டி, நிஜ்ஜர் தீர்ப்பு வெளியாவதற்கு முன்பே சில நல்ல அறிகுறிகள் கிடைக்கத் தொடங்கிவிட்டன. நீதிபதி பாலகிருஷ்ணன் இவ்வழக்கை நடத்தும்போது அது தெரிந்தது. பெரும் வன்முறைகளுக்கு எதிராக சத்தீஸ்கர் மாநில அரசு மிகப் பலவீனமான, ஒழுங்கற்ற முடிவுகளை எடுத்தன. இதை நீதியரசராலும் நன்கு உணர முடிந்தது. அதன்பின் நடந்த வழக்காடல்கள்மூலம் ஜுடுமின் வன்முறை ஓரளவு கட்டுப் படுத்தப்பட்டது. முற்றிலும் நிறுத்தப்படாதது ஒரு குறையே. அது போல் கிளர்ச்சிகளை அடக்குகிறேன் என்ற பெயரில் பசுமை வேட்டைத் திட்டத்தைத் தடுக்கவும் முடியாது போயிற்று.

இந்த வழக்குகளுக்கும் கிடைத்த தீர்ப்புக்கும் எந்த அளவு ஊடகங்கள் துணை புரிந்தன? இதைக் கணக்கிட்டுச் சொல்வது மிகக் கடினம். பினாயக் சென் வழக்கின்போது நடந்த பிரசாரம் ஜுடுமிற்கு எதிரான எண்ணத்தை ஏற்படுத்தியது. அரசு கொடுத்த அறிக்கைகளால் கூர்மழுங்கின. ஆனால், இறுதியில் நீதியரசர் ரெட்டியின் தீர்ப்பில் அவர் அரசு சாசனத்தில் கொண்டிருந்த ஆழமான பிடிப்பும், நம்பிக்கையும் வெளிப்பட்டது. இதே பண்புகளால்தான் ரெட்டி 2011இல் நடந்த கறுப்புப் பண வழக்கிலும் நீதியரசர் நிஜ்ஜருடன் இணைந்து நல்லதொரு தீர்ப்பை வழங்கினார். கறுப்புப் பண வழக்கில் திருட்டுத்தனமாக, சட்டத்திற்கு எதிராக ஒளித்து வைக்கப்பட்ட கறுப்புப் பணத்தைத் தோண்டி துருவிக் கையகப்படுத்தவேண்டும் என்ற உறுதியான தீர்ப்பைக் கொடுத்தார். இதோடு ரெட்டியின் ஆந்திரத் தொடர்புமூலம் அவர் அடிப்படை உண்மைகளை நன்கு புரிந்துவைத்திருக்க வேண்டும். மாவோயிஸ்டுகளின் கொள்கையும், செயல்திட்டங்களும் அவருக்கு நன்கு தெரிந்திருக்க வேண்டும்.

நீதிமன்றத்தின் தீர்ப்புகள் முழுமையாக ஏற்கப்படவில்லை. அதற்கான இரு காரணங்களைச் சொல்லமுடியும். ஒன்று, மாநில அரசின் எதிர்ப்பு; இரண்டாவதாக நீதிமன்றமே தன் தீர்ப்புகளை முழுமையாக நிறைவேற்றுவதற்கான அனைத்து முயற்சிகளை எடுக்கத் தயங்கிக் கொண்டிருந்தது. இன்னொரு வெளிக்

காரணத்தையும் சொல்லலாம். சமூகம். ஆம், சமூகத்திற்குத் தேவையான அரசியல் விழிப்புணர்வு மிக மிகக் குறைவாகவே இருந்தது. மாவோயிஸ்டுகளுக்கு இந்த நீதிமன்றத் தீர்ப்புகள்மீது அதிக ஆர்வமோ அக்கறையோ கிடையாது. அவர்களுடைய தலைவர்கள் சிறையில் அடைபட்டுக் கிடக்கும்போது அவர்களை விடுவிக்கப் போராடுவார்கள். அப்போது மட்டுமே அவர்களுக்கு நீதிமன்றங்களும் தீர்ப்புகளும் தேவையாக இருக்கும். சிபிஐ கட்சிக்கு ஊடகக் குரலுக்கான சக்தியோ வசதியோ கிடையாது. ஆகவே சென், சோரி போன்ற தனி நபர்களின்மீதான வழக்குகள் மட்டுமே பெரிய பிரசார பலம் கொண்டிருந்தன. ஒரே ஒருமுறை சிபிஐ பேரணி ஒன்று நடைபெற்றது. 'தீர்ப்புகள் உடனே நடைமுறைப்படுத்தப்படவேண்டும்' என்ற தீர்மானத்தோடு நடந்த பெரிய நிகழ்வு அது ஒன்றே. இதுவும் சமூக ஆர்வலர்களின் சரியான கோட்பாட்டினால் நடந்தது. இந்தத் தீர்ப்புகள் நிஜமாகவே நடைமுறைக்கு வந்தால் அது சல்வா ஜுடுமினால் கொடுமைப் படுத்தப்பட்டவர்களுக்குக் கிடைக்கும் நிம்மதியை நிலைநிறுத்தி வைக்கும்.

நான் இன்னும் மதிப்பிற்குரிய நீதியரசரின் கல்லறைமுன் நின்று, அவ்வப்போது தொழுது கொண்டிருக்கிறேன்.என் மனதிலோ சிறிதளவு நம்பிக்கை மட்டுமே ஒட்டிக்கொண்டிருக்கிறது.

முடிவுரை

அடோன்மெண்ட் என்ற நாவலின் கதாநாயகியால் தன் வாழ்வின் சோகங்களைத் தாங்கிக்கொள்ள இயலாது. எனவே ஒரு மகிழ்ச்சி யான முடிவை அவர் தனக்குத் தானே உருவாக்கிக்கொள்வார். நானும் அப்படியே. என் நூலில் சில மாற்றங்களைச் செய்து கொள்கிறேன். பஸ்தாரின் காடுகளும் மலைகளும் என்னைச் சுற்றி நிறைந்திருக்கும். ராணுவ முகாம்கள் எதுவும் என் கண்களுக்குத் தெரியப்போவதில்லை. எல்லாக் காயங்களையும் காடு மறைத்து விடுகிறது.

அரசாங்கம் மாறிவிட்டது. புதிய ஒப்பந்தங்கள் நிறைவேறுகின்றன. இதுவரை குற்றமிழைத்தவர்கள் அனைவரும், கூட்டுக்கொலைகள் செய்த அனைவரும் கம்பிகளுக்குப் பின்னால் அடைபடுகிறார்கள். புத்தம் புது அரசியல் சாசனம் ஒன்று உருவாகிறது. மக்களுக்கான ஆட்சி அது. மக்களுக்கான சாசனம் அது. அத்தனை உரிமைகளும் மக்களுக்கே. மக்களே வளம் அனைத்துக்கும் உரிமையாளர்கள். அவர்கள் தங்கள் விருப்பப்படி எதுவும் செய்துகொள்ளலாம்.

நிலமெல்லாம் அரசுக்குச் சொந்தம் என்ற பழைய சாசனம் காலத்தால் அழிந்தொழிந்துவிட்டது. பைலாடில்லா சுரங்க வருமானம் அனைத்தும் அங்குள்ள மக்களுக்கே. நாகர்னார் உருக்காலையின் லாபம் அனைத்தும் பஸ்தார் மக்களுக்கே. தேர்ந்தெடுக்கப்பட்ட ஒரு குழுவிடம் அனைத்துப் பொருளாதாரமும் இருக்கும். கிராமத்துப் பெரியவர்களும் ஆதிவாசிகளும் முன்னாள் ஆதிவாசி கெரில்லாக் களும் இக்குழுவின் உறுப்பினர்களாக இருப்பார்கள். கிடைக்கும் பணத்தில் அவர்கள் வயல்களைச் சீர் செய்வார்கள்; குளங்கள் வெட்டுவார்கள்; புதிய பள்ளிகள் பிறக்கும்; மருத்துவமனைகள் திறக்கும். ஆதிவாசிகள் விரும்புவதுபோல் அனைத்தும் இருக்கும். வனம் வனமாக மட்டுமே நிலைத்து நிற்கும்.

மக்கள் புதிய தொழிற்சாலைகளைக் கட்டுவார்கள். அவர்கள் வனப் பகுதியில் கிடைப்பவற்றை வைத்து சின்னச் சின்ன தொழிற் சாலைகள் உருவாக்குவார்கள். தொழிலாளர்களுக்குச் சரியான கூலி, ... இல்லை இல்லை, சரியான சம்பளம் கிடைக்கும். வெளியாட்கள் வந்து ஏமாற்றி, வியாபாரம் செய்து கொழிக்க முடியாது.

விவசாயம் புதிய முறைகள்மூலம் நடக்கும். நல்ல விதைகள். நல்ல பயிர்கள். மக்களுக்கும் சரியான நல்ல இயற்கை உணவு கிடைக்கும். ஒவ்வொரு பஞ்சாயத்திலும் ஓர் அடிப்படை சுகாதார மருந்தகம் இருக்கும். பஞ்சத்தால் அடிபட்ட குழந்தைகள்துருத்திய வயிற்றோடு அலையவேண்டியதில்லை. நிலம் இல்லாதவர்கள் என்று யாருமில்லை அங்கே. வேலைக்காக வெளியிடம் சென்று அலைவது முடிவடைந்துவிட்டது.

என் கனவுகள் இன்னும் தொடர்கின்றன...

நான் மரங்களடர்ந்த, நறுமணம் வீசும் மரங்களின் ஊடே நடந்து செல்கிறேன். குயிலின் செல்லக் குரல்கள் காதில் ஒலிக்கின்றன. பள்ளிகளில் பாடம் படிக்கும் குழந்தைகளின் குரல் உரத்து ஒலிக்கிறது. கோண்டி, துர்வா, இந்தி, ஆங்கிலம் என்று எல்லா மொழிகளையும் பிள்ளைகள் கற்கிறார்கள். ஸ்பானிஷ், அரேபிய மொழி, சீன மொழி போன்றவற்றையும் அவர்கள் கற்கலாம். மிக நல்ல வேதியியல் பயிற்சி வகுப்புகள் எடுக்கப்படும். பெரிய விளையாட்டு அரங்கங்கள் இருக்கும்; வெறும் கல்வி மட்டுமல்ல, திரைப்படம் எடுக்கவும் பயிற்சிகள் உண்டு; கோண்டி மொழியிலும் படம் எடுக்கலாம். வழிவழியாகப் பாடப்பட்டுவரும் பாடல்கள் ஒலிப்பதிவு செய்யப்படுகின்றன. வனத்திலுள்ள மரங்கள் ஆய்வுக்காகத் தொகுக்கப்படுகின்றன.

புதிய குழந்தைகளும் இங்கு வருகிறார்கள். இங்குள்ள மொழி களைக் கற்கிறார்கள். ஆதிவாசிகளின் பண்பாடு கீழானதாக அல்லாமல் பெருமிதத்துடன் இவர்களால் பார்க்கப்படும். வளர்ந்த பிறகு, அவர்களில் சிலர் ஹிட்மி, ஹட்மா, மாசா, தேவ் போல் பெருமை தேடித் தருபவர்களாக, எழுத்தாளர்களாக, வழக்கறிஞர் களாக, அரசியல்வாதிகளாக இருப்பார்கள். பாரம்பரிய அறிவோடு காட்டுக்குள்ளிலிருந்து புதிய மருந்துகள் படைக்கும் விஞ்ஞானிகள் உருவாவார்கள். ஆனால், எல்லோரும் தவறாது கிராமத்து மந்தைகளுக்கு வந்து சேர்ந்துவிடுவார்கள். எல்லோரும் அங்கே ஒன்றுசேர்ந்து தங்கள் மலைக் கடவுளை வணங்குவார்கள்.

என் கதை இன்னும் தொடர்கிறது....

அது ஒரு பௌர்ணமி இரவு. நிலவின் வெளிச்சத்தில் மிதந்துவரும் மாடியா டோல் இசையில் நான் தறி கெட்டு ஆடிக் களிக்கிறேன். நானும் என் நண்பர்களும் ஒன்றுசேர்ந்து ஓர் இலுப்பை மரத்துக் கடியில் எதிர்காலத்து நன்மைகளை நினைத்து நம்பிக்கையுடன் ஆடுவோம்... கொண்டாடுவோம்.

www.ingramcontent.com/pod-product-compliance
Lightning Source LLC
LaVergne TN
LVHW060312051026
849517LV00004B/1081